**PHÁP HOA VĂN CÚ - TẬP 3**

**Thích Như Điển & Nguyễn Minh Tiến**
*Việt dịch và chú giải*
Viên giác Tùng Thư - Đức Quốc
United Buddhist Publisher
Nhà xuất bản Liên Phật Hội - California, Hoa Kỳ
Xuất bản lần thứ nhất: Tháng 8/2025
Thiết kế bìa: Họa sĩ Đình Khải

**ISBN-13: 979-8-3495-4766-9**

# PHÁP HOA VĂN CÚ
## TẬP 3

THÍCH NHƯ ĐIỂN
NGUYỄN MINH TIẾN
*Việt dịch và chú giải*

# PHÁP HOA VĂN CÚ

## GIẢNG GIẢI KINH PHÁP HOA
## TẬP 3

Nguyên tác

妙法蓮華經文句

DIỆU PHÁP LIÊN HOA KINH VĂN CÚ

Đại Sư Trí Khải giảng giải

VIÊN GIÁC TÙNG THƯ

2025

4

- Đời nhà Trần, triều vua Trần Thúc Bảo, niên hiệu Trinh Minh năm thứ nhất (587), Đại sư Trí Khải, núi Thiên Thai, bắt đầu thuyết giảng tại chùa Quang Trạch, Kim Lăng, Pháp sư Quán Đảnh ghi chép lại.
- Đời nhà Tùy, triều vua Tùy Dạng Đế, trong khoảng niên hiệu Đại Nghiệp (605-618), môn đồ vâng sắc chỉ vua soạn thành sách.
- Đời nhà Đường, triều vua Đường Huyền Tông, niên hiệu Thiên Bảo năm thứ bảy (748), Hòa thượng Huyền Lãng, chùa Thanh Thái, trên núi Đan Khâu, huyện Đông Dương, chủ trì việc sắp xếp chỉnh sửa, hoàn thiện cấu trúc. Sa-môn Thích Thần Quýnh viết lời tựa và cùng đồng sự hiệu chỉnh văn chương.
- Năm 2009, Sa-môn Thích Như Điển, Phương Trượng Chùa Viên giác, Hannover, Đức Quốc, Việt dịch trong mùa An Cư Kiết Hạ, Phật lịch 2553, hoàn tất và xuất bản vào năm 2013.
- Năm 2022-2025, Cư sĩ Nguyễn Minh Tiến trùng dịch và soạn các biểu đồ cấu trúc, chú giải, hoàn tất và xuất bản qua United Buddhist Publisher (Nhà xuất bản Liên Phật Hội) tại California, Hoa Kỳ vào năm 2025.

# 6

# MỤC LỤC

# 9. Giải thích phẩm Thụ ký cho hàng hữu học và vô học

**KINH VĂN**

**Phẩm Thụ ký cho hàng hữu học và vô học, thứ chín**

## Giải thích tên phẩm

Trong giai đoạn còn nghiền ngẫm chân lý, dứt trừ nghi hoặc gọi là hữu học; khi đã thấu suốt tận cùng chân lý, dứt hết nghi hoặc gọi là vô học.

Nghiền ngẫm tu tập chân lý, ngưỡng mộ tìm cầu sự hiểu biết thù thắng gọi là hữu học. Giai vị của bậc hữu học là 3 quả, 4 hướng,[1] hướng đến trí tuệ chân thật không còn lậu hoặc. Đạt đến quả A-la-hán thì nghiền ngẫm chân lý đã tột cùng, sự hiểu biết thù thắng cũng đã hết mức, không còn gì phải học nữa, cho nên gọi là vô học.

Theo giáo nghĩa để giải thích phẩm này thì chia chẻ nghĩa pháp, nghiền ngẫm chân lý gọi là hữu học; dứt hết nghi hoặc, thấu triệt tận cùng chân lý gọi là vô học. Đó là ý nghĩa của Tạng giáo.

Thể nhập giáo pháp, nghiền ngẫm chân lý gọi là hữu học; không chân thật cũng không mê hoặc, gọi là vô học. Đó là ý nghĩa theo Thông giáo.

---

[1] Văn Cú chỉ nói tam quả (三果), tứ hướng (四向). Tam quả (3 quả) là chỉ các quả vị Tu-đà-hoàn, Tư-đà-hàm và A-na-hàm, tức là các quả vị trước khi đạt đến quả A-la-hán. Tứ hướng (4 hướng) chỉ các giai đoạn Hướng Tu-đà-hoàn, Hướng Tư-đà-hàm, Hướng A-na-hàm và Hướng A-la-hán. Giai đoạn trước khi chứng đắc mỗi quả vị đều gọi là hướng (向), với ý nghĩa hướng đến, hướng về.

Nghiên tầm [giáo pháp] từ cạn cợt đến sâu xa là học; dứt trừ hết thông hoặc, biệt hoặc, thấu triệt rốt ráo lẽ quyền thật, gọi là vô học. Đây là ý nghĩa của Biệt giáo.

Nghiên cứu tạng Như Lai thì có cả hữu học, vô học; tướng thật của tánh pháp thì không phải hữu học, không phải vô học, nhưng cũng là hữu học, cũng là vô học. Đại lược là như thế.

[Trong pháp hội,] 2.000 vị này có người hữu học, có người vô học, đều xếp cùng một hạng, cùng một lúc được thụ ký, cùng một danh hiệu, cho nên tách riêng thành một phẩm này. Trong phần kinh văn thụ ký, phẩm này là đại đoạn thứ hai.

**KINH VĂN**

**Lúc bấy giờ, các ngài A-nan và La-hầu-la có ý nghĩ rằng: "Chúng ta mỗi người đều tự nghĩ: 'Giá như được Phật thụ ký, chẳng phải là vui thích lắm sao!'" Hai vị liền từ chỗ ngồi đứng dậy tiến đến trước Phật, cúi đầu chạm mặt lễ sát chân Phật, cùng bạch Phật rằng: "Bạch Thế Tôn! Chúng con đối với việc thụ ký này cũng nên được dự phần, vì chỉ có đức Như Lai là nơi chúng con quy hướng. Chúng con lại được hết thảy trời, người, a-tu-la trong khắp cõi thế gian biết đến, rằng A-nan thường làm thị giả theo hầu Phật, giữ gìn bảo vệ kho tàng Chánh pháp, rằng La-hầu-la là con của Phật. Nếu được Phật thụ ký quả Vô thượng Chánh đẳng Chánh giác thì chúng con thật mãn nguyện, mà sự ngưỡng vọng của đại chúng cũng được thỏa mãn."**

■ Kinh văn phẩm này nói chung được chia làm 2 đoạn. Đoạn thứ nhất là thỉnh Phật thụ ký và đoạn thứ hai là được Phật thụ ký.

◆ Đoạn thứ nhất thỉnh Phật thụ ký lại có 2 tiểu đoạn. Tiểu đoạn thứ nhất nêu việc 2 vị [A-nan và La-hầu-la] thỉnh Phật thụ ký; tiểu đoạn thứ hai nêu việc 2.000 người cùng thỉnh Phật thụ ký.

❖ Tiểu đoạn thứ nhất nêu việc hai vị thỉnh Phật thụ ký lại có 2 phân đoạn.

▪ Phân đoạn thứ nhất là thầm lặng thỉnh cầu trong ý niệm; phân đoạn thứ hai là nói ra lời thỉnh cầu.

▪ Phân đoạn thứ hai nói ra lời thỉnh cầu lại có 2 ý.

◆ Ý thứ nhất là nêu lẽ thông thường, theo đó các vị nên được dự phần trong việc thụ ký; ý thứ hai là nêu ra sự ngưỡng vọng. Hai vị là người thân thiết nhất [đối với đức Phật] nên đại chúng khi ấy đều ngưỡng vọng. Ngài La-hầu-la là con Phật, xét theo thế tục là thân thiết nhất; ngài A-nan giữ gìn kho tàng chánh pháp của Phật, xét trong đạo pháp là thân cận hơn hết. Hai vị thân thiết gần gũi như vậy, nếu không được Phật thụ ký riêng cho thì sự ngưỡng vọng của đại chúng không được thỏa mãn.

**Hỏi**: Nếu [2 vị này] là thân thiết gần gũi nhất thì lẽ ra phải được dự vào hàng trên, [xếp ở phẩm trước,] nay có ý gì mà đưa xuống ở phẩm này?

**Đáp**: Khi thụ ký chung cho 1.200 vị thì 2 vị này vốn đã thuộc hàng trên, chỉ là nay thưa thỉnh xin được thụ ký riêng mà thôi. Ngài A-nan là bậc hữu học, ngài La-hầu-la là địa vị con em [thân thuộc], cho nên đưa vào phẩm *“hữu học và vô học”*.

**KINH VĂN**

**Khi ấy, 2.000 vị đệ tử Thanh văn hữu học và vô học đều từ chỗ ngồi đứng dậy, trần vai áo bên phải, tiến đến trước Phật, chắp tay một lòng chiêm ngưỡng đức Thế Tôn, đồng một tâm nguyện như các ngài A-nan và La-hầu-la, rồi đứng sang một bên.**

❖ [Tiểu đoạn thứ hai nêu việc] 2.000 người thỉnh Phật thụ ký chỉ có sự lặng yên thỉnh cầu trong ý niệm theo lệ trước. Tâm ý tương đồng[1] cho nên nói *"đồng một tâm nguyện như các ngài A-nan và La-hầu-la"*. [Các vị này] không nói ra lời, vì không nêu những việc như thân thiết, gần gũi...

**KINH VĂN**

**Bấy giờ, đức Phật bảo ngài A-nan: "Trong tương lai ông sẽ thành Phật hiệu là Sơn Hải Tuệ Tự Tại Thông Vương Như Lai, Ứng Cúng, Chánh Biến Tri, Minh Hạnh Túc, Thiện Thệ, Thế Gian Giải, Vô Thượng Sĩ, Điều Ngự Trượng Phu, Thiên Nhân Sư, Phật Thế Tôn. Ông sẽ cúng dường 62 ức chư Phật, bảo vệ giữ gìn kho tàng Chánh pháp, rồi sau đó mới thành tựu Vô thượng Chánh đẳng Chánh giác, giáo hóa chư Bồ Tát nhiều như số cát của 20.000 muôn ức con sông Hằng, khiến cho đều thành tựu Vô thượng Chánh đẳng Chánh giác. Cõi nước ấy tên là Thường Lập Thắng Phan, toàn cõi nước thanh tịnh, mặt đất bằng lưu ly, thời đại ấy tên là Diệu Âm Biến Mãn. Đức Phật ấy có tuổi thọ vô lượng ngàn muôn ức a-tăng-kỳ kiếp, nếu như có người trong suốt ngàn muôn ức vô lượng a-tăng-kỳ kiếp tính toán đếm kể cũng không thể biết được số kiếp chính xác. Thời gian chánh pháp tồn tại ở đời còn lâu hơn gấp bội. Thời gian tượng pháp tồn tại ở đời, so với chánh pháp lại lâu hơn gấp bội.**

**Này A-nan! Đức Phật Sơn Hải Tuệ Tự Tại Thông Vương Phật ấy được chư Phật Như Lai khắp mười phương nhiều như số cát của vô lượng ngàn muôn ức con sông Hằng cùng ngợi khen, xưng tán công đức.**

**Bấy giờ, đức Thế Tôn muốn lặp lại ý nghĩa trên nên thuyết kệ rằng:**

**Ta nay bảo chúng tăng,**
**A-nan, người giữ pháp,**
**Sẽ cúng dường chư Phật,**
**Sau đó thành Chánh giác,**
**Hiệu là "Sơn Hải Tuệ**
**Tự Tại Thông Vương Phật".**
**Cõi Phật ấy thanh tịnh,**
**Tên "Thường Lập Thắng Phan",**
**Giáo hóa chư Bồ Tát,**
**Nhiều như cát sông Hằng.**

[1] Nguyên tác Văn Cú chỉ nói "二意同 - nhị ý đồng", hàm ý là suy nghĩ của 2.000 vị này cũng giống như ngài A-nan và La-hầu-la trước đó.

**Phật có uy đức lớn,**
**Danh vang khắp mười phương,**
**Tuổi thọ không thể lường,**
**Vì thương xót chúng sanh,**
**Chánh pháp trụ lâu hơn,**
**Tượng pháp lâu hơn nữa.**
**Có vô số chúng sanh,**
**Nhiều như cát sông Hằng,**
**Đều ở trong Phật pháp,**
**Gieo nhân duyên Phật đạo.**

◆ Đoạn thứ hai nêu việc được Phật thụ ký lại cũng có 2 tiểu đoạn. Tiểu đoạn thứ nhất nêu việc thụ ký cho 2 vị [A-nan và La-hầu-la], tiểu đoạn thứ hai nêu việc thụ ký cho 2.000 vị.

❖ Trong tiểu đoạn thứ nhất, nói việc thụ ký cho ngài A-nan lại có 5 phân đoạn. Phân đoạn thứ nhất là kinh văn trường hàng; phân đoạn thứ hai là kệ tụng.

## KINH VĂN

**Lúc bấy giờ, trong pháp hội có 8.000 vị Bồ Tát vừa mới phát tâm đều suy nghĩ rằng: "Chúng ta thậm chí còn chưa nghe các vị Đại Bồ Tát được thụ ký [lớn lao đến] như vậy, nay có nhân duyên gì mà các vị Thanh văn lại được thụ ký như vậy?"**

**Khi ấy, đức Thế Tôn rõ biết suy nghĩ trong tâm các vị Bồ Tát nên bảo họ rằng: "Này các thiện nam tử! Ta cùng với những người như ông A-nan đây từng ở nơi đức Phật Không Vương cùng lúc phát tâm Vô thượng Chánh đẳng Chánh giác. A-nan thường ưa thích nghe nhiều, trong khi ta thường chuyên cần tinh tấn tu tập, cho nên nay ta đã thành tựu Vô thượng Chánh đẳng Chánh giác, còn A-nan thì giữ gìn bảo vệ chánh pháp của ta, lại cũng bảo vệ kho tàng chánh pháp của chư Phật trong tương lai, thành tựu việc giáo hóa các vị Bồ Tát. Vì tâm nguyện thuở trước như vậy nên nay A-nan được thụ ký như vậy."**

**Ngài A-nan ở trước Phật, tự mình nghe Phật thụ ký cùng nói rõ về cõi nước trang nghiêm, tâm nguyện được trọn đủ, trong lòng hết sức mừng vui hoan hỷ, được việc chưa từng có, liền tức thời nhớ lại được kho tàng Phật pháp trong quá khứ của vô lượng ngàn muôn**

**ức chư Phật, thông suốt không ngăn ngại như vừa mới được nghe hôm nay, đồng thời cũng nhớ biết được tâm nguyện thuở trước. Khi ấy, ngài A-nan liền đọc kệ rằng:**

**Thế Tôn thật hy hữu,**
**Khiến con nhớ quá khứ,**
**Pháp của vô số Phật,**
**Như vừa nghe hôm nay.**
**Nay con không còn nghi,**
**Trụ yên trong Phật đạo,**
**Phương tiện làm thị giả,**
**Hộ trì pháp chư Phật.**

▪ Phân đoạn thứ ba nêu việc 8.000 vị Bồ Tát khởi sanh lòng nghi; phân đoạn thứ tư là đức Như Lai nêu rõ hình tích [của ngài A-nan] để giải thích điều nghi; phân đoạn thứ năm là ngài A-nan hiển bày thuật lại việc trước đây rồi xưng tán Phật.

Nói về mối nghi [của các vị Bồ Tát], đó là nghi chung đối với tất cả các vị Thanh văn, vì sao ngày nay vừa mới phát tâm liền được Phật thụ ký cho [ngày sau thành Phật với] cõi nước thanh tịnh lớn lao đến như thế... Còn trong thời Phương đẳng, Phật thụ ký cho các vị Bồ Tát thì đều đã phải trải qua vô lượng kiếp tu hành mới được Phật thụ ký.

Đức Phật liền nêu rõ hình tích [của ngài A-nan] để giải thích mối nghi đó. *"Ta cùng với những người như ông A-nan đây từng ở nơi đức Phật Không Vương cùng lúc phát tâm Vô thượng Chánh đẳng Chánh giác"*, tức là bạn đồng học. *"Ta thường chuyên cần tinh tấn tu tập, cho nên nay ta đã thành tựu Vô thượng Chánh đẳng Chánh giác."* Lại do *"A-nan thường ưa thích nghe nhiều"* cho nên ngày nay còn lo việc giữ gìn kinh điển.

A-nan thị hiện hình tích làm thị giả [cho Phật], nguyên do thuở xưa là như thế, vậy thì nay nhận được sự thụ ký tốt đẹp lớn lao này đâu có gì đáng để khởi nghi?

## KINH VĂN

**Lúc bấy giờ, đức Phật bảo ngài La-hầu-la: "Trong tương lai ông sẽ thành Phật, hiệu là Đạo Thất Bảo Hoa Như Lai, Ứng Cúng, Chánh Biến Tri, Minh Hạnh Túc, Thiện Thệ, Thế Gian Giải, Vô Thượng Sĩ, Điều Ngự Trượng Phu, Thiên Nhân Sư, Phật Thế Tôn. Ông sẽ cúng dường chư Phật Như Lai nhiều bằng số hạt bụi nhỏ trong 10 thế giới, thường làm con trưởng của chư Phật, cũng giống như ngày nay. Đức Phật Đạo Thất Bảo Hoa sẽ có cõi nước trang nghiêm, về tuổi thọ, số đệ tử giáo hóa được, cho đến thời gian tồn tại của chánh pháp, tượng pháp đều giống như đức Phật Sơn Hải Tuệ Tự Tại Thông Vương Như Lai không khác, lại cũng là con trưởng của đức Phật ấy. Trải qua thời gian đó rồi sẽ thành tựu Vô thượng Chánh đẳng Chánh giác.**

**Khi ấy, đức Thế Tôn muốn lặp lại ý nghĩa trên nên thuyết kệ rằng:**

**Khi ta là Thái tử,**
**La-hầu làm con trưởng.**
**Nay ta đã thành Phật,**
**Ông trở thành pháp tử.**
**Trong những đời vị lai,**
**Gặp vô lượng ức Phật,**
**Đều làm con trưởng Phật,**
**Một lòng cầu Phật đạo.**

**Mật hạnh của La-hầu,**
**Chỉ Phật mới rõ biết.**
**Thị hiện con trưởng Phật,**
**Để chỉ bày chúng sanh.**
**Vô lượng muôn ngàn ức**
**Công đức không thể lường,**
**Trụ yên nơi Phật pháp,**
**Để cầu đạo Vô thượng.**

**Lúc bấy giờ, đức Thế Tôn nhìn thấy 2.000 vị đệ tử hữu học và vô học tâm ý đều nhu thuận nhuần nhuyễn, thanh tịnh vắng lặng, đang một lòng chiêm ngưỡng Phật. Đức Phật bảo ngài A-nan: "Ông có thấy 2.000 vị đệ tử hữu học và vô học ở đây không?"**

**Ngài A-nan thưa: "Dạ, con có thấy."**

**Phật dạy: "Này A-nan! Những vị này rồi sẽ cúng dường chư Phật Như Lai nhiều như số hạt bụi trong năm mươi thế giới, tôn trọng cung kính, bảo vệ giữ gìn kho tàng chánh pháp, cho đến sau cùng sẽ ở nơi các cõi nước trong mười phương mà cùng lúc thành Phật, đồng một danh hiệu là Bảo Tướng Như Lai, Ứng Cúng, Chánh Biến Tri, Minh Hạnh Túc, Thiện Thệ, Thế Gian Giải, Vô Thượng**

**Sĩ, Điều Ngự Trượng Phu, Thiên Nhân Sư, Phật Thế Tôn, tuổi thọ là một kiếp, cõi nước đều trang nghiêm, chúng Bồ Tát, Thanh văn, cho đến thời gian tồn tại chánh pháp, tượng pháp của chư Phật ấy cũng đều như nhau.**

**Khi ấy, đức Thế Tôn muốn lặp lại ý nghĩa trên nên thuyết kệ rằng:**

**Hai ngàn Thanh văn này,**
**Nay ở trước mặt ta,**
**Thụ ký cho tất cả,**
**Tương lai đều thành Phật.**
**Sẽ cúng dường chư Phật,**
**Nhiều như số hạt bụi,**
**Đều hộ trì pháp Phật,**
**Rồi sau sẽ thành Phật,**
**Trong cõi nước mười phương,**
**Đều cùng một danh hiệu,**
**Cùng lúc ngồi đạo tràng,**
**Đạt trí tuệ Vô thượng,**
**Đồng một hiệu Bảo Tướng.**
**Cõi nước và đệ tử,**
**Chánh pháp cùng tượng pháp,**
**Cũng dài lâu không khác.**
**Đều dùng sức thần thông,**
**Độ chúng sanh mười phương,**
**Khắp nơi đều nghe danh,**
**Rồi dần nhập Niết-bàn.**

**Lúc bấy giờ, 2.000 vị đệ tử hữu học và vô học được nghe Phật thụ ký thì vui mừng phấn khích, cùng đọc kệ rằng:**

**Thế Tôn soi đèn tuệ,**
**Chúng con nghe thụ ký,**
**Tâm ngập tràn hoan hỷ,**
**Như được rưới cam lộ.**

▣ Những sự thụ ký khác trong phẩm này đều có thể y theo kinh văn mà hiểu được.

# CẤU TRÚC PHẨM PHÁP SƯ

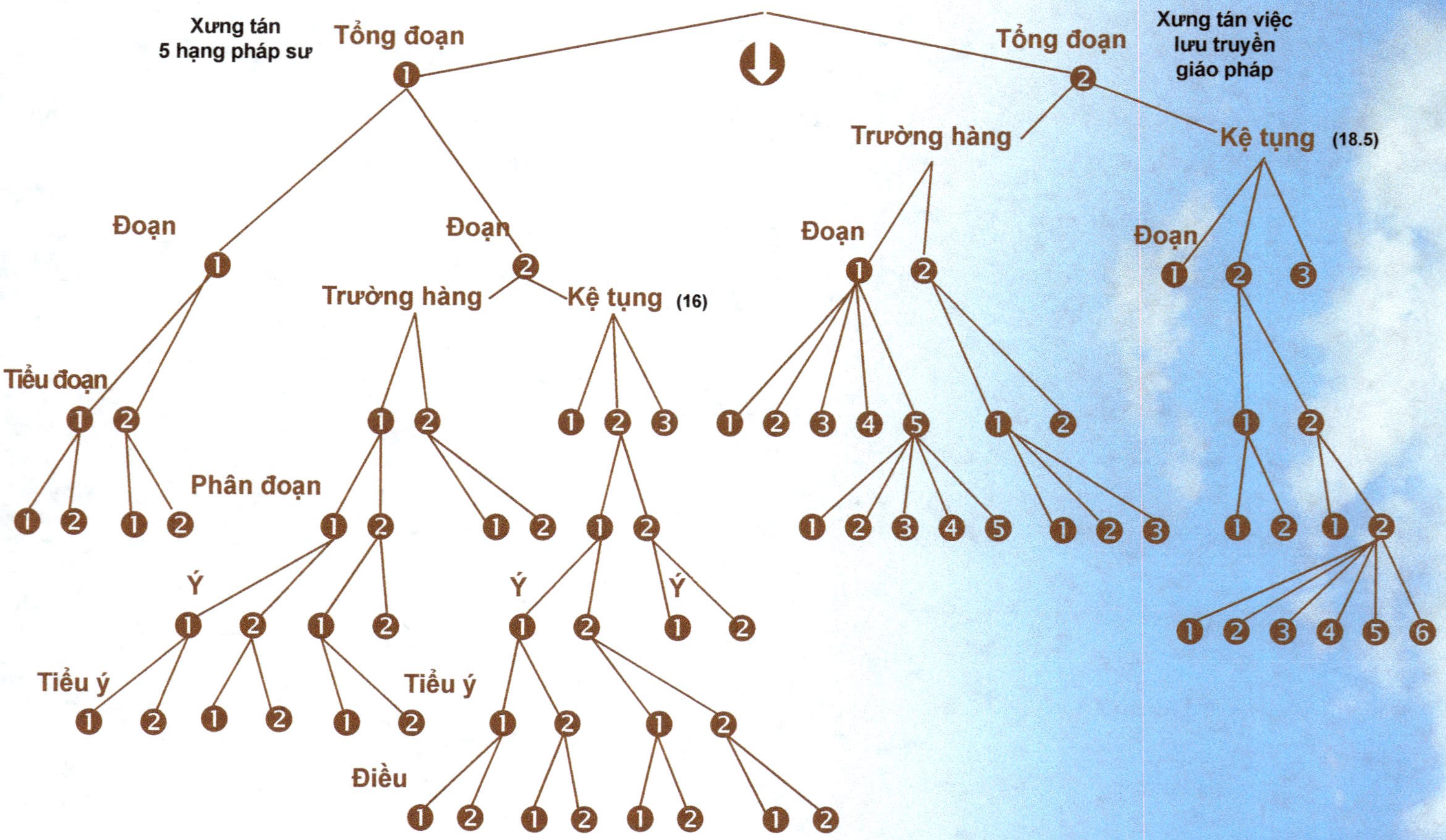

# 10. Giải thích phẩm Pháp Sư

**KINH VĂN**

**Phẩm Pháp sư, thứ mười**

## Giải thích tên phẩm

Trong phẩm này nói có 5 loại pháp sư. Thứ nhất là [pháp sư] thọ trì kinh; thứ hai là đọc kinh; thứ ba là tụng kinh; thứ tư là thuyết giảng kinh và thứ năm là sao chép kinh.

Trong luận Đại Trí độ nêu rõ về 6 loại pháp sư. Thứ nhất, do sức mạnh niềm tin nên thọ nhận; thứ hai, do sức nhớ nghĩ cho nên trì giữ; thứ ba, xem kinh văn là đọc; thứ tư, [xem rồi] không quên là tụng; thứ năm, tuyên giải rộng truyền là thuyết giảng; thứ sáu, kinh văn của bậc Thánh khó hiểu nên cần giải thích.

Sáu loại pháp sư, nay trong kinh này gộp các loại *thọ* và *trì* làm thứ nhất; gộp *thuyết giảng* và *giải thích* làm thứ hai, chia *đọc tụng* thành thứ ba và thứ tư, cộng với *sao chép* là thứ năm.

Nếu luận chi tiết thì có 4 hạng pháp sư là tự mình tu hành, 1 hạng là giáo hóa người khác. Kinh Đại Bát Niết-bàn phân chia [những người thọ trì kinh điển Đại thừa] có 9 phẩm vị.[1] Trong đó 4 phẩm vị đầu tiên *"không thể vì*

---

[1] Đoạn giải thích này dựa theo ý nghĩa trong quyển 6, kinh Đại Bát Niết-bàn. Trong phần này, đức Phật dạy rằng người nào đã từng "ở nơi chư Phật nhiều như số cát sông Hy-liên mà phát tâm bồ-đề" thì mới có thể tin nhận thọ trì kinh điển Đại thừa. Tương tự, nếu người muốn có khả năng "phân biệt giảng rộng" kinh

*người khác phân biệt giảng rộng”*[1] nên là ở cương vị đệ tử, 5 phẩm vị sau đó có thể giảng giải cho người khác nên là cương vị bậc thầy.

Nếu luận chung thì tự mình noi theo 5 pháp [thọ trì, đọc, tụng, thuyết giảng và sao chép kinh này], tức là hạng pháp sư tự thực hành; nếu dạy cho người khác noi theo 5 pháp ấy tức là hạng pháp sư giáo hóa người khác. Tự mình noi theo nên gọi chung là đệ tử, giáo hóa người khác nên gọi chung là pháp sư. Nay theo nghĩa chung đó nên gọi tên là phẩm *Pháp sư*.

Nếu theo thuyết giảm bớt thì 5 hạng giảm còn lại 4, tức là [4 hạng pháp sư tu tập] theo 4 hạnh an vui như kinh văn phần sau sẽ nói.[2] Hoặc nếu giảm 4 hạng còn 3 thì [hạng pháp sư] thụ trì [kinh điển] là [tu tập] ý nghiệp, hạng đọc, tụng, giảng thuyết [kinh điển] là [tu tập] khẩu nghiệp, hạng sao chép [kinh điển] là [tu tập] thân nghiệp.

Nếu luận chi tiết thì [hạng pháp sư tu tập] khẩu nghiệp là giáo hóa người khác; [hạng pháp sư tu tập] thân nghiệp và ý nghiệp là tự mình thực hành.

Nếu luận chung thì tự mình [tu tập] ước thúc được 3 nghiệp theo đúng pháp tức là hạng pháp sư tự thực hành; dạy bảo chỉ bày [cho người khác tu tập] 3 nghiệp tức là hạng pháp sư giáo hóa người khác, cho nên gọi là phẩm Pháp sư.

---

điển Đại thừa cần phải đã từng “ở nơi chư Phật nhiều như số cát 1 con sông Hằng”, cho đến “nhiều như số cát 8 con sông Hằng”. Do vậy tính ra có 9 phẩm vị phát triển dần tùy theo thời gian “đã từng ở nơi chư Phật mà phát tâm Bồ-đề”.

[1] Tức là nói các hạng người “đã từng ở nơi chư Phật nhiều như số cát sông Hy-liên mà phát tâm Bồ-đề” và tương tự với số cát của từ 1 đến 3 con sông Hằng. Kinh Đại Bát Niết-bàn nói những hạng người này tuy tin nhận kinh điển nhưng “không thể vì người khác mà phân biệt giảng rộng”.

[2] Kinh văn phần sau, trong phẩm Hạnh An vui nói về “四安樂行 - tứ an lạc hạnh”, bao gồm thân an lạc hạnh (身安樂行), khẩu an lạc hạnh (口安樂行), ý an lạc hạnh (意安樂行) và thệ nguyện an lạc hạnh (誓願安樂行).

Lại cũng gọi đây là 3 cửa [vào đạo]. Dùng sự thực hành 5 pháp [thọ trì, đọc, tụng, thuyết giảng và sao chép kinh] này để tự huân tu, tức là cửa phước đức; giảng giải truyền rộng 5 pháp này làm lợi ích cho nhiều người, tức là cửa hóa tha; [nhờ thực hành 5 pháp này mà] việc tự tu tập hay làm lợi ích cho người khác đều thuận theo lời Phật dạy, tức là cửa báo ân.

Nếu luận chi tiết thì tự mình tu tập báo ân gọi là tự thực hành; làm lợi ích cho người khác tức là giáo hóa chúng sanh.

Nếu luận chung thì tự mình tu tập theo khuôn phép hay hướng dẫn người khác tu tập theo khuôn phép đều gọi là pháp sư. Cho nên gọi là phẩm *Pháp sư*.

Lại nữa, đọc, tụng, sao chép là hành vi biểu lộ ra bên ngoài, tức là *"đắp y Như Lai"*; thụ trì là tu hành bên trong, tức là *"ngồi tòa Như Lai"*; thuyết giảng làm lợi ích cho người khác, tức là *"vào nhà Như Lai"*.

Luận chi tiết thì "nhà Như Lai" tức là làm khuôn mẫu cho người khác noi theo; "y Như Lai" và "tòa Như Lai" là tự làm khuôn mẫu cho chính mình.

Luận theo nghĩa chung thì không phải như vậy. Lòng từ bi che chở khắp chúng sanh, ban ân huệ lợi ích [chúng sanh cũng là] cho mình gọi đó là như "nhà"; ngăn ngừa điều xấu ác của người khác, che lấp xú uế của tự thân mình nên gọi là "y"; tự tâm mình an ổn nơi pháp không thì mới có thể giúp an tâm người khác; an ổn cho mình, an ổn cho người khác nên gọi là "tòa". Như vậy tức là tự mình noi theo khuôn phép ba pháp [vào nhà Như Lai, đắp y Như Lai, ngồi tòa Như Lai], cũng gọi là pháp sư.

Làm lợi ích chúng sanh ắt phải dùng tâm từ bi, nên lấy việc "vào nhà Như Lai" [đại từ bi] là trước nhất. Vượt qua ba cõi[1] phải có nhẫn nhục làm nền tảng, [nên *"đắp y Như Lai"* nhu hòa nhẫn nhục]. Cứu giúp chúng sanh lấy sự quên mình làm gốc, [nên *"ngồi tòa Như Lai"* hết thảy pháp không]. Có thể thực hành 3 pháp như vậy thì giáo pháp Đại thừa truyền rộng thông suốt, tức là chỗ để thế gian nương theo, dựa vào, cho nên gọi là pháp sư.

Lại nếu giảm bớt còn 2 [hạng pháp sư] tức là nói hạng tự thực hành và hạng giáo hóa chúng sanh. Thuyết này dễ hiểu, không cần ghi chép ở đây.

Nếu lại giảm còn một [hạng pháp sư], tức là nói công hạnh Như Lai đầy đủ mọi sự thực hành. [*Nhà Như Lai* với] lòng bi mẫn cứu vớt hết thảy mọi sự khổ đau, tức là nói chung mọi sự khổ não trong 4 đường,[2] 3 cõi, cho đến những nỗi khổ của hàng nhị thừa hoặc Bồ Tát; với lòng từ mang đến hết thảy mọi niềm vui, tức là nói chung những niềm vui trong cõi người, cõi trời, cho đến vui Niết-bàn thường trụ. *Y [Như Lai]* nhu hòa che lấp mọi sự xú uế, tức là nói chung những xú uế của 4 trụ địa phiền não, của sự không hiểu biết cho đến vô minh. *Tòa Như Lai* hết thảy các pháp đều không, không tất cả tướng, tức là nói tướng có, tướng không, tướng, tướng chẳng phải có chẳng phải không. Đây là ý nghĩa theo Thông giáo.

Giải thích theo ý nghĩa của Biệt giáo thì [nhà Như Lai] từ bi làm sanh khởi hết thảy mọi điều lành, [y Như Lai] nhu hòa ngăn chặn tất cả các việc ác, [tòa không Như Lai] quét sạch hết thảy các tướng.

Lại nữa, từ bi nhẫn nhục gầy dựng nên tất cả phước đức, tòa [Như Lai các pháp đều] không thành tựu tất cả trí

---

[1] Nguyên tác dùng "涉有 - thiệp hữu". Chữ "hữu" chỉ chung các cõi hiện hữu, như nhị thập ngũ hữu, cũng tức là ba cõi.

[2] Bốn đường: chỉ các cảnh giới địa ngục, ngạ quỷ, súc sanh và a-tu-la, được xem là 4 đường nhiều khổ não nhất.

tuệ. Trí tuệ là mắt nhìn, đó là nói 5 loại mắt;[1] phước đức là chân đi, đó là nói là 6 pháp ba-la-mật.

Lại nữa, tâm từ bi [vào nhà Như Lai] vượt thắng hết thảy Thanh văn, Duyên giác; [đắp y Như Lai] nhẫn nhục nhu hòa vượt thắng tất cả phàm phu, ngoại đạo; [ngồi tòa Như Lai"] các pháp đều không vượt thắng tất cả các hàng Bồ Tát tích không, thể không, thiên lệch.[2] Cho nên, kinh Tịnh Danh nói: "Thắng được kẻ oán địch mới là dũng mãnh."

Lại nữa, [vào nhà Như Lai] từ bi phá trừ ma cõi trời Tha hóa tự tại, [đắp y Như Lai] nhu hòa nhẫn nhục phá trừ ma 5 ấm, [ngồi tòa Như Lai] các pháp đều không phá trừ ma phiền não, ma sự chết.

Đại phẩm Bát-nhã nói: "Giáo hóa tất cả chúng sanh, quán chiếu hết thảy các pháp đều không thì chúng ma không thể dễ dàng [não loạn]." Đại lược là như thế.

Lại nữa, [vào nhà Như Lai] từ bi, [đắp y Như Lai] nhẫn nhục nên có khả năng nêu hỏi, ngồi tòa [Như Lai] tất cả pháp đều không nên có khả năng giải đáp. [Như vậy là] trọn đủ [phước, tuệ] trang nghiêm.

Lại nữa, quán các pháp đều không nên có khả năng nêu hỏi; đủ từ bi nhẫn nhục nên có khả năng giải đáp. Từ bi, nhẫn nhục nên có thể gieo trồng, có thể gầy dựng, có thể giúp đỡ; trí tuệ quán không nên có thể nhổ bật, có thể phá trừ, có thể dẫn dắt.

Lại nữa, [vào nhà Như Lai] từ bi nên không có gì ngăn cách, [đắp y Như Lai] nhu hòa nhẫn nhục nên không có gì

---

[1] Ngũ nhãn: 5 loại mắt, tức bao gồm nhục nhãn, thiên nhãn, tuệ nhãn, pháp nhãn và Phật nhãn.

[2] Ở đây chỉ các hàng Bồ Tát của Tạng giáo (quán xét phân tích các pháp thấy được lẽ không), Bồ Tát Thông giáo (quán xét bản thể các pháp thấy được lẽ không), Bồ Tát Biệt giáo (quán xét bám chấp lẽ không nên còn thiên lệch). Riêng Bồ Tát Viên giáo đã đạt được trung đạo nên không còn rơi vào thiên chấp.

chướng ngại, [ngồi tòa Như Lai] các pháp đều không nên không có gì tranh chấp.

[Kinh này] vượt ngoài 3 chân đế[1] nên gọi là ngọn cờ chiến thắng; bao quát hàm chứa, thâu nhiếp khắp cùng cho nên gọi là Đại thừa; là công hạnh của Như Lai nên gọi là Vua Tam-muội.

Trong kinh nói, hết thảy các pháp lành, tâm từ là căn bản; nhẫn nhục là đường tu bậc nhất; vô tướng là tối thượng. Nếu bàn về công hạnh viên mãn thì không thể nói hết. Đại lược là như vậy.

**Hỏi**: Vì sao dựa vào 3 pháp [vào nhà Như Lai, đắp y Như Lai, ngồi tòa Như Lai] để nêu rõ về pháp sư?

**Đáp**: Theo sự tướng mà nói thì một khi đi đến chỗ luận bàn thuyết giảng, tất nhiên phải vào nhà, chỉnh trang y phục, ngồi yên trên tòa, sau đó mới có thể mở bày thuyết rộng, cho nên dựa vào 3 pháp như vậy.

Lại nữa, nếu hợp cả sự và lý mà nói thì sự mê hoặc nhìn chung không ra ngoài 3 loại. Thứ nhất là do nhận chịu quả khổ đau mà khởi lên nghi hoặc; thứ hai là do nghiệp trói buộc mà khởi lên nghi hoặc; thứ ba là do xét lý mà khởi lên nghi hoặc. Vì thế nên dùng 3 pháp như vậy để chỉ bày dẫn dắt.

Lại nữa, theo lý mà nói thì vì mê muội không thấu hiểu chân đế nên sa đọa vào khổ não, do vậy phải [vào nhà Như Lai] vận dụng đại từ bi; vì mê muội không thấu hiểu tục đế nên chìm đắm trong lẽ không mà thọ nhận niềm vui, do vậy phải [đắp y Như Lai] vận dụng nhu hòa nhẫn nhục; vì mê muội không thấu hiểu trung đế nên che chướng trí tuệ, do vậy phải [ngồi tòa Như Lai] vận dụng các pháp đều không.[2] Đại lược là như thế.

---

[1] Ở đây chỉ Không đế, Giả đế và Trung đế.

[2] Trong đoạn này Văn Cú dùng các khái niệm "mê chân" (迷真), "mê tục" (迷俗 ), "mê trung" (迷中). Mê chân là không hiểu được chân đế, nên rơi vào khổ. Mê tục

[Về 2 chữ pháp sư thì] "pháp" là quy tắc, cách thức phải làm theo, "sư" là thầy dạy dỗ, giảng giải. Pháp tuy có thể làm theo, nhưng tự nó không thể truyền rộng. Truyền rộng thông suốt được là do con người. [Cho nên] 5 hạng người [thọ trì, đọc, tụng, thuyết giảng và sao chép] giúp truyền rộng thông suốt kinh điển đều được gọi là "sư".

Nêu ra pháp, vì những ai tự mình tu hành thành tựu đều do lấy diệu pháp làm thầy. Thầy là người tự mình tu hành theo diệu pháp mà được thành tựu, cho nên gọi là pháp sư.

Lại nữa, 5 hạng người [thọ trì, đọc, tụng, thuyết giảng và sao chép kinh điển] đều có thể dùng diệu pháp để dạy dỗ, nêu gương cho người khác, cho nên nêu "pháp" để gọi tên "sư", gọi là phẩm *Pháp sư*.

Tự mình tu hành theo pháp, hoặc y theo pháp mà giáo hóa người khác đều gọi là pháp sư. Đây là giải thích tên phẩm theo nhân duyên.

Nói chung có nhiều cách giải thích, phần nhiều đều dựa theo pháp môn Viên giáo để giải thích phẩm này.

Phần trước 3 vòng [thuyết chánh pháp, nhân duyên và thí dụ] là nêu Tích môn gồm chánh thuyết, trình bày nhận hiểu và thụ ký, đến đây đã trọn vẹn. Từ đây về sau gồm 5 phẩm là nêu Tích môn thuộc phần lưu thông.

[Kinh này] không chỉ che chở làm lợi ích cho người đương thời, mà còn muốn thấm nhuần truyền rộng đến đời sau, cho nên mới có 5 phẩm lưu thông. Hai phẩm Pháp sư và Hiện bảo tháp là nêu rõ công đức sâu xa, phước báu lớn lao của việc hoằng truyền kinh điển, cùng lợi ích cực lớn của việc

---

là không hiểu được tục đế, đắm chấp nơi lẽ không, cho đó là niềm vui chân thật. Mê trung là không hiểu được trung đế, chưa vượt khỏi giả đế, không đế và trung đế nên không thể đạt đến đệ nhất nghĩa đế, do vậy mà nói trí tuệ bị che chướng. Các khái niệm này đều được hiểu theo giáo lý tông Thiên Thai.

lưu thông kinh này đến với những người chưa được nghe. Phẩm Đề-bà-đạt-đa thì nêu dẫn việc hoằng truyền kinh này được lợi ích cho cả chính mình và người khác để chứng minh công đức rất sâu xa. Phẩm Trì có 80.000 vị Bồ Tát do sức nhẫn nhục được thành tựu, ở nơi cõi này truyền rộng kinh này, còn những vị vừa mới được thụ ký thì ở những cõi khác truyền rộng kinh này. Riêng một phẩm Hạnh An lạc, các nhà cựu giải cho là "lưu thông của phần tiếp dẫn những người thối tâm [Đại thừa]". Hoặc cứ cho là như vậy, nhưng chưa hẳn đã hoàn toàn trọn nghĩa. Các giai vị sơ tâm ngoại phàm thì vui mừng với phước đức thù thắng vừa đạt được, nhìn thấy hàng Thanh văn sợ hãi, nghe việc Bồ Tát phải nhận chịu chê bai hủy nhục, nhìn lại mình sức lực còn yếu ớt, chẳng làm được gì ích lợi cho bản thân và người khác, liền sanh tâm thối lui. Đức Phật vì hạng thối lui này mà thuyết dạy các hạnh an lạc, y theo đó mà truyền rộng pháp thì không lo gặp nguy hiểm khổ não.

Lại nữa, trong phẩm Pháp sư, đức Thích Tôn tự nói ra công đức, phước báu của việc rộng truyền kinh này, dạy thính chúng phải mến mộ lưu thông;[1] trong phẩm Hiện bảo tháp thì [đức Phật Đa Bảo] vì chứng minh [sự chân thật của] kinh này mà hiện ra, vô số phân thân [của Phật Thích-ca] vì trợ giúp việc mở tháp nên tập hợp đến. Do có sự chứng minh và trợ giúp như vậy nên thính chúng mến mộ [kinh này] mà lưu thông.

Tổng đoạn thứ nhất của phẩm Pháp sư gồm có kinh văn trường hàng và kệ tụng, ngợi khen xưng tán 5 hạng pháp sư là những người có khả năng gìn giữ lưu truyền giáo pháp.

---

[1] Trong đoạn này, Văn Cú 2 lần dùng cụm từ "命覓流通 - mệnh mịch lưu thông" và "勸覓流通 - khuyến mịch lưu thông" đều rất tối nghĩa, nhưng so sánh thì Văn Cú Ký dùng chữ "慕 - mộ" (mến mộ, ngưỡng mộ) chứ không phải chữ "覓 - mịch" (tìm kiếm). Chữ "mộ" có ý nghĩa phù hợp hơn, có lẽ Văn Cú đã chép nhầm. Chúng tôi chuyển dịch có điều chỉnh dựa theo Văn Cú Ký.

Tổng đoạn thứ hai cũng gồm có kinh văn trường hàng và kệ tụng, ngợi khen xưng tán giáo pháp được gìn giữ lưu truyền, đồng thời cũng chỉ bày nguyên tắc, phương thức lưu thông kinh này.

**KINH VĂN**

**Lúc bấy giờ, đức Thế Tôn nhân nơi Bồ Tát Dược Vương để nói với 80.000 vị Bồ Tát:[1] "Này Dược Vương! Ông hãy nhìn xem tất cả đại chúng nơi đây, có vô số chư thiên, long vương, dạ-xoa, càn-thát-bà, a-tu-la, ca-lâu-la, khẩn-na-la, ma-hầu-la-già, người và các loài phi nhân, các vị tỳ-kheo, tỳ-kheo-ni, ưu-bà-tắc, ưu-bà-di, những người cầu quả vị Thanh văn, cầu quả vị Phật Bích-chi, hoặc cầu Phật đạo, hết thảy những chúng sanh như thế đều đang ở trước Phật, được nghe một bài kệ hay một câu kinh Diệu Pháp Liên Hoa này, cho đến chỉ khởi lên một ý niệm hoan hỷ vui theo, ta đều thụ ký cho trong tương lai sẽ được thành tựu quả Vô thượng Chánh đẳng Chánh giác."**

▣ Tổng đoạn thứ nhất có 2 đoạn. Đoạn thứ nhất nêu việc đệ tử thọ nhận kinh này được nhiều công đức, phước báu sâu dày. Đoạn thứ hai nêu việc các bậc pháp sư lưu truyền kinh này được nhiều công đức, phước báu sâu dày.

◆ Đoạn thứ nhất nêu việc đệ tử lại có 2 tiểu đoạn. Tiểu đoạn thứ nhất nói về các đệ tử khi Phật còn tại thế. Tiểu đoạn thứ hai nói về các đệ tử sau khi Phật diệt độ.

Trong đoạn thứ nhất nói *"nhân nơi Bồ Tát Dược Vương để nói với 80.000 vị Bồ Tát"*. *"Nhân nơi"* là ý nói dựa vào đó để giao phó. Đức Phật muốn đem diệu pháp giao phó, dựa vào Bồ Tát Dược Vương, khiến cho nhận lãnh. *"Nói với 80.000 vị Bồ Tát"*, là nói tất cả đều tham gia lưu thông

---

[1] Kinh văn dùng "đại sĩ" là một cách danh xưng khác để gọi các vị Bồ Tát. Vì trước đây đã gọi 80.000 vị này là Bồ Tát nên chúng tôi dùng lại như trước để dễ hiểu. Bản Anh ngữ của Kern: "...addressed the eighty thousand Bodhisattvas Mahasattvas by turning to Bhaishajyaraja as their representative..." (...nói với 80.000 vị Bồ Tát bằng cách hướng đến Bồ Tát Dược Vương như người thay mặt cho họ...)

kinh điển. Phật chỉ người trong đại chúng mà nói *“Ông hãy nhìn xem tất cả đại chúng nơi đây”*, chính là chỉ đến những người thọ trì kinh này được phước báu.

❖ Tiểu đoạn thứ nhất nói về các đệ tử khi Phật còn tại thế lại có 2 phân đoạn.

▪ Phân đoạn thứ nhất là từ câu *“Này Dược Vương”* trở đi, nêu loại ra các loài trong thính chúng [chưa được thụ ký].

▪ Phân đoạn thứ hai từ câu *“đều đang ở trước Phật”* trở đi, nói về các duyên được thụ ký. Nếu là đang ở trước Phật[1] thì có chúng đương cơ khéo ngộ đạo mầu, chính là 2.500 vị từng nghe nhiều kinh điển và thấu hiểu sâu xa, hiện đang có mặt trong pháp hội, đã được Phật thụ ký chung cũng như thụ ký riêng, nhưng nay nói đến những thính chúng bị nêu loại ra [chưa được thụ ký][2] là 8 bộ chúng[3] hoặc là [hàng đệ tử trong] bốn chúng ba thừa đang vướng víu ngồi trong hội Pháp hoa.[4]

*“Đều đang ở trước Phật”* là nêu rõ thời điểm cơ duyên, được gặp Phật ngay nơi pháp tòa. *“Một bài kệ hay một câu kinh”*, là nói nghe pháp ở mức ít nhất; *“cho đến chỉ một ý*

---

[1] Bản Đại Chánh tạng viết là “苦於佛前 - khổ ư Phật tiền”, không có nghĩa. Tham khảo Càn Long tạng và Vĩnh Lạc Bắc tạng đều viết là “若於佛前 - nhược ư Phật tiền”. Như vậy là chữ “nhược” (若) đã bị nhầm thành chữ “khổ” (苦).

[2] Văn Cú dùng chữ “giản” (揀) nghĩa là chọn lựa để loại bỏ ra. Chữ này đã được dùng trong phần trước để nói về 5.000 người rời khỏi pháp hội trước khi Phật thuyết kinh Pháp hoa, nay cũng được dùng với những đối tượng trong đoạn kinh văn này. Tuy họ có đủ niềm tin để nghe kinh mà không hoài nghi phỉ báng, nhưng thực sự chưa phải là chúng đương cơ có thể nhận hiểu để được lợi ích hiện tiền, cho nên nói là “nêu loại ra” khỏi những người đã được thụ ký.

[3] Tám bộ chúng: chỉ chung các bộ chúng gồm chư thiên, loài rồng, dạ-xoa, càn-thát-bà, a-tu-la, ca-lâu-la, khẩn-na-la, ma-hầu-la-già.

[4] Văn Cú dùng chữ “quái” (絓), Văn Cú Ký giải thích rằng chữ này đồng như chữ “dự” (預), nghĩa là tham dự. Chúng tôi cho rằng Văn Cú Ký đã muốn đơn giản hóa để làm cho câu văn dễ hiểu, vì chữ “quái” với nghĩa trở ngại, che chướng còn có hàm ý muốn nói những đối tượng này không thật sự là thính chúng của Pháp hoa, bởi tuy họ tham dự trong pháp hội nhưng không thể hiểu hoặc hiểu rất ít những lời Phật dạy, như kinh văn đoạn tiếp theo có nói rõ.

*niệm”*, là nói thời gian ngắn ngủi nhất. *“Đều thụ ký cho trong tương lai sẽ được thành tựu quả Vô thượng Chánh đẳng Chánh giác”*, là nêu rõ ý nghĩa cho dù nghe pháp rất ít trong thời gian rất ngắn ngủi, hoặc có công đức hoan hỷ vui theo, cuối cùng cũng đều đạt được quả Phật quả, huống chi là [những ai] được nghe đầy đủ [trọn bộ kinh] và thọ trì đến suốt đời, hoặc thuộc vào 5 hạng pháp sư lưu thông kinh này, tức là cúng dường với 3 nghiệp [thân, khẩu, ý].[1] Đại lược là như vậy.

Nói *“nghe một bài kệ hay một câu kinh”*, tức là nói [những người] nghe pháp rất ít, nhận hiểu rất cạn cợt mà nay cũng đều được thụ ký cho [thành Phật]. Nghe pháp ít như vậy mà còn được thụ ký, huống chi là những người nghe nhiều, hiểu sâu. Dùng mức độ ít mà suy cho đến nhiều, phổ cập rộng khắp như thế. Trong vòng thuyết nhân duyên này đã [phổ cập rộng khắp] như vậy thì trong các vòng thuyết chánh pháp ở trước và thuyết thí dụ ở giữa cũng đều như thế,[2] có thể dựa theo ý kinh để hiểu, không cần phải nói rõ.

Theo kinh Kiến thật Tam-muội[3] thì đức Phật thụ ký riêng cho các vị Tứ thiên vương [khi thành Phật có] cùng một danh hiệu là Hỏa Trì, chư thiên cõi trời Tam thập

---

1 Đoạn này nhắc lại ý nghĩa đã giảng giải ở phần trước. 5 hạng pháp sư là nói những người có thể thực hành 5 việc: thọ trì, đọc, tụng, thuyết giảng và sao chép kinh này. Trong đó thọ trì là cúng dường bằng ý nghiệp, đọc, tụng, thuyết giảng là cúng dường bằng khẩu nghiệp và sao chép kinh là cúng dường bằng thân nghiệp.

2 Văn Cú dùng hạ chu (下周), thượng chu (上周) và trung chu (中周), tức chỉ 3 vòng thuyết pháp như trước đã nói, tức là thuyết chánh pháp cho hàng thượng căn, thuyết thí dụ cho hàng trung căn và thuyết nhân duyên cho hàng hạ căn.

3 Kinh Kiến thật tam-muội (見實三昧經), được ghi nhận trong các bản mục lục kinh điển hiện còn, có 14 hoặc 15 quyển, do ngài Na-đề Da-xá (那連提耶舍) Hán dịch. Tuy nhiên, bản biệt hành hiện nay không còn thấy, chỉ còn tìm được nội dung tương đương của kinh này là hội thứ 16 trong kinh Đại Bảo Tích với tên là Bồ Tát kiến thật hội (菩薩見實會-第十六). Xem Đại Chánh tạng, Tập 11, kinh số 310, trang 351.

tam[1] [khi thành Phật có] cùng một danh hiệu là Nhân-đà-la Tràng vương, [các vị Thiên vương] Đế thích[2] [khi thành Phật có] cùng một danh hiệu là Vô Trước, chư thiên cõi trời Dạ-ma[3] [khi thành Phật có] cùng một danh hiệu là Tịnh Trí, chư thiên cõi trời Đâu-suất [khi thành Phật có] cùng một danh hiệu là Thích Pháp Vương. Hai cõi trời trên nữa[4] cũng được thụ ký chung, không nêu rõ danh hiệu riêng. Phạm thiên [được thụ ký khi thành Phật sẽ có] danh hiệu là Đại Trí Lực. Đây là nhóm những vị nghe nhiều, hiểu sâu. Nay lại cũng thụ ký cho những vị nghe ít, hiểu cạn. Các nhà cựu giải cho rằng Phật Bích-chi và Bồ Tát không được thụ ký. Kinh văn ở đây nói ba thừa đều được thụ ký, không nên nghi ngờ.

*"Một bài kệ hay một câu kinh"*, Tăng nhất tập[5] nói rằng: *"Tùy ý chọn ra trong kinh một bài kệ thiết yếu, như nhóm các pháp tứ đế chẳng hạn."* Luận Thập trụ Tỳ-bà-sa nói

[1] Tam thập tam thiên (三十三天), cũng gọi là cõi trời Đao-lợi (忉利天). Sở dĩ có tên "tam thập tam" (33) vì cõi trời này ở 8 hướng mỗi hướng đều có 4 thành, cộng là 32 thành, cộng với một thành trung tâm, nơi cư ngụ của Thiên Đế thích, nên có tất cả là 33 thành.

[2] Văn Cú dùng tên Câu-dực (拘翼), theo Huyền ứng âm nghĩa (玄應音義) thì đây là tên khác của Thiên vương Đế thích (帝釋). Mỗi thế giới đều có một vị Đế thích, cho nên ở đây nói việc thụ ký cho "cùng một danh hiệu".

[3] Văn Cú gọi là Diễm thiên (焰天), nói đủ là Diễm-ma thiên (焰摩天), nhưng thường gặp hơn là Dạ-ma thiên (夜摩天), phiên âm từ tên cõi trời Yāma, tức cõi trời thứ ba trong 6 cõi trời thuộc Dục giới.

[4] Dục giới có 6 tầng trời, trước đó đã lần lượt nói đến 4 tầng trời là Tứ vương thiên (四王天), Tam thập tam thiên (三十三天) tức Đao lợi thiên (忉利天), Dạ-ma thiên (夜摩天) và Đâu-suất thiên (兜率天). Hai tầng trời cao hơn được nói ở đây là Lạc biến hoá thiên (樂變化天) và Tha hoá tự tại thiên (他化自在天).

[5] Tăng nhất tập (增一集), theo Pháp hoa huyền nghĩa thích tiêm (法華玄義釋籤) thì do ngài Đạt-ma-uất-đa-la (達磨鬱多羅) soạn, gồm 30 quyển, theo thể thức giống như kinh Tăng nhất A-hàm, nghĩa là gồm các số mục tăng dần từ 1 pháp cho đến 5 pháp. Về ngài Đạt-ma-uất-đa-la, sách này cũng gọi là Pháp Thượng (法尚), hiện đa số tài liệu gọi là Đạt-ma-đa-la (達磨多羅), phiên âm từ Dharmatrāta, dịch nghĩa là Pháp Cứu (法救). Ngài cũng là tác giả của Tạp A-tỳ-đàm tâm luận (雜阿毘曇心論), 11 quyển. Xem Đại Chánh tạng, Tập 33, kinh số 1717, trang 907, tờ a, dòng 9 đến dòng 14.

rằng: *"Khinh ghét gọi là chán bỏ, không mong cầu gọi là vô dục, tâm không cấu nhiễm gọi là giải thoát, buông bỏ gánh vác*[1] *gọi là Niết-bàn."* Chán ghét *tập* (nguyên nhân của khổ), không mong cầu nơi *khổ*, không cấu nhiễm là *đạo*, buông bỏ gánh vác là *diệt*. Lại nói rằng, Phật bảo tỳ-kheo Mãn Túc[2] *"Ta có 4 câu"*, đó là nói 4 chân đế, 4 niệm xứ v.v.

Giải thích theo quán tâm thì [nói một câu kinh là] dùng hết thảy mọi câu kinh, [nói một bài kệ là] dùng hết thảy mọi bài kệ; không câu không kệ mà chẳng phải một... Đại lược là như thế.

Nếu chọn lấy trong phần tích môn một câu thiết yếu "khai, thị, ngộ, nhập" thì đó là câu *"Ngồi trên cỗ xe quý, dạo chơi khắp bốn phương"*, hoặc 4 hạnh an lạc khuyên phát khởi 4 ý v.v.

*"Khởi lên một ý niệm hoan hỷ vui theo"* là nói tự mình chưa thực hành được, chỉ hoan hỷ vui theo giáo pháp và người [thực hành pháp] mà công đức, phước báo còn nhiều, huống chi là tự mình thực hiện được.

Tâm hoan hỷ vui theo có 2 loại. Nếu nghe được nghĩa khai thị trừ bỏ quyền thừa, hiển bày chân thật, liền ngay trong một niệm khởi tâm thấu hiểu sâu xa lẽ thật vốn chẳng phải quyền chẳng phải thật, tin chắc vào tri kiến Phật, lại có thể nhận hiểu cả quyền và thật sự lý viên dung, tuy vẫn còn đủ tánh phiền não nhưng có thể rõ biết tạng bí mật của Như Lai. Đây tức là luận về tùy hỷ tuần tự theo thời gian.

Lại nếu như được nghe ý nghĩa khai thị trừ bỏ quyền thừa, hiển bày chân thật, tức thời liền từ nơi một tâm mà rộng hiểu được tất cả tâm cùng hết thảy các pháp đều là

---

[1] Văn Cú dùng chữ "捨檐 - xả diêm", ở đây là cách dùng xưa thay cho chữ "đam" (儋) hoặc chữ "đảm" (擔), có nghĩa là gánh vác, mang vác.

[2] Mãn Túc (满宿), là vị tỳ-kheo thuộc nhóm Lục quần tỳ-kheo.

Phật pháp, không có gì chướng ngại, nếu cần phân biệt thì biện thuyết không cùng tận, trong một tháng, 4 tháng cho đến suốt năm xoay chuyển giảng giải cũng không hết ý. Tuy còn chưa được đạt đến chân thật nhưng tâm tùy hỷ mà có thể hiểu được như thế. Pháp đã như thế, người lại cũng như thế. Đây tức là luận về tùy hỷ tức thời theo không gian.[1] Lại ngay nơi không gian đó chính là thời gian, ngay nơi thời gian cũng chính là không gian. Cho nên kinh Đại Bát Niết-bàn nói *"Nguyện thà nghe ít hiểu được nhiều ý nghĩa; [không muốn được nghe nhiều mà không hiểu rốt ráo ý nghĩa]"*,[2] chính là ý này. Phần sau sẽ nói rõ.

**KINH VĂN**

**Rồi Đức Phật bảo ngài Dược Vương: "Lại nữa, sau khi Như Lai diệt độ, nếu có ai được nghe kinh Diệu Pháp Liên Hoa, thậm chí chỉ một bài kệ, một câu kinh, hoặc khởi lên một ý niệm hoan hỷ vui theo, ta cũng đều thụ ký cho được thành tựu quả Vô thượng Chánh đẳng Chánh giác.**

**"Nếu như lại có người thọ trì, tụng, đọc, giảng thuyết, sao chép kinh Diệu Pháp Liên Hoa, dù chỉ một bài kệ, đối với quyển kinh này cung kính như Phật, dùng đủ mọi cách cúng dường như hương hoa, chuỗi ngọc, hương bột, hương thoa, hương đốt, lọng che bằng lụa, cờ phướn, y phục, âm nhạc… hoặc thậm chí chỉ chắp tay cung kính. Này Dược Vương! Ông nên biết rằng người như vậy đã từng cúng dường mười muôn ức Phật, ở nơi đạo trường chư Phật thành tựu tâm nguyện lớn, vì thương xót chúng sanh nên mới sanh vào cõi thế gian này.**

---

[1] Trong đoạn này, Văn Cú dùng 2 chữ "thụ" (豎) và "hoành" (橫), hiểu theo nghĩa đen là dọc và ngang, hoặc theo chiều đứng, chiều nằm. Tuy nhiên, Văn Cú dùng 2 chữ này để chỉ sự việc diễn ra theo thời gian (thụ), tức là tăng tiến dần, và trong không gian (hoành), nghĩa là tức thời diễn ra rộng khắp. Hai khái niệm này đã được dùng nhiều lần trong những phần trước của sách này.

[2] Đoạn này dẫn kinh Đại Bát Niết-bàn ở quyển 28, theo bản Hán dịch của ngài Đàm-vô-sấm. Nguyên văn kinh là: "寧當少聞多解義味，不願多聞於義不了。" (Ninh nguyện thiểu văn đa giải nghĩa vị, bất nguyện đa văn ư nghĩa bất liễu.) Xem Đại Chánh tạng, Tập 12, kinh số 374, trang 534, tờ a, dòng 3 và 4.

❖ Tiểu đoạn thứ hai từ câu *"Đức Phật bảo ngài Dược Vương: Lại nữa sau khi Như Lai diệt độ..."* trở đi nói về các đệ tử sau khi Phật diệt độ, có 2 phân đoạn. Phân đoạn thứ nhất nêu ra các loại đệ tử, đây chỉ lược nói trong cõi người, cứ theo như đoạn trước thì có thể rõ biết [về các loài chúng sanh khác]. Phân đoạn thứ hai nói *"Ta cũng đều thụ ký cho"* là nêu công đức, phước báo, cũng giải thích giống như phần trước.

◆ Đoạn thứ hai từ câu *"Nếu như lại có người..."* trở đi, nói về các vị pháp sư lưu thông kinh, có 2 phần trường hàng và kệ tụng.

Phần trường hàng có 2 tiểu đoạn. Tiểu đoạn thứ nhất nêu chi tiết, tiểu đoạn thứ hai nói tổng quát. Phần chi tiết nói về pháp sư có bậc cao và bậc thấp, nói về thời gian có hiện tại và vị lai; phần nói tổng quát thì không bàn đến thấp hay cao, hiện tại hay vị lai, chỉ nói chung là chướng nghịch [kinh này] thì tạo tội, tin thuận [lưu hành] thì được phước.

❖ Tiểu đoạn thứ nhất nêu chi tiết lại có 2 phân đoạn. Phân đoạn thứ nhất nói về đời hiện tại và phân đoạn thứ hai nói về đời sau.

▪ Phân đoạn thứ nhất nói về đời hiện tại lại có 2 ý, trước tiên nói về các vị pháp sư bậc thấp, sau đó nói về các vị pháp sư bậc cao.

⬩ Ý thứ nhất nói về các vị pháp sư bậc thấp lại có 2 tiểu ý, trước tiên nêu rõ tướng trạng của pháp sư, sau đó nói về công đức, phước báo.

✦ Tiểu ý thứ nhất nói về tướng trạng của vị pháp sư tức là nêu rõ 5 hàng pháp sư,[1] 10 loại cúng dường.[2]

---

[1] Năm hàng pháp sư, phân chia theo cách tiếp cận kinh này, bao gồm: 1. Thọ trì; 2. Tụng; 3. Đọc; 4. Giảng thuyết; 5. Sao chép.

[2] Mười loại cúng dường theo kinh văn là: 1. Cúng dường hoa; 2. Cúng dường hương thơm; 3. Chuỗi ngọc; 4. Hương bột; 5. Hương thoa; 6. Hương đốt; 7. Lọng che bằng lụa; 8. Y phục; 9. Âm nhạc; 10. Chắp tay cung kính.

✦ Tiểu ý thứ hai từ câu *"Này Dược Vương! Ông nên biết rằng người như vậy đã từng cúng dường..."* là nêu rõ công đức, phước báo [của vị pháp sư] bậc thấp.

*"Đã từng cúng dường"* là nói tạo nhân đời trước sâu xa, vì thương xót chúng sanh nên mới sanh về cõi người ở thế gian này, nêu rõ công đức lớn lao trong hiện tại.

**KINH VĂN**

**"Này Dược Vương! Nếu như có người hỏi: 'Những chúng sanh nào trong tương lai sẽ được thành Phật?', ông nên chỉ cho biết rằng những người như vừa nói trên trong tương lai chắc chắn sẽ được thành Phật. Vì sao vậy? Nếu như có thiện nam hoặc thiện nữ, đối với kinh Diệu Pháp Liên Hoa này, dù chỉ một câu kinh, biết thọ trì, tụng đọc, giảng thuyết, sao chép, dùng mọi cách cúng dường như hương hoa, chuỗi ngọc, hương bột, hương thoa, hương đốt, lọng che bằng lụa, cờ phướn, y phục, âm nhạc... hoặc chắp tay cung kính, thì đối với người này hết thảy thế gian đều nên chiêm ngưỡng kính phụng, nên dùng cách thức cúng dường Như Lai mà cúng dường cho người này.**

**"Nên biết rằng người như vậy đã là Đại Bồ Tát, thành tựu Vô thượng Chánh đẳng Chánh giác, vì thương xót chúng sanh nên phát nguyện sanh vào thế gian này để phân biệt giảng rộng kinh Diệu Pháp Liên Hoa, huống chi là có thể đem hết khả năng mà thọ trì, dùng đủ mọi cách cúng dường kinh này?**

**"Này Dược Vương! Nên biết rằng đó là người đã tự xả bỏ nghiệp báo thanh tịnh, nên sau khi ta đã diệt độ rồi, vì thương xót chúng sanh mà sanh vào cõi đời xấu ác để giảng rộng kinh này.**

Từ câu *"Này Dược Vương! Nếu có người hỏi..."* trở đi là nêu rõ phước báo trong tương lai sâu dày [của vị pháp sư].

◆ Ý thứ hai từ câu *"huống chi là có thể đem hết khả năng mà thọ trì"* là nói về những vị pháp sư bậc cao, lại có 2 tiểu ý. Tiểu ý thứ nhất nói *"huống chi..."* là nêu tướng trạng của vị pháp sư. Tiểu ý thứ hai từ câu *"Này Dược Vương! Nên biết rằng đó là người đã tự xả bỏ nghiệp báo thanh tịnh"*, nêu rõ công đức và phước báo của vị pháp sư bậc cao.

**KINH VĂN**

**"Nếu như có thiện nam hoặc thiện nữ, sau khi ta diệt độ rồi có thể riêng vì một người mà giảng thuyết kinh Pháp hoa, dù chỉ một câu, nên biết rằng người ấy đã là sứ giả của Như Lai, do đức Như Lai sai khiến đến, thi hành việc của Như Lai, huống chi là ở giữa đại chúng rộng vì người khác thuyết giảng?**

▪ Phân đoạn thứ hai từ câu *"Nếu như có thiện nam hoặc thiện nữ, sau khi ta diệt độ rồi có thể riêng vì một người..."* trở đi, nêu rõ sau khi Phật diệt độ thì pháp sư [lưu thông kinh Pháp hoa] cũng có 2 ý nói về 2 bậc thấp và cao. Trong bậc thấp lại có 2 tiểu ý.

◆ Ý thứ nhất nói về pháp sư thuộc bậc thấp, tức là chỉ có thể tuần tự nhận hiểu được ý kinh, có trí tuệ nhưng không học hỏi nhiều,[1] chỉ có thể giảng nói với một người, chưa đủ khả năng thuyết giảng trước đại chúng.

✦ Cho nên, [tiểu ý thứ nhất nói] hạng pháp sư bậc thấp này chỉ riêng vì một người giảng giải một câu kinh. Tuy có thể hiểu được một câu, nhưng vì không có sự học nhiều nghe rộng các ý nghĩa khác nhau, nên không thể thuyết giảng giữa nơi đông người. Đối với hết thảy những câu hỏi khó đều không [thể trả lời] thông suốt, do vậy khiến cho giáo lý chân chánh không được truyền rộng. Như trong Pháp hoa luận thích có giải thích trí tuệ không học hỏi nhiều là giống như cơn mưa nhỏ không có tiếng sấm. Nếu muốn trình bày một câu [kinh Pháp hoa] này thì chỉ có thể nói riêng [với một người] mà thôi.

---

[1] Văn Cú nói là "有慧無聞 - hữu tuệ vô văn". Vô văn là chỉ người không học rộng nghe nhiều, để nói nghĩa trái lại với "đa văn" là người học rộng nghe nhiều. Cho nên "vô văn" không có nghĩa là không nghe, không học, mà chỉ có thể hiểu là ít học, không học rộng.

✦ Tiểu ý thứ hai từ câu *"Nên biết rằng người ấy đã là sứ giả của Như Lai"*, tức là nêu rõ công đức và phước báo của vị pháp sư [bậc thấp] này. Kinh này là do trí tuệ "như" nói ra, là nói về lý "như". Ngày nay có người tu hành đem giáo pháp "như" này tuyên giảng đúng lý "như", nên tức là *"do đức Như Lai sai khiến đến"*.

*"Thi hành việc của Như Lai"*, đó là nói trí "như" soi chiếu lý "như" là việc. Nay người tu hành y theo giáo pháp, thực hành đúng như lý, tức là thi hành việc của Như Lai.

Trí nhất như, lý nhất như, giáo hóa chúng sanh là việc. Nay người tu hành có tâm đại bi, đem lý chân như ở trong kinh này vì chúng sanh thuyết giảng, khiến cho được lợi ích, nên cũng gọi là *"thi hành việc của Như Lai"*.

Giải thích theo quán tâm thì nói *"sứ giả của Như Lai"* vì dùng trí tâm quán cảnh thì cảnh ấy tức là chân như, cảnh hiện ra thì trí phát khởi, trí là do "như" sai khiến.

*"Do đức Như Lai sai khiến đến"* là nói trí quán chiếu từ trong "như" mà đến.

*"Thi hành việc của Như Lai"* là nói trải qua hết thảy các pháp, không một pháp nào không phải chân như; chân như tức là Phật sự.

◆ Ý thứ hai từ câu *"Huống chi là ở giữa đại chúng"* trở đi là nói về hàng pháp sư bậc cao, lược bớt không so sánh công đức phước báo nhưng ý này có thể ngầm hiểu được.

**KINH VĂN**

**Này Dược Vương! Nếu có người xấu ác, dùng tâm bất thiện trong suốt một kiếp ở trước đức Phật, thường hủy báng nhục mạ đức Phật, tội lỗi đó vẫn xem là nhẹ nếu so với người dùng một câu xấu ác chế giễu chê bai người tại gia hay xuất gia tụng đọc kinh Pháp hoa, vì tội lỗi này rất nặng.**

**Này Dược Vương! Như có người tụng đọc kinh Pháp hoa, nên biết rằng người ấy đang dùng sự trang nghiêm của Như Lai để tự trang nghiêm mình, được Như Lai gánh vác trên vai. Người ấy đi đến nơi nào, [mọi người] nên hướng theo mà lễ bái, một lòng chắp tay cung kính cúng dường, tôn trọng ngợi khen xưng tán, dùng các loại hoa, hương, chuỗi ngọc, hương bột, hương thoa, hương đốt, lọng che bằng lụa, cờ phướn, y phục, các món ăn ngon, các loại âm nhạc, các món cúng dường thượng hạng trong cõi người để cúng dường người ấy, nên dùng châu báu cõi trời rải quanh để tỏ lòng tôn kính, nên gom góp các báu vật trên cõi trời mà phụng hiến cho người ấy. Vì sao vậy? Vì người ấy hoan hỷ thuyết pháp, nên người được nghe chỉ trong thoáng chốc liền đạt được rốt ráo Vô thượng Chánh đẳng Chánh giác.**

❖ Tiểu đoạn thứ hai từ câu *"Này Dược Vương! Nếu có người xấu ác..."* trở đi, nêu tổng quát về 5 hàng pháp sư, những ai chướng nghịch là tạo tội, tin thuận thì được phước báu. [Tiểu đoạn này có 2 phân đoạn.]

▪ Phân đoạn thứ nhất nói về tội phước, không bàn đến việc ruộng phước được gieo trồng đó là tốt hay xấu,[1] chỉ nói tùy theo [người tu hành] mới phát tâm hay phát tâm đã lâu mà phân biệt nặng nhẹ.

Người mới phát tâm tu học vốn đã còn đầy dẫy phiền não, nếu [ai chế giễu chê bai] tạo thêm chướng ngại ắt [sẽ làm cho họ] từ bỏ việc tu học, cho nên phải chịu tội rất nặng. Chư Phật có tâm bình đẳng, đối với việc xấu ác [hủy báng] không hề liên can bức bách, há có thể gây chướng ngại [cho Phật] được sao? Cho nên nói rằng [hủy báng Phật] chịu tội nhẹ hơn.

---

1 Nguyên tác nói "福田濃瘠 - phước điền nùng tích" (ruộng phước tốt hoặc xấu), hàm ý phân biệt đối tượng của việc tạo phước. Như các kinh luận khác thường nói, cúng dường bậc tu hành đạo đức thì công đức lớn hơn cúng dường kẻ phàm phu, vì đối tượng cúng dường như vậy được xem như mảnh ruộng tốt hơn nên gieo trồng thu hoạch được nhiều hơn.

Đối với việc cúng dường cũng vậy. Người mới phát tâm tu học mong đợi [sự cúng dường], nếu được cúng dường thì việc tu học sẽ thành tựu, cho nên người cúng dường được phước lớn lao. Chư Phật vốn không mong đợi cúng dường, mọi thứ đều đã tự đầy đủ, tuy dâng hiến cúng dường cũng chẳng thêm được gì cho Phật, cho nên nói rằng phước báo kém hơn.

Cũng giống như con vua [lưu lạc] gặp lúc khó khăn, nếu ai cung cấp phụng hiến những thứ cần dùng thì công lao thật lớn; nếu [lúc ấy lại hủy báng] làm nhục con vua thì phải chịu tội không nhẹ; cho nên nói rằng tội phước đều nặng.

Còn đối với đức vua, nếu có dâng lên thức ăn, y phục thì tất nhiên cũng chỉ là chuyện rất nhỏ nhặt; nếu người muốn xâm hại nhục mạ đức vua cũng chẳng thể làm cho vua tổn hại, cho nên nói rằng tội phước đều nhẹ.

▪ Phân đoạn thứ hai từ câu *"Này Dược Vương! Như có người tụng đọc..."* trở đi, nêu việc đọc tụng kinh này như [được dùng sự] trang nghiêm của Phật, tức là tin thuận theo kinh này thì được phước báu. Chư Phật dùng định và tuệ để trang nghiêm, người [đọc tụng kinh] này có thể tu tập định và tuệ, cho nên nói như vậy.

*"Được Như Lai gánh vác trên vai."* Chịu sức nặng trên lưng là gánh, đặt trên vai là vác.[1] Tu tập thể của pháp thân chẳng phải quyền chẳng phải thật, tức là được Như Lai gánh; có thể vận dụng hai trí quyền, thật, tức là được Như Lai vác.

*"Người ấy đi đến nơi nào, nên hướng theo mà lễ bái."* Phần trước nêu việc [người thọ trì kinh này] lấy pháp làm thầy, ở đây nêu việc có thể kham nhận làm thầy chúng

---

[1] Văn Cú dùng chữ "檐" (diêm) nhưng thật ra là chữ "đảm" (擔) như trong kinh văn. Đây có lẽ là cách dùng xưa kia.

sanh. Những người [thọ trì kinh] này có tôn chỉ hướng về, ắt sẽ tương ưng với thật tướng, nên đều đáng để cung kính thuận theo. Thuận theo tức là *"hướng theo"*, cung kính tức là *"lễ bái"*. Do cung kính mà thuận theo, cho đến khởi lên những sự cúng dường... Đại lược là như thế.

**KINH VĂN**

**Lúc bấy giờ, đức Thế Tôn muốn lặp lại ý nghĩa trên nên thuyết kệ rằng:**

**Nếu muốn trụ Phật đạo,**
**Thành tựu trí tự nhiên,**
**Nên siêng năng cúng dường**
**Người thọ trì Pháp hoa.**
**Nếu người muốn nhanh chóng,**
**Được Nhất thiết chủng trí,**
**Nên thọ trì kinh này,**
**Cúng dường người trì kinh.**

◆ Phần kệ tụng có 16 khổ kệ, chia làm 3 tiểu đoạn.

❖ Tiểu đoạn thứ nhất gồm 2 khổ kệ, không tụng lại ý nghĩa trong kinh văn trường hàng mà đặc biệt khen ngợi khuyến khích việc tự thực hành tu tập kinh này làm lợi lạc chúng sanh.

❖ Tiểu đoạn thứ hai gồm 13 khổ kệ, tụng lại nội dung phần kinh văn trường hàng ở trước nói về các vị pháp sư lưu truyền kinh này, gồm cả chi tiết cũng như khái quát.

❖ Tiểu đoạn thứ ba gồm 1 khổ kệ xưng tán kinh này.

**KINH VĂN**

**Nếu ai thường thọ trì,**
**Kinh Diệu Pháp Liên Hoa,**
**Đó là sứ giả Phật,**
**Thường thương xót chúng sanh.**
**Người thường xuyên thọ trì,**
**Kinh Diệu Pháp Liên Hoa,**
**Từ bỏ cõi thanh tịnh,**
**Thương chúng sanh, đến đây.**
**Nên biết người như vậy,**
**Tự tại, tùy ý sanh.**
**Có thể nơi cõi ác,**
**Rộng thuyết pháp Vô thượng.**
**Nên dùng hương, hoa trời,**
**Cùng y phục, châu báu,**
**Kho bảo vật cõi trời,**
**Cúng dường người giảng kinh.**

**Sau Phật diệt, đời ác**
**Ai thường trì kinh này,**
**Nên chắp tay kính lễ,**
**Như cúng dường Thế Tôn.**
**Dùng món ngon thượng hạng,**
**Cùng đủ loại y phục,**
**Cúng dường Phật tử ấy,**
**Cầu nghe kinh chốc lát.**
**Người nào trong đời sau,**
**Có thể trì kinh này,**
**Là Phật sai khiến đến,**
**Thi hành việc Như Lai.**

❖ Tiểu đoạn thứ hai tụng chi tiết và khái quát về các vị pháp sư lại có 2 phân đoạn. ▪Phân đoạn thứ nhất gồm 7 khổ kệ tụng chi tiết. ▪Phân đoạn thứ hai gồm 6 khổ kệ tụng khái quát.

Phần tụng chi tiết trong kinh văn trường hàng ở trước chia ra nói về pháp sư hiện tại và vị lai. Trong kệ tụng này cũng có 2 ý, tụng về pháp sư hiện tại và pháp sư vị lai. ◆Ý thứ nhất có 4 khổ kệ tụng về pháp sư hiện tại. ◆Ý thứ hai có 3 khổ kệ tụng về pháp sư vị lai.

▪ Trong kinh văn trường hàng ở trước, cả 2 phần nói về pháp sư hiện tại và pháp sư vị lai đều có chia ra nói về 2 bậc pháp sư cao và thấp. Nay trong phần kệ tụng này, ý thứ nhất [cũng gồm đủ 2 tiểu ý].

✦ Tiểu ý thứ nhất từ câu *"Nếu ai thường thọ trì"* trở đi, gồm 1 khổ kệ, tụng về hàng pháp sư bậc thấp [trong hiện tại, có 2 điều]. ○Điều thứ nhất gồm nửa khổ kệ trước nêu tụng về pháp sư. ○Điều thứ hai từ câu *"Đó là sứ giả Phật"* trở đi nửa khổ kệ sau nói về công đức phước báo.

✦ Tiểu ý thứ hai từ câu *"Người thường xuyên thọ trì"* trở đi gồm 3 khổ kệ, tụng về hàng pháp sư bậc cao trong hiện tại, [có 2 điều]. ○Điều thứ nhất gồm nửa khổ kệ đầu nêu tụng về vị pháp sư bậc cao. ○Điều thứ hai từ câu *"Từ bỏ cõi thanh tịnh"* trở đi gồm 2 khổ rưỡi kệ, tụng về công đức, phước báo.

◆ Ý thứ hai từ câu *"Sau Phật diệt, đời ác"* trở đi gồm 3 khổ kệ, tụng về hàng pháp sư vị lai. [Phần này có 2 tiểu ý].

✦ Tiểu ý thứ nhất gồm 2 khổ kệ đầu tụng vượt sang[1] nghĩa nêu hàng pháp sư bậc cao, có 2 điều. ○ Điều thứ nhất từ câu *"Sau Phật diệt, đời ác..."* trở đi, gồm nửa khổ kệ tụng nêu về hàng pháp sư [bậc cao]. ○ Điều thứ hai, trong kinh văn trường hàng thiếu phần nói về công đức, phước báo, nay kệ tụng có đủ, từ câu *"Nên chắp tay kính lễ"* trở đi gồm 1 khổ rưỡi kệ là nói về công đức, phước báo.

◆ Tiểu ý thứ hai từ câu *"Người nào trong đời sau"* trở đi gồm 1 khổ kệ, tụng ngược[2] về nghĩa nêu hàng pháp sư bậc thấp, [chia ra 2 điều]. ○ Điều thứ nhất gồm nửa khổ kệ đầu tụng nêu về pháp sư. ○ Điều thứ hai từ câu *"Là Phật sai khiến đến"* trở đi gồm nửa khổ kệ tụng về công đức, phước báo.

## KINH VĂN

**Nếu người trong suốt kiếp,**
**Thường ôm lòng bất thiện,**
**Hung hăng mắng chửi Phật,[3]**
**Tạo tội nặng vô lượng;**
**Nhưng với người tụng đọc,**
**Giữ gìn kinh Pháp hoa,**
**Mà xúc phạm chốc lát,**
**Tạo tội còn nặng hơn.**
**Nếu người cầu Phật đạo,**
**Nên suốt trong một kiếp,**
**Chắp tay đứng trước Phật,**
**Đọc vô số kệ khen.**
**Người ấy xưng tán Phật,**
**Được công đức vô lượng;**
**Nhưng khen người trì kinh,**
**Công đức còn lớn hơn.**
**Trong tám mươi ức kiếp,[4]**
**Dùng thanh, sắc tốt đẹp,**
**Cùng hương, vị, xúc chạm,**
**Cúng dường người trì kinh.**

---

[1] Văn Cú nói "超頌 - siêu tụng" (tụng vượt sang) là ý nói tụng nghĩa này trước, so với kinh văn trường hàng ở trước thì tụng nghĩa này về sau.

[2] Văn Cú nói "追頌 - truy tụng" (tụng ngược về) là ý nói trong kinh văn trường hàng nghĩa này được nói trước, nhưng kệ tụng nêu ra sau.

[3] Nguyên tác kinh văn là "作色 - tác sắc", dịch sát nghĩa là thay đổi sắc mặt, trong ngữ cảnh này được hiểu là lộ rõ vẻ hung hăng.

[4] So sánh nội dung tương đương trong bản Anh dịch của H. Kern là "eighteen thousand kotis of Æons", tức là "mười tám ngàn ức kiếp".

**Cúng dường như vậy rồi,**
**Được nghe kinh chốc lát,**
**Ắt sẽ tự mừng vui:**
**"Ta được lợi ích lớn!"**

**Dược Vương! Nay nói rõ,**
**Ta đã thuyết nhiều kinh,**
**Nhưng trong những kinh ấy,**
**Pháp hoa là bậc nhất.**

▪ Phân đoạn thứ hai từ câu *"Nếu người trong suốt kiếp"* trở đi gồm 6 khổ kệ, tụng chung về phần nói khái quát trong kinh văn trường hàng. Phần nói khái quát trong kinh văn trường hàng có 2 phân đoạn, kệ tụng cũng chia thành 2 ý.

◆ Ý thứ nhất có 2 khổ kệ, tụng ý nghĩa chướng nghịch người trì kinh này tạo tội.

◆ Ý thứ hai từ câu *"Nếu người cầu Phật đạo"* trở đi gồm 4 khổ kệ, tụng về việc tin thuận người trì kinh này được phước báu.

❖ Tiểu đoạn thứ ba từ câu *"Dược Vương! Nay nói rõ"* trở đi gồm 1 khổ kệ, xưng tán khen ngợi kinh này là tôn quý vi diệu.

**KINH VĂN**

**Khi ấy, đức Phật lại bảo Đại Bồ Tát Dược Vương rằng: "Trong vô số ngàn muôn ức kinh điển mà ta thuyết dạy, những kinh đã thuyết, hiện đang thuyết và sẽ thuyết, thì kinh Pháp hoa này là khó tin khó hiểu nhất.**

**"Này Dược Vương! Kinh này là kho tàng tinh yếu bí mật của chư Phật, không thể đưa ra phân bố rộng rãi, truyền trao không đúng người. Kinh này được chư Phật Thế Tôn giữ gìn bảo vệ, từ xưa đến nay chưa từng thuyết giảng chung cho đại chúng không chọn lọc.[1]**

[1] Kinh văn dùng chữ "未曾顯說 - vị tằng hiển thuyết", hiểu theo nghĩa đen là chưa từng thuyết giảng công khai, không che giấu. Các bản dịch hiện có dịch là "chưa hề nói đến một cách minh bạch (HT Trí Quang)", hoặc "chưa từng bày nói" (HT Trí Tịnh). Bản Anh dịch của H. Kern là "never divulged" (chưa bao giờ công khai). Tuy nhiên, chúng tôi cho rằng hàm ý trong ngữ cảnh ở đây là chỉ thuyết giảng cho một số thính chúng chọn lọc, thích hợp, không thuyết giảng chung cho tất cả mọi người. Việc đức Phật đợi cho 5.000 người có căn cơ không thích hợp rời khỏi

**Kinh này trong lúc Như Lai tại thế mà còn có nhiều kẻ oán ghét,[1] huống chi là sau khi Phật diệt độ?"**

▣ Từ câu *"Khi ấy, đức Phật lại bảo..."* là tổng đoạn thứ hai, ngợi khen xưng tán việc giữ gìn chánh pháp và nêu phương pháp truyền rộng kinh điển giáo pháp. Giữ gìn chánh pháp là nói việc tự noi theo tu tập chánh pháp. Truyền rộng kinh điển giáo pháp là dạy cho người khác tu tập noi theo chánh pháp. Phần này có kinh văn trường hàng và kệ tụng.

Kinh văn trường hàng chia làm 2 đoạn. Đoạn thứ nhất xưng tán khen ngợi kinh điển giáo pháp. Đoạn thứ hai nêu phương thức nguyên tắc.

◆ Đoạn thứ nhất lại có 5 tiểu đoạn. Thứ nhất là nêu pháp để xưng tán dựa theo pháp, lại có so sánh số lượng để xưng tán. Thứ hai là nêu người để xưng tán. Thứ ba là nêu nơi chốn để xưng tán. Thứ tư là nêu nhân [tu tập] để xưng tán. Thứ năm là nêu quả để xưng tán. Vì pháp vi diệu nên người [trì pháp] đáng quý; vì người [trì pháp] đáng quý nên nơi chốn [có pháp] được tôn trọng; vì nơi [có pháp] được tôn trọng nên nhân [tu tập pháp] được trọn đủ; vì nhân [tu tập] được trọn đủ nên quả đạt đến rốt ráo.

❖ Tiểu đoạn thứ nhất nêu pháp để xưng tán. [Kinh văn nói] *"những kinh đã thuyết, hiện đang thuyết và sẽ thuyết, thì kinh Pháp hoa này là khó tin khó hiểu nhất"*.

---

pháp hội rồi mới thuyết kinh này là một thí dụ minh họa cho ý nghĩa này. Ngay câu kinh trước cũng nói rằng kinh này không được "truyền trao không đúng người" (妄授與人 - vọng thụ dữ nhân). Và ý nghĩa phải chọn đúng người thích hợp mới thuyết giảng kinh này đã được nói rất rõ trong phần cuối phẩm Thí dụ.

[1] Kinh văn dùng chữ "怨嫉 - oán tật", nghĩa là oán ghét. So sánh với bản Anh dịch ở vị trí này là "rejected" (từ chối, không chấp nhận), về mặt ý nghĩa có vẻ như hợp lý hơn. Như câu kinh trước nói kinh này "khó tin khó hiểu nhất" nên thính chúng ít người tin nhận. Trong khi đó, ý nghĩa "oán ghét" có lẽ chỉ đến hàng ngoại đạo, kẻ xấu.

Có vị thầy lý giải rằng, "đã thuyết" là kinh Bát-nhã, "sẽ thuyết" là kinh Niết-bàn, trước [khi thuyết] kinh Pháp hoa thì Tiểu thừa và Đại thừa ngăn cách nhau, sau [khi thuyết] kinh Pháp hoa thì mới có chỗ hội tụ tương đồng. Kinh [Pháp hoa] này chính là khởi đầu hội tụ của ba thừa. Vì là khởi đầu sự quy tụ [ba thừa] về một thừa nên nói là đệ nhất. Kinh văn xưng tán Pháp hoa vốn nằm ngoài các kinh đã thuyết, đang thuyết và sẽ thuyết. [Cho nên, lý giải của] vị thầy này thiếu đi một điểm. Đại lược là như thế.

Nay trước tiên nói về các kinh *"đã thuyết"*, tức là các kinh thuyết giảng về tiệm giáo, đốn giáo[1] từ Đại phẩm Bát-nhã trở về trước. Kinh "đang thuyết" là được thuyết giảng trong cùng một pháp hội [với Pháp hoa], tức là kinh Vô lượng nghĩa. Kinh *"sẽ thuyết"* là nói kinh Đại Bát Niết-bàn.

Các kinh đã thuyết từ Đại phẩm Bát-nhã về trước nói pháp tiệm, đốn, tất cả đều giữ nghĩa phương tiện nên dễ tin nhận. Kinh Vô lượng nghĩa hiện nay thì chỉ nói từ một pháp sanh vô lượng pháp, chưa nói đến vô lượng pháp quay về một pháp, cho nên cũng dễ tin nhận. Nay kinh Pháp hoa này luận về pháp thì hết thảy mọi sự sai biệt đều dung thông, quy về một pháp; luận về người thì cả thầy cùng đệ tử xét theo bản, tích đều hiện hữu từ rất lâu xa [trong quá khứ]. [Như vậy, kinh Pháp hoa nói về] cả pháp và người[2] so với những kinh trước đây đều ngược lại, cho nên khó tin, khó hiểu. Đột phá vào sự khó khăn đó,[3]

---

[1] Tiệm giáo là các giáo pháp chỉ dạy sự tu tập từ thấp lên cao, theo tuần tự, ở đây là chỉ giáo pháp được thuyết trong các thời A-hàm, Phương đẳng... Đốn giáo là giáo pháp chỉ thẳng vào sự đốn ngộ quả Phật, như giáo pháp Hoa nghiêm...

[2] Văn Cú chỉ nói "二門 - nhị môn", tức là chỉ ngược về "pháp" và "người" như vừa nói.

[3] Văn Cú dùng "當鋒難事 - đương phong nan sự", Văn Cú Ký giải thích rằng: "當鋒者, 法華在前如大陣難破, 涅槃在後如餘黨不難 。- Đương phong giả, Pháp hoa tại tiền như đại trận nan phá, Niết-bàn tại hậu như dư đảng bất nan." ("Đương phong" là muốn nói Pháp hoa được thuyết giảng trước như trận thế lớn khó phá được, Niết-bàn được thuyết giảng sau chỉ như dư đảng còn lại không khó.) Cho

nên đã thuyết giảng kinh Pháp hoa rồi thì về sau thuyết kinh Đại bát Niết-bàn ắt sẽ dễ tin nhận.

*"Kho tàng tinh yếu bí mật"*, vì chân như thật tướng bị che lấp sâu xa khó biết nên gọi là *"kho tàng"*, bao quát hết thảy nên gọi là *"tinh yếu"*, giữ lại chưa nói ra nên là *"bí mật"*.

*"Không thể đưa ra phân bố rộng rãi"*, vì pháp vi diệu khó tin, trí tuệ sâu xa mới có thể trao truyền, kẻ không có trí tuệ [nếu dạy cho họ] chỉ thêm tội lỗi, cho nên không thể sai lầm thuyết giảng không chỗ.

*"Từ xưa đến nay chưa từng thuyết giảng chung cho tất cả đại chúng."* Trong kinh điển Tạng giáo không nói việc hàng nhị thừa có thể thành Phật, cũng không nêu rõ bản, tích của thầy và đệ tử. Phương đẳng, Bát-nhã tuy là những kinh thuyết dạy về thật tướng, cũng chưa nói việc người trong 5 thừa[1] có thể thành Phật, cũng chưa nêu ra hình tích chỉ rõ bản nguyên.

Các kinh nói pháp đốn, tiệm đều chưa có sự dung thông hội tụ, cho nên nói là bí mật. Kinh này thuyết dạy đầy đủ những pháp bí mật trước đây, tức là khai mở kho tàng bí mật, lại cũng chính là kho tàng bí mật; kho tàng bí mật này *"chưa từng thuyết giảng chung cho tất cả đại chúng"*.

*"Kinh này trong lúc Như Lai còn tại thế mà còn nhiều kẻ oán ghét"*, là nói [chờ đợi] trong hơn 40 năm, không thể tức thời nói ra, nay chỉ vừa sắp nói ra mà đã có 5.000 người lập tức thối lui ra khỏi pháp hội. Phật còn tại thế mà đã như vậy, huống chi là trong tương lai. Đây là ý nói chúng sanh rất khó giáo hóa.

---

nên hiểu là Văn Cú muốn so sánh việc thuyết kinh Pháp hoa trước để đột phá vào sự khó tin khó hiểu của thính chúng, thì về sau việc thuyết kinh Niết-bàn trở nên dễ dàng hơn. (Xem Đại Chánh tạng, Tập 34, kinh số 1719, trang 306, tờ c, dòng 3 và 4.)

[1] Văn Cú dùng "五乘 - ngũ thừa", tức bao gồm nhân thừa, thiên thừa, Thanh văn thừa, Duyên giác thừa và Bồ Tát thừa.

**KINH VĂN**

**"Này Dược Vương! Nên biết rằng sau khi Như Lai diệt độ, những ai đối với kinh này có thể sao chép, giữ gìn, tụng đọc, vì người khác giảng thuyết, ắt sẽ được Như Lai dùng y che chở, lại cũng được chư Phật hiện tại ở các phương khác nhớ nghĩ che chở. Người ấy sẽ có sức tin chắc mạnh mẽ cùng sức chí nguyện và sức của các căn lành. Nên biết rằng người này cùng sống một nơi với Như Lai, được đức Như Lai dùng tay xoa đầu."**

❖ Tiểu đoạn thứ hai từ câu *"Này Dược Vương! Nên biết rằng sau khi Như Lai diệt độ, những ai đối với kinh này có thể sao chép, giữ gìn..."* trở đi là nêu người để xưng tán. Giáo pháp này ở nơi người nào thì đó là người đáng tôn quý.

*"Được Như Lai dùng y che chở"*, là nói dùng sự tu học nhẫn nhục lớn lao làm y phục, giống như kinh văn phần trước nói *"dùng sự trang nghiêm của Phật để tự trang nghiêm mình"*.

*"Được chư Phật hiện tại ở các phương khác nhớ nghĩ che chở."* Tướng chân thật là Phật, trí tuệ chân thật là con; kính chuộng tướng chân thật liền phát sanh trí tuệ chân thật, tức là được chư Phật nhớ nghĩ che chở.

*"Sức tin chắc mạnh mẽ"* là nói niềm tin vào chân như và Tam bảo;[1] *"sức chí nguyện"* là nói 4 thệ nguyện rộng lớn;[2] *"sức của các căn lành"* là nói trí tuệ lớn lao.

Sức tin chắc tức là tin vào lẽ thật, lẽ thật tức là pháp thân; sức chí nguyện tức là xác lập công hạnh, tu hành tức là giải thoát; sức của các căn lành là cội gốc kiên cố, cho nên khó lay động, đây tức là Bát-nhã. Nên biết rằng 3

---

[1] Văn Cú dùng "四信 - tứ tín", chỉ niềm tin vào chân như, Phật, Pháp và Tăng.

[2] Bốn thệ nguyện rộng lớn (Tứ hoằng thệ nguyện), bao gồm: 1. Chúng sanh vô biên thệ nguyện độ; 2. Phiền não vô tận thệ nguyện đoạn; 3. Pháp môn vô lượng thệ nguyện học; 4. Phật đạo vô thượng thệ nguyện thành.

sức này tức là ba đức [của chư Phật],[1] là kho tàng bí mật. Người tu hành mới phát tâm dừng trụ được ở chỗ này thì so với Phật không khác, cho nên nói rằng *"cùng sống một nơi với Như Lai"*.

Lại nữa, người có sức tin chắc tu tập trí tuệ Như Lai quán xét hết thảy các pháp rốt ráo đều là không. Như Lai lấy chỗ rốt ráo đều không đó làm nhà an trụ. Người có sức tin chắc lại học biết các pháp rốt ráo đều không cho nên *"cùng sống một nơi với Như Lai"*.

*"Được đức Như Lai dùng tay xoa đầu"*, là nói người trì kinh này dùng sức chí nguyện, sức căn lành tự mình thực hành 2 pháp quyền thật, lấy đó làm cơ duyên chiêu cảm; cơ duyên chiêu cảm ấy gọi là đầu. Đức Như Lai dùng 2 trí quyền thật giáo hóa chúng sanh gọi là tay. Khai phát trước đầu người tự thực hành 2 pháp quyền thật, có sự cảm ứng giao hòa trong đạo nên gọi là xoa đầu. Xoa đầu tức là thụ ký.

**KINH VĂN**

**"Này Dược Vương! Ở bất cứ nơi nào có sự thuyết giảng, tụng đọc, sao chép hoặc cất giữ kinh Pháp hoa này, đều nên xây tháp thật cao rộng bằng bảy báu, trang nghiêm đẹp đẽ, không cần an trí xá-lợi bên trong. Vì sao? Vì trong tháp như đã có toàn thân Như Lai. Đối với tháp ấy, nên dùng hết thảy các loại hoa, hương, chuỗi ngọc, lọng che bằng lụa, cờ phướn, âm nhạc, thơ ca mà cúng dường cung kính, tôn trọng, ngợi khen xưng tán. Nếu có người được nhìn thấy tháp ấy, lễ bái cúng dường, nên biết rằng những người như vậy đều đã đến gần quả vị Vô thượng Chánh đẳng Chánh giác."**

❖ Tiểu đoạn thứ ba từ câu *"Này Dược Vương! Ở bất cứ nơi nào..."* trở đi, nêu nơi chốn để xưng tán. Giáo pháp này ở tại nơi nào tức là nơi đó đáng tôn quý.

---

[1] Ba đức của chư Phật, tức Tam đức (三德), bao gồm Pháp thân đức, Giải thoát đức và Bát-nhã đức.

Nói chung những nơi như Phật đản sanh, nơi Phật thành đạo, nơi Phật chuyển pháp luân, nơi Phật nhập Niết-bàn,[1] những nơi đấng Pháp vương từng đi qua, tất cả đều nên dựng tháp thờ kính. Kinh này là nơi đản sanh của pháp thân, là đạo tràng thành đạo, là chánh thể pháp luân, là nơi dung chứa Đại Niết-bàn.[2] [Cho nên,] kinh này ở nơi đâu thì đều nên dựng tháp cúng dường.

*"Không cần an trí xá-lợi bên trong."* Thích luận nói rằng: *"Xương cốt nát ra là xá-lợi sanh thân; kinh điển là xá-lợi pháp thân."* Kinh này là xá-lợi pháp thân nên không cần phải an trí thêm xá-lợi sanh thân. Sanh thân và pháp thân đều có đủ xá-lợi toàn thân và xá-lợi toái thân. Điều này có thể hiểu được.

**KINH VĂN**

**"Này Dược Vương! Có nhiều người tại gia cũng như xuất gia, tu hành đạo Bồ Tát, nếu như chưa được thấy nghe, tụng đọc, sao chép, thọ trì, cúng dường kinh Pháp hoa này, nên biết là những người ấy chưa tu tập tốt theo đạo Bồ Tát. Nếu như được nghe kinh này rồi, mới có thể tu tập tốt theo đạo Bồ Tát."**

❖ Tiểu đoạn thứ tư từ câu *"Này Dược Vương! Có nhiều người tại gia cũng như xuất gia..."*[3] trở đi, nêu nhân tu tập để xưng tán. Nếu *"chưa tu tập tốt theo đạo Bồ Tát"* là vì y theo 3 giáo pháp [Tạng, Thông, Biệt] tức là xá-lợi toái thân của pháp thân, chưa thể khéo léo hóa độ [chúng sanh]. Nếu thể nhập Viên giáo tức là xá-lợi toàn thân, ắt có thể khéo léo hóa độ. Khéo độ chúng sanh tức là tu tập tốt.

---

[1] Tức là tứ thánh địa (四聖地), cũng gọi là tứ động tâm, tứ thánh tích, là 4 thánh tích quan trọng trong cuộc đời đức Phật.

[2] Ở đây Văn Cú muốn so sánh với tứ thánh địa vừa nói trên để giải thích việc những nơi nào có kinh này đều nên dựng tháp thờ kính.

[3] Văn Cú trích dẫn câu này là "若出家 - nhược xuất gia...", nhưng trong kinh văn là "多有人在家, 出家 - đa hữu nhân tại gia, xuất gia". Chúng tôi chuyển dịch theo kinh văn.

**KINH VĂN**

**"Nếu như có chúng sanh nào cầu Phật đạo, được thấy nghe kinh Pháp hoa này, nghe rồi liền tin hiểu, thọ trì, nên biết rằng người ấy đã đến gần quả vị Vô thượng Chánh đẳng Chánh giác."**

❖ Tiểu đoạn thứ năm từ câu *"Nếu như có chúng sanh nào..."* trở đi là nêu quả để xưng tán. Tiểu đoạn này có 5 phân đoạn. Thứ nhất là nêu việc đến gần quả vị; thứ hai là nêu ra thí dụ; thứ ba là tương hợp thí dụ; thứ tư là giải thích ý nghĩa *"đến gần quả vị"* và thứ năm là gạn lọc những trường hợp sai lệch.

▪ Phân đoạn thứ nhất nêu việc đến gần quả vị, nói *"nên biết rằng người ấy đã đến gần quả vị Vô thượng Chánh đẳng Chánh giác"*. Trong phẩm *Hạnh an vui* gọi là cận xứ. Quả Bồ-đề này lấy chỗ thấy biết của mắt Phật, của trí tuệ Phật làm tự thể, vốn có 2 loại. Một là quả Bồ-đề của hàng sơ tâm, hai là quả Bồ-đề của tâm về sau đó. Ở đây nói *"gần quả vị"* chính là nói gần với quả Bồ-đề của hàng sơ trụ. Lại nữa, do hướng đến quả viên mãn mà tu nhân viên mãn nên được sự nhận hiểu tương tự, gọi là *"đến gần"*. Phần trước nêu nhân tu tập để xưng tán, có nói rằng tu nhân theo Thông giáo, Biệt giáo là chưa tu tập tốt [đạo Bồ Tát] nên còn cách quả viên mãn rất xa. Nếu tu nhân theo Viên giáo tức là tu tập tốt [đạo Bồ Tát], đã đến gần quả viên mãn. Nay dùng trí như thật của Viên giáo làm nhân, lại cũng lấy đó làm quả. Chân như trước khi tu tập tức là chánh nhân. Chân như đang lúc tu tập tức là duyên nhân, cũng là liễu nhân. Chân như sau khi tu tập [thành tựu] tức là quả viên mãn. Cho nên, kinh Quán Phổ Hiền nói rằng: *"Nhân Đại thừa là tướng chân thật, quả Đại thừa cũng là tướng chân thật."* Thích luận nói rằng: *"Ban đầu quán tướng chân thật gọi là nhân, quán thành tựu rồi gọi là quả."* Cứ theo lý mà luận thì tướng thật của chân như không có nhân quả đương thời, cũng không phải trước sau. Nếu nói theo sự tu hành của chúng sanh thì có trước sau, cũng có nhân quả.

**KINH VĂN**

> **"Này Dược Vương! Ví như có người đang khát cần nước, ở nơi gò cao đào xuống để tìm, vì đất còn khô nên biết rằng nước vẫn còn xa; tiếp tục đào xuống không ngừng, liền thấy đất ẩm, rồi đến đất bùn, trong lòng biết chắc đã gần có nước."**

▪ Phân đoạn thứ hai từ câu *"Này Dược Vương! Ví như có người đang khát cần nước..."* trở đi là khai mở thí dụ. Phần này có 2 cách giải thích. Thứ nhất là giải thích dựa theo quán tâm, thứ hai là giải thích dựa theo giáo nghĩa.

Giải thích theo quán tâm thì tâm của chúng sanh còn đầy dẫy phiền não gọi là *"gò cao"*, tu tập quán chiếu trí tuệ gọi là *"đào xuống"*, vừa chứng được đạo vị thật lý như được nước trong mát.

Nếu dựa theo pháp quán của Thông giáo thì Càn tuệ địa ví như đất khô, Tánh địa là đất bùn ẩm thấp, [Kiến địa] thấy biết chân lý tức là được nước trong.[1]

[Nếu giải thích theo] pháp quán của Biệt giáo thì khi từ chỗ giả thể nhập vào không, chỉ thấy các pháp là không, chưa thấy được chỗ chẳng phải không. [Khi ấy] dứt trừ được 4 trụ địa phiền não, ví như đang đào đất khô, còn cách nước rất xa. Từ chỗ không ấy vượt thoát ra khỏi giả, trước đây biết được là không phải giả, nay lại biết được cũng chẳng phải không. Nhân nơi 2 pháp quán [chẳng phải giả, chẳng phải không] này mà thể nhập được vào

---

[1] Đoạn giải thích này sử dụng các giai vị trong Thập địa bao gồm: Càn tuệ địa (乾慧地), Tánh địa (性地), Bát nhân địa (八人地), Kiến địa (見地), Bạc địa (薄地), Ly dục địa (離欲地), Dĩ biện địa (已辨地), Bích-chi Phật địa (辟支佛地), Bồ Tát địa (菩薩地) và Phật địa (佛地).

trung đạo, có thể hàng phục vô minh, tức là chuyển dần sang thấy được đất ẩm, đã gần đến nước.

Theo pháp quán của Viên giáo thì quán trung đạo, chẳng phải không, chẳng phải giả mà soi chiếu không giả, giống như dần dần đào đến đất bùn. Khi ấy đã dứt trừ hết 4 trụ địa phiền não, đã hàng phục được vô minh, đã đạt được trung đạo, tương tự như chỗ nhận hiểu viên mãn, cho nên nói giống như đất bùn. Khi thể nhập vào sơ trụ, phát khởi sự nhận hiểu chân chánh về trung đạo, tức là phá trừ được vô minh, giống như bùn đã lắng trong, được thấy trung đạo như thấy nước trong mát. Luận Pháp hoa nói: *"Tánh Phật như nước, phải biết được trình tự đạt đến."*

Nếu giải thích dựa theo giáo nghĩa thì đất ví như kinh điển giáo pháp, nước [nằm sâu dưới đất] ví như trung đạo. Giáo pháp chuyển tải trung đạo cũng giống như trong lòng đất hàm chứa nước. Giáo pháp Tạng giáo chưa chuyển tải được trung đạo nên giống như đất khô. Giáo pháp Phương đẳng, Bát-nhã vẫn giữ phương tiện mà nói nghĩa trung đạo, giống như thấy đất ẩm. Giáo pháp Pháp hoa chân chánh thẳng tắt, chỉ bày rõ ràng, thuyết đạo vô thượng, giống như thấy được đất bùn. Nhân nơi giáo pháp Pháp hoa mà khởi sanh văn tuệ, tư tuệ và tu tuệ, liền tỏ ngộ trung đạo, thấy biết chân thật tánh Phật, phát khởi trí tuệ chân thật không cần dựa vào kinh văn, giống như lấy được nước trong không còn tướng của bùn đất. Cho nên kinh Hoa nghiêm nói rằng: *"Bồ Tát Thập trụ có pháp thân trí tuệ, chẳng phải do người khác mà tỏ ngộ."*

Có người nói: "Giáo pháp ban đầu như đất khô trên gò cao; giáo pháp Đại phẩm Bát-nhã như đất ẩm; giáo pháp Pháp hoa như đất bùn; quả Phật như nước trong."

Có người lại nói: "Các kinh Duy-ma, Tư Ích như đất khô; kinh Vô lượng nghĩa như đất ẩm; kinh Pháp hoa như đất bùn; quả Phật như nước."

Có người lại nói: "Đại phẩm Bát-nhã như đất khô; Vô lượng nghĩa như đất ẩm; Pháp hoa như đất bùn; quả Phật như nước trong."

Cả 3 thuyết như trên đều dựa vào 5 thời giáo pháp.

Ngài Trúc Đạo Sinh[1] nói: "Thọ trì kinh Pháp hoa cầu Phật đạo, mong muốn đạt được như người khát cần nước. Hàng tam thừa đối với nhất thừa rất khó tin nhận, mong cầu hiểu được Pháp hoa cũng giống như [người đào giếng] còn trên gò cao; thọ trì, đọc tụng kinh giống như đang đào xuống, chưa thể nhận hiểu đúng như kinh văn. Lúc chưa được nghe kinh ví như đất khô; có thể hiểu rõ nghĩa kinh ví như đào xuống đến chỗ đất bùn." Các nhà chú giải cũng giải thích giống như vậy. Có người nói rằng: Lập luận này [có 2 ý,] một là giải thích ý nghĩa còn xa quả Phật và hai là giải thích ý nghĩa đã gần quả Phật.

Giải thích của 3 vị thầy ở trước là nêu việc các kinh khác còn xa quả Phật, nói giáo pháp Pháp hoa đã gần quả Phật. Hai cách giải thích sau chỉ dựa vào nội dung trong kinh Pháp hoa để luận việc xa hay gần [quả Phật].

Xét ngay trong kinh này lẽ ra đã có 2 nghĩa, một là nêu các kinh khác so với Pháp hoa để nói rõ chỗ xa hay gần quả Phật, hai là dùng ý nghĩa của Pháp hoa để luận việc xa hay gần quả Phật. Các vị thầy [giải thích như trên] đã làm mất đi tông chỉ của kinh.

**Hỏi**: Những kinh khác [với Pháp hoa] vì sao còn cách xa quả Phật?

**Đáp**: Vì chưa khai thị trừ bỏ quyền thừa, nên người cầu quả Phật chưa quyết định. Pháp hoa nói chỉ có duy

---

[1] Văn Cú dùng "Sinh sư", tức chỉ ngài Trúc Đạo Sinh (竺道生), sinh vào khoảng năm 355, mất khoảng năm 434, là cao tăng uyên bác đồng thời với ngài Cưu-ma-la-thập. Ngài có dịch và giảng kinh Pháp hoa nên kiến giải của ngài được dẫn ở đây.

nhất một thừa, không có ba thừa, vĩnh viễn không còn tâm thối lui cho nên đến gần quả Phật. Kinh văn nói: *"Nghe kinh thâm sâu này, dứt sạch pháp Thanh văn."*

**Hỏi**: Kinh Bát-nhã vì sao còn xa quả Phật?

**Đáp**: Vì chưa khai thị trừ bỏ ranh giới quyền thừa nên là còn xa. Ban sơ tu hành đạo Bồ Tát, không biết rằng Bát-nhã ngấm ngầm giáo hóa [cũng như Pháp hoa] giao phó gia tài [chánh pháp], nên đối với quả Phật là xa.

Thế nhưng trí tuệ chân thật và phương tiện của Bát-nhã vốn là cha mẹ sanh ra pháp thân ba đời chư Phật. Người cầu quả Phật giống như người bệnh già yếu, nếu được 2 người khỏe mạnh[1] dìu đỡ thì mới có thể đi khắp nơi xa, cho nên biết rằng giáo pháp Bát-nhã là thù thắng nhất. Sự khai thị trừ bỏ quyền thừa của giáo pháp Pháp hoa không khác với sự hiển bày chân thật của giáo pháp Bát-nhã. Không phải riêng ngoài Bát-nhã mà có Pháp hoa; Pháp hoa chỉ là tên gọi khác của Bát-nhã mà thôi. Chỉ do các bậc thầy đã giải thích khác nhau cho nên phải đề cập đến ở đây.

**KINH VĂN**

**"Bồ Tát cũng giống như vậy, nếu như chưa nghe, chưa hiểu, chưa thể tu tập kinh Pháp hoa này, nên biết rằng người ấy hãy còn cách xa quả vị Vô thượng Chánh đẳng Chánh giác; nếu như được nghe, hiểu, suy ngẫm, tu tập theo kinh này, thì biết là đã đến gần quả vị Vô thượng Chánh đẳng Chánh giác."**

▪ Phân đoạn thứ ba từ câu *"Bồ Tát cũng giống như vậy"* trở đi là nói nghĩa tương hợp thí dụ. Đối với giáo nghĩa trong kinh Pháp hoa này đạt được sự nghe biết, suy ngẫm,

---

[1] Hai người khỏe mạnh, ở đây ví cho 2 trí Bát-nhã quyền và thật vừa nói, tức là trí tuệ chân thật và trí tuệ phương tiện quyền thừa.

tu tập theo, tức là ba trí tuệ[1] quán chiếu viên mãn, mới có thể đến gần quả Phật, không phải những sự nghe biết, suy ngẫm, tu tập trong các giáo pháp khác chỉ giống như "đất khô", "đất ẩm", [chưa được đến gần nước].

### KINH VĂN

**Vì sao vậy? Hết thảy pháp Vô thượng Chánh đẳng Chánh giác của hàng Bồ Tát đều có đủ trong kinh này. Kinh này mở ra cửa phương tiện, chỉ bày tướng chân thật. Kho tàng kinh Pháp hoa này thâm sâu kiên cố, kín đáo sâu xa, không ai có thể thấu triệt, nay Phật vì giáo hóa chư Bồ Tát cho thành tựu nên mới khai mở chỉ bày.**

▪ Phân đoạn thứ tư từ câu *"Vì sao vậy"* trở đi là giải thích ý nghĩa đến gần quả Phật. Nói hết thảy hàng Bồ Tát là nêu nhân tu tập quyền thừa, Vô thượng Chánh đẳng Chánh giác là nêu tất cả quả quyền thừa. Nhân quyền thừa và quả quyền thừa, tất cả đều được thâu nhiếp vào trong kinh này. Cũng giống như các loại đất khô hay đất ẩm đều là dựa theo nước mà xác định, cho nên nói là *"đều có đủ trong kinh này"*.

*"Mở ra cửa phương tiện, chỉ bày tướng chân thật."* Ngài Quang Trạch nói: "Thuở xưa ở Lộc uyển, vì căn cơ [của thính chúng] xen tạp nên [Phật] chú trọng thuyết giảng Tạng giáo, chưa nêu một lẽ chân thật. Đó là lúc dùng pháp quyền, che giấu pháp thật, một lẽ chân thật vì giáo hóa quyền thừa nên đóng lại. Nay ở thành Vương Xá dạy cho người có căn cơ lớn nên mới hiển bày pháp chân thật. Đã hiển bày chân thật tức là trừ bỏ giáo pháp quyền thừa trước đây. Giáo pháp quyền thừa đã bỏ tức là pháp môn phương tiện dứt trừ. Một lẽ chân thật đã nêu ra thì tướng chân thật hiển bày."

---

[1] Ba trí tuệ, tức Tam tuệ (三慧), bao gồm văn tuệ (聞慧), tư tuệ (思慧) và tu tuệ (修慧) vừa được đề cập đến.

Nay theo ý riêng tôi[1] cho rằng cách giải thích như vậy là phá trừ phương tiện, không phải *"mở ra cửa phương tiện"*.

Ngài Đạo Lãng[2] ở Hà Tây nói: "Gọi thẳng 3 thừa là phương tiện, tức là mở cửa phương tiện. Vì trước đây không nói 3 thừa là phương tiện, cho nên cửa phương tiện đóng. Nay gọi 3 thừa là phương tiện, tức là chỉ bày một thừa chân thật."

Nay theo ý riêng tôi, cách giải thích này phù hợp với kinh văn.

Có người giải thích rằng: "Khai mở 2 phương tiện là giáo và thân; chỉ bày 2 chân thật là giáo và thân; pháp quyền và thật của ba đời chư Phật chỉ có hình sắc và âm thanh."[3] Theo nghĩa khai mở và chỉ bày như vậy thì 12 bộ kinh, 84.000 pháp tạng[4] đều sáng tỏ rõ ràng cả rồi.

Theo ý riêng tôi cho rằng, 2 vị thầy trước dựa vào "giáo" để giải thích nghĩa khai mở và chỉ bày, vị sau này thêm vào ý "thân". Đây là trộm lấy nghĩa lý của ngài Long Ấn làm của mình, nên vẫn là nghĩa phá trừ phương tiện, chẳng phải nghĩa khai mở.

---

[1] Những chỗ nói "theo ý riêng tôi" đều là chỉ ý của Đại sư Trí Khải.

[2] Đạo Lãng (道朗), sống vào đời Đông Tấn, không rõ năm sinh năm mất, từng giúp ngài Đàm-vô-sấm phiên dịch kinh Đại Bát Niết-bàn, viết lời tựa và soạn nghĩa sớ. Về sau, người giảng kinh Niết bàn phần nhiều đều căn cứ theo bản sớ giải này. Ngoài ra, ông còn soạn bài tựa Trung luận, khảo chứng văn nghĩa luận A-tì-đàm Tì-bà-sa do ngài Phật-đà-bạt-ma dịch sang Hán văn.

[3] Hình sắc ở đây chỉ thân Phật, sắc thân là quyền, pháp thân là thật; âm thanh chỉ giáo pháp được thuyết giảng, gồm giáo pháp quyền thừa và giáo pháp chân thật rốt ráo.

[4] Văn Cú chỉ nói "十二八萬 – thập nhị bát vạn", Văn Cú ký giải thích: "十二八萬者, 秖是十二 部八萬藏耳 – Thập nhị bát vạn giả, kỳ thị thập nhị bộ, bát vạn tạng nhĩ." Thập nhị bộ chỉ 12 bộ kinh, tức 12 thể loại kinh điển; bát vạn tạng là cách nói tắt của "bát vạn tứ thiên tạng". Tạng là pháp tạng, chỉ một phần giáo pháp cụ thể, cho nên hiểu đúng nghĩa là 84.000 pháp tạng. Đây cũng chỉ là cách nói mang tính biểu trưng, không phải con số chính xác.

**Hỏi**: Nói phương tiện là cửa vào, không biết đó là do ngay nơi tự thể gọi là cửa vào, hay do thông suốt được thật tướng mà gọi là cửa vào?

**Đáp**: Theo ý riêng tôi thì đủ cả 2 nghĩa ấy. Phương tiện là cửa vào thật tướng, ý nghĩa ấy có thể hiểu được. Nói ngay nơi tự thể là cửa vào thì như trong kinh Hoa Nghiêm, [đồng tử Thiện Tài] tìm cầu thiện trí thức, học được đủ mọi pháp môn như đếm cát, quán biển v.v.

[Thứ nhất,] cả 2 cửa chân thật và phương tiện đều có mở có đóng. Trước đây đức Phật không nói ba thừa là phương tiện, cho nên cửa phương tiện đóng. Nay Phật dạy ba thừa là phương tiện, cho nên cửa phương tiện khai mở. Trước đây Phật không nói một thừa là chân thật, nên cửa chân thật đóng. Nay Phật dạy một thừa là chân thật, cho nên cửa chân thật khai mở.

Thứ hai là phương tiện này lại cũng thông suốt với thật tướng, cho nên phương tiện ba thừa là cửa vào nhất thừa. Thật tướng lại có 2 nghĩa. Thứ nhất là ngay nơi tự thể thông suốt rỗng không, cho nên gọi là cửa vào, như cửa bất nhị của kinh Tịnh Danh, cửa pháp giới của kinh Hoa Nghiêm v.v. Thứ hai là nhờ nơi phương tiện mà được thông suốt nên lấy đó làm cửa.

Ngài Lưu Cầu[1] nói: “Thông suốt muôn vật do nơi Nhất thừa, cho nên Nhất thừa là cửa vào phương tiện. Hiệu quả dẫn dắt phải dựa vào ba thừa, cho nên ba thừa là tướng biểu hiện của chân thật. Phật nói rằng không có ba thừa, tức là cửa phương tiện được mở ra; Phật dạy rõ chỉ có một thừa duy nhất, tức là tướng chân thật có thể chỉ bày.”

---

[1] Lưu Cầu (劉虯) (437- 495), cư sĩ Phật giáo Trung quốc, tự là Linh Dự, Đức Minh, trước có làm quan, sau chú tâm nghiên cứu kinh Phật. Ông ăn chay trường, tụng kinh, lễ bái, thông suốt kinh tạng, hiểu rõ pháp Thiền, thường giảng kinh Niết-bàn, kinh Bát-nhã. Ông có chú giải kinh Pháp hoa nhưng đã bị thất lạc, chỉ còn thấy trích dẫn trong Pháp hoa văn cú, Pháp hoa huyền luận, Pháp hoa nghĩa sớ...

Có người nói, nếu luận bàn đầy đủ thì có 3 nghĩa. Nghĩa thứ nhất dùng ba thừa làm phương tiện, lấy Nhất thừa làm chân thật. Nghĩa thứ hai là cả ba thừa với Nhất thừa đều là phương tiện, chẳng phải ba thừa chẳng phải Nhất thừa mới là chân thật. Nghĩa thứ ba nói có ba thừa, có Nhất thừa là phân biệt chia hai; chẳng phải ba thừa chẳng phải Nhất thừa mới là không phân biệt, là bất nhị. Nhị và bất nhị đều là pháp quyền thừa, chẳng phải nhị chẳng phải bất nhị là pháp chân thật.

Ba ý nghĩa này có thể làm rõ được ý nghĩa phương tiện làm cửa vào. Như lấy ba thừa dùng làm 1 cửa, tức là dùng pháp quyền để thông suốt pháp thật. Nếu dùng Nhất thừa làm 3 cửa tức là từ pháp thật khởi lên pháp quyền. Cho đến nhị và bất nhị, phân biệt và không phân biệt cũng đều như vậy, đều hỗ tương làm cửa vào cho nhau. Nhưng hỗ tương cho nhau để hiển lộ hình tướng, chỉ không thể hỗ tương cho nhau làm pháp quyền hay pháp thật.

Theo ý riêng tôi cho rằng, như lấy ba thừa làm cửa [phương tiện] để vào Nhất thừa, thì ba thừa có đồng là thật tướng hay chăng? Nếu không đồng là thật tướng, tức là không phải cửa vào. Cần phải khai thị trừ bỏ ba thừa rồi mới bắt đầu vào được cửa này. Nhưng nếu đã khai thị trừ bỏ ba thừa rồi, tức không còn là ba thừa nữa, vì sao lại lấy ba thừa làm cửa vào thật tướng? Lại nữa, ba thừa chẳng phải nhân tố thành tựu Phật quả, sao có thể là cửa vào thật tướng. Ở đây chỉ bác bỏ một nghĩa này, 2 nghĩa còn lại cũng dựa theo như thế mà bác bỏ. Đại lược là như vậy.

**Hỏi**: Pháp phương tiện và pháp chân thật có thể hỗ tương làm cửa vào cho nhau, vậy có thể nào dùng phương tiện làm cửa vào phương tiện, dùng thật tướng làm cửa vào thật tướng được chăng?

**Đáp**: Việc này xét ra có 4 trường hợp. Hai trường hợp đầu là như trước đã nói. Trường hợp thứ ba là thật tướng làm cửa vào thật tướng. Trường hợp thứ tư là phương tiện làm cửa vào phương tiện. Giống như danh xưng dẫn vào ý nghĩa, ý nghĩa dẫn vào danh xưng. Do danh xưng phương tiện giúp hiển bày ý nghĩa, cho nên gọi danh xưng là cửa vào. Do ý nghĩa phương tiện tương ứng với danh xưng, cho nên nói ý nghĩa là cửa vào. Đối với thật tướng cũng như thế. Lời tựa của Trung luận nói: "Cái thật nếu không có danh xưng thì không do đâu tỏ ngộ được, cho nên phải gửi gắm vào trong danh tự để tuyên xưng", chính là nói ý nghĩa này.

**Hỏi**: Có thể dùng ba thừa hiển bày ba thừa, dùng Nhất thừa hiển bày Nhất thừa được chăng?

**Đáp**: Việc này lại cũng có 4 trường hợp. Hai trường hợp đầu là như trước đã nói. Nói dùng ba thừa hiển bày ba thừa, đó là trước đây Phật thuyết ba thừa khác với hiện nay thuyết Nhất thừa, ba thừa ấy nằm ngoài Nhất thừa. [Lại nói] Nhất thừa hiện nay khác với ba thừa trước đây, Nhất thừa này nằm ngoài ba thừa. Cho nên nếu nói Nhất thừa chẳng phải là Nhất thừa từ nơi ba thừa, ba thừa chẳng phải là ba thừa từ nơi Nhất thừa, hết thảy những cách nghĩ như vậy đều là quan điểm cố chấp.

Vì phá trừ bệnh cố chấp này cho nên Phật nói: *"Từ nơi một Phật thừa mà phân biệt thuyết thành ba thừa."* Cho nên ba thừa đó là ba thừa từ nơi Nhất thừa. [Kinh văn nói:] *"Những gì các ông làm, đều là đạo Bồ Tát."* Cho nên Nhất thừa đó là Nhất thừa từ nơi ba thừa. Ba thừa với Nhất thừa vốn không khác biệt nhau.

Nói theo nghĩa nhân duyên thì dùng nhân duyên ba thừa với Nhất thừa để hiển bày tự tánh của ba thừa với Nhất thừa; lại dùng tự tánh ba thừa với Nhất thừa để hiển bày nhân duyên của ba thừa với Nhất thừa. Cho nên nói rằng dùng ba thừa để hiển bày Nhất thừa, dùng Nhất thừa để hiển bày ba thừa.

Có người dẫn ra 15 chỗ trong kinh Pháp hoa này để nêu rõ nghĩa cửa vào. Trong phẩm *Phương tiện* có 2 chỗ, phẩm *Thí dụ* có 6 chỗ, phẩm *Tín hiểu* có 3 chỗ, phẩm *Thí dụ hóa thành* có 2 chỗ, phẩm *Pháp sư* có 1 chỗ, phẩm *Bồ Tát Quán Âm*[1] có 1 chỗ.

Phẩm *Phương tiện* có 2 chỗ [nêu nghĩa cửa vào]. Thứ nhất là nói cửa vào trí tuệ, dùng trí quyền thừa làm cửa vào trí tuệ chân thật. Ngài Trúc Đạo Sinh nói: "Lời giảng dạy là cửa vào. Lời giảng dạy chỉ rõ trí chân thật, cho nên lời giảng dạy là cửa vào trí tuệ chân thật." Luận Pháp hoa cũng nói giống như vậy. Thứ hai là nói rằng: *"Dùng đủ mọi pháp môn, để chỉ bày Phật đạo."* Đây là nói dùng giáo pháp Đại thừa làm cửa vào.

Phẩm *Thí dụ* có 6 chỗ. Thứ nhất là nói *"nhà của ông hết sức rộng lớn nhưng chỉ có duy nhất một cửa ra vào"*. Đây cũng là lấy giáo pháp Đại thừa làm cửa vào. Thứ hai là nói *["xuyên qua] cửa bị cháy"*. Đây là lấy giới hạn cương vực của ba cõi làm cửa vào, cũng như gọi nhà là cửa. Thứ ba là nói *"nhà này chỉ có một cửa, lại nhỏ hẹp"*. Đây cũng là lấy giáo pháp Đại thừa làm cửa vào. Thứ tư là nói *"ba xe đang ở ngoài cửa"*. Đây lại cũng là lấy ba cõi làm cửa vào. Thứ năm là nói *"dùng các pháp môn Phật dạy mà thoát ra khỏi khổ não trong ba cõi"*. Đây là dùng giáo pháp Tiểu thừa làm cửa vào. Thứ sáu là nói *"ông trưởng giả chủ nhà, còn đang đứng ngoài cửa"*. Đây là dựa theo Đại thừa dùng giới hạn của 2 loại sanh tử làm cửa vào; nếu theo Tiểu thừa thì ra khỏi tất cả phiền não, tập nhân đã dứt hết gọi là *"đứng ngoài cửa"*.

Phẩm *Tín hiểu* [có 3 chỗ]. Thứ nhất là nói *"đứng ở ngoài cửa"*, tức là lấy giáo lý Đại thừa làm cửa vào. Thứ hai là

---

[1] Văn Cú nói "觀音品 - Quán Âm phẩm", tức là chỉ đến "觀世音菩薩普門品 - Quán Thế Âm Bồ Tát Phổ môn phẩm", là phẩm thứ 25 trong kinh này.

nói *"vẫn còn ở ngoài cửa"*, cũng giống như trước. Thứ ba là nói *"ông trưởng giả ở bên trong cửa"*, ý nghĩa cũng như trước.

Phẩm *Thí dụ hóa thành* [có 3 chỗ]. Thứ nhất là nói *"thường mở cửa cam lộ"*, cũng là dùng giáo pháp Đại thừa và Tiểu giáo thừa làm cửa vào. Thứ hai là nói *"cửa nhiều lớp, lầu cao"*, cũng là dùng đến 3 cửa không của Tiểu thừa làm cửa vào. Thứ ba là nói *"cửa phương tiện"* thì như trước đã giải thích.

Phẩm Bồ Tát Quán Âm [có 1 chỗ] cũng lấy giáo pháp Đại thừa làm cửa vào.

Nay giải thích về ý nghĩa *"mở ra cửa phương tiện"*. Những gì trước đây Phật không thuyết dạy thì nay đều thuyết dạy. Như trước đây nói đến hết thảy nghề nghiệp sinh nhai hay tài sản ở thế gian, chưa từng xem đó là phương tiện, nay đều khai mở đó chính là thật tướng, không có gì khác biệt trái nghịch nhau.

Trước đây nói phương tiện Tiểu thừa dẫn đến quả vị Tiểu thừa; đến như quả vị Tiểu thừa mà còn không phải cửa vào thật tướng, huống chi là phương tiện của Tiểu thừa sao có thể xem là cửa vào? Nay đều khai mở chỉ ra tất cả đều là thật tướng. [Cho nên kinh văn nói] *"những gì các ông làm, đều là đạo Bồ Tát"*, [lại nói *"nghe kinh thâm sâu này,] dứt sạch pháp Thanh văn, là vua trong các kinh"*.

Trước đây nói nhị thừa là cửa phương tiện, nay đều khai thị trừ bỏ, chỉ rõ đó chính là thật tướng, không còn là cửa vào, khiến cho hết thảy chúng sanh đều được khai mở, chỉ bày, nhận hiểu và thể nhập tri kiến Phật. [Như vậy thì] hết thảy mọi hình sắc, mùi hương[1]... chẳng có gì chẳng

---

[1] Văn Cú nói "一色一香 - nhất sắc nhất hương", (một hình sắc, một mùi hương), hàm ý là chỉ chung hết thảy mọi hình sắc, âm thanh, mùi hương, vị nếm, xúc chạm và ý tưởng, nghĩa là dùng "hương sắc" để chỉ chung hết thảy trần cảnh.

phải là Phật pháp, dù là cửa vào hay chẳng phải cửa vào, tất cả đều khai mở chỉ bày tướng chân thật, hiển lộ nước tánh Phật. Nếu không khai mở thì *"thâm sâu kiên cố, kín nhiệm xa xôi, không ai có thể thấu đáo"*, nay được khai mở rồi liền gặp được nước, không còn là đất khô.

Lại nếu giải thích theo 3 loại trí tuệ [là văn tuệ, tư tuệ và tu tuệ,] thì kinh văn nói *"đều có đủ trong kinh này"* tức là văn tuệ viên mãn, *"kinh này mở ra cửa phương tiện"* tức là tư tuệ viên mãn, *"chỉ bày tướng chân thật"* tức là tu tuệ viên mãn. Ba loại trí tuệ này đều *"kín nhiệm xa xôi"*, nay Phật khai mở chỉ bày liền thấy được chân thật.

**KINH VĂN**

> **"Này Dược Vương! Nếu có Bồ Tát nào nghe kinh Pháp hoa này lại khởi tâm kinh hãi, nghi ngờ, nên biết đó là Bồ Tát mới phát tâm. Nếu có Thanh văn nào nghe kinh này lại khởi tâm kinh hãi, nghi ngờ, sợ sệt, nên biết đó là kẻ tăng thượng mạn.**

▪ Phân đoạn thứ năm từ câu *"Này Dược Vương! Nếu có Bồ Tát nào nghe kinh Pháp hoa này..."* trở đi là gạn lọc những trường hợp sai lệch.

*"Nếu Bồ Tát nghe kinh Pháp hoa này lại khởi tâm kinh hãi nghi ngờ..."* [cho đến] *"Thanh văn... là kẻ tăng thượng mạn"* thì đó đều là [hạng còn ở] đất khô, còn chưa đến đất ẩm huống gì là gặp được nước.

**KINH VĂN**

> **"Này Dược Vương! Nếu có thiện nam hoặc thiện nữ, sau khi Như Lai diệt độ rồi, muốn vì bốn chúng thuyết giảng kinh Pháp hoa này, nên thuyết như thế nào? Người ấy phải vào nhà Như Lai, đắp y Như Lai, ngồi tòa Như Lai, như vậy rồi mới nên vì bốn chúng mà thuyết rộng kinh này. Nhà Như Lai tức là tâm đại từ bi của hết thảy chúng sanh; y Như Lai tức là tâm nhẫn nhục nhu hòa; tòa Như Lai**

**tức là hết thảy các pháp đều không. Trụ yên trong chỗ như thế rồi, mới dùng tâm không biếng nhác, vì chư Bồ Tát và bốn chúng mà thuyết rộng kinh này.**

◆ Đoạn thứ hai từ câu *"Này Dược Vương! Nếu có hàng thiện tín nam nữ, sau khi Như Lai diệt rồi..."* trở đi, sơ lược chỉ bày phương pháp truyền rộng kinh này. Đoạn này chia làm 2 tiểu đoạn. Tiểu đoạn thứ nhất là chỉ bày phương pháp, tiểu đoạn thứ hai là nêu rõ lợi ích.

❖ Tiểu đoạn thứ nhất chỉ bày phương pháp lại có 3 phân đoạn. Phân đoạn thứ nhất nêu rõ ý nghĩa muốn nói, phân đoạn thứ hai là giải thích ý nghĩa và phân đoạn thứ ba là khuyến khích tu tập.

▪ Phân đoạn thứ nhất, nói tu tập *"vào nhà Như Lai"* tức là tâm đại từ bi. Nếu theo nghĩa đồng thể [đại từ bi] tức là pháp thân, theo nghĩa che chở chúng sanh tức là giải thoát, theo nghĩa thường giúp chúng sanh thể nhập đồng thể tức là Bát-nhã.[1]

Tu tập *"đắp y Như Lai"*, nếu theo nghĩa được che đắp tức là pháp thân, theo nghĩa có khả năng che đắp làm trang nghiêm thân tức là pháp nhẫn tịch diệt, theo nghĩa nhu hòa soi sáng làm lợi ích chúng sanh tức là giải thoát.

[Tu tập *"ngồi tòa Như Lai"*,] nếu theo nghĩa người ngồi lên tòa tức là Bát-nhã, theo nghĩa chỗ tòa để ngồi tức là pháp thân, theo nghĩa thân với tòa ngồi ngấm ngầm tương xứng tức là giải thoát.

▪ [Phân đoạn thứ hai từ câu *"Nhà Như Lai tức là tâm đại từ bi..."* trở đi là giải thích ý nghĩa.] [Tu tập] tâm đại từ [giúp chúng sanh] an vui[2] tức là giúp cho thành tựu;

---

[1] Đoạn này nói về Tam đức của chư Phật, tức là Pháp thân đức, Giải thoát đức và Bát-nhã đức.

[2] Văn Cú nói "大慈安樂 - đại từ an lạc" là cách nói tắt với những hàm ý mặc định rằng người đọc tự hiểu. Đại từ là chỉ đại từ bi, vì ngữ cảnh này đang nói đến cả

[tu tập] nhẫn nhục nhu hòa tự điều phục sân hận, dứt trừ mê hoặc tức là quán chiếu; [tu tập] ngồi tòa [Như Lai] tức là pháp thân. Trong phẩm Hạnh an vui sẽ tiếp tục giảng rộng 3 pháp này.

▪ [Phân đoạn thứ ba từ câu *"trụ yên trong chỗ như thế rồi..."* trở đi là khuyến khích sự tu tập.] Kinh văn phần trước nói *"dùng sự trang nghiêm của Như Lai"* tức là y áo [của người thuyết pháp]; lại nói *"được Như Lai gánh vác trên vai"*, [vai của Như Lai] tức là tòa ngồi [của người thuyết pháp]; gánh vác là gánh vác việc chuyển vận [chánh pháp], tức là nói [người ấy] vào trong giảng đường [để thuyết pháp].

**KINH VĂN**

**"Này Dược Vương! [Khi ấy] ta ở cõi khác[1] sai khiến người được biến hóa ra, vì người ấy mà tụ tập người đến nghe pháp, lại sai khiến các tỳ-kheo, tỳ-kheo-ni, ưu-bà-tắc, ưu-bà-di được biến hóa ra đến nghe người ấy thuyết pháp. Những người được biến hóa ra đó, khi nghe pháp liền tin nhận, thuận theo không trái nghịch.**

**"Nếu như người thuyết pháp ở nơi vắng vẻ yên tĩnh, khi ấy ta sẽ mở rộng sai khiến chư thiên, loài rồng, quỷ thần, càn-thát-bà, a-tu-la... đến nghe người ấy thuyết pháp. Tuy ta đang ở cõi khác, vẫn thường khiến cho người thuyết pháp ấy được nhìn thấy thân Phật. Nếu như khi thuyết kinh này có quên sót câu nào, ta lại sẽ vì người ấy thuyết, khiến cho được trọn đủ."**

❖ Tiểu đoạn thứ hai từ câu *"Này Dược Vương! Ta ở nơi cõi khác..."* trở đi nêu ra 5 sự lợi ích, khuyến khích khen

2 phẩm đức từ và bi; kinh điển dạy "từ năng dữ lạc, bi năng bạt khổ", lòng từ là ban vui, giúp chúng sanh được vui; lòng bi là cứu khổ, giúp chúng sanh được an ổn. Cho nên tuy chỉ nói "đại từ an lạc" mà phải hiểu là "giúp chúng sanh được an vui".

[1] Nguyên tác kinh văn là "我於餘國 - ngã ư dư quốc". Chữ "dư quốc" được giải thích ở nhiều phần kinh văn trước là cảnh giới không thuộc về ba cõi (Dục giới, Sắc giới và Vô sắc giới).

ngợi việc lưu thông kinh này. Lợi ích thứ nhất là [được Phật sai khiến người do Phật biến hóa ra đến nghe pháp], lợi ích thứ hai là Phật sai khiến bốn chúng được biến hóa ra, lợi ích thứ ba là Phật sai khiến tám bộ chúng được biến hóa ra. Lợi ích thứ tư là được thấy thân Phật. Lợi ích thứ năm là được Phật giúp cho nhớ và thuyết kinh đầy đủ không thiếu sót.[1]

Nếu người vừa mới phát tâm, tâm tánh chưa thuần thì chỉ có thể sai khiến người được biến hóa ra [đến chỗ họ nghe pháp], chưa thể sai khiến bốn chúng hoặc tám bộ chúng [đến chỗ họ]. Nếu người ấy nhìn thấy chư thiên, loài rồng [đến nghe pháp], sẽ dựa vào đó mà sanh tâm tự cao, tổn hại đến việc tu tập đạo, cho nên không thể cho người ấy nhìn thấy. Nếu tâm không còn bám chấp dựa dẫm thì có thể gặp Phật [mà không bị tổn hại vì tự cao],[2] huống chi là việc thấy chư thiên, loài rồng; huống chi là được pháp tổng trì ghi nhớ trọn đủ bộ kinh, tự chứng biết được lợi ích.

## KINH VĂN

**Lúc bấy giờ, đức Thế Tôn muốn lặp lại nghĩa trên nên thuyết kệ rằng:**

**Muốn trừ bỏ biếng nhác,**
**Nên lắng nghe kinh này.**
**Kinh này khó được nghe,**
**Lại cũng khó tin nhận.**
**Như người khát tìm nước,**
**Trên gò cao đào xuống,**
**Vẫn thấy đất khô ráo,**
**Nên biết nước còn xa.**
**Dần thấy ẩm, đất bùn,**
**Biết chắc đã gần nước.**
**Dược Vương! Ông nên biết,**
**Như đối với những người,**

---

[1] Văn Cú dùng "總持 - tổng trì" tức là nắm giữ được đầy đủ tất cả. Chúng tôi chuyển dịch dựa theo ý kinh.

[2] Văn Cú nói "堪見佛 - kham kiến Phật" (chịu được việc thấy Phật). Đây là nói tiếp theo ý trước, khi tâm người tu tập chưa thuần thục, được thấy chư thiên sẽ sanh ra tự cao, tổn hại đến việc tu tập; nay tâm đã thuần thục thì "chịu được việc thấy Phật" có nghĩa là dù thấy Phật cũng không sanh tâm tự cao như trước. Nếu không hiểu theo sự liên kết ý nghĩa như vậy thì nói "chịu được việc thấy Phật" sẽ rất khó hiểu.

**Không nghe kinh Pháp hoa,**
**Trí tuệ Phật còn xa.**
**Nghe kinh thâm sâu này,**
**Dứt sạch pháp Thanh văn,**
**Là vua trong các kinh,**
**Nghe rồi suy ngẫm kỹ,**
**Nên biết người như vậy,**
**Đã gần trí tuệ Phật.**

■ Phần kệ tụng có 18 khổ rưỡi kệ, chia làm 3 đoạn.

◆ Đoạn đầu tiên 1 **khổ kệ** là lời khuyên tổng quát, không tụng lại ý nghĩa trong kinh văn trường hàng.

◆ Kế đến [đoạn thứ hai] 16 khổ rưỡi kệ là tụng lại ý nghĩa kinh văn trường hàng ở trước. Cuối cùng [đoạn thứ ba] có 1 **khổ kệ** nêu nghĩa tóm kết để khuyến khích tu tập.

[Đoạn thứ hai có 2 tiểu đoạn.]

❖ [Tiểu đoạn thứ nhất gồm 4 **khổ kệ**.] Trong kinh văn trường hàng ở trước, phần nêu quả vị để xưng tán có 5 phân đoạn. Nay [tương ứng theo đó] nhưng trong tiểu đoạn thứ nhất này chỉ có 2 phân đoạn.

▪ Phân đoạn thứ nhất gồm 1 khổ rưỡi kệ từ câu *"Như người khát tìm nước"* trở đi tụng về việc nêu ra thí dụ.

▪ Phân đoạn thứ hai từ câu *"Dược Vương! Ông nên biết"* trở đi gồm 2 khổ rưỡi kệ, tụng về nghĩa tương hợp với thí dụ. Như vậy lược bớt không tụng ý nghĩa 3 phân đoạn còn lại nêu việc đã gần quả Phật, giải thích [việc đã gần quả Phật] và gạn lọc những trường hợp sai lệch.

## KINH VĂN

**Người muốn thuyết kinh này,**
**Nên vào nhà Như Lai,**
**Và đắp y Như Lai,**
**Ngồi trên tòa Như Lai,**
**Giữa đại chúng, không sợ,**
**Rộng vì người giảng thuyết.**
**Đại từ bi là nhà,**
**Áo nhu hòa nhẫn nhục,**
**Tòa là các pháp không,**
**Trụ trong đó thuyết pháp.**
**Nếu khi thuyết kinh này,**
**Có người xấu mắng chửi,**
**Ném gạch, đá, dao, gậy,**
**Niệm Phật nên nhẫn nhục.**
**Ta ở muôn ức cõi,**
**Hiện thân tịnh, kiên cố,**

**Trong vô lượng ức kiếp,**
**Vì chúng sanh thuyết pháp.**
**Sau khi ta diệt độ,**
**Người thường thuyết kinh này**
**Ta hóa hiện bốn chúng,**
**Tỳ-kheo, tỳ-kheo-ni,**
**Cùng nam, nữ cư sĩ,**
**Cúng dường pháp sư ấy,**
**Lại dẫn dắt chúng sanh,**
**Tụ tập đến nghe pháp.**
**Nếu người muốn hãm hại,**
**Dùng dao, gậy, gạch, đá,**
**Phật sai người biến hóa,**
**Đến bảo vệ người ấy.**
**Nếu như người thuyết pháp,**
**Đang ở nơi vắng vẻ,**
**Yên tịnh, không tiếng người,**
**Khi tụng đọc kinh này,**
**Ta vì người ấy hiện**
**Thân sáng ngời thanh tịnh,**
**Nếu quên câu kinh nào,**
**Ta giúp thuyết thông suốt.**
**Người đủ các đức trên,[1]**
**Khi thuyết cho bốn chúng,**
**Hoặc tụng đọc một mình,**
**Đều được thấy thân Phật.**
**Nếu ở chỗ vắng vẻ,**
**Ta khiến chư thiên, rồng,**
**Cùng dạ-xoa, quỷ thần,**
**Đến đó cùng nghe pháp.**
**Người ấy vui thuyết pháp,**
**Phân biệt không ngăn ngại,**
**Nhờ chư Phật hộ niệm,**
**Khiến đại chúng hoan hỷ.**
**Nếu gần gũi pháp sư,**
**Nhanh đạt đạo Bồ Tát,**
**Theo học với pháp sư,**
**Được gặp vô số Phật.**

❖ [Tiểu đoạn thứ hai có 12 khổ rưỡi kệ.] Trong kinh văn trường hàng ở trước, phần nói về phương thức lưu thông kinh có 2 đoạn, chia ra nói về phương thức lưu thông và lợi ích của việc lưu thông kinh. Nay trong kệ tụng thì tiểu đoạn này cũng có 2 phân đoạn.

▪ Phân đoạn thứ nhất có 3 khổ rưỡi kệ tụng về phương thức lưu thông kinh. [Phân đoạn thứ hai gồm 9 khổ kệ, nói về lợi ích của việc lưu thông kinh.]

Trong kinh văn trường hàng, phần này có 3 tiểu đoạn, nay trong kệ tụng có 3 ý tương ứng.

▪ Phân đoạn thứ hai từ câu *"Ta ở muôn ức cõi"* trở đi

---

[1] Ở đây nhắc lại về những phẩm đức: vào nhà Như Lai, đắp y Như Lai, ngồi tòa Như Lai, như trên đã nói.

gồm 9 khổ kệ, có 6 ý tụng về sự lợi ích của việc lưu thông kinh này.

- Ý thứ nhất 1 khổ kệ nói tổng quát việc đức Như Lai dùng nêu ra 5 sự lợi ích. Ý chính là do nơi ứng thân Phật đầy khắp trong 10 phương nên có thể dùng 5 việc nêu ra ở đây để bảo vệ giúp đỡ người tu hành [truyền bá kinh này].

- Ý thứ hai từ câu *"Sau khi ta diệt độ"* trở đi gồm 1 khổ rưỡi kệ, tụng lại lợi ích thứ hai nói việc *"sai khiến bốn chúng được hóa ra"*.

- Ý thứ ba từ câu *"Lại dẫn dắt chúng sanh"* trở đi gồm 1 khổ rưỡi kệ, tụng lại lợi ích thứ nhất nói việc *"sai khiến người được hóa ra"*.

- Ý thứ tư từ câu *"Nếu như người thuyết pháp"* trở đi gồm 2 khổ kệ, tụng lại lợi ích thứ năm được Phật giúp cho ghi nhớ trọn đủ bộ kinh.

- Ý thứ năm từ câu *"Người đủ các đức trên"* trở đi gồm 1 khổ kệ, tụng lại lợi ích thứ tư là được Phật giúp cho nhìn thấy Phật.

- Ý thứ sáu từ câu *"Nếu ở chỗ vắng vẻ"* trở đi gồm 2 khổ kệ, tụng lại lợi ích thứ ba nói việc *"sai khiến tám bộ chúng"*.

Đại lược là như thế.

# CẤU TRÚC PHẨM HIỆN THÁP BÁU

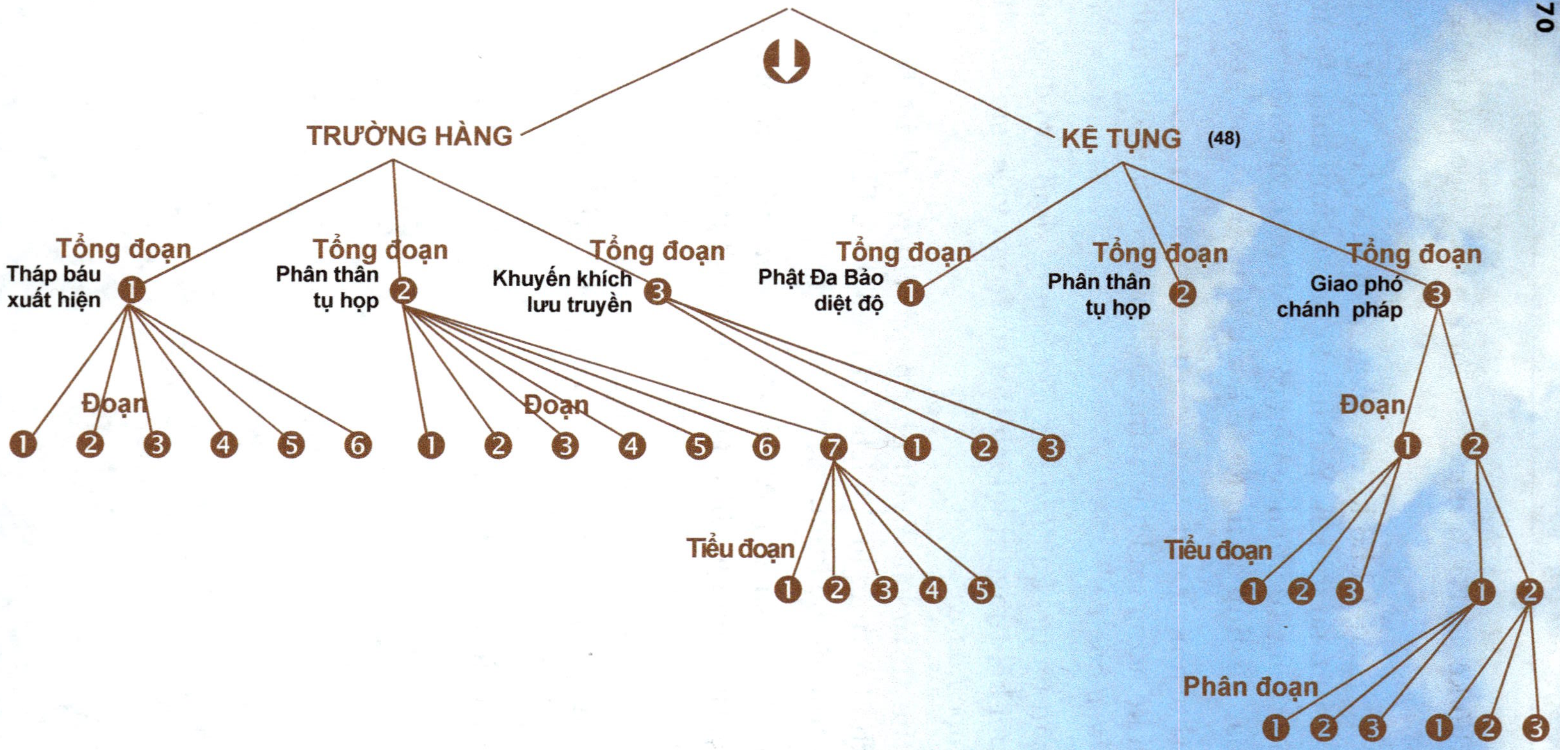

# 11. Giải thích phẩm Hiện tháp báu

**KINH VĂN**

| **Phẩm Hiện tháp báu, thứ mười một**

## Giải thích tên phẩm

Tiếng Phạn là stupa, phiên âm là tháp-bà (塔婆), cũng đọc là thâu-bà (偷婆), Hán ngữ dịch ý là phương phần (方墳), hoặc cũng dịch là linh miếu (靈廟). Cũng gọi là chi-đề (支提), nghĩa là không có xương thân [Như Lai] trong đó. Tháp báu [trong phẩm này] này có toàn thân [Như Lai] không tan rã cho nên không gọi là chi-đề.

Kinh A-hàm nêu 4 nơi làm chứng tích [trong cuộc đời đức Phật], tức là nơi Phật đản sanh, nơi Phật thành đạo, nơi Phật chuyển pháp luân và nơi Phật nhập Niết-bàn, là 4 nơi dựng tháp thờ. Nay tháp báu này là chứng tích nơi đức Phật [Đa Bảo] trước đây nhập diệt.

Trong kinh nói rằng:[1] "Ba thân Phật đều từ kinh này sanh ra." Chư Phật ở nơi kinh này mà ngồi đạo tràng [chứng thành đạo quả]; chư Phật ở nơi kinh này mà chuyển pháp luân; chư Phật ở nơi kinh này mà nhập Niết-bàn. Cho nên kinh Pháp hoa này tức là 4 chứng tích của ba đời chư Phật.

**1**. Phật trước đây ở trong tháp này, Phật hiện nay cùng ngồi trong tháp này, chư Phật tương lai lại cũng sẽ như

---

[1] Văn Cú nói: "經云: 佛三種身從此經生 。- Kinh vân: Phật tam chủng thân tùng thử kinh sanh." Kinh được trích dẫn ở đây là kinh Phật Thuyết Quán Phổ Hiền Bồ Tát hành pháp (佛說觀普賢菩薩行法經), nguyên văn là: "佛三種身從方等生 - Phật tam chủng thân tùng Phương đẳng sanh." (ĐCT, T9, 277, tr.393a, d.10).

vậy. Tháp này xuất hiện để nêu rõ việc ấy, bốn chúng đều nhìn thấy, cho nên gọi là phẩm *Hiện tháp báu*.

**2**. Trong kinh Anh Lạc, ngài Tu-bồ-đề[1] thưa hỏi rằng: "[Cúng dường] sanh thân Phật, [xá-lợi] toàn thân và [xá-lợi] toái thân Phật,[2] công đức có đồng nhau chăng?" Phật dạy là không đồng nhau. Sắc thân Phật dùng lời giáo hóa, dạy dỗ chúng sanh, [khiến cho] 3 nghiệp [thân, khẩu và ý đều] trọn đủ thanh tịnh, đến được đạo trường; còn xá-lợi toàn thân hoặc toái thân của Phật thì oai thần quang minh sáng tỏa, chúng sanh cúng dường được phước, cho nên chẳng đồng như nhau. [Cũng trong kinh Anh Lạc, ngài Tu-bồ-đề] lại thưa hỏi: "[Kinh Bản sanh nói] đức Như Lai Đảnh Vương trải qua 12 na-do-tha[3] kiếp thuyết pháp giáo hóa, [sau khi diệt độ lưu lại] xá-lợi [toàn thân, người đời cúng dường được nghe thuyết pháp giáo hóa qua 12 na-do-tha kiếp] cũng giống như thế, [vậy công đức cúng dường sanh thân Phật với toàn thân xá-lợi Phật] theo lẽ có phải là giống nhau chăng?" Phật dạy: "Tất cả [những việc ấy] đều là do thần lực của đức Như Lai Đảnh Vương tạo ra." Kinh [Anh Lạc] cho rằng, xét kỹ thì xá-lợi toàn thân, xá-lợi toái thân đều do thần lực của sanh thân Phật mà có. Kinh Pháp hoa này cho rằng, xét theo ý nghĩa rốt ráo thì sanh thân Phật, xá-lợi toàn thân, xá-lợi toái thân, cho đến xá-lợi pháp thân thiên lệch tương đối hay pháp thân viên

---

1 Văn Cú nói "瓔珞經 - Anh Lạc kinh", tức "Bồ Tát Anh Lạc Kinh - 菩薩瓔珞經" gồm 14 quyển. Nội dung trích dẫn nằm trong quyển 11, phẩm thứ 31 là "供養舍利品 - Cúng dường xá-lợi phẩm". Văn Cú nói "善吉問 - Thiện Cát vấn" nhưng trong kinh dùng tên "須菩提 - Tu-bồ-đề", cả 2 danh xưng này đều chỉ đến một người.

2 Sanh thân Phật tức là thân Phật đang sống, cũng tức là sắc thân. Xá-lợi toàn thân là trường hợp sau khi Phật diệt độ nhưng thân thể vẫn nguyên vẹn không hư rã. Xá-lợi toái thân là xá-lợi còn lại sau khi trà-tỳ (hỏa thiêu) thân Phật, gồm những phần nhỏ không nguyên vẹn.

3 Văn Cú dùng "那術 - na-thuật", tức là na-do-tha (那由他), đều phiên âm từ Phạn ngữ nayuta, để chỉ một con số rất lớn.

mãn tuyệt đối cũng đều từ kinh này lưu xuất, cho nên làm rõ công đức giữ gìn truyền rộng kinh này có sức mạnh rất lớn. [Tháp báu] từ dưới lòng đất vọt lên chứng minh cho việc này, bốn chúng đều nhìn thấy, cho nên gọi là phẩm *Hiện tháp báu*.

**3**. Các vị thầy phái Địa luận ở phương bắc nói rằng: "Vào lúc đức Phật vì ngài Xá-lợi-phất thuyết giảng kinh này, [lẽ ra] tháp báu đã phải xuất hiện để chứng minh. Nếu đã thuyết kinh xong rồi thì còn chứng minh gì nữa? Đây là do các vị chép kinh sắp xếp thứ tự, mới đặt [phẩm Hiện tháp báu] này sau 3 sau vòng thuyết pháp. Như vậy là theo ý của người [chép kinh], tất nhiên không thể tin được."

Nay dựa theo trong kinh Tát-đàm Phân-đà-lợi[1] có nói, khi đức Phật thuyết vô số bài kệ của kinh Pháp hoa, có tháp 7 báu từ trong lòng đất vọt lên, bên trong tháp có tòa ngồi bằng vàng,[2] trên tòa có vị Phật hiệu là Bão-hưu-la-lan,[3] Hán dịch là Đại Bảo, xưng tán đức Thế Tôn Thích-ca và nói: "Ta vì vậy đến đây để cúng dường. Xin cùng ngồi trên tòa này rồi vì ta mà thuyết kinh Diệu Pháp Liên Hoa." Như vậy, y theo kinh Tát-đàm Phân-đà-lợi này

[1] Văn Cú nói "薩雲分陀利經 – Tát-vân Phân-đà-lợi kinh" là bị nhầm, vì đúng ra là "薩曇分陀利經 - Tát-đàm Phân-đà-lợi kinh", 1 quyển, đã mất tên người Hán dịch. Tên kinh này là được phiên âm từ Phạn ngữ "Saddharma Puṇḍarīka", tức là kinh Pháp hoa, như trong chính nội dung kinh này có nói: "薩曇分陀利, 漢言法華 – Tát-đàm Phân-đà-lợi, Hán ngôn Pháp hoa". Quyển kinh này có khả năng là bản lược dịch ban đầu của ngài Pháp Hộ (6 quyển), đã thất bản. Đây có thể là một trong 6 quyển còn sót lại, hiện được xem là mất tên người dịch. Xem Đại Chánh tạng, Tập 9, kinh số 265, trang 197, tờ a, dòng 12.

[2] Y theo trong kinh Tát-đàm Phân-đà-lợi nói là "金床 - kim sàng" (giường bằng vàng), nhưng đối chiếu nội dung kinh này thì đây là tòa ngồi của Phật. Có thể do cách dịch sang Hán ngữ thời kỳ đầu chưa chính xác như về sau nên gọi đây là "giường".

[3] Văn Cú trích dẫn kinh Tát-đàm Phân-đà-lợi nói là "袍休蘭羅 - Bão-hưu-lan-la", nhưng y theo kinh ấy thì là "抱休羅蘭 - Bão-hưu-la-lan". Đây là danh hiệu Phật được phiên âm từ Phạn ngữ Prabhūtaratna. Các bản dịch về sau đều dịch nghĩa là Đa Bảo (多寶) thay vì Đại Bảo (大寶).

thì việc [hiện tháp báu] tức là chứng minh 3 vòng thuyết pháp [trước đó], sau lại thỉnh [thuyết về] thọ lượng. Kinh văn nêu rõ thánh ngôn [của Phật] còn không vận dụng, những lời xuyên tạc sai lệch của người khác lại có thể tin theo được sao? Tháp này chính là vì chứng minh cho phần thuyết giảng trước, thưa thỉnh phần [sẽ thuyết giảng] sau, nên mới từ trong lòng đất vọt lên. Bốn chúng đều thấy, cho nên gọi là phẩm *Hiện tháp báu*.

**4**. Các vị thầy phái Địa luận nói: "Đa Bảo là pháp thân Phật." Luận Đại trí độ[1] nói: "Phật Đa Bảo có thệ nguyện nên hóa thân hiện đến để chứng minh cho kinh này." Kinh văn ở đây cũng nói như vậy. Đại sư Nam Nhạc Tuệ Tư[2] nói: "Pháp thân không đi đến, không xuất hiện; báo thân oai nghiêm rực rỡ; ứng hóa thân ứng hiện khắp thảy. Nhưng nếu theo đó gọi là 3 thân Phật thì chưa nêu hết được bản thể, chỉ là biểu hiện cho thấy được mà thôi." Cho nên, Phật Đa Bảo biểu hiện cho pháp thân Phật; đức Thế Tôn Thích-ca biểu hiện cho báo thân Phật; các vị phân thân Phật biểu hiện cho ứng hóa thân Phật. Ba thân Phật như vậy, tuy là ba mà không khác với một. Nên giải thích theo cách như vậy, nên tin hiểu đúng như vậy.

Bốn cách lập luận như trên chính là dựa theo 4 tất đàn để giải thích tên phẩm *Hiện tháp báu*. Đại lược là như vậy.

[Kinh văn nói việc] tháp báu xuất hiện chia làm 2 phần. Phần thứ nhất nêu việc [từ trong tháp] phát ra tiếng nói để chứng minh [phần kinh văn đã thuyết giảng] ở trước. Phần thứ hai nêu việc mở cửa tháp để dẫn khởi phần kinh văn về sau. Chứng minh phần trước có nghĩa là chứng

---

[1] Nguyên tác dùng Thích luận (釋論), thật ra là chỉ đến luận Đại trí độ, như chúng tôi đã dẫn chứng ở trước.

[2] Văn Cú nói "師云 - sư vân", theo Văn Cú Ký là chỉ đến thầy của ngài Trí Khải, tức là Đại sư Nam Nhạc Tuệ Tư (南嶽慧思).

minh 3 vòng thuyết pháp, [gồm thuyết chánh pháp, thuyết nhân duyên, thuyết thí dụ] đều là chân thật.

Nếu lược nói về chân thật thì đó là tất cả đều tương ưng với thật tướng. Nếu nói rộng về chân thật thì lìa cả 4 trường hợp xác định, dứt hết trăm sự phủ định.[1]

Hoặc theo trung đạo mà nói thì "bát bất"[2] gọi là chân thật. Tháp từ trong lòng đất vọt lên là "bất diệt" (không diệt mất); [Phật Đa Bảo] phân chia tòa ngồi để [2 Phật] cùng ngồi là "bất sanh" (không sanh ra); [Phật Thích-ca] vào bên trong tháp là "bất thường" (không thường còn); tháp hiện ra là "bất đoạn" (không đoạn dứt); phân thân [Phật] là "bất nhất" (không phải một); toàn thân [Phật] là "bất dị" (không khác biệt); Phật Đa Bảo nhường tòa ngồi là "bất lai" (không đi đến); Phật Thích-ca ngồi nửa tòa là "bất xuất" (không hiện ra). "Bát bất" rõ ràng như vậy nên

---

1 Nguyên tác là "離四句絕百非 - ly tứ cú, tuyệt bách phi". "Tứ cú" (4 câu) là chỉ 4 trường hợp xác định của bất kỳ luận đề nào, bao gồm: có, không, cũng có cũng không và chẳng phải có chẳng phải không; "bách phi" (trăm sự phủ định) thật ra là chỉ tất cả mọi trường hợp phủ định, vì được dùng theo cách nói biểu trưng, "trăm" để chỉ số lượng rất nhiều. Trong phạm vi tranh luận dựa trên ngôn thuyết, khái niệm thì bất kỳ vấn đề nào được xác định cũng không thể ra ngoài 4 trường hợp vừa nêu. Hoặc vấn đề đó được xác định là có, hoặc là không, hoặc cũng có cũng không, hoặc chẳng phải có cũng chẳng phải không. Lìa cả 4 trường hợp này có nghĩa là vượt ngoài ngôn thuyết, khái niệm, không thuộc về mọi sự xác định mới thực sự là ý nghĩa chân thật rốt ráo, và do đó cũng dứt hết mọi sự phủ định.

2 Nguyên tác là "八不 - bát bất", chỉ bát bất trung đạo (八不中道), bao gồm 8 trường hợp xếp thành 4 cặp phạm trù đối đãi được đề cập đến trong Trung luận của ngài Long Thụ, bao gồm: bất sanh diệc bất diệt - 不生亦不滅 (không sanh cũng không diệt), bất thường diệc bất đoạn -不常亦不斷 (không thường cũng không đoạn), bất nhất diệc bất dị - 不一亦不異 (không phải một cũng không phải khác, và bất lai diệc bất xuất - 不來亦不出 (không đi đến cũng không xuất hiện). Trong thế giới của nhận thức tương đối thì tất cả sự vật đều rơi vào một trong hai bên của các cặp phạm trù này, chẳng hạn như một vật không còn sống (sanh) thì phải là chết (diệt), không thường hằng thì phải đoạn diệt, không đồng nhất thì phải khác biệt... Nhận thức chân thật không rơi vào một trong hai bên như thế gọi là trung đạo, cho nên pháp chân thật thì không sanh cũng không diệt, không thường cũng không đoạn v.v. Do đó, "bát bất" có thể hiểu là 8 điều không, không rơi vào 4 cặp phạm trù đối đãi nói trên.

là chân thật. Lại nữa, chứng minh tích môn gìn giữ lưu thông kinh này công đức sâu dày, giảng giải truyền rộng sức lực mạnh mẽ, tất cả đều chân thật.

**Hỏi**: [Trong tên kinh nói] Bình Đẳng Đại Tuệ so sánh với Bát-nhã thì thế nào?

**Đáp**: Luận Đại trí độ, quyển 79[1] nói: "Bát-nhã là diệu pháp của 3 đời chư Phật." Cũng giống như chỉ một cửa thành [nhưng người từ] 4 hướng đều có thể theo đó vào thành. Nên biết rằng Bát-nhã cũng gọi là Diệu Pháp [giống như kinh này]. Cho nên kinh này gọi là Bình Đẳng Đại Tuệ [thì so với Bát-nhã] là 2 cách gọi cùng chỉ một ý nghĩa có thể biết được.

Nêu ý dẫn khởi phần [thuyết giảng] về sau là nói việc muốn mở cửa tháp thì phải tập hợp phân thân, tức là nói nghĩa huyền diệu của sự phó chúc. Âm thanh [từ đây] thấu triệt phương dưới triệu tập đệ tử thuở xưa để luận bàn về thọ lượng [Như Lai].

Tháp báu từ xa xưa, nay *"từ trong lòng đất bỗng dưng vọt lên"* là khai mở sức thần thông tự tại, tức là hiển bày việc làm lợi ích chúng sanh trong đời quá khứ. *"Phát ra âm thanh rất lớn"* là khai mở sức tinh tấn dũng mãnh như sư tử, tức là hiển bày [chư Phật] hiện tại trong 10 phương đang khai thị trừ bỏ quyền thừa, hiển lộ chân thật. *"Có phát đại nguyện... ...nếu nơi nào thuyết giảng kinh Pháp hoa thì tháp miếu của ta sẽ vì nghe kinh ấy mà từ trong lòng đất vọt lên phía trước người giảng kinh để chứng minh"*, là khai mở sức mạnh mẽ uy thế lớn lao, tức là hiển bày sự thường trụ bất diệt trong tương lai.

---

[1] Văn Cú dùng tên Thích luận (釋論) để chỉ Đại trí độ luận thích (大智度論釋). Câu trích dẫn này nằm ở quyển 79, phẩm Chúc lụy thứ 66 (囑累品第六十六). Nguyên văn: "般若是十方三世諸佛妙法 。- Bát-nhã thị thập phương tam thế chư Phật diệu pháp." Xem Đại Chánh tạng, Tập 25, số 1509, trang 620, tờ b, dòng 18.

Lại nữa, *"tháp báu lớn trụ yên giữa không trung"* cũng là nghĩa chứng minh phần [thuyết giảng] trước, dẫn khởi phần [thuyết giảng] sau. Người trong bảy hạng phương tiện khi còn bị che lấp ẩn tàng bởi vô minh chưa khai mở [tri kiến] giống như tháp ở trong lòng đất. Sau khi được nghe 3 vòng thuyết pháp, khai thị trừ bỏ ba thừa, hiển bày chân thật, khai mở tri kiến Phật, pháp thân hiển lộ như tháp vọt lên hư không. Đây tức là chứng minh phần [thuyết giảng] trước. Tu tập đã đạt được pháp thân sáng tỏ từ lâu, như tháp trụ yên giữa không trung không ai có thể mở [cửa tháp ra], đây là biểu trưng bản địa thành tựu từ lâu nhưng đại chúng không biết. Nếu [được Phật] nêu rõ hình tích, hiển lộ bản nguyên thì thấu đạt rõ ràng không còn nghi ngại. Đây tức là dẫn khởi phần [thuyết giảng] về sau.

Nếu như tháp từ trong lòng đất hiện lên là biểu trưng cho sự hiển lộ pháp thân thì so với những kinh khác có chỗ tương đồng, cũng có chỗ khác nhau. Như [theo giáo pháp] Bồ Tát hiển lộ pháp thân là tương đồng, [theo giáo pháp] nhị thừa hiển lộ pháp thân thì lại khác.

Nếu tháp trụ yên giữa không trung, mở cửa tháp thấy Phật là biểu trưng cho việc nêu rõ hình tích, hiển lộ bản nguyên thì so với những kinh khác vĩnh viễn khác nhau.

Nếu tháp hiện ra là để chứng minh phần [thuyết giảng] trước thì sẽ bị che đậy việc này đã quá rõ ràng, không có gì nghi ngại.

Nếu tháp hiện ra là để dẫn khởi phần [thuyết giảng] về sau thì đó là hàm ý ngấm ngầm đại chúng còn chưa biết. Nay chọn ý nghĩa sau để đưa vào giải thích cũng không có gì sai.

Giải thích theo quán tâm, y theo kinh tu quán, cùng với pháp thân tương ưng thì cảnh và trí sẽ hợp nhau, như tháp hiện đến để chứng minh cho kinh. Cảnh và trí đã hợp nhau thì quả báo lớn lao trọn vẹn đầy đủ, như Phật Thích-ca và Phật Đa Bảo cùng chung một tòa ngồi. Do quả báo lớn lao đã trọn vẹn nên tùy cơ duyên mà xuất hiện tương ứng, như tất cả phân thân [Phật] đều tập hợp. Do Phật Đa Bảo xuất hiện cho nên ba thân Phật đều hiển bày. Do thọ trì kinh này cho nên trọn đủ ba thân. Kinh Quán Phổ Hiền nói "Ba loại thân Phật đều từ nơi kinh Phương đẳng sanh ra", tức là nghĩa này.

Có người phân chia từ phẩm này trở đi gồm 11 phẩm là thân luân của Phật, dùng thần thông khai mở ý nghĩa bản nguyên xa xưa và hình tích thị hiện. [Phần trước từ chỗ] ngài Di-lặc thưa hỏi trở đi là khẩu luân của Phật, thuyết pháp khai mở ý nghĩa bản nguyên xa xưa và hình tích thị hiện. Nhưng ý nghĩa bản tích chưa sáng tỏ rõ ràng, từ chỗ này phân chia kinh văn thì quá sớm. Đại lược là như thế.

Phẩm này có 2 phần: kinh văn trường hàng và kệ tụng. Kinh văn trường hàng lại chia làm 3 tổng đoạn. Thứ nhất, nêu việc tháp báu của Phật Đa Bảo xuất hiện. Thứ hai, nêu việc phân thân Phật từ xa tập hợp về. Thứ ba là nêu việc đức Phật Thích-ca kêu gọi người thọ trì lưu truyền kinh này.

## KINH VĂN

**Lúc bấy giờ, ngay trước đức Phật, bỗng từ trong lòng đất phóng vọt lên một tòa tháp bảy báu, cao năm trăm do-tuần, chiều ngang và chiều dọc đều hai trăm năm mươi do-tuần, trụ yên lơ lửng giữa không trung, có đủ mọi vật báu trang nghiêm tô điểm. Bao quanh tháp có năm ngàn dãy lan can, tầng dưới có ngàn muôn bệ thờ, có vô số cờ phướn trang nghiêm làm đẹp, muôn ức chuỗi ngọc quý và chuông báu nhỏ được treo ở phần trên tháp. Từ bốn phía quanh tháp có mùi hương chiên-đàn đa-ma-la-bạt[1] lan tỏa thơm ngát**

[1] Đa-ma-la-bạt (tamālapa), một loại chiên-đàn quý, có mùi hương rất thơm.

**khắp thế giới. Bên trên tháp có những lọng che bằng bảy báu: vàng, bạc, lưu ly, xa cừ, mã não, chân châu và ngọc mai khôi, cao vút lên tận cung trời Tứ thiên vương.**

▣ Tổng đoạn thứ nhất có 6 đoạn. Đoạn thứ nhất nói về tướng tháp báu xuất hiện. Đoạn thứ hai nói việc chư thiên cúng dường. Đoạn thứ ba nêu việc Phật Đa Bảo ngợi khen xưng tán. Đoạn thứ tư nói việc đại chúng khi ấy kinh ngạc, khởi tâm nghi ngờ không biết. Đoạn thứ năm nêu việc Bồ Tát Đại Nhạo Thuyết thưa hỏi. Đoạn thứ sáu là đức Như Lai giải đáp.

◆ Đoạn thứ nhất, *"tòa tháp bằng bảy báu"* là nói địa vị pháp thân do tánh thể mà đạt được tài bảo quý báu là 7 giác chi,[1] 7 thánh tài.[2] *"Tháp"* là cảnh bên ngoài của thật tướng, là chỗ nương vào của pháp thân. *"Cao 500 do-tuần"* tức là 2 muôn dặm, nói theo thời gian là trong việc tạo nhân có muôn công hạnh, trong thành tựu quả có muôn phẩm đức. *"Ngang dọc 250 do-tuần"* tức là 1 muôn dặm, nói theo không gian là dùng muôn điều thiện để trang nghiêm.

*"Từ trong lòng đất"* là chỉ tâm địa vô minh. Dùng pháp không có chỗ phá mà phá trừ vô minh; dùng pháp không có chỗ trụ mà trụ nơi nghĩa không đệ nhất. *"Đủ mọi thứ vật báu"*, là có nhiều loại định tuệ trang nghiêm làm đẹp. *"Lan can"* tức là các pháp tổng trì. *"Ngàn muôn bệ thờ"* là nói

---

[1] Văn Cú dùng "七覺 - thất giác", tức thất giác chi (七覺支), là nhóm thứ sáu trong 37 đạo phẩm. Thất giác chi bao gồm: 1. Niệm giác chi; 2. Trạch pháp giác chi; 3. Tinh tấn giác chi; 4. Hỷ giác chi; 5. Khinh an giác chi; 6. Định giác chi; 7. Xả giác chi. Bảy pháp này góp phần đưa đến sự giác ngộ nên được xem là tài sản quý báu của người tu tập.

[2] Văn Cú dùng "七聖財 - thất thánh tài", tức là 7 tài sản quý báu của bậc thánh, bao gồm: 1. Tín tài; 2. Giới tài; 3. Tàm tài; 4. Quý tài; 5. Văn tài; 6. Thí tài; 7. Định tuệ tài. Tín chỉ niềm tin, đức tin; giới là phẩm hạnh trì giới; tàm là tự hổ thẹn về việc xấu mình làm; quý là xấu hổ với người khác; văn là được nghe chánh pháp, nghe nhiều học rộng các pháp môn; thí là tu tập bố thí; định tuệ là tu tập đạt được định tuệ.

từ bi vô lượng làm nhà, lại cũng là căn nhà tánh không vô lượng. *"Cờ phướn"* là tướng trạng thù thắng của thần thông. *"Chuỗi ngọc quý"* là công đức của 40 giai vị Bồ Tát, trang nghiêm pháp thân bên trên, che chở chúng sanh bên dưới. *"Muôn vạn chuông báu nhỏ"* là 8 loại âm thanh [chư Phật dùng để thuyết pháp] và 4 biện tài vô ngại. *"Bốn phía quanh tháp có mùi hương... lan tỏa"* là gió đạo 4 chân đế thổi ra mùi hương 4 phẩm đức [thường, lạc, ngã, tịnh]. *"Cao vút lên tận cung trời Tứ thiên vương"* là tột cùng lý 4 chân đế.

### KINH VĂN

**Chư thiên cõi trời Đao-lợi[1] mưa xuống hoa trời mạn-đà-la để cúng dường tháp báu ấy, trong khi những chư thiên khác cùng các loài rồng, dạ-xoa, càn-thát-bà, a-tu-la, ca-lâu-la, khẩn-na-la, ma-hầu-la-già, người và loài phi nhân, số đông đến ngàn muôn ức, tất cả đều dùng hết thảy các loại hoa, hương thơm, chuỗi ngọc, lọng che, âm nhạc để cúng dường tháp báu, tỏ lòng tôn trọng, ngợi khen xưng tán.**

◆ Đoạn thứ hai từ câu *"Chư thiên cõi trời Đao-lợi"* trở đi, nói việc chư thiên cúng dường. Về sự tướng thì việc này có thể rõ biết được, nay lại dựa theo lý [để luận bàn]. Giai vị tam thập tâm là 30, Thập địa là 1, Đẳng giác là 1, Diệu giác là 1, hợp chung là 33,[2] tất cả đều là nương vào cảnh ngoài của thật tướng.

*"Mưa xuống hoa trời mạn-đà-la"*, là nói hàng Bồ Tát sơ tâm đã trọn đủ công đức của 42 giai vị, cho đến tâm về sau lại cũng như vậy, tất cả đều dùng loại hoa là nhân tu tập 40 giai vị để quy hướng về pháp thân.

---

[1] Văn Cú dùng "三十三天 - tam thập tam thiên" (Trāyastriṃśat-deva), tức là cõi trời Đao-lợi (忉利天). Vì cõi trời này có tất cả 33 thiên cung nên được gọi là cõi trời Tam thập tam (ba mươi ba). Đây là tầng trời thứ hai trong 6 tầng trời thuộc Dục giới.

[2] Phần lý giải này nêu đến số 33 là tương ứng với danh xưng "tam thập tam thiên" như đã giải thích, tức là cõi trời Đao-lợi.

Từ câu *"những chư thiên khác cùng các loài rồng, dạ-xoa..."* trở đi tức là nói hàng nội phàm, ngoại phàm, cũng đều nương vào thật tướng, tu hành các nhân để hướng đến quả.

**KINH VĂN**

**Khi ấy, từ trong tháp báu vang ra âm thanh rất lớn xưng tán rằng: "Lành thay! Lành thay! Đức Thế Tôn Thích-ca Mâu-ni có thể vì đại chúng thuyết giảng kinh Diệu Pháp Liên Hoa, Bình Đẳng Đại Tuệ, Giáo Bồ Tát Pháp, Phật Sở Hộ Niệm. Đúng vậy, đúng vậy! Đức Thế Tôn Thích-ca Mâu-ni! Những điều ngài thuyết giảng đó đều là chân thật."**

◆ Đoạn thứ ba từ câu *"Khi ấy, từ trong tháp báu phát ra..."* trở đi, nói việc đức Phật Đa Bảo ngợi khen xưng tán, nêu ý chính là chứng minh phần [thuyết pháp] trước khai thị trừ bỏ quyền thừa, hiển bày pháp thật không hề hư dối.

*"Bình đẳng đại tuệ"* tức là trí tuệ của chư Phật, ý nghĩa cũng giống như trong kinh văn phần trước nói [trâu trắng có] *"bước đi ngay ngắn"*. *"Bình đẳng"* lại có 2 nghĩa. Thứ nhất là pháp bình đẳng, tức là lý trung đạo; thứ hai là chúng sanh bình đẳng, tức là tất cả chúng sanh đều [có thể] đạt được trí tuệ Phật như nhau. "Đại" tức là nghĩa "cao rộng" như trong kinh văn phẩm trước đã nói. Nếu dựa theo quán tâm thì pháp quán không là bình đẳng trong thời gian, pháp quán giả là bình đẳng trong không gian, pháp quán trung đạo là bình đẳng trong cả không gian và thời gian. Bình đẳng soi chiếu [cả 2 trí quyền thật] tức là *"bình đẳng đại tuệ"*.

*"Đúng vậy, đúng vậy"*, thứ nhất là tướng pháp đúng như vậy, thứ hai là căn tánh đúng như vậy, tất cả đều chân thật, vì đúng như tướng pháp mà thuyết giảng cho nên chân thật.

**KINH VĂN**

**Lúc bấy giờ, bốn chúng nhìn thấy tháp báu lớn trụ yên giữa không trung, lại nghe tiếng nói phát ra từ bên trong tháp, thảy đều có được niềm vui đúng pháp, đều cho là việc kỳ lạ chưa từng có, liền từ chỗ ngồi đứng dậy, cung kính chắp tay, lùi lại đứng sang một bên. Khi ấy có vị Đại Bồ Tát hiệu là Đại Nhạo Thuyết,[1] biết được lòng nghi của hết thảy chư thiên, loài người, a-tu-la trong thế gian, liền thưa hỏi Phật: "Bạch Thế Tôn! Do nhân duyên gì mà có tháp báu này từ trong lòng đất bỗng dưng vọt lên, bên trong lại có tiếng nói phát ra như vậy?"**

◆ Đoạn thứ tư từ câu *"Lúc bấy giờ, bốn chúng nhìn thấy..."* trở đi, nói việc đại chúng khi ấy kinh ngạc, khởi tâm nghi ngờ không biết. Đoạn này có 2 tiểu đoạn. Tiểu đoạn thứ nhất nói đại chúng *"có được niềm vui đúng pháp"*. Tiểu đoạn thứ hai nêu việc khởi tâm nghi vì thấy việc lạ lùng.

◆ Đoạn thứ năm từ câu *"Khi ấy có vị Đại Bồ Tát..."* trở đi, nêu việc Bồ Tát Đại Nhạo Thuyết nhân nơi lòng nghi [của đại chúng] mà thưa hỏi.

Nếu dựa theo phần giải đáp theo sau để hiểu thì câu hỏi này nêu ra 3 ý. Thứ nhất là hỏi do nhân duyên gì mà có tháp này? Thứ hai là hỏi vì sao tháp lại từ trong lòng đất vọt lên? Thứ ba là hỏi vì sao [trong tháp] phát ra tiếng nói?

**KINH VĂN**

**Bấy giờ, đức Phật nói với Bồ Tát Đại Nhạo Thuyết: "Trong tháp báu này có toàn thân đức Như Lai. Trong quá khứ, cách đây vô số ngàn muôn ức a-tăng-kỳ thế giới về phương đông[2] có cõi thế giới**

[1] Bồ Tát Đại Nhạo Thuyết (大樂說), được dịch từ tên Phạn ngữ là Mahā Pratibhāna. Tên gọi này có liên quan đến một trong Tứ vô ngại biện là Nhạo thuyết vô ngại biện, tức là biện tài không ngăn ngại, có thể thuyết pháp tùy theo sự ưa thích của chúng sanh. Do vậy, tuy chữ 樂 có thể đọc theo cả 2 âm là "lạc" (niềm vui) hoặc "nhạo" (ưa thích), nhưng đọc là "nhạo" mới phù hợp với tên của vị này.

[2] Theo bản Anh dịch của H. Kern thì là về phương dưới (in the point of space below). Điều này phù hợp với phần kinh văn sau trong phẩm Đề-bà-đạt-đa nói Bồ Tát Trí Tích, thị giả của Phật Đa Bảo, đến từ phương dưới.

**tên là Bảo Tịnh. Nơi thế giới ấy có đức Phật hiệu là Đa Bảo. Khi đức Phật ấy còn tu hành đạo Bồ Tát có phát đại nguyện rằng: 'Nếu ta thành Phật, sau khi diệt độ rồi, trong khắp các cõi nước mười phương, nếu nơi nào thuyết giảng kinh Pháp hoa thì tháp miếu của ta sẽ vì nghe kinh ấy mà [từ trong lòng đất] vọt lên phía trước người giảng kinh để chứng minh, nói lời xưng tán: 'Lành thay!'**

**"Vị ấy thành Phật rồi, đến lúc sắp diệt độ, ở giữa đại chúng chư thiên và loài người mà bảo các vị tỳ-kheo rằng: 'Sau khi ta diệt độ, muốn cúng dường toàn thân ta thì nên xây một tòa tháp lớn.' Do thần thông nguyện lực của Phật Đa Bảo nên ở khắp mọi nơi trong mười phương thế giới, nếu có người thuyết giảng kinh Pháp hoa thì đều có tháp báu của Phật từ trong lòng đất vọt lên ngay phía trước, toàn thân Phật bên trong tháp phát lời xưng tán: 'Lành thay, lành thay!'**

**"Này Đại Nhạo Thuyết! Hôm nay tháp của đức Như Lai Đa Bảo vì nghe thuyết giảng kinh Pháp hoa nên từ trong lòng đất vọt lên nói lời xưng tán 'Lành thay, lành thay!'"**

◆ Đoạn thứ sáu từ câu *"Bấy giờ, đức Phật nói với Bồ Tát..."* trở đi, đức Phật giải đáp 3 điều thưa hỏi trên.

❖ Trước hết là giải đáp điều thứ hai, nói việc đức Phật [Đa Bảo] có lời nguyện chứng minh cho [sự thuyết giảng] kinh Pháp hoa, cho nên [tháp báu] từ trong lòng đất vọt lên.

❖ Thứ hai, từ câu *"Vị ấy thành Phật rồi..."* trở đi là giải đáp trở lại điều thứ nhất, nói nguyên do Phật Đa Bảo khuyên dạy nên [bốn chúng] tạo ra tháp báu này.

❖ Thứ ba, từ câu "Do thần thông nguyện lực của Phật Đa Bảo..." trở đi là giải đáp điều thứ ba, nói việc vì để chứng minh cho [sự thuyết giảng kinh Pháp hoa] nên phát ra tiếng nói [của Phật Đa Bảo].

Luận Đại trí độ nói rằng đức Phật Đa Bảo không thuyết pháp mà chọn cách diệt độ. Đại sư Nam Nhạc[1] giảng giải là không phải vậy. [Kinh văn có nói] Phật Đa Bảo *"bảo các*

---

[1] *Văn Cú dùng chữ "師 - sư" để chỉ ngài Nam Nhạc, thầy của Đại sư Trí Khải.*

*vị tỳ-kheo"*, mà tỳ-kheo tức là những vị được Phật giáo hóa, sao có thể nói là không thuyết pháp? Nên hiểu là Phật Đa Bảo cũng đã thuyết giảng khai mở ba thừa nhưng chưa hiển bày pháp thật [Nhất thừa], cho nên luận Đại trí độ mới nói rằng *"không thuyết pháp"*. Do ý nghĩa đó nên tuy Phật đã diệt độ nhưng ở bất cứ nơi đâu có thuyết giảng kinh Pháp hoa thì đều hoan hỷ vui theo mà làm việc chứng minh [cho việc thuyết giảng kinh].

**KINH VĂN**

**Khi ấy, Bồ Tát Đại Nhạo Thuyết nương thần lực của Như Lai nên thưa rằng: "Bạch Thế Tôn! Chúng con ước nguyện được nhìn thấy toàn thân đức Phật Đa Bảo."**
**Đức Phật bảo Đại Bồ Tát Đại Nhạo Thuyết: "Đức Phật Đa Bảo có lời nguyện sâu nặng rằng: 'Khi tháp báu của ta vì nghe kinh Pháp hoa mà hiện ra ở trước chư Phật, nếu có vị Phật nào muốn chỉ bày cho bốn chúng thấy được toàn thân của ta thì tất cả những vị Phật phân thân của Phật ấy đang thuyết pháp trong khắp mười phương đều phải tập hợp về một nơi, sau đó toàn thân ta mới hiện ra.' Này Đại Nhạo Thuyết! Các vị Phật phân thân của ta đang thuyết pháp trong các thế giới mười phương nay sẽ tập hợp về đây."**
**Bồ Tát Đại Nhạo Thuyết thưa: "Bạch Thế Tôn! Chúng con cũng ước nguyện được gặp chư Phật phân thân của Thế Tôn để lễ bái cúng dường."**

▣ Tổng đoạn thứ hai từ câu *"Khi ấy, Bồ Tát Đại Nhạo Thuyết nương thần lực của đức Như Lai..."* trở đi, nêu việc phân thân Phật từ xa đều tập hợp về. Tổng đoạn này có 7 đoạn. Đoạn thứ nhất là Bồ Tát Đại Nhạo Thuyết thưa thỉnh, nguyện được thấy Phật Đa Bảo. Đoạn thứ hai nói việc [đức Phật Thích-ca] đồng ý triệu tập các phân thân. Đoạn thứ ba nói việc Bồ Tát Đại Nhạo Thuyết thưa thỉnh muốn gặp chư Phật phân thân tập hợp. Đoạn thứ tư là [đức Phật Thích-ca] phóng hào quang triệu tập [chư Phật phân thân] từ xa. Đoạn thứ năm là chư Phật cùng đến. Đoạn thứ sáu là [đức Phật Thích-ca hóa ra] cõi nước trang nghiêm thanh tịnh. Đoạn thứ bảy là [chư Phật phân thân] đồng muốn mở cửa tháp báu.

◆ Nay giải thích đoạn thứ nhất, kinh văn nói *"nương thần lực của đức Như Lai"*, vì muốn mở cửa tháp báu phải tập hợp chư Phật [phân thân]. Tập hợp chư Phật tức là phó chúc, [giao phó chánh pháp về sau]. Phó chúc tức là triệu thỉnh chư Phật ở phương dưới. [Chư Phật] phương dưới xuất hiện tức là khai thị trừ bỏ pháp gần, hiển bày pháp xa. Đây là nguyên do của việc lớn lao, lẽ nào lại không phải do thần lực của Phật khiến cho phải thưa hỏi? Các đoạn [thứ hai và thứ ba] y theo kinh văn có thể hiểu được, không cần giảng giải.

**KINH VĂN**

**Lúc bấy giờ, đức Phật phóng ra một đạo hào quang từ tướng bạch hào ở giữa hai chân mày, đại chúng liền nhìn thấy chư Phật đang dùng âm thanh hết sức nhiệm mầu thuyết pháp trong các cõi Phật nhiều như số cát của 500 muôn ức na-do-tha con sông Hằng về phương đông; tất cả những cõi Phật ấy đều có mặt đất bằng pha lê, trang nghiêm bằng những loại cây báu, những tấm vải quý,[1] lại có vô số ngàn muôn ức vị Bồ Tát khắp nơi, có màn báu giăng che, bên trên có lưới báu, lại cũng thấy vô số ngàn muôn ức vị Bồ Tát đầy khắp các cõi Phật ấy, đều đang vì chúng sanh thuyết pháp.**

**Về phương nam, phương tây, phương bắc, 4 phương phụ và phương trên, phương dưới, những nơi được hào quang từ tướng bạch hào của Phật soi chiếu đến cũng đều hiện ra như vậy.**

**Khi ấy, chư Phật [phân thân của Phật Thích-ca Mâu-ni] trong mười phương, mỗi vị đều nói với chúng Bồ Tát rằng: "Các thiện**

---

[1] Kinh văn dùng chữ "寶衣 - bảo y", thông thường hiểu là "áo quý", nhưng trong ngữ cảnh này không phải y áo để mặc mà là những tấm vải quý. Bản Anh dịch của H. Kern là "decorated with strings of fine cloth" (trang hoàng bằng những tấm vải đẹp).

**nam tử! Nay ta phải đến chỗ đức Phật Thích-ca Mâu-ni ở thế giới Ta-bà, cũng để cúng dường tháp báu của đức Như Lai Đa Bảo."**
**Lúc bấy giờ, thế giới Ta-bà lập tức hóa ra thanh tịnh, mặt đất bằng lưu ly, có cây báu trang nghiêm, đường đi về tám hướng[1] đều có dây bằng vàng ròng giăng theo ven đường để ngăn cách, không còn có xóm làng, thôn ấp, thành thị, biển lớn, núi sông, khe suối hay rừng rậm; có lò hương quý rất lớn được đốt lên, hoa mạn-đà-la trải khắp trên mặt đất, có lưới báu giăng che, phủ khắp bên trên, treo các chuông báu nhỏ, và chỉ giữ lại hội chúng trong pháp hội này, còn tất cả chư thiên và người bên ngoài đều di chuyển sang cõi khác.**
**Khi ấy, mỗi vị phân thân Phật khi đến thế giới Ta-bà đều mang theo một vị Đại Bồ Tát làm thị giả, đến dưới những cây báu, mỗi cây đều cao 500 do-tuần, cành lá hoa trái thứ lớp trang nghiêm đẹp đẽ. Bên dưới mỗi cây báu đều có tòa sư tử cao năm do-tuần, cũng được trang trí bằng châu báu rất đẹp. Lúc bấy giờ, mỗi vị Phật đều ngồi kết già trên một tòa sư tử dưới gốc cây báu, cứ như vậy mà trải đầy khắp cõi thế giới đại thiên mà số Phật phân thân của Phật Thích-ca Mâu-ni ở một phương vẫn còn chưa hết.**
**Bấy giờ, đức Phật Thích-ca Mâu-ni muốn dung chứa hết các vị Phật phân thân, nên về mỗi phương trong tám phương đều biến hóa ra 200 muôn ức na-do-tha cõi nước, đều làm cho thanh tịnh, không có các cảnh giới địa ngục, ngạ quỷ, súc sanh cũng như a-tu-la, lại di chuyển hết chư thiên và loài người sang cõi nước khác. Mỗi cõi nước được biến hóa ra đó cũng đều có mặt đất bằng lưu ly, có cây báu trang nghiêm cao 500 do-tuần, cành lá hoa trái thứ lớp trang nghiêm đẹp đẽ, dưới gốc cây có tòa sư tử cao năm do-tuần, có đủ mọi loại châu báu để trang nghiêm làm đẹp, lại cũng không có biển lớn, sông ngòi cho đến các núi chúa như núi Mục-chân-lân-đà, núi Ma-ha Mục-chân-lân-đà, núi Thiết vi, núi Đại Thiết vi, núi Tu-di. Tất cả những cõi nước được biến hóa ra đó lại thông nhau thành một cõi Phật, đất báu bằng phẳng, có màn che bằng các loại châu báu xen nhau che phủ bên trên, treo đầy các loại cờ phướn,**

[1] Kinh văn dùng "八道 - bát đạo" (8 con đường), tức chỉ các con đường đi về tám hướng, tức là các hướng đông, tây, nam, bắc và 4 hướng phụ là đông nam, đông bắc, tây nam và tây bắc.

**lọng che, có lò hương quý rất lớn được đốt lên, có hoa quý của các cõi trời trải khắp mặt đất.**
**Đức Phật Thích-ca Mâu-ni vì chư Phật phân thân còn sắp đến ngồi nên về mỗi phương trong tám phương lại biến hóa ra thêm 200 muôn ức na-do-tha cõi nước, đều làm cho thanh tịnh, không có các cảnh giới địa ngục, ngạ quỷ, súc sanh cũng như a-tu-la, lại di chuyển hết chư thiên và loài người sang cõi khác. Mỗi cõi nước được biến hóa ra đó cũng đều có mặt đất bằng lưu ly, có cây báu trang nghiêm cao 500 do-tuần, cành lá hoa trái thứ lớp trang nghiêm đẹp đẽ, dưới gốc cây có tòa sư tử cao năm do-tuần, có đủ mọi loại châu báu để trang trí làm đẹp, lại cũng không có biển lớn, sông ngòi cho đến các núi chúa như núi Mục-chân-lân-đà, núi Ma-ha Mục-chân-lân-đà, núi Thiết vi, núi Đại Thiết vi, núi Tu-di. Tất cả những cõi nước được biến hóa ra đó lại thông nhau thành một cõi Phật, đất báu bằng phẳng, có màn che bằng các loại châu báu xen nhau che phủ bên trên, treo đầy các loại cờ phướn, lọng che, có lò hương quý rất lớn được đốt lên, có hoa quý của các cõi trời trải khắp mặt đất.**
**Lúc bấy giờ, các vị Phật phân thân của đức Phật Thích-ca Mâu-ni đang thuyết pháp trong những cõi nước về phương đông nhiều như số cát của trăm ngàn muôn ức na-do-tha con sông Hằng, đều tập hợp về nơi đây. Cũng giống như vậy, chư Phật phân thân trong mười phương đều lần lượt tập hợp đến ngồi ở khắp tám phương, mỗi phương đều đầy khắp 400 muôn ức na-do-tha[1] cõi nước [đã được đức Phật Thích-ca Mâu-ni biến hóa ra].**

◆ Đoạn thứ tư từ câu *"Lúc bấy giờ đức Phật phóng ra một đạo hào quang..."* trở đi, nói việc Phật phóng hào quang triệu tập [chư Phật phân thân] ở xa.

◆ [Đoạn thứ năm nói] đức Phật ba lần biến hóa ra cõi nước thanh tịnh, việc này chính là nhờ sức tam-muội.

Tam-muội [ở đây] lại có 3 loại.

---

[1] Kinh văn phần trên nói đức Phật Thích-ca Mâu-ni 2 lần biến hóa ra các cõi nước, mỗi lần là 200 muôn ức na-do-tha cõi nước, cho nên ở đây nói tổng cộng là 400 muôn ức na-do-tha.

❖ Lần đầu tiên Phật biến cõi Ta-bà [thành cõi thanh tịnh], đây là [tam-muội] bội xả,[1] có công năng biến uế nhiễm thành thanh tịnh.

❖ Lần thứ hai [Phật] biến hóa ra 200 [muôn ức] na-do-tha [cõi nước thanh tịnh], đây là [tam-muội] thắng xứ, [có công năng] chuyển biến tự tại [theo ý muốn].

❖ Lần thứ ba, [đức Phật] biến hóa ra [thêm] 200 [muôn ức] na-do-tha [cõi nước thanh tịnh], đây là [tam-muội] nhất thiết xứ, [có công năng] đối với ngoại cảnh không còn ngăn ngại.

Lại nữa, một lần đầu tiên biến hóa [cõi Ta-bà thành cõi] thanh tịnh là biểu trưng cho sự thanh tịnh dứt trừ 4 trụ địa [phiền não]. Một lần thứ hai biến hóa ra cõi thanh tịnh là biểu trưng cho sự thanh tịnh dứt trừ trần sa hoặc. Một lần thứ ba biến hóa ra cõi thanh tịnh là biểu trưng cho sự thanh tịnh dứt trừ vô minh hoặc.

## KINH VĂN

**Khi ấy, mỗi vị Phật phân thân đều ngồi trên tòa sư tử dưới gốc cây báu, sai thị giả đến vấn an đức Phật Thích-ca Mâu-ni. Mỗi vị đều trao cho vị thị giả một bụm đầy hoa quý và dặn rằng: "Thiện nam tử! Ông hãy đến chỗ đức Phật Thích-ca Mâu-ni ở núi Kỳ-xà-quật, chuyển lời của ta thưa hỏi rằng: 'Thế Tôn có được ít bệnh ít phiền,**

---

[1] Văn Cú dùng "背捨 - bội xả", tức là bát bội xả (八背捨), 8 sự buông xả dứt bỏ, cũng gọi là bát giải thoát (八解脫), bao gồm: bao gồm: 1. Nội hữu sắc tưởng quán ngoại sắc giải thoát: Ở trong sắc giới, quán nội sắc và ngoại sắc, trừ bỏ tâm ham thích sắc thể; 2. Nội vô sắc tưởng quán ngoại sắc giải thoát: Không quán nội sắc, quán ngoại sắc, nhận ngoại sắc là ô nhiễm; 3. Tịnh thân tác chứng cụ túc tác giải thoát: Quán tưởng về thanh tịnh nhưng không chấp giữ; 4. Không vô biên xứ giải thoát: Vượt qua sắc thể, quán tưởng rằng hư không là vô biên; 5. Thức vô biên xứ giải thoát: Đạt đến ý niệm thức là vô biên; 6. Vô sở hữu xứ giải thoát: Đạt địa vị trong tâm không còn có vật gì; 7. Phi tưởng Phi phi tưởng xứ giải thoát: Đạt đến mức định Phi tưởng phi phi tưởng xứ; 8. Diệt tận định giải thoát: Đạt mức định Diệt thọ tưởng xứ.

**khí lực an vui, cùng các vị Bồ Tát, chúng Thanh văn hết thảy đều được an ổn chăng?' Hãy dùng bụm hoa quý này tung rải để cúng dường Phật rồi thưa rằng: 'Đức Phật nơi kia có danh hiệu như vậy, đồng lòng muốn mở cửa tháp báu này ra.'" Tất cả các vị Phật phân thân đều sai khiến thị giả làm giống như vậy.**

◆ [Đoạn thứ sáu nói chư Phật cùng đến, y theo kinh văn có thể hiểu được, không cần giảng giải.]

◆ Đoạn thứ bảy từ câu *"Khi ấy, mỗi vị Phật phân thân đều ngồi trên tòa sư tử..."*, nói việc [chư Phật phân thân] đều muốn mở cửa tháp. Đoạn này lại có 5 tiểu đoạn.

Tiểu đoạn thứ nhất nói việc chư Phật [phân thân sai thị giả đến] thăm hỏi [Phật Thích-ca] và nói việc cùng muốn mở cửa tháp. Tiểu đoạn thứ hai nói việc đức Phật Thích-ca mở cửa tháp. Tiểu đoạn thứ ba nói việc 4 chúng đều cùng được thấy nghe. Tiểu đoạn thứ tư nói việc 2 đức Phật phân chia tòa rồi cùng ngồi. Tiểu đoạn thứ năm nêu việc 4 chúng thỉnh [Phật] gia trì [để được lên cao].

❖ [Tiểu đoạn thứ nhất, kinh văn nói] chư Phật [phân thân] *"đồng lòng muốn mở cửa tháp báu"*, ý nghĩa cũng giống như trong tăng chúng thực hành pháp *"dữ dục"*,[1] [gửi ý kiến của mình đến trước đại chúng].

Kinh Đại tập[2] nói "có biết bao nhiêu Phật dữ dục"; kinh Hoa nghiêm cũng nói "trong mười phương có biết bao nhiêu Phật cùng thuyết kinh Hoa Nghiêm"; Đại phẩm Bát-nhã cũng nói "ngàn vị Phật cùng thuyết giảng Bát-nhã". Nhưng những kinh ấy đều không nói chư Phật ấy là phân thân của đức Phật Thích-ca. Dựa theo kinh Pháp

---

[1] Dữ dục (與欲) là một nghi thức được thực hiện khi vị tỳ-kheo không thể trực tiếp đến tham dự một buổi họp bàn của tăng chúng. Vị ấy có thể gửi ý kiến của mình về vấn đề đang bàn thảo cho một vị tỳ-kheo khác đến trình bày trước đại chúng. Người nhận việc truyền đạt ý kiến đó gọi là "thụ dục" (受欲), và mang ra trình bày trước đại chúng gọi là "thuyết dục" (說欲).

[2] Tức là Đại phương đẳng Đại tập kinh (大方等大集經).

hoa này thì nên hiểu chư Phật đó đều là phân thân [của Phật Thích-ca]. Vì những kinh ấy còn mang giữ phương tiện [chưa phá trừ], cho nên trong lúc thuyết giảng không nêu rõ điều đó. Nay trong kinh Pháp hoa này không chỉ là nêu số lượng Phật rất nhiều, lại cũng nói rõ đó đều là phân thân [của Phật Thích-ca] và đều hiện đến để bày tỏ ý muốn [mở cửa tháp].

## KINH VĂN

**Lúc bấy giờ, đức Phật Thích-ca Mâu-ni thấy tất cả các vị Phật phân thân đều đã tập hợp đến ngồi trên tòa sư tử, lại nghe hết thảy chư Phật đều đồng lòng muốn mở cửa tháp báu, nên liền từ chỗ ngồi đứng dậy rồi bay lên trụ yên giữa không trung. Hết thảy bốn chúng đều đứng yên chắp tay, một lòng chiêm ngưỡng Phật.**

**Khi ấy, đức Phật Thích-ca Mâu-ni dùng ngón tay trỏ bên phải mở cửa tháp bảy báu, liền vang lên âm thanh rất lớn, giống như lúc tháo chốt khóa mở cửa thành lớn. Ngay lập tức, toàn thể hội chúng đều nhìn thấy đức Như Lai Đa Bảo bên trong tháp báu, ngồi trên tòa sư tử, toàn thân không hư rã, như đang nhập thiền định, lại nghe tiếng Phật nói rằng: "Lành thay, lành thay! Đức Phật Thích-ca Mâu-ni thuyết giảng kinh Pháp hoa này thật vui thích thay! Ta vì nghe kinh này nên mới đến nơi đây."**

**Khi ấy bốn chúng thấy việc đức Phật đã diệt độ từ vô số ngàn muôn ức kiếp nói ra lời như vậy thì đều ngợi khen là chưa từng có, liền dùng rất nhiều hoa báu cõi trời tung rải lên trên thân Phật Đa Bảo và Phật Thích-ca Mâu-ni.**

**Bấy giờ, đức Phật Đa Bảo bên trong tháp báu liền phân chia một nửa tòa ngồi cho đức Phật Thích-ca Mâu-ni, nói rằng: "Phật Thích-ca Mâu-ni! Có thể đến đây ngồi trên tòa này." Tức thời, đức Phật Thích-ca Mâu-ni liền vào bên trong tháp báu, ngồi kết già trên nửa tòa ngồi ấy.**

**Khi ấy, đại chúng nhìn thấy hai đức Như Lai cùng ngồi kết già trên tòa sư tử bên trong tháp báu thì mỗi người đều khởi lên ý nghĩ rằng: "Tòa Phật ngồi cao xa quá, kính nguyện đức Như Lai dùng**

**sức thần thông giúp chúng con cũng được bay lên trụ yên trên cao như vậy." Tức thời, đức Phật Thích-ca Mâu-ni dùng sức thần thông đón lấy đại chúng đưa cả lên không trung.**

❖ Tiểu đoạn thứ hai từ câu *"Lúc bấy giờ đức Phật Thích-ca Mâu-ni thấy..."* trở đi, nói việc mở cửa tháp, tức là khai thị trừ bỏ quyền thừa. Nhìn thấy Phật [Đa Bảo bên trong tháp] tức là hiển bày pháp chân thật, cũng tức là chứng minh cho phần thuyết giảng trước, lại sắp sửa mở ra thuyết giảng phần sau. *"Như lúc tháo chốt khóa"*, là nói căn cơ [Đại thừa] phát khởi, tháo gỡ che chướng.

❖ [Từ tiểu đoạn thứ ba đến tiểu đoạn thứ năm, y theo kinh văn có thể hiểu được, không cần giảng giải.]

**KINH VĂN**

**Rồi Phật cất tiếng rền vang bảo khắp bốn chúng rằng: "Những ai có thể ở cõi Ta-bà này rộng thuyết kinh Diệu Pháp Liên Hoa thì nay chính là lúc thích hợp. Không bao lâu nữa Như Lai sẽ nhập Niết-bàn, nên Phật muốn có người để giao phó kinh Diệu Pháp Liên Hoa này."**

▣ Tổng đoạn thứ ba[1] từ câu *"Rồi Phật cất tiếng rền vang bảo khắp bốn chúng..."* trở đi, nêu việc đức Phật Thích-ca kêu gọi tìm người thọ trì, lưu thông kinh này.

Tổng đoạn này lại chia làm 3 đoạn. Đoạn thứ nhất là Phật cất tiếng rền vang nêu lên việc Như Lai chẳng còn ở đời lâu dài. Đoạn thứ hai nêu rõ thời điểm phó chúc, giao phó chánh pháp đã đến. Đoạn thứ ba từ câu *"Phật muốn có người..."* trở đi, nêu việc phó chúc cần có người. Nói *"có người"* nghĩa là những người mà khi Phật tại thế có thể tùy cơ duyên làm lợi ích chúng sanh, tự mình thuyết giảng chánh pháp, không cần đến người khác. Nay cơ duyên giáo

---

[1] Văn Cú nói "第二 - đệ nhị", nhưng theo phân chia ở phần trước thì đây là tổng đoạn thứ ba.

hóa của Phật đã hết, muốn cho chánh pháp này tiếp tục làm lợi ích vô cùng [cho chúng sanh], nên cần phải phó chúc để lưu thông truyền rộng về sau.

Nói *"có người để giao phó"* lại bao gồm 2 ý. Thứ nhất là giao phó có người ở gần, tức là giao phó việc giảng thuyết truyền rộng cho 8 muôn, 2 muôn Bồ Tát[1] từ xưa đã trụ ở cõi thế giới này. Thứ hai là giao phó có người ở xa, tức là giao phó cho những đệ tử bản nguyên ở phương dưới, nhiều như số hạt bụi nhỏ trong cả ngàn thế giới, để làm cho kinh này được lưu truyền thông suốt đến khắp mọi nơi, cũng là để phát khởi ý nghĩa thọ lượng [của Như Lai].

**KINH VĂN**

**Lúc bấy giờ, đức Thế Tôn muốn lặp lại ý nghĩa trên nên thuyết kệ rằng:**

**Bậc Thế Tôn Thánh Chúa,**
**Tuy diệt độ đã lâu,**
**An vị trong tháp báu,**
**Còn vì pháp đến đây.**
**Vậy đại chúng tại sao,**
**Không chuyên cần vì pháp?**
**Phật Đa Bảo diệt độ,**
**Đã vô số kiếp rồi,**
**Vẫn nghe pháp khắp nơi,**
**Vì chánh pháp khó gặp.**
**Phật xưa vốn có nguyện:**
**"Sau khi ta diệt độ,**
**Nơi nào có ta đến,**
**Đều chỉ vì nghe pháp."**
**Lại phân thân của ta,**
**Là vô số chư Phật,**
**Nhiều như cát sông Hằng,**
**Đều muốn đến nghe pháp,**
**Cùng gặp Phật diệt độ:**
**Đức Như Lai Đa Bảo,**
**Nên bỏ cõi tốt đẹp,**
**Cùng các chúng đệ tử,**
**Chư thiên, người, long thần,**
**Và những việc cúng dường,**
**Vì chánh pháp dài lâu,**
**Nên cùng đến nơi này.**
**Vì tòa ngồi chư Phật,**
**Ta đã dùng thần thông,**
**Dời chuyển vô số chúng,**
**Làm cõi nước thanh tịnh.**
**Và hết thảy chư Phật,**
**Đến ngồi dưới cây báu,**
**Như hồ nước thanh tịnh,**
**Có hoa sen trang nghiêm.**

[1] Ở đây nói 8 muôn Bồ Tát là số lượng được nêu ở đầu phẩm Pháp sư (80.000), 2 muôn Bồ Tát là số Bồ Tát được nêu ở đầu phẩm Khuyến khích thọ trì (20.000).

**Dưới gốc mỗi cây báu,**
**Đều có tòa sư tử,**
**Chư Phật ngồi trên tòa,**
**Trang nghiêm, đẹp, sáng tỏa,**
**Như giữa đêm tối tăm,**
**Bừng lên ngọn đuốc lớn.**
**Thân tỏa hương nhiệm mầu,**
**Khắp cõi nước mười phương,**
**Chúng sanh được xông ướp,**
**Vui không thể tự chế,**
**Giống như cơn gió mạnh,**
**Thổi lay nhánh cây nhỏ.**
**Dùng phương tiện như vậy,**
**Để pháp trụ lâu dài.**

■ Phần kệ tụng có 48 khổ kệ, [cũng chia làm 3 tổng đoạn,] tụng lại ý nghĩa 3 tổng đoạn trong kinh văn trường hàng. Tổng đoạn thứ nhất có 3 khổ rưỡi kệ, tụng về đức Phật Đa Bảo đã diệt độ. Tổng đoạn thứ hai có 8 khổ rưỡi kệ, tụng về việc [chư Phật] phân thân [của đức Phật Thích-ca] đều tập hợp. Tổng đoạn thứ ba có 36 khổ kệ, tụng về việc đức Phật Thích-ca giao phó chánh pháp.

▣ Tổng đoạn thứ nhất và thứ hai đều có thể y theo kinh văn mà hiểu được, không cần giảng giải.

## KINH VĂN

**Thế Tôn hỏi đại chúng:**
**"Sau khi ta diệt độ,**
**Ai có thể giữ gìn,**
**Tụng đọc, thuyết kinh này?**
**Hôm nay ở trước Phật,**
**Nên tự phát thệ nguyện.**
**Như đức Phật Đa Bảo,**
**Tuy diệt độ đã lâu,**
**Nhưng do đại thệ nguyện,**
**Phát tiếng hộ trì pháp.**
**Đức Như Lai Đa Bảo,**
**Cùng phân thân của ta,**
**Các hóa Phật tựu về,**
**Ắt rõ thệ nguyện ấy.**
**Nay hết thảy Phật tử,**
**Ai có thể hộ pháp,**
**Nên phát đại thệ nguyện,**
**Giữ chánh pháp lâu dài.**
**Ai có thể giữ gìn,**
**Bản kinh Pháp hoa này,**
**Tức là đã cúng dường,**
**Ta và Phật Đa Bảo.**
**Đức Phật Đa Bảo này,**
**Trụ yên trong tháp báu,**
**Thường hiện khắp mười phương.**
**Ai giữ gìn kinh này,**
**Cũng là đã cúng dường,**
**Chư hóa Phật đến đây,**
**Làm trang nghiêm sáng đẹp,**
**Khắp thảy các thế giới.**

**Nếu thuyết giảng kinh này,**
**Ắt sẽ được thấy ta,**
**Cùng Như Lai Đa Bảo,**
**Và tất cả hóa Phật.**

▣ Tổng đoạn thứ ba từ câu *"Thế Tôn hỏi đại chúng"* trở đi, chia thành 2 đoạn. Đoạn thứ nhất có 8 khổ rưỡi kệ, nêu ra "ba Phật" gồm Phật Đa Bảo, Phật Thích-ca và các vị phân thân Phật, để khuyến khích việc lưu thông kinh này. Đoạn thứ hai có 27 khổ rưỡi kệ, nêu việc thọ trì giữ gìn kinh Pháp hoa này là rất khó để khuyến khích lưu thông.

◆ Đoạn thứ nhất lại có 3 tiểu đoạn.

❖ Tiểu đoạn thứ nhất gồm 1 khổ rưỡi kệ nêu việc đức Phật kêu gọi tìm người [giao phó lưu truyền kinh này].

❖ Tiểu đoạn thứ hai từ câu *"Như đức Phật Đa Bảo"* trở đi gồm 3 khổ kệ, cũng nêu "ba Phật" để khuyến khích việc thọ trì gìn giữ kinh này.

❖ Tiểu đoạn thứ ba từ câu *"Ai có thể giữ gìn"* trở đi gồm 4 khổ kệ, nói việc thường thọ trì kinh này tức là cúng dường "ba Phật" cùng được thấy "ba Phật" để giải thích ý nghĩa khuyến khích thọ trì kinh này.

**KINH VĂN**

**Này các thiện nam tử!**
**Hãy suy xét thật kỹ,**
**Việc này rất khó khăn,**
**Cần phát khởi đại nguyện.**
**Bao nhiêu kinh điển khác,**
**Nhiều như cát sông Hằng,**
**Tuy thuyết giảng tất cả,**
**Chưa đủ gọi là khó.**
**Nắm lấy núi Tu-di,**
**Mang đặt ở phương khác,**
**Cách vô số cõi Phật,**
**Cũng chưa gọi là khó.**
**Hoặc dùng một ngón chân,**
**Hất tung cõi đại thiên,**
**Văng xa đến cõi khác,**
**Cũng chưa gọi là khó.**
**Lên cõi trời Hữu đỉnh,[1]**
**Vì đại chúng thuyết giảng,**

[1] Cõi trời Hữu đỉnh (有頂天), chỉ tầng trời thứ 9, cao nhất của cõi Sắc. Tên gọi này lại cũng chỉ tầng trời thứ tư của cõi Vô sắc, cũng là cao nhất cõi này, và do đó cũng là cao nhất trong ba cõi.

**Vô số những kinh khác,**
**Cũng chưa gọi là khó.**
**Sau khi Phật diệt độ,**
**Ở trong đời xấu ác,**
**Có thể thuyết kinh này,**
**Mới thực sự là khó.**
**Ví như có một người,**
**Tay nắm được hư không,**
**Mang đi khắp đó đây,**
**Cũng chưa gọi là khó.**
**Sau khi ta diệt độ,**
**Tự sao chép kinh này,**
**Hoặc bảo người khác chép,**
**Mới thực sự là khó.**
**Có thể đặt cõi đất,**
**Trên đầu một móng chân,**
**Bay lên cõi Phạm thiên,**
**Cũng chưa gọi là khó.**
**Sau khi Phật diệt độ,**
**Ở trong đời xấu ác,**
**Đọc kinh này chốc lát,**
**Mới thực sự là khó.**
**Gặp tai kiếp lửa thiêu,**
**Mà gánh vác cỏ khô,**
**Vào lửa không bị cháy,**
**Cũng chưa gọi là khó.**
**Sau khi Phật diệt độ,**
**Nếu trì tụng kinh này,**
**Vì một người giảng thuyết,**
**Mới thực sự là khó.**
**Nếu trì tụng tám muôn**
**Với bốn ngàn pháp tạng,**
**Mười hai thể loại kinh,**
**Vì người khác giảng thuyết,**
**Giúp cho người nghe kinh,**
**Đều được sáu thần thông.**
**Tuy làm được như vậy,**
**Cũng chưa gọi là khó.**
**Sau khi Phật diệt độ,**
**Nghe, tin nhận kinh này,**
**Thưa hỏi về nghĩa lý,**
**Mới thực sự là khó.**
**Như có người thuyết pháp,**
**Giúp cho ngàn muôn ức,**
**Đến vô số chúng sanh,**
**Nhiều như cát sông Hằng,**
**Đều chứng A-la-hán,**
**Đầy đủ sáu thần thông.**
**Dù hữu ích như thế,**
**Cũng chưa gọi là khó.**
**Sau khi Phật diệt độ,**
**Nếu kính vâng thọ trì,**
**Bản kinh Pháp hoa này,**
**Mới thực sự là khó.**
**Ta vì truyền Phật đạo,**
**Ở vô số cõi nước,**
**Từ thuở xưa đến nay,**
**Rộng thuyết nhiều kinh điển,**
**Nhưng trong những kinh ấy,**
**Pháp hoa là bậc nhất.**
**Nếu gìn giữ kinh này,**
**Là giữ gìn thân Phật.**

◆ Đoạn thứ hai từ câu *"Này các thiện nam tử"* trở đi, có 27 khổ rưỡi kệ nêu việc thọ trì gìn giữ kinh này là rất khó để khuyến khích sự lưu thông.

Đoạn này lại có 2 tiểu đoạn. Tiểu đoạn thứ nhất gồm 20 khổ kệ, nêu ý chính khuyến khích [sự lưu thông kinh]. Tiểu đoạn thứ hai gồm 7 khổ rưỡi kệ, giải thích ý nghĩa phần khuyến khích.

❖ Tiểu đoạn thứ nhất lại có 3 phân đoạn.

▪ Phân đoạn thứ nhất gồm 1 khổ kệ nêu ý khuyên răn.

▪ Phân đoạn thứ hai từ câu *"Bao nhiêu kinh điển khác"* trở đi có 17 khổ kệ, nêu ý chính là việc thọ trì giữ gìn kinh này rất khó để khuyến khích lưu thông.

▪ Phân đoạn thứ ba từ câu *"Ta vì truyền Phật đạo"* trở đi có 2 khổ kệ, giải thích ý nghĩa việc thọ trì giữ gìn kinh này rất khó. Nếu ai có thể thọ trì giữ gìn kinh này tức là giữ gìn thân Phật, ý nghĩa như vậy thì làm sao có thể là dễ dàng được.

**KINH VĂN**

**Này các thiện nam tử!**
**Sau khi ta diệt độ,**
**Ai có thể thọ trì,**
**Tụng đọc kinh điển này,**
**Thì nay ở trước Phật,**
**Hãy tự phát thệ nguyện.**
**Kinh này khó thọ trì,**
**Ai thọ trì chốc lát,**
**Đủ làm ta hoan hỷ,**
**Chư Phật cũng đều vui.**
**Người làm được như vậy,**
**Chư Phật đều khen ngợi.**
**Đó chính là dũng mãnh,**
**Đó chính là tinh tấn,**
**Cũng chính là trì giới,**
**Là tu hạnh đầu đà,**[1]
**Ắt sẽ được nhanh chóng,**
**Thành tựu đạo Vô thượng.**
**Ở trong đời tương lai,**
**Đọc, thọ trì kinh này,**

[1] Hạnh đầu-đà (H. 頭陀, S. dhūta), chỉ một pháp tu tiết chế nhiều trong sinh hoạt thường ngày như ăn uống, ngủ nghỉ, thường bị nhầm lẫn như là khổ hạnh, nhưng thật ra chỉ là tiết chế đúng pháp chứ không phải khổ hạnh. Theo kinh văn Hán truyền thì có 12 hạnh đầu đà, bao gồm: 1. Sống nơi thanh vắng yên tĩnh; 2. Thường thực hành pháp khất thực; 3. Đi khất thực luôn bình đẳng theo thứ lớp; 4. Mỗi ngày chỉ ăn một bữa; 5. Ăn điều độ, có chừng mực; 6. Sau bữa ăn không uống nước; 7. Chỉ dùng tệ nạp y; 8. Chỉ có 3 tấm y; 9. Ngủ nghỉ nơi nghĩa địa; 10. Ngủ nghỉ dưới gốc cây; 11. Ngủ nghỉ nơi đồng trống; 12. Khi nghỉ ngơi cũng chỉ ngồi không nằm.

**Đúng thật là Phật tử,**
**Ở địa vị thuần thiện.**
**Sau khi Phật diệt độ,**
**Thường giảng giải kinh này,**
**Thì là mắt nhìn thay**
**Cho trời, người thế gian.**
**Giữa đời nhiều khiếp sợ,**
**Thuyết kinh này chốc lát,**
**Cũng đủ để trời, người,**
**Đều nên đến cúng dường.**

❖ Tiểu đoạn thứ hai từ câu "Này các thiện nam tử" trở đi gồm 7 khổ rưỡi kệ, nêu việc có thể thọ trì giữ gìn [kinh này vốn] khó thọ trì giữ gìn thì có thể thành tựu công đức thù thắng, để giải thích ý nghĩa khuyến khích.

Tiểu đoạn này lại có 3 phân đoạn.

▪ Phân đoạn thứ nhất có 1 khổ rưỡi kệ, lặp lại lời kêu gọi khuyên người thọ trì kinh.

▪ Phân đoạn thứ hai từ câu *"Kinh này khó thọ trì"* trở đi gồm 1 khổ rưỡi kệ nêu rõ việc ai có thể thọ trì pháp khó thọ trì ắt sẽ được chư Phật hoan hỷ ngợi khen xưng tán.

▪ Phân đoạn thứ ba từ câu *"Đó chính là dũng mãnh"* trở đi, có 4 khổ rưỡi kệ, nêu rõ việc có thể thọ trì chánh pháp khó thọ trì tức là thành tựu công hạnh thù thắng. Công hạnh thù thắng lại có 2 ý nghĩa là tự mình được thù thắng và giúp người khác trở nên thù thắng.

*"Giữa đời nhiều khiếp sợ"*, tiếng Phạn gọi là *sa-bội*, Hán ngữ dịch là "khủng úy", nhiều khiếp sợ. Cũng như tiếng Phạn gọi là *bạt-đà*, Hán ngữ dịch là Hiền kiếp,[1] chỉ là cách gọi tên khác nhau.

---

[1] Văn Cú dùng "颰陀 - bạt-đà" là phiên âm từ Phạn ngữ Bhadrā, nói đủ là Bhadrā-kalpa, tức là Hiền kiếp, danh xưng của thời đại chúng ta đang sống hiện nay. Trong Hiền kiếp này sẽ có tất cả là 1.000 vị Phật lần lượt ra đời. Văn Cú dùng chữ "沙悖 - sa-bội" cũng là phiên âm từ Phạn ngữ để chỉ "khủng úy thế", nghĩa là "đời nhiều khiếp sợ".

# CẤU TRÚC PHẨM ĐỀ-BÀ-ĐẠT-ĐA

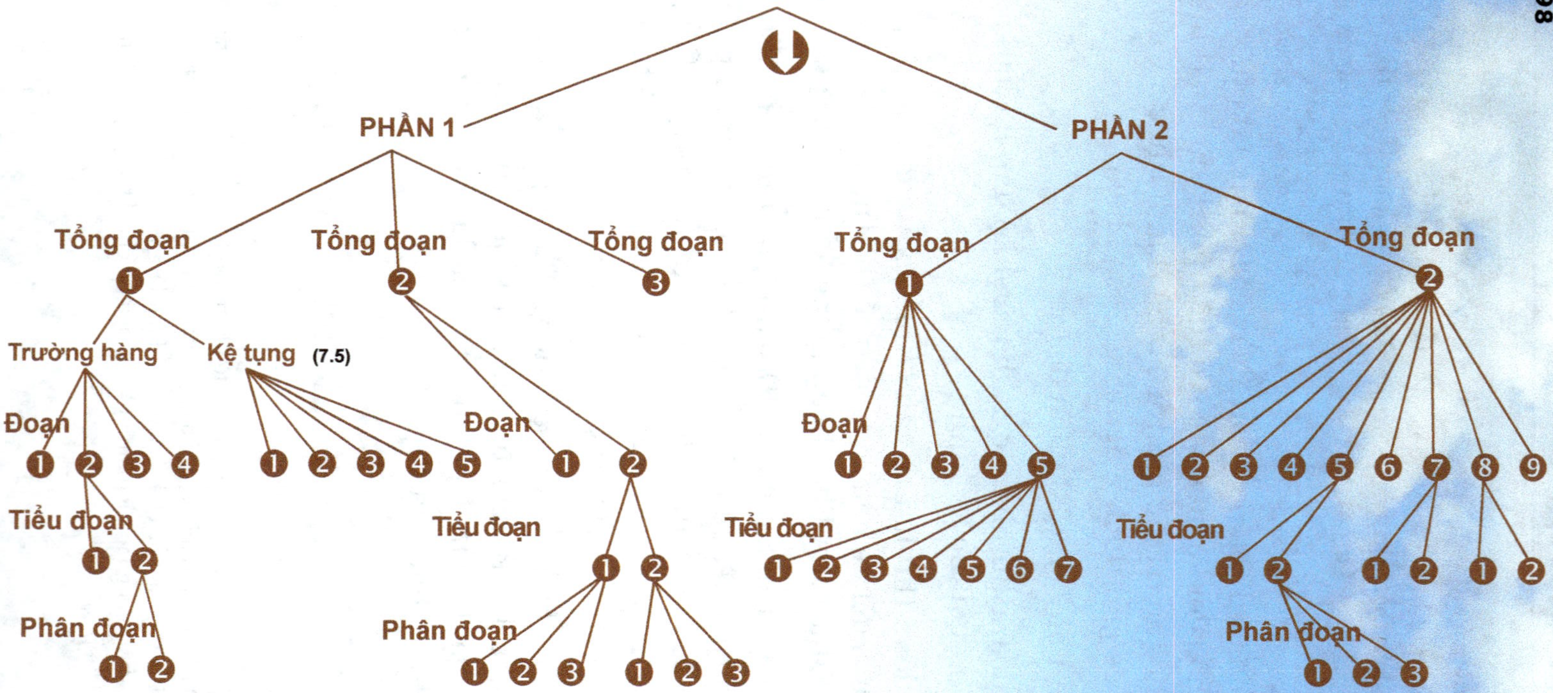

# 12. Giải thích phẩm Đề-bà-đạt-đa

**KINH VĂN**

**| Phẩm Đề-bà-đạt-đa, thứ mười hai**

## Giải thích tên phẩm

Khi Đề-bà-đạt-đa sanh ra, hàng trời, người đều thấy trong lòng nóng bức, nhân đó mà đặt tên như vậy.[1] Đây là giải thích tên gọi theo nhân duyên.

Tạo tác nhân trái nghịch nhưng theo lý thì thuận, tức là giải thích theo Viên giáo, không phải ý nghĩa theo các giáo pháp khác.

Bản địa từ xưa vốn trong trẻo mát mẻ, hình tích thị hiện chư thiên nóng bức, là để cho đồng với bịnh của chúng sanh.

Mục lục kinh điển của ngài Bảo Xướng[2] nói kinh Pháp hoa có 4 bản dịch, hiện còn 2 bản, đã mất 2 bản. Một bản do ngài Đàm-ma-la-sa (Dharmarakṣa), Hán dịch là Pháp Hộ (法護), dịch tại Trường An vào đời Tây Tấn (265-316), gọi là kinh Chánh Pháp hoa.[3] Ngài Pháp Hộ [chuyển dịch

---

[1] Đề-bà-đạt-đa (提婆達多), phiên âm từ Phạn ngữ Devadatta, dịch nghĩa là Thiên Thọ (天壽), Thiên Nhiệt (天熱) hay Thiên Dữ (天與). Giải thích của Văn Cú ở đây dựa theo cách dịch là "thiên nhiệt" (chư thiên nóng bức).

[2] Văn Cú nói "寶唱經目 - Bảo Xướng kinh mục", tức là bộ Kinh luật dị tướng (經律異相) gồm 50 quyển, do ngài Bảo Xướng và đồng sự biên soạn, cũng gọi là Bảo Xướng lục (寶唱錄), được đưa vào Đại Chánh tạng ở Tập 53, số 2121.

[3] Chánh Pháp hoa kinh (正法華經), 10 quyển, đưa vào Đại Chánh tạng thuộc Tập

kinh này có] nhiều chỗ diễn giảng rộng, lại chọn lựa cắt bỏ một số nơi.

Ngài Cưu-ma-la-thập (Kumārajīva), Hán dịch là Đồng Thọ (童壽), người nước Quy Tư, niên hiệu Hoằng Thủy thứ năm (403), vào ngày 23 tháng 4, tại Tiêu Dao Viên ở Trường An dịch xong Đại phẩm Bát-nhã.[1] Đến mùa hè niên hiệu Hoằng Thủy thứ tám (406), tại chùa Thảo Đường dịch kinh Diệu Pháp Liên Hoa này, bảo ngài Tăng Duệ giảng giải. Ngài Tăng Duệ [khi giảng giải] phân chia toàn kinh ra 9 khoa mục.[2] Vào thời ấy kinh này có 28 phẩm, vì cung nhân trong cung Trường An thỉnh riêng phẩm [Đề-bà-đạt-đa] này lưu giữ trong nội cung, nên khi lưu truyền đến Giang Đông chỉ còn 27 phẩm, [không có phẩm này].[3]

Đời nhà Lương (502-557) có Mãn Pháp sư giảng kinh này 100 lượt, rồi tự thiêu ở quận Trường Sa. [Pháp sư

9, kinh số 263, do ngài Trúc Pháp Hộ (竺法護) người nước Nguyệt Chi (月氏國) dịch vào đời Tây Tấn.

[1] Tức Ma Ha Bát Nhã Ba La Mật Kinh (摩訶般若波羅蜜經), 27 quyển, hiện còn trong Đại Chánh tạng, Tập 8, kinh số 223. Gọi là Đại phẩm để phân biệt với Tiểu Phẩm Bát Nhã Ba La Mật Kinh (小品般若波羅蜜經), 10 quyển, cũng do Cưu-ma-la-thập dịch, hiện còn trong Đại Chánh tạng, Tập 8, kinh số 227.

[2] Văn Cú dùng "九轍 - cửu triệt", tức 9 khoa mục, bao gồm: 1. Hôn thánh tương khấu triệt: phẩm Tựa; 2. Thiệp giáo quy chân triệt: phẩm Phương tiện, đức Phật nói pháp cho hàng thượng căn; 3. Hưng loại tiềm chương triệt: phẩm Thí dụ, đức Phật nói pháp cho hàng trung căn; 4. Thuật cùng thông tích triệt: phẩm Tín giải, nói về những điều mà bốn vị đại đệ tử ngộ giải; 5. Chương nhân tiến ngộ triệt: phẩm Hóa thành và phẩm Thụ kí, đức Phật nói pháp cho hàng hạ căn; 6. Tán dương hành lý triệt: phẩm Pháp sư; 7. Bản tích vô sanh triệt: phẩm Hiện Bảo Tháp; 8. Cử nhân trưng quả triệt: phẩm Tùng địa dũng xuất và phẩm Như Lai Thọ lượng; 9. Xưng dương vĩnh tế triệt: từ phẩm Tùy hỷ công đức trở xuống là phần lưu thông của toàn kinh. Tuy nhiên, sách Pháp hoa huyền luận, quyển 1, nói cách phân chia kinh Pháp hoa thành "cửu triệt" là do ngài Đạo Dung (道融) khởi xướng. (Xem Đại Chánh tạng, Tập 34, số 1720, trang 363, tờ c, dòng 11-13.) Tuy sống cùng thời kỳ, nhưng ngài Tăng Duệ là đệ tử của ngài Cưu-ma-la-thập, còn ngài Đạo Dung là người được vua Diêu Hưng mời đến hợp tác với ngài Cưu-ma-la-thập trong việc dịch kinh.

[3] Theo trình bày ở đây, có thể hiểu là kinh văn lúc này vừa được chuyển dịch và chỉ có duy nhất một bản chép tay, chưa được in ấn số lượng nhiều.

giảng kinh] vẫn đặt phẩm này ở trước phẩm *Khuyến khích thọ trì*, nhưng đây chỉ là tự sắp xếp theo ý riêng, chưa được lưu hành rộng rãi. Đến đời Trần (557-589), có thiền sư Nam Nhạc[1] xếp phẩm này ngay sau phẩm *Hiện tháp báu*. Về sau, đối chiếu với kinh *Chánh Pháp hoa* thì hoàn toàn tương hợp. Ngày nay thiên hạ thống nhất,[2] tìm lại được bản dịch cũ ở Trường An [thấy sắp xếp đúng như vậy], nên mới biết 2 bậc thầy nói trên đều hiểu sâu ý kinh.

Đề-bà-đạt-đa (Devadatta) cũng phiên âm là Đề-bà-đạt-đâu (提婆達兜), Hán dịch là Thiên Nhiệt. Đề-bà-đạt-đa phá hoại tăng đoàn, dẫn 500 vị tỳ-kheo đi nơi khác. Ngài Xá-lợi-phất làm cho Đề-bà-đạt-đa ngủ say, Rồi ngài Mục-kiền-liên [đặt 500 vị tỳ-kheo này lên bàn tay] mang trở về tinh xá.[3] Lúc Đề-bà-đạt-đa thức giấc liền phát lời thề phải báo mối thù này. Về sau, Đề-bà-đạt-đa lăn tảng đá lớn đến 30 khuỷu tay, chiều ngang 15 khuỷu tay [từ trên núi xuống] để hại Phật. Thần núi đưa tay chặn lại, có viên đá nhỏ văng ra trúng vào chân Phật làm chảy máu. Đề-bà-đạt-đa còn xúi giục vua A-xà-thế thả con voi say ra để giẫm chết Phật [nhưng voi chạy đến quỳ trước Phật]. Đề-bà-đạt-đa cũng dùng tay đánh chết tỳ-kheo-ni Liên Hoa Sắc. Đề-bà-đạt-đa lại bôi thuốc độc vào 10 đầu móng tay, dự định khi đảnh lễ sát dưới chân Phật sẽ [dùng móng tay] gây thương tích cho Phật [để Phật nhiễm độc mà chết, nhưng chân Phật không hề thương tổn].

---

[1] Đây là nói đến ngài Nam Nhạc Tuệ Tư (南嶽慧思), thầy của Đại sư Trí Khải. Ngài sanh năm 515, viên tịch vào năm 577, người Vũ Tân (nay là huyện Thượng Thái, Hà Nam), xuất gia từ thuở nhỏ, thường chuyên tâm tụng kinh Pháp hoa.

[2] Văn Cú dùng "四瀆混和 - tứ độc hỗn hòa", tứ độc chỉ 4 con sông là Trường giang, Hoàng hà, Hoài hà và Tế thủy. Văn Cú Ký giải thích rằng đây là muốn nói đến cảnh "天下大同 - thiên hạ đại đồng", tức là không còn phân chia như trước đó. Sự thống nhất này là kể từ đời nhà Đường.

[3] Chỗ này Văn Cú có sự lẫn lộn, vì trong quyển 1 khi kể về chuyện ngài Mục-kiền-liên đã có nói rõ việc này, theo đó thì chính ngài Mục-kiền-liên dùng thần thông khiến cho Đề-bà-đạt-đa ngủ say như chết, ngài Xá-lợi-phất nhân đó mới thuyết pháp với 500 tỳ-kheo, chỉ rõ sự sai lầm để thuyết phục họ quay về. Sau đó, ngài Mục-kiền-liên dùng thần thông đặt đại chúng lên bàn tay rồi bay về lại tinh xá.

[Những việc Đề-bà-đạt-đa làm] là 5 tội nghịch, nếu kể là 3 tội nghịch thì những việc xúi giục vua [thả voi say,] bôi thuốc độc vào đầu móng tay cùng việc [lăn đá] để hại Phật có thể gộp chung thành một tội.[1] Do những việc này mà gọi là việc làm trái nghịch.

Vào lúc Đề-bà-đạt-đa sanh ra, chư thiên và loài người đều thấy trong lòng nóng bức, theo đó mà đặt tên nên gọi là Thiên Nhiệt. Đây là hình tích thị hiện. Nếu giải thích theo bản nguyên thì chúng sanh nhiều phiền não nên Bồ Tát thị hiện nóng bức, đồng bệnh như chúng sanh để cứu độ.

Phẩm này có dụng ý dẫn việc truyền bá kinh Pháp hoa từ thuở xưa đã lợi ích, không phải việc sai lầm, chứng minh cho việc ngày nay tuyên giảng giáo hóa là chứng nghiệm được, không hề hư dối. Nêu việc thuở trước để khuyến khích việc ngày nay, khiến cho kinh này được lưu truyền thông suốt rộng khắp.

Kinh văn chia làm 2 phần.

Phần thứ nhất từ đầu phẩm cho đến hết câu *"nếu sanh ra trước Phật thì hóa sanh từ hoa sen"*, nêu việc ngày xưa Đề-bà-đạt-đa truyền bá lưu thông kinh này, [nhờ đó] đức Phật Thích-ca thành đạo.

Phần thứ hai từ câu *"Lúc bấy giờ, có vị Bồ Tát từ phương dưới theo hầu đức Thế Tôn Đa Bảo"* trở đi, nêu việc hiện tại ngài Văn-thù-sư-lợi truyền bá lưu thông kinh này, [nhờ đó] Long nữ thành Phật.

Việc thọ nhận tu hành theo giáo pháp này còn được như vậy, thì lợi ích và công đức của việc giảng giải truyền bá

---

[1] Ở đây Văn Cú kể 5 tội nghịch là 5 việc Đề-bà-đạt-đa đã làm, bao gồm: phá tăng, giết tỳ-kheo-ni Liên Hoa Sắc và 3 lần mưu hại Phật. Tuy nhiên, xét theo định nghĩa về 5 tội nghịch thì gồm: phá hòa hợp tăng, giết A-la-hán, giết cha, giết mẹ, làm thân Phật chảy máu, nên mới nói rằng 3 việc hãm hại Phật được gộp chung thành một tội, và như vậy Đề-bà-đạt-đa xem như phạm vào 3 tội nghịch.

lưu thông kinh này có lẽ nào lại không lớn lao? Cho nên Đề-bà-đạt-đa được thụ ký [sẽ thành Phật]. Trường hợp ngài Văn-thù-sư-lợi, cứ dựa theo ý nghĩa đó có thể biết được. Đại lược là như vậy.

## KINH VĂN

**Lúc bấy giờ, đức Phật bảo các vị Bồ Tát cùng chư thiên, loài người và bốn chúng: "Trong quá khứ, ta trải qua vô số kiếp tìm cầu kinh Pháp hoa này, không hề biếng trễ mỏi mệt.[1] Trong nhiều kiếp ta thường sanh làm bậc quốc vương, phát nguyện cầu đạo Vô thượng Bồ-đề, tâm không thối chuyển. Vì muốn tu tập trọn đủ sáu pháp ba-la-mật nên ta chuyên cần tu hạnh bố thí với tâm không tham tiếc keo lận, từ voi ngựa, bảy món báu, đất nước, thành quách, vợ con, nô tỳ, người hầu hạ, cho đến đầu, mắt, tủy, não, thân thể, xương thịt, tay chân, thậm chí không tiếc cả mạng sống.**

**"Vào thời ấy, người dân sống lâu đến vô số kiếp. Ta vì cầu pháp nên từ bỏ ngôi vua, giao việc trị nước cho thái tử, đánh trống truyền rao khắp bốn phương để cầu chánh pháp: 'Nếu ai có thể vì ta thuyết giảng pháp Đại thừa, ta sẽ suốt đời lo việc cung cấp, phục dịch cho người ấy.'**

**"Lúc bấy giờ có một vị tiên đến nói rằng: 'Ta có pháp Đại thừa là kinh Diệu Pháp Liên Hoa. Nếu vua không trái lời, ta sẽ thuyết giảng cho nghe.' Vua nghe vị tiên ấy nói thì vui mừng phấn khích, lập tức đi theo, cung cấp đủ mọi nhu cầu, phục dịch mọi việc như hái trái cây, lấy nước, nhặt củi, dọn ăn, cho đến dùng chính thân mình để làm giường ghế, thân tâm không hề mỏi mệt. Phụng sự như vậy trải qua ngàn năm. Vua vì cầu pháp nên tinh tấn chuyên cần hầu hạ, cung cấp cho vị tiên không để thiếu thốn."**

■ Phần thứ nhất có 3 tổng đoạn. Tổng đoạn thứ nhất, nêu tướng trạng thầy trò truyền nhận kinh [Pháp hoa]

---

[1] Bản Đại Chánh chép chỗ này là "懈惓 - giải quyền", có lẽ nhầm. Chúng tôi tham khảo bản Càn Long chép là "懈倦 - giải quyện" hợp lý hơn, vì chữ quyền (惓 – bộ tâm) mang nghĩa là thành khẩn, chân thành, trong khi chữ quyện (倦 – bộ nhân) mang nghĩa là mệt mỏi, chán mệt. Đây mới là ý nghĩa thích hợp trong ngữ cảnh này. Cũng có thể theo cách dùng xưa kia thì 2 chữ thông nghĩa lẫn nhau.

này thuở trước. Tổng đoạn thứ hai, nêu mối liên kết giữa thuở xưa và ngày nay. Tổng đoạn thứ ba là khuyến khích sự tin nhận.

▣ Tổng đoạn thứ nhất có kinh văn trường hàng và kệ tụng.

Kinh văn trường hàng lại có 4 đoạn. Đoạn thứ nhất nêu chung về thời điểm cầu pháp. Đoạn thứ hai, từ câu *"trải qua vô số kiếp"* trở đi nêu rõ về việc cầu pháp. Đoạn thứ ba là từ câu *"Lúc bấy giờ có một vị tiên"* trở đi, nêu việc tìm cầu được pháp sư. Đoạn thứ tư từ câu *"Vua nghe vị tiên ấy nói..."* trở đi nêu việc thọ nhận giáo pháp, cung kính y theo đó tu hành.

◆ Đoạn thứ nhất y theo kinh văn có thể hiểu được, [không cần giải thích].

◆ Đoạn thứ hai từ câu *"ta trải qua vô số kiếp"* trở đi, chia làm 2 tiểu đoạn.

❖ Tiểu đoạn thứ nhất nêu việc phát nguyện [cầu pháp].

❖ Tiểu đoạn thứ hai từ câu *"vì muốn tu tập trọn đủ"* trở đi, nêu rõ việc tu hành, lại có 2 phân đoạn.

▪ Phân đoạn thứ nhất nói việc vì muốn trọn đủ pháp bố thí ba-la-mật nên chuyên cần thực hành bố thí, y theo kinh văn có thể hiểu được [không cần giảng giải].

▪ Phân đoạn thứ hai từ câu *"Vào thời ấy, người dân sống lâu đến vô số kiếp"* trở đi, nêu việc vì muốn trọn đủ pháp Bát-nhã [ba-la-mật] nên cố tìm cầu diệu pháp.

**KINH VĂN**

**Bấy giờ, đức Thế Tôn muốn lặp lại nghĩa trên nên thuyết kệ rằng:**

**Ta nhớ đời quá khứ,**
**Vì cầu pháp Đại thừa,**
**Nên tuy làm quốc vương,**
**Không tham năm món dục.**

**Truyền rao khắp bốn phương,**
**Ai biết pháp Đại thừa,**
**Nếu vì ta thuyết giảng,**
**Sẽ theo làm tôi tớ.**
**Có vị tiên A-tư,**
**Tìm đến bảo vua rằng:**
**"Ta có pháp nhiệm mầu,**
**Thế gian này hiếm có.**
**Nếu có thể tu tập,**
**Ta sẽ vì vua thuyết."**

■ Phần kệ tụng có 7 khổ rưỡi kệ, tụng lại ý nghĩa trong kinh văn trường hàng, [chia làm 5 đoạn].

◆ Đoạn thứ nhất gồm 2 câu đầu, tụng lại ý nghĩa đoạn thứ nhất trong kinh văn trường hàng, nêu thời điểm cầu pháp.

◆ Đoạn thứ hai gồm 1 khổ rưỡi kệ, tụng lại ý nghĩa đoạn thứ hai ở trước, nêu rõ việc cầu pháp.

◆ Đoạn thứ ba từ câu *"Có vị tiên A-tư"* trở đi, gồm 1 khổ rưỡi kệ, tụng lại ý nghĩa đoạn thứ ba ở trước, nói việc gặp được bậc thầy thuyết pháp.

## KINH VĂN

**Vua nghe vị tiên nói,**
**Trong lòng rất mừng vui,**
**Lập tức đi theo hầu,**
**Cung cấp đủ mọi thứ,**
**Nhặt củi, hái trái cây,**
**Thường cung kính phụng sự.**
**Lòng mong cầu diệu pháp,**
**Thân tâm không mỏi mệt.**
**Rộng vì khắp chúng sanh,**
**Chuyên cần cầu Đại thừa.**
**Không vì tự thân mình,**
**Không tham năm món dục.**
**Nên làm đại quốc vương,**
**Chuyên cần được pháp này,**
**Dần đạt đến quả Phật,**
**Nay vì các ông thuyết.**

◆ Đoạn thứ tư từ câu *"Vua nghe vị tiên nói"* trở đi, gồm 2 khổ rưỡi kệ, tụng về việc thọ nhận giáo pháp, vâng làm theo.

◆ Đoạn thứ năm từ câu *"Không vì tự thân mình"* trở đi, gồm 1 khổ rưỡi kệ, tóm kết lại để chứng minh và khuyến khích tin nhận.

## KINH VĂN

**Đức Phật bảo các vị tỳ-kheo: "Đức vua thời ấy nay chính là ta, vị tiên thời ấy nay chính là Đề-bà-đạt-đa. Nhờ bậc thiện tri thức Đề-bà-đạt-đa nên ta mới tu tập được trọn đủ sáu pháp ba-la-mật, [bốn tâm vô lượng] từ bi hỷ xả, đủ 32 tướng tốt, 80 vẻ đẹp, thân thể sáng đẹp màu vàng tía,[1] đủ mười trí lực, bốn pháp vô sở úy, bốn pháp nhiếp phục,[2] mười tám pháp không chung cùng,[3] đủ thần thông**

[1] Văn Cú dùng "紫磨金色 - tử ma kim sắc" (màu vàng tử ma). Vàng tử ma là loại vàng ròng có màu vàng pha sắc tía, được cho là loại vàng tốt nhất, quý nhất. Trong một số kinh luận cũng gọi loại vàng này là vàng diêm-phù-đàn (閻浮檀).

[2] Bốn pháp nhiếp phục, tức Tứ nhiếp pháp (H. 四攝法, S. catvāri-saṃgrahavastūni), bao gồm: 1. Bố thí (H. 布施, S. dāna), dùng pháp bố thí để nhiếp phục, dẫn dắt; 2. Ái ngữ (H. 愛語, S. priyavāditā), dùng lời nhu hòa, êm ái để nhiếp phục, dẫn dắt; 3. Lợi hành (H. 利行, S. arthacaryā), dùng việc làm có lợi cho người khác để nhiếp phục, dẫn dắt; 4. Đồng sự (H. 同事, S. samānārthatā), cùng chung công việc để nhiếp phục, dẫn dắt.

[3] Kinh văn dùng "thập bát bất cộng", tức thập bát bất cộng pháp (H. 十八不共法, S: aṣṭādaśāveṇikabuddhadharmāḥ), chỉ 18 phẩm tính siêu việt chỉ có ở chư Phật, không có ở hàng Thanh văn, Duyên giác, cho nên gọi là "bất cộng" (không chung cùng). Các pháp này gồm có: 1. Thân vô thất (身無失): thân chân chánh, không có lỗi lầm; 2. Khẩu vô thất (口無失): lời nói chân chánh, không có lỗi lầm; 3. Niệm vô thất (念無失): Tâm niệm không có lỗi lầm; 4. Vô dị tưởng (無異想): Không có ý tưởng phân biệt, đối đãi bình đẳng với tất cả; 5. Vô bất định tâm (無不定心): Tâm thường trong định, không tán loạn; 6. Vô bất tri kỷ xả tâm (無不知已捨心): Luôn rõ biết những tâm niệm buông xả, luôn an trụ trong tâm xả, không khổ không vui; 7. Dục vô giảm (欲無減): Tâm nguyện, ý muốn độ sinh không suy giảm; 8. Tinh tấn vô giảm (精進無減): Tinh tấn không thối chuyển, thường dùng phương tiện độ sinh; 9. Niệm vô giảm (念無減): Tâm niệm không suy giảm, không thối thất; 10. Tuệ vô giảm (慧無減): Trí tuệ viên mãn, viên mãn không khuyết thiếu, không suy giảm; 11. Giải thoát vô giảm (解脫無減): Giải thoát không suy giảm, đầy đủ các giải thoát hữu vi và vô vi, dứt mọi phiền não, tập khí; 12. Giải thoát tri kiến vô giảm (解脫知見無減): Thấy biết các tướng giải thoát không ngăn ngại nên tri kiến giải thoát không suy giảm; 13. Nhất thiết thân nghiệp tùy trí tuệ hành (一切身業隨智慧行): Mọi hành động của thân đều được trí tuệ soi chiếu, phù hợp; 14. Nhất thiết khẩu nghiệp tùy trí tuệ hành (一切口業隨智慧行): Hết thảy mọi lời nói đều xuất phát từ trí tuệ; 15. Nhất thiết ý nghiệp tùy trí tuệ hành (一切意業隨智慧行): Tất cả ý nghĩ khởi lên đều có sự soi chiếu của trí tuệ; 16. Trí tuệ tri kiến quá khứ thế vô ngại vô chướng (智慧知見過去世無閡無障): Trí tuệ thấy biết các đời quá khứ không có chướng ngại; 17. Trí tuệ tri kiến vị lai thế vô ngại vô chướng (智慧知見未來世無閡無障): Trí tuệ thấy biết tương lai không có chướng ngại. 18. Trí tuệ tri kiến hiện tại thế vô ngại vô chướng (智慧知見現在世無閡無障): Trí tuệ thấy biết trong hiện tại không có chướng ngại..

**đạo lực, thành bậc Chánh đẳng giác, rộng độ chúng sanh. Tất cả đều nhờ thiện tri thức Đề-bà-đạt-đa mà đạt được."**

▣ Tổng đoạn thứ hai từ câu *"Đức Phật bảo các vị tỳ-kheo: Đức vua thời ấy nay chính là ta..."* trở đi, nêu mối liên kết giữa thuở xưa và ngày nay. Kinh văn chia làm 2 đoạn.

◆ Đoạn thứ nhất nêu rõ mối liên kết giữa xưa và nay, y theo kinh văn có thể hiểu được.

◆ Đoạn thứ hai từ câu *"Nhờ bậc thiện tri thức Đề-bà-đạt-đa..."* trở đi, nêu rõ công đức, quả báo của thầy và đệ tử đều được trọn đủ. Đoạn này lại có 2 tiểu đoạn.

Tiểu đoạn thứ nhất nêu việc đệ tử tạo nhân [tu hành] được quả báo trọn đủ.

Tiểu đoạn thứ hai từ câu *"Đức Phật nói với bốn chúng..."* trở đi, nêu quả nhiệm mầu của pháp sư là sẽ thành tựu [quả Phật].

❖ Tiểu đoạn thứ nhất nêu việc đệ tử lại có 3 phân đoạn.

Phân đoạn thứ nhất nêu việc tu nhân trọn đủ.

Phân đoạn thứ hai từ câu "đủ 32 tướng tốt..." trở đi, nêu rõ việc được quả viên mãn.

Phân đoạn thứ ba, từ câu *"Tất cả đều nhờ thiện tri thức Đề-bà-đạt-đa..."* là kết luận chứng minh lợi ích thành tựu là nhờ việc lưu truyền thông suốt kinh này.

▪ Phân đoạn thứ nhất, kinh văn nói *"trọn đủ 6 pháp ba-la-mật"*. [Ba-la-mật, Hán dịch là] độ (度), có rất nhiều ý nghĩa. Như luận Đại trí độ nói: "Xả bỏ cả y báo, chánh báo gọi là bố thí [ba-la-mật]; ngăn ngừa, chặn đứng 7 nghiệp xấu ác[1] gọi là trì giới [ba-la-mật]; [bị người khác] đánh đập

[1] Văn Cú dùng "七支 - thất chi", chỉ 4 nghiệp xấu ác của miệng (nói dối, nói thêu dệt, nói hai lưỡi và nói lời độc ác) và 3 nghiệp xấu ác của thân (giết hại, trộm cướp và tà dâm).

chửi mắng không đáp trả gọi là nhẫn nhục [ba-la-mật]; làm việc gì đã khởi sự thì theo đuổi đến cùng gọi là tinh tấn [ba-la-mật]; tu tập 4 tầng thiền,[1] 8 loại định[2] gọi là thiền [ba-la-mật]; dứt hết phân biệt gọi là bát-nhã [ba-la-mật]."

Lại nữa, nếu gom 10 nghiệp thiện thành 6 điều thì [tương ứng] từ không giết hại đến không nói dối là bố thí [ba-la-mật]; không nói hai lưỡi là trì giới [ba-la-mật]; không nói lời ác độc là nhẫn nhục [ba-la-mật]; không nói lời thêu dệt là tinh tấn [ba-la-mật]; không tham, không sân là thiền [ba-la-mật]; không tà kiến là bát-nhã [ba-la-mật].

Kinh Bồ Tát Thiện Giới, quyển 10[3] nói rằng: "Sáu ba-la-mật có 3 loại.

"Thứ nhất là nghĩa đối trị, tức là [dùng bố thí ba-la-mật để đối trị với] tham lam keo kiệt, [trì giới ba-la-mật đối trị] hung ác, [nhẫn nhục ba-la-mật đối trị] sân hận, [tinh tấn ba-la-mật đối trị] lười nhác, [thiền định ba-la-mật đối trị] tán loạn, [bát-nhã ba-la-mật đối trị] ngu si v.v.

"Thứ hai là nghĩa tương sanh, tức là vì từ bỏ gia đình nên trì giới; gặp việc sỉ nhục nên nhẫn chịu; do nhẫn được nên tinh tấn; nhờ tinh tấn nên điều hòa được 5 căn; nhờ căn điều phục nên rõ biết pháp giới.

"Thứ ba là nghĩa quả báo, tức là [do tu tập 6 ba-la-mật mà được quả báo] giàu có, đầy đủ hình sắc, sức lực, thọ mạng lâu dài, đời sống an ổn, có tài biện luận..."

---

[1] Bốn tầng thiền, bao gồm sơ thiền, nhị thiền, tam thiền và tứ thiền.

[2] Tám loại định, bao gồm 1. Sơ thiền thiên định; 2. Nhị thiền thiên định; 3. Tam thiền thiên định; 4. Tứ thiền thiên định; 5. Không xứ thiên định; 6. Thức xứ thiên định; 7. Vô sở hữu xứ thiên định; 8. Phi tưởng phi phi tưởng xứ thiên định. Người nhập định thì tâm thức đi vào cảnh giới của các tầng trời tương ứng nên gọi là thiên định (天定).

[3] Bồ Tát thiện giới kinh (菩薩善戒經), 9 quyển, do Cầu-na-bạt-ma Hán dịch vào đời Lưu Tống. Có lẽ Văn Cú trích dẫn từ bản khác nên mới có quyển 10.

Lại nữa, các kinh khác nói rằng quả báo của bố thí là giàu có, quả báo của giữ giới là sanh vào cõi tốt lành, quả báo của nhẫn nhục là [thân hình] đoan chánh, quả báo của tinh tấn là thần thông, quả báo của thiền định là sanh cõi trời, quả báo của trí tuệ là phá trừ phiền não.

Như trên đều là dựa theo Tạng giáo để nêu hình tướng của 6 ba-la-mật.

Nếu [thực hành bố thí mà] người bố thí, người nhận bố thí và tài vật bố thí, cả 3 việc ấy đều là không nên gọi là bố thí [ba-la-mật]; không thấy có việc trì giới, phạm giới nên gọi là trì giới [ba-la-mật]; người nhẫn nhục với đối tượng nhẫn nhục đều không thể nắm bắt nên gọi là nhẫn nhục [ba-la-mật]; thân tâm không dao động gọi là tinh tấn [ba-la-mật]; tâm không tán loạn, không đắm chấp thiền vị gọi là thiền; không phải trí, chẳng phải ngu gọi là bát-nhã. Giải thích như vậy tức là nêu hình tướng của 6 ba-la-mật trong Thông giáo.

Nếu nói về bố thí thì có 10 lợi ích: điều phục tâm tham lam keo kiệt, phiền não; duy trì được tâm buông xả không bám chấp; có đủ vốn liếng sản nghiệp như chúng sanh; thường được sanh vào nhà giàu có; đời đời sanh ra đều sẵn có tâm bố thí; được bốn chúng yêu mến ưa thích; ở giữa đại chúng không khiếp sợ; thanh danh tốt đẹp vang khắp mọi nơi; hình thể tay chân mềm mại; cho đến trước khi ngồi đạo tràng [thành Chánh giác], thường được gặp gỡ gần gũi những bậc thiện tri thức.

Trì giới có 10 lợi ích: đầy đủ tất cả trí; theo chỗ học của Phật; trí sáng suốt không hủy; thệ nguyện kiên cố không thối thất; an trụ nơi hạnh nguyện; xả bỏ sanh tử; vui chuộng Niết-bàn; được tâm không trói buộc; đạt được pháp tam-muội thù thắng; không thiếu thốn tài sản quý là đức tin.

Nhẫn nhục có 10 lợi ích: các nạn lửa cháy, đao binh, nước lụt, thuốc độc đều không thể gây hại; được hàng phi nhân theo giúp đỡ bảo vệ; được thân tướng trang nghiêm; không sanh vào các cảnh giới xấu ác; được sanh lên cõi trời Phạm thiên; ngày đêm tâm thường an ổn; thân lúc nào cũng được an vui.

Tinh tấn có 10 lợi ích: không thể bị người khác khuất phục; được chư Phật giúp đỡ; được hàng phi nhân theo bảo vệ; nghe chánh pháp không quên mất; những pháp chưa nghe có thể được nghe; tài biện luận phát triển; đạt được tánh Tam-muội; ít bệnh tật phiền não; ăn món gì cũng có thể tiêu hóa tốt; được sự tăng trưởng tốt đẹp như hoa ưu-bát-la.

Thiền định có 10 lợi ích: an trụ nơi nghi thức; thực hành trong cảnh giới của tâm từ; không nóng nảy bức rức vì hối hận lỗi lầm; thường giữ gìn bảo vệ các căn [không buông thả]; có được [thức ăn là] niềm vui [thiền định] không cần ăn uống; xa lìa được ái dục; tu tập thiền định nhưng không rơi vào chỗ trống không; giải thoát khỏi sự trói buộc của ma; an trụ trong cảnh giới Phật; thành thục sự giải thoát.

Trí bát-nhã có 10 lợi ích: giúp buông xả không bám chấp nơi hình tướng bố thí; không phụ thuộc vào giới; không trụ nơi sức nhẫn nhục; không lìa sự tinh tấn nơi thân tâm; thiền không có chỗ trụ; ma không thể nhiễu hại; không dao động vì lời nói luận bàn của kẻ khác; thấu suốt đến tận cội nguồn sanh tử; phát khởi tâm từ lớn rộng; không ham thích các quả vị Nhị thừa.

Có 4 lý do nên thực hành bố thí. Thứ nhất là người tu tập bố thí phá trừ được tâm tham lam keo kiệt; thứ hai là [dùng công đức đó] trang nghiêm quả vị Bồ-đề; thứ ba là cả mình và người khác đều được lợi ích: từ lúc khởi tâm, lúc bố thí, cho đến lúc bố thí xong, trong lòng đều hoan hỷ, nên gọi là lợi mình, giúp cho người đói khát không còn đói khát, nên gọi là lợi cho người khác; thứ tư là đời sau được quả báo tốt lành lớn lao, địa vị tôn quý, dồi dào tài sản của cải.

Có 4 lý do nên thực hành trì giới. Thứ nhất, [người trì giới] là tự mình tu tập thiện lành, diệt trừ những điều xấu ác trái giới luật; thứ hai là [dùng công đức ấy] trang nghiêm quả vị Bồ-đề, nhiếp hóa chúng sanh; thứ ba, khi ngủ lúc thức đều yên ổn, trong tâm không có sự hối hận; thứ tư là đối với chúng sanh không có tâm hãm hại, đời sau thọ nhận quả báo nơi 2 cõi trời người, được hưởng niềm vui Niết-bàn.

Có 4 lý do nên thực hành nhẫn nhục. Thứ nhất, người tu nhẫn nhục trừ được tâm không nhẫn chịu; thứ hai, [dùng công đức ấy] trang nghiêm quả vị Bồ-đề, nhiếp hóa chúng sanh; thứ ba, dù ở nơi đâu cũng không sợ sệt; thứ tư, đời sau sanh ra không có tâm sân hận, quyến thuộc không chia rẽ, không phải chịu khổ não, được hưởng những niềm vui trong cõi người, cõi trời và cảnh giới Niết-bàn.

Có 4 lý do nên tu tập tinh tấn. Thứ nhất, [người tu tập] tinh tấn phá trừ được sự giải đãi lười nhác, [dùng công đức ấy] trang nghiêm quả vị Bồ-đề, nhiếp hóa chúng sanh; thứ hai, pháp lành được tăng trưởng là tự lợi; thứ ba, không gây não hại người khác là lợi tha; thứ tư, về sau được sức lực lớn lao đạt đến quả vị Bồ-đề.

Có 4 lý do nên tu tập thiền định. Thứ nhất, [người tu tập] thiền định phá trừ được tâm tán loạn, [dùng công đức ấy] trang nghiêm quả vị Bồ-đề, nhiếp hóa chúng sanh; thứ hai, đạt được thân tâm tịch tĩnh là tự lợi; thứ ba, không gây não hại chúng sanh là lợi tha; về sau đạt được thân thanh tịnh, an ổn đạt đến Niết-bàn.

Có 4 lý do nên tu tập trí bát-nhã. Thứ nhất, [người tu tập] trí tuệ bát-nhã phá trừ vô minh, [dùng công đức ấy] trang nghiêm quả vị Bồ-đề, nhiếp hóa chúng sanh; thứ hai, trí tuệ tự mình đạt được niềm vui là tự lợi; thứ ba, có thể giáo hóa chúng sanh là lợi tha; thứ tư, có thể diệt trừ phiền não, trí chướng... là được kết quả lớn lao.

Những giải thích như trên là dựa theo Biệt giáo để nêu hình tướng của 6 ba-la-mật.

Kinh Đại tập, phần Nguyệt Tạng, phẩm thứ nhất[1] nói rằng: “Nếu chúng sanh chỉ duy nhất dựa vào sự tụng đọc để cầu quả vị Bồ-đề thì đó là người đắm chấp trong thế tục, phiền não của tự thân mình còn không thể điều phục, làm sao có thể điều phục phiền não của người khác? Người như vậy đắm chấp danh lợi, phú quý, ganh ghét, đố kỵ, tâm tánh cao ngạo, tự cho mình đúng, khinh mạn hủy báng người khác, đối với căn lành nơi cõi Dục còn không đạt được, huống chi là căn lành ở cõi Sắc hay cõi Vô sắc, huống chi là quả vị Bồ-đề của hàng Nhị thừa, huống chi là quả Vô thượng Bồ-đề?”

Cũng như sức nóng của ngôi sao không thể làm khô biển cả, luồng hơi từ miệng thổi ra không thể làm lay động ngọn núi, cọng tơ ngó sen không thể dùng cân sức nặng của núi lớn, những gì là thế tục không thể làm cho trọn đủ quả vị Bồ-đề. Những gì là đệ nhất nghĩa? Đó là nói tạo tác tất cả những việc phước lành. Nếu người tu sửa thân, tu sửa tâm, tu trí tuệ mà vận dụng đệ nhất nghĩa để kiên trì tu tập thì sẽ mau chóng trọn đủ 6 pháp ba-la-mật. Trong khi đi đứng nằm ngồi thường buông xả mọi phan duyên, vọng tưởng, đó là bố thí ba-la-mật; buông xả phan duyên chẳng phạm là trì giới ba-la-mật; ở nơi cảnh giới chẳng sanh ung bướu nhọt độc là nhẫn nhục ba-la-mật; không xả bỏ chỗ xa lìa là tinh tấn ba-la-mật; ở trong sự việc không lúc nào buông lung tâm ý là thiền ba-la-mật; đối với các pháp thể tánh không sanh là bát-nhã ba-la-mật.

Lại nữa, đối với 5 ấm trong tâm thường buông xả là bố thí ba-la-mật, không tính kể nhớ nghĩ là trì giới ba-la-

[1] Văn Cú nói “Nguyệt Tạng đệ nhất”, tức là kinh Phương đẳng Đại tập (大方等大集經), phần Nguyệt Tạng (月藏分), phẩm Thần chú Nguyệt Tràng, thứ nhất (月幢神呪品第一), bắt đầu từ quyển 46. (ĐCT, T13, 397, tr.298a)

mật, không khởi ý tưởng tự ngã là nhẫn nhục ba-la-mật, luôn khởi ý tưởng xem 5 ấm như kẻ oán địch là tinh tấn ba-la-mật, không bị nóng nảy thiêu đốt bởi 5 ấm là thiền ba-la-mật, buông bỏ rốt ráo 5 ấm là bát-nhã ba-la-mật.

Đối với 18 giới thường buông xả là bố thí ba-la-mật, không để cho các giới nhiễu loạn nhiễm trược là trì giới ba-la-mật, buông xả mọi nhân duyên với các giới là nhẫn nhục ba-la-mật, đối với mỗi giới trong 18 giới đều buông xả là tinh tấn ba-la-mật, đối với các giới không khởi phát là thiền ba-la-mật, đối với cảnh giới khởi ý tưởng xem như huyễn hóa là bát-nhã ba-la-mật.

Những điều như trên gọi là pháp tinh yếu hết sức thâm sâu của đệ nhất nghĩa đế, phương tiện khéo léo, có thể làm cho trọn đủ 6 ba-la-mật. Dùng pháp này để tự thực hành và làm cho người khác. Các vị Bồ Tát trong quá khứ, hiện tại và tương lai đều tu tập pháp này mà thành tựu quả vị Bồ-đề, cho nên không phải pháp thế tục. Pháp này có công năng dứt trừ phiền não của chúng sanh, dẫn dắt chúng sanh từ con đường khổ đau đi đến đạo Bồ-đề.

Kinh Hoa Nghiêm đến giai vị thất địa mới nêu việc [hành giả] trong mỗi một niệm đều trọn đủ 10 ba-la-mật. Tu tập tất cả pháp Phật, đem căn lành cầu Phật đạo, ban cho tất cả chúng sanh, đó là bố thí ba-la-mật. Có khả năng diệt trừ tất cả nóng nảy phiền não là trì giới ba-la-mật. Không gây tổn hại đối với tất cả chúng sanh là nhẫn nhục ba-la-mật. Thường cầu việc lành không chán mệt là tinh tấn ba-la-mật. Tu tập đạo pháp tâm không tán loạn, thường hướng đến cầu Nhất thiết trí là thiền định ba-la-mật. Tu tập pháp môn nhẫn chịu các pháp không sanh là bát-nhã ba-la-mật. Thường sanh khởi vô lượng môn trí tuệ là phương tiện ba-la-mật. Cầu chuyển hóa trí tuệ thù thắng là nguyện ba-la-mật. Oán ma tà đạo không thể ngăn trở là lực ba-la-mật.

Đối với tất cả tướng của pháp đều nói đúng thật là trí ba-la-mật. Như vậy là trọn đủ 10 ba-la-mật.

Trong mỗi một niệm đều trọn đủ bốn nhiếp pháp, các đạo phẩm, ba phẩm tính giải thoát, cùng hết thảy các pháp trợ giúp đạo Bồ-đề; trong mỗi một niệm đều trọn đủ các giai vị tu tập; đạt được giai vị như vậy là thù thắng.

Những giải thích như trên là dựa theo Viên giáo để nêu hình tướng của 6 ba-la-mật.

▪ Phân đoạn thứ hai từ câu *"đủ 32 tướng tốt"* trở đi là nêu quả tu hành viên mãn. 32 tướng là bao gồm các tướng như sau.

Lòng bàn chân bằng phẳng như đáy hộp;[1] mu bàn chân cong nhô lên như mu rùa.[2] Hai tướng này đều do tu một hạnh lành là kiên cố bố thí.

Dưới lòng bàn chân có xoáy hình bánh xe ngàn nan hoa.[3] Tướng này chỉ do tu một hạnh lành là an ủi người đang khiếp sợ, kinh hãi.

Gót chân tròn, đầy đặn;[4] ngón tay dài;[5] thân thể ngay ngắn cân đối, dang tay ra có chiều ngang bằng thân mình.[6] Ba tướng này cùng do tu một hạnh lành là giữ giới không giết hại.

Bảy chỗ trên thân đầy đặn, tức là dưới 2 chân, nơi 2 tay, 2 vai và ở cổ.[7] Tướng này do tu một hạnh lành là thường làm thí chủ [cúng dường].

Ngón tay và ngón chân có màng mỏng nối lại,[8] tay chân

---

[1] Gọi là "túc hạ an bình lập tướng" (足下安平立相).

[2] Gọi là "túc phu cao mãn tướng" (足趺高滿相).

[3] Gọi là "túc hạ nhị luân tướng" (足下二輪相).

[4] Gọi là "túc cân quảng bình tướng (足跟廣平相).

[5] Gọi là "trường chỉ tướng" (長指相).

[6] Gọi là "thân quảng trường đẳng tướng" (身廣長等相).

[7] Gọi là "thất xứ long mãn tướng" (七處隆滿相).

[8] Gọi là "thủ túc chỉ man võng tướng" (手足指縵網相).

đều mềm mại.[1] Hai tướng này đều do tu một hạnh lành, tức là bốn nhiếp pháp.

Gót chân thẳng; mắt cá chân không nhô ra; lông trên người xoay xoắn về bên phải.[2] Ba tướng này đều do tu một hạnh lành là thường dùng các pháp lành để làm lợi ích cho chúng sanh.

Chân thon dài như nai chúa.[3] Tướng này do tu một hạnh lành là đem kinh sách dạy cho người khác không hề tiếc giữ.

Da mỏng mịn không dính bụi dơ.[4] Tướng này do tu một hạnh lành là thường y theo câu hỏi [về chánh pháp] của người khác mà giải đáp [thỏa đáng].

Thân tướng có màu sáng đẹp như vàng ròng.[5] Tướng này do tu một hạnh lành là thường nhẫn nhục, vui thích cung cấp y phục cho người khác.

Nam căn ẩn tàng,[6] do tu một hạnh lành là giữ gìn sự hòa hợp, không tranh tụng.

Thân thanh tịnh, cao ngang cân đối;[7] tay buông dài quá đầu gối.[8] Hai tướng này cùng do tu một hạnh lành là dùng tâm từ bình đẳng giáo hóa, dẫn dắt chúng sanh.

Hai vai đầy đặn,[9] thân phát hào quang,[10] ngực như ngực sư tử.[11] Ba tướng này do cùng một hạnh tu là thường làm cho pháp bố thí được tăng trưởng.

---

[1] Gọi là "thủ túc nhu nhuyễn tướng" (手足柔軟相).

[2] Gọi là "mao thượng hướng tướng" (毛上向相).

[3] Gọi là "y-nê-diên bác tướng" (伊泥延膊相).

[4] Gọi là "tế bạc bì tướng" (細薄皮相).

[5] Gọi là "kim sắc tướng" (金色相).

[6] Gọi là "âm tàng tướng" (陰藏相).

[7] Gọi là "đại trực thân tướng" (大直身相).

[8] Gọi là "chánh lập thủ ma tất tướng" (正立手摩膝相).

[9] Gọi là "kiên viên hảo tướng" (肩圓好相).

[10] Gọi là "trượng quang tướng" (丈光相), Văn Cú gọi là hạng quang (項光). Chúng tôi hiểu rằng Văn Cú dùng chữ "hạng - 項" với nghĩa lớn lao, mà tướng này cũng gọi là "大光相 - đại quang tướng" nên là tương đồng.

[11] Gọi là "thượng thân như sư tử tướng" (上身如獅子相).

Tướng chữ vạn là do tu một hạnh lành không làm não hại chúng sanh.

Mắt xanh như màu hoa sen xanh;[1] lông mi ngay ngắn như mắt trâu chúa.[2] Hai tướng này do tu cùng một hạnh lành không sân hận, luôn dùng ánh mắt thương yêu từ ái để nhìn chúng sanh.

Trên đỉnh đầu có nhục kế;[3] tóc màu xanh. Hai tướng này do tu một hạnh lành, gặp người khác thường tạo công đức.

Mỗi lỗ chân lông có một sợi lông;[4] có lông trắng ở khoảng giữa hai chân mày.[5] Hai tướng này cùng do tu một hạnh lành là không nói dối.

Hàm răng có 40 chiếc răng trắng đẹp;[6] răng có kích thước đều đặn, nằm sít sao không có kẽ hở.[7] Hai tướng này do tu cùng một hạnh lành là không nói hai lưỡi

Tướng lưỡi dài rộng;[8] tiếng nói thanh tao vang xa như tiếng Phạm thiên.[9] Hai tướng này đều do tu một hạnh lành là chẳng nói lời thô thiển độc ác.

Hai má đầy đặn như sư tử,[10] tướng này do tu một hạnh lành là không nói lời thêu dệt vô nghĩa.

Bốn răng nanh trắng như tuyết đều nhau,[11] do tu một hạnh lành là lìa xa tà mạng.[12]

---

[1] Gọi là "chân thanh nhãn tướng" (眞青眼相).
[2] Gọi là "ngưu nhãn tiệp tướng" (牛眼睫相).
[3] Gọi là "đỉnh kế tướng" (頂髻相).
[4] Gọi là "nhất nhất khổng nhất mao sinh tướng" (一一孔一毛生相).
[5] Gọi là "bạch mao tướng" (白毛相), bạch hào tướng (H. 白毫相, S. uṇṇa-lakkhaṇa)
[6] Gọi là "tứ thập xỉ tướng" (四十齒相).
[7] Gọi là "xỉ tề tướng" (齒齊相).
[8] Gọi là "đại thiệt tướng" (大舌相).
[9] Gọi là "phạm thanh tướng" (梵聲相).
[10] Gọi là "sư tử giáp tướng" (獅子頰相).
[11] Gọi là "nha bạch tướng" (牙白相).
[12] Trong mỗi đoạn mô tả Văn Cú đều có xác nhận là một tướng (nhất tướng), hai tướng (lưỡng tướng) hoặc ba tướng (tam tướng). Cứ theo đó mà tính thì Văn Cú đã kể ra đến 34 tướng. Văn Cú Ký ở chỗ này so sánh với sách Pháp giới thứ đệ sơ môn

Công đức của tất cả chúng sanh bằng với công đức một sợi lông của Phật. Công đức của những sợi lông của Phật bằng với công đức của một vẻ đẹp [trong 80 vẻ đẹp của Phật]. Công đức của 80 vẻ đẹp bằng với công đức một tướng tốt của Phật. Công đức của các tướng [hợp lại] bằng với công đức của 2 tướng bạch hào giữa 2 chân mày và nhục kế trên đỉnh đầu của Phật. Công đức của trăm ngàn vạn ức tướng bạch hào, nhục kế mới thành tựu được tướng tiếng nói như Phạm thiên. Nhân lành tạo thành 32 tướng tốt tuy mỗi loại đều khác biệt nhau, nhưng nếu luận bàn đến nguyên nhân thật sự thì là do tinh tấn trì giới. Nếu tinh tấn mà không trì giới thì cho đến thân người, thân chư thiên cõi trời còn không thể đạt được, huống chi là những tướng tốt? Đây là nói về nguyên do của các tướng theo Tạng giáo.

Vận dụng các lẽ không, vô sanh [làm nhân] là nói về nguyên do các tướng theo Thông giáo.

Lấy Đạo chủng trí làm nhân là nói về nguyên do các tướng theo Biệt giáo.

Lấy Thật tướng làm nhân là nói về nguyên do các tướng theo Viên giáo.

Về 80 vẻ đẹp,[1] bao gồm:

---

(法界次第初門) cũng do ngài Trí Khải soạn và nói là "剩有二 相 – thặng hữu nhị tướng" (thừa ra 2 tướng). Nếu so sánh với 32 tướng được liệt kê trong luận Đại trí độ (大智度論), quyển 4, thì trong số này có 4 tướng không tìm thấy là 1. tướng gót chân thẳng (足跟直 - túc căn trực), 2. tướng mắt cá chân không nhô ra (踝不現 - khoả bất hiện), 3. tướng chữ vạn (萬字相 - vạn tự tướng) và 4. tướng tóc xanh (青髮 - thanh phát). Như vậy, nếu trừ 4 tướng này thì Văn Cú đã kể ra 30 tướng, còn thiếu 2 tướng nữa là "lưỡng dịch hạ long mãn tướng" (兩腋下隆滿相) và "vị trung đắc thượng vị tướng" (味中得上味相). (ĐCT, T25, 1509, tr.90a, d.27- tr.91a, d.18)

[1] Văn Cú gọi là "八十種好 - bát thập chủng hảo", kinh Đại Bát-nhã ba-la-mật-đa (大般若波羅蜜多經), quyển 381, liệt kê và giải thích đầy đủ về các vẻ đẹp này, gọi là "八十隨好 - bát thập tùy hảo", thường được hiểu là 80 vẻ đẹp, 80 tướng phụ hay 80 tiểu tướng, đều có ý nghĩa rằng các vẻ đẹp này là phụ theo với 32 tướng tốt của đức Phật. Xem Đại Chánh tạng, Tập 6, kinh số 220, trang 968, tờ a, dòng 9 đến trang 969, tờ a, dòng 7.

- 20 ngón tay chân [là 20 vẻ đẹp];

- bên trong và bên ngoài của 2 bàn tay, 2 bàn chân đều đầy đặn, là 8 vẻ đẹp;

- 2 mắt cá chân, 2 đầu gối và 2 bắp đùi là 6 vẻ đẹp;

- trên mỗi cánh tay có 3 nơi là 2 vai, 2 khuỷu tay, 2 cổ tay đều đầy đặn, là 6 vẻ đẹp;

- 2 xương chậu với chỗ tiếp giáp xương sống là 3 vẻ đẹp;

- 2 bên xương cùng là 2 vẻ đẹp;

- nam căn ẩn kín là 1 vẻ đẹp;

- 2 bắp tay và 2 bên eo lưng là 4 vẻ đẹp;

- 2 bên sườn, 2 bên nách và 2 vú là 6 vẻ đẹp;

- bụng, ngực, lưng, cổ là 4 vẻ đẹp;

- 2 hàm răng trên dưới là 2 vẻ đẹp;

- 2 môi trên dưới, vòm miệng trên dưới là 4 vẻ đẹp;

- 2 bên má, 2 chỗ tóc mai, 2 mắt là 6 vẻ đẹp;

- 2 bờ mi, 2 lỗ mũi là 4 vẻ đẹp;

- 2 thái dương trên trán, 2 thùy tai là 4 vẻ đẹp.[1]

Nếu muốn phân biệt 4 cách luận nghĩa [theo Tạng giáo, Thông giáo, Biệt giáo và Viên giáo] về 80 vẻ đẹp thì dựa theo phần nói về 32 tướng có thể biết được.

**KINH VĂN**

**Đức Phật nói với bốn chúng: "Đề-bà-đạt-đa về sau trải qua vô số kiếp rồi sẽ thành Phật hiệu là Thiên Vương Như Lai, Ứng Cúng, Chánh Biến Tri, Minh Hạnh Túc, Thiện Thệ, Thế Gian Giải, Vô Thượng Sĩ, Điều Ngự Trượng Phu, Thiên Nhân Sư, Phật Thế Tôn. Thế giới ấy tên là Thiên Đạo, đức Phật Thiên Vương trụ thế 20**

---

[1] Văn Cú không dẫn nguồn ở đây nhưng chúng tôi so sánh thấy rất có thể nội dung 80 vẻ đẹp này đã được trích từ kinh Bồ Tát thiện giới (菩薩善戒經), quyển 9, tuy là có một vài khác biệt nhỏ. (ĐCT, T30, 1582, tr.1009c, d.8-22)

**trung kiếp,[1] rộng vì chúng sanh thuyết giảng diệu pháp, chúng sanh chứng quả A-la-hán nhiều như số cát sông Hằng, vô số chúng sanh phát tâm cầu quả vị Duyên giác, chúng sanh phát tâm cầu đạo Vô thượng nhiều như cát sông Hằng, đều đạt được pháp nhẫn vô sanh, cho đến được giai vị không còn thối chuyển. Sau khi đức Phật Thiên Vương nhập Niết-bàn, chánh pháp trụ thế 20 trung kiếp, xá lợi toàn thân Phật được đại chúng xây tháp bảy báu thờ kính, cao 60 do-tuần, hai chiều ngang dọc 40 do-tuần, chư thiên cùng người dân dùng đủ các loại hoa, hương bột, hương đốt, hương thoa cùng các thứ y phục, chuỗi ngọc, cờ phướn, lọng báu, âm nhạc, tụng ca dâng lên cúng dường tháp bảy báu tốt đẹp này; rồi có vô số chúng sanh chứng quả A-la-hán, vô số chúng sanh giác ngộ thành Phật Bích-chi, và số chúng sanh phát tâm Bồ-đề cho đến đạt giai vị không còn thối chuyển nhiều đến mức không thể nghĩ bàn."**

❖ Tiểu đoạn thứ hai từ câu *"Đức Phật nói với bốn chúng"* trở đi, nêu rõ việc vị thầy [truyền bá kinh Pháp hoa] sẽ thành tựu diệu quả. Tiểu đoạn này lại có 3 phân đoạn.

▪ Phân đoạn thứ nhất nêu việc chánh quả thành tựu. Kinh Tát-đàm Phân-đà-lợi[2] nói Đề-bà-đạt-đa khi thành Phật hiệu là Đề-hòa-la-da, Hán dịch là Thiên Vương; cõi nước tên là Đề-hòa-việt, Hán dịch là Thiên Địa.

▪ Phân đoạn thứ hai từ câu *"đức Phật Thiên Vương trụ thế 20 trung kiếp"* trở đi, nêu sự hóa độ [của Phật Thiên Vương].

▪ Phân đoạn thứ ba từ câu *"Sau khi đức Phật Thiên Vương nhập Niết-bàn"* trở đi, nêu những sự lợi ích sau khi Phật diệt độ.

---

1 Trung kiếp: là khoảng thời gian bằng 20 tiểu kiếp. Mỗi tiểu kiếp là khoảng thời gian tuổi thọ con người trải qua đủ một chu kỳ tăng và giảm, theo luận Câu-xá (quyển 10) là 16.800.000 năm. Do đó, một trung kiếp là thời gian 336.000.000 năm. Thời gian 80 trung kiếp hợp thành một đại kiếp.

2 Kinh Tát-đàm Phân-đà-lợi (薩曇分陀利經), Hán dịch là Pháp hoa, mất tên người dịch, đã được trích dẫn ở một phần trước. (ĐCT, T9, 265)

**KINH VĂN**

**Đức Phật bảo các vị tỳ-kheo: "Trong tương lai nếu có thiện nam, thiện nữ nào được nghe phẩm Đề-bà-đạt-đa trong kinh Pháp hoa này, trong lòng thanh tịnh cung kính tin theo, không sinh nghi hoặc, người ấy sẽ không còn đọa vào các cảnh giới địa ngục, ngạ quỷ, súc sanh, được tái sanh về trước chư Phật mười phương, và dù sanh ra ở nơi nào cũng thường được nghe kinh này. Người ấy nếu sanh trong cõi trời người sẽ được thụ hưởng niềm vui thù thắng nhiệm mầu; nếu sanh ra trước Phật thì hóa sanh từ hoa sen."**

▣ Tổng đoạn thứ ba từ câu *"Đức Phật bảo các vị tỳ-kheo..."* trở đi là nội dung khuyến khích sự tu tập, y theo kinh văn có thể hiểu được.

*"Hóa sanh từ hoa sen"*, kinh Bồ Tát xử thai nói rằng: "Hóa sanh từ hoa sen không phải là cách hóa sanh thuộc về 4 cách sanh: thai sanh, noãn sanh, thấp sanh, hóa sanh. Đây không phải hóa sanh mà tạm gọi là hóa sanh, thật ra không giống như cách hóa sanh thuộc về 4 cách sanh."

Sách Thỉnh Quan Âm[1] nói rằng: "Hóa sanh từ hoa sen, đó là cha mẹ." Kinh Quán Vô Lượng Thọ nói: "Ở lâu trong đài hoa là thai sanh, nhưng thật ra chẳng phải thai." Cũng giống như vậy, sanh từ hoa sen cũng gọi là thấp sanh, noãn sanh nhưng không phải là thấp sanh, noãn sanh. Đại lược là như thế.

**KINH VĂN**

**Lúc bấy giờ, có vị Bồ Tát từ phương dưới theo hầu đức Thế Tôn Đa Bảo, hiệu là Trí Tích, thưa với Phật Đa Bảo: "Bạch Thế Tôn! Chúng ta nên quay về."**

**Đức Phật Thích-ca Mâu-ni liền bảo Bồ Tát Trí Tích: "Này thiện nam tử! Hãy chờ trong giây lát. Ở đây có Bồ Tát hiệu là Văn-thù-**

[1] Tức là sách Thỉnh Quán Âm kinh sớ (請觀音經疏), 1 quyển, do ngài Trí Khải thuyết giảng, đệ tử là Quán Đảnh ghi lại, hiện còn trong Đại Chánh tạng, Tập 39, kinh số 1800.

**sư-lợi, các ông có thể gặp nhau luận bàn diệu pháp rồi sau đó hãy quay về.”**
**Khi ấy, Bồ Tát Văn-thù-sư-lợi ngồi trên tòa sen ngàn cánh lớn như bánh xe, với những vị Bồ Tát đi cùng cũng ngồi trên tòa sen báu, từ Long cung Sa-kiệt-la trong lòng biển lớn tự nhiên vọt lên, trụ giữa không trung rồi bay đến núi Linh Thứu, từ trên tòa sen bước xuống đến chỗ Phật, cúi đầu chạm mặt kính lễ dưới chân hai đức Thế Tôn. Sau khi kính lễ liền đến chỗ Bồ Tát Trí Tích, cùng thăm hỏi nhau rồi ngồi sang một bên.**

■ Phần thứ hai từ câu *“Lúc bấy giờ có vị Bồ Tát từ phương dưới...”* trở đi, nêu việc hiện tại Bồ Tát Văn Thù truyền bá lưu thông kinh Pháp hoa mang lại lợi ích. Phần này có 2 tổng đoạn.

Tổng đoạn thứ nhất nêu việc Bồ Tát Văn Thù truyền bá lưu thông kinh Pháp hoa. Tổng đoạn thứ hai từ câu *“Ngài Văn-thù-sư-lợi nói: “Tôi đến [giáo hóa] trong lòng biển...”* trở đi, nêu sự lợi ích.

▣ Tổng đoạn thứ nhất có 5 đoạn.

◆ Đoạn thứ nhất nêu việc Bồ Tát Trí Tích thỉnh [Phật Đa Bảo] quay về. Kinh Tát-đàm Phân-đà-lợi nói rằng: “Vị Bồ Tát ở phương dưới theo hầu Phật Đa Bảo tên là Bát-nhã Câu-la, Hán dịch là Trí Tích.

◆ Đoạn thứ hai từ câu *“Đức Phật Thích-ca Mâu-ni liền bảo Bồ Tát Trí Tích...”* trở đi, nêu việc đức Thích Tôn ngăn giữ [Bồ Tát Trí Tích] lại để chờ xem sự chứng minh lợi ích của việc lưu thông kinh [Pháp hoa này]. Bồ Tát Trí Tích cho rằng Phật Đa Bảo vì chứng minh [sự chân thật của] kinh Pháp hoa mà xuất hiện, nay việc khuyến khích chúng sanh lưu thông kinh này đã xong, nên thỉnh Phật quay về. Đức Phật Thích-ca ngăn giữ lại vì tuy hình tích sự việc nhìn thấy đã xong nhưng phần bản nguyên còn chưa hiển bày rõ rệt, cho nên ủy thác việc này cho Bồ Tát

Văn Thù để lưu giữ Phật Đa Bảo. Mật ý của Phật không phải là điều Bồ Tát có thể biết được.

◆ Đoạn thứ ba từ câu *"Khi ấy, Bồ Tát Văn-thù-sư-lợi ngồi trên tòa sen..."* trở đi, nêu việc Bồ Tát Văn-thù bỗng dưng xuất hiện.

**KINH VĂN**

**Bồ Tát Trí Tích hỏi Bồ Tát Văn-thù-sư-lợi: "Ngài đến Long cung giáo hóa được bao nhiêu chúng sanh?"**

**Bồ Tát Văn-thù-sư-lợi nói: "Con số ấy không thể suy lường, không thể tính kể, không thể nói ra bằng lời, không thể dùng tâm suy lường, xin chờ trong giây lát sẽ tự thấy biết."**

**Ngài Văn-thù-sư-lợi nói chưa dứt lời thì đã thấy vô số Bồ Tát ngồi trên tòa sen báu từ trong lòng biển vọt lên, cùng đến núi Linh Thứu, trụ giữa không trung. Các vị Bồ Tát này đều là do ngài Văn-thù-sư-lợi giáo hóa, đều đã trọn đủ công hạnh Bồ Tát, đều cùng nhau luận thuyết về sáu pháp ba-la-mật. Những vị vốn trước đây là Thanh văn, ở giữa không trung nói về công hạnh Thanh văn, nay đều tu hành theo nghĩa không của Đại thừa.**

**Ngài Văn-thù-sư-lợi nói với Bồ Tát Trí Tích: "Tôi đến [Long cung] trong lòng biển giáo hóa, sự việc là như vậy."**

◆ Đoạn thứ tư từ câu *"Bồ Tát Trí Tích hỏi..."* trở đi, nêu việc Bồ Tát Trí Tích hỏi về số lượng chúng sanh được giáo hóa.

◆ Đoạn thứ năm từ câu *"Bồ Tát Văn-thù-sư-lợi nói..."* trở đi, Bồ Tát Văn-thù đáp rằng con số ấy *"không thể nói ra bằng lời"*. Đoạn thứ năm này lại chia thành 7 tiểu đoạn.

❖ Tiểu đoạn thứ nhất nêu lời đáp rằng [việc thuyết pháp] làm lợi ích cho rất nhiều chúng sanh.

❖ Tiểu đoạn thứ hai từ câu *"Ngài Văn-thù-sư-lợi nói chưa dứt lời..."*, những chúng sanh đã được lợi ích tập hợp về để chứng minh.

❖ Tiểu đoạn thứ ba từ câu *"Các vị Bồ Tát này..."* trở đi, nêu rõ tất cả [những Bồ Tát này] đều là do ngài Văn-thù hóa độ.

❖ Tiểu đoạn thứ tư từ câu *"Những vị vốn trước đây là Thanh văn..."* trở đi. Những vị vốn là Thanh văn, nghĩa là trước đây học theo giáo pháp quyền thừa, trụ nơi đạo Nhị thừa. Kinh Tát-đàm Phân-đà-lợi nói rằng: "Hoa sen từ dưới hồ [của Long vương] bay lên, nếu là trước đây phát tâm Bồ Tát thì hoa ở giữa không trung, thuyết giảng những việc Đại thừa. Nếu là trước đây phát tâm Thanh văn thì hoa ở giữa không trung chỉ thuyết giảng việc chấm dứt sanh tử."[1]

❖ Tiểu đoạn thứ năm từ câu *"nay đều tu hành theo nghĩa không..."* trở đi, nêu việc [những vị nói trên] nay được nghe giáo pháp chân thật, nên tất cả đều trụ nơi giáo pháp Đại Thừa.

❖ Tiểu đoạn thứ sáu từ câu *"Ngài Văn-thù-sư-lợi nói với Bồ Tát Trí Tích..."* trở đi, ngài Văn-thù kết luận về lợi ích [của sự giáo hóa].

**KINH VĂN**

**Bấy giờ, Bồ Tát Trí Tích liền nói kệ khen ngợi rằng:**

**Bậc trí đức mạnh mẽ,**
**Độ chúng sanh vô số,**
**Nay trong đại hội này,**
**Cũng như tôi, đều thấy.**

**Tuyên giảng nghĩa thật tướng,**
**Mở bày pháp Nhất thừa,**
**Rộng dẫn dắt chúng sanh,**
**Khiến mau thành quả Phật.**

❖ Tiểu đoạn thứ bảy từ câu *"Bấy giờ, Bồ Tát Trí Tích..."* trở đi, nêu việc Bồ Tát Trí Tích đọc kệ để ngợi khen xưng tán.

---

[1] Xem trong Đại Chánh tạng. (ĐCT, T9, 265, tr.197c, d.12-15)

## KINH VĂN

**Ngài Văn-thù-sư-lợi nói: "Tôi đến [giáo hóa] trong lòng biển, chỉ thường tuyên thuyết kinh Diệu Pháp Liên Hoa."**

**Bồ Tát Trí Tích liền hỏi Bồ Tát Văn-thù-sư-lợi: "Kinh này rất thâm sâu mầu nhiệm, là quý báu trong các kinh, thế gian hiếm có, vậy có chúng sanh nào nhờ chuyên cần tinh tấn tu hành kinh này mà nhanh chóng được thành Phật chăng?"**

**Bồ Tát Văn-thù-sư-lợi nói: "Có người con gái Long vương Sa-kiệt-la là Long nữ, mới vừa tám tuổi, là người có trí tuệ, căn tánh nhanh nhạy, khéo rõ biết căn cơ và hành nghiệp của chúng sanh, được pháp tổng trì,[1] có khả năng thọ nhận giữ gìn tất cả những pháp tạng sâu xa bí mật mà chư Phật đã thuyết giảng, thâm nhập sâu vào thiền định, thấu đạt rõ ràng các pháp, chỉ trong khoảnh khắc một sát-na đã phát tâm Bồ-đề, đạt được giai vị không còn thối chuyển, biện tài không ngăn ngại, tâm từ mẫn nhớ nghĩ chúng sanh như cha mẹ thương con đỏ, trọn đủ mọi công đức, ý niệm và lời nói đều vi diệu lớn lao, từ bi, nhân đức, nhún nhường, tâm chí hòa nhã, có thể đạt đến quả Phật."**

**Bồ Tát Trí Tích nói: "Tôi thấy đức Như Lai Thích-ca trải qua vô số kiếp tu hành khổ hạnh khó khăn, tích lũy công đức cầu đạo Bồ-đề chưa từng dừng nghỉ, nay quán xét trong khắp cõi thế giới đại thiên, không một nơi chốn nào dù nhỏ như hạt cải mà không phải nơi Bồ Tát đã từng xả bỏ thân mạng vì chúng sanh, như vậy rồi sau mới thành tựu quả Phật. Thật không tin được người con gái này chỉ trong khoảnh khắc liền thành bậc Chánh giác."**

▣ Tổng đoạn thứ hai từ câu *"Ngài Văn-thù-sư-lợi nói: 'Tôi đến [giáo hóa] trong lòng biển..."* trở đi, nêu lợi ích [sự giáo hóa bằng kinh Pháp hoa của Bồ Tát Văn-thù-sư-lợi]. Tổng đoạn này có 9 đoạn.

◆ Đoạn thứ nhất là ngài Văn-thù-sư-lợi tự trình bày. Đoạn thứ hai là Bồ Tát Trí Tích nêu câu hỏi. Đoạn thứ ba,

---

[1] Kinh văn dùng chữ "陀羅尼 - đà-la-ni", phiên âm từ Phạn ngữ dhāraṇī, Hán dịch là "tổng trì" (總持), có nghĩa là thâu nhiếp, nắm giữ được tất cả, không bỏ sót.

[ngài Văn-thù-sư-lợi] đưa ra lời giải đáp. Đoạn thứ tư, Bồ Tát Trí Tích chấp theo ý nghĩa Biệt giáo nêu ra chỗ nghi. Đoạn thứ năm, Long nữ làm rõ ý nghĩa Viên giáo để giải thích chỗ nghi. Đoạn thứ sáu, ngài Xá-lợi-phất phân tích [việc thành đạo theo] Tạng giáo quyền thừa để vặn hỏi. Đoạn thứ bảy, Long nữ dùng pháp chân thật duy nhất để phá trừ lòng nghi. Đoạn thứ tám, đại chúng khi ấy nghe biết, nhìn thấy đều được lợi ích. Đoạn thứ chín, Bồ Tát Trí Tích và ngài Xá-lợi-phất im lặng tin nhận, kính phục.

**KINH VĂN**

**Những lời bàn luận còn chưa dứt, bỗng dưng đã thấy Long nữ hiện ra ngay trước, cúi đầu chạm mặt kính lễ Phật rồi đứng sang một bên, đọc kệ xưng tán rằng:**

**Thấu suốt tướng tội, phước,**
**Soi chiếu khắp mười phương.**
**Pháp thân tịnh, nhiệm mầu,**
**Đủ ba mươi hai tướng,**
**Dùng tám mươi vẻ đẹp,**
**Để trang nghiêm pháp thân.**
**Trời, người đều kính ngưỡng,**
**Thần, rồng cùng cung kính,**
**Và muôn loài chúng sanh,**
**Đều tôn kính phụng thờ.**
**Lại nghe: "Thành quả Phật,**
**Chỉ Phật mới chứng biết."**
**Con mở bày Đại thừa,**
**Độ thoát chúng sanh khổ.**

◆ Giải thích về đoạn thứ năm, Long nữ làm rõ ý nghĩa Viên giáo để giải thích chỗ nghi, [chia làm 2 tiểu đoạn].

❖ Tiểu đoạn thứ nhất là lời người chép kinh thuật lại sự việc, nêu việc Long nữ hiện thân lễ Phật cung kính.

❖ Tiểu đoạn thứ hai gồm 3 khổ rưỡi kệ tụng, chia làm 3 phân đoạn.

▪ Phân đoạn thứ nhất gồm nửa khổ kệ đầu tiên, nêu việc thọ trì kinh này đạt được sự nhận hiểu.

▪ Phân đoạn thứ hai gồm 2 khổ kệ nêu việc thành tựu 2 thân [Phật là báo thân và ứng hóa thân].

▪ Phân đoạn thứ ba gồm 1 khổ kệ, viện dẫn đức Phật để chứng minh cho sự thành tựu quả vị của mình.

Nói về *"tội, phước"*, đó là dựa theo sự tạo tác truyền nối trong 7 hạng phương tiện. Nay 2 câu kệ này nêu sự thấu suốt sâu xa đến chỗ không tội không phước, thể nhập vào thật tướng duy nhất nên gọi là *"thấu suốt"*.

*"Mười phương"* tức là nói 10 pháp giới,[1] đều dùng một trí tuệ chân thật mà soi chiếu, cho nên nói là *"soi chiếu khắp"*.

*"Đủ ba mươi hai tướng"* là nói thấu đạt sâu xa lý của pháp thân cho nên đầy đủ các tướng tốt, các vẻ đẹp. Như kinh Đại phẩm Bát-nhã nói rằng: "Muốn đạt được hết thảy các pháp thì nên học Bát-nhã. [Đạt được trí tuệ Bát-nhã thì] giống như có được hạt châu như ý [nên muốn gì cũng được như ý]." Hàng Nhị thừa chỉ đạt được pháp không, vì không nên không có 32 tướng tốt, 80 vẻ đẹp. Đại lược là như thế.

## KINH VĂN

**Bấy giờ, ngài Xá-lợi-phất nói với Long nữ: "Cô nói rằng không bao lâu sẽ thành đạo Vô thượng, việc đó thật khó tin. Vì sao vậy? Thân nữ uế nhiễm, không phải pháp khí,[2] làm sao có thể đạt được Vô thượng Bồ-đề? Phật đạo sâu rộng xa thẳm, phải trải qua vô số kiếp chuyên cần khó nhọc tu tích công hạnh, trọn đủ các pháp ba-la-mật, sau đó mới được thành tựu. Lại nữa, thân nữ còn có năm điều chướng ngại là không làm được Phạm thiên vương, Đế thích, Ma vương, Chuyển luân Thánh vương và thân Phật. Như vậy làm sao thân nữ có thể nhanh chóng thành Phật?"**

[1] Theo ý nghĩa của từ ngữ thì "mười phương" chỉ phương hướng, tức là khắp cùng không gian. Ở đây giải thích là "10 pháp giới" tức là chỉ cho khắp thảy các loài chúng sanh, bao hàm cả 6 cõi phàm, 4 cõi thánh.

[2] Pháp khí: vật chứa đựng chánh pháp, dùng với ý nghĩa biểu trưng để chỉ người có thể học hỏi và truyền bá chánh pháp, như các vị tăng giáo hóa nhiều người thường được tôn xưng là bậc pháp khí.

**Lúc bấy giờ, Long nữ có một viên ngọc quý giá trị bằng cả thế giới đại thiên, mang ra dâng lên đức Phật. Đức Phật liền thọ nhận. Long nữ nói với Bồ Tát Trí Tích và ngài Xá-lợi-phất: "Tôi dâng ngọc quý, đức Thế Tôn thọ nhận, việc ấy có nhanh chăng?"**
**Hai vị cùng đáp: "Rất nhanh."**
**Long nữ liền nói: "Nếu dùng thần lực của các vị để xem việc tôi thành Phật thì cũng nhanh như vậy."**
**Lúc bấy giờ tất cả hội chúng đều nhìn thấy Long nữ bỗng trong khoảnh khắc biến thành thân nam, trọn đủ hạnh Bồ Tát, tức thời đi sang thế giới Vô Cấu ở phương nam, ngồi trên tòa sen báu, thành bậc Chánh Đẳng Giác, đủ 32 tướng tốt, 80 vẻ đẹp, rộng vì hết thảy chúng sanh trong mười phương thuyết giảng diệu pháp.**

◆ Đoạn thứ sáu, Xá-lợi-phất lại gạn hỏi [về việc thành Phật của Long nữ]. Trước tiên nói tổng quát về việc [thành Phật của Long nữ là rất] khó tin, sau đó giải thích rõ bằng cách nêu ra 5 sự chướng ngại [của thân nữ].

◆ Đoạn thứ bảy Long nữ hiện việc thành Phật, chứng minh rõ ràng. Đoạn này lại có 2 tiểu đoạn.

❖ Tiểu đoạn thứ nhất nói việc dâng hạt châu quý [lên đức Phật], biểu trưng cho sự nhận hiểu [giáo pháp] đã được tròn đầy trọn vẹn. Hạt châu tròn là biểu trưng cho sự tu hành của Long nữ đã tạo được nhân tròn đầy. Dâng lên đức Phật tức là dùng nhân ấy để đạt được quả. Phật thọ nhận nhanh chóng tức là đạt quả nhanh chóng, tức là chỉ trong một niệm đã [hiện thân] ngồi nơi đạo tràng [dưới cội Bồ-đề], chứng đắc thành tựu quả Phật, không hề hư dối.

❖ Tiểu đoạn thứ hai nêu việc nhân tu hành tròn đầy, quả thành tựu trọn vẹn. Kinh Bồ Tát giáng thần mẫu thai[1]

---

[1] Văn Cú nói là "胎經 - Thai kinh", theo nội dung trích dẫn ở đây thì được dẫn từ kinh Bồ Tát tùng Đâu-suất thiên giáng thần mẫu thai thuyết Quảng phổ (菩薩從兜術天降神母胎說廣普經), Văn Cú đã gọi tắt thành Thai kinh. Xem Đại Chánh tạng, Tập 12, kinh số 384, trang 1035, tờ c.

nói rằng: "Dù là Ma vương, Phạm thiên, Đế thích, nữ nhân đều không có việc xả thân hay thọ thân, tất cả đều ở ngay nơi thân hiện tại mà thành tựu quả Phật."

[Sau đó đức Phật nói] kệ rằng:

*Tánh pháp như biển lớn,*
*Chẳng có việc đúng sai.*
*Phàm phu, bậc hiền thánh,*
*Bình đẳng không cao thấp.*
*Cấu nhiễm trong tâm diệt,*
*Lật tay, chứng Niết-bàn.*[1]

**KINH VĂN**

**Khi ấy ở thế giới Ta-bà, hết thảy Bồ Tát, Thanh văn, tám bộ chúng, người và loài phi nhân đều từ xa nhìn thấy Long nữ thành Phật, rộng vì khắp chúng hội chư thiên và loài người nơi ấy thuyết pháp, liền hết sức hoan hỷ cùng kính lễ từ xa. Vô số chúng sanh nghe pháp được nhận hiểu tỏ ngộ, đạt địa vị không còn thối chuyển; vô số chúng sanh được thụ ký đạt đạo. Thế giới Vô Cấu chấn động sáu lượt. Tại thế giới Ta-bà có 3.000 chúng sanh trụ ở địa vị không còn thối chuyển, 3.000 chúng sanh phát tâm Bồ-đề rồi được thụ ký.**
**Bồ Tát Trí Tích và ngài Xá-lợi-phất cùng hết thảy chúng hội đều lặng yên tin nhận.**

◆ Đoạn thứ tám từ câu *"Khi ấy ở thế giới Ta-bà..."* trở đi, nêu việc đại chúng đương thời được nhìn thấy, nghe biết. Đoạn này lại có 2 tiểu đoạn.

❖ Tiểu đoạn thứ nhất nêu việc thấy nghe.

---

[1] Nguyên văn bài kệ trong kinh văn là: "法性如大海, 不記有是非。凡夫賢聖人, 平等無高下。唯在心垢滅, 取證如反掌。- Pháp tánh như đại hải, bất ký hữu thị phi. Phàm phu, hiền thánh nhân, bình đẳng vô cao hạ. Duy tại tâm cấu diệt, thủ chứng như phản chưởng." Văn Cú dẫn câu thứ 2 là chữ "說 - thuyết" thay vì chữ "記 - ký".

❖ Tiểu đoạn thứ hai nêu việc chư thiên và nhân loại đều hoan hỷ, cả thế giới phương nam kia và thế giới Ta-bà ở đây đều được lợi ích.

Thế giới [Vô Cấu] về phương nam cơ duyên đã thuần thục, nên ở nơi ấy hiện tám tướng thành đạo,[1] còn ở thế giới Ta-bà nơi đây, cơ duyên hóa độ còn mỏng manh nên chỉ dùng hình tướng Long nữ để giáo hóa. Đây là sức phương tiện quyền xảo, đạt đến chỗ một thân tướng là hết thảy các thân tướng, tức là pháp tam-muội Phổ hiện sắc thân.

---

[1] Tám tướng thành đạo, chỉ 8 sự tướng quan trọng nhất khi một vị Phật ra đời, đó là các tướng: 1. Giáng thần; 2. Nhập thai; 3. Đản sanh; 4. Xuất gia; 5. Hàng ma; 6. Thành đạo; 7. Thuyết pháp; 8. Nhập Niết-bàn.

# 13. Giải thích Phẩm Khuyến khích thọ trì

**KINH VĂN**

| **Phẩm Khuyến khích thọ trì, thứ mười ba**

## Giải thích tên phẩm

Có 20.000 vị Bồ Tát kính vâng lời Phật dạy truyền rộng này, cho nên [Hán ngữ] gọi là phẩm Trì (持), [nghĩa là gìn giữ], sau đó lại khuyến khích 80 muôn ức na-do-tha [Bồ Tát] truyền rộng kinh này, cho nên [Hán ngữ cũng] gọi là phẩm Khuyến trì (勸持), [nghĩa là "khuyến khích thọ trì"].

**Hỏi**: Vì sao lại nói như vậy?

**Đáp**: Vì có 20.000 vị Bồ Tát được nói ở đầu phẩm Pháp Sư là được Phật đặc biệt có lời dạy riêng, nên vâng lời Phật mà thọ trì kinh này. Còn số 80 muôn ức na-do-tha vị Bồ Tát đều là trước đây không có lời dạy riêng, Phật chỉ nêu chung [việc thọ trì kinh] trong đại chúng. Nay Phật đưa mắt nhìn khiến cho các vị này phát khởi thệ nguyện sẽ ở cõi này truyền bá lưu thông kinh. Suy xét việc truyền bá lưu thông kinh này thì tự có sự chứng nghiệm sâu xa quan trọng, hiểu được tâm ý ân cần giao phó của đức Phật, cho nên nhận lời khuyến khích mà phát tâm truyền rộng kinh này.

Phẩm này có 2 ý nghĩa nên kinh văn chia làm 2 phần. Phần thứ nhất nêu việc thọ trì, phần thứ hai nêu việc khuyến khích thọ trì.

## KINH VĂN

**Lúc bấy giờ, Đại Bồ Tát Dược Vương và Đại Bồ Tát Đại Nhạo Thuyết cùng với 20.000 vị Bồ Tát thân cận cùng đi đều cùng nhau ở trước Phật phát lời thệ nguyện rằng: "Nguyện đức Thế Tôn đừng lo nghĩ việc này. Sau khi Phật diệt độ, chúng con sẽ cung kính giữ gìn, tụng đọc, thuyết giảng kinh điển này. Chúng sanh trong đời xấu ác về sau căn lành dần ít đi, phần nhiều đều là những kẻ hết sức kiêu căng ngạo mạn, tham mối lợi cúng dường, những việc bất thiện tăng thêm, xa lìa con đường giải thoát. Tuy rằng khó giáo hóa được họ, nhưng chúng con sẽ phát khởi sức nhẫn nhục lớn lao, tụng đọc kinh này, hành trì, thuyết giảng, sao chép nhân rộng, thực hiện mọi sự cúng dường, không tiếc cả thân mạng."**

**Khi ấy ở giữa đại chúng, 500 vị A-la-hán đã được thụ ký liền bạch Phật rằng: "Bạch Thế Tôn! Chúng con cũng xin tự phát lời thệ nguyện ở nơi cõi thế giới khác giảng rộng kinh này."**

**Lại có 8.000 vị đã được thụ ký ở trong hàng [Thanh văn] hữu học và vô học, đều từ chỗ ngồi đứng dậy, chắp tay hướng Phật, phát thệ nguyện rằng: "Bạch Thế Tôn! Chúng con cũng sẽ ở nơi cõi thế giới khác giảng rộng kinh này. Vì sao vậy? Vì trong cõi Ta-bà này con người phần nhiều xấu xa hung ác, ôm lòng kiêu căng ngạo mạn, công đức mỏng manh cạn cợt, sân hận uế trược, gian trá dua nịnh, lòng không chân thật."**

**Bấy giờ, di mẫu của đức Phật là tỳ-kheo-ni Ma-ha Ba-xà-ba-đề[1] cùng với 6.000 vị tỳ-kheo-ni thân cận cùng đi thuộc hàng hữu học và vô học, đều từ chỗ ngồi đứng dậy, một lòng chắp tay chiêm ngưỡng tôn nhan Phật không hề chớp mắt.**

**Khi ấy, đức Thế Tôn nói với bà Kiều-đàm-di: "Vì sao bà lại nhìn Như Lai với ánh mắt u buồn như vậy? Hẳn trong lòng bà cho rằng**

---

[1] Tỳ-kheo-ni Ma-ha Ba-xà-ba-đề (H. 摩訶波闍波提, S. Mahā Prajāpatī). Bà là em gái của Hoàng hậu Ma-da, tức dì của thái tử Tất-đạt-đa. Hoàng hậu Ma-da sau khi sanh thái tử được 7 ngày thì qua đời, bà Ma-ha Ba-xà-ba-đề đã thay thế làm người nuôi dưỡng, chăm sóc thái tử Tất-đạt-đa, cho nên bà thường được gọi một cách cung kính là di mẫu của Phật. Bà cũng được gọi là Kiều-đàm-di (憍曇彌) hoặc Cù-đàm-di (瞿曇彌).

**ta đã không nhắc đến tên, không thụ ký quả Vô thượng Chánh đẳng Chánh giác cho bà? Này Kiều-đàm-di! Trước đây ta đã nói chung rằng hết thảy hàng Thanh văn đều được thụ ký. Nay bà muốn biết cụ thể, thì đời tương lai bà sẽ làm bậc đại pháp sư trong chánh pháp của 68.000 ức vị Phật, cùng với 6.000 tỳ-kheo-ni thuộc hàng hữu học và vô học ở đây cũng đều sẽ là bậc pháp sư. Cứ như vậy rồi bà sẽ dần dần trọn đủ [công hạnh] đạo Bồ Tát, sẽ thành Phật hiệu là Nhất Thiết Chúng Sanh Hỷ Kiến Như Lai, Ứng Cúng, Chánh Biến Tri, Minh Hạnh Túc, Thiện Thệ, Thế Gian Giải, Vô Thượng Sĩ, Điều Ngự Trượng Phu, Thiên Nhân Sư, Phật Thế Tôn. Này Kiều-đàm-di! Tiếp theo đức Phật Nhất Thiết Chúng Sanh Hỷ Kiến, 6.000 vị Bồ Tát sẽ lần lượt được thụ ký quả Vô thượng Chánh đẳng Chánh giác."**

**Bấy giờ, mẹ của ngài La-hầu-la là tỳ-kheo-ni Da-du-đà-la khởi lên ý nghĩ rằng: "Đức Thế Tôn trong khi thụ ký chỉ riêng tên ta là không nhắc đến."**

**Đức Phật bảo Da-du-đà-la: "Trong tương lai bà sẽ tu hạnh Bồ Tát trong chánh pháp của trăm ngàn muôn ức đức Phật, làm vị đại pháp sư, rồi dần dần trọn đủ Phật đạo, ở trong cõi nước tốt lành[1] mà thành Phật hiệu là Cụ Túc Thiên Vạn Quang Tướng Như Lai, Ứng Cúng, Chánh Biến Tri, Minh Hạnh Túc, Thiện Thệ, Thế Gian Giải, Vô Thượng Sĩ, Điều Ngự Trượng Phu, Thiên Nhân Sư, Phật Thế Tôn, tuổi thọ đến vô số a-tăng-kỳ kiếp."**

**Khi ấy, tỳ-kheo-ni Ma-ha Ba-xà-ba-đề và tỳ-kheo-ni Da-du-đà-la cùng những người thân cận cùng đi thảy đều hết sức mừng vui hoan hỷ, được điều chưa từng có, liền ở trước Phật cùng đọc kệ rằng:**

**Đấng Đạo sư Thế Tôn,**
**Giúp trời, người an ổn.**
**Chúng con được thụ ký,**
**Tâm an vui trọn đủ.**

---

[1] Kinh văn nói "於善國中 - ư thiện quốc trung", theo ngữ cảnh ở đây không phải nói tên cõi nước là "Thiện Quốc", vì những nơi khác trong kinh khi Phật thụ ký về tên cõi nước sẽ dùng "國名 - quốc danh" (cõi nước tên là...). Hơn nữa, ở đây nếu hiểu chữ "quốc" để chỉ cõi nước thì trong tên cõi nước chỉ còn lại một chữ "thiện", không hợp lý. Do vậy chỉ có thể hiểu là "ở trong cõi nước tốt lành". Bản Anh dịch của H. Kern cũng hoàn toàn không đề cập đến tên cõi nước trong lời thụ ký này.

**Các vị tỳ-kheo-ni đọc kệ như vậy rồi cùng bạch Phật rằng: "Bạch Thế Tôn! Chúng con cũng có thể ở những cõi thế giới khác truyền bá giảng rộng kinh này."**

■ Phần thứ nhất chia làm 3 đoạn. Đoạn thứ nhất nói về 20.000 vị Bồ Tát kính vâng lời Phật ở nơi cõi [Ta-bà] này gìn giữ lưu thông kinh. Đoạn thứ hai nêu việc 500 vị và 8.000 vị Thanh văn phát thệ nguyện ở nơi các cõi thế giới khác truyền bá lưu thông kinh này. Đoạn thứ ba nêu việc các vị tỳ-kheo-ni muốn được nghe Phật thụ ký.

**Hỏi**: Những vị Thanh văn ấy đã thành Bồ Tát, vì sao không thể ở cõi Ta-bà để lưu thông truyền rộng kinh này?

**Đáp**: Vì muốn nói cho biết rằng việc hàng sơ tâm mới đầu tu hạnh Bồ Tát thì chưa thể có khả năng ở trong đời xấu ác chịu khổ nhọc mà truyền bá lưu thông kinh này. Lại nữa, đây là muốn dẫn khởi để mở ra phẩm Hạnh An vui theo sau.

**KINH VĂN**

**Lúc bấy giờ, đức Thế Tôn đưa mắt nhìn 80 muôn ức na-do-tha các vị Đại Bồ Tát. Các vị Bồ Tát này đều đã đạt địa vị không còn thối chuyển, chuyển bánh xe pháp không thối chuyển, đạt được các pháp tổng trì. Các vị liền từ chỗ ngồi đứng dậy, đến trước đức Phật, một lòng chắp tay rồi có ý nghĩ rằng: "Nếu đức Thế Tôn dạy bảo chúng con thọ trì giảng thuyết kinh này, chúng con sẽ y theo lời Phật dạy mà truyền bá giảng rộng." Rồi các vị ấy lại suy nghĩ: "Nay Phật lặng yên không ban lời dạy bảo, chúng ta nên làm thế nào?" Rồi các vị Bồ Tát kính thuận ý Phật cũng như muốn tự làm trọn đủ tâm nguyện từ trước, liền ở trước Phật dùng tiếng uy nghiêm như sư tử gầm mà phát lời thệ nguyện rằng: "Bạch Thế Tôn! Sau khi Như Lai diệt độ, chúng con qua lại trong các thế giới ở khắp mười phương, nếu có thể khiến cho chúng sanh sao chép kinh này, thọ trì, tụng đọc, giảng thuyết nghĩa kinh, y theo giáo pháp trong**

**kinh tu hành, nghĩ nhớ chân chánh, đều là nhờ nơi oai lực của Phật. Kính nguyện đức Thế Tôn ở phương xa nhìn thấy mà che chở bảo vệ cho."**

■ Phần thứ hai khuyến khích thọ trì gồm có kinh văn trường hàng và kệ tụng. Kinh văn trường hàng chia làm 5 đoạn. Thứ nhất nêu việc đức Phật dùng mắt xem thấy. Thứ hai, các vị Bồ Tát muốn được Phật dạy [việc lưu truyền kinh này]. Thứ ba, nói việc Phật yên lặng [không nói việc lưu hành kinh]. Thứ tư, các vị Bồ Tát tự biết ý Phật. Thứ năm là các vị Bồ Tát phát lời thệ nguyện truyền bá lưu thông kinh này.

*"Đức Thế Tôn đưa mắt nhìn"* là lặng yên mà khuyến khích, không nói ra thành lời. Trước đó tuy không có lời chỉ dạy sai bảo riêng, nhưng đã nêu công đức sâu dày của việc thọ trì kinh, có dẫn chứng rõ ràng, lại thêm đức Phật Đa Bảo và chư Phật phân thân từ phương xa tập hợp đến đều khuyến khích phát tâm [thọ trì]. Những việc này thật đã chi ly cặn kẽ, ý nghĩa sự việc đã đầy đủ, nếu có ai muốn thuận theo ý Phật tức nhiên phát khởi thệ nguyện, không cần phải nhọc sức nói ra. Lại nữa, vì muốn hộ trì cho thệ nguyện của hàng Thanh văn ở những phương khác, cho nên Phật không nói rõ ra [với các Bồ Tát].

## KINH VĂN

**Tức thời, các vị Bồ Tát đều đồng thanh đọc kệ rằng:**

**Nguyện Phật đừng lo nghĩ,**
**Sau khi Phật diệt độ,**
**Trong đời ác đáng sợ,**
**Chúng con sẽ giảng rộng.**
**Dù có kẻ ngu si,**
**Dùng lời ác mắng chửi,**
**Lại thêm dùng dao gậy,**
**Chúng con đều nhẫn chịu.**

**Tỳ-kheo đời xấu ác,**
**Trí tà vạy, dua nịnh,**
**Chưa chứng nói đã chứng,**
**Tâm kiêu ngạo tràn đầy.**
**Hoặc ở nơi vắng vẻ,**
**Dùng y phục xấu tệ,**
**Tự xưng tu chánh đạo,**
**Khinh miệt người thế gian.**

**Hoặc tham đắm lợi dưỡng,**
**Thuyết pháp với cư sĩ,**
**Được người đời cung kính,**
**Như La-hán lục thông.**
**Hoặc ôm lòng xấu ác,**
**Thường nghĩ việc thế tục,**
**Giả xưng bậc ẩn dật,**
**Bới móc lỗi chúng con.**
**Họ nói lời thế này:**
**"Những ông tỳ-kheo đó,**
**Chỉ vì tham lợi dưỡng,**
**Thuyết dạy pháp ngoại đạo.**
**Tự nghĩ ra kinh này,**
**Để lừa gạt người đời.**
**Vì cầu được danh tiếng,**
**Nên giảng giải kinh này."**
**Họ ở giữa đại chúng,**
**Muốn làm nhục chúng con,**
**Đến chỗ vua, đại thần,**
**Cư sĩ, bà-la-môn,**
**Và những tỳ-kheo khác,**
**Rồi phỉ báng, chê bai:**
**"Bọn chúng là tà kiến,**
**Nói toàn thuyết ngoại đạo."**
**Chúng con cung kính Phật,**
**Nên nhẫn chịu tất cả.**
**Những kẻ khinh miệt ấy,**
**Sau đều sẽ thành Phật,**
**Nên bao lời khinh miệt,**
**Chúng con đều nhẫn chịu.**[1]

■ Phần kệ tụng có 20 khổ kệ, nêu ý nguyện [của các vị Bồ Tát] muốn bảo vệ gìn giữ kinh này, không cần phải phân chia chi tiết, chỉ y theo kinh văn có thể hiểu được.

◆ Đoạn thứ nhất gồm 17 khổ kệ, nêu việc mặc áo nhẫn nhục để lưu hành truyền rộng kinh này.

◆ Đoạn thứ hai gồm 1 khổ kệ, nêu việc thâm nhập vào nhà cửa [trong thôn ấp, thành thị] để lưu hành truyền rộng kinh này.

---

[1] Nguyên văn 4 câu kệ này là: "為斯所輕言，汝等皆是佛，如此輕慢言，皆當忍受之。- Vi tư sở khinh ngôn, nhữ đẳng giai thị Phật, như thử khinh mạn ngôn, giai đương nhẫn thụ chi." Các bản dịch trước đây đều cho rằng đây là lời chế giễu khi gọi "các người đều là Phật". Chúng tôi cho rằng tự thân kinh văn không nói đến ý nghĩa "chế giễu" mà chỉ nêu rõ tinh thần của Pháp hoa: "Tất cả chúng sanh đều có tánh Phật", do đó ngay cả những kẻ xấu xa hiện nay đang nói ra lời khinh miệt đối với người hoằng pháp, thì trong tương lai rồi họ cũng sẽ thành Phật, bởi tánh Phật của họ không hề mất đi. Tinh thần này thể hiện rõ nhất trong phẩm Bồ Tát Thường Bất Khinh. Bản Anh dịch của H. Kern có nội dung khá tương tự: "And those fools who will not listen to us, shall (sooner or later) become enlightened, and therefore will we forbear to the last." (Và những kẻ ngu si không lắng nghe chúng con nhưng rồi - sớm hay muộn – họ cũng sẽ thành Phật, và do vậy chúng con sẽ nhẫn chịu đến cùng.)

◆ Đoạn thứ ba gồm 1 khổ kệ, nêu việc ngồi trên pháp tòa để giảng thuyết truyền rộng kinh này.

◆ Đoạn thứ tư gồm 1 khổ kệ, tổng kết vấn đề, thỉnh cầu chư Phật gia hộ.

Kinh Trung A-hàm, quyển 6, dịch chữ a-lan-nhã là vô sự.[1] Đầu-đà, phiên âm là đẩu-tẩu."[2]

Kinh Bảo Vân, quyển 6,[3] nói rằng: "Vị tỳ-kheo ở chốn a-lan-nhã, khi thấy vua, con vua, bà-la-môn hoặc bất cứ ai tìm đến thì đều nói lớn: 'Lành thay! Quý vị có thể đến đây cùng ngồi.' Người ấy sẽ bước đến cùng ngồi. Nếu người ấy không ngồi, vị tỳ-kheo cũng đứng không ngồi, rồi vì người ấy mà thuyết pháp, khiến cho được hoan hỷ."

Sau khi Phật diệt độ, trong đời xấu ác về sau, các tỳ-kheo không giữ theo nghi thức, tuy thuyết giảng giới luật và giáo pháp có thể lưu loát, nhưng đối với giới luật và giáo pháp không thích hành trì. Lần lượt xét qua 5 phần pháp thân,[4] cho đến hết thảy các phần đạo pháp khác cũng đều thuyết giảng theo cách như vậy.

Giống như người bị nghẹt mũi nói về gỗ chiên đàn, đã nói [với người khác là] không có mùi thơm, lại cũng tự mình

---

[1] Trong kinh Trung A-hàm gọi vị tỳ-kheo tu hạnh A-lan-nhã là "vô sự tỳ-kheo". A-lan-nhã (阿蘭若), phiên âm từ Phạn ngữ araṇya, về sau cũng thường dịch là "không nhàn xứ" (空閑處), dùng để chỉ những nơi vắng vẻ như rừng núi, đồng hoang, thích hợp cho người tu hành tịch tĩnh. Văn Cú Ký cũng giải thích theo nghĩa là "vô tranh" (無諍), nghĩa là không tranh giành với người khác.

[2] Đầu-đà (頭陀), phiên âm từ Phạn ngữ dhūta, "đẩu-tẩu" (抖擻) cũng là một cách phiên âm khác, dịch nghĩa là rũ bỏ, trừ bỏ, chỉ các hạnh tu tập hạn chế tham dục, kiềm chế và diệt trừ ham muốn.

[3] Văn Cú Ký cho rằng chỗ này có nhầm lẫn vì phần trích dẫn nằm trong quyển 5. Chúng tôi cũng đã tìm thấy đoạn trích dẫn này đúng là nằm trong quyển 5 của kinh Bảo Vân (寶雲經). Kinh này có 7 quyển, do ngài Mạn-đà-la-tiên (曼陀羅仙) Hán dịch vào đời Lương. Xem Đại Chánh tạng, Tập 16, kinh số 658, trang 232, tờ a, từ dòng 15.

[4] Năm phần pháp thân: tức chỉ giới, định, tuệ, giải thoát và giải thoát tri kiến.

không ngửi được mùi thơm. Chư thiên, loài người, loài rồng, quỷ thần, cưu-bàn-trà... không bao giờ cúng dường cho những người không giữ giới. Đối với 4 phần [định, tuệ, giải thoát và giải thoát tri kiến] cũng vậy. Nếu không có khả năng mang giáo pháp nhiệm mầu đến cho người khác thì trước hết là do giới hạnh không thanh tịnh. Đối với 4 phần [định, tuệ, giải thoát và giải thoát tri kiến] cũng đều như vậy.

[Kinh Nguyệt đăng tam-muội, quyển 1, nói rằng:]

*Nếu gặp kẻ bệnh nặng sắp chết,*
*Đau đớn bức bách, quá buồn khổ,*
*Tam-muội niệm Phật thường miên mật,*
*Không để khổ não chế ngự tâm.*
*Người ấy tự hiểu được pháp này,*
*Liền biết các pháp đều là không.*[1]

**KINH VĂN**

**Đời xấu ác, uế trược,**
**Có nhiều điều đáng sợ,**
**Quỷ ác nhập thân người,**
**Mắng, làm nhục, chúng con,**
**Chúng con tin kính Phật,**
**Mặc áo giáp nhẫn nhục.**
**Vì thuyết giảng kinh này,**
**Nhẫn chịu mọi khó khăn.**

[1] Văn Cú trích dẫn 6 câu kệ này từ kinh Nguyệt đăng tam-muội (月燈三昧經) nhưng không dẫn chú. Kinh này có 10 quyển, do ngài Na-liên-đề-da-xá (那連提耶舍) Hán dịch. Văn Cú đã trích dẫn 6 câu trong quyển 1 là: "若遇垂死最重病, 痛惱逼迫極無瘳, 念佛三昧常不捨, 一切苦切奪其心, 彼人自解是法故, 則知一切諸法空 。- Nhược ngộ thùy tử tối trọng bệnh, thống não bức bách cực vô sưu, niệm Phật tam-muội thường bất xả, nhất thiết khổ thiết đoạt kỳ tâm, bỉ nhân tự giải thị pháp cố, tắc tri nhất thiết chư pháp không." Tuy nhiên, Nguyên tác kinh văn 6 câu này là: "若遇垂死最重疾, 痛惱逼迫極無聊, 念佛三昧常不捨, 不令苦切奪此心, 彼人自解是法故, 則知一切諸法空 。 - Nhược ngộ thùy tử tối trọng tật, thống não bức bách cực vô liêu, niệm Phật tam-muội thường bất xả, bất linh khổ thiết đoạt thử tâm, bỉ nhân tự giải thị pháp cố, tắc tri nhất thiết chư pháp không." Ngoài một vài chữ không khác biệt như"bệnh" và "tật", hoặc khác biệt không quá xa như "vô sưu" (không khỏi bệnh) và "vô liêu" (buồn khổ)... riêng câu thứ tư đã sai lệch đến mức trở thành vô nghĩa "nhất thiết khổ thiết đoạt kỳ tâm", trong khi Nguyên tác kinh văn là "bất linh khổ thiết đoạt thử tâm". Chúng tôi đã chuyển dịch theo đúng kinh văn vì tin rằng sai sót trong Văn Cú chỉ là do lỗi sao chép. Xem Đại Chánh tạng, Tập 15, kinh số 639, trang 553, tờ b, dòng 22 đến dòng 24.

**Con không tiếc thân mạng,**
**Chỉ trân quý Phật đạo,**
**Chúng con trong tương lai,**
**Giữ kinh như lời Phật.**
**Thế Tôn tự rõ biết,**
**Các tỳ-kheo đời ác,**
**Không biết phương tiện Phật,**
**Thuyết pháp cho thích hợp.**
**Nhăn mặt, nói lời ác,**
**Xô đuổi người thuyết kinh,**
**Phải xa lìa chùa tháp.**
**Bao việc ác như vậy,**
**Chúng con nhớ lời Phật,**
**Nên nhẫn nhục được hết.**
**Khắp xóm thôn, thành thị,**
**Nếu có người cầu pháp,**
**Chúng con đều tìm đến,**
**Thuyết dạy theo lời Phật.**
**Làm sứ giả Thế Tôn,**
**Giữa đại chúng không sợ,**
**Chúng con khéo thuyết pháp,**
**Kính nguyện Phật an lòng.**
**Chúng con ở trước Phật,**
**Cùng chư Phật mười phương,**
**Phát lời thệ nguyện này,**
**Phật biết lòng chúng con.**

*"Mặc áo giáp nhẫn nhục"*, như kinh Trung A-hàm, quyển 5, chép rằng: "Tỳ-kheo Hắc Xỉ tố cáo với Phật rằng: 'Xá-lợi-phất mắng chửi con.' Đức Phật lập tức gọi ngài Xá-lợi-phất đến hỏi: 'Ông có mắng chửi thật chăng?' Ngài Xá-lợi-phất thưa: 'Bạch Thế Tôn! Người tâm tán loạn mới có khi chửi mắng [người khác]; tâm con đã an định, làm sao con có thể mắng chửi người khác? Như con trâu đã gãy sừng không thể đâm húc, quấy nhiễu con người; như đứa trẻ tàn tật xấu hổ không quấy nhiễu người khác; tâm con hiện nay như đất, như nước, như gió, như lửa, dù những thứ sạch hoặc không sạch như phẩn uế, nước tiểu, đờm dãi, nước bọt, tất cả đều đón nhận không hề có sự khó chịu mắng chửi. Tâm con như cái chổi quét, những thứ sạch hay không sạch cũng đều quét đi. Lại như vật chứa đã bị rạn nứt, dùng đựng chất mỡ rồi đặt ngoài trời nắng nóng, [mỡ tan chảy nên] thường rỉ ra theo khe nứt, nay con tự quán xét thấy chín lỗ của thân mình[1] cũng thường rỉ chảy ra những chất dơ nhớp, làm sao con có thể mắng chửi người

[1] Cửu khổng (九孔), 9 lỗ, chỉ thân thể con người có 9 lỗ thông ra bên ngoài, gồm 2 lỗ mắt, 2 lỗ mũi, 2 lỗ tai, 1 lỗ miệng và 2 lỗ đại tiểu tiện.

khác? Lại cũng giống như đem xác rắn chết, chó chết buộc vào cổ của đứa trẻ trong sạch, đã tự thấy xấu, tự hổ thẹn nên không thể mắng chửi nói xấu người khác.'

"Phật lại hỏi: 'Đối với những người xấu ác như vậy thì ông quán xét thế nào?'

"[Ngài Xá-lợi-phất] thưa rằng: 'Có 5 loại người. Loại người thứ nhất có hành vi hiền thiện mà lời nói, ý nghĩ không hiền thiện, chỉ nên nghĩ đến chỗ hiền thiện của họ, không nghĩ đến những điều bất thiện. Như vị tỳ-kheo nhặt vải may y, thấy tấm vải phủ trên đống phân dơ, tay trái nhặt lên, tay phải căng ra rồi cắt bỏ chỗ dơ, giữ lại chỗ sạch [để dùng]. Nghĩ đến hành vi hiền thiện của người ấy là để hành vi của mình noi theo; bỏ đi không nghĩ đến lời nói, ý nghĩ bất thiện của người ấy là để răn nhắc ngăn ngừa lời nói, ý nghĩ của chính mình.

"'Loại người thứ hai có lời nói hiền thiện nhưng hành vi và ý nghĩ bất thiện, chỉ nên nghĩ đến lời nói hiền thiện, bỏ đi hành vi và ý nghĩ bất thiện.[1] Giống như người đang nóng khát gặp hồ nước nhiều cây cỏ, liền dùng tay khoác cỏ ra để vốc nước mát lên uống, thân thể được mát mẻ giải trừ cơn khát.

"'Loại người thứ ba có ý nghĩ hiền thiện tịnh nhưng hành vi và lời nói bất thiện, cũng chỉ nên nghĩ về ý nghĩ hiền thiện, bỏ đi những hành vi và lời nói bất thiện. Giống như người đi đường nóng khát, chỉ gặp được chút nước đọng trong dấu chân trâu, nếu dùng tay vốc nước ắt sẽ khuấy bùn lên đục, nên phải quỳ gối thật thấp, chống 2 tay và cúi sát miệng xuống để hớp lấy nước uống, dứt được cơn khát.

---

[1] Văn Cú trong đoạn trước đã dùng "thiện" và "bất thiện", từ chỗ này lại chuyển sang dùng "tịnh" và "bất tịnh", nhưng ý nghĩa giống nhau nên chúng tôi chuyển dịch nhất quán với đoạn trước để độc giả tiện theo dõi.

"'Loại người thứ tư có 3 nghiệp [thân, khẩu và ý] đều bất thiện, tuy không có gì để vận dụng noi theo, nhưng nên hết lòng nghĩ nhớ đến họ, ví như trên đường đi gặp người bệnh nặng, nên đưa đến chỗ yên ổn nghỉ ngơi. Nghĩ nhớ đến sự bất thiện của họ, mong sao cho gặp được bậc thiện tri thức, dạy dỗ chuyển hóa 3 nghiệp xấu ác của họ, không để phải đọa vào 3 cảnh giới xấu ác.

"'Loại người thứ năm có 3 nghiệp đều hiền thiện, nên thường nghĩ nhớ đến để tự răn dạy mình noi theo [đã là tốt đẹp], huống chi là nghĩ đến sao cho sánh bằng người ấy, mong cho được bằng người ấy. Cũng giống như hồ nước trong mát lại thêm có nhiều hoa cỏ xinh đẹp, đang khi nóng khát chỉ vừa bước đến đã tự nhiên cảm thấy tỉnh táo dễ chịu ngay.'"

Thường nghĩ nhớ đến cảnh bên ngoài để so sánh trừ bỏ những điều xấu ác của mình, đây là cách theo Tạng giáo vận dụng những yếu tố "khổ, không, vô thường, bất tịnh, vô ngã" làm áo giáp nhẫn nhục.

Luận Tỳ-bà-sa, quyển 9, nói rằng: "Mắng chửi, trong Phạn ngữ nói là a-câu-lô-xa (ākrośa). Bỏ đi một chữ a, còn lại câu-lô-xa (krośa) chỉ có nghĩa là tiếng gọi. Ví như bị mắng chửi mà đừng nghĩ đến chữ a thì chỉ là nghe tiếng gọi. Dù suốt ngày nghe tiếng gọi cũng không có gì phải sinh tâm bực tức."[1]

"Lại nữa, nên nghĩ rằng những lời mắng chửi xúc phạm

[1] Văn Cú nói là "毘婆沙第八 - Tỳ-bà-sa đệ bát" (Tỳ-bà-sa, quyển 8). Tuy nhiên, phần trích dẫn này là từ luận A-tỳ-đàm Tỳ-bà-sa (阿毘曇毘婆沙論), quyển 9, phẩm Kiền-độ trí, thứ năm. Luận này do 2 vị Phù-đà-bạt-ma (浮陀跋摩) và Đạo Thái (道泰) Hán dịch, gồm 60 quyển. (ĐCT, T28, 1546, tr.57a, d.20-25) Chúng tôi căn cứ nội dung trong luận để hiểu và dịch đoạn này, vì Văn Cú nói tóm lược đến mức không đủ nghĩa. Ví dụ như câu "念罵是一語餘皆喚聲 - Niệm mạ thị nhất ngữ dư giai hoán thanh" thì không thể nào hiểu được như chúng tôi đã chuyển dịch ở trên. Đây là nội dung được giải thích rõ trong nguyên tác bộ luận.

ở nơi đây thì ở nơi khác lại là lời ngợi khen tốt đẹp.[1] Nếu ta ở đây nghe mắng chửi thì buồn khổ, ở nơi khác nghe khen ngợi thì thích thú mừng vui, như vậy thì chính tự nơi ta thường vui thường khổ, đâu có ai mang khổ đến cho ta?[2]

"Lại nữa, nên nghĩ rằng lời mắng chửi đó, cũng là những từ ngữ mà đảo ngược sắp xếp lại sẽ thành lời ngợi khen xưng tán.[3] [Nghĩ như vậy thì không có gì phải sanh tâm sân hận.]

"Lại nữa, nên nghĩ rằng những lời mắng chửi đó đến với ta chỉ là số ít, chỉ là 1 giới trong 18 giới, chỉ là 1 nhập trong 12 nhập, chỉ là 1 ấm trong 5 ấm,[4] những ấm, nhập, giới còn lại đều không phải là sự mắng chửi, nên phần mắng chửi là ít, phần không mắng chửi là rất nhiều.[5] [Như vậy thì đâu có gì phải sanh tâm sân hận.]

"Lại nữa nên nghĩ rằng, ai đã tạo thành sự mắng chửi, là người mắng chửi hay người bị mắng chửi? Suy xét như

---

[1] Lập luận trong câu này muốn nói rằng ngôn ngữ chỉ là quy ước, nên ở các địa phương, xứ sở khác nhau thì quy ước có khi trái ngược nhau. Chẳng hạn như người Ấn Độ lắc đầu là đồng ý trong khi ở nhiều nơi khác thì lắc đầu là không đồng ý.

[2] Văn Cú nói rất ngắn và không đủ nghĩa: "我若念此卑語無處得樂 - ngã nhược niệm thử ti ngữ vô xứ đắc lạc." Chúng tôi chuyển dịch theo nội dung đầy đủ hơn trong nguyên văn bộ luận.

[3] Văn Cú Ký giải thích về ý này bằng cách đưa ra các thí dụ, như khi có khách đến chơi, nếu chủ nhà nói "去早 - khứ tảo" (đi sớm thế) tức là có ý muốn lưu giữ khách, nhưng nói "早去 - tảo khứ" (đi ngay đi) lại là có ý đuổi khách; hoặc như đang bữa ăn gặp khách đến chơi, nếu chủ nhà nói "來早 - lai tảo" (đến sớm thế) tức là có ý bực dọc xúc phạm, nhưng nếu nói "早來 - tảo lai" (đến đây đi) tức là vui mừng hoan nghênh.

[4] Câu này đề cập đến "ấm, nhập, giới", tức là 5 ấm bao gồm sắc ấm, thọ ấm, tưởng ấm, hành ấm và thức ấm; 12 nhập bao gồm 6 căn thiệp nhập với 6 trần; 18 giới bao gồm sự tiếp xúc giữa 6 căn bên trong, 6 trần bên ngoài và 6 thức ở khoảng giữa. Chuỗi âm thanh của lời mắng chửi thật ra cũng chỉ là một phần nhỏ thuộc về các ấm, nhập và giới.

[5] Chúng tôi vẫn phải dựa vào nội dung trong nguyên văn bản luận để trình bày phần này, vì Văn Cú nói không đủ nghĩa. Trong Nguyên tác luận nói chi tiết hơn nữa "có 17 giới không mắng chửi so với 1, 11 nhập không mắng chửi so với 1, 4 ấm không mắng chửi so với 1 v.v.

vậy thì thấy rằng do người mắng chửi tạo thành. Như vậy tức là người ấy tự mắng chửi, nào có gì để ta phải sanh tâm sân hận?

"Lại nữa nên nghĩ rằng, chỉ nói ra một chữ thì không thành câu mắng chửi, phải từ hai chữ mới thành câu mắng chửi. Nhưng không thể nào cùng lúc nói ra được 2 chữ, vì khi nói ra chữ sau thì chữ trước đã mất rồi. [Như vậy chỉ là do ta khởi ý phân biệt nên gọi đó là mắng chửi. Nghĩ như vậy thì không có gì phải sanh tâm sân hận.]

"Lại nữa nên nghĩ rằng, người mắng chửi với ta đều cùng lúc diệt mất trong một sát-na, sau đó là các ấm khác sanh ra, trong đó không có người mắng chửi cũng không có người bị mắng chửi, sự mắng chửi cũng không thể tìm thấy hoặc nắm bắt. Nghĩ như vậy nên không sanh tâm sân hận."

Những quán chiếu như trên tức là vận dụng lẽ "không" làm áo giáp nhẫn nhục.

[Cũng trong luận này], quyển 17[1] nói: Phàm phu với bậc thánh đều có đủ 3 cảm thọ [khổ, vui và không khổ không vui], vì sao lại khác nhau?

[Đáp rằng:] Phàm phu trong cảm thọ khổ có 2 phần, một là thân thọ nhận sự khổ, hai là tâm thọ nhận sự buồn lo đau đớn. [Ba cảm thọ đối với phàm phu] như 3 mũi tên độc [nên gây hại], bị mất sự vui thích liền khởi lên sân hận; được sự vui thích liền khởi lên mừng vui tham đắm; không khổ không vui ắt rơi vào si mê. Bậc thánh chỉ có cảm thọ của thân mà không có cảm thọ của tâm; đối với sự khổ chẳng khởi tâm sân, đối với việc sự vui chẳng sanh tham ái, đối với sự không khổ không vui cũng không rơi vào si mê; ba kết sử [tham, sân, si] ấy không thể trói buộc

[1] Văn Cú Ký cho rằng chỗ này nhầm lẫn, vì phần trích dẫn nằm trong quyển 10. Chúng tôi chưa tìm thấy phần này.

sai khiến được, đối với kết sử được giải thoát, cho nên giữa phàm phu với bậc thánh có khác biệt."

Những lập luận dùng lẽ có không để chế phục như vậy tức là vận dụng theo Biệt giáo để làm áo giáp nhẫn nhục.

Kinh này nói *"mặc áo giáp nhẫn nhục"* là lấy việc nghĩ nhớ đến Phật làm áo giáp, tức là nhớ nghĩ đến pháp, đệ nhất nghĩa của Phật. Phật tức là pháp, nên kinh văn nói *"Chúng con nhớ lời Phật"*, đó tức là pháp. Phật tức là Tăng, Tăng tức là sự và lý đều hòa hợp, tức là pháp thân biến hiện khắp mọi nơi. [Vận dụng] áo giáp như vậy thì một áo giáp là hết thảy áo giáp. Đây tức áo giáp nhẫn nhục theo Viên giáo.

## CẤU TRÚC PHẨM HẠNH AN VUI

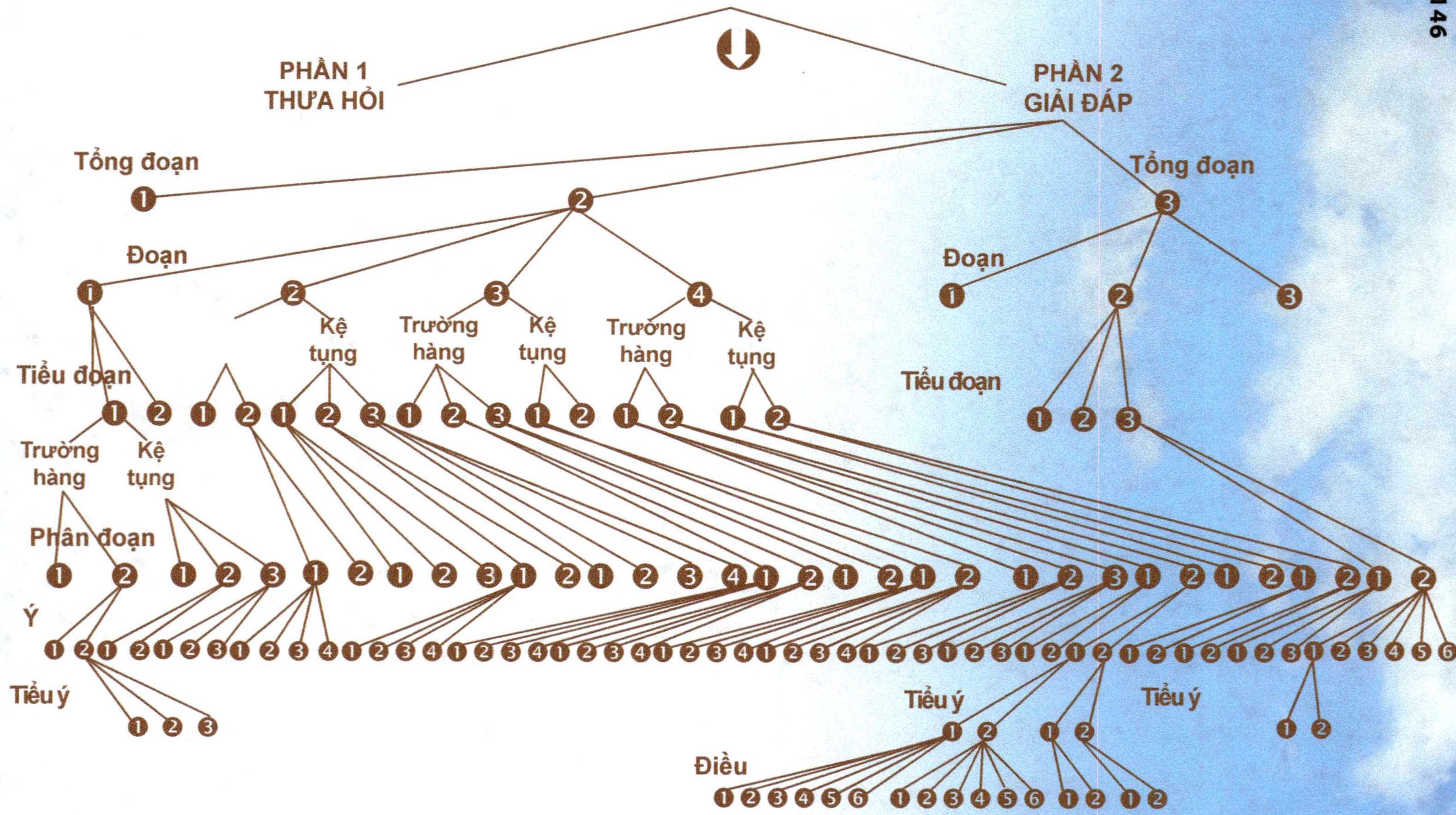

# 14. Giải thích phẩm Hạnh an vui

KINH VĂN

Phẩm Hạnh an vui, thứ mười bốn

## Giải thích tên phẩm

Việc giải thích phẩm này dựa theo 3 ý nghĩa. Thứ nhất là theo sự việc, thứ hai là dựa vào ý nghĩa kinh văn, thứ ba là theo ý nghĩa pháp môn.

[Giải thích theo] sự việc thì do thân không gặp nguy hiểm nên gọi là "an"; tâm không lo buồn sầu khổ nên gọi là "vui"; thân được an, tâm được vui nên "hạnh" tu tập có thể tăng tiến.

[Giải thích] dựa theo ý nghĩa] kinh văn là nói đắp y Như Lai nên pháp thân "an"; vào nhà Như Lai nên tâm giải thoát "vui"; ngồi tòa Như Lai nên "hạnh" đạo Bát-nhã tăng tiến. Đây là dựa vào ý nghĩa kinh văn của phẩm [Pháp sư] ở trước để giải thích.

[Lại nữa, dựa theo ý nghĩa kinh văn trong phẩm này nói] *"trụ nơi giai vị nhẫn nhục"* cho nên thân được "an", *"không hấp tấp thô bạo"* cho nên tâm được "vui", *"quán xét thấy đúng tướng như thật"* của các pháp cho nên "hạnh" tu tập tăng tiến.

Lại nữa, giải thích theo ý nghĩa pháp môn thì "an" là không động chuyển, "vui" là không cảm thụ, "hạnh" là không có gì để làm.

Giải thích về không động chuyển, đó là những gì thuộc về 6 cảnh giới trong sanh tử,[1] 2 cảnh giới Niết-bàn của bậc thánh[2] đều không thể làm cho động chuyển. Vì không vướng mắc chạy theo sự bám chấp vào 2 bên có, không[3] nên thân không động chuyển. Kinh văn phần trước [trong phẩm *Thí dụ hóa thành*] nói: *"Thân thể cùng tay chân, đều an nhiên không động; trong tâm thường an tĩnh, chưa từng có tán loạn."*[4] Tức là trụ yên không động chuyển như đỉnh núi Tu-di. Đây là pháp môn thường trụ bất động.

Giải thích về niềm vui [chân thật], tức là sự vận dụng rộng lớn của pháp tam-muội không cảm thụ. Không cảm thụ 5 loại cảm thụ[5] của phàm phu, cho đến 5 loại cảm thụ của Viên giáo, khởi sanh kiến chấp cũng đều không cảm thụ.

Có cảm thụ tất nhiên sẽ có khổ, nếu không cảm thụ tất nhiên không có khổ. Không khổ không vui mới gọi là niềm vui lớn lao chân thật.

---

[1] Nguyên văn dùng "六道生死 - lục đạo sanh tử" (6 đường sanh tử), chỉ 6 cảnh giới tái sanh của tất cả chúng sanh trong vòng sanh tử, bao gồm các cảnh giới chư thiên, nhân loại, a-tu-la, địa ngục, ngạ quỷ và súc sanh. Tất cả chúng sanh tùy theo nghiệp thiện ác đã tạo, đều phải tái sanh vào một trong 6 cảnh giới này.

[2] Nguyên văn dùng "二聖涅槃 - nhị thánh Niết-bàn", chỉ 2 cảnh giới Niết-bàn hữu dư và Niết-bàn vô dư.

[3] Nguyên văn dùng "不緣二邊 - bất duyên nhị biên" (không duyên theo 2 bên). Hai bên ở đây chỉ 2 quan điểm chấp có và chấp không. Người hiểu lẽ trung đạo thì không rơi vào một trong 2 bên này mà luôn nhận hiểu về các pháp đúng như thật tướng.

[4] Đây là đoạn kệ tụng nói về việc đức Phật Đại Thông Trí Thắng nhập thiền định ngồi yên bất động suốt trong 10 tiểu kiếp.

[5] Nguyên văn dùng "五受 - ngũ thụ", chỉ 5 loại cảm thụ là khổ thụ, lạc thụ, ưu thụ, hỷ thụ và xả thụ. Văn Cú Ký diễn giải khác hơn, cho rằng cả 4 trường hợp bám chấp của ngoại đạo như có, không, chẳng phải có chẳng phải không, vừa có vừa không đều dứt bỏ, cho đến tự thân sự dứt bỏ đó cũng dứt bỏ luôn tức là không cảm thụ 5 loại cảm thụ. Văn Cú Ký cũng cho rằng đối với Tạng giáo, Thông giáo, Biệt giáo, mỗi giáo đều có 4 cửa vào đạo (tứ môn), cũng tức là có, không, chẳng phải có chẳng phải không và cũng có cũng không. Dứt bỏ hết các môn này, cho đến sự dứt bỏ cũng dứt bỏ luôn, tức là không cảm thụ 5 loại cảm thụ. Viên giáo cũng dứt trừ 4 môn, cho đến nếu chưa chứng được thật tánh khởi sinh bám chấp kiến giải cũng dứt trừ luôn, gọi là không cảm thụ 5 loại cảm thụ.

Giải thích về *"không có chỗ làm"*, đó là nếu có chỗ cảm thụ tất nhiên có chỗ làm, nếu không có chỗ cảm thụ tức không có chỗ làm. Không làm theo hạnh phàm phu, không làm theo hạnh hiền thánh, cho nên nói là không có chỗ làm; nhưng làm theo trung đạo cho nên nói là "hạnh". Đây là giải thích theo ý nghĩa pháp môn.

Bây giờ lại giải thích rộng hơn dựa theo sự việc. Nói về an vui tức là cảnh giới Đại Niết-bàn. Đây là dựa theo quả đạt được mà gọi tên. "Hạnh" tức là con đường đi đến Niết-bàn. Đây là dựa theo nhân tạo tác mà gọi tên. Ngoài [nhân Niết-bàn và quả Niết-bàn] ra thì tất cả những nhân và quả khác đều là khổ. Như hàng ngoại đạo chấp thường mà thực hành khổ hạnh chỉ đạt đến quả khổ. Hoặc nếu nói nhân vui mà quả khổ thì như hàng ngoại đạo chấp đoạn, buông thả dục tình phóng túng thụ hưởng dục lạc, sau chịu quả báo khổ. Nếu nói về nhân khổ mà quả vui thì như hàng Nhị thừa phân tích chia chẻ các pháp, vận dụng không khéo léo lẽ vô thường nên phải khổ nhọc rất nhiều cho đến khi thể nhập Niết-bàn [Tiểu thừa].

Nay [phẩm này] nói *"hạnh an vui"* là theo nghĩa nhân quả đều an vui, tức là như trong Đại phẩm Bát-nhã nói *"vận dụng khéo léo lẽ như thật"*.[1] Kinh Đại Bát Niết-bàn nói rằng: "Hạnh lúc nào cũng khổ là hàng phàm phu; hạnh có khổ có vui là hàng Thanh văn, Duyên giác; hạnh lúc nào cũng vui là hàng Bồ Tát."[2] Tất cả [hành giả trong] 7 hạng

---

1 Nguyên tác Văn Cú dùng "無常拙度 - vô thường chuyết độ" để chỉ sự tu tập vận dụng lẽ vô thường của hàng Nhị thừa là không khéo léo; ngược lại hàng Bồ Tát thì "如實巧度 - như thật xảo độ", tức là vận dụng khéo léo lẽ như thật để hướng đến sự giác ngộ, giải thoát.

2 Phần trích dẫn này nằm ở quyển 27, kinh Đại Bát Niết-bàn, theo Bắc bản do ngài Đàm-vô-sấm Hán dịch. Kinh văn nói "定苦 - định khổ" để chỉ trường hợp nhất định là khổ, lúc nào cũng khổ...; "定樂 - định lạc" để chỉ trường hợp nhất định là vui, lúc nào cũng vui. Xem Đại Chánh tạng, Tập 12, kinh số 374, trang 523, tờ b, dòng 24 đến 28.

phương tiện đều là tạo nhân thô thiển, được quả thô thiển, đều không phải là hạnh an vui; chỉ có nhân vi diệu, quả vi diệu mới gọi là hạnh an vui.

Lại giải thích rộng hơn dựa theo ý nghĩa kinh văn thì hạnh an vui là con đường đi đến Niết-bàn. Niết-bàn lại có 3 nghĩa, tức là 3 phẩm đức[1] của kho tàng bí mật.

Hạnh lại có 3 nghĩa, đó là thực hành pháp chỉ, thực hành pháp quán và thực hành từ bi.

Thực hành pháp chỉ là thực hành 3 nghiệp nhu hòa, đối với sự việc dù trái nghịch hay thuận theo đều tịch lặng, nghĩa là thực hành theo thể của [phẩm đức] pháp thân. Đây là ý nghĩa kinh văn phần trước [trong phẩm *Pháp sư*] nói *"đắp y Như Lai"*.

Thực hành pháp quán là thực hành trí tuệ soi thấy một thật tướng, chiếu ánh sáng không phân biệt, tức là thực hành theo thể của [phẩm đức] Bát-nhã. Đây là ý nghĩa kinh văn phần trước [trong phẩm *Pháp sư*] nói *"ngồi tòa Như Lai"*.

Thực hành từ bi là thực hành bốn thệ nguyện lớn lao, rộng độ khắp thảy chúng sanh, tức là thực hành theo thể của [phẩm đức] giải thoát. Đây là ý nghĩa kinh văn phần trước [trong phẩm *Pháp sư*] nói *"vào nhà Như Lai"*.

Cả 3 pháp thực hành ấy là con đường đến Niết-bàn, cả 3 phẩm đức ấy là cảnh giới của "hạnh"; cảnh giới ấy gọi là "an vui", con đường [đến Niết-bàn] ấy gọi là "hạnh".

Luận Đại trí độ nói: "Bồ Tát từ khi mới phát tâm thường quán Niết-bàn, khi tạo nhân tu hành đạo thì vận dụng 3 pháp thực hành này dẫn dắt 3 nghiệp, lấy đó làm hạnh." Ba nghiệp thanh tịnh ắt làm thanh tịnh 6 căn; 6 căn thanh tịnh thì phát khởi sự nhận hiểu tương tợ mà thể nhập được

---

[1] Ở đây chỉ 3 phẩm đức là Pháp thân, Bát-nhã và Giải thoát. Ba phẩm đức này được xem là đức tướng của Niết-bàn, là 3 phẩm đức chung của chư Phật.

cảnh giới chân thật. Khi thành tựu quả vị thì [6 căn thanh tịnh ấy] gọi là mắt Phật, tai Phật...

Nhân tu tập là thực hành pháp chỉ, quả thành tựu gọi là phẩm đức dứt trừ phiền não (đoạn đức). Nhân tu tập là thực hành pháp quán, quả thành tựu gọi là phẩm đức trí tuệ soi chiếu (trí đức). Nhân tu tập là thực hành từ bi, quả thành tựu gọi là phẩm đức ban ân giáo hóa khắp thảy chúng sanh (ân đức).[1]

Lại nữa, nhân tu tập là 3 nghiệp, quả thành tựu là 3 mật;[2] khi tu tập nhân là từ bi dẫn dắt 3 nghiệp làm lợi ích chúng sanh, khi thành tựu quả là 3 luân[3] giáo hóa [chúng sanh] không thể nghĩ bàn.[4]

Quán xét như vậy thì không còn phân biệt, trong hết thảy các pháp đều tự có tánh an vui, hết thảy chúng sanh tức là đại Niết-bàn, không thể lại còn có sự diệt độ. [Kinh Duy-ma-cật nói: "Bồ Tát] thực hành điều không phải đạo là thông đạt Phật đạo."[5] Đây chính là dứt hết mọi đối đãi mà nêu *"hạnh an vui"*. [Ý nghĩa] thực hành này tương hợp với ý nghĩa trong kinh Đại Bát Niết-bàn.[6] Kinh Đại bát

---

[1] Đoạn này đề cập đến 3 phẩm đức của chư Phật là đoạn đức (斷德), trí đức (智德) và ân đức (恩德).

[2] Tức tam mật (三密) của chư Phật, bao gồm thân mật (身密), khẩu mật (口密) và ý mật (意密).

[3] Tức tam luân (三輪) của chư Phật, bao gồm thần thông luân (神通輪), thuyết pháp luân (說法輪) và ý luân (意輪).

[4] Văn Cú Ký giải thích rằng tam nghiệp, tam mật, tam luân đều là những tên gọi khác của tam đức; ý mật tức là bát-nhã, khẩu mật tức là giải thoát, thân mật tức là pháp thân. (Xem Đại Chánh tạng, Tập 34, kinh số 1719, trang 317, tờ a, dòng 7-8.) Điều này cho thấy những cách giải thích, gọi tên như trên chỉ là những sự biểu đạt khác nhau về 3 phẩm đức chung của chư Phật.

[5] Văn Cú dẫn từ kinh văn nhưng không nêu rõ. Đây là câu kinh trong Duy-ma-cật sở thuyết kinh: "若菩薩行於非道，是為通達佛道 。- Nhược Bồ Tát hành ư phi đạo, thị vi thông đạt Phật đạo." Xem Đại Chánh tạng, Tập 14, kinh số 475, trang 549, tờ a, dòng 1 và 2.

[6] Văn Cú nói "與涅槃義合 - dữ Niết-bàn hợp nghĩa", Niết-bàn ở đây là chỉ kinh Đại Bát Niết-bàn, với nội dung tương hợp đang được so sánh.

Niết-bàn nói rằng:[1] "Lại có một hạnh, là hạnh Như Lai."[2] Như Lai là nói người, an vui là nói pháp; Như Lai là người an vui, an vui là pháp của Như Lai. Nói khái quát thì ý nghĩa trong 2 kinh không khác biệt, nói chi tiết cũng không khác biệt. Kinh này nói việc [đắp y Như Lai] là pháp nhẫn tịch diệt, [nói ngồi tòa Như Lai] là trụ nơi pháp không, lại nói vào nhà Như Lai; kinh Đại Bát Niết-bàn nói "cây báu bằng vàng bạc", cây báu tức là rừng cây báu vô lậu; vô lậu so với pháp không, pháp nhẫn tịch diệt là tương hợp. Kinh Đại Bát Niết-bàn nói "có sông lớn Kim sa[3] không uốn khúc, chảy thẳng vào biển phía tây", tức là ý nghĩa một trí tuệ chân thật, so với nghĩa "các pháp đều không" là tương hợp. [Lại nói] người phụ nữ đạt đạo thì không còn gian dối quanh co, tức là ý nghĩa tâm đại từ vô duyên, so với ý nghĩa "nhà Như Lai" là tương hợp. Kinh Đại Bát Niết-bàn gọi là nghĩa vô dư, kinh Pháp hoa này gọi là nghĩa vô thượng đạo. Lại nữa, ý nghĩa của 5 hạnh [trong kinh Đại Bát Niết-bàn][4] so với các nghĩa đắp y Như Lai, ngồi tòa Như Lai, vào nhà Như Lai [trong kinh này] là tương đồng.[5]

---

[1] Văn Cú chỉ nói "彼云 - bỉ vân" (kia nói rằng), nhưng theo ngữ cảnh và nội dung nên biết được "kia" là chỉ "kinh kia", và "kinh kia" tức là kinh Đại Bát Niết-bàn với nội dung được trích dẫn tiếp theo.

[2] Nguyên văn kinh: "復有一行是如來行。 - Phục hữu nhất hạnh, thị Như Lai hạnh." Xem Đại Chánh tạng, Tập 12, kinh số 374, trang 432, tờ a, dòng 12.

[3] Nguyên văn trong kinh Đại Bát Niết-bàn nói: "有河端直不曲名娑婆耶喻如繩墨直入西海。 - Hữu hà đoan trực bất khúc danh Ta-bà-da, dụ như thằng mặc trực nhập tây hải." (Có con sông tên là Ta-bà-da, chảy không uốn khúc, thẳng như dây mực, chảy thẳng vào biển phía tây.) Văn Cú không dùng tên phiên âm Phạn ngữ Ta-bà-da mà dịch nghĩa tên sông này là "金沙大河 - Kim sa đại hà" (sông lớn Kim sa). Xem Đại Chánh tạng, Tập 12, kinh số 374, trang 426, tờ a, dòng 23-24.

[4] Trong kinh Đại Bát Niết-bàn nói về 5 hạnh, bao gồm thánh hạnh (聖行), phạm hạnh (梵行), thiên hạnh (天行), anh nhi hạnh (嬰兒行) và bệnh hạnh (病行). Văn Cú Ký giải thích về sự tương đồng cụ thể hơn, cho rằng thánh hạnh là tương đồng với "ngồi tòa Như Lai", thiên hạnh là tương đồng với "đắp y Như Lai" và 3 hạnh còn lại là tương đồng với "vào nhà Như Lai".

[5] Những nội dung trích dẫn để so sánh ở đây là trong kinh Đại Bát Niết-bàn, quyển 10. Xem Đại Chánh tạng, Tập 12, kinh số 374, từ trang 422.

**Hỏi**: Kinh Đại Bát Niết-bàn nêu việc [người hộ trì chánh pháp] thân cận đức vua, mang cung tên đi khuất phục kẻ ác;[1] kinh này thì nói phải xa lìa những người có quyền thế, sống khiêm hạ với tâm hiền thiện từ ái; [hai bên] cứng rắn với nhu hòa thật khác nhau quá xa, sao lại nói là không khác biệt?

**Đáp**: [Trong 2 pháp khuất phục và nhiếp thụ,][2] kinh Đại Bát Niết-bàn nói thiên về sự khuất phục, [nhưng cũng nói Bồ Tát] trụ ở giai vị Nhất tử[3] [thương chúng sanh như con một của mình], như vậy đâu phải là không có sự nhiếp thụ? Kinh [Pháp hoa] này nói thiên về sự nhiếp thụ, [nhưng trong phẩm *Đà-la-ni* cũng nói "ai quấy nhiễu người thuyết pháp] đầu người ấy sẽ bị vỡ làm 7 mảnh",[4] như vậy đâu phải là không có sự khuất phục? Chẳng qua mỗi kinh đều chỉ nêu ra một manh mối thích hợp đúng thời mà thôi. Nếu xét về lý thì [cả 2 kinh] đều có đủ 4 [pháp tất đàn]. Vì sao có thể nói như vậy? Vì nêu việc thích hợp đúng thời tức là ý thế giới tất đàn, nói nghĩa nhiếp thụ tức là ý vị nhân tất đàn, nói nghĩa khuất phục tức là ý đối trị tất đàn, [đưa đến sự] chứng ngộ Phật đạo tức là ý đệ nhất nghĩa tất đàn.

---

[1] Nội dung trích dẫn này được tìm thấy ở nhiều nơi trong quyển 3, kinh Đại Bát Niết-bàn, cụ thể như câu kinh này: "護持正法者... 應持刀劍弓箭鉾槊守護持戒清淨比丘 。- Hộ trì chánh pháp giả... ưng trì đao kiếm cung tiễn mâu sóc thủ hộ trì giới thanh tịnh tỳ-kheo." (Người hộ trì chánh pháp... nên cầm đao kiếm, cung tên, giáo mác theo bảo vệ vị tỳ-kheo giữ giới thanh tịnh.) Xem Đại Chánh tạng, Tập 12, kinh số 374, trang 383, tờ b, dòng 22-24.

[2] Tức là 2 phương pháp chiết phục (折伏) và nhiếp thụ (攝受). Chiết phục có nghĩa là khuất phục kẻ tà ác, khiến cho họ không thể chống lại mà phải quay về chánh đạo. Nhiếp thụ nghĩa là thâu nhận, nhiếp hóa người hiền thiện, giúp cho họ tiếp tục phát triển căn lành, tăng tiến trên đường tu tập.

[3] Văn Cú nói "一子地 - Nhất tử địa", tức là Cực ái nhất tử địa (極愛一子地), gọi tắt là giai vị Nhất tử, là giai vị của hàng Bồ Tát đã phát khởi tình thương đối với tất cả chúng sanh, giống như chúng sanh thương yêu đứa con duy nhất của mình.

[4] Văn Cú chỉ nói "頭破作七分 - đầu phá thất phần", đây là trích dẫn từ phẩm Đà-la-ni trong kinh này nói: "惱亂說法者, 頭破作七分 – não loạn thuyết pháp giả, đầu phá tác thất phần" (quấy nhiễu người thuyết pháp, đầu vỡ làm 7 phần). Xem Đại Chánh tạng, Tập 9, kinh số 262, trang 59, tờ b, dòng 12-13.

Lại nữa, giải thích theo ý nghĩa pháp môn thì "an" là không động chuyển, "vui" là không cảm thụ, "hạnh" là không có gì để làm.

Giải thích [tên phẩm] rộng hơn theo ý nghĩa pháp môn thì lẽ ra phải nói về pháp môn không động chuyển [là nghĩa "an"], pháp môn không cảm thụ [là nghĩa "vui"] và pháp môn không có chỗ làm [là nghĩa "hạnh"], nhưng nay lược bớt những phần này không ghi ra.

Phẩm này là ý thứ tư thuộc phần tích môn lưu thông. Nếu là đối với 20.000 Bồ Tát [trong nhóm của Bồ Tát Dược Vương] hoặc 80 muôn ức na-do-tha Đại Bồ Tát đã vâng lời Phật dạy để lưu thông truyền rộng kinh này, thì các vị đều đã nhận thức sâu xa các pháp quyền thật, hiểu rộng về các giáo pháp tiệm đốn, lại thấu đạt cơ duyên, có sức thần tự tại, dù trong đời uế trược phiền não rối loạn cũng không thể ngăn cản các vị lưu thông truyền rộng kinh này, không cần phải đợi Phật chỉ bày phương pháp [mới thực hành được]. Nhưng đối với những người mới phát tâm nương theo Phật pháp, muốn tu tập viên mãn hạnh nguyện lợi tha[1] nên vào đời uế trược để lưu thông truyền rộng kinh này, bị uế trược quấy nhiễu não loạn, tự mình thực hành không được vững vàng, cũng chưa có công đức giáo hóa người khác, đức Phật vì những người này nên phải chỉ bày phương pháp hạnh an vui, cho nên mới có phẩm này.

Hạnh an vui [trong phẩm này] có thứ lớp không? Xét như sự thực hành viên mãn theo kinh Pháp hoa này thì một công hạnh đã là vô số công hạnh, không thể nghĩ bàn, làm sao có sự phân định thứ lớp trước sau? Nay chỉ tạm nêu một đầu mối, trong phẩm *Pháp sư* chỉ bày sơ lược việc

[1] Văn Cú nói là "圓行 - viên hạnh", Văn Cú Ký giải thích là: "欲修圓行, 欲利他 - dục tu viên hạnh, dục lợi tha cố" (muốn tu hạnh viên mãn, tức là muốn làm lợi ích chúng sanh). Cũng có thể hiểu là hạnh tu tập theo Viên giáo. Tuy nhiên, xét ngữ cảnh ở đây thì ý nghĩa lợi tha phù hợp hơn.

truyền rộng kinh này, lấy việc lợi ích chúng sanh làm gốc, cho nên trước tiên nói *"vào nhà Như Lai"* [khởi tâm từ bi]. Trong phẩm [Hạnh an vui] này thì nói việc truyền rộng kinh điển trong đời xấu ác, giúp làm an ổn những phiền não bức bách, cho nên trước tiên nói *"đắp y Như Lai"* [nhu hòa nhẫn nhục]. [Hai cách sắp xếp] trước sau như vậy là hỗ trợ cho nhau để làm rõ vấn đề.

Nếu dựa theo thứ lớp thực hành thì [kinh văn nói] *"các pháp từ xưa nay, tướng thường tự tịch diệt"*, nếu trái nghịch với tánh thường tịch diệt ấy liền khởi lên các pháp tương ưng, nên trước phải dùng trí tuệ Bát-nhã dứt trừ những pháp ấy, tức là trước tiên phải *"ngồi tòa Như Lai"* [các pháp đều không]. Từ chỗ các pháp không sanh mà trí Bát-nhã khởi sanh đồng thể từ bi,[1] thương xót chúng sanh nên thực hành đạo pháp, tức là tiếp theo *"vào nhà Như Lai"* [khởi tâm từ bi]. Đã vận dụng tâm từ bi để giáo hóa người đời, tất nhiên phải trải qua những điều thuận nghịch, nhất định cần phải an ổn nhẫn chịu, cho nên tiếp đến là *"đắp y Như Lai"* [nhu hòa nhẫn nhục].

Tuy nói có thứ lớp tuần tự như vậy, nhưng chẳng qua chỉ là về mặt giáo thuyết, không phải lúc thực hành. Một khi thực hành [*"ngồi tòa Như Lai"*] thể nhập các pháp đều không, tức là đã đầy đủ tất cả các pháp, huống chi là từ bi với nhẫn nhục [mà lại chưa có] hay sao?

Về 4 hạnh an vui [trong phẩm này], các nhà cựu giải nói rằng, hạnh thứ nhất lấy việc quán xét các pháp giả, thật đều không làm thể; hạnh thứ hai lấy việc thuyết pháp làm thể; hạnh thứ ba lấy việc xa lìa lỗi lầm làm thể; hạnh thứ tư lấy tâm từ bi làm thể.

---

[1] Đồng thể từ bi (同體慈悲), cũng gọi là đồng thể đại bi (同體大悲), chỉ tâm từ bi khởi sanh vì thấy biết tất cả chúng sanh đều cùng một thể tánh với mình. Do trí tuệ Bát-nhã dẫn đến sự thấy biết này nên nói rằng "trí Bát-nhã khởi sanh đồng thể từ bi".

Cơ sư giải thích rằng, hạnh thứ nhất là không; hạnh thứ hai là lìa kiêu mạn; hạnh thứ ba là trừ tâm ganh ghét đố kỵ; hạnh thứ tư là tâm đại từ bi.

Long sư nói, hạnh thứ nhất là thân xa lìa những việc xấu ác, tâm dần dần đến gần lẽ không; hạnh thứ hai là trừ những lỗi lầm trong lời nói; hạnh thứ ba là trừ tâm ý ganh ghét đố kỵ; hạnh thứ tư là khởi tâm từ bi.

Đại sư Nam Nhạc Tuệ Tư[1] nói rằng, hạnh thứ nhất là trí tuệ chân chánh không bám chấp; hạnh thứ hai là miệng không nói lỗi người khác; hạnh thứ ba là cung kính người trên, dẫn dắt kẻ dưới; hạnh thứ tư là tâm đại từ bi.

Đại sư Thiên Thai[2] nói rằng, đó là ba hạnh thực hành chỉ, quán và từ bi dẫn dắt 3 nghiệp, cùng với hạnh thứ tư là thệ nguyện.

Về nghiệp của thân, nhờ thực hành pháp chỉ nên xa lìa nghiệp thô xấu của thân, thực hành pháp quán nên không có thân sau, không có nghiệp của thân, không thể xa lìa. Vì không có chỗ được nên không đọa vào cảnh giới phàm phu.

Vì có tâm từ bi nên chuyên cần tu tập nghiệp của thân, rộng làm lợi ích cho hết thảy chúng sanh, do đó không rơi vào các giai vị nhị thừa.

Thực hành pháp chỉ nên *"đắp y Như Lai"* nhẫn nhục nhu hòa, thực hành pháp quán nên *"ngồi tòa Như Lai"*, có tâm từ bi nên *"vào nhà Như Lai"*.

Thực hành pháp chỉ, xa lìa lỗi lầm tức thành tựu phẩm đức dứt trừ phiền não (đoạn đức); thực hành pháp quán, không còn bám chấp tức thành tựu phẩm đức trí tuệ soi chiếu

---

[1] Văn Cú chỉ nói "南岳師 - Nam Nhạc sư", chỉ Đại sư Nam Nhạc Tuệ Tư (南嶽慧思) là thầy của Đại sư Trí Khải. Chúng tôi ghi rõ để tránh nhầm lẫn với thiền sư Nam Nhạc Hoài Nhượng (南嶽懷讓).

[2] Văn Cú nói "天台師 - Thiên Thai sư", chỉ Đại sư Trí Khải. Đây có lẽ là một lỗi biên tập không thích hợp của người đời sau khi ghi chép vì toàn bộ sách này đã là của Đại sư Trí Khải nên không cần chỉ ra như vậy. Một số nơi khác trong sách đều dùng "私謂 - tư vị" (tôi cho rằng) khi nêu ý riêng của Đại sư.

(trí đức); tâm từ bi lợi tha tức thành tựu phẩm đức ban ân giáo hóa khắp thảy chúng sanh (ân đức). Nhờ "ân đức" giúp thành tựu "trí đức", nhờ trí đức có thể thông đạt "đoạn đức".

Trên đây là nói về hạnh an vui của thân nghiệp. Ngoài ra, đối với lời nói (khẩu nghiệp), tâm ý (ý nghiệp) và thệ nguyện cũng đều như vậy.

**KINH VĂN**

**Lúc bấy giờ, Đại Bồ Tát Pháp Vương tử Văn-thù-sư-lợi thưa với Phật: "Bạch Thế Tôn! Những vị Bồ Tát này thật vô cùng hiếm có, kính thuận ý Phật nên phát lời thệ nguyện lớn lao, trong đời xấu ác về sau sẽ bảo vệ giữ gìn, tụng đọc thuyết giảng kinh Pháp hoa này. Bạch Thế Tôn! Các vị Đại Bồ Tát trong đời xấu ác về sau làm thế nào để có thể thuyết giảng kinh này?"**

■ Kinh văn phẩm này có 2 phần, thưa hỏi và giải đáp. Phần thứ nhất là thưa hỏi, trước tiên ngợi khen các vị Bồ Tát trong phẩm trước công hạnh sâu xa, có thể rộng truyền kinh điển như lời Phật dạy. Sau đó thưa hỏi về việc các vị Bồ Tát công hạnh còn non kém thì trong đời xấu ác về sau phải thuyết giảng truyền rộng kinh này như thế nào?

**KINH VĂN**

**Đức Phật bảo ngài Văn-thù-sư-lợi: "Nếu Đại Bồ Tát trong đời xấu ác về sau muốn thuyết giảng kinh này, nên trụ yên trong 4 pháp.**

**"Thứ nhất, trụ yên trong phạm vi thực hành và thân cận của hàng Bồ Tát thì có thể vì chúng sanh diễn giải, thuyết giảng kinh này.**

**"Này Văn-thù-sư-lợi! Thế nào gọi là phạm vi thực hành của hàng Bồ Tát? Nếu vị Đại Bồ Tát trụ nơi giai vị nhẫn nhục,[1] luôn nhu hòa,**

---

[1] Giai vị nhẫn nhục: tức nhẫn nhục địa (忍辱地), một trong các giai vị tu tập thành tựu của hàng Bồ Tát, bao gồm thành tựu được sanh nhẫn (生忍) và pháp nhẫn (法忍). Sanh nhẫn là nhẫn chịu được tất cả những điều trái ý do chúng sanh hữu tình gây ra cho mình, như bị mắng chửi, đánh đập, vu oan v.v.; pháp nhẫn là nhẫn chịu được tất cả những điều trái ý do hoàn cảnh bên ngoài gây ra như nóng bức, rét lạnh, đói khát v.v.

**khéo léo tùy thuận mà không hấp tấp thô bạo, trong lòng không sợ sệt, lại đối với các pháp không có chỗ làm, chỉ quán xét thấy đúng tướng như thật, cũng không thực hành sự không phân biệt, đó gọi là phạm vi thực hành của hàng Bồ Tát."**

■ Phần thứ hai là giải đáp, từ câu *"Đức Phật bảo ngài Văn-thù-sư-lợi..."* trở đi, có 3 tổng đoạn. Tổng đoạn thứ nhất nêu các phần trong 4 hạnh an vui. Tổng đoạn thứ hai là giải thích phương pháp tu hành. Tổng đoạn thứ ba nêu tổng quát tướng trạng thành tựu của các hạnh.

▣ Tổng đoạn thứ nhất nêu các phần, ý nghĩa y theo kinh văn [có thể hiểu được].

▣ Tổng đoạn thứ hai từ câu *"Thứ nhất, trụ yên trong phạm vi thực hành và thân cận của hàng Bồ Tát..."* trở đi là giải thích phương pháp, tức là nói 4 pháp khác biệt, [chia ra 4 đoạn].

◆ Đoạn thứ nhất lại có 2 tiểu đoạn. Thứ nhất là giải thích phương pháp, thứ hai là kết lại thành tựu của công hạnh.

❖ Tiểu đoạn thứ nhất nói phương pháp tu hành, gồm có kinh văn trường hàng và kệ tụng. Phần kinh văn trường hàng lại có 2 phân đoạn. Phân đoạn thứ nhất từ câu *"Thứ nhất, trụ yên ..."* trở đi, nêu phạm vi thực hành thân cận. Phân đoạn thứ hai từ câu *"Này Văn-thù-sư-lợi!..."* trở đi là giải thích phạm vi thực hành thân cận.

▪ Phân đoạn thứ nhất nêu 2 vấn đề thực hành và thân cận, y theo kinh văn có thể hiểu được.

▪ Phân đoạn thứ hai, trong sự giải thích lại có 2 ý, tức là nêu chỗ thực hành (hành xứ) và chỗ thân cận (cận xứ).

◆ Ý thứ nhất, có người nói chỗ thực hành ban đầu của các giai vị nội phàm[1] gọi là *hành xứ*, tu tập lâu ngày thuần

---

[1] Nội phàm (內凡) có nhiều cách hiểu, nhưng theo các tông phái Đại thừa nói chung thì chỉ các giai vị đã vào bậc Tam hiền, tức Thập trụ, Thập hành và Thập

thục, dần dần có thể đến gần lẽ thật nên gọi là *cận xứ*. Lập luận này viện dẫn việc thực hành cận quả trong phẩm trước làm tiền lệ để noi theo.

Có người nói *hành xứ* là dựa vào nhân tạo tác, *cận xứ* là dựa vào quả thành tựu. *Hành xứ* nêu trí tuệ, *cận xứ* nêu cảnh ngoài.

Ngài Đàm Dao nói rằng, [hàng Bồ Tát] từ giai vị thất trụ[1] trở lên, tâm thể nhập nơi thật lý, gọi là *hành xứ*, vì đã vượt qua sanh tử phần đoạn. Từ giai vị này trở về trước chưa đạt vô sanh, chưa [giác ngộ] hiện tiền, đang dần dần tiến đến gần với thật lý nên là *cận xứ*, cũng là sanh tử phần đoạn. Hai loại [hành xứ và cận xứ] này đều là chỗ thực hành ban đầu, nên đều xếp chung là một hạnh an vui.

Theo ý riêng tôi cho rằng,[2] lập luận của 2 vị trước[3] cho hành xứ là chỗ [thực hành] còn nông cạn hơn, nhưng kinh Đại Bát Niết-bàn nói rằng: "Hàng Bồ Tát Thập địa còn dựa vào chỗ hành, cho nên thấy biết [tánh Phật] chưa rõ ràng."[4] Như vậy thì biết là *hành xứ* không phải còn nông cạn. Lập luận sau đó của ngài Đàm Dao thì cho rằng cận xứ là nông cạn hơn, nhưng kinh Tịnh Danh nói [về các

---

hồi hướng. Khái niệm này để phân biệt với ngoại phàm (外凡) là những giai vị thấp hơn trước đó.

[1] Thất trụ (七住), giai vị thứ bảy trong thập trụ (十住) của hàng Bồ Tát, được gọi là Bất thối trụ (不退住).

[2] Nguyên tác là "私謂 - tư vị" (ý riêng cho rằng), vì là tác phẩm giảng giải của Đại sư Trí Khải nên đây là cách tự xưng của ngài. Điều này cho thấy những trích dẫn trước nêu tên ngài là cách trình bày nhầm lẫn.

[3] Văn Cú nói "初家 - sơ gia", Văn Cú Ký giải thích rằng "即初兩家 - tức lưỡng sơ gia". Phần trên đã nêu 3 cách giải thích, và "sơ gia" ở đây chỉ cho 2 cách giải thích trước.

[4] Ở đây Văn Cú dựa theo ý kinh để dẫn lại, không phải nguyên văn. Kinh văn Nguyên tác trong quyển 27 là "菩薩摩訶薩智慧因故見不了了 - Bồ Tát ma-ha-tát trí tuệ nhân cố kiến bất liễu liễu". Kinh văn đoạn này đang nói về sự thấy biết tánh Phật. Xem Đại Chánh tạng, Tập 12, kinh số 374, trang 527, tờ c, dòng 25-26.

Đại Bồ Tát] là "đã đến gần trí tuệ tự tại của Phật không gì sánh bằng",[1] như vậy tức là *cận xứ* ấy rốt lại rất sâu xa.

Nếu nói cả hai [cận xứ và hành xứ] đều sâu xa thì lại trở thành công hạnh sâu xa của các vị Bồ Tát [nhận lãnh việc] lưu thông truyền rộng kinh điển trong phẩm trước, không liên quan đến phương pháp [chỉ bày cho] hàng Bồ Tát mới phát tâm. Còn nếu nói cả hai đều nông cạn thì đó là chỗ thực hành của [hành giả trong] 7 hạng phương tiện, không liên quan đến phương pháp thực hành công hạnh viên mãn. Cho nên không thể thiên lệch dựa vào sự sâu xa hay nông cạn.

Tuy nhiên, *hành* tức là phát triển khuynh hướng, *cận* gọi là tự thân tu tập. Tu tập cho nên phát triển, phát triển cho nên tu tập, đâu có sự sâu xa hay nông cạn?

Lại nữa, chỗ thực hành và chỗ thân cận cũng là phương pháp [đã nói trong phẩm *Pháp sư*] ở trước. Hành xứ là *"đắp y Như Lai"*, cận xứ là *"ngồi tòa Như Lai"*, tòa và y đã không có sâu cạn, hành xứ và cận xứ làm sao lại có chỗ hơn kém?

Lại nữa, nhẫn nhục ắt trong lòng luôn hướng đến thật lý, trải qua ngoại duyên mà nhẫn chịu mọi việc, xem đó là chỗ thực hành. Ngồi tòa [Như Lai] muôn pháp đều không ắt thể đạt ngoại duyên mà dừng bặt nơi cảnh chân thật, xem đó là chỗ thân cận. Thế thì sự với lý cùng hỗ trợ cho nhau mà hiển hiện, làm sao có cạn với sâu?

Nhưng nếu đã như vậy thì tại sao lại phân biệt hành xứ với cận xứ? Thấu đạt lý[2] nhưng lược thuyết gọi là hành

---

[1] Văn Cú dẫn từ kinh Duy-ma-cật sở thuyết (維摩詰所說經), quyển 1, phẩm Phật quốc. Nguyên văn kinh là "近無等等佛自在慧 – cận vô đẳng đẳng Phật tự tại tuệ". Xem Đại Chánh tạng, Tập 14, kinh số 475, trang 537, tờ a, dòng 24-25.

[2] Văn Cú dùng "詣理 - nghệ lý", Văn Cú Ký giải thích rằng đây là dựa theo kinh văn nói trụ ở giai vị nhẫn nhục. (言詣理者, 以經云住忍辱地故也 。- Ngôn nghệ lý giả, dĩ kinh vân trụ nhẫn nhục địa dã.)

xứ, nương theo sự mà giảng rộng nên gọi là cận xứ. Thuyết giảng có rộng có lược, nhưng thật lý không có sâu cạn.

Nay lược nói 3 pháp để giải thích về hành xứ.

Thứ nhất là nêu tương duyên trực tiếp với một chân lý rốt ráo. Một chân lý rốt ráo là chỗ quy về của tất cả các pháp, là căn bản của tất cả mà cùng khắp không phân biệt.

1. Chỗ quy về của tất cả các pháp tức là nhẫn nhục địa. "Địa" là trung đạo, nơi các pháp quy về cho nên gọi là địa. Những chỗ thực hành đều dừng nghỉ nên gọi là nhẫn nhục. Đây tức là hạnh *làm mà không làm.*

2. Căn bản của tất cả pháp là cũng giống như muôn vật nhờ có đất mà sanh trưởng. Những chỗ thực hành đều do thấu đạt thật lý mà thành tựu. Nếu đạt đến cội nguồn của lý thì ở nơi cứng rắn có thể nhu hòa, ở nơi trái nghịch có thể đồng thuận, ở nơi bạo loạn có thể trị yên, ở nơi kinh sợ có thể an ổn. Vô lượng công đức đều từ nơi đất trung đạo mà sanh ra. Đất không sanh ra gì nhưng sanh công đức. Đây tức là hạnh *không làm mà làm.*

3. Cùng khắp không phân biệt tức là không phân biệt tướng trạng sai khác giữa làm với không làm, cho nên [kinh văn] nói *"cũng không thực hành sự không phân biệt"*. Đây tức là hạnh *chẳng phải làm chẳng phải không làm.*

Không có ba hạnh như trên mà đầy đủ ba hạnh, cho nên gọi là *"hành"*. Đồng nhất một chân lý rốt ráo cho nên gọi là *"xứ"*. Đúng như hành xứ này là tương hợp với kinh văn phẩm [*Pháp sư* ở] trước. Những chỗ thực hành đều dừng bặt, tương hợp với *"đắp y Như Lai"*, công đức theo đó sanh ra là tương hợp với *"vào nhà Như Lai"*, cùng khắp không phân biệt là tương hợp với *"ngồi tòa Như Lai"*. Đây gọi là vận dụng một pháp để giải thích hành xử, cũng là phương pháp, nguyên tắc của việc lưu thông truyền rộng kinh điển.

Thứ hai là dựa vào 2 pháp [để giải thích], tức là 2 nhẫn: sanh nhẫn và pháp nhẫn, cũng tức là 2 không: sanh không và pháp không.

Hai không này khác với 2 không của hàng nhị thừa. Vì sao vậy? Vì nhân không và pháp không [của hàng nhị thừa] là dựa vào chân tục, giả thật. Nêu 2 không là 2 nhẫn, đều là thấy được trung đạo cho nên không đồng với nhị thừa.

Nếu lại mở rộng thêm thì là 4 nhẫn.[1] Nếu nói 5 nhẫn[2] thì [kinh văn nói] *"khéo léo"* tức là thêm tín nhẫn. Nếu nói 6 nhẫn[3] thì [kinh văn nói] *"luôn nhu hòa"* tức là thêm hòa tùng nhẫn. Nếu xét theo các giai vị [Bồ Tát] thì mở rộng ra đến 42 nhẫn. Mỗi một giai vị Bồ Tát còn có đủ công đức của 41 giai vị khác,[4] lẽ nào một nhẫn lại không có đủ 41 pháp nhẫn khác hay sao? Nay chỉ lược nói 4 nhẫn để hiểu ý nghĩa kinh văn, tức là phục nhẫn, thuận nhẫn, vô sanh nhẫn và tịch diệt nhẫn. Bốn nhẫn này so với [các pháp nhẫn của] Biệt giáo là khác biệt. Theo Biệt giáo thì phục nhẫn và thuận nhẫn thuộc về sanh nhẫn, tức còn nông cạn; vô sanh nhẫn và tịch diệt nhẫn thuộc về pháp nhẫn,

[1] Văn Cú dùng "四忍 - tứ nhẫn", lược dùng 4 nhẫn trong 5 pháp nhẫn nói ở kinh Nhân vương, bao gồm phục nhẫn (伏忍), thuận nhẫn (順忍), vô sanh nhẫn (無生忍), tịch diệt nhẫn (寂滅忍).

[2] Văn Cú nói "五忍 - ngũ nhẫn" tức là 5 loại nhẫn được nói trong kinh Nhân vương hộ quốc Bát-nhã ba-la-mật-đa (仁王護國般若波羅蜜多經), quyển thượng, bao gồm: phục nhẫn (伏忍), tín nhẫn (信忍), thuận nhẫn (順忍), vô sanh nhẫn (無生忍), tịch diệt nhẫn (寂滅忍). Xem Đại Chánh tạng, Tập 8, kinh số 246, trang 836, tờ b, dòng 14 - 17.

[3] Văn Cú dùng "六忍 - lục nhẫn" tức là 5 loại nhẫn được nói trên, thêm vào hòa tùng nhẫn (和從忍).

[4] Ở đây đề cập đến 42 giai vị của hàng Bồ Tát từ Thập trụ trở lên, bao gồm Thập trụ (十住), Thập hành (十行), Thập hồi hướng (十迴向), Thập địa (十地), Đẳng giác (等覺) và Diệu giác (妙覺).

tức là sâu xa. Nay theo Viên giáo thì sanh nhẫn, pháp nhẫn đều thông nên 4 nhẫn cũng thông. Vì sao vậy? Vì lý 2 không tức là trung đạo. Hàng Bồ Tát sơ trụ tu tập 4 nhẫn, thể nhập trung đạo thấy lý 2 không, cho đến các tâm về sau cũng là thấu đáo tột cùng lý 2 không đó. Kinh Đại Bát Niết-bàn nói rằng: "Khi mới phát tâm cho đến tu tập rốt ráo, 2 tâm ấy không hề khác biệt."

Nếu dựa vào lý không có cạn sâu mà phân biệt 4 nhẫn thì từ lúc mới phát tâm đến khi điều phục trọn vẹn 5 trụ địa phiền não,[1] cho đến lúc trụ Kim Cang đảnh, tất cả đều gọi là phục nhẫn.

Từ ban đầu cho đến về sau, tất cả đều không sai biệt với thật tướng nên gọi là thuận nhẫn.

Từ ban đầu cho đến về sau đều không khởi tâm phân biệt hai bên nên gọi là vô sanh nhẫn.

Từ ban đầu cho đến về sau đều dừng bặt mọi thực hành nên gọi là tịch diệt nhẫn.

Nghe việc sanh tử không vội vàng sanh tâm sợ khổ, nghe được Niết-bàn không vội vàng thể chứng sự vui. Nghe những việc như Phật là thường hoặc vô thường, nhị thừa có thể làm Phật hoặc không làm Phật; nghe sanh tử với Niết-bàn là khác nhau hoặc không khác, nghe con đường thành Phật lâu dài hay ngắn ngủi, khó khăn hoặc dễ dàng, hoặc không dài không ngắn, không khó không dễ... cũng đều không kinh hãi sợ sệt.

Thực hành hạnh như thế là từ ban đầu cho đến sau cuối đều vận dụng lý 2 không, sanh không và pháp không, để nhẫn chịu các pháp, tức là *"đắp y Như Lai"*; trụ yên trong lý nhị không tức là *"ngồi tòa Như Lai"*; thương xót hết thảy chúng sanh tức là *"vào nhà Như Lai"*.

---

[1] Văn Cú dùng "五住 - ngũ trụ" (5 trụ), chỉ 5 trụ địa phiền não, bao gồm Kiến nhất xứ trụ địa, Dục ái trụ địa, Sắc ái trụ địa, Hữu ái trụ địa và Vô minh trụ địa. Vì là gốc sanh ra phiền não nên gọi là các trụ địa.

Hai pháp không, bốn pháp nhẫn gọi là "hành", thật lý tức là "xứ". Đây gọi là dựa vào 2 pháp để giải thích hành xứ, cũng là phương pháp, nguyên tắc của việc lưu thông truyền rộng kinh điển.

Thứ ba là dựa theo ba pháp [để giải thích]. Ba pháp tức là ba chân đế không thể nghĩ bàn: [giả đế, không đế và trung đế]. Trụ nơi giai vị nhẫn nhục để luận khái quát về ba chân đế cũng giống như đứng vững vàng trên mặt đất, rồi mới có thể thực hành nhẫn nhục.

*"Nhu hòa, khéo léo tùy thuận"* là nói khéo léo tùy thuận chân đế nên có thể nhẫn chịu những điều hư vọng như [2 loại phiền não:] kiến phiền não và ái phiền não,[1] [cùng những điều không thích ý như] lạnh, nóng v.v. Do vậy nên nói là *"khéo léo tùy thuận"*.

*"Mà không hấp tấp thô bạo"* là nói tâm không kinh sợ, trụ yên nơi chân lý thế tục mà nhẫn chịu các căn duyên [trái nghịch], ứng phó thích hợp tùy cơ nghi, cho nên nói là *"không hấp tấp thô bạo"*. Đặt mình vào chỗ nhẫn chịu mọi điều thuận nghịch cho nên tâm không kinh sợ.

*"Đối với các pháp không có chỗ làm..."* tức là trụ yên nơi chân lý trung đạo, có thể nhẫn chịu được sự thiên lệch về 2 bên, cho nên nói là *"không có chỗ làm"*. Trụ yên đúng nơi trung đạo cho nên nói là *"chỉ quán xét thấy đúng tướng như thật"*, nhưng không bám giữ chỗ trung đạo ấy, cho nên nói là *"cũng không thực hành sự không phân biệt"*.[2]

Giải thích như trên là dựa vào "mặt đất" 3 chân đế: [giả đế, không đế và thật đế] nên gọi là "xứ"; nhẫn chịu sự khổ nhục của 5 trụ địa phiền não nên gọi là "hành".

---

[1] Kiến phiền não là những phiền não do mê muội không rõ thật lý, như ngã kiến, tà kiến, v.v. Ái phiền não là những phiền não do mê muội về sự việc, như tham dục, sân hận v.v. Hai loại phiền não này đều do hư vọng khởi sanh.

[2] Văn cú chỗ này dẫn kinh văn là "亦不分別 - diệc bất phân biệt", có lẽ nhầm lẫn, vì kinh văn nói "亦不行不分別 - diệc bất hành bất phân biệt".

"Hành" [với nghĩa thực hành] lại có 3 loại, tức là nói thực hành pháp chỉ, đó là *hạnh làm mà không làm*; thực hành pháp quán, đó là *hạnh chẳng phải làm chẳng phải không làm*; thực hành từ bi, đó là *hạnh không làm mà làm*. Những ý nghĩa này tương hợp với [kinh văn trong phẩm Pháp sư] phần trước nói về các nghĩa *"đắp y Như Lai, ngồi tòa Như Lai, vào nhà Như Lai"*.

Đây là vận dụng 3 pháp để giải thích về *hành xứ*, nêu rõ phương pháp, nguyên tắc lưu thông truyền rộng kinh điển.

Long sư giải thích rằng: *"Trụ nơi giai vị nhẫn nhục"* là nói chung sanh nhẫn và pháp nhẫn, tiếp theo nêu riêng về 2 loại nhẫn này. *"Nhu hòa, khéo tùy thuận"* là nêu thân nghiệp; *"mà không hấp tấp thô bạo"* là nêu khẩu nghiệp; *"trong lòng không sợ sệt"* là nêu ý nghiệp. Đây là nêu 3 nghiệp để nói về tu tập sanh nhẫn. *"Đối với các pháp không có chỗ làm"*, là nói không thực hành pháp "hữu tướng"; *"chỉ quán xét thấy đúng tướng như thật"*, là nói thực hành pháp "không" bình đẳng; *"cũng không thực hành sự không phân biệt"*, là nói không thực hành pháp "vô tướng". [Như vậy] có và không đều mất nên lãnh hội được trung đạo. Ba câu này là nói việc tu tập pháp nhẫn. Đạt được 2 loại nhẫn này, kết lại là "hành xứ".

Cách giải thích này nêu sanh nhẫn và pháp nhẫn nhưng không biết là nói theo giáo pháp nào? Nếu là 2 nhẫn theo Tạng giáo thì hoàn toàn không phải nghĩa của Pháp hoa, còn nếu nói theo Viên giáo thì lẽ ra không nên có sự cách biệt chẳng dung thông. Đại lược là như thế.

**KINH VĂN**

| **"Thế nào gọi là phạm vi thân cận[1] của hàng Bồ Tát?**

[1] Hán văn dùng chữ "親近 - thân cận" có lẽ để diễn đạt một ý nghĩa trong Phạn ngữ rộng hơn nhiều, vì ngoài ý nghĩa là gần gũi còn hàm ý có sự chia sẻ mật thiết, có mối quan tâm chung. Bản kinh Chánh Pháp hoa thì dịch là "tùng sự" (從事).

**"Vị Đại Bồ Tát không thân cận với hàng vua chúa, con vua, đại thần, tướng quân;[1] không thân cận với hàng ngoại đạo xuất gia cũng như tại gia,[2] cùng những người viết văn chương thế tục, ca ngâm tán vịnh thế gian;[3] những kẻ luyện chú thuật thế tục hoặc nghiên tầm triết lý thế gian;[4] cũng không thân cận những kẻ chơi trò hung hiểm đâm nhau, đánh nhau,[5] cùng những kẻ diễn trò nhảy múa,[6] biểu diễn ảo thuật biến hóa;[7] cũng không thân cận hạng chiên-đà-la, những người làm nghề ác hại như nuôi súc vật heo, dê, gà, chó, những người săn**

---

Bản Anh dịch của H. Kern diễn đạt những ý nghĩa này phức tạp hơn là "not serve, not court, not wait upon... nor keep any intercourse with them" (không phục vụ, không lấy lòng, không mong đợi... cũng không có bất cứ mối quan hệ nào với họ). Do vậy, nên hiểu từ ngữ này theo một nghĩa mở rộng là không có mối quan hệ gần gũi, thân thiết, không nhờ cậy, không mua chuộc lấy lòng, không cộng tác...

[1] Nguyên tác Hán văn dùng "大臣, 官長 - đại thần, quan trưởng" có lẽ muốn phân biệt các vị quan lớn (đại thần) và quan chức nói chung (quan trưởng).

[2] Hán văn dùng "外道梵志, 尼揵子等 - ngoại đạo Phạm chí, ni-kiền tử đẳng". Chữ Phạm chí được dịch từ Phạn ngữ brāhmaṇa, thường đọc theo âm thành bà-la-môn, chỉ những người theo đạo thờ Phạm thiên. Trong ngữ cảnh này, Phạm chí chỉ người xuất gia theo ngoại đạo, trong khi ni-kiền tử chỉ cho những người theo ngoại đạo nhưng không xuất gia. Văn Cú Ký giải thích ngược lại, rằng ni-kiền tử chỉ người xuất gia và Phạm chí là người tại gia. Dù hiểu theo cách nào thì trong câu này cũng chỉ chung 2 hạng xuất gia và tại gia theo ngoại đạo. Ni-kiền tử ở đây không dùng để chỉ phái ngoại đạo Ni-kiền tử, vì trước đó đã nói chung tất cả ngoại đạo rồi.

[3] Hán văn dùng chữ "外書 - ngoại thư", không phải chỉ kinh sách ngoại đạo, mà chỉ chung những loại sách không thuộc về đạo Phật, tương tự như sự phân biệt nội điển (kinh sách đạo Phật) và ngoại điển (sách vở nói về những kiến thức thế tục). Bản Anh dịch của H. Kern chỉ nói chung là "literature" (văn chương).

[4] Nguyên tác Hán văn là "路伽耶陀, 逆路伽耶陀 - lộ-già-da-đà, nghịch lộ-già-da-đà". Lộ-già-da-đà (lokayāta) dịch nghĩa là thuận theo thế tục, nghịch lộ-già-da-đà (vāmalokayāta) dịch nghĩa là ngược với thế tục. Tuy nhiên, Từ điển Phật Quang bản Hán ngữ dẫn Phạn văn kinh Pháp hoa hiện còn cùng với bản Tạng ngữ, cho rằng lokayāta là tương đương với lokāyatamantradhāraṇā (trì thế chú thuật), và như vậy vāmalokayāta là nghịch lại với chú thuật, chỉ cho các triết lý thế gian. Bản Anh dịch của H. Kern chỗ này cũng dịch là "adepts at worldly spells, and votaries of a worldly philosophy" (những người giỏi chú thuật thế tục và những người sùng bái triết lý thế gian). Chúng tôi cho rằng các ý nghĩa này phù hợp hơn với ngữ cảnh của kinh văn đang đề cập. Đặc biệt ở đây không thể hiểu là danh xưng của các phái ngoại đạo, vì trước đó đã đề cập chung tất cả ngoại đạo rồi.

[5] Ở đây chỉ các trò biểu diễn cho nhiều người xem như đấu kiếm, đấu vật v.v.

[6] Nguyên tác Hán văn là "那羅 - na-la", phiên âm từ Phạn ngữ naṭa, chỉ chung những người biểu diễn nhảy múa, khiêu vũ v.v.

[7] Nguyên tác Hán văn là "種種變現之戲 - chủng chủng biến hóa chi hý", chỉ tất cả các trò biến hóa lạ lùng để mua vui, tức là các trò biểu diễn ảo thuật.

**bắn, đánh cá...[1] Những người như trên nếu có lúc tìm đến thì Bồ Tát vì họ thuyết pháp nhưng không mong cầu gì.**

**"Lại không thân cận hàng Thanh văn tỳ-kheo, tỳ-kheo-ni, hàng cư sĩ nam, cư sĩ nữ,[2] cũng không tới lui thăm hỏi. Dù trong phòng ốc hay nơi kinh hành, hoặc trong giảng đường, đều không ở chung với những người này. Nếu có khi họ tìm đến thì Bồ Tát vì họ thuyết pháp nhưng không mong cầu gì.**

**"Này Văn-thù-sư-lợi! Vị Đại Bồ Tát đối với thân thể người nữ không vì đó là tướng có thể làm khởi sanh ý tưởng tham dục nên thuyết pháp cho họ, cũng không ưa thích ngắm nhìn.**

**"Nếu vào nhà người khác, không cùng trò chuyện với thiếu nữ, phụ nữ chưa chồng hoặc phụ nữ góa chồng; cũng không gần gũi thân thiết với năm loại đàn ông không đủ nam tính.[3]**

**"Đại Bồ Tát không một mình vào nhà người khác. Nếu có nhân duyên cần phải vào thì trong lúc ấy một lòng chú tâm niệm Phật.**

**"Nếu vì phụ nữ thuyết pháp thì không cười để lộ răng, không lộ ngực trần. Đó là vì pháp mà còn không thân thiết sâu đậm, huống chi là với những việc khác.**

**"Bồ Tát không ưa thích nuôi dưỡng đệ tử nhỏ tuổi, sa-di, trẻ con, cũng không thích theo học cùng thầy.**

**"Bồ Tát thường ưa thích ngồi thiền ở nơi vắng vẻ, tu tập nhiếp phục tâm mình.**

---

[1] Kinh văn gọi chung những nghề nghiệp này là "諸惡律儀 - chư ác luật nghi", chỉ đến những nghề nghiệp gây hại chúng sanh, tạo nghiệp xấu ác.

[2] Ở đây chỉ chung những người có tâm cầu quả Thanh văn trong bốn chúng, xuất gia cũng như tại gia.

[3] Nguyên tác Hán văn là "五種不男 - ngũ chủng bất nam", cũng gọi là "五種不能男 – ngũ chủng bất năng nam", Phạn ngữ là pañca paṇḍakāḥ, chỉ 5 trường hợp tuy mang hình thể nam giới nhưng không có khả năng hành dâm hoặc hành dâm bất thường. Năm loại này bao gồm: 1. Sanh bất năng nam (生不能男 - jāti-paṇḍaka): người sanh ra đã không có khả năng hành dâm; 2. Bán nguyệt bất năng nam ( 半月不能男 - pakṣa-paṇḍaka): người mỗi tháng đều bị mất khả năng hành dâm trong nửa tháng; 3. Đố bất năng nam (妒不能男 - īrṣyā-paṇḍaka): người nhìn thấy người khác hành dâm khởi tâm ghen tức rồi mới tự mình khởi tâm dâm. 4. Tinh bất năng nam (精不能男 - āsaktaprādurbhāvī-paṇḍaka): người mỗi khi hành dâm thì nam căn tự nhiên biến mất. Cũng có chỗ giải thích rằng đây là người hành dâm thụ động, tùy thuộc vào người khác. 5. Bệnh bất năng nam (病不能男 - āpat-paṇḍaka): người do bệnh hoặc vì lý do khác phải cắt bỏ nam căn.

**"Văn-thù-sư-lợi! Như vậy là phạm vi thân cận thứ nhất của hàng Bồ Tát.**

◆ Ý thứ hai từ câu *"Thế nào gọi là phạm vi thân cận..."*, giải thích về cận xứ. Kinh văn phần này có 3 tiểu ý. Thứ nhất, nêu 10 điều gây phiền não rối loạn nên lìa xa, tức là nêu xa để luận nghĩa "gần", cũng là dựa vào tu học giới để trợ giúp cho pháp quán. Thứ hai, nói *"tu tập nhiếp phục tâm"* tức là nêu gần để luận nghĩa "gần", cũng là dựa vào tu học định để trợ giúp cho pháp quán. Thứ ba, nói *"quán xét hết thảy các pháp đều là không"*, tức là nêu chẳng phải gần chẳng phải xa để luận nghĩa "gần", cũng là dựa vào tu học trí tuệ để trợ giúp cho pháp quán.

✦ Tiểu ý thứ nhất, kinh văn phần trước nêu lý tương duyên trực tiếp trụ nơi giai vị nhẫn nhục, phần này nói rộng việc tu tập giới, nêu rõ các ngoại duyên thấp hèn nên lìa xa. Không nắm giữ dao gậy cũng không vất bỏ, chỉ dùng trí tuệ chân chánh mà xa lìa. Nên biết rằng, nêu xa để luận nghĩa "gần" tức là nói rộng *hạnh làm mà không làm* ở phần trước.

✦ Tiểu ý thứ hai, kinh văn phần trước nói *"không hấp tấp thô bạo, trong lòng không sợ sệt"*, phần này nói rộng việc tu tập định, nêu rõ chỗ tu định, tinh yếu của việc tu định. Nhờ có sức định nên ở nơi rối rắm thô bạo mà được yên ổn, ở nơi đáng sợ mà được an lành. Nên biết rằng, nêu gần để luận nghĩa "gần" tức là nói rộng *hạnh không làm mà làm* ở phần trước.

✦ Tiểu ý thứ ba, kinh văn phần trước nói thẳng là *"không có chỗ làm"*, phần này nói rộng ra *"quán xét hết thảy các pháp đều là không"*, trải qua trọn vẹn hết thảy các cảnh giới, không có hạn lượng, không có tận cùng, không ngăn ngại, không che chướng. Nên biết rằng, nêu chẳng phải xa chẳng phải gần để luận nghĩa "cận" tức là nói rộng *hạnh chẳng phải làm chẳng phải không làm* ở phần trước.

Tóm lại trong tiểu ý thứ nhất có 10 điều nên xa lìa:

- Thứ nhất là nên xa lìa những kẻ có quyền thế, giàu có.
- Thứ hai là nên xa lìa người theo tà đạo, pháp của tà đạo.
- Thứ ba là nên xa lìa những kẻ chơi trò hung hiểm.
- Thứ tư là nên xa lìa hạng chiên-đà-la.
- Thứ năm là nên xa lìa hàng nhị thừa.
- Thứ sáu là nên xa lìa tư tưởng tham dục.
- Thứ bảy là nên xa lìa hạng đàn ông không đủ nam tính.
- Thứ tám là nên xa lìa những nơi dễ gây nguy hại [cho sự tu tập].
- Thứ chín là nên xa lìa những kẻ ganh ghét đố kỵ với người có tâm lành.
- Thứ mười là nên xa lìa những người nuôi súc vật vì lợi ích.

Giải thích về Phạn ngữ lộ-già-da-đà (lokayāta),[1] Hán dịch là "ác luận", cũng dịch là "phá luận". Nghịch lộ-già-da-đà (vāmalokayāta) tức là trái nghịch với [luận thế gian, nghĩa là] đạo nghĩa vua tôi, cha con. Lại nữa, "lộ" là khéo biện luận, cũng gọi là thầy chế phục được đệ tử; "nghịch lộ" là biện luận xấu ác, cũng gọi là đệ tử luận giải ngược với thầy.

Phạn ngữ na-la (naṭa)[2] chỉ hạng người nhảy múa giúp vui, cũng gọi là người hóa trang với nhiều màu sắc, thân

---

[1] Văn Cú dẫn từ kinh văn nhưng chỉ nói lược là "lộ-già-da", trong kinh văn là "lộ-già-da-đà".

[2] Kinh văn dùng chữ "那羅 - na-la" nhưng Văn Cú chỗ này dẫn là na-la-diên (那羅延), nhầm với chữ nārāyaṇa chỉ vị lực sĩ cõi trời, cũng gọi là kim cang lực sĩ, có sức mạnh vô song.

thể biến đổi hình dạng kỳ lạ [để làm diễn trò], lại cũng chỉ chung những người làm xiếc khéo léo nhào lộn trên cao.

Mười điều nên xa lìa như nói trên lại phân ra thành 2 nhóm, 9 điều thuộc trong sanh tử thế gian và 1 điều là Niết-bàn [nhị thừa]. Xa lìa cả 2 tức là tên gọi khác của tịch diệt.

Theo quán tâm cũng có cách giải thích khác về 10 điều nên xa lìa. Đại lược là như vậy.

Ý thứ hai về chỗ nên thân cận có 3 tiểu ý... Đại lược là như thế.[1]

**KINH VĂN**

**"Lại nữa, Đại Bồ Tát quán xét hết thảy các pháp đều là không, thấy rõ tướng như thật, không điên đảo, không dao động, không thối thất, không lay chuyển, giống như hư không, không có tánh sở hữu,[2] vượt ngoài khả năng diễn đạt của ngôn từ,[3] không sanh, không xuất, không khởi, không tên gọi, không hình tướng, thật không hiện hữu, không thể đo lường, không giới hạn, không ngăn ngại, không che chướng, chỉ do nhân duyên mà có, từ nơi điên đảo khởi sanh cho nên nói là có. Thường ưa thích quán xét tướng pháp như vậy, đó gọi là phạm vi thân cận thứ hai của hàng Bồ Tát."**

✦ Tiểu ý thứ ba nêu nghĩa chẳng phải xa chẳng phải gần, kinh văn có 3 điều. ⭘ Thứ nhất là nêu tổng quát việc trí tuệ soi chiếu cảnh giới; ⭘ thứ hai là giải thích cụ thể; ⭘ thứ ba là kết lại sự thành tựu.

"Quán xét" là dùng trí tuệ trung đạo để quán xét; "hết

---

[1] Đến đây là hết quyển 8 của Văn Cú, bắt đầu quyển 9.

[2] Nguyên tác Hán văn là "無所有性 - vô sở hữu tánh", có thể hiểu là tính chất không thể thuộc về sở hữu của người hay vật khác.

[3] Nguyên tác Hán văn là "一切語言道斷 - nhất thiết ngôn ngữ đạo đoạn" (dứt sạch mọi ngôn ngữ), hàm ý là tất cả ngôn từ, mọi cách diễn đạt đều không thể nêu ra, không thể mô tả được.

thảy các pháp" là cảnh giới của 10 pháp giới. Nếu chỉ luận riêng về trí thì tự thân trí không phải đối tượng của sự quán xét, cho nên nêu lên "hết thảy các pháp" để hiển bày rõ tất cả đều là không.

"Như thật" là giải thích cụ thể, nhị biên[1] với tam đế[2] không đồng nhất cũng không khác biệt nên gọi là "như"; không thuộc về 7 hạng phương tiện nên gọi là "thật". Lấy chân thật làm tướng nên gọi là "tướng như thật".

"Không điên đảo" là nói không có 8 sự điên đảo;[3] "không dao động" là nói không bị 2 loại sanh tử phần đoạn và sanh tử biến dịch làm cho dao động; "không thối thất" là nói tâm thường tịch diệt, thể nhập biển trí tuệ Phật.[4]

"Không lay chuyển" là nói không giống như phàm phu lưu chuyển trong sanh tử, cũng không giống như hàng nhị thừa chuyển từ phàm lên thánh.

"Giống như hư không" là nói [hết thảy các pháp] chỉ là tên gọi, mà tên gọi thì không thể nắm bắt; cho đến trí tuệ trung đạo quán xét cũng chỉ là tên gọi, cầu không thể được.

"Không có tánh sở hữu" là nói [hết thảy các pháp] không thể tự sanh, không thể do pháp khác sanh, không do tự thể hòa hợp với pháp khác mà sanh, cũng không phải không có nhân mà sanh.[5]

---

[1] Chỉ sự bám chấp nghiêng về một trong hai bên, hoặc chấp có, hoặc chấp không.

[2] Chỉ 3 chân lý đạt đến nhờ sự tu tập quán chiếu, gồm giả đế, không đế và trung đế.

[3] Chỉ 8 sự điên đảo của phàm phu và hàng nhị thừa. Phàm phu có 4 sự điên đảo, đối với các pháp thế gian chấp thật có thường, lạc, ngã, tịnh; hàng nhị thừa có 4 sự điên đảo, đối với Niết-bàn tịch diệt chấp rằng không có thường lạc, ngã, tịnh.

[4] Văn Cú dùng "薩婆若 - tát-bà-nhã", phiên âm từ chữ sarva-jñatā, dịch là nhất thiết trí, chỉ trí tuệ của chư Phật với ý nghĩa là "rõ biết tất cả".

[5] Văn Cú nói "無自他共無因等性 – vô tự tha cộng vô nhân đẳng tánh". Đây là chỉ rõ thực thể của tất cả các pháp vốn không tự sanh ra hoặc tồn tại (tự tánh), không thể do pháp khác (tha tánh), không phải do hòa hợp tự và tha (cộng tánh), cũng

"Vượt ngoài khả năng diễn đạt của ngôn từ" nghĩa là không thể nghĩ bàn; "không sanh" là nói mọi nghi hoặc, trí, lý đều không sanh; "không xuất" là nói những gì Như Lai đã điều phục không bao giờ phát khởi lại;[1]

"Không khởi" là nói hết thảy phương tiện đều vắng lặng diệt mất; "không tên gọi" là không thể dùng danh xưng để gọi tên; "không hình tướng" là hết thảy hình tướng đều không thể biểu hiện [tướng thật].

"Thật không hiện hữu" là nói không hiện hữu [theo 2 nghĩa bám chấp] nơi có hoặc không; "không thể đo lường" là không thuộc về pháp toán số; "không giới hạn" là không có phương hướng, vị trí; "không ngăn ngại, không che chướng" là ở khắp mọi nơi.

"Chỉ do nhân duyên mà có" là nói tóm kết lại [các ý nghĩa trước].

Như trên đã nêu qua về trí tuệ quán xét theo trung đạo, bây giờ sẽ nêu rõ nghĩa cùng lúc quán xét soi chiếu hai bên đối đãi.

Lại nữa, tánh lý rốt ráo thanh tịnh, không phải giải thoát, không phải mê hoặc, nhưng từ nhân duyên mê hoặc mà sanh ra sanh tử, từ nhân duyên giải thoát mà sanh ra Niết-bàn.

Lại nữa, "do nhân duyên mà có" là có nơi Niết-bàn; "từ nơi điên đảo khởi sanh" là sanh nơi sanh tử. Như vậy tức là làm rõ ý nghĩa cùng lúc soi chiếu vậy [hai bên đối đãi].

"Thường ưa thích quán xét tướng pháp như vậy", tức là quán xét các pháp theo 3 chân đế.[2] Lại nữa, "chỉ do nhân

không thể do không có nhân mà thành (vô nhân tánh).

[1] Kinh văn nói "不出 - bất xuất", Văn Cú Ký giải thích: "出者退也 - xuất giả thối giả" (xuất nghĩa là thối), như vậy "bất xuất" tức là "bất thối" (không thối chuyển), làm rõ thêm ý nghĩa được Văn Cú giải thích ở đây.

[2] Văn Cú dùng "三帝 - tam đế", tức chỉ không đế, giả đế và trung đế.

duyên mà có, từ nơi điên đảo khởi sanh" là tóm kết lại cảnh giới không thể nghĩ bàn của 3 chân đế; "cho nên nói là" tức là nói giáo pháp không thể nghĩ bàn. "Thường ưa thích quán xét" là tóm kết về 3 pháp quán [không, giả và trung] không thể nghĩ bàn.

Lại nữa, "quán xét hết thảy các pháp đều là không, thấy rõ tướng như thật" là nêu thể của quán; từ câu "không điên đảo" trở đi là 9 điều nêu tướng của quán.

Không bị 8 sự điên đảo đối đãi hai bên[1] làm dao động, nên gọi là "không điên đảo, không dao động". Không rơi vào các giai vị của hàng nhị thừa và phàm phu nên nói là "không thối thất, không lay chuyển". Đây là 2 điều nêu công dụng của trí.

Lý không thuộc về tương lai nên "không sanh", không thuộc về quá khứ nên "không xuất", không thuộc về hiện tại nên "không khởi".

Luận Đại Trí độ, quyển 51 nói: "Như hư không, không có các tướng vào, ra hay trụ lại."[2] Luận Nhiếp Đại thừa cũng nói như vậy: "Không có chỗ đi vào trong tương lai, không có chỗ hiện ra trong quá khứ, không có chỗ trụ lại trong hiện tại." Luận Đại Trí độ, quyển thứ 43 nói: "Về phía nhân không khởi nên gọi là 'không xuất', về phía duyên không khởi nên gọi là 'không sanh'."[3]

---

[1] Văn Cú dùng "nhị biên bát đảo", chỉ 8 sự điên đảo do bám chấp thiên lệch về 2 bên đối đãi. Phàm phu có 4 sự điên đảo là bám chấp vào các pháp thế gian cho đó là thường, lạc, ngã, tịnh; hàng nhị thừa có 4 sự điên đảo là bám chấp Niết-bàn tịch diệt lại cho là không có thường, lạc, ngã, tịnh. Cả 8 sự điên đảo này đều do thiên chấp giữa 2 bên đối đãi là có và không.

[2] Văn Cú dùng Thích luận (釋論), thật ra là chỉ đến Luận Đại Trí độ (大智度論), quyển 51, nguyên văn là: "如虛空常相故，無入相，無出相，無住相。- Như hư không thường tướng cố, vô nhập tướng, vô xuất tướng, vô trụ tướng." Văn Cú chỉ dẫn theo ý, không đúng nguyên văn. Xem Đại Chánh tạng, Tập 25, kinh số 1509, trang 423, tờ c, dòng 22-23.

[3] Luận Đại Trí độ (大智度論), quyển 43, xem Đại Chánh tạng, Tập 25, kinh số

Phần này nêu tất cả 19 điều. Điều trước tiên là nêu tổng quát và 18 điều sau là tương hợp với 18 pháp không trong Đại phẩm Bát-nhã.

“Tướng như thật” tức là đệ nhất nghĩa không;[1] “không điên đảo” tức là nội không,[2] vì bên trong không có 6 nhập, không có ta và vật của ta nên không điên đảo; “không dao động” tức là ngoại không,[3] vì bên ngoài không bị 6 trần cảnh làm cho dao động.

“Không thối thất” tức là nội ngoại không,[4] vì 12 nhập đều không nên nói là không thối thất; “không lay chuyển” tức là không không,[5] vì không này phá trừ các pháp, các pháp là bị phá, không này có công năng phá, [cuối cùng] các pháp đều không tồn tại, chỉ còn lại không, nhưng không này lại cũng là không, cho nên nói là không không; không đã là không thì không còn có thể lay chuyển, cho nên nói là không lay chuyển; “giống như hư không” tức là đại không,[6] vì phá sự bám chấp vào không nên nói là giống như hư không.[7]

---

1509, trang 374, tờ c, dòng 27-28.

[1] Đệ nhất nghĩa không (第一義空 - paramārtha-śūnyatā), lìa khỏi các pháp thì không hề riêng có tự tánh thật tướng đệ nhất nghĩa có thể nắm bắt, nên đối với thật tướng cũng không bám chấp.

[2] Nội không (內空 - adhyātma-śūnyatā), bên trong không có 6 nội xứ như nhãn xứ, nhĩ xứ... không có ngã, ngã sở, cho đến không có các pháp như mắt, tai, mũi...

[3] Ngoại không (外空 - bahirdhā-śūnyat), bên ngoài không có 6 ngoại xứ như sắc xứ, thanh xứ... không có ngã, ngã sở, cho đến không có các pháp hình sắc, âm thanh, mùi hương...

[4] Nội ngoại không (內外空 - adhyātma-bahirdhā-śūnyatā), không có toàn bộ 6 căn bên trong, 6 trần cảnh bên ngoài, tức không có 12 xứ, không có ngã, ngã sở, cũng không có pháp của chúng.

[5] Không không (空空 - śūnyatā-śūnyatā), không bám chấp vào các pháp nội không, ngoại không và nội ngoại không.

[6] Đại không (大空 - mahā-śūnyatā), trong khắp các thế giới mười phương thật không có các tướng xác định như xưa hoặc nay, phương này hoặc phương khác.

[7] Văn Cú dùng “執方計破 - chấp phương kế phá”. Pháp hoa kinh văn cú phụ chánh ký (法華經文句輔正記) giải thích rằng: “疏執方計破者, 執空為有, 有即屬方, 破之執故, 故云計破 。- Sớ chấp phương kế phá giả, chấp không vi hữu, hữu

"Không có tánh sở hữu" tức là tất cánh không,[1] các pháp rốt cùng chẳng còn lại gì, nên gọi là tất cánh không; vì rốt cùng chẳng còn gì cho nên không có tánh sở hữu; "vượt ngoài khả năng diễn đạt của ngôn từ" tức là nhất thiết không,[2] vì hết thảy đều không nên không thể dùng lời diễn nói, cho nên vượt ngoài khả năng diễn đạt của ngôn từ; "không sanh" tức là hữu vi không;[3] pháp hữu vi là do nhân duyên hòa hợp mà có, nếu đã không hòa hợp tức là không sanh.

"Không xuất" tức là vô vi không;[4] "vô" là rời khỏi, xa lìa; rời khỏi, xa lìa pháp không cho nên gọi là không xuất; "không khởi" tức là vô thủy không;[5] không thể tìm được đến chỗ ban sơ, cho nên là không khởi; "không tên gọi" tức là tánh không,[6] ý nghĩa này có thể hiểu được [không cần giảng giải].

"Không hình tướng" tức là tướng không;[7] "thật không

---

tức thuộc phương, phá chi chấp cố, cố vân kế phá." Theo đây thì có thể hiểu rằng Văn Cú muốn nói việc phá sự bám chấp vào "không" như một thực thể thật có. Xem Tục tạng kinh, Tập 28, kinh số 593, trang 776, tờ c, dòng 8-9.

1 Tất cánh không (畢竟空 - atyanta-śūnyatā), quán xét vận dụng các pháp hữu vi không và vô vi không mà phá trừ hết thảy các pháp, cuối cùng thấu triệt không còn lại gì nên rốt ráo là không.

2 Nhất thiết không (一切空), tức chư pháp không (諸法空 - sarva-dharma-śūnyatā), cũng gọi là nhất thiết pháp không, vì 5 ấm, 12 xứ, 18 giới... cùng hết thảy các pháp đều không tự có tướng xác định nên lìa tướng bám chấp, nắm giữ.

3 Hữu vi không (有為空 - saṃskṛta-śūnyatā), tất cả các pháp do nhân duyên hội tụ sanh khởi cùng với các tướng pháp nhân duyên đều không thể nắm bắt.

4 Vô vi không (無為空 - asaṃskṛta-śūnyatā), tức là đối với pháp Niết-bàn lìa bỏ hết thảy mọi sự bám chấp xác định.

5 Vô thủy không (無始空 - anavarāgra-śūnyatā), cũng gọi là vô hạn không (無限空), vô tế không (無際空), là rõ biết hết thảy các pháp đều sanh khởi từ vô thủy nhưng trong tất cả các pháp đó vẫn thường lìa bỏ tướng bám chấp nắm giữ.

6 Tánh không (性空 - prakṛti-śūnyatā), cũng gọi là bản tánh không (本性空), Phật tánh không (佛性空), là rõ biết tự tánh của hết thảy các pháp đều là không.

7 Tướng không (相空), tức là tự tướng không (自相空- svalakṣaṇa-śūnyatā), cũng gọi là tự cộng tướng không (自共相空), là nói tất cả các tướng chung hay riêng, đồng hay khác của các pháp, thảy đều không thể nắm giữ bám chấp.

hiện hữu" tức là bất khả đắc không;[1] "không thể đo lường" tức là hữu pháp không;[2] có pháp tức là có thể đo lường, sự đo lường đã là không cho nên nói là không thể đo lường.

"Không giới hạn" tức là vô pháp không;[3] vô pháp là giới hạn bên ngoài, nay đã là không nên không có giới hạn; "không ngăn ngại" tức là vô pháp hữu pháp không;[4] cả hai pháp [hữu, vô] đều không thể nắm bắt, cho nên nói là không ngăn ngại; "không che chướng" tức là tán không,[5] không thể ngăn che chướng ngại được cho nên nói là không che chướng.

Mười tám pháp không đều là trí tuệ trung đạo chân chánh, đều gọi là không, nhưng tùy theo 18 loại hoàn cảnh khác nhau cho nên nói có 18 pháp.

Kinh Đại Bát Niết-bàn nói "Như Lai thường tu 18 nghĩa không", cho nên dùng 18 nghĩa không để giải thích 18 điều [nêu trong kinh văn].

---

[1] Bất khả đắc không (不可得空 - anupalambha-śūnyatā), cũng gọi là vô sở hữu không (作無所有空), là nói trong tất cả các pháp do nhân duyên đều không thể tìm được ngã hay pháp.

[2] Hữu pháp không (有法空 - svabhāva-śūnyatā), cũng gọi là tự tánh không (自性空), phi hữu tánh không (非有性空), vì tất cả các pháp chỉ do nhân duyên mà có nên sự hiện hữu được thấy trong hiện tại không phải là chân thật hiện hữu.

[3] Vô pháp không (無法空 - abhāva-śūnyatā), cũng gọi là vô tánh không (無性空), phi hữu không (非有空), là nói tất cả các pháp sau khi hoại diệt không thể tìm thấy tự tánh, tất cả các pháp tương lai chưa hiện hữu cũng vậy, đều không thể tìm thấy tự tánh.

[4] Văn Cú chép là "有法無法空 - hữu pháp vô pháp không", nhưng thường dùng là vô pháp hữu pháp không (無法有法空 - abhāva-svabhāva-śūnyatā), cũng gọi là vô tánh tự tánh không (無性自性空), là nói sự sanh diệt của tất cả các pháp trong ba thời quá khứ, hiện tại và vị lai nói chung, cùng tất cả các pháp vô vi đều không thật có, không thể nắm bắt.

[5] Tán không (散空 - anavakāra-śūnyatā), cũng gọi là tán vô tán không (散無散空), bất xả không (不捨空), bất xả ly không (不捨離空), tức là quán xét thấy hết thảy các pháp đều do nhân duyên giả hợp mà có, nên thực sự không hề có sự ly tán, tan rã.

**KINH VĂN**

**Lúc bấy giờ, đức Thế Tôn muốn lặp lại nghĩa trên nên thuyết kệ rằng:**

**Nếu có hàng Bồ Tát,**
**Đời xấu ác về sau,**
**Với tâm không sợ sệt,**
**Muốn thuyết giảng kinh này.**

❖ Phần kệ tụng có 28 khổ và 3 câu kệ, chia làm 3 phân đoạn. ▪ Phân đoạn thứ nhất gồm 1 khổ kệ, nêu khái quát vấn đề. Phân đoạn thứ hai gồm 22 khổ kệ, tụng về sự tu tập các hạnh [an vui]. Phân đoạn thứ ba gồm 5 khổ và 3 câu kệ nêu sự thành tựu các hạnh [an vui].

Trong kinh văn trường hàng thì hành xứ và cận xứ được giải thích riêng, nay trong kệ tụng thì hợp chung lại để tụng. Đây tức là ý nghĩa diễn đạt như nhau nhưng vận dụng mở ra, hợp lại để hỗ trợ cho nhau hiển bày. Việc giải thích mở rộng và tóm lược bổ sung cho nhau nên có thể y cứ.

Kinh văn trường hàng ở trước giải thích về hành xứ và cận xứ, mỗi phần đều có 3 ý, nay phần kệ tụng hợp lại để nói, không theo đúng thứ tự như trước.

**KINH VĂN**

**Nên vào chỗ thực hành,**
**Cùng với chỗ thân cận.**
**Thường xa lìa vua chúa,**
**Cùng những người con vua,**
**Hàng đại thần, quan chức,**
**Kẻ chơi trò hung ác,**
**Hoặc người chiên-đà-la,**
**Những Phạm chí ngoại đạo.**
**Lại cũng không thân cận,**
**Những kẻ tăng thượng mạn,**
**Tham chấp theo Tiểu thừa,**
**Học suông Kinh, Luật, Luận.**
**Những tỳ-kheo phá giới,**
**A-la-hán giả danh,**
**Cùng những tỳ-kheo-ni,**
**Ưa đùa giỡn bỡn cợt,**
**Đắm sâu năm món dục,**
**Cầu diệt độ hiện đời,**
**Với các ưu-bà-di,**
**Cũng đừng nên gần gũi.**
**Nếu những người như trên,**
**Với tâm lành tìm đến,**
**Chỗ Bồ Tát tu tập,**
**Vì muốn nghe Phật pháp.**

**Bồ Tát liền vì họ,**
**Khởi tâm không sợ sệt,**
**Cũng không có mong cầu,**
**Chỉ như pháp thuyết pháp.**
**Nữ góa chồng, chưa chồng,**
**Nam không đủ nam tính,**
**Đều tránh không gần gũi,**
**Không thân thiết sâu đậm.**
**Lại cũng không thân cận,**
**Kẻ giết mổ bán thịt,**
**Hoặc săn bắn, đánh cá,**
**Vì lợi mà giết hại**
**Bán thịt để mưu sinh,**
**Hạng bán sắc buôn hương,**
**Hết thảy người như vậy,**
**Đều không nên thân cận.**
**Kẻ hung ác đánh nhau,**
**Làm trò để mua vui,**
**Hoặc những gái bán dâm,**
**Thảy đều không thân cận.**
**Không một mình chỗ vắng,**
**Thuyết pháp cho nữ nhân,**
**Nếu đủ duyên thuyết pháp,**
**Thì không được cười đùa.**
**Vào xóm làng khất thực,**
**Đi cùng tỳ-kheo khác,**
**Nếu phải đi một mình,**
**Thì chuyên tâm niệm Phật.**
**Phép tắc trên gọi là,**
**Chỗ thực hành, thân cận.**
**Trụ yên hai chỗ này,**
**Được an vui thuyết pháp.**

▪ [Phân đoạn thứ hai chia làm 2 ý.] ◆ Ý thứ nhất từ câu "Nên vào chỗ thực hành" trở đi, gồm 14 khổ kệ, tụng về những việc nên xa lìa và nên thân cận. Kinh văn phần trước nêu 10 điều nên xa lìa, kệ tụng có lược bớt và không theo đúng thứ tự như trước, so sánh kinh văn có thể thấy được. Phần này cũng là tụng về việc người trụ nơi 2 pháp không mà thực hành công hạnh, nhận hiểu theo ý nghĩa cũng tức là bao gồm 3 tiểu ý nói về chỗ thân cận, cho nên kệ tụng nói "phép tắc trên gọi là, chỗ thực hành, thân cận", tức là nói đủ hành xứ, cận xứ.

*"Thường lìa xa vua chúa"*, vì tỳ-kheo thân cận vua chúa [phải chịu ảnh hưởng xấu của] 10 điều không đúng chánh pháp. Thứ nhất, có kẻ âm mưu giết vua. Thứ hai, vua giết [oan] quan đại thần. Thứ ba, người giữ kho vua để mất báu vật. Thứ tư, cung nữ [dâm loạn] mang thai. Thứ năm, vua bị trúng độc. Thứ sáu, các quan đại thần ganh ghét tranh giành nhau. Thứ bảy, xảy ra chiến tranh với nước khác. Thứ

tám, vua keo kiệt không bố thí giúp dân. Thứ chín, vua vơ vét của dân. Thứ mười, xảy ra nhiều dịch bệnh.

Vị tỳ-kheo vốn thường thực hành chú nguyện, khi có 10 việc xấu như trên xảy ra, hết thảy mọi người dân đều cho rằng đó là do vị tỳ-kheo [ở gần đức vua] gây ra, cho nên sẽ chê bai phỉ báng vị tỳ-kheo, tức là phỉ báng Chánh pháp, phỉ báng Phật. Do vậy đức Phật không cho phép tỳ-kheo thân cận các vị vua chúa.

*"Những Phạm chí ngoại đạo."* Kinh Ma-đăng-già nói: "Ban sơ có người tên là Phạm Thiên, tạo ra 1 bộ luận Vi-đà.[1] Sau đó có người tên Bạch Tịnh biến đổi 1 bộ này thành 4 bộ, thứ nhất là Vi-đà xưng tụng khen ngợi, thứ hai là Vi-đà cúng tế, thứ ba là Vi-đà ca vịnh, thứ tư là Vi-đà cầu nguyện trừ tai ách. Mỗi bộ này đều có 320.000 bài kệ, hợp thành 1.280.000 bài kệ, chia ra 1.700 quyển. Sau đó có người tên là Phất-sa, có 25 người đệ tử, mỗi người đều có khả năng phân biệt giảng rộng bộ Vi-đà này, nên thành ra có 25 bộ Vi-đà. Kế tiếp lại có người tên là Anh Vũ, biến đổi 1 bộ Vi-đà thành ra 18 bộ. Tiếp theo có người tên là Thiện Đạo, có 21 người đệ tử, lại biến đổi thành 21 bộ Vi-đà. Như vậy dần dần biến thành 1.206 bộ Vi-đà."[2]

---

[1] Vi-đà (韋陀), phiên âm chữ Veda, cũng thường đọc là Phệ-đà (吠陀), chỉ bộ thánh điển của đạo Bà-la-môn từ thời cổ đại, gồm 4 nội dung chính được gọi là Tứ Phệ-đà.

[2] Đoạn trích dẫn này là trong kinh Ma-đăng-già (摩登伽經), quyển 1, thuộc Đại Chánh tạng, Tập 21, kinh số 1300, trang 403, tờ a, trích từ dòng 12. Văn Cú không trích dẫn nguyên văn kinh mà chỉ thuật lại ý kinh nhưng không hoàn toàn chính xác. Do vậy, những con số trong đoạn trích này không hoàn toàn phù hợp với trong kinh. Tuy nhiên, ý chính của đoạn kinh văn lại không được Văn Cú đề cập đến, đó là đức Phật nêu việc hình thành và biến đổi của bộ Vệ-đà qua thời gian để chỉ rõ nó không có ý nghĩa chân thật và dễ thay đổi. Đức Phật nêu rõ điều này trong câu mở đầu đoạn kinh văn nhưng Văn Cú không trích: "我今當說此圍陀典, 無有實義, 易可離散 。- Ngã kim đương thuyết thử Vi-đà điển vô hữu thật nghĩa, dị khả ly tán." (Nay ta sẽ nói về bộ sách Vi-đà này, không có nghĩa chân thật, dễ bị thay đổi phân tán.)

[Lại có] luận Tỳ-đà, Hán dịch là Trí luận, do Bà-da-sa làm ra, gồm có 4 nội dung. Thứ nhất là Tỳ-đà Tín lực, nói việc thờ lửa để tiêu trừ tội lỗi. Thứ hai là Tỳ-đà Da-thụ, nói việc cúng dường bà-la-môn được phước. Thứ ba là Tỳ-đà Sa-ma, nói về phương cách tạo ra sự hòa hợp giữa 2 nước. Thứ tư là Tỳ-đà A-đà-bà, nói về các phương pháp chiến đấu. Những kẻ đọc qua 4 bộ luận này tự xưng là người có trí biết được hết thảy mọi việc.

[Lại có] luận Tỳ-già-la, Hán dịch là Ký luận, do Bà-ni-ni làm ra, nói về các loại kinh sách [thế gian] cùng các vấn đề về ngôn ngữ.[1]

[Lại có] luận Vệ-thế-sư,[2] do Ưu-lưu-khư[3] làm ra, Hán dịch là luận Tối thắng, ra đời được 800 năm, nói về 6 cú nghĩa.[4]

[Lại có] luận Ca-tì-la,[5] Hán dịch là Hoàng đầu, cũng gọi là Quy chủng. Khi làm ra tên là luận Tăng-khư,[6] Hán dịch là Vô đảnh. Vì dựa theo tên người tạo luận [là Ca-tì-la] cho nên gọi là luận Ca-tì-la, nói về 25 yếu tố.[7]

---

[1] Văn Cú dùng "雜語 - tạp ngữ". Bộ luận này tên Phạn ngữ là Vyākaraṇa, còn được gọi là Thanh minh ký luận (聲明記論) hay Tự bản luận (字本論), chủ yếu nói về các vấn đề ngôn ngữ như ngữ âm, ngữ pháp, văn phạm... Cho nên có thể hiểu rằng "tạp ngữ" ở đây là các vấn đề về ngôn ngữ.

[2] Phiên âm từ Phạn ngữ Vaiśeṣika.

[3] Phiên âm từ Phạn ngữ Ulūka.

[4] Văn Cú nói là "六諦 - lục đế", hàm ý là 6 chân lý của học phái Thắng luận. Học phái này chủ trương hết thảy mọi hiện tượng trong thế giới đều không nằm ngoài 6 phạm trù là thật (實), đức (德), nghiệp (業), đồng (同), dị (異) và hòa hợp (和合), gọi chung là 6 cú nghĩa (句義), Phạn ngữ là satpadārtha.

[5] Phiên âm từ Phạn ngữ Kapila.

[6] Tăng-khư (僧 佉), phiên âm từ Phạn ngữ Sāṅkhya, dịch nghĩa là Số luận (數論). Đây là Số luận ngoại đạo, khác với phái Số luận thuộc Thuyết nhất thiết hữu bộ của Phật giáo Tiểu thừa.

[7] Văn Cú nói là "二十五諦 - nhị thập ngũ đế", chỉ đến 25 yếu tố mà học phái này cho rằng bao hàm hết thảy mọi hiện tượng trong thế giới, được phân ra thành 4 nhóm. 1. Nhóm 5 yếu tố phổ quát bao gồm: thần ngã, giác, nguyên chất, ngã mạn và tâm thức. 2. Nhóm 10 căn của chúng sanh bao gồm: mắt, tai, mũi, lưỡi, da (gọi là 5 tri căn) và miệng, tay, chân, cơ quan sinh dục, cơ quan bài tiết (gọi là 5 tác căn). 3. Nhóm 5 ngoại cảnh bao gồm: hình sắc, âm thanh, mùi hương, vị nếm và

*"Tham chấp theo Tiểu thừa, học suông Kinh, Luật, Luận."* Khi đức Phật ở thành Ba-la-nại, lần đầu tiên vì 5 người mà thuyết dạy Khế kinh, tức là tạng Tu-đa-la; khi Phật ở thành La-duyệt-kỳ, lần đầu tiên vì Tu-na-đề thuyết giảng tạng Tỳ-ni; khi Phật ở hồ Mi Hầu tại thành Tỳ-xá-ly, lần đầu tiên vì Bạt-kỳ tử thuyết giảng tạng A-tỳ-đàm.[1] 500 vị A-la-hán trong đêm đầu tiên kết tập tạng A-tỳ-đàm rồi tiếp tục đến tạng Luật, rồi đến tạng Kinh.[2] Đây là những điều học theo Tam tạng.

*"Đắm sâu năm món dục."* Nói về tướng trạng dâm dục thì người trong 4 cõi thiên hạ, loài rồng, a-tu-la cho đến Tứ thiên vương, [khi nam nữ hành dâm] đều đưa dục căn đến với nhau. Cõi trời Đao-lợi thì chư thiên khi hành dâm xuất ra hơi gió.[3] Cõi trời Diễm-ma thì chư thiên hành dâm bằng cách đến gần ôm nhau.[4] Cõi trời Đâu-suất thì chư

---

sự xúc chạm. 4. Nhóm 5 yếu tố cấu thành gồm: đất, nước, lửa, gió, khoảng không (gọi chung là 5 đại).

[1] Tu-đa-la (sūtrānta-piṭaka) tức là tạng Kinh, Tỳ-ni (vinaya-piṭaka) là tạng Luật, A-tỳ-đàm (abhidharma-piṭaka) là tạng Luận. Ba tạng này gọi chung là Tam tạng (trīṇi piṭakāni).

[2] Văn Cú nói "解脫 - giải thoát" tức là biệt giải thoát (別解脫), chỉ giới luật do Phật chế định, tức là tạng Luật.

[3] Về phương thức hành dâm của các cõi trời như nêu ở đây, Văn Cú diễn đạt rất tối nghĩa và có một vài khác biệt, chúng tôi tham khảo luận A-tỳ-đạt-ma Câu-xá (阿毘達磨俱舍論), quyển 11 để hiểu cách nói của Văn Cú. Văn Cú nói "忉利天以風為事 - Đao-lợi thiên dĩ phong vi sự", có vẻ như "dùng gió để hành dâm", nhưng luận Câu-xá nói rõ hơn là chư thiên ở đây "形交成婬與人無別, 然風氣泄熱惱便除, 非如人間有餘不淨 - hình giao thành dâm dữ nhân vô biệt, nhiên phong khí duệ nhiệt não tiện trừ, phi như nhân gian hữu dư bất tịnh" (khi hành dâm thân xác giao nhau không khác với con người, nhưng khi hơi gió xuất ra nóng bức liền dứt, không như người thế gian còn lại chất dơ nhớp). Do vậy có thể hiểu rằng ở đây Văn Cú muốn nói đến "hơi gió xuất ra" khi hành dâm, là điều khác biệt với con người. Về những chi tiết tham khảo trong đoạn này, xin xem trong Đại Chánh tạng, Tập 29, kinh số 1558, trang 60, tờ b, dòng 4 - 8.

[4] Văn Cú nói là "相近為事 - tương cận vi sự" (gần nhau là hành dâm), nhưng luận Câu-xá nói "夜摩天眾纔抱成婬 – Dạ-ma thiên chúng tài bão thành dâm" (Chư thiên cõi trời Dạ-ma vừa ôm nhau tức là hành dâm.) Dạ-ma là cách gọi khác của Diễm-ma, như vậy phải hiểu rằng chư thiên khi hành dâm không chỉ đến gần bên nhau mà là ôm nhau.

thiên hành dâm bằng cách nắm tay nhau.[1] Ở cõi trời Hóa lạc, chư thiên khi hành dâm thì nhìn nhau cười.[2] Cõi trời Tha hóa tự tại thì chư thiên khởi tâm niệm là hành dâm.[3] Những cõi trời trên nữa đều đã lìa khỏi sự dâm dục.[4]

*"Nữ góa chồng, chưa chồng."* Ngài A-nan thưa hỏi Phật: "Bạch Thế Tôn! Sau khi Như Lai diệt độ rồi, [hàng tỳ-kheo] khi gặp phụ nữ nên [ứng xử] như thế nào?" Đức Phật dạy rằng: "Không nên cùng họ gặp gỡ. Nếu như phải gặp gỡ thì đừng cùng họ trò chuyện. Nếu như phải cùng họ trò chuyện thì trong lúc đó hãy chuyên tâm niệm Phật."

*"Nam không đủ nam tính."* Những người này [tiếng Phạn gọi là paṇḍakāḥ, phiên âm] là ban-trá, Hán dịch là hoàng môn, là những người tuy có hình dạng nam căn nhưng không thể quan hệ nam nữ như người bình thường.[5]

*"Vào xóm làng khất thực."* Kinh Tạp A-hàm nói: "Có một con dê đến chỗ đống phân ăn no, rồi quay trở lại với bầy dê, lên mặt cao ngạo nói rằng 'ta đã được món ăn ngon'. Tỳ-kheo [không khéo tu tập] cũng giống như vậy, [khi khất thực] nhận được 4 nhu cầu thiết yếu[6] rồi thì khởi

---

[1] Văn Cú nói "相牽為事 - tương khiên vi sự", luận Câu-xá nói rõ hơn là "但由執手 - đãn do chấp thủ" (chỉ cần nắm tay nhau), như vậy có thể hiểu chữ "牽 - khiên" không phải dẫn dắt, lôi kéo mà là nắm tay.

[2] Văn Cú nói "相視為事 - tương thị thành sự" (nhìn nhau là hành dâm), luận Câu-xá nói "唯相向笑 - duy tương hướng tiếu" (chỉ cười với nhau).

[3] Văn Cú nói "心念為事 - tâm niệm vi sự" (tâm nghĩ đến là hành dâm) nhưng luận Câu-xá nói chư thiên cõi trời này mới "相視成婬 – tương thị thành dâm" (nhìn nhau là hành dâm) chứ không phải cõi trời Hóa lạc. Chúng tôi chưa rõ là Văn Cú căn cứ vào tài liệu khác hay đã nhầm lẫn giữa 2 cõi trời này.

[4] Cõi trời Tha hóa tự tại là cao nhất trong Dục giới, do vậy Văn Cú nói "những cõi trời trên nữa" tức là đã ra khỏi Dục giới, thuộc về Sắc giới và Vô sắc giới.

[5] Văn Cú nói "有男女形不能男女 - hữu nam nữ hình bất năng nam nữ", kinh văn gọi những người này là "不男 - bất nam", nghĩa là mang hình dạng đàn ông nhưng không đủ nam tính. Do vậy, hàm ý của Văn Cú khi nói "bất năng nam nữ" là không thể quan hệ nam nữ như bình thường.

[6] Nguyên văn là "四事 - tứ sự", chỉ 4 nhu cầu thiết yếu là thức ăn, y phục, chỗ ở và thuốc men trị bệnh.

tâm đắm nhiễm tham muốn, không biết thoát ra. Nếu xin không được thì ôm lòng mơ tưởng mong muốn, nếu xin được rồi thì đối với các tỳ-kheo khác sanh tâm cao ngã ngạo, chê bai khinh miệt, nói rằng 'như ta mới được [cúng dường], bọn họ không được cúng dường'. Như vậy tức là tỳ-kheo đi khất thực như con dê kia.

"Chúa sư tử [đi săn mồi] gặp con thú lớn liền bắt lấy ăn, không nếm trước, không tham đắm, gặp con thú nhỏ cũng bắt lấy ăn, không chê bai, không khinh thường. Vị tỳ-kheo [khéo tu tập] cũng giống như vậy, [khi khất thực] nhận được sự cúng dường 4 nhu cầu thiết yếu rồi không khởi tâm đắm nhiễm tham muốn, tự biết thoát ra. Nếu không được cúng dường lợi dưỡng cũng không khởi niệm tán loạn, trong tâm không có gì tăng giảm. Như vậy tức là tỳ-kheo đi khất thực như chúa sư tử."[1]

Khi đi khất thực phải luôn ghi nhớ trong lòng 4 việc, chia ra trước sau thành 8 lần, nêu thành 8 sự tinh tấn hay 8 sự giải đãi.

Thứ nhất, trước khi đi khất thực, trong lòng luôn nhớ nghĩ rằng: "Vì sự tu tập đạo [nên cần xin thức ăn] để giúp trừ căn bệnh đói." Khi khất thực tuy chưa được thức ăn cũng không từ bỏ tâm niệm tu hành. Thứ hai, khi khất thực đã được thức ăn rồi, lại vì muốn báo ân nên vẫn không ngừng nhớ nghĩ đến đạo pháp. Trước và sau [khi đi khất thực] đều luôn như vậy, ngày càng thêm tinh tấn, [tức là 2 sự tinh tấn].

Đối với 3 nhu yếu khác [là y phục, chỗ ở và thuốc men trị bệnh thì trước và sau khi xin được] cũng [luôn nhớ nghĩ]

---

[1] Chúng tôi tìm thấy nội dung trích dẫn này ở kinh Tăng nhất A-hàm (增壹阿含經), quyển 11. Văn Cú không trích dẫn nguyên văn mà chỉ thuật lại vắn tắt nội dung. Xem chi tiết trong Đại Chánh tạng, Tập 2, kinh số 125, trang 599, tờ c, dòng 6 đến trang 600, tờ a, dòng 4.

như vậy, [tức là 8 sự tinh tấn]. Ngược lại 8 sự tinh tấn này thì gọi là 8 sự lười nhác.

Kinh Bảo vân nêu việc khất thực nên chia làm 4 phần, một phần cúng dường các bậc đồng tu,[1] một phần thí cho những người cùng khổ đi xin ăn,[2] một phần thí cho quỷ thần, còn một phần để tự mình ăn.[3]

**KINH VĂN**

**Không phân biệt thực hành,
Các pháp thượng, trung, hạ,
Hữu vi hoặc vô vi,
Pháp thật hay không thật,
Lại cũng không phân biệt,
Đây là nam, là nữ,
Không nắm bắt các pháp,
Không thấy cũng không biết,
Được như thế gọi là,
Chỗ thực hành Bồ Tát.
Quán xét hết thảy pháp,
Là không, không thật có,
Không có sự thường còn,
Cũng không khởi, không diệt,
Đó là chỗ thân cận,
Của bậc có trí tuệ.
Người điên đảo phân biệt,
Các pháp thành có, không,
Là thật, chẳng phải thật,
Là sanh, chẳng phải sanh.
Bồ Tát nơi vắng vẻ,
Tu tập nhiếp phục tâm,
Trụ yên không dao động,
Như núi chúa Tu-di.
Quán hết thảy các pháp,
Vốn đều không thật có,
Chỉ đồng như hư không,
Chẳng có gì bền chắc.
Không sanh, không xuất hiện,
Không động, không thối lui,
Chỉ một tướng thường trụ,
Gọi là chỗ thân cận.**

◆ Ý thứ hai từ câu *"Không phân biệt thực hành"* trở đi gồm 8 khổ kệ, tụng về lẽ chẳng phải xa chẳng phải gần và nêu chỗ xa gần.

---

[1] Kinh văn dùng chữ "同梵行 - đồng Phạm hạnh" để chỉ các vị tỳ-kheo đồng tu, nghĩa là cùng giữ giới hạnh thanh tịnh.

[2] Văn Cú dùng "匃人 - cái nhân" (người ăn mày), kinh văn nói là "窮下乞食之者 - cùng hạ khất thực chi giả" (người cùng khổ phải đi xin ăn).

[3] Phần này Văn Cú trích dẫn ý nghĩa từ kinh Bảo vân (寶雲經), quyển 5. ĐCT, T16, 658, tr.231c, d.1-3)

**KINH VĂN**

**Nếu có tỳ-kheo nào,**
**Sau khi Phật nhập diệt,**
**Thể nhập chỗ thực hành,**
**Cùng với chỗ thân cận,**
**Để thuyết giảng kinh này,**
**Thì không hề khiếp nhược.**
**Khi một vị Bồ Tát,**
**Vào am thất vắng lặng,**
**Dùng ý niệm chân chánh,**
**Quán xét pháp đúng nghĩa.**
**Rồi ra khỏi thiền định,**
**Vì các vị vua chúa,**
**Con vua hoặc dân thường,**
**Hoặc các bà-la-môn,**
**Mở bày và diễn giải,**
**Thuyết giảng bộ kinh này,**
**Tâm vị ấy an ổn,**
**Không có sự khiếp nhược.**
**Này Văn-thù-sư-lợi!**
**Đó gọi là Bồ Tát,**
**Trụ nơi pháp thứ nhất,**
**Có thể trong đời sau,**
**Thuyết giảng kinh Pháp hoa.**

▪ Phân đoạn thứ ba từ câu *"Nếu có tỳ-kheo nào"* trở đi, gồm 5 khổ và 3 câu kệ, nói về sự thành tựu công hạnh, lại chia thành 3 ý.

◆ Ý thứ nhất gồm 1 khổ rưỡi kệ, nêu sự thành tựu công hạnh. Thành tựu về sự thì không để mất oai nghi bên ngoài; thành tựu về lý thì trong tâm không ngưng trệ, cho nên nói là *"thì không hề khiếp nhược"*.

◆ Ý thứ hai gồm 3 khổ kệ, từ câu *"Khi một vị Bồ Tát"* trở đi, nói việc thành tựu công hạnh nên được an vui.

◆ Ý thứ ba gồm 1 khổ và 1 câu kệ, tụng lại ý nghĩa tổng kết trong kinh văn trường hàng.

Từ câu *"khi một vị Bồ Tát, vào am thất vắng lặng"* là giải thích về nhân tạo ra sự an vui. Nhân tu thiền định, ngăn dừng mọi việc xấu ác lỗi lầm, đạt nhân vô ngã,[1] bên ngoài không tổn hại; nhân tu trí tuệ, lìa bỏ mọi sự bám

---

[1] Nhân vô ngã: quán chiếu thấy rõ con người thực sự do năm ấm hợp thành, trong đó không thể tìm ra một tự ngã làm chủ thể, cho nên gọi là nhân vô ngã, cũng gọi là nhân không.

chấp nắm giữ, đạt pháp vô ngã,[1] bên trong tâm không điên đảo. Như vậy ắt là tâm không khiếp nhược; không khiếp nhược tức là an vui.

❖ Từ câu *"Này Văn-thù-sư-lợi!"* trở đi là tiểu đoạn thứ hai, gồm 1 khổ và 1 câu kệ, tụng lại ý nghĩa tổng kết trong kinh văn trường hàng.

**KINH VĂN**

**Lại nữa, này Văn-thù-sư-lợi! Sau khi Như Lai diệt độ, trong đời mạt pháp nếu muốn thuyết giảng kinh này, nên trụ yên trong hạnh an vui, khi mở lời thuyết giảng, hoặc khi đọc kinh này, đều không ưa thích nói ra những lỗi lầm của người khác hoặc của kinh điển, cũng không khinh thường các vị thầy thuyết pháp khác, không nói đến những điều tốt xấu, ưu điểm hay khuyết điểm của người khác; đối với hàng Thanh văn, không nêu tên ra để chê bai những điều xấu lỗi, cũng không khen ngợi xưng tán điều tốt đẹp. Bồ Tát lại cũng không khởi tâm thù hiềm oán ghét, nhờ khéo tu tập tâm an vui như vậy. Đối với người đến nghe pháp đều tùy thuận không trái ý; nếu có vặn hỏi đều không dùng giáo pháp Tiểu thừa để giải đáp, chỉ dùng giáo pháp Đại thừa để vì họ giảng giải, khiến cho đạt được trí tuệ Phật.[2]**

◆ Đoạn thứ hai nêu hạnh an vui của lời nói, cũng có 2 phần trường hàng và kệ tụng. Kinh văn trường hàng lại chia làm 2 tiểu đoạn. Thứ nhất là nêu vấn đề, thứ hai là giải thích pháp tu hành.

❖ Tiểu đoạn thứ nhất nêu vấn đề, y theo kinh văn có thể hiểu được.

---

[1] Pháp vô ngã: quán chiếu thấy rõ hết thảy các pháp đều do nhân duyên giả hợp mà thành, mỗi pháp đều không thể tự tồn tại, không có tự tánh, không có một chủ thể có thể gọi là ngã, cho nên gọi là pháp vô ngã, cũng gọi là pháp không.

[2] Nguyên tác Hán văn là "一切種智 - nhất thiết chủng trí" (trí biết được tất cả), chỉ cho trí tuệ Phật, hiểu biết tất cả mọi vấn đề, không có phạm vi giới hạn. Ở đây muốn phân biệt với trí tuệ của ba thừa (Thanh văn, Duyên giác và Bồ Tát), tuy sáng suốt nhưng vẫn còn có giới hạn, chưa phải là Nhất thiết chủng trí.

❖ Tiểu đoạn thứ hai từ câu *"Khi mở lời thuyết giảng"* trở đi, giải thích về pháp tu hành, có 2 phân đoạn. Phân đoạn thứ nhất nói về thực hành pháp chỉ, phân đoạn thứ hai nói về thực hành pháp quán.

▪ Phân đoạn thứ nhất có 4 ý. Ý thứ nhất nêu việc không nói lỗi [người khác]; ý thứ hai nói không cao ngạo khinh người; ý thứ ba nói không khen ngợi cũng không chê bai; ý thứ tư nói không oán ghét thù hiềm.

◆ Ý thứ nhất, không ưa thích nói lỗi của người khác hoặc của kinh điển. Đó là chỗ nghe của con người có lỗi lầm sai trái, các pháp nào có lỗi gì? Các pháp dành cho 7 hạng phương tiện đều là do đức Phật tùy thuận tâm ý người nghe mà giảng giải thích hợp, nên gọi là pháp chưa liễu nghĩa. Nếu nói lỗi sai trái của các pháp này tức là gây não loạn tổn hại những người nghe pháp, không phải là tướng trạng của hạnh an vui.

◆ Ý thứ hai nói việc không cao ngạo khinh người, tức là nói người tu tập không dựa vào pháp viên mãn mà khinh chê pháp thiên lệch; không xem trọng pháp chân thật mà khinh chê pháp quyền thừa.

◆ Ý thứ ba nêu việc không nói chỗ tốt xấu, hay dở của người khác. Trước tiên nêu là không nói [chỗ tốt xấu] của tất cả mọi người. Tiếp theo chỉ nêu riêng về hàng Thanh văn. Nói chung, mọi người đều không thích nghe chỗ xấu của họ, cho nên không nói về sự kém cỏi khiếm khuyết của người khác. Với những người cùng đối diện, khen ngợi người này thì người khác sẽ cảm thấy như họ bị chê bai, cho nên không khen ngợi chỗ tốt đẹp ưu điểm của người khác. Lại cũng không bảo người này đến khen người kia,[1] bởi người

---

[1] Văn Cú nói "不約張說趙長 - bất ước Triệu thuyết Trương trường". Trương và Triệu được dùng như những đại từ phiếm chỉ để chỉ người này, người kia... mà không xác định là ai, tương tự như cách dùng mỗ giáp (某甲) trong văn xưa. Văn Cú Ký giải thích rõ hơn bằng cách dùng lại thành Trương gia (張家), Triệu gia (趙家), Trương nhân (張人), Triệu nhân (趙人)...

kia sẽ cho rằng vì mình dở còn người ấy giỏi hơn, cho nên mới bảo người ấy đến nói như vậy để giễu cợt mình. Cũng không ở trước mặt người này nói chỗ xấu dở của người kia, bởi nói xấu sau lưng người khác thì người khác cũng sẽ nói xấu sau lưng mình. Vì những ý nghĩa đó cho nên đối với các thiện ác tốt xấu đều ngăn dứt chẳng khen chê.

Lại nữa, về việc không nói chỗ tốt xấu của người khác, trong kinh Nhật Tạng, quyển 1 nói: "Từ đầu hôm, giữa đêm cho đến gần sáng luôn ít ngủ, tỉnh giác, tinh tấn ngồi thiền, tụng kinh, tu tập đạo pháp; quay lưng từ bỏ sanh tử, hướng đến con đường Niết-bàn. Không nói chỗ yếu kém của người khác, cũng không nói chỗ ưu điểm của mình; tự hạ mình khiêm tốn, không cao ngạo kiêu căng. Cơm ăn áo mặc luôn tự biết đủ [không cầu dư thừa], luôn giữ hạnh đầu đà tinh tấn không buông thả lười nhác; chánh niệm suy xét, tâm không tán loạn; khởi tâm từ bi đối với hết thảy chúng sanh."[1]

Lại nữa, như trong kinh điển giảng về Không hạnh có nói: "[Đối với kinh điển luôn] tự mình tụng đọc, dạy cho người khác tụng đọc; không chê bai hủy báng hoặc nói chỗ sai trái của người khác, không tự nêu ưu điểm của mình."

Đối với hàng Thanh văn căn tánh vốn còn chưa được vững chãi ổn định, nếu tán thán khen ngợi Thanh văn thừa và Duyên giác thừa, có thể làm cho họ thối tâm Đại thừa mà tu tập theo Tiểu thừa; hoặc nếu chê bai hủy báng hai thừa ấy, có thể làm cho họ bỏ mất cả Đại thừa lẫn Tiểu thừa, rốt lại chẳng còn được gì.

---

[1] Văn Cú nói là trích từ kinh Nhật Tạng (日藏經), quyển 1, nhưng hiện chỉ thấy tên kinh được ghi trong các bản mục lục kinh điển, không tìm thấy quyển kinh riêng biệt. Tuy nhiên, nội dung đoạn trích dẫn này được tìm thấy trong Đại phương đẳng Đại tập kinh (大方等大集經), quyển 34, phần Nhật Tạng, phẩm thứ nhất Hộ trì chánh pháp (日藏分護持正法品第一). Xem chi tiết trong Đại Chánh tạng, Tập 13, kinh số 397, trang 237, tờ a, từ dòng 24 đến dòng 28.

◆ Ý thứ tư nói không sanh tâm oán ghét thù hiềm. Nếu cho rằng người khác, pháp khác làm chướng ngại, tổn hại đạo của ta, đó là tâm oán ghét; nếu cho rằng người khác hèn kém xấu xa, đó là tâm ngờ vực thù hiềm. Trong tâm vừa động khởi, lời nói liền phát ra; chấm dứt được từ cội nguồn là không nói chỗ xấu của người khác cho nên không làm khởi sanh sự oán ghét thù hiềm.

▪ Phân đoạn thứ hai từ câu *"nhờ khéo tu tập tâm an vui như vậy"* trở đi là nói việc tu tập pháp quán. Quán hết thảy các pháp đều không, không có gì vướng mắc nắm giữ, tâm không chút bám chấp. *"Đối với người đến nghe pháp đều tùy thuận không trái ý"*, là không trái với tướng pháp. *"Đều không dùng giáo pháp Tiểu thừa để giải đáp, chỉ dùng giáo pháp Đại thừa để vì họ giảng giải."* Nếu như thấy biết được người không có căn cơ Đại thừa nên thuyết pháp Tiểu thừa thì giúp họ được lợi ích phương tiện; nếu không thấy biết rõ là người không có căn cơ Đại thừa nhưng lại thuyết dạy giáo pháp Tiểu thừa, có thể sẽ làm chướng ngại che lấp cơ duyên Đại thừa của họ. Cho nên những trường hợp không thể thấy biết rõ thì chỉ nên thuyết dạy Đại thừa, như vậy sẽ không mắc lỗi.

**KINH VĂN**

**Bồ Tát thường vui thích,**
**Tâm an ổn thuyết pháp,**
**Ở nơi đất thanh tịnh,**
**Thiết lập một pháp tòa.**

**Tắm gội sạch bụi bặm,**
**Bôi dầu thơm lên thân,**
**Đắp y mới sạch sẽ,**
**Trong ngoài đều thanh tịnh.**

◆ Phần kệ tụng tiếp theo có 16 khổ rưỡi kệ, chia làm 3 tiểu đoạn. Tiểu đoạn thứ nhất gồm 2 khổ kệ, tụng nêu vấn đề. Tiểu đoạn thứ hai có 9 khổ rưỡi kệ, tụng lại ý nghĩa phương pháp tu hành ở trước. Tiểu đoạn thứ ba gồm 5 khổ kệ, tụng về sự thành tựu công hạnh.

❖ Tiểu đoạn thứ nhất gồm 2 khổ kệ tụng lại ý nghĩa trong kinh văn trường hàng ở trước nói trụ yên trong hạnh an vui. Kinh văn trường hàng chỉ nói tổng quát là *"nên trụ yên trong hạnh an vui"*, trong phần kệ tụng nêu chi tiết tướng trạng thực hành, chia làm 3 phân đoạn.

▪ Phân đoạn thứ nhất nói *"Bồ Tát thường vui thích, tâm an ổn thuyết pháp"*, là nói việc muốn giúp cho người nghe pháp[1] hiểu được đạo an ổn, đạt được quả an vui, tức là nghĩa *"vào nhà Như Lai"*.

▪ Phân đoạn thứ hai nói *"ở nơi đất thanh tịnh, thiết lập một pháp tòa"*, tức là nghĩa của *"ngồi tòa Như Lai"*.

▪ Phân đoạn thứ ba từ câu *"Tắm gội sạch bụi bặm"* trở đi gồm 1 khổ kệ, tức là nghĩa *"đắp y Như Lai"*.

Cả 3 pháp trên dẫn dắt nghiệp của lời nói, gọi là hạnh an vui.

**KINH VĂN**

**Ngồi yên trên pháp tòa,**
**Tùy chỗ hỏi, giảng thuyết.**
**Nếu có những tỳ-kheo,**
**Hoặc các tỳ-kheo-ni,**
**Cùng hàng cư sĩ nam,**
**Hoặc những cư sĩ nữ,**
**Cho đến vua, con vua,**
**Quan, trí thức, dân thường…**
**Đều dùng nghĩa vi diệu,**
**Hiền hòa vì họ thuyết.**
**Nếu có người vặn hỏi,**
**Tùy ý nghĩa mà đáp,**
**Nêu nhân duyên, thí dụ,**
**Để diễn bày phân biệt.**
**Dùng phương tiện như vậy,**
**Khiến cho đều phát tâm,**
**Rồi dần dần tăng trưởng,**
**Thể nhập vào đạo Phật.**
**Trừ tâm ý biếng nhác,**
**Cùng tư tưởng trễ lười,**
**Không lo âu buồn bực,**
**Khởi tâm từ thuyết pháp.**
**Ngày đêm vẫn thường thuyết,**
**Giáo pháp đạo Vô thượng,**

[1] Văn Cú dùng "前人 - tiền nhân" để chỉ những người ở trước mình, tức là thính chúng đang nghe thuyết pháp. Do ngữ cảnh nên hiểu được ở đây không dùng theo nghĩa "người xưa" như thường gặp, vì việc thuyết pháp không thể giúp cho người xưa đắc đạo.

**Dùng các lẽ nhân duyên,**
**Và vô số thí dụ,**
**Để chỉ bày chúng sanh,**
**Khiến cho đều hoan hỷ.**
**Y phục, chỗ nằm, ngồi,**
**Thức ăn uống, thuốc men,**
**Đối với những thứ ấy,**
**Không khởi ý mong cầu,**
**Chỉ duy nhất tâm niệm,**
**Nhờ nhân duyên thuyết pháp,**
**Được trọn thành Phật đạo,**
**Cùng tất cả chúng sanh.**
**Đó là sự cúng dường,**
**An vui, lợi ích lớn.**

❖ Tiểu đoạn thứ hai từ câu *"Ngồi yên trên pháp tòa"* trở đi gồm 9 khổ rưỡi kệ, có 2 phân đoạn tụng về 2 pháp thực hành. Phân đoạn thứ nhất gồm 5 khổ rưỡi kệ tụng về thực hành pháp chỉ. Phân đoạn thứ hai gồm 4 khổ kệ tụng về thực hành pháp quán.

▪ Phân đoạn thứ nhất tụng về thực hành pháp chỉ, kinh văn trường hàng có 4 ý, kệ tụng cũng lặp lại đầy đủ.

◆ Ý thứ nhất nói *"Ngồi yên trên pháp tòa, tùy chỗ hỏi, giảng thuyết"* là tụng lại ý nghĩa không khinh chê xem thường người khác. Nếu xem thường tức là không tùy theo.

◆ Ý thứ hai từ câu *"Nếu có những tỳ-kheo..."* cho đến câu *"Tùy ý nghĩa mà đáp"* gồm 2 khổ rưỡi kệ, tụng lại ý nghĩa không nói chuyện hay dở, tốt xấu [của người khác]. Tức là chỉ nói theo ý nghĩa [chánh pháp], không bàn đến chỗ tốt xấu của người khác.

*"Nếu có người vặn hỏi, tùy ý nghĩa mà đáp."* Có 2 trường hợp, thứ nhất là có thể giải đáp, thứ hai là không thể giải đáp.

Đôi bên hỏi đáp, chất vấn nhau, mỗi bên đều có lúc hơn lúc kém nhau, [cuối cùng] ai thắng ai thua đều tự biết rõ, đó là cách tranh luận của bậc trí. [Đây là trường hợp có thể giải đáp.] Nếu [người hỏi] phóng túng buông thả [theo ý mình], ai dám nói trái ý liền trừng phạt, đó là cách tranh luận của bậc vua chúa.[1] Hoặc lập luận hay dở, đúng sai

---

[1] Nội dung đoạn này có vẻ như dựa theo kinh Tỳ-kheo Na-tiên (那先比丘經), lúc vua Di-lan-đà hỏi Tỳ-kheo Na-tiên thế nào cách tranh luận khác biệt của bậc trí giả và hàng vương giả. Văn Cú đã lặp lại theo cách nói giản lược. (ĐCT, T32,

đều không cần biết, chỉ muốn giành lấy phần thắng, đó là cách tranh luận của người ngu. [Hai trường hợp này đều là không thể giải đáp.][1]

◆ Ý thứ ba từ câu *"Nêu nhân duyên, thí dụ" đến câu "thể nhập vào đạo Phật"* gồm 1 khổ rưỡi kệ, tụng lại ý nghĩa ý thứ nhất trong kinh văn trường hàng là không ưa thích nói ra lỗi lầm sai trái của người và kinh điển. Nếu nói ra chỗ lỗi lầm sai trái của người khác tức là khiến cho họ khởi sanh tâm ác độc, nay nhờ không nói ra nên khiến họ phát tâm thể nhập đạo Phật. Đó là việc thể nhập đạo Phật có được từ tâm hoan hỷ.

◆ Ý thứ tư từ câu *"Trừ tâm ý biếng nhác"* trở đi gồm 1 khổ kệ, tụng lại ý nghĩa không oán ghét thù hiềm. Khi tâm oán ghét thù hiềm khởi lên liền chán ghét lười nhát, buồn bực âu lo, nay dùng tâm từ mẫn thuyết pháp, không oán ghét thù hiềm, tinh tấn không buồn lo. Kinh văn trường hàng phần trước chỉ dựa theo nghĩa tốt đẹp của pháp chỉ, trong kệ tụng đều dựa theo sự thực hành pháp chỉ.

▪ Phân đoạn thứ hai tụng về pháp quán, từ câu *"Ngày đêm vẫn thường thuyết, giáo pháp đạo Vô thượng"* trở đi, gồm 4 khổ kệ. Kinh văn trường hàng phần trước nói *"chỉ dùng giáo pháp Đại thừa"* để giải đáp, kệ tụng nói *"thuyết giáo pháp đạo Vô thượng"*. Kinh văn trường hàng

---

1670B, tr.706b, d.16-24: "Bậc trí tuệ khi tranh luận thì chất vấn nhau đến chỗ rốt ráo, giải thích cho nhau cùng hiểu, có những lời hơn nhau hoặc kém nhau, lập luận có thắng có bại, có đúng có sai, tự biết nhận ra lý lẽ đúng sai, đó là trí tuệ cao tột nhất... ... Vua chúa tranh luận thì phóng túng, chỉ theo ý mình. Nếu người tranh luận dám nói những điều ngược lại, không hợp ý vua, ắt sẽ bị vua dùng sức mạnh mà trách phạt, trừng trị. Cách tranh luận của vua chúa là như thế." (Kinh Tỳ-kheo Na-tiên, bản Việt dịch của Nguyễn Minh Tiến, NXB Tôn giáo, Hà Nội 2009)

[1] Văn Cú chỉ nêu đại lược. Chúng tôi dựa theo Văn Cú Ký để hiểu được những ý nghĩa này. Văn Cú Ký giải thích: "三種語也, 智者語即可答, 王者語, 愚者語即不可答。- Tam chủng ngữ giả, trí giả ngữ tức khả đáp, vương giả ngữ, ngu giả ngữ tức bất khả đáp." (ĐCT, T34, 1719, tr.322b, d.9-10)

nói *"khiến cho đạt được trí tuệ Phật"*, kệ tụng nói *"được trọn thành Phật đạo"*.

**KINH VĂN**

**Sau khi Phật diệt độ,**
**Nếu có tỳ-kheo nào,**
**Có khả năng thuyết giảng,**
**Kinh Diệu Pháp Liên Hoa,**
**Không ganh ghét bực tức,**
**Gặp phiền não chướng ngại,**
**Cũng không lo không buồn,**
**Hoặc bị người chửi mắng,**
**Cũng không hề sợ sệt.**
**Lại thêm dùng dao gậy,**
**Cũng không hề trốn chạy,**
**Nhờ trụ nơi nhẫn nhục.**
**Bậc trí tuệ như vậy,**
**Khéo tu tập tự tâm,**
**Có thể trụ an vui,**
**Như trên ta đã nói.**
**Công đức của vị ấy,**
**Dù muôn ngàn ức kiếp,**
**Dùng tính toán, thí dụ,**
**Cũng không thể nói hết.**

❖ Tiểu đoạn thứ ba[1] từ câu *"Sau khi Phật diệt độ"* trở đi gồm 5 khổ kệ, nêu sự thành tựu hạnh an vui của lời nói. Tiểu đoạn này có 4 phân đoạn.

▪ Phân đoạn thứ nhất gồm 1 khổ kệ, nêu tổng quát việc thành tựu công hạnh.

▪ Phân đoạn thứ hai[2] từ câu *"Không ganh ghét bực tức"* trở đi gồm 2 khổ kệ nêu ý nghĩa trong lòng không có lỗi lầm sai trái thì không sanh ra nạn khổ bên ngoài, cũng giống như không có đồ hôi thối thì ruồi nhặng không bay đến.

▪ Phân đoạn thứ ba từ câu *"Bậc trí tuệ như vậy"* trở đi gồm 1 khổ kệ nêu ý nghĩa trong lòng có đủ pháp lành cho nên công hạnh được thành tựu.

*"Như trên ta đã nói."* Nếu là nghĩa trong lòng không có lỗi lầm sai trái thì như trong kinh văn trường hàng nói; nếu là nghĩa trong lòng có đủ pháp lành thì như trong kệ tụng nói.

---

[1] Chỗ này Văn Cú ghi nhầm là "第二 - đệ nhị", theo cấu trúc đã nói ở trước thì đây là tiểu đoạn thứ ba.

[2] Văn Cú ghi nhầm là "第三 - đệ tam", nhưng đây là đoạn thứ hai.

▪ Phân đoạn thứ tư từ câu *"công đức của vị ấy"* trở đi gồm 1 khổ kệ nêu việc so sánh ước lượng công đức, y theo kinh văn [có thể hiểu được không cần giải thích].

**KINH VĂN**

**Lại nữa, này Đại Bồ Tát Văn-thù-sư-lợi! Vào đời sau cùng khi chánh pháp sắp mất đi, người thọ trì tụng đọc kinh điển này không ôm lòng ganh ghét, dua nịnh dối trá, cũng đừng khinh chê người học Phật, soi mói những chỗ ưu điểm, khuyết điểm của họ. Đối với người tu tập như tỳ-kheo, tỳ-kheo-ni, cư sĩ nam, cư sĩ nữ cầu đạo Thanh văn hay Duyên giác, hoặc cầu đạo Bồ Tát, cũng không quấy rối, khiến họ nghi ngờ hối tiếc bằng cách nói rằng: "Các người còn cách đạo quá xa, mãi mãi không thể đạt được trí tuệ Phật. Vì sao vậy? Vì các người là những kẻ buông thả phóng túng, lười nhác trên đường đạo." Lại cũng không nên bàn luận vô bổ về các pháp, tranh cãi đúng sai. Nên khởi lòng đại bi đối với hết thảy chúng sanh, đối với các đức Như Lai xem như đấng cha lành, đối với các vị Bồ Tát xem như bậc thầy lớn, đối với các vị Đại Bồ Tát trong mười phương thường khởi tâm cung kính sâu xa mà lễ bái. Đối với hết thảy chúng sanh đều thuyết pháp một cách bình đẳng, chỉ thuận theo pháp nên không nói nhiều, không nói ít, thậm chí đối với người hết sức ưa muốn chánh pháp cũng không vì họ mà nói nhiều hơn.**

◆ Đoạn thứ ba nêu hạnh an vui của tâm ý, cũng có kinh văn trường hàng và kệ tụng. Kinh văn trường hàng lại có 3 tiểu đoạn: nêu công hạnh, giải thích công hạnh và tóm kết sự thành tựu công hạnh.

❖ Tiểu đoạn thứ hai giải thích công hạnh lại có 2 phân đoạn. Phân đoạn thứ nhất nói thực hành pháp chỉ, phân đoạn thứ hai nói thực hành pháp quán.

▪ Phân đoạn thứ nhất nói thực hành pháp chỉ lại có 4 ý. Ý thứ nhất nói không ganh ghét dua nịnh; ý thứ hai nói không khinh chê mắng chửi; ý thứ ba nói không quấy rối [sự tu tập] và ý thứ tư nói không tranh cãi.

Hàng nhị thừa muốn nhanh chóng ra khỏi sanh tử thì trước tiên phải diệt trừ tham dục. Hàng Bồ Tát thì trước tiên trừ sân hận và kiến chấp. Ganh ghét là cấu nhiễm của sân hận; dua nịnh là cấu nhiễm của kiến chấp. Ganh ghét trái nghịch với tâm từ bi, không phải là pháp giáo hóa chúng sanh. Dua nịnh, dối trá là trái nghịch với đạo trí tuệ, không phải là pháp tự thực hành. Trí tuệ bị che chướng thì dựa vào đâu cầu [Phật đạo] bên trên? Từ bi bị ngăn ngại thì lấy gì giáo hóa [chúng sanh bên dưới? Cho nên Bồ Tát tu hạnh an vui thì quan trọng nhất là phải từ bỏ [sân hận và kiến chấp].

Từ câu *"cũng đừng khinh chê"* trở đi, nói không nên dựa theo công hạnh của Viên giáo mà chê bai quở trách công hạnh của Biệt giáo. Như người rõ biết căn cơ thì nên quở trách, nếu đã không rõ biết thì không nên trách mắng, là nghĩa nên bao dung đối với người thối thất căn lành.

Từ câu *"Nếu có tỳ-kheo, tỳ-kheo-ni..."* trở đi, nói không nên dựa theo công hạnh của Viên giáo mà chê bai quở trách công hạnh của Thông giáo. [Hàng Bồ Tát Thông giáo] vốn không có căn cơ Đại thừa, nếu cứng rắn dựa theo hạnh Viên giáo mà quở trách thì trái nghịch với tâm ý họ thành ra *"quấy rối người tu tập"*. [Tu tập theo] Thông giáo đã bị quở trách, theo Viên giáo thì lại chưa nhận hiểu được, [cho nên] tiến đến [với Viên giáo] thì sanh tâm *"nghi ngờ"* [vì không hiểu], quay lại với Thông giáo thì *"hối tiếc"* [vì bị quở trách], như vậy thì Đại thừa, Tiểu thừa đều không đạt được. [Chê trách người] đi theo đường tới lui quanh co rằng *"cách đạo quá xa"*, đó là quấy rối sự tu tập của người tu theo hạnh Biệt giáo; [chê trách người] đắm chấp lẽ không, bám giữ chỗ chứng đắc, rằng *"mãi mãi không thể đạt được"*, đó là quấy rối sự tu tập của người tu theo hạnh Thông giáo.

Chán ghét sanh tử gọi là *"lười nhác trên đường đạo"*. Kinh Bi Hoa nói tu tập theo Tiểu thừa gọi là "lười nhác".

▪ Phân đoạn thứ hai từ câu *“Nên khởi lòng đại bi...”* trở đi, nêu việc thực hành pháp quán, lại có 4 ý. Vì chế phục 4 việc xấu ác vừa nói ở đoạn trước mà khởi tâm thực hành những điều hiền thiện.

◆ Ý thứ nhất, *“khởi lòng đại bi đối với hết thảy chúng sanh”* là chế phục sự *“ganh ghét dua nịnh”*.

◆ Ý thứ hai, *“đối với các đức Như Lai xem như đấng cha lành”* là chế phục sự *“khinh chê”*. Những người cầu Phật đạo tức là người học Phật, phải cung kính người học ấy như Phật, không được khinh chê, Bởi những người học Phật nếu nhìn thông suốt qua cả ba đời thì đều là những vị Phật tương lai.

◆ Ý thứ ba, *“đối với các vị Bồ Tát xem như bậc thầy lớn”* là chế phục sự *“quấy rối người tu tập”*. Cứ theo lý mà luận giải thì người trong ba thừa đều là Bồ Tát; người có đức giáo hóa, khuyên dạy đều là bậc thầy của chúng sanh, nên khởi tâm *“xem như bậc thầy lớn”*, không nói đến những chỗ khiếm khuyết nhược điểm của họ.

◆ Ý thứ tư, *“đối với hết thảy chúng sanh đều thuyết pháp một cách bình đẳng”* là chế phục sự *“tranh cãi đúng sai”*. Bình đẳng là phá trừ sự tranh cãi do bám chấp thiên lệch. *“Không nói nhiều, không nói ít”* là ước lượng đúng theo căn tánh người nghe nhanh nhạy hay trì độn.

## KINH VĂN

**Này Văn-thù-sư-lợi! Vị Đại Bồ Tát ấy trong đời sau cùng khi chánh pháp sắp mất đi, nếu thành tựu được hạnh an vui thứ ba này thì khi thuyết kinh Pháp hoa này không ai có thể quấy nhiễu làm cho rối loạn. Vị ấy sẽ có những người bạn đồng học tốt, cùng nhau tụng đọc kinh này. Lại cũng sẽ có đại chúng tìm đến nghe kinh, nghe rồi thường ghi nhớ, ghi nhớ rồi thường tụng đọc, tụng đọc rồi thường giảng thuyết, giảng thuyết rồi thường sao chép, hoặc bảo người khác sao chép, cúng dường bản kinh, cung kính, tôn trọng, ngợi khen xưng tán.**

❖ Tiểu đoạn thứ ba từ câu *"Này Văn-thù-sư-lợi!"* trở đi tóm kết về sự thành tựu công hạnh, có 2 phân đoạn.

▪ Phân đoạn thứ nhất nói do [thực hành pháp chỉ] ngưng dứt các việc xấu ác nên việc xấu ác không thể tăng thêm, cho nên nói là *"không ai có thể quấy nhiễu làm cho rối loạn"*.

▪ Phân đoạn thứ hai nói do thực hành pháp quán được những người tốt đẹp cao quý tìm đến, cho nên nói là *"có những người bạn đồng học tốt"*.

**KINH VĂN**

**Lúc bấy giờ, đức Thế Tôn muốn lặp lại ý nghĩa trên nên thuyết kệ rằng:**

**Muốn thuyết giảng kinh này,**
**Bỏ ganh ghét, kiêu ngạo,**
**Bỏ dua nịnh, gian dối,**
**Tâm chân thật, thẳng thắn.**
**Không khinh chê người khác**
**Không luận pháp vô bổ,**
**Nói lời gây hoài nghi:**
**'Ông không thể thành Phật.'**
**Vị Phật tử thuyết pháp,**
**Thường nhu hòa, nhẫn chịu,**
**Từ bi với hết thảy,**
**Không sanh tâm biếng lười.**
**Đại Bồ Tát mười phương,**
**Thương chúng sanh, hành đạo,**
**Nên sanh tâm cung kính:**
**Bậc thầy lớn của ta.**
**Với chư Phật Thế Tôn,**
**Đấng cha lành Vô thượng,**
**Phá trừ tâm kiêu mạn,**
**Thuyết pháp không ngăn ngại.**
**Pháp thứ ba như vậy,**
**Người trí nên giữ theo,**
**Chuyên tâm hạnh an vui,**
**Vô số người cung kính**

◆ Phần kệ tụng có 6 khổ kệ, chia thành 2 tiểu đoạn. ❖ Tiểu đoạn thứ nhất gồm 5 khổ kệ, tụng lại phần kinh văn trường hàng ở trước nói việc thực hành 2 pháp chỉ và quán, mỗi pháp đều nói có 4 ý. ❖ Tiểu đoạn thứ hai gồm 1 khổ kệ tụng về nghĩa thành tựu công hạnh.

**KINH VĂN**

**Lại nữa, này Văn-thù-sư-lợi! Vị Đại Bồ Tát vào đời sau cùng khi chánh pháp sắp mất đi, nếu có hành trì kinh Pháp hoa này thì đối với những người tại gia và xuất gia nên khởi tâm từ ái lớn lao, đối với những người không thuộc hàng Bồ Tát nên khởi tâm bi mẫn lớn lao, nên nghĩ như thế này: "Những người này thật là chịu sự mất mát lớn lao. Đức Như Lai phương tiện thuyết pháp thích hợp nhưng họ lại không được nghe, không hay không biết đến, không thưa hỏi, không tin tưởng, không nhận hiểu được. Những người này tuy không thưa hỏi, không tin tưởng, không nhận hiểu kinh này, nhưng khi nào ta đạt được quả Vô thượng Chánh đẳng Chánh giác, tùy theo họ đang ở nơi nào ta sẽ dùng sức thần thông, sức trí tuệ mà dẫn dắt, khiến cho họ được trụ yên trong giáo pháp này.**

◆ Đoạn thứ tư nêu hạnh an vui của thệ nguyện, chia ra kinh văn trường hàng và kệ tụng. Kinh văn trường hàng có 2 tiểu đoạn. Tiểu đoạn thứ nhất nói về pháp thực hành. Tiểu đoạn thứ hai ngợi khen xưng tán kinh này.

❖ Tiểu đoạn thứ nhất nói pháp thực hành lại có 3 phân đoạn. Phân đoạn thứ nhất nêu vấn đề, phân đoạn thứ hai nói pháp thực hành và phân đoạn thứ ba tóm kết sự thành tựu [công hạnh].

▪ Phân đoạn thứ nhất nêu vấn đề, y theo kinh văn có thể hiểu được.

▪ Phân đoạn thứ hai nói về pháp thực hành lại chia làm 3 ý. Ý thứ nhất, câu *"đối với những người tại gia và xuất gia..."* là nêu bối cảnh phát khởi thệ nguyện. Ý thứ hai từ câu *"nên nghĩ như thế này..."* trở đi nêu nguyên do phát khởi thệ nguyện. Ý thứ ba từ câu *"khi nào ta đạt được quả Vô thượng"* trở đi, nêu việc lập thệ nguyện.

◆ Ý thứ nhất nêu bối cảnh phát khởi thệ nguyện từ ái, kể chung tất cả những người đã từng phát tâm [theo giáo pháp] phương tiện nhưng chưa thoát ra khỏi ba cõi nên đều gọi là "tại gia"; những ai đã đoạn trừ dứt sạch phiền não chung[1] thì gọi là "xuất gia". Như vậy là bao gồm được 2 hàng [Thanh văn và Duyên giác] của nhị thừa, 3 hàng Bồ Tát của [Tạng giáo, Thông giáo và Biệt giáo]. Tất cả những hạng này đều vẫn còn vô minh, lẽ ra cũng nên là bối cảnh phát khởi tâm đại bi, nhưng vì họ đã từng phát tâm tương ưng với thệ nguyện từ ái, nên giúp họ có được niềm vui của đạo viên mãn, quả viên mãn, cho nên nói là *"khởi tâm từ ái lớn lao"*.

Bối cảnh phát khởi lòng bi là những người không phải Bồ Tát, tức là kể chung tất cả những người chưa từng phát tâm [theo giáo pháp] phương tiện đều gọi chung là không phải Bồ Tát. Tất cả những người này đối với pháp phương tiện [Tiểu thừa] mà còn hoàn toàn chưa quy hướng, huống chi là pháp chân thật [Đại thừa]. Cho nên bối cảnh phát khởi lòng bi này là bao gồm tất cả chúng sanh trong ba cõi. Những chúng sanh này lại cũng nên được ban cho niềm vui, nhưng sự lưu chuyển của họ [trong sanh tử] không có bờ mé, tương ưng với thệ nguyện bi mẫn, nên cần cứu bạt nhân tội lỗi, quả tội lỗi của họ, cho nên nói là *"khởi tâm bi mẫn lớn lao"*.

◆ Ý thứ hai từ câu *"nên nghĩ như thế này"* cho đến "thuyết pháp thích hợp" là nói nguyên do phát khởi lòng từ. Vì những người ưa thích Tiểu thừa bám chấp nơi pháp phương tiện của Phật cho đó là chân thật, không nhận hiểu được đạo viên mãn, cho nên gọi là *"chịu sự mất mát lớn lao"*. Sự mất mát lớn lao đó là nguyên do của thệ nguyện từ ái.

Từ câu *"không được nghe, không hay không biết"* trở đi là nêu nguyên do của thệ nguyện bi mẫn. Vì chưa phát

---

[1] Văn Cú dùng "通惑 - thông hoặc" (phiền não chung), chỉ 2 loại phiền não là kiến hoặc và tư hoặc. Đây là những phiền não mà người tu tập trong ba thừa đều phải dứt trừ nên gọi là phiền não chung, khác với vô minh hoặc và trần sa hoặc là hàng Bồ Tát Biệt giáo phải dứt trừ, nên gọi là "別惑 - biệt hoặc" (phiền não riêng).

tâm Tiểu thừa cũng như Đại thừa[1] nên không được nghe cả 2 đạo Tiểu thừa và Đại thừa. Vì không nghe đạo Tiểu thừa nên không có văn tuệ; không biết là không có tư tuệ; không hay là không có tu tuệ. Lại cũng không có ba tuệ [văn, tư, tu] của Đại thừa. Vì sao vậy? Vì không thưa hỏi nên không được nghe; vì không tin nên không biết, vì không hiểu nên không tu. Không có ba tuệ của Tiểu thừa cũng như Đại thừa, hai pháp quyền thật đều không, nên thật hết sức đáng thương xót. Đó là nguyên do phát khởi tâm đại bi.

◆ Ý thứ ba nêu việc lập thệ nguyện, từ câu *"những người này tuy không thưa hỏi, không tin tưởng, không nhận hiểu kinh này"* trở đi, nêu việc phát khởi thệ nguyện. Những người này tuy không thưa hỏi, không tin tưởng nơi cả Tiểu thừa và Đại thừa nhưng Bồ Tát không dựa vào Tiểu thừa mà phát khởi thệ nguyện, chỉ muốn giúp cho họ đạt được ba tuệ viên mãn của Đại thừa. Cho nên nói rằng, tuy họ không thưa hỏi, không tin tưởng kinh này, *"nhưng khi nào ta đạt được quả Vô thượng... ...sẽ dùng sức thần thông, sức trí tuệ mà dẫn dắt, khiến cho họ được trụ yên trong giáo pháp này."* Thệ nguyện thành tựu quả Bồ-đề, trí tuệ và thần thông, đều là dựa vào hạnh an vui mà đạt được. Vì sao vậy? Quán chiếu sâu xa [ý nghĩa] "ngồi tòa Như Lai" nên được sức trí tuệ, bốn biện tài trang nghiêm, có thể dùng trí tuệ để cứu bạt [khổ não]. Quán chiếu sâu xa [ý nghĩa] "vào nhà Như Lai" và "đắp y Như Lai", được sức khéo an trú tịch tịnh lớn lao, không rời khỏi cảnh định diệt tận mà hiện các oai nghi.[2] Thần thông, phước đức trang nghiêm, trước tiên đều phải nhờ vào sự an định tâm động loạn.

[1] Văn Cú dùng "偏圓 - thiên viên" để chỉ 2 phần giáo pháp. Thiên là thiên lệch, viên là viên mãn, trọn đủ. Giáo pháp còn thiên lệch tức là Tiểu thừa, giáo pháp đã viên mãn, trọn đủ là Đại thừa. Trong một số trường hợp khác, "thiên" cũng được dùng để chỉ chung Tạng giáo, Thông giáo và Biệt giáo; "viên" chỉ cho Viên giáo.

[2] Văn Cú trích dẫn câu này từ kinh Duy-ma-cật sở thuyết (維摩詰所說經): "不起滅定而現諸威儀 - bất khởi diệt định nhi hiện chư oai nghi". (ĐCT, T14, 475, tr.539c, d.21-22)

**KINH VĂN**

**"Này Văn-thù-sư-lợi! Vị Đại Bồ Tát sau khi đức Như Lai diệt độ nếu thành tựu được 4 pháp này thì khi thuyết pháp không có lỗi lầm, thường được các tỳ-kheo, tỳ-kheo-ni, ưu-bà-tắc, ưu-bà-di, vua chúa, con vua, đại thần, thường dân, bà-la-môn, cư sĩ cung kính cúng dường, tôn trọng ngợi khen xưng tán, chư thiên ở giữa hư không vì muốn nghe pháp nên cũng thường đi theo vị Bồ Tát ấy. Khi vị Bồ Tát ấy ở nơi xóm làng, thành thị hoặc rừng sâu vắng vẻ, nếu có người đến hỏi khó thì suốt ngày đêm chư thiên sẽ thường theo giúp đỡ bảo vệ người ấy, khiến cho người đến nghe pháp đều được vui mừng hoan hỷ. Vì sao vậy? Vì kinh này được sức thần của hết thảy chư Phật trong quá khứ, hiện tại và tương lai thường gia hộ.**

▪ Phân đoạn thứ ba từ câu *"Này Văn-thù-sư-lợi!"* trở đi là tóm kết lại ý nghĩa thành tựu công hạnh, chia ra làm 3 ý.

◆ Ý thứ nhất là tổng kết ý nghĩa [khi thuyết giảng kinh] không mắc phải lỗi lầm sai sót, tức là thành tựu công hạnh. Công hạnh do đâu thành tựu? Do sự phát khởi thệ nguyện lớn lao của người tu tập nên "vào nhà Như Lai", tức là công hạnh thành tựu; do sự rõ biết của người tu tập về việc bốn chúng để mất đạo Đại thừa nên "ngồi tòa Như Lai", tức là công hạnh thành tựu; do thệ nguyện của người tu tập chế ngự được tâm không còn lười nhác trễ nãi nên "đắp y Như Lai", tức là công hạnh thành tựu. Ba hạnh đều trọn đủ cho nên nói là công hạnh thành tựu.

"Không có lỗi lầm", là hạnh từ bi thành tựu [như "vào nhà Như Lai"] nên không có lỗi lầm của cấu nhiễm sân hận; [hạnh nhẫn nhục] thành tựu như "đắp y Như Lai" nên không có lười nhác trễ nãi; [hạnh quán các pháp đều không] thành tựu như "ngồi tòa Như Lai" nên không có dua nịnh dối trá.

◆ Ý thứ hai từ câu *"thường được các tỳ-kheo"* trở đi là tóm kết riêng về sự thành tựu công hạnh từ bi. Nhờ thành tựu tâm từ nên nhiếp hóa được bốn chúng, trời người đều đến cúng dường, nghe pháp. Thệ nguyện thành tựu nên chiêu cảm thần thông của Phật, được chư thiên hộ trì. Thành tựu quán muôn pháp đều không như "ngồi tòa Như Lai" nên có thể khiến cho người nghe pháp đều hoan hỷ.

◆ Ý thứ ba từ câu *"Vì sao vậy?"* trở đi giải thích công hạnh thệ nguyện thành tựu. Ba đời chư Phật còn giữ gìn bảo vệ [cho người ấy], huống chi là chư thiên?

**KINH VĂN**

**"Này Văn-thù-sư-lợi! Có vô số cõi thế giới thậm chí còn chưa được nghe đến tên kinh Pháp hoa này, huống chi là việc được nhìn thấy, thọ trì, tụng đọc? Này Văn-thù-sư-lợi! Ví như vị Chuyển luân Thánh vương mạnh mẽ, muốn dùng oai thế để hàng phục các nước, nhưng vua các nước nhỏ không chịu thần phục, Chuyển luân Thánh vương liền huy động các loại binh chủng đến chinh phạt. Vua nhìn thấy quân lính chiến đấu lập công, liền hết sức vui mừng, liền tùy theo công lao mà ban thưởng, hoặc ban cho ruộng đất, nhà cửa, xóm ấp, thành thị, hoặc ban cho y phục, những món trang sức làm đẹp thân thể, hoặc ban cho đủ các món quý báu như vàng, bạc, lưu ly, xa cừ, mã não, san hô, hổ phách, voi, ngựa, xe cộ, người hầu, cư dân,[1] duy nhất chỉ có viên ngọc tỏa sáng trên búi tóc là vua không lấy ra ban thưởng. Vì sao vậy? Chỉ trên đỉnh đầu vua mới có duy nhất một viên ngọc ấy, nếu lấy cho đi thì những người thân thuộc của vua sẽ hết sức kinh sợ vì quái lạ.**

**"Này Văn-thù-sư-lợi! Đức Như Lai cũng giống như vậy, dùng sức trí tuệ và thiền định mà được cõi nước pháp, là vua của ba cõi,**

[1] Nguyên tác Hán văn là "奴婢人民 - nô tỳ, nhân dân", cần được hiểu theo bối cảnh của Ấn Độ thời cổ đại, trong đó có tồn tại chế độ nô lệ. Do vậy, khi nhà vua ban cho "nô tỳ" có nghĩa là các nô lệ có bổn phận phục dịch người chủ, và ban cho "nhân dân" có nghĩa là một số cư dân ở địa phương nào đó và người được ban thưởng có quyền thu thuế cũng như cai quản những cư dân này.

**nhưng bọn ma vương không chịu quy phục. Các vị hiền thánh của Như Lai liền chiến đấu với ma vương, lập công trạng nên Như Lai cũng hoan hỷ, ở giữa 4 chúng mà thuyết giảng các kinh điển khiến cho tâm họ được an vui, ban thưởng cho các tài sản quý báu của pháp là thiền định, giải thoát, các căn và lực vô lậu, lại cũng ban thưởng cho hóa thành Niết-bàn, nói rằng đã được diệt độ, để dẫn dắt tâm ý họ khiến cho đều hoan hỷ, nhưng không vì họ thuyết kinh Pháp hoa này.**

❖ Tiểu đoạn thứ hai từ câu *"Này Văn-thù-sư-lợi! Có vô số cõi thế giới thậm chí còn chưa được nghe đến tên kinh Pháp hoa này..."* trở đi, khen ngợi xưng tán kinh này rất khó được nghe. Tiểu đoạn này có 2 phân đoạn, nói về giáo pháp và nêu thí dụ. Trong phân đoạn nói pháp lại có 2 ý. Thứ nhất là thuở xưa chưa từng thuyết giảng chung cho tất cả mọi người, cho nên thuở xưa [đại chúng] chưa được nghe; thứ hai là ngày nay [đại chúng] mới được nghe.

▪ Phân đoạn nói thí dụ cũng có 2 ý. Thứ nhất là thí dụ [vua Chuyển luân] không ban tặng viên ngọc tỏa sáng, ví với việc [đức Phật] từ xưa chưa từng thuyết giảng kinh này [chung cho tất cả mọi người]; thứ hai là thí dụ [vua Chuyển luân] lấy viên ngọc tỏa sáng ra ban cho, ví với việc ngày nay [đại chúng] được nghe [Phật thuyết kinh Pháp hoa này]. Hai ý này, mỗi ý đều có chia ra tiểu ý thứ nhất nêu thí dụ và tiểu ý thứ hai nói nghĩa tương hợp với thí dụ.

◆ [Ý thứ nhất nói vua không ban tặng viên ngọc tỏa sáng giấu trong búi tóc.] ✦ Tiểu ý thứ nhất nêu thí dụ này có 6 điều. Điều thứ nhất là nói [vua Chuyển luân] "muốn dùng oai thế để hàng phục các nước"; thứ hai là nói "vua các nước nhỏ chịu thần phục"; thứ ba là nói [vua Chuyển luân] "kéo quân đến chinh phạt"; thứ tư là nói [quân lính chiến đấu] lập công, [vua Chuyển luân] vui mừng hoan hỷ; thứ năm là nói [vua Chuyển luân] tùy theo công lao mà ban thưởng; thứ sáu là nói không lấy viên ngọc tỏa sáng châu ra ban thưởng.

- Điều thứ nhất dùng "Chuyển luân thánh vương" để ví cho đức Như Lai giáo hóa người đời. Hàng phục các nước ví như [điều phục] các cảnh giới của ấm, nhập, giới.

- Điều thứ hai dùng "vua các nước nhỏ" để ví dụ cho các phiền não. [Người tu tập] chưa đạt được sự điều phục [thân tâm đến mức] vô lậu nên gọi là "không chịu thần phục".

- Điều thứ ba nói "huy động các loại binh chủng" để ví cho các pháp môn tu trong trong 7 bậc hiền,[1] tức là đội quân đi trước; các pháp môn tu của bậc Tu-đà-hoàn, Tư-đà-hàm, tức là đội quân tiếp theo; các pháp môn tu của bậc A-ha-hàm, A-la-hán, tức là đội quân đi sau. Quân địch bị đánh phá là ví cho 3 độc [tham, sân, si], phân chia thành 84.000 phiền não, tức là [giặc cướp]; quân đánh phá được giặc là ví cho 84.000 pháp môn, tức là quan tướng và quân lính.

- Điều thứ tư từ câu "Vua nhìn thấy quân lính..." trở đi, nêu việc quân chiến đấu lập công nên đức vua mừng vui hoan hỷ.

- Điều thứ năm từ câu "tùy theo công lao..." trở đi, nêu việc đức vua tùy theo công lao [của mỗi người] mà ban thưởng.

[Đức vua ban cho] "ruộng đất" tức là chánh định;[2] ban cho "nhà cửa" tức là trí tuệ; ban cho "xóm ấp" tức là sơ quả, nhị quả; "thành" tức là tam quả; "thị" tức là Niết-bàn [của

[1] Văn Cú dùng "七賢 - thất hiền" (bảy bậc hiền), cũng gọi là thất gia hành vị (七加行位), trong đó bao gồm tam hiền và tứ thiện căn (các giai vị nội phàm). Bảy bậc hiền này bao gồm: 1. Ngũ đình tâm vị; 2. Biệt tướng niệm trụ vị; 3. Tổng tướng niệm trụ vị. (3 giai vị này thuộc về ngoại phàm, cũng gọi chung là tam hiền.) 4. Noãn pháp vị; 5. Đính pháp vị; 6. Nhẫn pháp vị; 7. Thế đệ nhất pháp vị. (4 giai vị này thuộc về nội phàm, cũng gọi chung là tứ thiện căn.)

[2] Văn Cú dùng "三昧 - tam-muội", phiên âm từ chữ samādhi, cũng đọc là tam-ma-đề (三摩提), dịch nghĩa là chánh định.

Tiểu thừa];[1] ban cho "y phục" tức là các pháp lành như biết hổ thẹn, nhẫn nhục; ban cho "những món trang sức làm đẹp thân thể" tức là các pháp lành hỗ trợ đạo pháp; ban cho "đủ các món quý báu như vàng, bạc, lưu ly, xa cừ, mã não, san hô, hổ phách" tức là bảy giác chi; ban cho "voi, ngựa, xe cộ" tức là tận trí và vô sanh trí của hàng nhị thừa; ban cho "người hầu" tức là thần thông; ban cho "cư dân" tức là giúp cho đạt được các pháp lành hữu lậu.

⭘ Điều thứ sáu từ câu "duy nhất chỉ có viên ngọc tỏa sáng trên búi tóc" trở đi, nói việc đức vua không lấy viên ngọc quý tỏa sáng ra ban thưởng. [Trong đại chúng tu tập] có những người vượt thoát ra khỏi sanh tử phần đoạn, ví như công trạng nhỏ; có những người vượt thoát ra khỏi sanh tử biến dịch, ví như công trạng lớn. "Kinh sợ vì quái lạ" là vì nếu chưa có công trạng lớn mà bỗng dưng ban cho viên ngọc tỏa sáng giấu trong búi tóc, quần thần đều lấy làm quái lạ. Đây là ví cho chúng sanh khi chưa phát khởi căn cơ Đại thừa, nếu bỗng dưng thuyết giảng kinh Pháp hoa này thì hàng nhị thừa nghi hoặc, hàng Bồ Tát lấy làm quái lạ.

✦ Tiểu ý thứ hai nói nghĩa tương hợp với 6 thí dụ trên thì y theo kinh văn có thể hiểu được, không cần giảng giải.

## KINH VĂN

**"Này Văn-thù-sư-lợi! Cũng như Chuyển luân Thánh vương, thấy binh sĩ lập công lớn thì trong lòng hết sức vui mừng, liền đem viên ngọc quý đến mức khó tin, từ lâu vẫn cất giữ trong búi tóc không tùy tiện mang cho người khác, nay lấy ra ban cho. Đức Như Lai cũng vậy, là bậc Đại Pháp Vương trong ba cõi, dùng chánh pháp giáo hóa hết thảy chúng sanh, thấy các vị hiền thánh chiến đấu với**

[1] Văn Cú chỉ nói là "涅槃 - Niết-bàn" nhưng theo văn cảnh ở đây đang nói đến sơ quả (Tu-đà-hoàn), nhị quả (Tư-đà-hàm), tam quả (A-na-hàm), tức là 3 thánh quả Tiểu thừa, nên có thể hiểu Niết-bàn này tức là thánh quả thứ tư, quả A-la-hán, cũng tức là Niết-bàn của Tiểu thừa.

**quân ma năm ấm, ma phiền não, ma chết, có công lao rất lớn, diệt trừ được ba món độc, ra khỏi ba cõi, phá được lưới ma, thì đức Như Lai cũng hết sức hoan hỷ, liền đem kinh Pháp hoa này, có thể giúp cho chúng sanh đạt đến trí tuệ Phật, là kinh điển mà người thế gian oán ghét khó tin nhận, trước đây chưa từng thuyết giảng, nay đem ra thuyết giảng cho nghe.**

**"Này Văn-thù-sư-lợi! Kinh Pháp hoa này là giáo thuyết bậc nhất của các đức Như Lai, là sâu xa nhất trong các giáo thuyết, sau cùng mới ban cho, giống như đức vua mạnh mẽ kia từ lâu vẫn giữ kỹ viên ngọc tỏa sáng, nay mới lấy ra ban cho.**

**Này Văn-thù-sư-lợi! Kinh Pháp hoa này là kho tàng bí mật của các đức Phật Như Lai, ở vị trí cao nhất trong các kinh điển, chư Phật ngày đêm giữ gìn không tùy tiện thuyết giảng, cho đến hôm nay mới đem ra diễn giải thuyết giảng cho các ông."**

◆ Ý thứ hai từ câu *"Này Văn-thù-sư-lợi! Cũng như Chuyển luân Thánh vương..."* trở đi, nói thí dụ vua Chuyển luân lấy viên ngọc tỏa sáng giấu trong búi tóc ra ban thưởng. Ý này cũng có 2 tiểu ý, thứ nhất nêu thí dụ và thứ hai là nói nghĩa tương hợp với thí dụ.

✦ Tiểu ý thứ nhất nêu thí dụ có 2 điều. Điều thứ nhất nêu việc có công trạng lớn; điều thứ hai nêu việc ban thưởng viên ngọc quý.

Viên ngọc tỏa sáng là ví cho trí tuệ trung đạo; ngọc tròn ví cho pháp thường; nằm trên đỉnh đầu là ví cho tông chỉ của quả vị cao nhất; giấu trong búi tóc là ví với pháp thật vì quyền thừa mà ẩn giấu; mở búi tóc ra là ví như khai thị trừ bỏ pháp quyền; ban thưởng viên ngọc quý là ví như hiển bày pháp thật.

✦ Tiểu ý thứ hai nói nghĩa tương hợp cũng có 2 điều [tương ứng], từ câu *"có thể giúp cho chúng sanh đạt đến trí tuệ Phật"* trở đi. "Trí tuệ Phật" là tên gọi của quả, tức là hành nhất; *"giáo thuyết bậc nhất của các đức Như Lai"* là giáo nhất; *"kho tàng bí mật của các đức Phật Như Lai"* là lý nhất, cũng gồm cả nghĩa nhân nhất.

**KINH VĂN**

**Bấy giờ, đức Thế Tôn muốn lặp lại ý nghĩa trên nên thuyết kệ rằng:**

**"Thường thực hành nhẫn nhục,**
**Thương xót mọi chúng sanh,**
**Mới có thể thuyết giảng,**
**Kinh được Phật khen ngợi.**
**Cho đến đời sau cùng,**
**Những ai trì kinh này,**
**Đối với hàng tăng, tục,**
**Hoặc không phải Bồ Tát,**
**Đều khởi tâm từ bi,**
**Thương họ không được nghe,**
**Không tin nhận kinh này,**
**Là mất mát lớn lao.**
**'Nguyện khi ta thành Phật,**
**Sẽ dùng nhiều phương tiện,**
**Vì họ mà thuyết pháp,**
**Khiến trụ trong pháp này.'**

◆ Phần kệ tụng có 14 khổ rưỡi kệ, chia làm 2 tiểu đoạn. Tiểu đoạn thứ nhất có 4 khổ kệ, tụng lại ý nghĩa trong kinh văn trường hàng ở trước nói về phương pháp tu hành. Tiểu đoạn thứ hai gồm 10 khổ rưỡi kệ, tụng lại phần trước nói việc xưng tán khen ngợi kinh.

❖ Tiểu đoạn thứ nhất tụng về pháp tu hành lại có 2 phân đoạn.

▪ Phân đoạn thứ nhất gồm 1 khổ kệ, tụng trước[1] về ý nghĩa công hạnh thành tựu. Kinh văn ở trước chỉ nêu tổng quát sự thành tựu công hạnh, nay kệ tụng nêu rõ chi tiết hơn. *"Thường thực hành nhẫn nhục"* là tụng về việc thành tựu hạnh *"đắp y Như Lai"*; *"thương xót mọi chúng sanh"* là tụng về việc thành tựu hạnh *"vào nhà Như Lai"*; *"mới có thể thuyết giảng"* là tụng về việc thành tựu hạnh *"ngồi tòa Như Lai"*.

[1] Văn Cú nói là "超頌 - siêu tụng" (tụng vượt sang), vì trong kinh văn trường hàng ở trước nói về các pháp tu hành trước, sau mới nói về sự thành tựu công hạnh. Ở đây lại tụng ý nghĩa thành tựu công hạnh trước, nên gọi là "siêu tụng".

▪ Phân đoạn thứ hai từ câu *"Cho đến đời sau cùng"* trở đi gồm 3 khổ kệ, tụng về phương pháp tu hành. Kinh văn phần trước nêu 3 bối cảnh là nguyên do phát khởi thệ nguyện, kệ tụng cũng có đủ.

**KINH VĂN**

**Ví như vua Chuyển luân,**
**Có oai thế sức mạnh,**
**Quân chiến đấu lập công,**
**Liền ban thưởng các thứ,**
**Voi, ngựa và xe cộ,**
**Đồ trang sức trên thân,**
**Cùng ruộng đất, vườn nhà,**
**Thôn xóm và thành thị,**
**Hoặc ban cho y phục,**
**Đủ các món quý báu,**
**Người phục dịch, tiền của,**
**Vui vẻ ban thưởng cho.**
**Như có người dũng mãnh,**
**Làm được việc khó làm,**
**Vua liền mở búi tóc,**
**Lấy ngọc sáng ban cho.**
**Đức Như Lai cũng vậy,**
**Là vua của các pháp,**
**Sức nhẫn nhục rất lớn,**
**Có kho báu trí tuệ,**
**Dùng tâm đại từ bi,**
**Giáo hóa người như pháp.**
**Thấy hết thảy người đời,**
**Chịu bao điều khổ não,**
**Vì muốn cầu giải thoát,**
**Phải chiến đấu với ma.**
**Vì những chúng sanh ấy,**
**Phật thuyết đủ mọi pháp,**
**Dùng phương tiện lớn lao,**
**Thuyết dạy những kinh khác.**
**Khi rõ biết chúng sanh,**
**Đã được mạnh mẽ rồi,**
**Cuối cùng mới vì họ,**
**Thuyết kinh Pháp hoa này.**
**Như vua cởi búi tóc,**
**Lấy ngọc sáng ban cho.**
**Kinh này là tôn quý,**
**Trên tất cả các kinh,**
**Phật vẫn thường gìn giữ,**
**Không tùy tiện chỉ bày.**
**Nay đúng lúc thích hợp,**
**Vì các ông thuyết giảng.**

❖ Tiểu đoạn thứ hai từ câu *"Ví như vua Chuyển luân, có oai thế sức mạnh"* trở đi, gồm 10 khổ rưỡi kệ, tụng lại ý nghĩa kinh văn trường hàng ở phần trước xưng tán giáo pháp này rất khó được nghe. Kinh văn nói nghĩa thuyết pháp, nêu thí dụ và tương hợp ý nghĩa thí dụ, nay trong kệ tụng chỉ có 2 phân đoạn, nêu thí dụ và tương hợp ý nghĩa .

▪ Phân đoạn thứ nhất nêu thí dụ lại có 2 ý.

◆ Ý thứ nhất gồm 3 khổ kệ, tụng về nghĩa không dùng viên ngọc tỏa sáng để ban thưởng.

◆ Ý thứ hai từ câu *"Như có người dũng mãnh"* trở đi gồm 1 khổ kệ, tụng về việc ban cho viên ngọc tỏa sáng.

▪ Phân đoạn thứ hai từ câu *"Đức Như Lai cũng vậy"* trở đi nói nghĩa tương hợp với thí dụ, gồm 6 khổ rưỡi kệ chia làm 2 ý.

◆ Ý thứ nhất gồm 3 khổ rưỡi kệ, tụng nghĩa tương hợp với thí dụ không dùng viên ngọc quý để ban thưởng.

◆ Ý thứ hai từ câu *"Khi rõ biết chúng sanh"* trở đi gồm 3 khổ kệ, tụng nghĩa tương hợp với thí dụ ban thưởng viên ngọc tỏa sáng. Trong ý này lại mở ra nói những chi tiết. Đại lược là như vậy.

**KINH VĂN**

**Sau khi ta diệt độ,**
**Những ai cầu đạo Phật,**
**Nếu muốn được an ổn,**
**Giảng kinh Pháp hoa này,**
**Thì phải thường theo đúng,**
**Bốn pháp như nói trên.**
**Người tụng đọc kinh này,**
**Thường không có lo buồn,**
**Cũng không bệnh đau đớn,**
**Dáng vẻ được tươi sáng,**
**Không sanh vào cảnh nghèo,**
**Hoặc hèn kém, xấu xí;**
**Chúng sanh ưa thích gặp,**
**Như ngưỡng mộ hiền thánh,**
**Các đồng tử chư thiên,**
**Thường đi theo giúp đỡ,**
**Dao gậy không chạm đến,**
**Thuốc độc không thể hại,**
**Người xấu ác mắng chửi,**
**Liền bị bịt kín miệng.**
**Dạo chơi không sợ sệt,**
**Như sư tử chúa rừng.**
**Trí tuệ thường chiếu sáng,**
**Như mặt trời trên cao.**

▣ Tổng đoạn thứ ba từ câu *"Sau khi ta diệt độ"* trở đi, gồm 23 khổ kệ nêu ý tổng kết về sự thành tựu công hạnh, chiêu cảm thành những tướng trạng để chứng minh, khuyến khích sự tu hành.

Tổng đoạn này chia làm 3 đoạn. ◆ Đoạn thứ nhất gồm 1 khổ rưỡi kệ, tóm kết việc khuyến khích 4 hạnh [an vui]. Đoạn thứ hai gồm 20 khổ rưỡi kệ nêu 3 phước báo để khuyến khích, cũng gọi là được thanh tịnh 3 chướng. Đoạn thứ ba gồm 1 khổ kệ là tổng kết.

◆ [Đoạn thứ hai nêu 3 phước báo, có 3 tiểu đoạn.] Ba chướng chuyển thành thanh tịnh, đó là trong hiện đời và đời sau đều dứt hết mọi nghiệp xấu ác, tức là được quả báo thù thắng trong cả hiện tại và sau này. Tiểu đoạn thứ nhất gồm 1 khổ kệ, nói việc không có lo âu phiền não. Đây là nói sự chuyển hóa báo chướng, làm thay đổi quả báo ngay trong hiện tại (hiện báo). Tiểu đoạn thứ hai gồm nửa khổ kệ "Không sanh vào cảnh nghèo, hoặc hèn kém, xấu xí". Đây là nói sự chuyển hóa nghiệp chướng, làm thay đổi quả báo trong đời tiếp theo (sanh báo). Tiểu đoạn thứ ba từ câu "Chúng sanh ưa thích gặp" trở đi gồm 19 khổ kệ. Đây là nói sự chuyển hóa phiền não chướng, làm thay đổi quả báo trong các đời tương lai (hậu báo).

❖ Tiểu đoạn thứ nhất, từ câu *"Người tụng đọc kinh này"* trở đi gồm 1 khổ kệ, nói việc diệt trừ được sự lo âu phiền não trong hiện tại, tức trừ quả báo cảm thọ khổ não. Đây là làm thay đổi quả báo hiện tại trong tâm. "Cũng không bệnh đau đớn, dáng vẻ được tươi sáng", đây là thay đổi quả báo của thân, tức hình sắc.

❖ Tiểu đoạn thứ hai gồm 2 câu *"Không sanh vào cảnh nghèo, hoặc hèn kém, xấu xí"*, tức là chuyển hóa nghiệp xấu ác. Nhân tạo nghiệp xấu ác thì lẽ ra phải chiêu cảm quả báo xấu ác, nhưng nhờ sức của kinh này mà nhân xấu ác [đã tạo trước đây] có thể chuyển hóa thành quả báo tốt đẹp, tức là chuyển được quả báo trong đời tiếp theo (sanh báo). "Không sanh" tức là không tạo nghiệp sanh ra điều xấu ác. Hiện tại trì tụng kinh này thì không tạo ra nghiệp phải chịu cảnh nghèo khốn, nên đời sau không sanh vào cảnh "hèn kém, xấu xí".

❖ Tiểu đoạn thứ ba từ câu *"Chúng sanh vui thích gặp"* trở đi gồm có 19 khổ kệ, nêu sự chuyển hóa quả báo trong các đời tương lai (hậu báo), tức là chuyển 3 loại chướng phiền não [gồm tham dục, sân hận và si mê]. Tiểu đoạn này chia làm 2 phân đoạn. Phân đoạn thứ nhất gồm 3 khổ kệ, nêu riêng về sự chuyển hóa 3 chướng phiền não. Phân đoạn thứ hai gồm 16 khổ kệ nêu tổng quát hết thảy các chướng đều được chuyển hóa.

▪ Phân đoạn thứ nhất lại có 3 ý.

◆ Ý thứ nhất từ câu *"Chúng sanh vui thích gặp"* trở đi gồm 1 khổ kệ, nêu riêng về sự chuyển hóa chướng tham dục. Người nhiều tham dục tự nhiên sẽ trở thành kiêu ngạo, khinh người, lại bị chướng ngại không sanh cõi Phạm thiên. Chướng tham dục đã được chuyển hóa nên khiến cho người khác vui thích gặp gỡ, lại được *"các đồng tử chư thiên, thường đi theo giúp đỡ"*.

◆ Ý thứ hai từ câu *"Dao gậy không chạm đến"* trở đi gồm 1 khổ rưỡi kệ, nêu riêng về sự chuyển hóa chướng sân hận. Xả bỏ sân hận tức là trừ được những đao kiếm, cung tên trong lòng. Nếu vào trận chiến ắt không bị đao kiếm bên ngoài gây tổn thương.

◆ Ý thứ ba gồm 2 câu *"Trí tuệ thường chiếu sáng, như mặt trời trên cao"*, nêu riêng về sự chuyển hóa chướng si mê.

**KINH VĂN**

**Người ấy khi nằm mộng,**
**Chỉ thấy điều tuyệt diệu,**
**Như thấy các đức Phật,**
**Ngồi trên tòa sư tử,**
**Có đại chúng tỳ-kheo,**
**Vây quanh nghe thuyết pháp.**
**Hoặc thấy chư thiên, rồng,**
**Cùng loài a-tu-la,**

**Nhiều như cát sông Hằng,**
**Đều cung kính chắp tay,**
**Lại thấy tự thân mình,**
**Đang vì họ thuyết pháp.**
**Lại được thấy chư Phật,**
**Thân tướng màu vàng ròng,**
**Phóng vô lượng hào quang,**
**Soi sáng khắp mọi nơi,**
**Dùng âm thanh Phạm thiên,**
**Diễn giải, thuyết các pháp.**
**Thấy Phật vì bốn chúng,**
**Thuyết giảng pháp Vô thượng,**
**Thấy thân mình ở đó,**
**Chắp tay ngợi khen Phật.**
**Được nghe pháp mừng vui,**
**Lại cúng dường lên Phật,**
**Rồi được pháp tổng trì,**
**Chứng trí tuệ bất thối.**
**Phật biết tâm người này,**
**Đã vào sâu đạo Phật,**
**Nên liền thụ ký cho,**
**Thành bậc Chánh Đẳng Giác:**
**'Nghe đây thiện nam tử!**
**Trong một đời tương lai,**
**Ông được trí vô lượng,**
**Thành tựu Vô thượng đạo.**
**Cõi nước trang nghiêm, đẹp,**
**Rộng lớn không đâu bằng.'**
**Lại thấy có bốn chúng,**
**Cùng chắp tay nghe pháp.**
**Lại cũng thấy thân mình,**
**Ở giữa chốn rừng núi,**
**Tu tập các pháp lành,**
**Chứng biết các tướng thật,**
**Vào sâu các thiền định,**
**Thấy được mười phương Phật.**
**Chư Phật thân sắc vàng,**
**Trang nghiêm trăm phúc tướng.**
**Nghe pháp, vì người thuyết,**
**Thường nằm mộng an lành.**
**Mộng thấy làm quốc vương,**
**Bỏ cung điện, quyến thuộc,**
**Năm món dục hấp dẫn,**
**Đi thẳng đến đạo trường.**
**Ngay dưới cội bồ-đề,**
**Ngồi trên tòa sư tử,**
**Cầu đạo qua bảy ngày,**
**Đạt trí tuệ chư Phật.**
**Thành đạo Vô thượng rồi,**
**Bắt đầu chuyển pháp luân,**
**Vì bốn chúng thuyết pháp,**
**Qua ngàn muôn ức kiếp,**
**Thuyết diệu pháp vô lậu,**
**Độ vô số chúng sanh.**
**Sau đó nhập Niết-bàn,**
**Như đèn tắt khói dứt.**

▪ Phân đoạn thứ hai từ câu *"Người ấy khi nằm mộng, chỉ thấy điều tuyệt diệu"* trở đi gồm 16 khổ kệ, nêu tổng quát việc hết thảy các chướng phiền não đều được chuyển hóa, lại cũng là chuyển hóa quả báo trong các đời tương lai. Việc trì kinh trong hiện tại chiêu cảm các tướng trạng này, nên biết là đã [tu tập] thành tựu từ lâu xa trong quá khứ, nay dựa theo duyên lành mà phát sanh [tướng trong mộng]. Lại có các tướng tạo nhân thành Phật, quả thành Phật, cũng đều là quả báo trong tương lai. Trong mộng thấy được các tướng quả báo trong tương lai, nên việc của trăm ngàn muôn kiếp đều ở nơi một niệm trong mộng. Dùng [thí dụ này] để sự biểu trưng cho diệu pháp không thể nghĩ bàn, một ở trong vô lượng, vô lượng ở trong một. Tướng như vậy đã hiện ra trước thì về sau ắt phải đạt được quả. Phân đoạn này lại có 6 ý, nêu từ lúc phát khởi tín tâm ban đầu cho đến quả vị Diệu giác, hiển lộ 8 tướng thành Phật,[1] đều là dùng sự trang nghiêm của đức Như Lai để tự trang nghiêm mình, tức là phước báo nhẫn nhục.

◆ Ý thứ nhất có 3 khổ kệ, nói người nằm mộng thể nhập thập tín. Ý này lại có 2 tiểu ý.

✦ Tiểu ý thứ nhất gồm 2 khổ rưỡi kệ là nói phước báo của từ bi.

✦ Tiểu ý thứ hai gồm nửa khổ kệ là nói phước báo chánh kiến, không si mê.

◆ Ý thứ hai từ câu "Lại được thấy chư Phật" trở đi, gồm 6 khổ rưỡi kệ, người nằm mộng thể nhập thập trụ.

◆ Ý thứ ba từ câu "Lại cũng thấy thân mình" trở đi gồm 3 câu kệ, mộng thấy tu thập hạnh.

◆ Ý thứ tư là câu "chứng biết các tướng thật", người nằm mộng giác ngộ thập hồi hướng.

◆ Ý thứ năm là 2 câu "Vào sâu các thiền định, thấy được mười phương Phật", người nằm mộng thể nhập thập địa.

◆ Ý thứ sáu từ câu "Chư Phật thân sắc vàng" trở đi gồm 5 khổ kệ, người nằm mộng thể nhập giai vị Diệu giác.

---

[1] Tức là các tướng của một vị Phật khi xuất thế, bao gồm: giáng thần, nhập thai, đản sanh, xuất gia, hàng ma, thành đạo, thuyết pháp và nhập Niết-bàn.

Đã nói "chứng trí tuệ bất thối" tức là được thụ ký, cho nên biết là đã thể nhập sơ trụ, đạt địa vị vô sanh, được thụ ký.

"Lại cũng thấy thân mình, ở giữa chốn rừng núi" nên biết đây là giai đoạn thập hạnh, cho nên nói "tu tập các pháp lành".

"Chứng biết các tướng thật" nên biết đây là giai đoạn thập hồi hướng, đạt địa vị chánh quán trung đạo. "Vào sâu các thiền định" tức là được pháp Tam-muội Vô cấu trong giai vị Thập địa, khi nhập pháp định Kim cang thì được chư Phật hiện ra dùng tay xoa đầu cho biết chức phận. [Phần kệ tiếp theo nói] mộng thấy 8 tướng thành Phật nên biết đây là giai vị Diệu giác. Chỗ này cũng có thể nói rằng, từ sơ trụ cũng bắt đầu hiện được 8 tướng thành Phật. Tuy nhiên, từ trước đã nêu những giai vị tuần tự lên cao chính là để ở đây nói giai vị cao nhất.

**KINH VĂN**

**Đời xấu ác về sau,**
**Thuyết pháp đệ nhất này,**
**Sẽ được lợi ích lớn,**
**Đủ công đức như trên.**

◆ Đoạn thứ ba từ câu *"Đời xấu ác về sau"* trở đi gồm 1 khổ kệ, tổng kết về sự thành tựu công hạnh.

Giải thích về năm căn, tám chánh đạo:

Tín căn là đối với Tam bảo có niềm tin kiên cố, không gì có thể cản trở, phá hoại. Tinh tấn căn là đạt được bốn pháp chánh cần. Niệm căn là đạt được pháp quán bốn niệm xứ; phương tiện siêng năng điều phục được tham dục, sầu ưu. Định căn là đạt được bốn bậc thiền.[1] Tuệ căn là thấu hiểu được bốn chân đế, rõ biết đúng như thật.

Lại nữa, tín căn là ở chỗ đức Như Lai phát tâm Bồ-đề

---

[1] Bốn bậc thiền, tức Tứ thiền, gồm sơ thiền, nhị thiền, tam thiền và tứ thiền.

mà được lòng tin thanh tịnh. Tinh tấn căn là ở chỗ đức Như Lai phát tâm mà khởi lên sự tinh tấn chuyên cần. Niệm căn là ở chỗ đức Như Lai phát tâm mà khởi niệm, thường nhớ nghĩ không quên. Định căn là ở chỗ đức Như Lai mà khởi lên pháp Tam-muội chánh định. Tuệ căn là ở chỗ đức Như Lai mà khởi lên trí tuệ.

Tám chánh đạo là con đường tu tập của bậc sa-môn, lại cũng là phương pháp tu tập của bậc sa-môn. Tu tập thành tựu thì tham lam, sân hận cho đến hết thảy mọi phiền não đều dứt sạch. Đây là ý nghĩa của [việc xuất gia làm] bậc sa-môn; đạt được bốn thánh quả là kết quả tu tập của bậc sa-môn.

Giải thích về việc nằm mộng:

Các bậc chứng thánh quả từ Tu-đà-hoàn cho đến Phật Bích-chi đều có việc nằm mộng. Chỉ riêng Phật không có nằm mộng. Vì không có nghi ngờ, không còn tập khí, cho nên không có nằm mộng. [Luận A-tỳ-đàm Tỳ-bà-sa] nói, do 5 nguyên nhân mà có việc nằm mộng, như lời kệ nói rằng:

*Có tâm nghi; phân biệt;*
*Học tập; việc hiện tại;*
*Hàng phi nhân giao tiếp;*
*Do năm việc, nên mộng.*[1]

Lại nữa, là do những điều đã nghe, đã thấy cùng những mối lo toan trong lòng... cả thảy có 7 nguyên nhân khiến cho có việc nằm mộng.

**Hỏi:** Hiện tại khi tỉnh mà ý thức còn không thể thấy được hình sắc, [phải nhờ có con mắt], làm sao trong mộng tâm ý lại có thể thấy có hình sắc?

---

[1] Văn Cú không dẫn chú nhưng nội dung này được trích dẫn từ Luận A-tỳ-đàm Tỳ-bà-sa (阿毘曇毘婆沙論), với chỉ một vài chữ khác biệt. (ĐCT, T28, 1546, tr.145b, d.16-18)

**Đáp**: Đó đều là những điều đã từng thấy, đã từng nghe, cho nên tâm nhớ tưởng lại [mà thấy trong mộng] thôi. Lại cũng là do tướng tốt hoặc không tốt [mà có hình sắc].

**Hỏi**: Trong mộng không có thần thông, không có trí túc mệnh, làm sao có thể thấy được những việc trong các đời tương lai?

**Đáp**: Những điều ấy không phải cảnh giới của tâm trí mong muốn mà thấy, nên là chỗ biết của sự so sánh. Có những người đã từng nằm mộng như thế, sau được quả như thế, nay dùng sự so sánh mà biết.

**Hỏi**: [Nói về giấc ngủ thì] ai ngủ?

**Đáp**: Chúng sanh trong năm đường[1] cũng như trong cảnh giới trung ấm, tất cả đều có giấc ngủ. Chúng sanh còn trong bào thai, khi các căn đầy đủ rồi thì cũng có giấc ngủ. Cho đến đức Phật cũng có ngủ.

**Hỏi**: Giấc ngủ là ngu muội [nên là một trong 5] che chướng,[2] làm sao có thể có ở cả chúng sanh và Phật?

**Đáp**: Đức Phật hiện tiền luôn tỉnh thức, chỉ vì muốn điều hòa thân tứ đại cho nên ngủ, không phải là giấc ngủ che chướng, ngu muội.

---

[1] Năm đường (ngũ đạo), tức cõi trời, cõi người, cảnh giới địa ngục, cảnh giới ngạ quỷ và cảnh giới súc sanh.

[2] Tức là nói hôn miên cái (惛眠蓋), gồm hôn trầm (惛沈) và thụy miên (睡眠), được cho là một trong 5 yếu tố che chướng sự sanh khởi của trí tuệ, được gọi chung là ngũ cái (五蓋).

# CẤU TRÚC PHẨM TỪ LÒNG ĐẤT PHÓNG LÊN

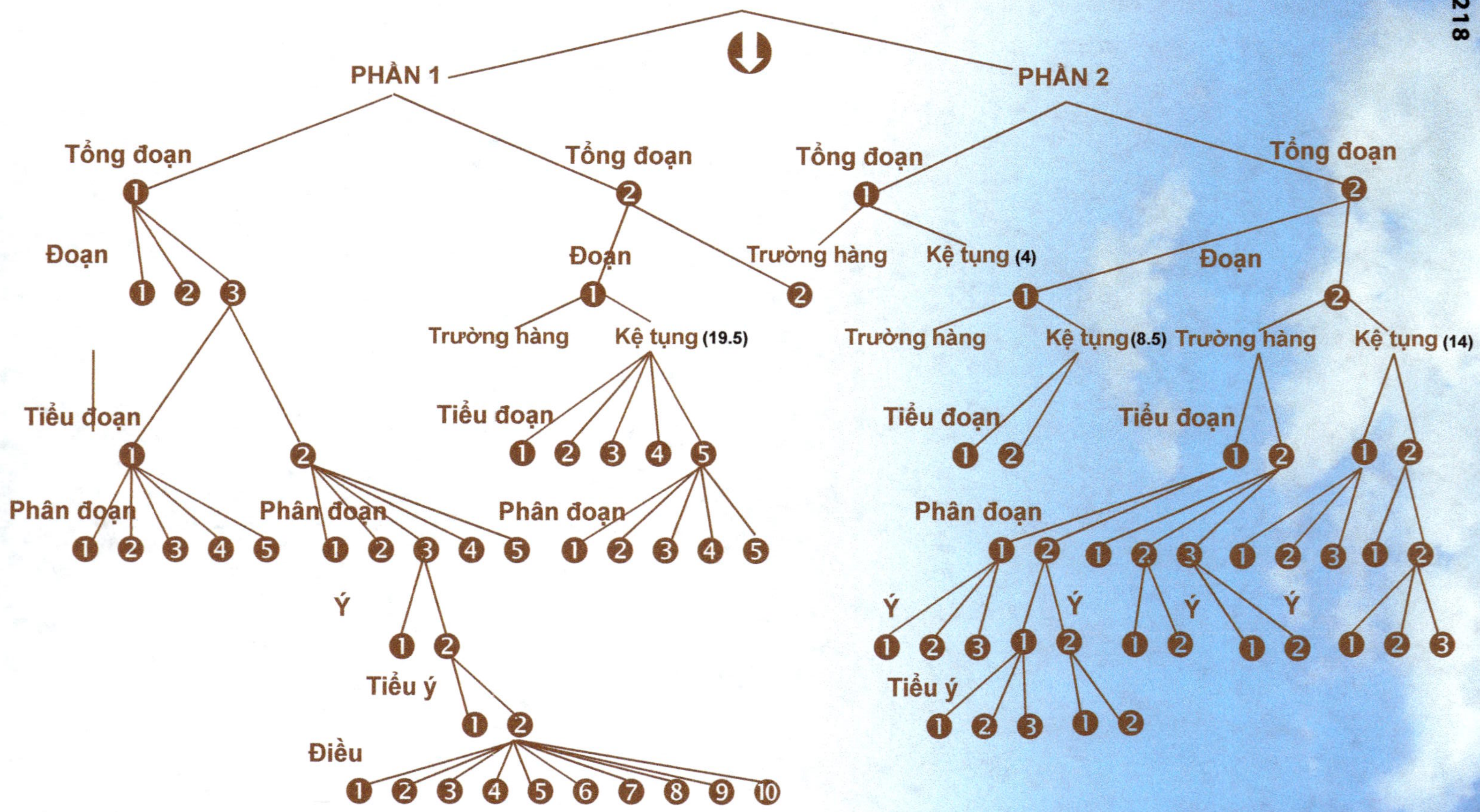

# 15. Giải thích phẩm Từ lòng đất phóng lên

**KINH VĂN**

**Phẩm Từ lòng đất phóng lên, thứ mười lăm**

## Giải thích tên phẩm

[Đức Như Lai] là bậc thầy tôn nghiêm dạy đạo cao quý [nên chư Bồ Tát] tận tụy hết lòng kính phụng. [Vì vậy,] khi Như Lai ban ra một lời, khắp bốn phương [chư Bồ Tát từ trong lòng đất] đều phóng vọt lên, cho nên gọi tên là phẩm *"Từ lòng đất phóng lên"*.

[Đức Như Lai] trong ba đời giáo hóa hoằng đạo, ân huệ lớn lao khôn cùng, như một vầng trăng chiếu soi thành muôn bóng,[1] không ai suy lường nổi; nay triệu vời [chư Bồ Tát] quá khứ để chỉ bày [giáo pháp] hiện tại, rộng truyền kinh điển để làm lợi ích [thính chúng] đương thời; cho nên gọi tên là phẩm *"Từ lòng đất phóng lên"*.

Hư không tịch tĩnh an nhiên, vốn không có [thời điểm] trước sau sớm muộn, do kẻ mê bám chấp hình tích nên khuất lấp bản nguyên; nay quy tụ hình tích xưa để chỉ rõ việc hiện nay, phá chỗ gần để hiển lộ việc xa, cho nên gọi tên là phẩm *"Từ lòng đất phóng lên"*.

---

[1] Nguyên tác là "一月萬影 - nhất nguyệt vạn ảnh", ảnh hay bóng ở đây chỉ hình chiếu của mặt trăng dưới nước, cho nên ở khắp mọi nơi, nếu có nước là có bóng trăng phản chiếu bên dưới, không thể suy lường tính đếm được số lượng.

Thị hiện đạo trường tịch diệt, [đức Thế Tôn như] người cha trẻ; an trụ cõi Thường tịch quang, [chư Bồ Tát như] những đứa con già;[1] chỉ ra [ công năng của] liều thuốc [chánh pháp][2] để chúng sanh đều được biết, cho nên gọi tên là phẩm *"Từ lòng đất phóng lên"*. Đại lược là như thế.

[Phần kệ tụng trong] kinh văn nói:

*"Các vị này từ đâu?*
*Nhân duyên gì quy tụ?"*

Nay sẽ dùng những nghĩa như trên để giải thích phẩm này. Hiển lộ nhân duyên của bốn pháp tất đàn để giải thích, cho nên gọi tên là phẩm *"Từ lòng đất phóng lên"*.

Từ đây trở về cuối là phần thứ hai của đoạn lớn [trong toàn bộ kinh], mở bày chỗ hình tích gần đây (cận tích) của quan hệ thầy trò, hiển lộ chỗ bản nguyên xa xưa (viễn bản) của quả vị Phật. Kinh văn phần này lại chia làm 3 phần. Thứ nhất là từ trên cho đến câu "các ông nhân đó sẽ tự mình được nghe". Đây là thuộc về phần mở đầu. Thứ hai là từ câu "Bấy giờ, đức Phật Thích-ca Mâu-ni bảo Bồ Tát Di-lặc" cho đến hết 19 khổ kệ do Bồ Tát Di-lặc nói ra trong phẩm Phân biệt công đức. Đây là thuộc phần chánh thuyết. Thứ ba là từ sau phần kệ tụng nói trên cho đến hết 11 phẩm rưỡi cuối kinh. Đây là thuộc phần lưu thông. Đại lược là như thế.

---

[1] Nguyên tác là "寂場少父寂光 老兒 - Tịch trường thiểu phụ, tịch quang lão nhi". "Tịch trường" là nói tắt của "tịch diệt đạo trường", chỉ đạo trường nơi đức Thế Tôn thành đạo. Tuy đức Phật đã thành đạo từ vô lượng kiếp trước nhưng thị hiện chỉ mới vừa thành đạo nơi cội Bồ-đề rồi thuyết giảng giáo pháp, nên so sánh như người cha còn ít tuổi, trẻ trung. "Tịch quang" là nói tắt của Thường tịch quang, chỉ cõi Thường tịch quang là Tịnh độ nơi pháp thân Như Lai thường an trụ, chư Bồ Tát thực hành công hạnh lâu dài mới an trụ cõi này, nên so sánh như những đứa con nhiều tuổi, già dặn.

[2] Nguyên tác dùng "藥力 - dược lực", nghĩa đen là công năng của thuốc, ở đây ví chánh pháp như ;iều thuốc trị bệnh cho chúng sanh.

## KINH VĂN

**Lúc bấy giờ, những Bồ Tát từ các cõi nước phương khác đến, nhiều hơn số cát của tám con sông Hằng, đều đứng lên giữa đại chúng, cùng chắp tay đảnh lễ thưa với Phật rằng: "Bạch Thế Tôn! Nếu Thế Tôn cho phép chúng con sau khi Phật diệt độ được ở thế giới Ta-bà siêng năng tinh tấn, bảo vệ giữ gìn, tụng đọc, sao chép, cúng dường kinh điển này, thì chúng con sẽ giảng thuyết rộng kinh này ở đây."**

**Khi ấy, đức Phật bảo các vị Đại Bồ Tát: "Thôi đi, các thiện nam tử! Không cần đến các ông hộ trì kinh này. Vì sao vậy? Thế giới Ta-bà của ta đã sẵn có những Bồ Tát nhiều như số cát của sáu mươi ngàn con sông Hằng, mỗi vị Bồ Tát ấy đều có số quyến thuộc cũng nhiều bằng số cát của sáu mươi ngàn con sông Hằng. Sau khi ta diệt độ, tất cả những vị này sẽ bảo vệ giữ gìn, tụng đọc, giảng rộng kinh này."**

■ Phần thứ nhất chia thành 2 tổng đoạn. Tổng đoạn thứ nhất nói việc [các Bồ Tát từ trong lòng đất] phóng vọt lên; tổng đoạn thứ hai nêu nghi vấn [của đại chúng].

▣ Tổng đoạn thứ nhất lại chia làm 3 đoạn. Đoạn thứ nhất nói các vị Bồ Tát phương khác xin được rộng truyền kinh này; đoạn thứ hai nêu việc Như Lai không cho phép; đoạn thứ ba nêu việc các Bồ Tát [từ trong lòng đất] phóng vọt lên.

◆ Các vị Bồ Tát phương khác nghe [dạy rằng] việc rộng truyền kinh điển này được phước đức lớn lao, cho nên đều muốn phát nguyện ở lại cõi này để rộng truyền kinh. Do đó mà thưa thỉnh xin được phép làm.

◆ Đức Như Lai ngăn lại việc này có 3 ý nghĩa. Thứ nhất, các Bồ Tát [đến từ] phương khác mỗi người đều đã có phần trách nhiệm riêng, nếu ở lại cõi này thì phải bỏ đi lợi ích ở cõi kia. Thứ hai, các Bồ Tát từ phương khác đến kết duyên với cõi Ta-bà này hãy còn mới mẻ cạn cợt, tuy có ý muốn rộng truyền kinh điển nhưng lợi ích sẽ không được lớn lao. Thứ ba, nếu cho phép các Bồ Tát phương khác rộng truyền kinh này thì không thể gọi lên các Bồ Tát từ phương dưới, như vậy thì không phá được hình tích [gần], không làm hiển lộ được [bản nguyên] xa xưa. Đó là 3 ý nghĩa của việc Như Lai ngăn lại không cho phép [các Bồ Tát phương khác rộng truyền kinh này].

Đức Như Lai gọi [các Bồ Tát từ] phương dưới lên cũng có 3 ý nghĩa. Thứ nhất là nghĩa chính đệ tử của Phật nên rộng truyền giáo pháp của Phật. Thứ hai là vì có nhân duyên sâu rộng nên có thể làm lợi ích rộng khắp cõi này, cũng làm lợi ích khắp các cõi của phân thân Phật, cũng làm lợi ích cho khắp các cõi nước phương khác. Thứ ba là có thể giúp khai mở phá trừ hình tích gần đây, hiển lộ bản nguyên xa xưa.[1] Do các ý nghĩa ấy nên ngăn cản các Bồ Tát phương khác mà gọi lên các Bồ Tát từ phương dưới.

## KINH VĂN

**Khi đức Phật vừa nói lời này, mặt đất ở khắp các cõi nước trong thế giới Ta-bà đều chấn động nứt ra, rồi từ trong lòng đất có vô số ngàn muôn ức vị Đại Bồ Tát đồng thời phóng vọt lên. Các vị Bồ Tát này đều có thân màu vàng ròng, đủ ba mươi hai tướng tốt, tỏa hào quang vô lượng, trước đó đều an trụ trong khoảng hư không bên dưới cõi Ta-bà. Các vị nghe âm thanh thuyết pháp của đức Phật Thích-ca Mâu-ni nên từ phương dưới hiện lên.**

**Mỗi một vị Bồ Tát ấy đều là bậc thượng thủ dẫn dắt đại chúng. Số lượng các vị Bồ Tát dẫn theo quyến thuộc nhiều như số cát của sáu mươi ngàn con sông Hằng [đã là rất nhiều], huống chi những vị dẫn theo quyến thuộc như số cát của năm mươi ngàn con sông Hằng [lại càng nhiều hơn nữa]; huống chi những vị dẫn theo số quyến thuộc như số cát của bốn mươi ngàn, ba mươi ngàn, hai mươi ngàn**

[1] Văn Cú ký giải thích rằng điều thứ nhất là lợi ích thuộc thế giới tất đàn, điều thứ hai là lợi ích thuộc vị nhân tất đàn, điều thứ ba là đối trị tất đàn, lại thêm nghĩa "phá cận hiển viễn" là đệ nhất nghĩa tất đàn. Cho nên nói rằng 3 nghĩa này hàm chứa đủ 4 lợi ích tất đàn.

**hoặc mười ngàn con sông Hằng [lại càng nhiều hơn nữa]; cho đến những vị dẫn theo số quyến thuộc như số cát của một sông Hằng, nửa sông Hằng, hoặc chỉ một phần tư, hoặc chỉ một phần trong ngàn muôn ức vô số phần cát sông Hằng [lại càng nhiều hơn nữa]; huống chi là những vị dẫn theo ngàn muôn ức vô số quyến thuộc, hoặc một tỷ, hoặc mười triệu, một triệu cho đến chỉ có mười ngàn, một ngàn, hoặc một trăm cho đến chỉ mười người; hoặc chỉ dẫn theo năm, bốn, ba, hai, một người đệ tử, hoặc những vị chỉ đi một mình, ưa thích hạnh xa lìa [lại càng nhiều hơn nữa. Sự so sánh như trên là vô lượng vô biên, dùng các phép tính toán thí dụ đều không thể biết được.[1]**

◆ Đoạn thứ ba từ câu *"Khi đức Phật vừa nói ra lời này"*, nêu việc các Bồ Tát [từ trong lòng đất] phóng vọt lên, chia làm 2 tiểu đoạn. Thứ nhất là mô tả của người chép kinh; thứ hai là nêu việc [các Bồ Tát] thưa hỏi vấn an. Mỗi tiểu đoạn này đều có 5 phân đoạn.

❖ Tiểu đoạn thứ nhất có 5 phân đoạn. Thứ nhất là nêu việc [các Bồ Tát từ trong lòng đất] phóng vọt lên. Thứ hai là mô tả thân tướng của các Bồ Tát ấy. Thứ ba là nêu trụ xứ trước đây của các Bồ Tát. Thứ tư là nêu việc các vị nghe lời [Phật Thích-ca] truyền gọi. Thứ năm là mô tả về quyến thuộc của các vị Bồ Tát này.

Nói về trụ xứ [phương dưới] tức là cõi Thường tịch quang. Thường là nghĩa đức "thường"; tịch là nghĩa đức "lạc"; quang là nghĩa hai đức "ngã" và "tịnh". Đó là 4 đức của tạng pháp sâu kín. Trụ xứ của các vị Bồ Tát này chính là dùng pháp không trụ mà trụ nơi tạng pháp sâu kín. Nói phương dưới là hàm nghĩa đáy sâu của tánh pháp, là địa

---

[1] Hàm ý diễn đạt của đoạn văn này là các vị Bồ Tát dẫn theo càng nhiều quyến thuộc thì số lượng càng ít hơn so với số lượng các vị dẫn theo ít quyến thuộc. Như vậy số Bồ Tát dẫn theo quyến thuộc nhiều như số cát của sáu mươi ngàn con sông Hằng là ít nhất và số Bồ Tát chỉ dẫn theo hai người, một người đệ tử cho đến chỉ đi một mình có số lượng nhiều nhất.

vị cùng cực của tông chỉ diệu huyền, cho nên nói là phương dưới. Ở bên dưới thì không thuộc bên này, giữa không trung thì không thuộc bên kia, không thuộc bên này cũng không thuộc bên kia, đó là trung đạo. Ra khỏi lòng đất mà không ở bên trên, cũng không ở mặt đất, không trên không dưới, trụ giữa không trung cũng là trung đạo.

Về nguyên do [các Bồ Tát] hiện đến, đó là nghe lời Phật truyền gọi mà đến, vì rộng truyền chánh pháp mà đến, vì phá sự bám chấp [vào hình tích gần đây] mà đến, vì hiển lộ bản nguyên [xa xưa] mà đến. Những nghĩa ấy đều giống như đã nói ở trước.

Về việc [các Bồ Tát] dẫn theo quyến thuộc, nếu thường tình thế gian thì cho rằng dẫn theo [số quyến thuộc] như số cát của sáu muôn, năm muôn con sông Hằng là nhiều, chỉ ba muôn, hai muôn là ít; những vị đi một mình là lẻ loi đơn độc. Nhưng nếu y theo hàm ý của kinh văn mà xét thì [số Bồ Tát dẫn theo quyến thuộc như số cát của] sáu muôn, năm muôn sông Hằng là ít, số [Bồ Tát] đi một mình là nhiều. Bởi vì kinh văn [có hàm ý nói] "những vị chỉ đi một mình, ưa thích hạnh xa lìa lại càng nhiều hơn nữa".[1]

Nếu theo ý nghĩa pháp môn mà xét thì hết thảy đều là công đức của bậc đạo sư, có thể dẫn dắt đại chúng đến bảo sở, tức là giải thoát rốt ráo, nên biết rằng một mình không phải riêng lẻ mà [như số cát của] sáu muôn [sông Hằng] cũng không phải là nhiều.

[Ý nghĩa của] một tức là một đạo thanh tịnh, hai tức là định và tuệ, ba tức là giới, định và tuệ, bốn tức bốn đế, năm tức năm loại mắt, sáu tức sáu ba-la-mật. Mỗi một ba-la-mật đều đủ mười pháp giới, mỗi pháp giới đều có mười

[1] Trong đoạn này kinh văn chỉ thể hiện hàm ý qua chữ "況復 - huống phục" (huống chi là...) nhưng Văn Cú trong đoạn giảng giải đã dẫn thành "其數轉過上 - kỳ số chuyển quá thượng" (số lượng ấy còn lớn hơn nữa), nhưng câu này vốn không có trong kinh văn.

[pháp giới]. Mười tức có trăm, trăm tức đủ ngàn. Mười điều thiện tức có [đủ muôn điều thiện]. Một ba-la-mật có đủ muôn công hạnh, sáu ba-la-mật tức sáu mươi ngàn pháp môn. Nhiều không phải là nhiều, một không phải là ít. Không phải nhiều, không phải ít nhưng là nhiều, là ít. Đại lược là như vậy.

**KINH VĂN**

**Các vị Bồ Tát ấy sau khi từ lòng đất phóng lên rồi, mỗi vị đều đến chỗ tháp bảy báu của đức Như Lai Đa Bảo và đức Phật Thích-ca Mâu-ni trên hư không, cùng hướng về hai vị Thế Tôn, cúi đầu áp mặt đảnh lễ dưới chân các ngài, lại cũng đảnh lễ chư Phật ở các tòa sư tử dưới những cội cây báu. [Sau đó các vị] đi nhiễu quanh về bên phải [hai đức Thế Tôn] ba vòng rồi chắp tay cung kính, dùng những cách xưng tán khen ngợi của hàng Bồ Tát để xưng tán. Rồi các vị cùng đứng sang một bên, hân hoan chiêm ngưỡng hai đức Thế Tôn.**

**Từ lúc các vị Bồ Tát từ trong lòng đất phóng vọt lên rồi dùng đủ các pháp xưng tán để ngợi khen xưng tán Phật, thời gian trải qua đến năm mươi tiểu kiếp. Khi ấy, đức Phật Thích-ca Mâu-ni vẫn ngồi an tịnh, cả bốn chúng trong pháp hội cũng đều lặng yên an tịnh. Do thần lực của Phật nên đại chúng chỉ cảm thấy như trải qua nửa ngày. Bấy giờ, cũng do thần lực của Phật, bốn chúng đều nhìn thấy các vị Bồ Tát này biến hiện đầy khắp hư không trong vô số trăm ngàn muôn ức cõi nước.**

❖ Tiểu đoạn thứ hai từ câu *"Các vị Bồ Tát ấy sau khi từ lòng đất phóng lên..."*, nêu việc [các Bồ Tát] thưa hỏi vấn an [đức Phật] , chia làm 5 phân đoạn. Thứ nhất, [các vị Bồ Tát] dùng ba nghiệp [thân, khẩu, ý] cúng dường Phật; thứ hai, trình bày lời thưa hỏi vấn an; thứ ba, Phật đáp lời cho biết Phật an vui; thứ tư, [các Bồ Tát] đọc kệ vui theo; thứ năm, đức Như Lai khen ngợi.

▪ Phân đoạn thứ nhất, [các Bồ Tát dùng] ba nghiệp cúng dường. *"Thời gian trải qua đến 50 tiểu kiếp"*, lại nói *"bốn chúng đều nhìn thấy"*, đó là nghĩa che khuất đi thời gian dài mà hiển thị thời gian ngắn. Lại nhờ vào thần lực [của Phật] mà nhìn thấy [không gian] nhỏ hẹp trở thành rộng lớn khắp cùng. Cả hai việc như vậy đều là không thể nghĩ bàn.

[Các vị Bồ Tát] lễ bái, nhiễu quanh Phật là [cúng dường bằng] thân, theo đúng pháp xưng tán là [cúng dường bằng] khẩu, chiêm ngưỡng Phật là [cúng dường bằng] ý.

Năm mươi tiểu kiếp lại khiến cho cảm thấy như nửa ngày, đó là thời gian không thể nghĩ bàn. Chỗ thấy của đức Như Lai vốn không có hai tướng phân biệt, các vị Bồ Tát đến từ phương dưới lúc nào cũng chiêm ngưỡng xưng tán Phật, đức Như Lai lúc nào cũng lặng yên thọ nhận sự xưng tán ấy, người thấu hiểu thì biết thời gian ngắn tức là dài, gọi là 50 tiểu kiếp; người mê hoặc thì đối với thời gian dài mà cho là ngắn, gọi là chỉ như nửa ngày. Đây là vì [phân biệt rõ] bản nguyên với hình tích mà bày ra để dẫn dắt. Khi đức Như Lai chưa nói ra thì mê mờ không thấy bản nguyên, bám chấp hình tích; lúc Phật đã khai mở chỉ bày thì thấu hiểu được [hình tích] gần đây, rõ biết [bản nguyên] xa xưa, cũng là cái biết không thể nghĩ bàn thứ nhất.

Bốn chúng nhìn thấy chư Bồ Tát biến hiện khắp nơi, đó cũng là việc không thể nghĩ bàn. Vì thường thì chỗ thấy của phàm phu (nhục nhãn) cũng như chư thiên (thiên nhãn) đều có giới hạn, không thể nhìn thấy quá xa, nhưng nay lại thấy được *"đầy khắp hư không"*. Thấy mưa to thì biết là có rồng lớn, thấy hoa sen tươi tốt thì biết là hồ nước sâu, thấy [chư Bồ Tát] ứng hiện đầy khắp hư không thì biết là chân thật đầy khắp pháp giới.

## KINH VĂN

**Trong số các vị Bồ Tát này có bốn vị Đạo sư, vị thứ nhất tên là Thượng Hạnh, vị thứ hai là Vô Biên Hạnh, vị thứ ba là Tịnh Hạnh**

**và vị thứ tư là An Lập Hạnh. Bốn vị Bồ Tát này là những bậc thầy dẫn dắt, mỗi vị đều đứng ra trước đại chúng, cùng chắp tay chiêm ngưỡng Phật và thưa hỏi: "Bạch Thế Tôn! Ngài có được ít bệnh não và thường an vui chăng? Những chúng sinh cần hóa độ có dễ giáo hóa chăng? Có làm cho Thế Tôn phải mệt nhọc chăng?"**
**Bấy giờ, bốn vị Đại Bồ Tát [muốn lặp lại ý nghĩa thưa hỏi nên] đọc kệ rằng:**

**Thế Tôn có an vui?**
**Có ít bệnh não chăng?**
**Việc giáo hoá chúng sinh,**
**Có mệt nhọc hay chăng?**
**Lại nữa, các chúng sinh,**
**Giáo hóa dễ dàng chăng?**
**Có khiến đức Thế Tôn,**
**Phải sinh nhọc nhằn chăng?**

▪ Phân đoạn thứ hai nêu việc các Bồ Tát thưa hỏi vấn an lại có 2 tiểu ý.] Thứ nhất, nêu tên 4 vị đạo sư; thứ hai, trình bày lời thưa hỏi vấn an. Phần thưa hỏi vấn an lại chia làm hai, gồm văn trường hàng và kệ tụng. Phần văn trường hàng cũng chia làm hai. Thứ nhất thưa hỏi Như Lai có được an vui, thứ hai thưa hỏi chúng sanh có dễ hóa độ. Đại lược là như vậy.

Chỉ nêu tên 4 vị, là nêu ý [Như Lai] đã dự định sẽ "khai, thị, ngộ, nhập" [đưa thính chúng thể nhập] 40 quả vị, cũng như trong kinh Hoa Nghiêm chỉ nêu 4 vị Pháp Tuệ, Đức Lâm, Kim Tràng, Kim Tạng để thuyết giảng về 40 quả vị. Đại lược là như thế.

## KINH VĂN

**Bấy giờ đức Thế Tôn ở giữa đại chúng Bồ Tát đáp lại rằng: "Đúng vậy, đúng vậy. Này các thiện nam tử! Như Lai an vui, ít bệnh não, các chúng sanh đều được hóa độ dễ dàng không mệt nhọc. Vì sao vậy? Những chúng sanh này từ nhiều kiếp quá khứ đến nay vẫn thường được ta giáo hóa, lại cũng từng cúng dường tôn kính chư Phật quá khứ, trồng các căn lành. Những chúng sanh như vậy vừa được nhìn thấy thân ta, nghe tiếng thuyết pháp của ta thì đều tin**

> **nhận rồi thể nhập trí tuệ Như Lai, chỉ trừ những ai trước đây đã tu học theo Tiểu thừa. Nhưng những người đã học Tiểu thừa thì hôm nay ta cũng khiến cho được nghe kinh [Pháp hoa] này rồi thể nhập trí tuệ Phật."**

▪ Phân đoạn thứ ba, đức Như Lai đáp lời thưa hỏi vấn an [của các Bồ Tát], có 2 ý. ◆ Thứ nhất, Như Lai an vui; thứ hai, chúng sanh dễ hóa độ. Hai việc này thành tựu tương quan, vì được an vui nên chúng sanh dễ hóa độ, vì chúng sanh dễ hóa độ nên được an vui. ◆ Thứ hai, chúng sanh dễ hóa độ, phân thành hai tiểu ý.

✦ Tiểu ý thứ nhất là những chúng sanh căn tánh nhanh nhạy, phước đức sâu dày, từ nhiều kiếp quá khứ đến nay thường được giáo hóa bằng giáo pháp Đại thừa, cho nên vừa nhìn thấy thân Phật liền tiếp thụ giáo pháp Hoa nghiêm, thể nhập trí tuệ Phật, như trái cây đã chín mùi nên dễ rụng. Đó là những chúng sanh dễ hóa độ.

✦ Tiểu ý thứ hai là những chúng sanh căn cơ trì độn, phước đức mỏng manh cạn cợt, từ nhiều kiếp quá khứ đến nay không được thọ nhận sự giáo hóa bằng Đại thừa. [Phật] vì những người này nên khai mở sự trì độn, thuyết dạy giáo pháp tu tập từng bước theo thứ lớp như Tạng giáo, Phương đẳng, Bát-nhã... để điều phục họ. [Hôm nay Phật] cũng khiến cho những chúng sanh này được nghe kinh Pháp hoa, thể nhập trí tuệ Phật. Nếu so với những chúng sanh thuộc hạng trước thì có khó hóa độ hơn, nhưng đối với Phật vẫn là rất dễ, vì Phật rõ biết phương tiện thích hợp để đạt được kết quả giáo hóa, vỗ về tùy bệnh cho thuốc, đến khi đạt ngộ thì trí tuệ tương đồng. Nay lược nêu 10 điều để giải thích về phương tiện thích hợp của Phật.

1. Thứ nhất, có chỗ thấy ban đầu hoặc chỗ thấy ngày nay.
2. Thứ hai, [thuyết pháp] có khai có hợp hoặc không khai không hợp.

3. Thứ ba, có rộng về chiều dọc hoặc lược về chiều ngang.
4. Thứ tư, có một bản nguyên nhiều hình tích hoặc nhiều hình tích chung cùng một bản nguyên.
5. Thứ năm, có giảng giải thêm hoặc không giảng giải thêm.
6. Thứ sáu, có cõi nước biến hiện hoặc cõi nước không biến hiện.
7. Thứ bảy, có nhiều nơi chốn hoặc không nhiều nơi chốn.
8. Thứ tám, có bác bỏ hoặc không bác bỏ.
9. Thứ chín, có chỉ thẳng làm rõ pháp chân thật hoặc khai mở trừ bỏ pháp quyền thừa để hiển bày pháp chân thật.
10. Thứ mười, có căn cơ nhanh nhạy sớm thuần thục hoặc căn cơ trì độn chậm thuần thục.

- Thứ nhất, chỗ thấy lúc Phật mới thành đạo gọi là chỗ thấy ban đầu; trên pháp tòa giữa hội Pháp hoa lâu xa về sau mới chỉ bày chân thật gọi là chỗ thấy ngày nay.

- Thứ hai, như mặt trời vừa lên, trước hết soi chiếu trên núi cao, tức là [thuyết kinh Hoa nghiêm dạy thẳng] pháp đốn ngộ, không khai không hợp; vì những người chưa thể nhập được nên khai mở pháp đốn mà nói pháp tu tập dần dần theo thứ lớp. [Dùng năm thời thuyết giáo như] năm vị của sữa để điều phục dần dần khiến quay về thể nhập pháp đốn ngộ.

- Thứ ba, bậc đốn ngộ trực nhập pháp giới nên nói là rộng về chiều dọc, không qua thời gian; không trải qua các pháp phương tiện, cho nên nói là lược về chiều ngang, [tức nhất thời chứng ngộ]. Nay trải qua [năm thời thuyết giáo như] năm vị của sữa, tức là rộng về chiều ngang, [trải qua thời gian mới chứng ngộ], khi được thể nhập trí tuệ Phật cũng là rộng về chiều dọc.

- Thứ tư, [ví như đóa hoa sen chỉ] một đài hoa là một bản nguyên, nở ra ngàn cánh sen là nhiều hình tích. Những hình tích ấy đều không khác với các kinh điển, nên nói là cùng một bản nguyên; bản nguyên ấy không giống như kinh điển nên gọi là riêng khác.

- Thứ năm, [giảng giải thêm là như] thêm vào 4 vị Bồ Tát để thuyết giảng 40 quả vị; như Phật tự thuyết ra các nghĩa "khai, thị, ngộ, nhập" thì không thêm vào người khác.

- Thứ sáu, thế giới Hoa Tạng[1] nên cõi nước không biến hiện; hai lần biến đổi mặt đất nên gọi là cõi nước biến đổi.

- Thứ bảy, [như Phật thuyết kinh Hoa nghiêm có] tám pháp hội ở bảy nơi là nhiều nơi chốn; [pháp hội Pháp hoa] từ núi Kỳ-xà-quật mở rộng khắp hư không nên không nhiều nơi chốn.

- Thứ tám, trừ bỏ hóa thành, đổi khách lạ [thành con trong nhà], cho nên nói là bác bỏ; không có những việc như vậy là không bác bỏ.

- Thứ chín, theo đường lớn thẳng tắt [Đại thừa] nên gọi là chỉ thẳng làm rõ pháp chân thật; giảng rõ pháp Thanh văn là khai mở trừ bỏ pháp quyền thừa để hiển bày pháp chân thật.

- Thứ mười, căn cơ nhanh nhạy, cơ duyên thuần thục nên ngay ban đầu [sau khi Phật thành đạo] đã thể nhập trí tuệ Phật; căn cơ trì độn đợi sau mới thuần thục nên hôm nay [trong hội Pháp hoa] thể nhập trí tuệ Phật.

Nhân duyên thích hợp [của chúng sanh] không giống

[1] Nguyên tác dùng Hoa vương thế giới (花王世界), là tên gọi khác của Hoa tạng thế giới, chỉ thế giới trang nghiêm thanh tịnh được mô tả trong kinh Hoa nghiêm.

nhau nên chỉ lược nói mười trường hợp khác biệt [như trên], nhưng hạt giống trí tuệ trong khắp pháp giới đều bình đẳng không khác biệt. Do vậy, Kinh văn nói: *"Vừa được nhìn thấy thân ta, nghe tiếng thuyết pháp của ta thì đều tin nhận rồi thể nhập trí tuệ Như Lai, chỉ trừ những ai trước đây đã tu học theo Tiểu thừa. Nhưng những người đã học Tiểu thừa thì hôm nay ta cũng khiến cho được nghe kinh [Pháp hoa] này rồi thể nhập trí tuệ Phật."* Chỗ này đã nói rất rõ ràng, không nên nghi ngờ.

Các bậc thầy nhìn thấy nhân duyên khác biệt liền theo nhân duyên khác biệt đó mà giảng giải mê mờ, không biết rằng như vậy ngược lại càng thêm xa cách đạo. Nếu rõ biết lẽ thật vốn đồng thì ngàn bánh xe đi chung đường vẫn theo cùng một dấu vết, trí tuệ Phật vốn không có khác biệt.

Các nhà cựu giải cho rằng: "Hoa nghiêm giảng nghĩa rốt ráo, ví như trọn chữ,[1] là pháp thường trụ. Pháp hoa giảng nghĩa không rốt ráo, ví như chưa trọn chữ, là pháp không thường trụ."

Nay dùng chính kinh văn phần này để giải thích. Nếu như thể nhập [trí tuệ Phật] ngay ban đầu [sau khi Phật thành đạo][2] là nghĩa rốt ráo, còn đến ngày nay [khi nghe kinh Pháp hoa] thể nhập trí tuệ Phật là không rốt ráo, vậy thì sự thể nhập lúc ban đầu đó là trí tuệ Phật, còn ngày nay thể nhập thì không phải trí tuệ Phật hay sao? Còn nếu như trí tuệ Phật vốn đã là như nhau, thì nghĩa rốt ráo cũng giống nhau không khác. Với các nghĩa "trọn chữ" hay "thường trụ" cũng đều như vậy. Đại lược là như thế.

---

[1] Nguyên tác dùng "滿字 - mãn tự", nghĩa đen là trọn chữ, đủ chữ, ví như giáo pháp rốt ráo, đủ nghĩa chân thật, thường dùng phân biệt với "半字 - bán tự" (nửa chữ) để chỉ giáo pháp chưa rốt ráo, pháp quyền thừa, dùng để dẫn dắt.

[2] Nguyên tác dùng "始入 - thủy nhập" để chỉ việc thể nhập trí tuệ Phật ngay giai đoạn ban đầu, sau khi đức Phật vừa thành đạo, tức là lúc thuyết giảng kinh Hoa nghiêm.

Phái Địa luận cho rằng Hoa nghiêm là tông chỉ viên mãn, còn Pháp hoa không phải tông chỉ chân thật. Nay cũng dùng Kinh văn phần này để giải thích [như trên].

**KINH VĂN**

**Bấy giờ, các vị Đại Bồ Tát liền nói kệ rằng:**

**"Lành thay, thật lành thay!**
**Đức Thế Tôn Đại Hùng!**
**Khi những chúng sanh ấy,**
**Dễ dàng được hóa độ,**
**Có thể thưa hỏi Phật,**
**Về trí tuệ sâu xa,**
**Rồi tin theo, thực hành,**
**Chúng con đều vui theo."**

▪ Phân đoạn thứ tư, các Bồ Tát nghe Phật đáp lời sinh lòng vui theo. Về người thưa hỏi thì trong kinh Hoa nghiêm là bốn vị Đại sĩ. Trong kinh Pháp hoa này, ngài Xá-lợi-phất thưa thỉnh 3 lần đều là thưa hỏi. Về việc thưa hỏi thì chính là hỏi về trí tuệ Phật.

**KINH VĂN**

**Lúc bấy giờ, đức Như Lai ngợi khen các vị Đại Bồ Tát thượng thủ rằng: "Lành thay, lành thay, các thiện nam tử! Các ông có thể đối với [việc làm của] đức Như Lai sinh lòng vui theo."**

▪ Phân đoạn thứ năm, đức Như Lai nhắc lại và khen ngợi. [Nội dung nhắc lại] rất khác so với nội dung thưa hỏi. Các Bồ Tát [đọc kệ] vui theo vì những người thưa hỏi đều là hàng Bồ Tát *"có thể thưa hỏi Phật, về trí tuệ sâu xa"*, và những người được giáo hóa thì sau khi nghe [Phật thuyết giảng] *"rồi tin theo thực hành"*, do vậy nên nói *"chúng con đều vui theo"*. Nhưng trong lời đức Như Lai nhắc lại thì nói rằng *"với việc làm của đức Như Lai sinh lòng vui theo"*, tức là nói về người giáo hóa.

Vậy ý nghĩa [khác biệt] này là thế nào? Vì những người thưa hỏi vốn đều là cổ Phật,[1] nên nói *"các ông có thể... sinh*

[1] Ý nghĩa này dựa theo cách giải thích phân biệt bốn chúng đã nói ở trước, gồm chúng phát khởi, chúng ảnh hưởng, chúng đương cơ và chúng kết duyên. Ở đây

*lòng vui theo"* tức là nói [vui theo] Như Lai. Như vậy, các Bồ Tát [đọc kệ] vui theo là nói theo nghĩa hình tích hiện ra; đức Như Lai nhắc lại và khen ngợi là theo nghĩa bản nguyên xa xưa. Đây cũng là ngầm nêu ý nghĩa thọ lượng [của Như Lai]. Đại lược là như thế.

**KINH VĂN**

**Khi ấy, Bồ Tát Di-lặc cùng với đại chúng Bồ Tát nhiều như số cát của tám ngàn con sông Hằng đều khởi lên ý nghĩ rằng: "Từ xưa nay chúng ta chưa từng nhìn thấy, chưa từng nghe biết về những vị Đại Bồ Tát này, [nay lại thấy] từ trong lòng đất phóng vọt lên đứng trước đức Thế Tôn, chắp tay cung kính cúng dường, thưa hỏi Như Lai."**

▣ Từ câu *"Khi ấy Bồ Tát Di-lặc cùng với đại chúng Bồ Tát nhiều như số cát của tám ngàn con sông Hằng"*[1] trở đi là tổng đoạn thứ hai, mở đầu nghi vấn.

[Bồ Tát Di-lặc tự trình bày đại ý rằng,] đối với hết thảy những vị Đại sĩ từ mười phương không ngừng hiện đến các pháp hội, từ đạo tràng [khi đức Thế Tôn thành đạo] cho đến pháp tòa hôm nay, tuy số nhiều không có giới hạn nhưng con có thể dùng sức trí tuệ của Bồ Tát Bổ xứ[2] nên đều thấy biết tất cả, vậy mà trong chúng [Bồ Tát từ lòng đất phóng lên] đây con không biết được vị nào cả. Hơn nữa con từng đi giáo hóa khắp mười phương, kề cận phụng sự chư Phật, nên đối với đại chúng của chư Phật con cũng đều quen biết rõ, nhưng xét lại trong những nơi đã từng đi qua

muốn nói các vị Bồ Tát thưa hỏi Phật thật ra đều là cổ Phật hóa thân để trợ giúp sự giáo hóa.

[1] Văn cú trích dẫn trong câu này là "八萬大士 - bát vạn Đại sĩ" (tám mươi ngàn vị Đại sĩ), có thể đã nhầm lẫn, vì trong Kinh văn ghi đúng là "八千恒沙 - bát thiên Hằng sa".

[2] Nguyên tác dùng "補處智力 - bổ xứ trí lực", chỉ sức trí tuệ của hàng Bồ Tát Nhất sanh bổ xứ, nghĩa là chỉ còn một đời duy nhất nữa sẽ thành Phật. Đây là ngài Di-lặc tự nói về mình.

cũng không nhận ra được vị nào [trong chúng Bồ Tát này]. Suy xét như vậy đều không biết được chuyện đến hay đi [của đại chúng Bồ Tát này].

Vì các bậc Đại sĩ [từ lòng đất phóng lên] kia vốn đã tu tập trước, thành tựu trước, ngài Di-lặc là hàng hậu bối, theo học về sau. Người đến sau không thể biết người đi trước, cho nên không biết ai trong số Bồ Tát này.

Lại nữa, những vị Đại sĩ kia vốn từ nơi tận cùng của bản nguyên thật tướng mà ứng hiện khắp mười phương, mỗi nơi giáo hóa riêng biệt đều ứng hiện chân thật, không phải cùng cảnh giới như ngài Di-lặc, cho nên không thể biết được các ngài.

Lại nữa, đức Phật vì giao phó việc rộng truyền kinh điển nên mới triệu tập các vị Đại sĩ này. Các vị nghe mệnh lệnh của thầy nên đến, cũng là ngấm ngầm để nghe về thọ lượng [Như Lai], không phải việc đại chúng đương thời biết được, cho nên nói là không biết.

Như trên là dựa theo ý nghĩa bốn tất đàn[1] để giải thích phần mở đầu nghi vấn. Đại lược là như thế.

**KINH VĂN**

**Lúc bấy giờ, Bồ Tát Di-lặc rõ biết ý nghĩ trong tâm của chúng Bồ Tát nhiều như số cát tám ngàn con sông Hằng, đồng thời cũng muốn giải đáp mối nghi của chính mình, nên liền chắp tay cung kính hướng về đức Phật đọc kệ thưa hỏi rằng:**

Tổng đoạn nêu nghi vấn chia làm 2 đoạn. Đoạn thứ nhất là nghi vấn của Bồ Tát ở cõi này, đoạn thứ hai là nghi vấn của Bồ Tát ở các cõi khác.

---

[1] Văn Cú ký giải thích rằng trong đoạn văn trên phần nói việc đi khắp mười phương là thuộc thế giới tất đàn, nói về người đến sau không biết người đi trước là vị nhân tất đàn, phần nói về giáo hóa chúng sanh là đối trị tất đàn, phần nói về ngấm ngầm chờ nghe thọ lượng của Như Lai là đệ nhất nghĩa tất đàn.

◆ Đoạn thứ nhất nêu nghi vấn của Bồ Tát ở cõi này lại có 2 phần, trường hàng và kệ tụng. Phần văn trường hàng chỉ nói việc khởi ý niệm nghi; phần kệ gồm 19 khổ rưỡi kệ là nêu chính thức nội dung thưa hỏi.

## KINH VĂN

**"Vô số ngàn muôn ức,
Đại chúng chư Bồ Tát,
Xưa nay chưa từng thấy.
Kính xin Phật chỉ dạy:
Các vị này từ đâu?
Nhân duyên gì quy tụ?
Thân lớn, thần thông lớn,
Trí tuệ chẳng nghĩ bàn,
Chí nguyện thật kiên cố,
Có sức nhẫn nhục lớn,
Chúng sanh đều ưa nhìn.
Là từ đâu đến đây?
Mỗi một Bồ Tát ấy,
Đều dẫn theo quyến thuộc
Thật nhiều không kể xiết,
Như số cát sông Hằng.
Có những vị dẫn theo,
Sáu muôn Hằng sa người.
Những đại chúng như vậy,
Một lòng cầu Phật đạo.
Các đại sư như vậy,
Nhiều sáu muôn Hằng sa,
Cùng đến cúng dường Phậ
Và hộ trì kinh này.
Những vị mang năm muô
Số lượng còn nhiều hơn.
Hoặc bốn muôn, ba muôn,
Hai muôn hoặc một muôn,
Hay một ngàn, một trăm...
Cho đến một sông Hằng,
Một nửa, ba, bốn phần,
Một phần trong muôn ức,
Hoặc ngàn muôn vô số,
Có muôn ức đệ tử,
Thậm chí năm mươi ngàn,
Số lượng càng nhiều hơn.
Hoặc một triệu, mười ngàn,
Một ngàn hay một trăm...
Năm mươi cho đến mười...
Thậm chí ba, hai, một,
Đơn độc không quyến thuộc,
Vui sống đời cô độc,
Cũng đều đến chỗ Phật,
Số lượng càng nhiều hơn.
Tổng số các vị này,
Nếu có người tính đếm,
Trải qua Hằng sa kiếp,
Cũng không thể biết hết.
Các bậc oai đức lớn,
Bồ Tát tinh tấn này,
Được nghe ai thuyết pháp,
Giáo hóa cho thành tựu?
Theo ai mà phát tâm?
Xưng dương pháp Phật nào?
Thực hành, trì kinh nào?
Tu pháp nào của Phật?**

◆ Phần kệ thưa hỏi lại chia làm 5 tiểu đoạn.

❖ Tiểu đoạn thứ nhất gồm 5 câu kệ, nêu hỏi các Bồ Tát từ đâu đến.

❖ Tiểu đoạn thứ hai từ câu *"Nhân duyên gì quy tụ"* trở đi, gồm 7 câu kệ, thưa hỏi về nhân duyên [các Bồ Tát] đến đây.

❖ Tiểu đoạn thứ ba từ câu *"Mỗi một Bồ Tát ấy"* trở đi, gồm 9 khổ kệ nói về số lượng các vị Bồ Tát ấy.

❖ Tiểu đoạn thứ tư từ câu *"Các bậc oai đức lớn"* trở đi gồm 2 khổ kệ, thưa hỏi về bậc thầy của các vị Bồ Tát này là ai.

**KINH VĂN**

**Các Bồ Tát như vậy,**
**Thần thông, trí lực lớn,**
**Đất bốn phương động nứt,**
**Từ dưới phóng vọt lên.**
**Thế Tôn! Từ xưa nay,**
**Con chưa từng được thấy.**
**Xin cho biết: từ đâu,**
**Cõi nước tên là gì?**
**Chúng con qua nhiều nước,**
**Chưa từng thấy các vị.**
**Thậm chí trong các vị,**
**Không nhận biết vị nào,**
**Bỗng phóng lên từ đất.**
**Nguyện Phật nói nhân duyên,**
**Nay trong đại hội này,**
**Có vô số muôn ngàn,**
**Các vị Đại Bồ Tát,**
**Đều muốn biết sự việc.**
**Về nhân duyên nguồn ngọn,**
**Của chúng Bồ Tát này.**
**Thế Tôn vô lượng đức,**
**Nguyện dứt lòng chúng nghi.**

❖ Tiểu đoạn thứ năm từ câu *"Các Bồ Tát như vậy, thần thông, trí lực lớn"* trở đi gồm 5 khổ rưỡi kệ là phần tóm kết thưa thỉnh. Tiểu đoạn này lại có 5 phân đoạn.

▪ Phân đoạn thứ nhất gồm 2 câu đầu, tóm kết và khen ngợi [các Bồ Tát].

▪ Phân đoạn thứ hai từ câu *"Đất bốn phương động nứt"* trở đi gồm 2 khổ kệ, thưa thỉnh việc các Bồ Tát này từ đâu đến.

▪ Phân đoạn thứ ba từ câu *"Thậm chí trong các vị, không nhận biết vị nào"* trở đi gồm một khổ kệ, thưa thỉnh về nhân duyên các Bồ Tát đến đây.

▪ Phân đoạn thứ tư từ câu *"Nay trong đại hội này"* trở đi gồm một khổ rưỡi kệ, nêu ý tất cả chúng hội cùng thỉnh cầu.

▪ Phân đoạn thứ năm gồm hai câu *"Thế Tôn vô lượng đức, nguyện dứt lòng chúng nghi"*, nêu ý thỉnh cầu đức Phật giải đáp. Đại lược là như thế.

**KINH VĂN**

**Lúc bấy giờ, các vị Phật phân thân của đức Phật Thích-ca Mâu-ni đến từ vô số ngàn muôn ức cõi nước phương khác đang ngồi kết già trên tòa sư tử dưới các cội cây báu trong tám phương. Những thị giả của các đức Phật phân thân này, mỗi người đều nhìn thấy các Bồ Tát trong khắp thế giới đại thiên ở bốn phương từ trong lòng đất phóng vọt lên rồi trụ yên trong hư không, liền thưa hỏi Phật: "Bạch Thế Tôn! Đại chúng vô lượng vô biên a-tăng-kỳ Bồ Tát này là từ đâu đến đây?"**

**Khi ấy, mỗi vị Phật phân thân đều bảo các thị giả của mình: "Các thiện nam tử! Hãy chờ trong giây lát, có vị Đại Bồ Tát hiệu là Di-lặc, là người được đức Phật Thích-ca Mâu-ni thụ ký sẽ thành Phật tiếp theo, đã thưa hỏi việc này rồi. Nay đức Phật Thích-ca Mâu-ni sẽ trả lời và các ông nhân đó sẽ tự mình được nghe."**

◆ Đoạn thứ hai nêu nghi vấn của Bồ Tát ở các cõi khác, nói rõ những vị đi theo [chư Phật] phân thân [của Phật Thích-ca] dàn trải trong khắp mười phương đều cùng một lòng nghi với ngài Di-lặc. [Nêu việc chúng hội ở] cõi này và các cõi khác đều không rõ biết bản nguyên, đó là muốn làm rõ việc [Phật] thành đạo đã rất lâu xa. [Nên đoạn này nói các vị thị giả] mỗi người đều trình bày chỗ nghi và các vị Phật [phân thân] đều dạy rằng hãy chờ đợi vì ngài Di-lặc đã thưa hỏi. Đại lược là như vậy.

**KINH VĂN**

**Bấy giờ, đức Phật Thích-ca Mâu-ni bảo Bồ Tát Di-lặc: "Lành thay, lành thay, A-dật-đa![1] Ông đã có thể thưa hỏi Phật việc quan trọng này. Các ông nên cùng nhau chú tâm, mặc vào áo giáp tinh tấn, phát khởi ý nguyện kiên cố, nay đức Như Lai muốn hiển lộ, giảng thuyết, chỉ bày về trí tuệ của chư Phật, về sức thần thông tự tại của chư Phật, về sức phấn chấn nhanh nhạy như sư tử của chư Phật, về uy thế mạnh mẽ lớn lao của chư Phật."**

Từ câu *"Bấy giờ, đức Phật Thích-ca Mâu-ni bảo Bồ Tát Di-lặc"* trở đi là phần Chánh thuyết, [bắt đầu phần thứ hai của phẩm này].

■ [Tổng đoạn thứ nhất] có kinh văn trường hàng và kệ tụng, đều nêu ý răn dạy và hứa khả. Phần kinh văn trường hàng nêu nội dung chính, trước là nhắc lại [ý thưa hỏi] và ngợi khen, sau là răn dạy. Phần răn dạy nêu các ý khuyên đừng bối rối, đừng buông thả và đừng thối lui. Tiếp theo, Phật hứa sẽ thuyết về trí tuệ quả vị Phật. Trí tuệ quả vị Phật đó chính là chỗ thấy biết của Như Lai, chỗ thấy biết của quả vi diệu. Phần tiếp theo mở bày sự giáo hóa là nói rõ cho biết. *"Sức thần thông tự tại của chư Phật"* là từ trong quá khứ đã làm lợi ích cho chúng sanh; *"sức phấn chấn nhanh nhạy như sư tử của chư Phật"* là các phân thân hiện tại của Phật trong khắp mười phương; hoặc cũng nói rằng *"phấn chấn nhanh nhạy"* là nói trước tướng trạng tương lai, nêu sự lợi ích thường tồn cho chúng sanh đời sau; *"uy thế mạnh mẽ lớn lao của chư Phật"* là nói sự lợi ích cho chúng sanh đời sau; hoặc cũng có thể hiểu là sức mạnh trong hiện tại làm chấn động cả mười phương, tùy ý người [giảng giải] vận dụng, chỉ cần y theo thứ tự trong Kinh văn là tốt.

---

[1] A-dật-đa (阿逸多): danh hiệu khác của Bồ Tát Di-lặc, phiên âm từ Phạn ngữ là Ajita.

Lại theo ý riêng tôi cho rằng có thể hiểu theo ý bốn phẩm đức [của Niết-bàn là *thường, lạc, ngã, tịnh*]. Sức tự tại của Như Lai là *ngã*; thần thông là *lạc*; phấn chấn như sư tử là trừ cấu uế, tức là *tịnh*; uy thế mạnh mẽ lớn lao, lợi ích chúng sanh tương lai, tức là *thường*. Như vậy là theo ý bốn phẩm đức. Đại lược là như vậy.

### KINH VĂN

**Bấy giờ, đức Thế Tôn muốn tuyên thuyết lại ý nghĩa trên nên nói kệ rằng:**

**"Hãy tinh tấn, chú tâm,**
**Ta muốn dạy việc này.**
**Chớ sinh tâm nghi hối,**
**Trí Phật khó nghĩ bàn;**
**Khởi lòng tin mạnh mẽ,**
**Trụ pháp lành nhẫn chịu,**
**Pháp chưa từng được nghe,**
**Hôm nay sẽ được nghe.**

**Nay vỗ về các ông,**
**Chớ sinh lòng nghi sợ,**
**Lời Phật luôn chân thật,**
**Trí tuệ khó suy lường,**
**Phật đắc pháp tối thượng,**
**Sâu xa khó phân biệt;**
**Nay thuyết giảng pháp ấy,**
**Hãy một lòng lắng nghe."**

Phần kệ tụng gồm 4 khổ kệ.

Ba câu đầu tiên tụng 3 ý răn dạy.

Tiếp theo là 3 khổ kệ và một câu, tụng nghĩa Phật hứa khả. Câu đầu tiên *"Trí Phật khó nghĩ bàn"* nêu quả trí tuệ, ba khổ kệ tiếp theo tụng việc trong 3 đời.[1]

### KINH VĂN

**Khi ấy, đức Phật thuyết kệ rồi liền bảo Bồ Tát Di-lặc: "Nay giữa đại chúng này ta sẽ nói rõ với các ông. Này A-dật-đa! Vô số vô lượng a-tăng-kỳ Đại Bồ Tát này, từ trong lòng đất phóng vọt lên, trước đây các ông chưa từng nhìn thấy, đều là những Bồ Tát mà sau khi**

---

[1] Tức là nói quá khứ, hiện tại và tương lai. Nhắc về "pháp chưa từng được nghe" tức là quá khứ; nói "nay vỗ về các ông" tức là hiện tại; "hôm nay sẽ được nghe", "hãy một lòng lắng nghe" tức là tương lai.

**ta thành đạo Vô thượng Chánh đẳng Chánh giác trong cõi Ta-bà đã giáo hóa, chỉ bày, dẫn dắt, giúp điều phục tâm, khiến cho phát khởi tâm đạo.**

**"Các Bồ Tát này đều an trụ trong khoảng hư không bên dưới cõi Ta-bà, tụng đọc thông suốt Kinh điển, biết suy xét phân biệt, nghĩ nhớ chân chánh.**

**"Này A-dật-đa! Những vị thiện nam tử này không ưa thích chỗ đông người bàn luận, thường ưa thích nơi yên tĩnh; chuyên cần tu tập tinh tấn chưa từng dừng nghỉ, việc an trụ cũng không nương tựa trong hai cõi trời người; thường ưa thích trí tuệ sâu xa dứt sạch chướng ngại, lại cũng thường vui với pháp của chư Phật, một lòng tinh tấn cầu trí tuệ Vô thượng."**

Từ câu *"Khi ấy, đức Phật thuyết kệ rồi"* trở đi là đoạn lớn thứ hai thuộc phần Chánh thuyết, [là phần thứ ba của phẩm này]. Kinh văn phần này chia làm ba. Phần đầu tiên từ đây cho đến hết phẩm *Thọ lượng của Như Lai*, nội dung chính chỉ bày giảng giải [hình tích] gần đây, làm rõ [bản nguyên] xa xưa. Phần thứ hai là phần đầu của phẩm *Phân biệt công đức*, nêu tổng quát việc thọ nhận [đức Như Lai] thụ ký pháp thân. Phần thứ ba là Ngài Di Lặc trình bày tổng quát những chỗ tự mình nhận hiểu. Phần đầu tiên "giảng giải việc gần, làm rõ việc xa" lại có 2 phần. Trước tiên nói sơ lược ý nghĩa "giảng giải việc gần, làm rõ việc xa", nêu việc [đại chúng] động vào tình chấp khởi sanh lòng nghi. Tiếp theo nói rộng ý nghĩa "giảng giải việc gần, làm rõ việc xa", nêu việc dứt trừ nghi hoặc, sinh khởi niềm tin.[1]

◆ Tổng đoạn thứ hai, phần nói sơ lược lại chia làm 2 đoạn. Đoạn thứ nhất mở ra chỉ bày sơ lược; đoạn thứ hai là nhân có lòng nghi nên mới thưa thỉnh.

◆ Đoạn thứ nhất chỉ bày sơ lược lại chia ra trường hàng và kệ tụng, trong đó chỉ giải đáp 2 câu hỏi, không

---

[1] Đoạn văn này đề cập đến cấu trúc chung của các phẩm từ đây về sau.

giải đáp câu hỏi về nhân duyên quy tụ. Do chưa được giải đáp nên có việc thưa thỉnh lần nữa.

Phần kinh văn trường hàng có hai câu giải đáp, hai phần giải thích, y theo kinh văn có thể hiểu được.

Câu *"an trụ trong khoảng hư không bên dưới"* nêu nghĩa như Thích luận[1] có nói về *Hữu để tán tam-muội* (有底散三昧), có 4 cách giải thích. Thứ nhất, "hữu" là ba cõi hiện hữu;[2] "để" là cõi phi tưởng phi phi tưởng, vì sâu xa thù thắng nên gọi là "để". Thứ hai, "hữu" là hình tướng tên gọi; "để" là nghĩa không; vì không là tịch tịnh nên gọi là "để". Thứ ba, "hữu" là có 2 bên phân biệt nên là thế tục, "để" là bờ bến trí tuệ đã viên mãn trọn đủ, nên gọi là "để". Thứ tư, nay theo kinh này dùng "khoảng hư không bên dưới" làm "để", không phải cõi trên, không phải cõi dưới, đó là biểu thị cho trung đạo là "để". Đây là dựa theo giáo nghĩa để phân biệt. Đại lược là như thế.

Từ câu *"tụng đọc thông suốt Kinh điển"*[3] trở đi nêu ý nghĩa [đức Phật là] bậc thầy nên rõ biết [các Bồ Tát] đệ tử có đầy đủ trí đức và đoạn đức.[4] Ban đầu là song song tu tập trí đức và đoạn đức, tiếp theo là chứng đạt trí đức và đoạn đức. Đối với kinh điển "biết suy xét phân biệt" là tu tập trí đức; "nghĩ nhớ chân chánh" là tu tập đoạn đức. "Không ưa thích chỗ đông người" là chứng đạt đoạn đức; "chuyên cần tu tập tinh tấn" là chứng đạt trí đức.

---

[1] Văn cú dùng Thích luận để chỉ Đại Trí độ luận, cũng gọi là Đại Trí độ luận thích (大智度論釋), phần trích dẫn này nằm ở quyển 43. (ĐCT, T25, số 1509, tr.373a, d.25)

[2] Tức là tam hữu, bao gồm cõi Dục, cõi Sắc và cõi Vô sắc.

[3] Văn cú trích dẫn từ Kinh văn là "於諸經典 - ư chư kinh điển", câu này trích đầy đủ là "於諸經典讀誦通利 - ư chư kinh điển độc tụng thông lợi", nghĩa là "tụng đọc thông suốt kinh điển".

[4] Văn cú dùng "智斷兩德 - trí đoạn lưỡng đức", tức là chỉ trí đức và đoạn đức. Trí đức là năng lực trí tuệ, thấu hiểu chân lý; đoạn đức là năng lực dứt trừ được hết thảy phiền não.

Từ câu *"không nương tựa trong hai cõi trời người"* là nêu nghĩa về nơi chốn. Cõi người và cõi trời là nhị biên phân biệt, không trụ vào đó cũng không bám chấp. "Trí tuệ sâu xa dứt sạch chướng ngại" là nương vào trí tuệ không thể nghĩ bàn. "Thường vui với pháp của chư Phật" là vui với cảnh không thể nghĩ bàn; cảnh giới trí tuệ rất vi tế, không thuộc về cận xứ và hành xứ của hàng Bồ Tát.

**KINH VĂN**

**Lúc bấy giờ, đức Thế Tôn muốn tuyên thuyết lại ý nghĩa trên nên nói kệ rằng:**

**"A-dật-đa nên biết,**
**Các Đại Bồ Tát này,**
**Vô số kiếp đến nay,**
**Tu tập trí tuệ Phật,**
**Đều do ta giáo hóa,**
**Khiến phát tâm Bồ-đề.**
**Họ đều là con ta,**
**Ở trong thế giới này,**
**Thường tu pháp đầu đà,**
**Ưa thích nơi yên tĩnh,**
**Tránh chỗ đông ồn ào,**
**Không ưa việc nói nhiều.**
**Những Phật tử như vậy,**
**Học tập pháp của Phật,**
**Ngày đêm thường tinh tấn,**
**Vì cầu được Phật đạo.**
**Trụ giữa chốn hư không,**
**Dưới thế giới Ta-bà,**
**Tâm chí, niệm lực vững,**
**Chuyên cần cầu trí tuệ,**
**Diễn thuyết các pháp mầu,**
**Trong tâm không sợ sệt.**
**Ta ở thành Già-da,**
**Ngồi dưới gốc Bồ-đề,**
**Thành bậc Chánh đẳng giác,**
**Chuyển pháp luân Vô thượng,**
**Giáo hóa các vị này,**
**Khiến phát tâm Bồ-đề,**
**Nay không còn thối chuyển,**
**Chắc chắn sẽ thành Phật.**
**Ta nay nói lời thật,**
**Các ông nên tin chắc:**
**Ta từ xưa đến nay,**
**Giáo hóa những vị này."**

Phần kệ tụng gồm 8 khổ rưỡi kệ, chia thành 2 tiểu đoạn. Tiểu đoạn đầu tiên có 5 khổ rưỡi kệ, tụng nghĩa giải đáp 2 câu thưa hỏi. Phần sau có 3 khổ kệ, tụng 2 ý giải thích. Đại lược là như vậy.

**KINH VĂN**

**Khi ấy, Đại Bồ Tát Di-lặc cùng với vô số các vị Bồ Tát đều sinh lòng nghi hoặc, cho là việc chưa từng có, nên tự nghĩ rằng: "Làm sao đức Thế Tôn trong một thời gian ngắn có thể giáo hóa được vô lượng vô biên a-tăng-kỳ các vị Đại Bồ Tát như vậy, khiến cho đều trụ yên trong đạo Vô thượng Chánh đẳng Chánh giác?"**

◆ Đoạn thứ hai từ câu *"Khi ấy, Đại Bồ Tát Di-lặc..."* trở đi nêu ý nghĩa nhân vì có lòng nghi nên mới thưa thỉnh, gồm có 2 phần, kinh văn trường hàng và kệ tụng.

Phần kinh văn trường hàng có 2 tiểu đoạn. Tiểu đoạn thứ nhất là nói lên lòng nghi; tiểu đoạn thứ hai là thưa thỉnh [xin Phật giải đáp].

**KINH VĂN**

**Nghĩ rồi liền thưa hỏi Phật: "Bạch Thế Tôn! Như Lai khi còn là thái tử, ra khỏi cung điện của họ Thích đi đến thành Già-da không xa, ngồi nơi Đạo trường mà thành đạo Vô thượng Chánh đẳng Chánh giác, từ đó đến nay chỉ vừa hơn bốn mươi năm. Bạch Thế Tôn! Làm sao trong khoảng thời gian ngắn ấy có thể làm nên Phật sự lớn lao, dùng oai thế của Phật, dùng công đức của Phật để giáo hóa vô số Đại Bồ Tát như thế, đều sẽ thành tựu đạo Vô thượng Chánh đẳng Chánh giác? Bạch Thế Tôn! Các vị Đại Bồ Tát này, giả sử như có người tính đếm trong muôn ức kiếp cũng không thể đếm hết đến người cuối cùng. Các vị Bồ Tát này từ lâu xa đến nay đã trồng các căn lành nơi đạo tràng của vô lượng vô biên các đức Phật, thành tựu đạo Bồ Tát, thường tu hạnh thanh tịnh. Bạch Thế Tôn! Việc này trong đời thật rất khó tin. Ví như có người tóc xanh dáng đẹp, tuổi chừng hai mươi lăm, chỉ vào người già trăm tuổi mà nói 'đó là con tôi'; người già trăm tuổi cũng chỉ người trẻ tuổi mà nói 'đó là cha tôi, đã sinh ra tôi và nuôi dưỡng'. Chuyện như vậy thật khó tin!**

❖ Tiểu đoạn thứ nhất nêu lòng nghi có 2 ý nghĩa. Thứ nhất là vì nghe phần trước [Phật nói sau khi thành đạo] dưới cội Bồ-đề mới giáo hóa [các Bồ Tát này] nên nay các vị đều trụ địa vị bất thối. Thứ hai là nghe [Phật nói] ta từ lâu xa đã giáo hóa chúng Bồ Tát này. Vì nghe hai lần thuyết dạy này không đúng như sự nhận hiểu bám chấp lâu nay nên khởi sinh lòng nghi. Từ câu *"Nghĩ rồi liền thưa hỏi Phật"* trở đi nêu việc khởi tâm nghi mạnh mẽ để thưa hỏi, chia thành 2 phân đoạn. Thứ nhất nêu pháp để nói chỗ nghi; thứ hai nêu thí dụ để nói chỗ nghi.

▪ Phân đoạn thứ nhất nêu pháp có 3 ý.

◆ Thứ nhất, nghi việc Phật thành đạo chỉ vừa gần đây mà chúng Bồ Tát được giáo hóa quá nhiều. Đây là do bám chấp nơi việc gần đây mà nghi ngờ việc xa xưa.

◆ Thứ hai, từ câu *"Bạch Thế Tôn! Các vị Đại Bồ Tát này"* trở đi, nêu việc chúng Bồ Tát này đã rất đông mà hành trạng, quả vị đều thâm sâu vi diệu. Đây là do bám chấp việc xa xưa mà nghi ngờ việc gần đây.

◆ Thứ ba, câu *"Bạch Thế Tôn! Việc này trong đời thật rất khó tin"* là phần kết lại để thưa thỉnh.

▪ Phân đoạn thứ hai nêu thí dụ lại có 2 ý. Thứ nhất là mở ra trình bày các thí dụ; thứ hai là nêu nghĩa tương hợp với các thí dụ.

◆ Ý thứ nhất, trình bày thí dụ lại có 3 tiểu ý.

✦ Thứ nhất nêu thí dụ "tóc xanh dáng đẹp..." để ví như việc Phật thành đạo chỉ mới gần đây.

✦ Thứ hai, "chỉ vào người già trăm tuổi" để ví với những Bồ Tát được Phật giáo hóa rất nhiều. Các bậc thầy ở Hoài Bắc nêu thí dụ để giải thích thí dụ. Thí dụ như người cha già uống thuốc hoàn xuân nên dung mạo trẻ lại trông giống như người mới tuổi 25; người con không dùng thuốc nên hình dạng như trăm tuổi. Nếu rõ biết tác dụng của thuốc thì không có sự nghi ngờ quan hệ cha con, chỉ vì không biết nên mới cho là kỳ lạ. Thật ra thì đức Như Lai dùng thuốc "thùy tích"[1] mà thị hiện vừa mới sinh ra ở thành Già-da; các vị Bồ Tát thì luận thẳng vào bản nguyên ban đầu nên vốn đã từ lâu xa phát tâm Bồ-đề, ngày nay trụ địa vị bất thối. Nếu là giữa Phật với Phật thì rõ biết ngay việc này, hàng Bồ Tát bên dưới không rõ biết nên không thể không có lòng nghi.

✦ Thứ ba, câu *"chuyện như vậy thật khó tin"* là tiểu ý kết lại phần này.

**KINH VĂN**

**Nay chuyện của Phật cũng giống như vậy, từ ngày thành đạo đến nay quả thật chưa bao lâu, còn đại chúng Bồ Tát này đã từ vô số ngàn muôn ức kiếp vì cầu Phật đạo mà chuyên cần tu tập tinh tấn, giỏi việc nhập, xuất và trụ trong vô số ngàn muôn ức pháp tam-muội, đạt được đại thần thông, từ lâu tu hạnh thanh tịnh, khéo tu tập tuần tự các pháp lành, giỏi việc vấn đáp, thật quý báu trong cõi người, thật rất hiếm có trong khắp thế gian.**

◆ Ý thứ hai từ câu *"Nay chuyện của Phật cũng giống như vậy"*, nêu nghĩa tương hợp với các thí dụ, có 2 tiểu ý.

✦ Thứ nhất là tương hợp với thí dụ về việc gần đây, y theo kinh văn có thể hiểu được.[2]

✦ Thứ hai từ câu *"còn đại chúng Bồ Tát này"* trở đi là tương hợp với thí dụ về việc xa xưa. Quán xét thấy các vị Bồ Tát này đã từ lâu trồng các căn lành, không phải chỉ mới phát tâm ở [cội Bồ-đề] nơi thành Già-da.

*"Giỏi việc nhập, xuất và trụ"*, có thể tuần tự nhập 9 bậc thiền định[3] là giỏi việc nhập định; nhanh nhạy phấn chấn

---

[1] Thùy tích: vì xót thương chúng sanh mà thị hiện hình tích để chúng sanh có thể nhìn thấy, nhận hiểu.

[2] Tức là câu kinh văn nói việc Phật chỉ mới vừa thành đạo.

[3] Tức chỉ tứ thiền bát định (四禪八定) cùng với Diệt tận định, gọi chung là cửu định (九定).

như sư tử là giỏi xuất định; siêu việt là giỏi trụ trong định. Đây là giải thích theo Tạng giáo và Thông giáo.

[Bồ Tát] từ Sơ địa đến Thập địa gọi là giỏi việc nhập định. [Bồ Tát] Thập địa nhập trùng huyền môn, quay lại tu tập các pháp [từ lúc còn là] phàm phu,[1] gọi là giỏi việc nhập định. [Bồ Tát] Diệu Giác biến hiện viên mãn gọi là giỏi việc trụ trong định. Đây là giải thích theo Biệt giáo.

[Bồ Tát thành tựu] Tất pháp tánh tam-muội[2] gọi là giỏi việc nhập định; [thành tựu] Thủ-lăng-nghiêm [tam-muội] gọi là giỏi việc xuất định; [thành tựu] Vương tam-muội gọi là giỏi việc trụ trong định. Đây là giải thích theo Viên giáo.

*"Khéo tu tập tuần tự các pháp lành"*, dựa vào nhân khéo tu tập nên cuối cùng được quả là giỏi nhập định. Đại lược là như vậy.

*"Giỏi việc vấn đáp"*[3] là đầy đủ hai phẩm đức trang nghiêm,[4] là bậc tôn quý trong bảy hạng phương tiện nên gọi là *"thật quý báu"*.

## KINH VĂN

**Hôm nay đức Thế Tôn vừa nói: 'Lúc ta thành đạo mới bắt đầu khiến họ phát tâm, giáo hóa chỉ bày dẫn dắt, khiến cho hướng về**

[1] Nguyên tác dùng "入重玄門 - nhập trùng huyền môn", là thuật ngữ để chỉ việc Bồ Tát trước khi thành Phật cần quay lại cõi đời để tu tập một lần nữa tất cả các pháp trước đây đã tu khi còn là phàm phu, nhưng lần này là để cho mọi việc đều khế hợp với chân lý.

[2] Tất pháp tánh tam-muội (H. 畢法性三昧 – S. dharma-dhātu-niyata-samādhi), cũng gọi là Pháp giới quyết định tam-muội (法界決定三昧). Thể tánh của các pháp là vô lượng nhưng cũng không khác biệt nhau, rất khó nắm bắt. Bồ Tát nhập pháp định này có năng lực rõ biết thể tánh của tất cả các pháp, giống như con người không thể trụ giữa hư không nhưng khi đạt được sức thần túc thì có thể trụ được.

[3] Văn cú trích dẫn kinh văn là "善答難問 - thiện đáp nan vấn" (khéo đáp những câu hỏi khó), nhưng đúng ra kinh văn chỗ này là "巧於問答 - xảo ư vấn đáp" (giỏi việc vấn đáp), tuy ý nghĩa có phần tương đồng nhưng cách diễn đạt hoàn toàn khác nhau.

[4] Nguyên tác là "具二莊嚴 - cụ nhị trang nghiêm", chỉ 2 phẩm đức là phước đức và trí tuệ, cũng giải thích là định và tuệ. Phần trước đã nói về phước đức (khéo tu tập các pháp lành), cũng nói "được quả là giỏi nhập định", phần này nêu "giỏi việc vấn đáp" tức là có trí tuệ, nên nói là đầy đủ 2 phẩm đức trang nghiêm.

**quả Vô thượng Chánh đẳng Chánh giác.' Đức Thế Tôn thành Phật chưa bao lâu mà có thể làm được việc công đức lớn lao như vậy. Chúng con tuy tin rằng lời Phật dạy luôn thích hợp, những gì Phật nói ra chưa từng hư dối, sự hiểu biết của Phật thông suốt bao trùm, nhưng đối với hàng Bồ Tát vừa mới phát tâm, sau khi Phật diệt độ, nếu nghe những lời này có thể sẽ không tin nhận mà khởi sinh nhân duyên tội nghiệp phá hoại chánh pháp.**

**"Kính bạch Thế Tôn! Xin vì chúng con giảng giải thuyết dạy, dứt trừ lòng nghi của chúng con cũng như giúp cho các thiện nam tử đời sau khi nghe chuyện này cũng không sinh lòng nghi."**

❖ Tiểu đoạn thứ hai từ câu *"Hôm nay đức Thế Tôn vừa nói"* trở đi là thỉnh cầu [Phật] giải đáp. Tiểu đoạn này lại có 3 phân đoạn.

▪ Phân đoạn thứ nhất, từ câu *"Hôm nay đức Thế Tôn..."* là nêu lời Phật nói.

▪ Phân đoạn thứ hai, từ câu *"Chúng con tuy tin rằng..."* trở đi nêu ý thưa thỉnh, chia thành 2 ý.

◆ Ý thứ nhất nói việc hiện tại, *"chúng con tuy tin rằng..."*.

◆ Ý thứ hai nói việc tương lai, từ câu *"đối với hàng Bồ Tát vừa mới phát tâm"* trở đi. [Bồ Tát mới phát tâm] do công phu tu hành còn cạn cợt dễ sinh tâm hủy báng. Bồ Tát mới phát tâm nếu hủy báng chánh pháp sẽ phải đọa vào đường ác. Bồ Tát bất thối tuy có thể tin, không hủy báng, nhưng [nếu chưa hiểu rõ sẽ] không tăng trưởng tâm đạo. Nếu như [được Phật] vì họ giảng giải phân biệt rõ thì người hủy báng [nhờ hiểu rõ] sẽ sinh lòng tin, người đã có lòng tin [nhờ hiểu rõ] sẽ tăng trưởng tâm đạo. Đại lược là như vậy.

▪ Phân đoạn thứ ba từ câu *"Kính bạch Thế Tôn!"* trở đi, thưa thỉnh [đức Phật xin] giải đáp. Phân đoạn này có 2 ý.

◆ Ý thứ nhất là *"dứt trừ lòng nghi của chúng con"*;

◆ Ý thứ hai là câu *"cũng như giúp cho các thiện nam tử đời sau"*, xin dứt trừ lòng nghi trong tương lai.

**KINH VĂN**

**Khi ấy, Bồ Tát Di-lặc muốn lặp lại ý nghĩa trên nên nói kệ rằng:**

**"Phật xưa từ dòng Thích,**
**Xuất gia gần Già-da,**
**Ngồi dưới cội Bồ-đề,**
**Đến nay chưa bao lâu.**
**Còn những Bồ Tát này,**
**Nhiều không thể suy lường,**
**Từ lâu tu Phật đạo,**
**Trụ nơi sức thần thông;**
**Khéo học đạo Bồ Tát,**
**Không nhiễm pháp thế gian,**
**Như hoa sen trong bùn,**
**Từ lòng đất phóng lên,**
**Đều khởi tâm cung kính,**
**Đứng trước đức Thế Tôn.**
**Việc này khó nghĩ bàn,**
**Làm sao có thể tin?**
**Phật vừa mới thành đạo,**
**Sao làm được quá nhiều?**
**Nguyện vì con giải nghi,**
**Phân biệt thuyết đúng thật.**
**Ví như người trẻ trung,**
**Tuổi vừa hai mươi lăm,**
**Chỉ những người trăm tuổi,**
**Tóc bạc, da nhăn nheo,**
**Bảo 'đó là con tôi',**
**Và con cũng nhận cha,**
**Nhưng cha trẻ, con già,**
**Người đời chẳng ai tin.**

Phần kệ tụng có 14 khổ kệ, tụng lại ý nghĩa hai phần nêu pháp và nêu thí dụ ở trước, có 2 tiểu đoạn. Tiểu đoạn thứ nhất có 5 khổ kệ, tụng lại phần nêu pháp; tiểu đoạn thứ hai có 9 khổ kệ, tụng lại phần nêu thí dụ.

❖ Tiểu đoạn thứ nhất nêu pháp có 3 phân đoạn. Phân đoạn thứ nhất có một khổ kệ, tụng lại nghĩa bám chấp việc gần đây. Phân đoạn thứ hai từ câu *"Còn những Bồ Tát này"* trở đi gồm 2 khổ và 3 câu kệ, tụng lại nghĩa nghi ngờ việc xa xưa. Phân đoạn thứ ba từ câu *"Làm sao có thể tin"* trở đi gồm một khổ và một câu kệ, tụng lại ý nghĩa tóm kết phần thưa thỉnh.

❖ Tiểu đoạn thứ hai tụng lại ý nghĩa nêu thí dụ có 2 phân đoạn.

▪ Phân đoạn thứ nhất gồm 2 khổ kệ, tụng lại nghĩa trình bày thí dụ.

**KINH VĂN**

**Nay Thế Tôn cũng vậy,**
**Chỉ mới thành đạo thôi;**
**Còn những Bồ Tát ấy,**
**Tâm kiên cố, không sợ,**
**Từ vô số kiếp rồi;**
**Đã hành đạo Bồ Tát,**
**Khéo chất vấn, giải đáp,**
**Lòng không chút sợ sệt,**
**Tâm nhẫn nhục, quyết định,**
**Đoan chánh, nhiều oai đức,**
**Mười phương Phật ngợi khen;**
**Khéo thuyết giảng phân biệt,**
**Không ưa thích đông người,**
**Thường chuộng việc nhập định,**
**Vì cầu đạo Bồ-đề,**
**Trụ hư không phương dưới.**
**Chúng con nghe từ Phật,**
**Nên việc này không nghi;**
**Nguyện Phật vì đời sau,**
**Giảng rộng, giúp hiểu rõ.**
**Vì đối với Kinh này,**
**Ai nghi ngờ, không tin,**
**Đều sẽ đọa đường ác.**
**Nay xin Phật giảng giải:**
**Vô số Bồ Tát này,**
**Làm sao thời gian ngắn,**
**Giáo hóa cho phát tâm,**
**Đến trụ Bất thối địa?**

▪ Phân đoạn thứ hai từ câu *"Nay Thế Tôn cũng vậy"* trở đi gồm 7 khổ kệ, tụng nghĩa tương hợp với thí dụ trên, có 3 ý.

◆ Ý thứ nhất gồm 2 câu, tụng lại nghĩa tương hợp với thí dụ nêu việc gần đây.

◆ Ý thứ hai từ câu *"Còn những Bồ Tát ấy"* trở đi gồm 3 khổ rưỡi kệ, tụng lại nghĩa tương hợp với thí dụ nêu việc xa xưa.

◆ Ý thứ ba từ câu *"Chúng con nghe từ Phật"* trở đi gồm 3 khổ kệ, tụng nghĩa tương hợp với phần thưa thỉnh xin Phật giải đáp. Đại lược là như vậy.

## CẤU TRÚC KINH VĂN TRƯỜNG HÀNG PHẨM TUỔI THỌ CỦA NHƯ LAI

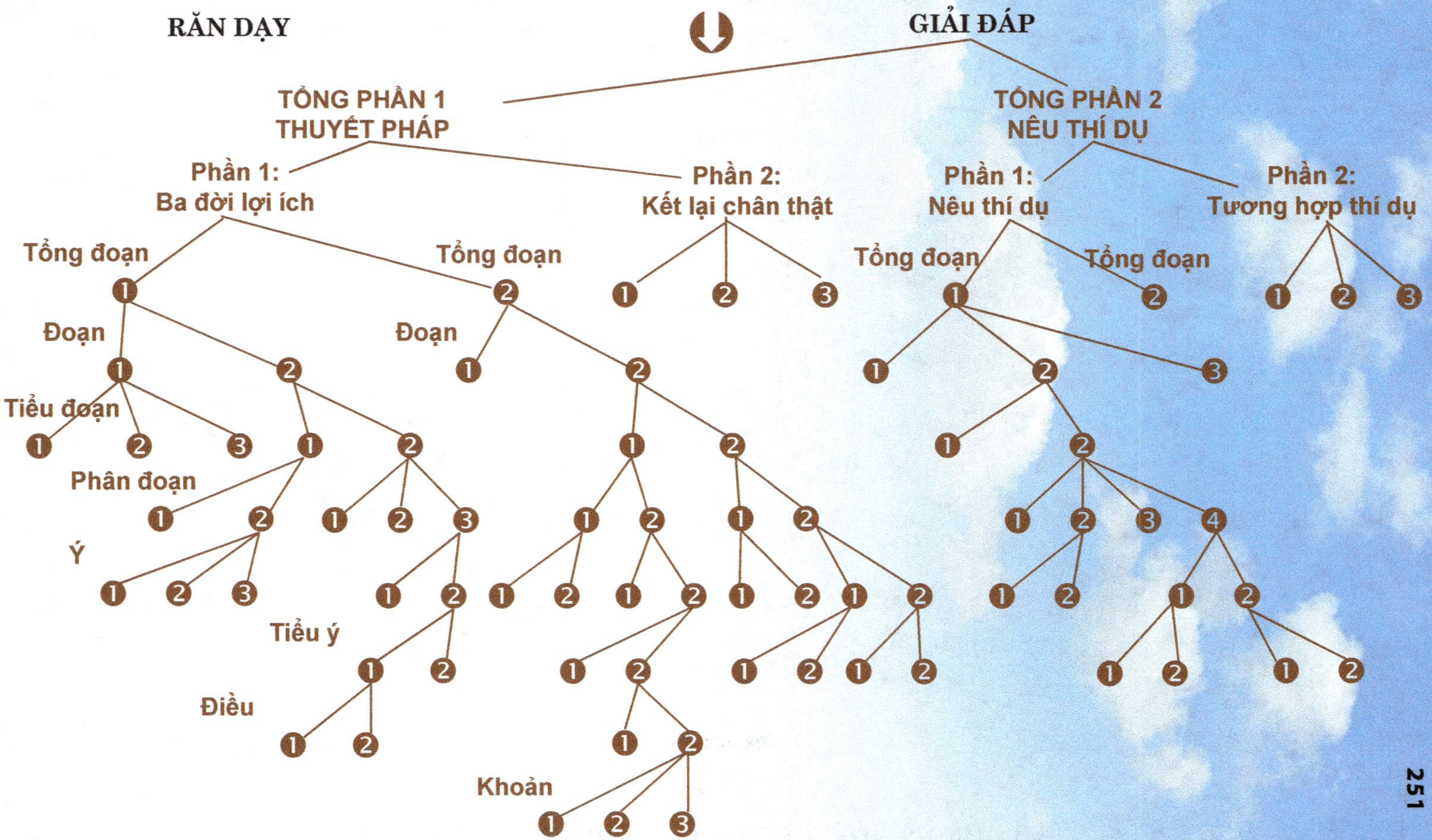

## CẤU TRÚC KỆ TỤNG PHẨM TUỔI THỌ CỦA NHƯ LAI

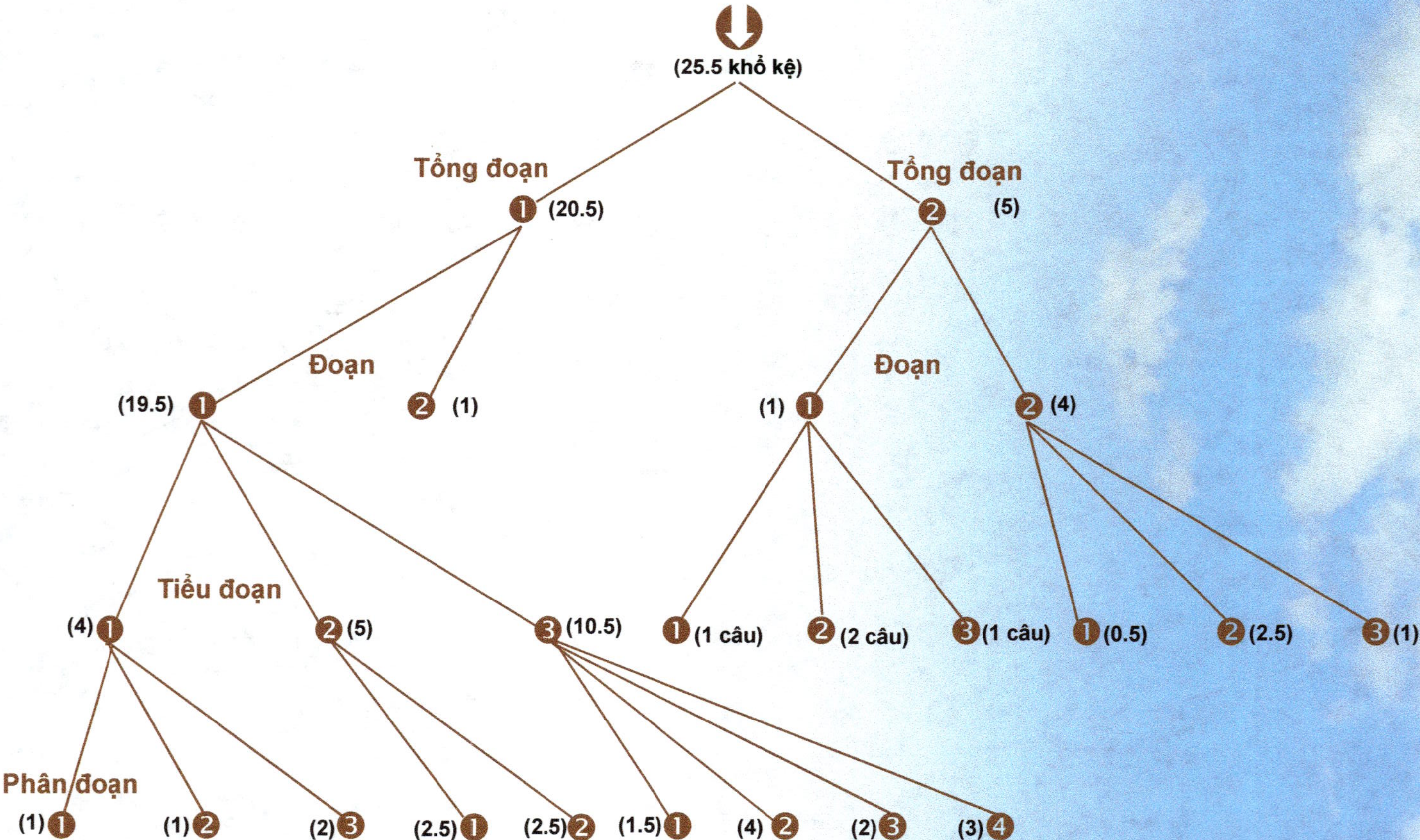

# 16. Giải thích phẩm Tuổi thọ của Như Lai

**KINH VĂN**

**Phẩm Tuổi thọ của Như Lai, thứ mười sáu**

## Giải thích về tuổi thọ vô lượng

Trước tiên hãy nêu ra những cách giải thích khác nhau.

Ngài Tăng Duệ[1] trong lời tựa nói rằng: "Tuổi thọ dù vô lượng kiếp cũng chưa đủ nêu rõ sự trường cửu của Như Lai; phân thân dù vô số cũng không đủ làm khác đi bản thể của Như Lai. Cho nên, nói thọ lượng là để xác định tuổi thọ Như Lai không thể tính đếm, nêu phân thân là để làm rõ bản thể Như Lai không có khác biệt. Nói Phổ Hiền để hiển bày việc Như Lai vốn không [chỉ mới vừa] thành đạo [ở Già-da],[2] hiện Đa Bảo là làm sáng tỏ việc Như Lai vốn không nhập diệt."

Ngài Đạo Lãng ở Hà Tây cho rằng: "Làm rõ pháp thân chân thật với hóa thân không khác, nên [thân Phật] còn hay mất đều cùng một lý. Phật Đa Bảo hiện ra là nêu rõ

---

[1] Nguyên tác dùng Duệ sư (叡師), tức chỉ ngài Tăng Duệ (僧叡), cao tăng vào thời Đông Tấn nhưng không rõ năm sinh năm mất. Ngài xuất gia năm 18 tuổi, năm 20 tuổi đã thông thuộc kinh luận, đến năm 24 tuổi đã là giảng sư nổi tiếng nhiều nơi. Khi ngài Cưu-ma-la-thập đến Trường An vào năm 401, ngài theo học và trở thành một trong các đệ tử lớn, đóng góp quan trọng vào sự nghiệp phiên dịch kinh luận.

[2] Nguyên tác nói "普賢顯其無成 – Phổ Hiền hiển kỳ vô thành", Văn cú ký giải thích: "普賢居菩薩極位尚名為賢,可表伽耶成亦非成 。- Phổ Hiền cư Bồ Tát cực vị thượng danh vi hiền khả biểu Già-da thành diệc phi thành." (Phổ Hiền ở địa vị cùng tột của hàng Bồ Tát vẫn gọi là hiền, có thể biểu thị việc thành đạo ở Già-da cũng là không phải thành đạo.)

pháp thân thường còn; nêu thọ lượng là chỉ rõ tuổi thọ của Như Lai đồng như thái hư, không hạn lượng.”

Đạo Tràng Quán[1] nói rằng: “Hội ba về một, đó là khởi đầu của thừa; dứt ảnh lắng thần, đó là kết thúc của thừa. Dứt ảnh là ngưng bặt hình tích; lắng thần thì sáng tỏ bản nguyên. Cho nên, hình tích thì vô thường mà bản nguyên là thường.”

Lại có người chú giải rằng: “Sống chết không thể đếm bằng số nên gọi là thọ; dài ngắn vượt ngoài giới hạn nên gọi là lượng. Pháp thân không thuộc về hình dạng tuổi tác, bậc đại sĩ còn phải tu tập quán chiếu đến cùng cực [mới biết], không thể cho việc ngồi nơi Bồ-đề Đạo tràng[2] là mới thành Phật, trăm tuổi là già nua cần sự nuôi nấng.”

Ngài Trúc Đạo Sinh nói: “Sắc thân Phật do ứng hiện mà có, nên tuy có nhưng không phải hình tướng thật. Hình tướng đã không thật thì lẽ nào lại có tuổi thọ? Cho nên muôn hình tướng Phật cùng về một nơi, Phật xưa Phật nay cùng là một Phật. Phật xưa cũng như nay, nay cũng như xưa, không lúc nào không hiện hữu, không nơi nào không tồn tại. Nếu như có lúc không hiện hữu, có nơi không tồn tại, thì Phật cũng giống như chúng sanh. Nhưng Phật không phải vậy, cho nên nói tuổi thọ [của Phật] cùng cực tức là nói thành đạo nơi Bồ-đề đạo tràng. Thành đạo nơi đạo tràng lại không phải [mới vừa] thành đạo. Thành đạo đã không phải là thành đạo, lẽ nào lại còn có việc tuổi thọ lâu dài? [Cho nên ý niệm về tuổi thọ] dài ngắn đều

---

[1] Văn Cú nói “Đạo Tràng Quán” (道場觀), có vẻ như tên một bộ sách, nhưng theo Diệu pháp Liên hoa kinh huyền nghĩa (妙法蓮華經玄義), quyển 10, thì đây là tên một vị pháp sư. (三者定林柔次二師, 及道場觀法師) (ĐCT, T33, 1716, tr.801b, d.3-4) Chúng tôi chưa thể xác định chắc chắn.

[2] Nguyên tác dùng Già-da (伽耶) để chỉ việc thành đạo nơi Bồ-đề Đạo tràng. Cách dùng này tiếp tục trong các đoạn sau. Nếu hiểu Già-da theo nghĩa chỉ nơi chốn thì các lập luận nêu ra ở đây đều không hợp lý.

không có, [mà chúng sanh đều thấy tuổi thọ] dài ngắn đó là thường còn."

Các bậc thầy lớn trước đây như đã dẫn, phần nhiều đều lấy chỗ tuổi thọ không giới hạn để nêu nghĩa thường.

Những vị thầy gần đây thì cho rằng [kinh nói] tuổi thọ [Như Lai] cũng là hạn lượng, trước nói nhiều hơn cát sông Hằng, sau nói còn gấp nhiều lần số đó, rốt lại hạn lượng cùng cực vẫn là giới hạn, nên là vô thường.

Lại có người ngờ vực cho rằng, phẩm này nêu tuổi thọ [Như Lai] có hạn lượng lâu dài, mà hạn lượng đã là vô thường, sao có thể giải thích thành nghĩa thường?

Nay sẽ giải đáp những điều nói trên.

Tên phẩm này nói thẳng là "thọ lượng", không nói là "tuổi thọ có hạn lượng", không nói là "tuổi thọ không hạn lượng". Nay người này giải thích là thường, người kia nói là vô thường, có chỗ nào là sai? Như trai cò kiềm chế nhau, đôi bên đều làm khó cho nhau.[1]

Nay tôi nhân nơi chỗ còn chưa rõ của hai bên mà nêu ra cho trọn đủ bốn cách giải thích:

Thứ nhất, [tuổi thọ] thật có hạn lượng nhưng nói là vô lượng, như trường hợp kinh A-di-đà.

Thứ hai, [tuổi thọ] thật không hạn lượng nhưng nói là có hạn lượng, như trong phẩm này, cũng như trong kinh Kim Quang Minh.

---

[1] Nguyên tác dùng "鷸蚌相扼 - duật bạng tương ách" (trai cò giữ nhau), cũng thường nói "duật bạng tương tranh" (鷸蚌相爭), nói về câu chuyện giữa con cò và con trai trên bãi cát. Trai đang mở vỏ, cò mổ vào để ăn thịt trai; trai khép vỏ giữ chặt mỏ cò. Cò và trai giữ nhau không con nào chịu bỏ cuộc, rốt cuộc có người đi ngang qua liền bắt được cả hai. Lập luận ở đây hàm ý rằng hai bên luận giải "thường" và "vô thường" đều không sai nhưng nếu cố chấp một nghĩa thì chỉ làm khó cho nhau, vì bên này đúng thì bên kia sai, không có giải pháp dung hòa.

Thứ ba, [tuổi thọ] thật vô lượng, nói là vô lượng, như kinh Niết-bàn nói: "Chỉ Phật với Phật tuổi thọ mới là vô lượng."

Thứ tư, [tuổi thọ] thật có hạn lượng, nói là có hạn lượng, như Phật tám mươi tuổi tuyên bố nhập Niết-bàn.

Kinh văn phẩm này có đủ bốn nghĩa như trên, lẽ nào chỉ có một nghĩa đúng còn ba nghĩa là sai hay sao?

**Hỏi**: Nếu phẩm Thọ lượng này nêu nghĩa thường thì so với kinh Niết-bàn có gì khác nhau?

**Đáp**: Nay xin hỏi ngược lại, lý Nhất thừa trong kinh Pháp hoa với lý nhất thừa trong kinh Thắng Man lại có gì khác nhau? Đại lược là như thế.

Còn nếu phân biệt để giải đáp thì Pháp hoa là nói lược nghĩa thường, Niết-bàn là nói rộng nghĩa thường. Thắng Man là dùng Nhất thừa để làm rõ Nhất thừa; Pháp hoa là hợp ba thừa để nêu Nhất thừa. Đại lược là như vậy.

**Hỏi**: Phật thành đạo gần đây là phương tiện; thành đạo từ lâu xa là chân thật. Như vậy thì kinh Hoa nghiêm nói tịch diệt nơi đạo tràng, kinh Đại Bát Niết-bàn nói rút ngắn chín kiếp [mà thành Phật] trước,[1] đều là nói thành đạo theo phương tiện. Nếu như thế, Pháp hoa đã khai mở nói việc thành đạo từ lâu xa, đến phẩm Bồ Tát Thường Bất Khinh sao đổi lại thành đạo gần đây? Do vậy nên biết là Pháp hoa đã trở lại nói phương tiện.

---

[1] Nguyên tác là "大經超前九劫 - Đại kinh siêu tiền cửu kiếp" (kinh Đại Niết-bàn nói vượt qua 9 kiếp sớm hơn). Có thể Văn Cú đã nhầm lẫn, vì trong kinh Đại Bát Niết-bàn nói là 12 kiếp. Nguyên văn kinh trong quyển 14 là: "如我往昔為半偈故捨棄此身，以是因緣便得超越足十二劫在彌勒前成阿耨多羅三藐三菩提。- Như ngã vãng tích vị bán kệ cố xả khí thử thân, dĩ thị nhân duyên tiện đắc siêu việt túc thập nhị kiếp, tại Di-lặc tiền thành A-nậu-da-la Tam-miệu Tam-bồ-đề." (Như ta thuở ấy vì nửa bài kệ mà xả bỏ thân này. Do nhân duyên ấy liền vượt qua được đủ mười hai kiếp, thành Phật trước Bồ Tát Di-lặc.) (ĐCT, T12, 374, tr.451a, d.28-tr.451b, d.1. – Bản Việt dịch của Nguyễn Minh Tiến, kinh Đại Bát Niết-bàn, NXB Tôn giáo, Hà Nội, 2009)

Nếu thế, đã nói hội ba thừa về một thừa rồi, lẽ ra không có hội ba thừa về một thừa nữa; nếu thế, việc bỏ ba thừa để hiển bày một thừa thì chư Phật đều như nhau; việc bỏ [phương tiện thành đạo] gần để hiển bày [thành đạo chân thật từ] lâu xa thì chư Phật cũng đều giống nhau.

Nếu thế, tất cả chư Phật cũng đều như thế, không riêng gì Phật Thích-ca [có tuổi thọ vô lượng]. Nếu chỉ riêng đức Thích-ca [có tuổi thọ vô lượng] thì những nghĩa trước đây đều không đúng.

**Đáp**: Kệ tụng trong kinh nói "Là phương tiện của ta, chư Phật cũng như vậy."[1] Lại nữa, chư Bồ Tát được nghe về tuổi thọ của Như Lai rồi thì phát nguyện. "Nguyện chúng con đời sau... ... cũng ngồi nơi Đạo trường, nói tuổi thọ lâu dài."[2] Như vậy tức là chư Phật đều như nhau. Lại cũng không nói lệch về một bên là gần, một bên là xa. Cho nên biết rằng, mượn nghĩa không khởi đầu, không kết thúc, không gần, không xa để hiển bày pháp thân thường trụ; nói có khởi đầu, có kết thúc, có gần, có xa là luận giải tương ứng với việc thị hiện hình tích. Dùng nghĩa này để nhận hiểu tất cả các kinh thì chỗ đối duyên tuy có khác nhưng rốt cùng không có khác biệt. Đã thấu triệt các kinh thì không còn bị [luận thuyết của] các vị thầy dẫn dắt.[3]

**Hỏi**: Theo nghĩa suy ra thì "thường" có thể là như vậy, nhưng dẫn chứng kinh văn thì phải căn cứ vào đâu?

**Đáp**: Người sáng suốt thì xem trọng ở lý; kẻ mê muội

---

[1] Nguyên văn kinh: "是我方便，諸佛亦然 。- Thị ngã phương tiện, chư Phật diệc nhiên." Đây là 2 câu kệ nằm gần cuối phẩm Thí dụ cỏ thuốc, thứ năm.

[2] Nguyên văn kinh: "願我於未來... ...坐於道場時，說壽亦如是 。- Nguyện ngã ư vị lai... ... tọa ư đạo trường thời, thuyết thọ diệc như thị." Đây là kệ tụng trong phẩm Phân biệt công đức.

[3] Nguyên tác là "諸師不可師 - chư sư bất khả sư" (các thầy không thể làm thầy), hàm ý nói không còn ràng buộc, chịu lệ thuộc vào các vị thầy. Trong ngữ cảnh đang bàn đến những cách giải thích có sai lệch của các vị thầy nên hiểu là không còn bị dẫn dắt theo cách hiểu của họ.

chỉ bám chấp nơi câu chữ. Chỉ cần tìm cầu cách giải thích tương hợp với tông chỉ, đó là ý nghĩa chính của giáo pháp; nếu cứ bám chấp hình thức vụn vặt[1] mà truy hỏi phương tiện[2] thì nào có ích gì?

Lại nữa, giáo pháp vốn tùy theo duyên, duyên khác nhau thì thuyết giảng khác nhau. Hoặc tùy theo sự vui mừng, tùy theo chỗ nghi ngờ, tùy theo pháp đối trị, tùy theo sự tỏ ngộ. Giác ngộ tức là đã đến nơi rồi, còn loanh quanh trên đường làm gì? Cho nên nói "Niết-bàn là kho pháp bảo chân thật, chúng sanh tùy mọi cửa mà vào", chính là ý nghĩa này vậy.

Lại nữa, kinh văn có những chỗ dài ngắn khác nhau. Trong kinh Niết-bàn, khi lấy sự thường trụ trong tương lai làm tông chỉ thì kinh văn dài; không lấy việc đã thành Phật từ lâu trong quá khứ làm tông chỉ thì kinh văn ngắn. Nếu theo chỗ dài, bỏ chỗ ngắn thì ắt là ma thuyết, chẳng phải Phật thuyết. Kinh Pháp hoa này, khi lấy việc đã thành Phật từ lâu trong quá khứ làm tông chỉ, số kiếp nhiều như số bụi trong các thế giới[3] thì kinh văn phải dài; khi nói sự thường trụ trong tương lai thì kinh văn lại ngắn; nếu theo chỗ dài, bỏ chỗ ngắn thì "đầu vỡ thành bảy phần, như chồi cây a-lê".[4] Cũng như chiếu lệnh của vua ban ra, dù viết dài hay viết ngắn đều không thể vi phạm; nếu vi phạm thì phải chịu tội.

Phẩm Phương tiện nói rằng: "Tướng thế gian thường trụ, nơi đạo tràng rõ biết, Đạo sư thuyết phương tiện." Câu kinh văn này là nói trong tương lai thường trụ chẳng

[1] Nguyên tác dùng "糟糠 - tao khang" (bã rượu, gạo tấm), chỉ những thứ vụn vặt, không có giá trị.

[2] Nguyên tác dùng "問橋 - vấn kiều" (hỏi cầu), chỉ việc muốn tìm biết về phương tiện mà quên đi mục tiêu, cứu cánh.

[3] Ở đây dẫn ví dụ mô tả về số kiếp lâu xa được đức Phật đề cập ở đầu phẩm Tuổi thọ của Như Lai.

[4] Ở đây trích dẫn kệ tụng trong phẩm Đà-la-ni, thứ hai mươi sáu.

diệt. Lại nói rằng: "Ta thường trụ cõi này." Lại nói: "Phật thường ở núi Thứu, và những nơi chốn khác."

Kinh Phổ Hiền quán nói rằng: "Thường ba-la-mật là nơi [Phật] thành đạo; Ngã ba-la-mật là nơi Phật an lập."[1] Những câu kinh nêu nghĩa thường như thế này cũng không phải ít. Lại ngay trong kinh này, rất nhiều nơi nêu nghĩa pháp thân. Pháp thân lẽ nào không phải là thường?

**Hỏi**: Đã nêu pháp thân, lẽ ra nên bàn về ba phẩm đức [của Phật]?[2]

**Đáp**: Hai trí quyền thật chẳng phải là Bát-nhã đó sao? Thị hiện trong ba đời chẳng phải là giải thoát đó sao? Thật tướng từ nguồn cội ban sơ chính là pháp thân. Ba phẩm đức đã được nêu trong kinh văn như vậy.

## Giải thích tên phẩm

Như Lai là danh hiệu chung của ba đời mười phương chư Phật, Nhị Phật, Tam Phật,[3] Bản Phật, Tích Phật.[4]

Thọ lượng (tuổi thọ) là nói việc nhận hiểu suy lường; nhận hiểu suy lường về công đức của Nhị Phật, Tam Phật,

---

[1] Nguyên tác dùng "普賢觀 - Phổ Hiền quán", tức chỉ đến kinh Phật thuyết Quán Phổ Hiền Bồ Tát hành pháp (佛說觀普賢菩薩行法經). Đoạn trích dẫn này nêu đủ về các ba-la-mật Thường, Ngã, Tịnh, Lạc của Phật để nói về nghĩa Như Lai thường tại: "常波羅蜜所攝成處, 我波羅蜜所安立處, 淨波羅蜜滅有相處, 樂波羅蜜不住身心相處。- Thường ba-la-mật sở nhiếp hành xứ, Ngã ba-la-mật sở an lập xứ, Tịnh ba-la-mật diệt hữu tướng xứ, Lạc ba-la-mật bất trụ thân tâm tướng xứ." (ĐCT, T9, 277, tr.392c, d.17-19)

[2] Ở đây nói về tam đức (三德), tức Pháp thân đức (法身德), Bát-nhã đức (般若德) và Giải thoát đức (解脫德).

[3] Nguyên tác dùng "二佛三佛 - nhị Phật, tam Phật" có thể được hiểu theo nhiều nghĩa, nhưng theo ý nghĩa được giảng giải trong phần này thì Nhị Phật chỉ Chân thân, tức Pháp thân Phật và Ứng thân Phật; Tam Phật chỉ Pháp thân Phật, Ứng thân Phật và Báo thân Phật. Trong thực tế, đây là những biểu hiện khác nhau của một vị Phật.

[4] Bản Phật (本佛): tức là Phật được nhận hiểu theo nghĩa bản nguyên, từ ban sơ; Tích Phật (迹佛): tức là Phật được hiểu theo nghĩa thị hiện hình tích để tất cả chúng sanh được nhìn thấy.

Bản Phật, Tích Phật trong ba đời ở khắp mười phương. Nay trong kinh này chính là nhận hiểu suy lường về công đức của Tam Phật bản nguyên, cho nên gọi là phẩm Tuổi thọ của Như Lai.

Như Lai có rất nhiều nghĩa, nay hãy tạm nói rõ về Nhị Như Lai và Tam Như Lai, những nghĩa khác dựa theo đó có thể hiểu được.

Trước hết giải thích về Nhị Như Lai. Luận Thành thật nói: "Như Lai, tức là nương theo đạo như thật đạt đến thành Chánh giác, nên gọi là Như Lai."[1] Thừa là trí của pháp như như; thật là cảnh của pháp như như; tu tập đạo là nhân; thành chánh giác là quả.

Nếu chỉ luận riêng về nghĩa nương theo, [tức là trí], thì "như như" không có chỗ rõ biết (sở tri); nếu chỉ nêu riêng về nghĩa "thật", [tức là cảnh], thì "như như" không có năng lực rõ biết (năng tri); nhưng cảnh và trí hòa hợp thì liền có nhân quả. Soi chiếu nơi cảnh chưa cùng tận gọi là nhân; rõ đến tận nguồn là quả. Thấu hiểu đạo thì thành tựu nghĩa, đó chính là "nương theo đạo như thật, đạt đến thành Chánh giác". Đây là nghĩa chân thân, tức Pháp thân Như Lai.

Dùng trí như thật nương theo đạo như thật, đản sanh trong ba cõi, thị hiện thành Chánh giác, đó tức là Ứng thân Như Lai.

Về nghĩa Tam Như Lai, luận Đại trí độ nói: "Giảng giải như tướng pháp; thuyết dạy như tướng pháp, nên gọi là Như Lai." Như là cảnh của pháp như như; chẳng phải nhân, chẳng phải quả. Dù có Phật hay không có Phật, tánh tướng vẫn thường như vậy. Biến hiện khắp nơi mà

[1] Nguyên tác dùng Thành luận, tức Thành thật luận (成實論). Đoạn trích dẫn là: "如來者乘如實道來成正覺故曰如來 。- Như Lai giả, thừa như thật đạo lai thành Chánh giác, cố viết Như Lai." (ĐCT, T32, 1646, tr.242a, d.25-26)

chẳng có gì khác là "như"; không dao động mà đến là "lai". Đây là Pháp thân Như Lai.

Về trí của pháp như như, đó là nương theo đạo chân thật như như, đạt đến thành Diệu giác. Trí xứng như lý, từ nơi lý gọi là "như"; từ nơi trí gọi là "lai", đây là Báo thân Như Lai. Cho nên luận nói: "Giảng giải đúng như tướng pháp... nên gọi là Như Lai."

Dùng trí như như hợp với cảnh như như nên có thể ở khắp mọi nơi thị hiện thành Chánh giác. Ví như thủy ngân pha trộn với vàng ròng có thể tô phết thành cảnh sắc hình tượng; công đức cùng với Pháp thân có thể ứng hiện ở khắp mọi nơi. Đủ tám tướng thành đạo,[1] chuyển diệu pháp luân, đây là Ứng thân Như Lai. Cho nên luận nói: "Thuyết dạy đúng như tướng pháp, nên gọi là Như Lai."

Pháp thân Như Lai gọi là Tỳ-lô-giá-na,[2] Hán dịch là Biến nhất thiết xứ (biến hiện khắp mọi nơi). Báo thân Như Lai gọi là Lô-xá-na, Hán dịch là Tịnh mãn (tròn đầy thanh tịnh). Ứng thân Như Lai gọi là Thích-ca-văn, Hán dịch là Độ ốc tiêu.[3] Đây chính là Tam Như Lai, không thể chấp giữ riêng lẻ chỉ một trong ba danh hiệu này.

---

[1] Tám tướng thành đạo hay tám tướng thành Phật, tức là 8 tướng thị hiện của một vị Phật ra đời, bao gồm: giáng thần, nhập thai, đản sinh, xuất gia, hàng ma, thành đạo, thuyết pháp, nhập Niết-bàn.

[2] Tỳ-lô-giá-na (H. 毗盧遮那, S. Vairocana), Hán dịch là Biến nhất thiết xứ (遍一切處).

[3] Thích-ca-văn (釋迦文), một cách phiên âm khác từ danh hiệu Phạn ngữ Śākyamuni thay vì thông dụng hơn là Thích-ca Mâu-ni (釋迦牟尼). Văn Cú nói "此翻度沃焦 - Thử phiên Độ ốc tiêu" nhưng thật ra đây không phải danh xưng được Hán dịch từ tên Phạn ngữ, mà là một biệt hiệu của Phật có ý nghĩa được nói đến trong kinh Hoa nghiêm. Vì giữa biển có tảng đá nóng cháy (焦石 - tiêu thạch), thu hút tất cả các dòng nước rót vào (沃 - ốc) đều khô kiệt mà không làm đá hết nóng; chúng sanh cũng giống như tảng đá nóng đó, thu hút tất cả năm món dục thường xuyên rót vào mà vẫn không bao giờ thỏa mãn. Chỉ đức Phật mới có thể vượt qua (度 - độ) được sức hút của năm món dục như vậy nên gọi ngài là Độ ốc tiêu (度沃焦).

Kinh Đại bát Niết-bàn nói rằng, pháp thân không phải [Niết-bàn], Bát-nhã cũng không phải [Niết-bàn], giải thoát cũng không phải [Niết-bàn]. Cần đầy đủ ba pháp mới gọi là tạng sâu kín, là Đại Niết-bàn; không thể là đồng nhất hay khác biệt, tuần tự hay đồng thời, tổng quát hay tách rời. Quán xét trọn vẹn đầy đủ ba pháp như vậy, tạm gọi tên là Như Lai.[1]

Kinh Phạm Võng kết lại, giáo nghĩa Hoa Nghiêm hình thành; lấy đài hoa làm gốc, cánh hoa làm ngọn; chỉ riêng vì một duyên mà thuyết giảng như vậy, nhưng gốc và ngọn vốn không thể tách lìa.

Kinh Tượng pháp quyết nghi kết lại, kinh Niết-bàn hình thành. Kinh văn nói: "Hoặc thấy đức Thích-ca là Phật Tỳ-lô-giá-na, hoặc thấy là Phật Lô-xá-na, đều do duyên trước mà nhìn thấy khác nhau, chẳng phải Phật có ba thân khác biệt."

Kinh Phổ Hiền quán kết lại, kinh Pháp hoa hình thành. Kinh văn nói: "Thích-ca Mâu-ni gọi là Tỳ-lô-giá-na, chỉ là tên gọi khác, chẳng phải tánh thể khác biệt."

Tổng kết ý nghĩa trong các kinh, nên biết rõ ràng rằng Tam Phật chẳng phải đồng nhất, chẳng phải khác biệt.

**Hỏi**: Phẩm này không nêu tên gọi Tam Phật như trên, vì sao đưa ra giải thích như vậy?

**Đáp**: Tuy không nêu tên nhưng ý nghĩa [Tam Phật] có đủ. Kinh văn nói "...không phải như vậy cũng không phải khác biệt; không giống như [chúng sanh trong] ba cõi nhìn

---

[1] Phần trích dẫn này Văn Cú nói "大經云 - Đại kinh vân" (Kinh Đại Bát Niết-bàn nói rằng), nhưng thật ra chỉ dẫn ý kinh, không phải nguyên văn. Nguyên văn đoạn trích dẫn này là: "解脫之法亦非涅槃, 如來之身亦非涅槃, 摩訶般若亦非涅槃, 三法各異亦非涅槃; 我今安住如是三法, 為眾生故名入涅槃 。- Giải thoát chi pháp diệc phi Niết-bàn, Như Lai chi thân diệc phi Niết-bàn, Ma-ha Bát-nhã diệc phi Niết-bàn, tam pháp các dị diệc phi Niết-bàn; ngã kim an trụ như thị tam pháp, vị chúng sanh cố danh nhập Niết-bàn." (ĐCT, T12, 374, tr.376c, d.14-17)

thấy ba cõi..." Chính là phá bỏ nghĩa "như" thiên lệch mà hiển bày nghĩa "như" tròn đầy. Đây là nghĩa Pháp thân Như Lai.

Kinh lại nói rằng: "Như Lai thấy biết đúng thật tướng trạng của ba cõi." Đây là trí như như xứng hợp với cảnh như như, là tri kiến Nhất thiết chủng trí, tức là Phật nhãn. Đây là nghĩa Báo thân Như Lai.

Kinh lại nói rằng: "Hoặc thị hiện thân mình, hoặc thị hiện thân Phật khác; hoặc thị hiện việc của mình, hoặc thị hiện việc của Phật khác."[1] Đây là nghĩa Ứng thân Như Lai.

Nếu chỉ nói tánh đức của Tam Như Lai tức là nêu nghĩa đồng thời; nếu chỉ nói tu đức của Tam Như Lai tức là nêu nghĩa tuần tự.[2] Nếu kể trước tiên là Pháp thân, kế đến là Báo thân và sau cùng là Ứng thân thì cũng là tuần tự. Nay kinh này nói nghĩa Tam Như Lai tròn đầy trọn đủ, chẳng phải đồng thời, chẳng phải tuần tự; nếu chỉ lược nói nghĩa trước sau hay đồng thời thì không phải nghĩa trong riêng kinh này, huống chi là nghĩa Như Lai trong cả Tạng giáo và Thông giáo.

Lại nữa, trước thời kỳ thuyết kinh Pháp hoa cũng đã có nói về Như Lai theo nghĩa tròn đầy trọn đủ, cũng đồng như trong phần thuyết giảng về hình tích. Riêng việc nêu rõ hình tích để hiển lộ bản nguyên của Tam Như Lai thì kinh Pháp hoa này khác hẳn với các kinh khác.

---

[1] Văn Cú trích dẫn: "或示己身己事, 或示他身他事 。- Hoặc thị kỷ thân kỷ sự, hoặc thị tha thân tha sự", tuy đúng ý nghĩa nhưng không hoàn toàn khớp theo kinh văn. Kinh văn đoạn này là: "或示己身, 或示他身，或示己事, 或示他事 - hoặc thị kỷ thân, hoặc thị tha thân; hoặc thị kỷ sự, hoặc thị tha sự". Chúng tôi đã điều chỉnh theo kinh văn khi chuyển dịch.

[2] Văn Cú dùng "縱横 - tung hoành" (dọc ngang) để nêu nghĩa về thời gian và không gian, cho nên hoành (ngang) được hiểu là trong cùng một thời gian, tung (dọc) được hiểu là tuần tự theo thời gian, có trước có sau.

Luận nói rằng: "Phật thị hiện thành Đại Bồ-đề Vô thượng là thị hiện ba loại Bồ-đề. Thứ nhất là Ứng hóa thân Bồ-đề, tùy chỗ ứng hiện tức là thị hiện; như kinh văn nói 'ra khỏi cung điện của họ Thích'. Thứ hai là Báo thân Phật Bồ-đề, tu hành Thập địa trọn đủ, đạt được Niết-bàn thường trụ, như kinh văn nói: 'Ta thành Phật đến nay đã vô lượng vô biên trăm ngàn muôn ức na-do-tha kiếp.' Thứ ba là Pháp thân Phật Bồ-đề, là nói tánh của tạng Như Lai thanh tịnh, Niết-bàn không biến đổi. Như kinh văn nói: 'Như Lai thấy biết đúng thật tướng trạng của ba cõi.'"

Kinh văn nêu đầy đủ ý nghĩa, luận đưa ra tên gọi, nếu không giải thích như trên làm sao tương hợp với kinh luận?

Tiếp đến giải thích về thọ lượng.

Thọ (壽) [là tuổi thọ,] hàm nghĩa thọ nhận (受). Chân như không ngăn cách với các pháp nên gọi là thọ nhận, [là nghĩa Pháp thân]. Lại nữa, cảnh và trí tương ưng nên gọi là thọ nhận, [là nghĩa Báo thân]. Lại nữa, một lần thọ báo trăm năm không đứt đoạn nên gọi là thọ nhận, [là nghĩa Ứng thân].

Lượng (量) là hàm nghĩa nhận hiểu suy lường. Chữ lượng dùng chung nghĩa [cả ba thân Phật], không riêng với thân nào. Nhận hiểu suy lường về Pháp thân Như Lai thì dùng lẽ như như là thọ mạng; Báo thân Như Lai thì dùng trí tuệ làm thọ mạng; Ứng thân Như Lai thì thọ mạng đồng theo các duyên.

Nhận hiểu suy lường thọ mạng [Như Lai có ba trường hợp,] hoặc có hạn lượng, hoặc không hạn lượng, hoặc không phải hạn lượng cũng không phải không hạn lượng.

Pháp thân Như Lai là thọ mạng theo lý như như; dù có Phật hay không có Phật, tánh tướng vẫn thường như vậy; không bàn đến sự tương ưng, cũng không tương tục, lại cũng không có hạn lượng, không phải không hạn lượng.

Kinh văn nói: "Không phải chân thật cũng không phải hư dối; không phải như vậy cũng không phải khác biệt."[1] Đó là nhận hiểu suy lường về thọ mạng của pháp thân theo lý như như.

Nhận hiểu suy lường về thọ mạng của Báo thân Như Lai, dùng trí như như khế hợp với cảnh như như. Nương theo cảnh phát sinh trí là báo; trí ngầm hợp cảnh là thọ. Cảnh vốn đã vô lượng vô biên, thường trụ không diệt mất, nên trí cũng giống như vậy; như vật chứa lớn thì nắp đậy cũng lớn.

Kinh văn lại nói: "Trí lực Phật như vậy, ánh tuệ chiếu vô cùng, tuổi thọ vô số kiếp, từ lâu tu tập thành."[2] Đây là nhận hiểu suy lường về thọ mạng của Báo thân Như Lai, dùng trí tuệ làm thọ mạng.

Nhận hiểu suy lường về thọ mạng của Ứng thân Như Lai, thọ mạng đồng với các duyên; duyên lâu dài thọ mạng cũng lâu dài, duyên ngắn ngủi thọ mạng cũng ngắn ngủi... Đều do ở duyên kia, đối với Như Lai nào có liên hệ gì?

Kinh văn nói rất nhiều lần thị hiện đản sinh, rất nhiều lần thị hiện diệt độ: "Ở mỗi nơi ta đều nói ra danh hiệu khác nhau, tuổi tác khác nhau." Đây là nhận hiểu suy lường về thọ mạng Ứng thân Phật đồng với các duyên.

Lại nữa Pháp thân Phật thì không phải hạn lượng, cũng không phải không hạn lượng. Báo thân Phật trước khi [ngồi tòa] Kim Cang [thành đạo] là có hạn lượng, sau khi thành đạo là không hạn lượng. Ứng thân Phật tùy theo duyên thì có hạn lượng, ứng dụng không gián đoạn thì không hạn lượng. Xét chung trong việc nhận hiểu suy

---

1 Nguyên văn kinh: "非實非虛，非如非異 - phi thật phi hư, phi như phi dị". Văn Cú trích dẫn đúng nhưng đảo ngược thứ tự, chúng tôi điều chỉnh theo kinh văn.

2 Văn Cú trích dẫn đúng 4 câu kệ này nhưng đưa câu cuối lên thành câu thứ hai. Chúng tôi đã điều chỉnh theo kinh văn.

lường [thọ mạng Như Lai] thì có ba trường hợp thuộc về bậc thánh, một trường hợp thuộc về phàm phu.[1] Nếu nói có hạn lượng hoặc không thường còn thì đều không phải ý nghĩa Phật dạy. Những cách giải thích xưa nay đều là tăng thêm hoặc giảm bớt, cả hai cách ấy đều là hủy báng, vu khống cho Phật, đó chẳng phải ma thì là gì?

Bốn câu nhận hiểu suy lường như vậy là đã rõ nghĩa, nay vì người chưa hiểu nên lại nêu bốn câu với nghĩa thường, vô thường...[2] để phân tích giảng giải rõ hơn. Trước tiên sẽ xét riêng từng trường hợp, sau đó là nói chung.

Xét riêng trường hợp chẳng phải thường chẳng phải vô thường, vượt thoát cả hai là lẽ cùng cực, tức là Pháp thân Phật. Thường tức là Báo thân Phật; báo trí và báo cảnh tương hợp cũng chẳng phải thường chẳng phải vô thường, chỉ lấy chánh trí viên mãn thì chẳng sanh chẳng diệt.

Vượt khỏi tâm Kim Cang [thành đạo] về trước thì lấy thường là Báo thân; cũng thường cũng vô thường là Ứng thân; ứng dụng không dứt cũng là thường; nhiều lần tuyên bố sẽ nhập Niết-bàn cũng là vô thường. Kể từ tâm Kim Cang [thành đạo] trở về trước, trí tuệ công hạnh tăng tiến đều là vô thường, cho đến phàm phu sinh diệt sống chết đều là vô thường.

Ba thân Phật tương ứng với ba trường hợp, hết thảy

---

[1] Ở đây dùng nghĩa "四句 - tứ cú" (bốn câu) để nói, tức là có tất cả 4 trường hợp về tuổi thọ của Như Lai: 1. Có hạn lượng; 2. Không hạn lượng; 3. Vừa có hạn lượng, vừa không hạn lượng; 4. Chẳng phải có hạn lượng, chẳng phải không hạn lượng. Cách hiểu "tứ cú" này là một phương thức chung được dùng trong mọi trường hợp biện luận, vì không thể có trường hợp thứ năm. Ở đây như đã giải thích thì trường hợp thứ nhất (có hạn lượng) thuộc về phàm phu; ba trường hợp sau đều thuộc về bậc thánh, tức là tương hợp với tuổi thọ của Như Lai.

[2] Nguyên tác là "常等四句 - thường đẳng tứ cú", tức là vận dụng nghĩa "tứ cú" như trên vào nghĩa thường, sẽ có 4 trường hợp: 1. Thường; 2. Vô thường; 3. Vừa thường vừa vô thường; 4. Chẳng phải thường, chẳng phải vô thường.

phàm phu chung một trường hợp.[1] Đây là dựa theo giáo pháp của Biệt giáo mà phân biệt riêng [từng trường hợp]. Còn xét chung theo Viên giáo thì mỗi một Như Lai đều có đủ bốn trường hợp.

Trước hết nêu bốn trường hợp của Pháp thân. Thứ nhất, trường hợp chẳng phải thường chẳng phải vô thường, đây là cùng lúc phá trừ tám điên đảo của phàm phu và bậc thánh. Thứ hai, trường hợp thường là như hư không cho nên thường. Thứ ba, trường hợp vô thường là không có sự điên đảo sinh diệt của phàm phu. Thứ tư, trường hợp cũng thường cũng vô thường, đó là tịch lặng mà đồng thời soi chiếu.

Tiếp theo là bốn trường hợp của Báo thân. Thứ nhất, trường hợp chẳng phải thường chẳng phải vô thường, là vì trí khế hợp với cảnh. Thứ hai, trường hợp thường là vì vượt ra ngoài Nhị thừa. Thứ ba, trường hợp vô thường là vì không có sự điên đảo sinh diệt. Thứ tư, trường hợp cũng thường cũng vô thường, là vì có năng lực đồng thời soi chiếu.

Tiếp theo là bốn trường hợp của Ứng thân. Thứ nhất, trường hợp chẳng phải thường chẳng phải vô thường, là vì chẳng phải quả báo, chẳng phải sinh tử. Thứ hai, trường hợp thường là vì thường ứng hóa tương đồng. Thứ ba, trường hợp vô thường là vì cũng đồng với vô thường. Thứ tư, trường hợp cũng thường cũng vô thường, là vì cả hai tính chất đó cùng tồn tại.

Phàm phu đã xét riêng vào trường hợp vô thường, xét chung lại cũng có đủ bốn trường hợp, nhưng chỉ là theo lý của tánh đức mà thôi, không có cả tên gọi cho bốn trường hợp, huống gì lại có được công dụng vận hành? Có thể theo ý mà hiểu, không đợi phải nói ra.

---

[1] Tức là trong "tứ cú" nói trên, phàm phu rơi vào trường hợp vô thường, ba trường hợp còn lại thuộc về ba thân Phật.

Một thân Phật tức ba thân Phật, chẳng phải đồng nhất, chẳng phải khác biệt, cho nên biết rằng mỗi một thân Phật đều đầy đủ công đức thọ mạng của ba thân Phật, chỉ tùy duyên chiêu cảm [của chúng sanh] mà thấy có thọ mạng dài ngắn khác nhau. Kinh Đại Bát Niết-bàn nói rằng: "Hàng phàm phu và Nhị thừa thấy thọ mạng của Phật giống như ngày mùa đông; hàng Bồ Tát thấy giống như ngày mùa xuân; chỉ riêng Phật thấy được thọ mạng của Phật là vô lượng, giống như ngày mùa hạ."[1]

Sở dĩ như vậy là vì phàm phu thấp kém, nghiệp chướng che lấp mê muội mờ tối; hàng Nhị thừa của Tạng giáo và Thông giáo tuy trừ được bốn trụ địa[2] nhưng chưa thấy được trung đạo; nếu xả bỏ thân phần đoạn sinh tử, thọ thân pháp tánh, cũng chưa phá hết vô minh; ở nơi sinh về kính phụng [chư Phật] cũng chỉ thấy được Thắng ứng thân; nên biết là Nhị thừa chỉ thấy [thọ mạng Như Lai] như thời gian ngày đông.

Nếu các Bồ Tát chưa lên hàng Thập địa, Thập trụ thì chỗ thấy cũng giống như đã nói trước; hoặc phá được vô minh cho đến chứng một phần pháp thân; dễ dãi mà nói thì tạm xem như đã thấy được thọ mạng Báo thân Phật, nhưng nghiêm khắc mà nói thì vẫn chỉ mới thấy được Thắng ứng thân. Chưa thấu tận cội nguồn Báo thân; chưa suốt đến cùng cực tánh pháp, nên chỗ thấy thọ mạng Như Lai vẫn chỉ còn như thời gian ngày xuân.

Chỉ riêng Phật với Phật đã cùng tánh tận nguồn, mới thấy thọ mạng Pháp thân Phật như ngày mùa hạ.

Kinh Đại Bát Niết-bàn nêu ra ba thí dụ để so sánh.

---

1 Cách so sánh trong đoạn này dựa vào thực tế thời gian chiếu sáng ban ngày vào mùa hạ là dài nhất trong năm và ngày mùa đông là ngắn nhất.

2 Nguyên tác dùng "tứ trụ - 四住" tức tứ trụ địa (四住地), là bốn yếu tố căn bản làm khởi sinh tất cả phiền não, đã giải thích chi tiết ở trước.

Thứ nhất, trong tất cả những gì thường tồn, hư không là hơn hết; trong tất cả thọ mạng, thọ mạng của Như Lai là hơn hết. Đây là so sánh thọ mạng Pháp thân vô thủy vô chung, tánh tướng ngưng lặng, không đồng với Ứng thân và Báo thân.

Thứ hai là ví như bốn con sông lớn đều chảy về biển lớn. Đây là so sánh như muôn điều lành do Báo thân tu tập đều cảm thành trong biển thọ mạng Phật.

Thứ ba là ví như bốn con sông lớn phát nguyên từ ao A-nậu-đạt. Đây là so sánh với thọ mạng của Ứng thân từ nơi Pháp thân và Báo thân lưu xuất, nên dài ngắn cũng giống như hai thân ấy.

Phẩm này nhận hiểu suy lường cùng giảng rõ chung về ba thân, nếu xét ý riêng thì chính là Báo thân. Vì sao vậy? Vì giải thích như vậy là thuận theo ý nghĩa, phù hợp với kinh văn.

Thuận theo ý nghĩa, vì nói trí tuệ báo thân trên dưới khế hợp nhau; ba thân linh hoạt đầy đủ, cho nên giải thích như trên là thuận theo ý nghĩa.

Phù hợp với kinh văn, vì kinh văn nói "Ta thành Phật đến nay đã hết sức lâu xa", cho nên có thể trong ba đời làm lợi ích chúng sanh. Chỗ thành tựu ấy là Pháp thân, có khả năng thành tựu tức là Báo thân. Pháp thân và Báo thân tương hợp nên có thể làm lợi ích chúng sanh. Cho nên giải thích như trên là phù hợp với kinh văn.

Từ đó suy ra thì ý chính của phẩm này là luận về công đức của Báo thân Phật.

Lại nữa, đủ mọi công đức của ba thân Phật như vậy, tất cả đều đã thành tựu từ lâu nơi Đạo trường dưới cội Bồ-đề thuở xưa, nên gọi là bản nguyên; còn những công đức được thành tựu trong khoảng thời gian ở giữa cho đến đạo tràng tịch diệt ngày nay gọi là hình tích.

Các kinh khác nói về bản tích đều dạy rằng, Pháp thân và Báo thân thành tựu nơi đạo tràng tịch diệt là bản nguyên; từ đó khởi lên Thắng ứng thân và Liệt ứng thân là hình tích. Kinh Pháp hoa này nói rõ, cả ba thân thành tựu nơi đạo tràng tịch diệt cùng khoảng thời gian ở giữa đều là hình tích; lấy ba thân đã thành tựu nơi đạo tràng thuở xưa gọi là bản nguyên; cho nên so với các kinh đều khác biệt.

Nếu không có bản nguyên thì không dựa vào đâu để khởi xót thương hiển thị hình tích; nếu không có hình tích thì không lấy gì để hiển lộ bản nguyên. Bản tích tuy khác biệt nhưng chỗ không thể nghĩ bàn là đồng nhất. Nếu theo lời thầy Tăng Triệu thì lại có ý nói bản nguyên ở nơi đạo trường tịch diệt [hiện nay].[1]

Lại nữa, bản nguyên ở nơi đạo trường tịch diệt lại có nhiều cách hiểu.

Hoặc lấy Niết-bàn làm bản, từ chân đế[2] khởi Ứng thân làm tích. Tích với bản đều là không, lời nói và suy nghĩ đều dứt sạch, cho nên chỗ không thể nghĩ bàn là đồng nhất.

Hoặc dùng tục đế[3] làm bản, từ tục đế khởi Ứng thân làm tích. Tích với bản đều sâu rộng, hàng Bồ Tát sơ địa[4] không thể suy nghĩ, bàn luận đến tận bờ mé, cho nên nói chỗ không thể nghĩ bàn là đồng nhất.

Hoặc dùng trung đạo làm bản, từ trung đạo khởi Ứng thân là tích. Tích với bản đều dứt sạch ngôn ngữ, đoạn tuyệt tư duy, cho nên nói chỗ không thể nghĩ bàn là đồng nhất.

---

[1] Theo Văn Cú ký thì chỗ này hàm ý bác bỏ ý kiến của Tăng Triệu. Văn Cú ký nói "正斥肇師 - chính xích Triệu sư" (chính là bác bỏ Triệu sư).

[2] Nguyên tác dùng chữ "真 - chân", chỉ chân đế, theo nghĩa rốt ráo, tuyệt đối.

[3] Nguyên tác dùng chữ "俗 - tục", chỉ tục đế, theo nghĩa tương đối, tùy thuận.

[4] Nguyên tác dùng "下地 - hạ địa" để chỉ hàng Bồ Tát ở giai vị thấp nhất trong Thập địa, tức là sơ địa.

Lại nữa, ba thân Phật này vốn chẳng phải chia ba, cũng chẳng phải đồng nhất. Chẳng phải chia ba, chẳng phải đồng nhất, lấy đó làm bản; vừa là ba vừa là một, lấy đó làm tích; tất cả đều dứt sạch ngôn ngữ, đoạn tuyệt tư duy, cho nên nói chỗ không thể nghĩ bàn là đồng nhất.

Chưa rõ các bậc thầy khác muốn chỉ vào đâu là chỗ bản tích đồng nhất không thể nghĩ bàn. Nay thâu tóm tất cả thành bốn cách hiểu, tất cả đều là chỗ không thể nghĩ bàn đồng nhất trong nghĩa tích; về xa xưa thì chỉ về bản địa, ba hay bốn cách hiểu trên đều không thể nghĩ bàn, lấy đó làm bản. Từ mỗi cách hiểu về bản mà [chư Phật] có sự thương xót thị hiện hình tích; lại dùng mỗi loại hình tích đó mà hiển lộ bản nguyên. Bản và tích tuy khác nhau nhưng chỗ không thể nghĩ bàn đều đồng nhất.

Cách hiểu bản tích như vậy làm sao không khác biệt với những kinh khác? Làm sao không khác biệt với các vị thầy khác?

**Hỏi**: Các kinh đều nói về giai vị tu hành, hoặc nhiều hoặc ít. Như kinh Hoa nghiêm nói 41 giai vị, kinh Bồ Tát Anh Lạc nói 52 giai vị; danh xưng ý nghĩa [các giai vị] đều rộng lớn. Kinh này từ đầu đến cuối đều không có việc ấy. Vì sao nói khác biệt?

**Đáp**: Ví như người đời xây dựng các loại sự nghiệp, thu thập đủ loại trân bảo quý báu, tranh cầu đủ các địa vị, nhưng nếu không tuổi thọ thì hết thảy những tiền bạc địa vị đó biết dùng vào việc gì? Kinh Đại Bát Niết-bàn nói, giống như vị trưởng giả sinh ra và nuôi nấng một đứa con, thầy tướng nói là có tướng chết yểu, không thể nối dõi; cha mẹ biết vậy rồi thì không yêu quý nữa, xem như cỏ rác.[1]

---

[1] Văn Cú nói "忽之如草 - hốt chi như thảo" rất khó hiểu. Đoạn này trích ý từ kinh Đại Bát Niết-bàn, quyển 2, trong đó nói "不復愛重視之如草 - bất phục ái trọng thị chi như thảo" (không còn yêu quý, xem như cỏ rác). ĐCT, T12, 375, tr.613b, d.24-26.

Pháp môn cũng vậy, tu hành đủ các nhân, đạt được đủ các quả, hiện đủ loại thần thông, giáo hóa đủ mọi chúng sanh, thuyết dạy đủ các pháp, hóa độ đủ loại người, tất cả đều nằm trong biển thọ mạng Như Lai. Trong biển thọ mạng ấy thì cốt yếu là Pháp thân, Báo thân và Ứng thân.[1] Then chốt cốt yếu như vậy, nếu không phải khác biệt thì là gì?

**KINH VĂN**

**Lúc bấy giờ, đức Phật nói với các vị Bồ Tát cùng tất cả đại chúng: "Này các thiện nam tử! Các ông nên tin hiểu lời chân thật của Như Lai."**

**Rồi ngài lặp lại với đại chúng: "Các ông nên tin hiểu lời chân thật của Như Lai."**

**Và lặp lại lần nữa với đại chúng: "Các ông nên tin hiểu lời chân thật của Như Lai."**

**Bấy giờ, đại chúng Bồ Tát, đứng đầu là ngài Di-lặc, cùng chắp tay thưa Phật: "Bạch Thế Tôn! Nguyện Phật hãy nói ra, chúng con sẽ tin nhận lời Phật dạy."**

**Sau khi bạch Phật ba lần như vậy rồi, các Bồ Tát lại nói thêm lần nữa: "Kính nguyện Phật nói ra, chúng con xin tin nhận lời Phật dạy."**

**Khi ấy, đức Thế Tôn thấy các vị Bồ Tát không ngừng thỉnh cầu liên tiếp ba lần, liền dạy rằng:**

▣ Phần này giảng rộng ý nghĩa "chỉ bày việc gần, hiển lộ việc xa". Kinh văn chia làm 2 phần. Trước tiên là răn dạy [đại chúng] phải có lòng tin, tiếp theo là nêu ý chính giải đáp. Đức Phật chỉ dạy, khuyên răn, đại chúng thọ nhận là tin. Kinh văn có 3 lần răn nhắc, 3 lần thỉnh cầu; rồi lặp lại thỉnh cầu, lặp lại răn nhắc. Trong phần Tích môn thì có 3 lần thỉnh cầu, 1 lần răn nhắc; trong phần này có 4 lần thỉnh cầu, 4 lần răn nhắc. Như vậy tổng cộng trước sau là 5 lần răn nhắc, 7 lần thỉnh cầu. Đây là đại sự cực kỳ đặc biệt nên mới phải ân cần trịnh trọng như vậy.

---

[1] Văn Cú nói "法性智應 - pháp tánh trí ứng". Văn Cú ký giải thích: "法性法身, 智即報身, 應即應身 - pháp tánh Pháp thân, trí tức Báo thân, ứng tức Ứng thân".

Kinh văn dùng chữ "誠諦 - thành đế", thành là trung thực, chân thành; đế là xét kỹ, chắc thật. Không lừa dối chúng sanh nên lời nói đạt đến sự chân thật. Trước đây tùy theo tâm ý của bảy hạng phương tiện mà nói ra nên không gọi đó là trung thực, chân thành; ngày nay Phật tùy nơi Thánh ý tự nói ra để chỉ bày chỗ cốt yếu, cho nên nói là "thành đế".

Bồ Tát đã kính vâng theo lời răn dạy chân thành nên chẳng dám khởi tâm nghi ngờ. Nghe rồi chấp nhận tin, tin rồi thọ nhận lời thành thật của Phật.

**KINH VĂN**

**"Các ông hãy chú tâm lắng nghe thật kỹ về sức thần thông sâu kín của Như Lai.**
**"Trong thế gian này, tất cả chư thiên, loài người cho đến a-tu-la đều cho rằng: 'Đức Phật Thích-ca Mâu-ni hiện nay là từ hoàng cung họ Thích xuất gia, đến ngồi nơi đạo tràng không xa thành Già-da, chứng đắc quả Vô thượng Chánh đẳng Chánh giác.' Nhưng này các thiện nam tử, thật ra ta thành Phật đến nay đã vô lượng vô biên trăm ngàn muôn ức na-do-tha kiếp."**

▣ Phần ý chính giải đáp chia ra văn trường hàng và kệ tụng. Kinh văn trường hàng lại chia làm hai tổng phần, thuyết giảng chánh pháp và nêu thí dụ. Tổng phần thứ nhất thuyết giảng chánh pháp lại chia làm hai phần. Thứ nhất là nói việc [đức Phật] ba đời làm lợi ích chúng sanh; thứ hai, tóm kết nêu việc [lời Phật] không hư dối, [chúng sanh được lợi ích chân thật].

Chúng sanh hữu tình chỉ thấy gần đây trong hiện tại Phật thọ 80 tuổi, chẳng biết được trong quá khứ Phật đã thành đạo từ vô số kiếp, trong tương lai Phật không hề diệt mất. Cho nên dựa vào ba đời mà chỉ bày việc gần, hiển lộ việc xa. Những lợi ích như vậy không chỉ riêng có với Phật Thích-ca Mâu-ni, tất cả chư Phật cũng đều như vậy. Cho nên tóm kết lại mà nói việc lời Phật không hư dối.

Trong tổng phần thuyết chánh pháp không nói về đời tương lai, trong kệ tụng nói thí dụ có đề cập đến. Đại lược là như vậy. [Phần thứ nhất có 2 tổng đoạn.]

▣ Tổng đoạn thứ nhất nói về làm lợi ích chúng sanh trong quá khứ, kinh văn có 2 đoạn. Thứ nhất là từ câu *"Các ông hãy chú tâm lắng nghe thật kỹ về sức thần thông sâu kín..."* trở đi, nêu ra sự bám chấp vào cách hiểu gần đây của chúng sanh. Thứ hai là từ câu *"Nhưng này các thiện nam tử..."* trở đi là bác bỏ [cách hiểu] việc gần, hiển lộ việc xa xưa.

◆ Đoạn thứ nhất lại chia làm 3 tiểu đoạn. Thứ nhất là nêu pháp mê lầm, thứ hai là nêu chúng mê pháp, thứ ba là nêu ý nghĩa đã mê từ xa xưa.[1]

Kinh văn nói *"sức thần thông sâu kín"*, vì một thân Phật tức là ba thân, đó gọi là *sâu*; ba thân Phật tức là một thân, đó gọi là *kín*. Lại nữa, những gì thuở xưa không thuyết dạy gọi là *kín*; chỉ riêng Phật tự rõ biết gọi là *sâu*.

*"Sức thần thông"* tức là chỗ hoạt dụng của ba thân. *"Sức"* là năng lực vận dụng tự do tự tại, tức là Ứng thân; *"thần"* là lý tự nhiên bất động, tức là Pháp tánh thân; *"thông"* là trí tuệ không ngăn ngại, không thể nghĩ bàn, tức là Báo thân. Chư Phật ba đời đều có đủ ba thân, nhưng trong các phần giáo pháp [phương tiện] giữ kín [điều này] không truyền dạy, nên tất cả trời, người, a-tu-la trong thế gian đều cho rằng Phật chỉ vừa mới có được ba thân từ khi thành đạo dưới cội cây Bồ-đề. Do vậy mà bám chấp nơi việc [thành đạo] gần đây mà nghi ngờ việc [Phật vốn thành đạo từ bản nguyên] lâu xa. Câu này nói về bản nguyên, không

---

[1] Văn Cú không phân đoạn cụ thể mà chỉ phân biệt 3 ý, có lẽ vì mạch văn đã rõ ràng. Thứ nhất, nói về pháp sâu kín mà đại chúng không hiểu được, tứ là nêu pháp mê (出所迷法 - xuất sở mê pháp); thứ hai kể ra "tất cả chư thiên, loài người..." tức là nói chúng mê pháp (出能迷眾 - xuất năng mê chúng); thứ ba, "Đức Phật Thích-ca Mâu-ni hiện nay..." tức là nói rõ sự mê lầm đã từ xa xưa (出迷遠之謂 - xuất viễn mê chi vị), đó là việc cho rằng Phật chỉ mới vừa thành đạo.

đề cập hàng Nhị thừa, chỉ nói với Bồ Tát, vì Bồ Tát ở trong *"tất cả trời, người, a-tu-la"* thuộc 3 đường lành, còn [chúng sanh] trong 3 cảnh giới xấu ác thì tội nghiệp nặng nề, căn cơ trì độn, trí tuệ cạn cợt, không biết nói ra như vậy.[1] Cho nên Đại phẩm Bát-nhã nói "Đại thừa thù thắng vượt ngoài trời, người, a-tu-la", cũng không nói đến ba đường ác.

Bồ Tát [trong phẩm này nói] có 3 hạng: Bồ Tát ở phương dưới đến, Bồ Tát từ các phương khác đến và Bồ Tát từ lâu đã trụ ở cõi này.

Bồ Tát ở phương dưới tức là những vị được Phật giáo hóa từ bản nguyên xa xưa, cho nên không nói ra việc bám chấp rằng Phật thành đạo gần đây.

Bồ Tát từ các phương khác đến và Bồ Tát đã trụ lâu ở cõi này lại cũng có 2 hạng.

- Thứ nhất là các Bồ Tát từ pháp thân ứng hóa sanh ra. Những vị này trong đời trước đã chứng được pháp nhẫn vô sanh, hoặc trước đây đã được nghe [Phật] nêu việc hiện nay để hiển bày chỗ bản nguyên; ví như chưa được nghe thì khi báo thân đã dứt, thọ thân pháp tánh, ở địa vị pháp thân cũng sẽ tự mình được nghe thuyết dạy [về thọ mạng] lâu dài [của Như Lai]. Cho nên hạng Bồ Tát từ Pháp thân ứng hóa sinh ra thì phần nhiều không nói lời bám chấp [việc Phật mới thành đạo] gần đây.
- Thứ hai là hạng Bồ Tát mới đạt được pháp nhẫn vô sinh trong đời này, cùng với những vị chưa đạt được pháp nhẫn vô sinh, cả 2 hạng đều nói những lời [bám chấp] như vậy.

◆ Đoạn thứ hai từ câu *"Nhưng này các thiện nam tử, thật ra ta thành Phật đến nay..."* nêu rõ việc phá chấp trừ mê để làm rõ bản nguyên từ xa xưa. Phần kinh văn trước răn dạy *"nên tin hiểu lời chân thật"* chính là lời này.

---

[1] Tức là chỉ việc "cho rằng Phật chỉ vừa mới có được ba thân từ khi thành đạo dưới cội cây Bồ-đề".

Phần này lại chia làm hai tiểu đoạn. Thứ nhất là làm rõ việc xa xưa, thứ hai là từ câu *"Từ đó đến nay, ta thường..."* trở đi, nêu những sự giáo hóa thích hợp để làm lợi ích chúng sanh trong quá khứ.

❖ Tiểu đoạn thứ nhất lại có 2 phân đoạn. Thứ nhất là thuyết chánh pháp để làm rõ việc xa xưa; thứ hai là nêu thí dụ việc suy lường cụ thể nội dung thuyết pháp. Từ khi thành Phật đến nay đã hết sức lâu xa, tức là bác bỏ ý nghĩa mới thành Phật gần đây ở Bồ-đề đạo tràng.

▪ Phân đoạn thứ nhất phá trừ việc gần, hiển bày việc xa, lược nêu có 10 ý, như trong *Pháp hoa huyền nghĩa* đã nói. Đại lược là như vậy.

Ý chính của phần này là để phá sự bám chấp việc gần đây, hiển bày việc xa xưa. Phá việc gần đây là nói đối với tình chấp trừ bỏ nơi việc gần, làm rõ việc xa xưa, trừ bỏ những lời dạy [phương tiện về việc thành đạo] gần đây.

**KINH VĂN**

**"Ví như có người lấy năm trăm ngàn muôn ức na-do-tha a-tăng-kỳ cõi thế giới đại thiên nghiền nát thành bụi nhỏ, [rồi mang theo] đi về hướng đông, qua năm trăm ngàn muôn ức na-do-tha a-tăng-kỳ cõi nước mới để rơi một hạt bụi; cứ đi mãi như thế cho đến khi rơi hết số bụi ấy. Này các thiện nam tử, các ông nghĩ sao, những thế giới như vậy có thể tính toán, suy xét đếm kể để biết được số lượng hay chăng?"**

**Bồ Tát Di-lặc và đại chúng cùng bạch Phật: "Bạch Thế Tôn! Những thế giới như vậy là vô lượng vô biên, không thể dùng phép tính toán để biết được, cũng không phải phạm vi tâm trí có thể suy xét đến. Cho dù tất cả các vị Thanh văn, Duyên giác dùng trí vô lậu cũng không thể suy xét biết được hạn lượng. Chúng con dù đã trụ nơi địa vị Bất thối nhưng đối với việc này cũng không thể thấu hiểu. Bạch Thế Tôn, những thế giới như vậy là vô lượng vô biên."**

**Lúc bấy giờ, đức Phật bảo chúng Đại Bồ Tát: "Này các thiện nam**

**tử! Nay ta sẽ nói thật rõ ràng với các ông: Nếu mang những thế giới [về phương đông] có bụi rơi xuống và cả những thế giới không có bụi rơi xuống,[1] tất cả đều nghiền nát ra thành bụi nhỏ, mỗi hạt bụi tính là một kiếp, thì thời gian ta thành Phật đến nay còn nhiều hơn số kiếp đó trăm ngàn muôn ức na-do-tha a-tăng-kỳ kiếp.**

▪ Phân đoạn thứ hai nêu thí dụ lại chia làm 3 ý. Thứ nhất là nêu thí dụ để hỏi; thứ hai là [đại chúng] đáp lại; thứ ba là nêu nghĩa tương hợp với thí dụ để làm rõ nghĩa lâu xa.

◆ [Ý thứ nhất nêu thí dụ để hỏi], các kinh khác hoặc rằng số [kiếp] không thể nói hết, hoặc lấy bụi, cát... làm thí dụ, so với [cách thí dụ] ở đây còn nhiều hơn nữa. Chỉ riêng những thế giới có *"để rơi một hạt bụi"* đã là không thể nói hết, huống chi còn thêm những thế giới không để rơi bụi lên, lại có thể nói hết sao? Lại những thế giới có để rơi bụi và không để rơi bụi ấy đã là không thể nói hết, thì số bụi từ những thế giới ấy nghiền nát ra lại có thể nói hết sao? Huống chi lại còn nhiều hơn cả số đó, lại có thể nói hết sao?

◆ Ý thứ hai từ câu *"Bồ Tát Di-lặc và đại chúng..."* trở đi là [đại chúng] đáp lại, nêu cả 3 hạng không thể rõ biết [số lượng trong thí dụ, gồm Thanh văn, Duyên giác và Bồ Tát].

◆ Ý thứ ba nêu nghĩa tương hợp với thí dụ thì y theo kinh văn có thể hiểu được.

---

[1] Kinh văn nói: "是諸世界若著微塵及不著者 - Thị chư thế giới nhược trước vi trần cập bất trước giả..." Vì kinh văn đang nói đến các thế giới về phương đông nên có thể ngầm hiểu được, đồng thời cũng nhắc lại các thế giới mà người kia đi qua có làm rơi một hạt bụi lên đó gọi là "trước vi trần" (dính bụi), và tính luôn cả những thế giới mà người ấy không làm rơi bụi, gọi là "bất trước vi trần" (không dính bụi), nghĩa là không đi qua. Chữ "及 - cập" có nghĩa là "tính luôn, tính cả vào" chứ không có nghĩa thay thế như chữ "或 - hoặc", như vậy để thấy rằng số lượng lớn hơn rất nhiều. Các bản dịch cũ đi sát theo nghĩa đen và dịch là "hoặc dính vi trần hoặc chẳng dính", không diễn tả đúng ý nghĩa kinh văn. Bản Anh ngữ của H. Kern dịch từ Phạn ngữ diễn đạt ý này là "those worlds where that man deposits those atoms of dust and where he does not" (những thế giới mà người kia có làm rơi bụi và những nơi ông ấy không làm rơi bụi).

**KINH VĂN**

**"Từ đó đến nay, ta thường ở tại thế giới Ta-bà này thuyết pháp giáo hóa, lại cũng ở nơi trăm ngàn muôn ức na-do-tha a-tăng-kỳ cõi nước khác dẫn dắt làm lợi ích cho chúng sinh.**

**"Này các thiện nam tử! Trong khoảng thời gian ấy, ta nói về những vị như Phật Nhiên Đăng v.v. lại nói việc các vị Phật ấy nhập Niết-bàn, như vậy đều là dùng phương tiện phân biệt để [giáo hóa].**

**"Này các thiện nam tử! Nếu có chúng sanh nào tìm đến chỗ ta, ta sẽ dùng Phật nhãn quán xét các căn lành như niềm tin, [sức tinh tấn] v.v. để xem là nhanh nhạy hay chậm lụt, rồi tùy chỗ thích hợp có thể hóa độ, ở mỗi nơi ta đều nói ra danh hiệu khác nhau, tuổi tác khác nhau, cũng thị hiện nói sẽ nhập Niết-bàn, lại dùng đủ mọi phương tiện thuyết dạy giáo pháp vi diệu, có thể khiến cho chúng sinh khởi tâm hoan hỷ.**

❖ Tiểu đoạn thứ hai từ câu *"Từ đó đến nay, ta thường ở tại..."* trở đi, nêu việc giáo hóa thích hợp làm lợi ích chúng sanh. Tiểu đoạn này chia làm 3 phân đoạn. Thứ nhất là nêu rõ những nơi Phật làm lợi ích chúng sanh. Thứ hai là quét sạch mối nghi về hình tích nói trên. Thứ ba là từ câu *"Này các thiện nam tử! Nếu có chúng sanh nào tìm đến chỗ ta..."* trở đi, nêu ý chính về sự giáo hóa thích hợp làm lợi ích chúng sanh.

▪ Phân đoạn thứ nhất cần nêu rõ những nơi Phật giáo hóa làm lợi ích, vì phần trước nói đã thành Phật từ rất lâu xa [nhưng không nói] ở những nơi nào. Cho nên phần này nêu *"thường ở tại thế giới Ta-bà này"* cùng với các cõi nước khác mà làm các Phật sự, y theo kinh văn có thể hiểu được.

▪ Phân đoạn thứ hai từ câu *"Này các thiện nam tử! Trong khoảng thời gian ấy..."* trở đi là quét sạch sự nghi ngờ bám chấp vào hình tích như trên, gồm có nghi nơi nhân và nghi nơi quả. Trước đây Phật thị hiện hình tích dạy việc tu hành tạo nhân nơi này nơi kia, lại nói ở nơi này nơi kia được thụ ký, tức là nghi nơi quả; nay quét sạch đi mối nghi này. Lại dẫn việc nêu Phật Nhiên Đăng... tức là quét sạch mối nghi về nhân. Lại nói về việc nhập Niết-bàn của các đức Phật ấy, tức là quét sạch mối nghi về quả. Những việc nhân quả như vậy cũng chẳng phải là một điều, tất cả do Phật phương tiện nói ra, chưa phải nghĩa chân thật rốt ráo, cho nên nói là quét sạch lòng nghi.

Hoặc có người nói, đức Thích-ca dùng phương tiện nói rằng "Phật Nhiên-đăng là thầy của ta", nhưng thật sự đó chính là đức Thích-ca hóa hiện thành. Vốn không sanh hóa hiện có sanh, vốn không diệt hóa hiện có diệt, cho nên kinh văn nói "lại nói việc các vị Phật ấy nhập Niết-bàn".

Nay cho rằng không phải như vậy, chỉ theo cách giải thích trước đây. Vì sao vậy? Vì Phật Nhiên Đăng vào thời ấy duyên đã thuần thục, nên dùng hình tượng Phật để giáo hóa; còn Phật Thích-ca duyên chưa thuần thục, nên chỉ làm Bồ Tát theo Phật được thụ ký. Được thụ ký tức là nghĩa quả; tu hành công hạnh tức là nghĩa nhân. Hiểu rõ kinh văn thì tự thấy đã đầy đủ ý nghĩa. Kinh văn nói "các vị Phật ấy" tức là nói [các vị Phật] trong khoảng thời gian giáo hóa ở giữa, không phải chỉ nói Phật Nhiên Đăng.

Lại nói việc làm lợi ích chúng sanh trong khoảng thời gian ở giữa; tức là lợi ích từ hình tướng và lợi ích từ âm thanh. Nếu chỉ nói Phật Nhiên Đăng thì ở đây có lợi ích từ hình tướng. "Lại nói việc các vị Phật ấy nhập Niết-bàn", Phật đã nhập Niết-bàn rồi thì có sự trợ giúp hoằng dương giáo hóa, tức là có lợi ích từ âm thanh. Như vậy thì những lợi ích từ hình tướng và âm thanh đều thuộc về nhân trong khoảng thời gian ở giữa. Đã có hình tướng và âm thanh sanh ra, sanh ấy tất nhiên có diệt; diệt tức là nhập Niết-bàn, gọi đây là quả; không thể nói là ở khoảng trung gian ấy đã thành quả Phật rồi. Vì sao vậy? Vì trước hội Pháp hoa chưa nói việc [Thanh văn] thành Phật, làm sao có sự nghi ngờ đối với quả Phật?

Các nhà cựu giải cho rằng Phật Nhiên Đăng là do Phật Thích-ca hóa hiện thành, như vậy cũng không phải là hiểu. Trước khi thuyết Pháp hoa, kinh điển chưa nói việc đã thành Phật từ xa xưa, có giáo pháp nào nói Phật Nhiên Đăng là do Phật Thích-ca hóa hiện mà phải quét trừ mối nghi này?

▪ Phân đoạn thứ ba từ câu *"Này các thiện nam tử! Nếu có chúng sanh nào tìm đến chỗ ta..."* trở đi là ý chính nêu việc giáo hóa thích hợp làm lợi ích chúng sanh. Đoạn này có 2 ý. Thứ nhất là nói nghĩa cảm ứng, thứ hai là nêu việc thi hành giáo hóa.

◆ Ý thứ nhất, kinh văn nói *"tìm đến chỗ ta"* tức là nói những chúng sanh thuộc cả 2 căn cơ tiệm và đốn,[1] tức ngấm ngầm phù hợp với Pháp thân. *"Dùng Phật nhãn quán xét"*, nghĩa là đã thành Phật từ lâu xa, dùng Phật nhãn soi xét thì không có sai sót, từ đó mới khởi lên Liệt ứng thân hoặc Thắng ứng thân, phù hợp để làm lợi ích chúng sanh.

Căn cơ hiền thiện có 2 năng lực. Thứ nhất là chiêu cảm hoa báo[2] trong hai cõi trời, người. Thứ hai là chiêu cảm quả báo trong Phật đạo. Nếu dùng pháp nhãn để quán xét thì rõ biết được muôn duyên lành, dù nặng hay nhẹ cũng đều đạt được hoa báo, nhưng không thể rốt ráo rõ biết những duyên ấy cuối cùng đạt được quả báo trí tuệ giải thoát. Nếu dùng Phật nhãn soi chiếu trọn vẹn muôn điều lành thì rõ biết cặn kẽ từ đầu đến cuối. Kinh này xuyên suốt nêu rõ việc dùng Phật nhãn quán xét rõ biết muôn

[1] Căn cơ tiệm và đốn: tiệm căn nghĩa là căn cơ có khả năng chứng ngộ qua sự tu tập dần dần, từng bước từ thấp lên cao; đốn căn là căn cơ có khả năng trực ngộ, đốn ngộ tức thời, không cần phải trải qua sự tu tập dần dần.

[2] Hoa báo: quả báo có ngay trong đời hiện tại, hoặc đến nhanh hơn các quả báo về sau, ví như hoa có trước rồi sau mới có quả. Cùng một việc thiện sẽ chiêu cảm hoa báo trước, rồi về sau tiếp tục được quả báo.

điều lành của chúng sanh rốt ráo đều được thành Phật. Đây là ý nghĩa chính của việc lớn lao là chư Phật ra đời.

Kinh văn nói *"các căn lành như niềm tin..."* tức là nói đến cả 5 căn[1] bao gồm tín căn. Tuệ căn là liễu nhân, tức nhân rốt ráo, các căn khác là duyên nhân, tức nhân hỗ trợ. Cả hai nhóm căn lành này, mỗi nhóm đều chia ra có nhanh nhạy, có trì độn, bao quát hết thảy các cơ duyên đốn, tiệm.

Đốn cơ gồm cả nhanh nhạy và trì độn, tức là các căn cơ của Viên giáo, Biệt giáo; tiệm cơ gồm cả nhanh nhạy và trì độn, tức là cơ duyên của Tạng giáo, Thông giáo. Lại nữa, căn cơ Tiểu thừa gọi là trì độn, so với căn cơ Đại thừa gọi là nhanh nhạy. Lại nữa, căn cơ Tiểu thừa gọi là nhanh nhạy, so với căn cơ của nhân thừa và thiên thừa là trì độn. Chúng sanh trong mười pháp giới có các căn lành, lấy sự nhanh nhạy hay trì độn gọi là cơ. Không nói đến các pháp xấu ác, vì pháp xấu ác không phải duyên nhân, không phải liễu nhân. Như Lai soi chiếu hết thảy căn cơ hiền thiện trong mười pháp giới, "rồi tùy chỗ thích hợp có thể hóa độ" mà hóa hiện hình tướng, âm thanh để làm lợi ích chúng sanh.

◆ Ý thứ hai từ câu *"ở mỗi nơi ta đều nói ra danh hiệu khác nhau..."* trở đi nêu việc ứng hóa thích hợp, lại có 2 tiểu ý. Trước nói việc dùng hình tướng, âm thanh làm lợi ích, sau nói chúng sanh được lợi ích hoan hỷ.

✦ Tiểu ý thứ nhất lại có 2 điều. Thứ nhất là nêu việc không có sinh mà hóa hiện sinh; thứ hai là nêu việc không phải diệt mà hóa hiện diệt.

○ *"Ở mỗi nơi ta đều nói ra danh hiệu khác nhau..."*, hình tướng đã hóa hiện thì có tên gọi; nhân nơi tên gọi mà nêu tánh thể. Căn cơ [chúng sanh] có chỗ cao thấp nên hình tướng hóa hiện cũng có hơn kém; hình tướng khác biệt nên tên gọi không giống nhau.

---

[1] 5 căn bao gồm: tín căn, tinh tấn căn, niệm căn, định căn và tuệ căn.

*"Tuổi tác khác nhau"* cũng tức là hình tướng hơn kém nhau. Hình tướng hơn tức là Thắng ứng thân; hình tướng kém tức là Liệt ứng thân. Tên gọi không giống nhau tức là hai vị Phật hóa hiện tuổi thọ có hạn lượng và không hạn lượng. *"Ở mỗi nơi"*, nói theo thời gian tức là các cõi nước trong quá khứ đã tu hành nhân địa; nói theo không gian tức là các cõi nước trong mười phương. Nói tên gọi không giống nhau là dựa theo các cõi nước trong từng thời gian. Lại có pháp sinh ra tên gọi không giống nhau, như ứng thân hiện nay so với Phật Nhiên Đăng trong quá khứ. Nếu dựa theo các cõi nước trong không gian thì cũng có tên gọi của pháp sinh ra, như ứng thân Phật hiện nay so với chư Phật phân thân, lại như trong kinh Hoa nghiêm, phẩm Danh hiệu Như Lai[1] kể ra biết bao nhiêu danh hiệu khác nhau của đức Phật Thích-ca Mâu-ni.

Lại như trong các kinh giải thích rằng, Phật có ba thân, danh hiệu không giống nhau, cho nên pháp thể của mỗi danh hiệu cũng đều khác biệt; hoặc nói Tỳ-na, hoặc Xá-na, hoặc Thích-ca... Pháp thân Phật thì gọi là Thật tướng như như, Đệ nhất nghĩa, Bát-nhã, Lăng-nghiêm... dùng những cách so sánh như vậy. Đây là nói dựa vào thân thị hiện trong pháp giới Phật có danh hiệu khác biệt nhau. Nếu nói về thân thị hiện trong 9 pháp giới khác thì danh hiệu rất nhiều, có thể dùng ý "vô lượng vô biên" để hiểu được.

*"Tuổi tác khác nhau"* tức là nêu nghĩa thọ mạng dài, ngắn. Theo như phần trước nói sự hóa hiện ứng thân của Phật; hoặc nói tuổi thọ 2 muôn, như thời Phật Ca-diếp; hoặc nói tuổi thọ 8 muôn, như thời đức Phật Di-lặc... đó là bổ sung cho nhau để nêu tuổi tác lớn nhỏ, theo thời gian hay không gian có thể biết được. Còn về Pháp thân, Báo thân và Ứng thân Phật thọ mạng dài ngắn thì như trong Pháp hoa

---

[1] Nguyên tác Văn Cú gọi là "華嚴十號中 - Hoa nghiêm Thập hiệu trung", nhưng nội dung được đề cập là trong phẩm Danh hiệu Như Lai (如來名號品). ĐCT, T10, 279, tr.57c.

huyền nghĩa đã nói. Đại lược là như vậy. Hoặc nói ba thân so sánh nhau để luận tuổi tác lớn nhỏ; hoặc nói 3 thân riêng biệt thì mỗi thân đều là nhỏ, hợp chung lại mà nói thì gọi là lớn, cũng ví như cụm ba dấu chấm.[1] Đại lược là như vậy. Đây đều là vì những chúng sanh thích hợp cần hóa độ mà ứng hiện thân cùng với tuổi thọ dài hoặc ngắn.

● *"Cũng hiện nói sẽ nhập Niết-bàn"*, là đối với những chúng sanh cần phải diệt độ mới có thể hóa độ liền hiện tướng diệt độ, khiến cho họ lưu luyến khát ngưỡng mà được giải thoát. Ý nghĩa này được nêu ra trong phần nói thí dụ ở sau.

*"Lại dùng đủ mọi phương tiện thuyết dạy giáo pháp vi diệu"*, tức là thị hiện âm thanh làm lợi ích. [Thị hiện] thân nhỏ bé, tuổi thọ ngắn ngủi tức là thuyết tiệm giáo, nên nói là *"dùng đủ mọi phương tiện"*; thân cao lớn, tuổi thọ lâu dài tức là thuyết đốn giáo, nên nói *"giáo pháp vi diệu"*.

✦ Tiểu ý thứ hai, tuy ban sơ dùng tiệm giáo nhưng cuối cùng đều khiến cho thể nhập Đại thừa, nên nói là *"khiến cho chúng sinh đều khởi tâm hoan hỷ"*. Do đó sự hoan hỷ này tức là thi hành giáo hóa mang lại lợi ích. Đức Phật y theo bốn tất đàn để thi hành hai sự lợi ích từ hình tướng và âm thanh; chúng sanh được 4 sự lợi ích,[2] [chẳng hạn như] căn cơ xứng hợp thì vui, căn cơ trái nghịch thì buồn khổ... Kinh văn phần sau nói *"đều là chân thật không hư dối"* tức là ý nghĩa này.

---

[1] Văn Cú nói "例三默 - lệ tam mặc" (cũng ví như 3 lần im lặng) dường như không phù hợp với ý nghĩa trong ngữ cảnh. Văn Cú ký không giải thích nhưng khi chép lại đoạn này lại viết là "例三點 - lệ tam điểm" (cũng ví như cụm 3 dấu chấm), có nghĩa phù hợp hơn, như 3 dấu chấm nếu nhìn riêng rẽ thì mỗi chấm đều nhỏ, kết hợp thành một cụm thì là lớn.

[2] Bốn lợi ích: tức là tương ứng với 4 tất đàn: Thế giới tất đàn giúp chúng sanh hoan hỷ (vì xứng hợp căn cơ); vị nhân tất đàn giúp chúng sanh tăng trưởng căn lành; đối trị tất đàn giúp chúng sanh phá trừ tà kiến; đệ nhất nghĩa tất đàn giúp chúng sanh chứng nhập chân lý.

**KINH VĂN**

**"Thiện nam tử! Đức Như Lai thấy có những chúng sanh ưa thích pháp nhỏ, cấu nhiễm sâu dày, phước đức mỏng manh, nên vì những người ấy mà nói: 'Ta xuất gia khi nhỏ tuổi, sau đó chứng đắc quả Vô thượng Chánh đẳng Chánh giác.' Nhưng thật ra ta thành Phật từ lâu xa như đã nói trên, vì dùng phương tiện giáo hóa chúng sanh giúp họ thể nhập đạo Phật nên mới nói ra như vậy.**

**"Này các thiện nam tử! Những kinh điển mà Như Lai giảng giải đều là vì độ thoát chúng sanh; hoặc nói đó là thân mình, hoặc nói là thân Phật khác; hoặc thị hiện thân mình, hoặc thị hiện thân Phật khác; hoặc thị hiện việc của mình, hoặc thị hiện việc của Phật khác; những điều nói ra như vậy đều là chân thật không hư dối."**

▣ Tổng đoạn thứ hai từ câu *"Thiện nam tử! Đức Như Lai thấy có những chúng sanh..."* trở đi là sức mạnh mẽ phấn chấn như sư tử [của Như Lai] làm lợi ích chúng sanh trong hiện tại. Pháp tam-muội này[1] có 10 công đức.

- Thứ nhất là phân biệt được căn cơ của người khác đã thuần thục hay chưa, có thanh tịnh hay không.
- Thứ hai là dùng Pháp luân của Như Lai để giáo hóa những ai chưa được độ, khiến tất cả đều vào được chánh pháp và giới luật.
- Thứ ba là đại nguyện rộng khắp mười phương, âm thanh cũng vậy; hoặc một âm thanh vang khắp, hoặc trăm ngàn muôn âm thanh đều lan tỏa khắp nơi, giáo hóa tất cả các loài chúng sinh.
- Thứ tư là chuyển bánh xe pháp vô thượng, hóa độ chúng sinh khiến đều đạt đến chỗ diệt độ; duy nhất chỉ Phật chuyển pháp luân được như vậy, người khác không thể.

---

[1] Tức là nói pháp Tam-muội Sư tử phấn chấn (師子奮迅三昧). Đại trí độ luận có nói đến pháp tam-muội này: "菩薩依八背捨、九次第定，入師子奮迅三昧。- Bồ Tát y bát bội xả, cửu thứ đệ định, nhập sư tử phấn chấn tam-muội." Xem mô tả đầy đủ trong ĐCT, T25, 1509, tr.628a, d.20-26.

- Thứ năm là có thể thị hiện xuất gia, cạo bỏ râu tóc, giữ giới thanh tịnh, cũng có thể khiến người khác ưa thích làm theo.
- Thứ sáu là tánh thể, công hạnh đều hợp với không tịch.
- Thứ bảy là phóng hào quang hoặc thị hiện Niết-bàn; hoặc trụ thế, hoặc diệt độ; hoặc thị hiện tướng tốt, hoặc ẩn giấu tướng tốt.
- Thứ tám là hàng phục bốn loại ma.[1]
- Thứ chín là khiến người khác thể nhập yếu chỉ tối thượng, tăng trưởng chỉ và quán.
- Thứ mười là đầy đủ căn bản mười nghiệp lành, gồm ba nghiệp của thân, bốn nghiệp của khẩu, ba nghiệp của ý.[2]

Kinh văn phần này chia làm 2 đoạn. Thứ nhất là nêu cơ duyên chúng sanh chiêu cảm; thứ hai là nói sự cảm ứng hóa hiện.

◆ [Đoạn thứ nhất nêu cơ duyên chúng sanh chiêu cảm.] *"Như Lai thấy"* tức là dùng Phật nhãn soi chiếu; *"có những chúng sanh ưa thích pháp nhỏ"*, là chỗ thấy được căn cơ chúng sanh. Kinh Hoa nghiêm nói: "Đại chúng tuy đã thanh tịnh nhưng vẫn còn những người khác ưa thích pháp nhỏ, nếu nghe pháp Đại thừa sẽ sanh tâm nghi ngờ

---

[1] Bốn loại ma (四魔 - tứ ma), hay tứ chủng ma. Bao gồm: ma cõi trời (天魔 - thiên ma), tức Tha hóa tự tại thiên tử ma, cũng tức là Ma vương Ba-tuần; ma năm ấm (五陰魔 - ngũ ấm ma), tức là sự ràng buộc, phụ thuộc, bám chấp vào năm ấm (sắc, thọ, tưởng, hành, thức); ma chết (死魔 - tử ma), là cái chết luôn chực chờ cướp mất sinh mạng của chúng sanh, gián đoạn sự tu tập; và ma phiền não (煩惱魔 - phiền não ma), tức các phiền não như tham lam, sân hận, si mê... quấy nhiễu tâm an định, thôi thúc chúng sanh làm các việc xấu ác.

[2] Mười nghiệp lành (十善 - thập thiện): bao gồm ba nghiệp của thân là không giết hại, không trộm cướp, không tà dâm; bốn nghiệp của khẩu là không nói dối, không nói hai lưỡi, không nói độc ác, không nói thêu dệt vô nghĩa; ba nghiệp của ý là không tham lam, không sân hận, không si mê.

hối tiếc, suốt đêm dài sinh tử suy sụp buồn lo; vì thương những người ấy nên lặng yên chưa thuyết dạy."

Lời kệ nói rằng:

*"Kẻ khác mới tu hành,*
*Trí tuệ chưa sáng tỏ;*
*Nương thức, chẳng nương trí.*
*Nghe rồi lo, hối tiếc,*
*Sẽ rơi vào đường ác,*
*Thương họ nên không thuyết."*[1]

Xét như kinh [Hoa nghiêm] ấy không có hàng Thanh văn Nhị thừa, chỉ nói đến những người tu hành chưa được lâu mà gọi là ưa thích pháp Tiểu thừa. Đại sư[2] nói: "Ưa thích pháp nhỏ không phải người tu Tiểu thừa, mà là những người ưa thích pháp hình tích gần đây[3] cho nên nói là nhỏ đó thôi."

Nay sẽ nói bao quát tất cả, đó là: tham muốn ưa thích 25 cảnh giới hiện hữu là căn cơ của hàng trời người, *"tìm đến chỗ ta"* gọi là *"pháp nhỏ"*; tham muốn ưa thích Niết-bàn, mong cầu tự giải thoát, tức là căn cơ của hàng Nhị thừa *"tìm đến chỗ ta"* cũng gọi là ưa thích pháp nhỏ; ưa thích Phật đạo tuần tự thứ lớp, quanh co xoay vòng, tức là căn cơ của hàng Bồ Tát Tạng giáo *"tìm đến chỗ ta"*, cũng gọi là ưa thích pháp nhỏ.

*"Phước đức mỏng manh"* là 2 pháp lành duyên nhân và liễu nhân công năng hoạt dụng còn yếu ớt. Như kinh văn phần sau nói các con [của thầy thuốc] còn thơ dại.

---

1 Văn cú trích dẫn kinh văn và kệ tụng này từ Đại phương quảng Phật Hoa nghiêm kinh (大方廣佛華嚴經), quyển 23 (bản 60 quyển), nhưng chỉ trích đại lược ý kinh, không dẫn nguyên văn. Xem đầy đủ tại ĐCT, T9, 278, tr.543b, d.19-29.

2 Tức chỉ Đại sư Nam Nhạc Huệ Tư (南嶽慧思), thầy của ngài Trí Khải.

3 Văn Cú dùng "近說 - cận thuyết" để chỉ những giáo pháp Phật dạy thuộc Tích môn, dựa vào sự thị hiện thành đạo gần đây; khác với "viễn thuyết" là nói Phật đã thành đạo từ rất lâu xa trong quá khứ. Do nghĩa đó nên không xem những người ưa thích pháp này là thuộc Tiểu thừa.

*"Cấu nhiễm sâu dày"* là chưa dứt trừ được kiến hoặc và tư hoặc.

**Hỏi**: [Đức Phật] không phải sinh mà thị hiện có sinh ra, thi hành cả 2 cách giáo hóa đốn giáo và tiệm giáo, hàng bảy phương tiện có thể nói là ưa thích pháp nhỏ, còn căn cơ mà viên giáo, đốn giáo hướng đến lẽ ra phải là ưa thích pháp Đại thừa, vì sao lại nói chung đều là ưa thích pháp nhỏ?

**Đáp**: Phần trước chỉ nói lược qua ý nghĩa, nay sẽ giải thích rộng. Nói chung có 4 ý nghĩa.

Thứ nhất là dựa vào quá khứ, [những người này] tuy phát tâm Đại thừa mà không chuyên cần, tinh tấn, nhiều vướng mắc nơi tham dục xấu xa, không thể vượt thoát khỏi thế tục, nên gọi tham dục xấu xa đó là pháp nhỏ.

Thứ hai là dựa vào hiện tại, như khi Phật chưa ra đời, chư thiên và loài người [trong hạng này] tuy có cơ duyên Đại thừa nhưng tâm nhiễm thế tục, ưa thích bám chấp các tà kiến, cho nên gọi là ưa thích pháp nhỏ.

Hai ý nghĩa này tương đồng với phần sau nêu thí dụ [những đứa con uống nhầm thuốc độc] "lăn lộn trên mặt đất".

Thứ ba là dựa vào sự tu hành, tuy không ưa thích pháp nhỏ cùng những tham dục xấu xa trong ba cõi, nhưng lại ưa thích sự đoạn diệt của ba thừa[1] nên cũng gọi là pháp nhỏ; tuy không ưa thích các quả vị thấp kém cạn cợt trong ba thừa, nhưng lại ưa thích các pháp tu tuần tự của Biệt giáo hướng đến Nhất thừa, không thể một lòng rộng tu theo pháp Viên giáo đốn ngộ, cho nên gọi là ưa thích pháp nhỏ.

---

[1] Nguyên tác là "三乘灰斷 - tam thừa hôi đoạn", tức là chỉ khuynh hướng "灰身滅智 - hôi thân diệt trí" của hàng Tam thừa, cầu đoạn diệt khi chưa đạt đến giải thoát rốt ráo.

Cả 3 ý nghĩa trên đều là dựa vào nhân môn để nêu việc ưa thích pháp nhỏ. Ý nghĩa thứ tư là dựa vào quả môn.[1] Ưa thích nghe pháp nhỏ nói việc thành đạo gần đây, [rằng Phật] ra khỏi cung điện của dòng họ Thích rồi mới đạt được quả vị Bồ-đề, không ưa thích nghe về đạo lớn lao sâu xa [nói việc đã thành Phật từ] rất lâu, cho nên nói là ưa thích pháp nhỏ. Tâm nhỏ hẹp này không phải ngày nay mới có, vì nếu trước đây ưa thích Đại thừa thì Phật đã không thuyết dạy việc mới thành đạo gần đây. Thuyết dạy việc mới thành đạo gần đây chính là vì những người ưa thích pháp nhỏ.

◆ Đoạn thứ hai từ câu *"nên vì những người ấy mà nói..."* trở đi nói việc ứng thân hóa hiện trong hiện tại, lại chia ra làm 2 tiểu đoạn. Tiểu đoạn thứ nhất nói việc không có sinh mà thị hiện sinh ra; tiểu đoạn thứ hai nói việc không có diệt mà thị hiện diệt độ.

❖ Tiểu đoạn thứ nhất nói việc thị hiện sinh ra lại có 2 phân đoạn. Thứ nhất nói việc thị hiện sinh, thứ hai nói về lợi ích.

▪ Phân đoạn thứ nhất lại có 2 ý, thứ nhất nói thị hiện sinh, thứ hai nói không có sinh.

◆ Ý thứ nhất nói thị hiện sinh tức là bản tích thị hiện có sinh; nói không có sinh là không phải chỉ vừa mới sinh gần đây, chỉ vì những người [ưa thích pháp nhỏ] này nên nói rằng Phật chỉ vừa thành đạo gần đây.

Phần trước nói có 2 căn cơ nhanh nhạy và trì độn đều chiêu cảm pháp thân, nay tức hóa hiện cả thắng ứng thân và liệt ứng thân. Liệt ứng thân là cảm ứng với căn cơ trì độn; thắng ứng thân là cảm ứng với căn cơ nhanh nhạy. Hai ứng thân này đều có đủ hai thân là sinh thân và pháp thân.

---

[1] Nhân môn (因門) chỉ các pháp môn tu tập của hàng Bồ Tát tạo nhân giải thoát; quả môn (果門) chỉ các pháp môn nội chứng của chư Phật, là cảnh giới mà hàng Bồ Tát không thể nhận biết được.

Nay nói về hai thân của liệt ứng thân. Dùng trí tuệ chân chánh gá vào thai mẹ, vừa sinh ra liền đi bảy bước như lời thuật lại của Ca-chiên-diên Tử, cho đến trải qua 6 năm khổ hạnh; đó gọi là sinh thân sinh ra. Còn pháp thân sinh ra tức là dùng 34 tâm[1] dứt trừ hết sạch phiền não kết tập mà chứng đạt năm phần pháp thân.

Sinh thân của thắng ứng thân sinh ra thì như các kinh Hoa nghiêm, Đại Bát Niết-bàn... đã nói, là khi ở trong thai mẹ Ma-da vẫn thường thuyết giảng giáo pháp Đại thừa cho các vị Bồ Tát; vừa ra khỏi [thai mẹ] liền đi về mười phương, mỗi phương bảy bước. Đây gọi là sinh thân sinh ra. Còn pháp thân sinh ra là ở nơi đạo trường tịch diệt, với tâm sau cùng của Kim cương định[2] dứt trừ vô minh, đạt trí tuệ tương ưng của bậc Diệu giác, soi chiếu khắp cùng pháp tánh, muôn đức trọn đủ, chủng trí viên mãn soi sáng khắp cùng. Đây gọi là pháp thân sinh ra.

[Về thị hiện] xuất gia, đối với liệt ứng thân là ra khỏi căn nhà sinh tử phần đoạn, thắng ứng thân là ra khỏi cả hai căn nhà sinh tử phần đoạn và sinh tử biến dịch.

Về chứng đạo Bồ-đề, liệt ứng thân phát khởi các trí tuệ vô lậu là tận trí và vô sinh trí do chứng đạt bốn thánh đế có tạo tác,[3] đó gọi là Bồ-đề; thắng ứng thân thì soi chiếu đạo Nhất thật của ba đế,[4] đạt Nhất thiết chủng trí, đó là Bồ-đề.

---

[1] Tức 34 tâm cuối cùng của vị Bồ Tát, khởi sinh vào sát-na trước khi thành đạo, đã có giải thích ở phần trước, bao gồm 8 nhẫn, 8 trí, 9 vô ngại và 9 giải thoát.

[2] Nguyên tác là "金剛後心 - kim cương hậu tâm", chỉ tâm cuối cùng của vị Bồ Tát khi thành Phật, gồm 3 giai đoạn; nhập kim cương định vẫn còn là chúng sanh, xuất kim cương định là thành chánh giác. Giai đoạn trụ định viên mãn, ngay trước khi xuất định gọi là kim cương hậu tâm.

[3] Bốn thánh đế có tạo tác (有作四諦 - hữu tác tứ đế), tức là bốn thánh đế được thành tựu nhờ sự tu tập có tác ý.

[4] Ba đế (tam đế): tức giả đế, không đế và trung đế, chỉ ba sự nhận hiểu đúng thật nhờ tu tập các pháp quán giả, quán không và quán trung đạo.

◆ Ý thứ hai từ câu *"Nhưng thật ra ta thành Phật từ lâu xa..."* trở đi nêu rõ vốn thật không có sinh ra, chỉ là do hàng trời, người, a-tu-la nhìn thấy sinh thân và pháp thân [Phật] nên nói là vừa mới sinh ra. Điều đó không đúng, vì Phật đã đạt được sanh thân, pháp thân từ rất lâu rồi. Việc ngày nay sinh ra đó không phải thật sinh ra, cho nên nói *"từ lâu xa như đã nói trên"*. *"Như đã nói trên"* là lâu xa như phần trước đã dùng thí dụ để nói.

Từ câu *"vì dùng phương tiện giáo hóa chúng sanh..."* trở đi nêu ý: đã không phải thật sinh, vì sao lại thị hiện sinh ra? Đó là vì để làm lợi ích cho *"những chúng sanh ưa thích pháp nhỏ, cấu nhiễm sâu dày, phước đức mỏng manh"*, vì *"giúp họ thể nhập đạo Phật"*. Cho nên nói là *"dùng phương tiện giáo hóa chúng sanh nên mới nói ra như vậy"*. Vì không phải thật sinh mà thị hiện sinh ra, cho nên nói *"mới nói ra như vậy"*.

Các kinh khác bác bỏ việc sinh ra sinh thân của liệt ứng thân, cho là sinh mà không phải sinh, nhưng vẫn không bác bỏ việc sinh ra pháp thân của liệt ứng thân, sinh mà không phải sinh. Nay kinh Pháp hoa này chính là bác bỏ đến cả việc sinh ra pháp thân của thắng ứng thân, sinh mà không phải sinh. Vì sao vậy? Kinh nói *"thật ra ta thành Phật từ lâu xa như đã nói trên"*, cho nên biết rằng ngày nay việc sinh ra pháp thân của liệt ứng thân và thắng ứng thân đều bị bác bỏ, nên sinh mà không phải sinh; so với các kinh khác là mãi mãi khác biệt.

▪ Phân đoạn thứ hai từ câu *"Này các thiện nam tử! Những kinh điển mà Như Lai giảng giải..."* nêu việc thị hiện sinh ra làm lợi ích về hình tướng và âm thanh, có 2 ý. Trước nói về hình tướng, âm thanh; sau nói việc không hư dối.

◆ [Ý thứ nhất nói về hình tướng, âm thanh,] nêu việc thuyết pháp tức là dạy dỗ bằng âm thanh; chỉ bày tức là nêu quy củ bằng hình tướng. Hình tướng và âm thanh đều không ra ngoài hai nghĩa tự thân mình và thân Phật khác. Nếu nói pháp thân tức là *"nói đó là thân mình"*, nếu nói ứng thân tức là *"nói là thân Phật khác"*. Thêm nữa, nói gặp Phật Nhiên Đăng tức là *"nói đó là thân mình"*, nói Phật Nhiên Đăng là thầy ta tức là *"nói là thân Phật khác"*. Thị hiện chánh báo tức là *"thị hiện thân mình"*, thị hiện y báo tức là *"thị hiện thân Phật khác"*. Tùy theo ý người khác mà nói ra là thuyết về thân Phật khác, tùy theo ý mình nói ra là thuyết về tự thân mình. *"Thị hiện việc của mình hoặc thị hiện việc của Phật khác"* cũng đều phân biệt theo cách như vậy.

◆ [Ý thứ hai nói việc không hư dối], từ câu *"Những điều nói ra như vậy đều là chân thật không hư dối..."* lại có 2 tiểu ý. Trước nêu nghĩa không hư dối, sau đó giải thích ý nghĩa không hư dối. Trước là nhấn mạnh vào lợi ích của [sự thuyết dạy bằng] âm thanh để nêu nghĩa không hư dối; sau dùng đồng thời 2 ý để giải thích ý nghĩa không hư dối.

✦ Tiểu ý thứ nhất nêu nghĩa không hư dối. Vì cả 2 căn cơ tiệm và đốn đều nhận được lợi ích từ hình tướng và âm thanh, cho nên [lời Phật nói] không hư dối. Phần trước nói về quá khứ đã nêu rõ *"tất cả đều hoan hỷ"*, cũng tương tự như lợi ích của thế giới, nay lại nêu rõ "đều là chân thật không hư dối". Hình tướng và âm thanh của thắng ứng thân và liệt ứng thân phù hợp với hai căn cơ nhanh nhạy và trì độn, giúp cho đều đạt được bốn tất đàn, cho nên không hư dối.

Luận Đại trí độ nêu rõ bốn tất đàn đều là chân thật, nên thế giới tất đàn là chân thật, đối trị tất đàn, vị nhân tất đàn cũng là chân thật. Nhưng nếu xét kỹ cả ba tất đàn này thì đều chỉ là chân thật của thế gian, mà chân thật đó cũng là không chân thật. Trong thế giới duyên khởi thì có ba sự chân thật thế gian này, nhưng trong đệ nhất nghĩa thì đó là không chân thật.

Nếu phân biệt nghĩa không thật và chân thật này dựa theo bản môn và tích môn, thì lợi ích của hai pháp tiệm, đốn cũng có chân thật và không chân thật.

Phương tiện thực hành theo tích môn chưa đạt được lợi ích của đạo chân thật, đó là nhân không thật. Bám chấp vào hình tích gần đây, chưa đạt được lợi ích chân thật của bản địa, tức là quả không thật.

Nay được nghe Phật thuyết dạy về tích môn, tất cả đều thể nhập thật tướng, tức là được lợi ích chân thật từ trong nhân; nghe Phật thuyết dạy về bản môn, liền dứt trừ tình chấp nơi [thị hiện] gần đây, đạt được lợi ích chân thật nơi quả địa dài lâu xa xưa.

Nay đạt được 2 sự chân thật [của bản môn] so với 2 sự không thật của tích môn, đó là nói theo chúng sanh viên đốn.

Đối với tích môn và bản môn cũng có một chân thật, một không chân thật. Đạt được hạnh trung đạo, đó là được lợi ích chân thật nơi nhân địa, nhưng còn chấp vào việc thành đạo gần đây, tức là quả không thật.

Nay nghe Phật thuyết dạy về nhân cũng không riêng được lợi ích chân thật, nghe thuyết dạy về quả xa xưa liền được lợi ích của quả chân thật. Đó là xưa kia có một [lợi ích] không chân thật, nay được một [lợi ích] chân thật, cho nên nói *"đều là chân thật không hư dối"*.

**Hỏi**: Đối với thật tướng Đại thừa hiển bày thuở xưa và nay, người đạt ngộ trước sau hẳn phải có khác biệt?

**Đáp**: Người vào trước, kẻ vào sau, đến khi vượt qua giáo pháp phương tiện[1] thì đều thể nhập trung đạo. Nhưng

---

[1] Nguyên tác dùng "壞草庵 - hoại thảo am" (phá bỏ am cỏ) để chỉ việc không còn cần đến những phương tiện tu tập ban đầu thuộc về hình thức, vì đã vượt qua sự bám chấp nơi hình tướng.

sự thể nhập có tuần tự, có tức thời, cho nên phân ra thành tiệm giáo, đốn giáo. Lấy ví dụ như việc thể nhập chân đế, người căn cơ trì độn thì dựa vào các pháp phân tích chia chẻ, như quán vô thường...; người căn cơ nhanh nhạy thì dùng pháp nhận rõ bản thể, như quán không; cho nên phân ra thành Tạng giáo, Thông giáo.

### KINH VĂN

**"Vì sao vậy? Vì Như Lai thấy biết đúng thật tướng trạng của ba cõi không có sinh tử, dù Phật ẩn hình hoặc ra đời, cũng không có việc ở đời hay diệt độ; không phải chân thật cũng không phải hư dối; không phải như vậy cũng không phải khác biệt; không giống như [chúng sanh trong] ba cõi nhìn thấy ba cõi. Những việc như vậy, Như Lai đều thấy biết sáng suốt không có sai lầm.**

✦ Tiểu ý thứ hai từ câu *"Vì sao vậy? Vì Như Lai thấy biết đúng thật..."* giải thích chung về sự không hư dối của việc làm lợi ích chúng sanh. Trước tiên giải thích [sự không hư dối của] việc làm lợi ích bằng hình tướng; sau đó giải thích về sự không hư dối của việc làm lợi ích bằng lời dạy. Trong phần này có 6 cách lập luận nêu rõ ứng thân không lìa pháp thân.[1] Pháp thân vô hình, không có sự sinh khởi hay diệt mất. Căn cơ của chúng sanh có sinh khởi, có diệt mất, chiêu cảm với pháp thân, do nguyện lực của Như Lai nên cùng khởi cùng diệt [với căn cơ chúng sanh], nhưng cái nhìn có sinh khởi, có diệt mất đó là phát xuất từ phía chúng sanh, cho nên dựa vào ba cõi mà nêu ra các vấn đề này.

---

[1] Nguyên tác là "六句 - lục cú" (sáu câu). Văn Cú Ký giải thích: "言六句者, 初如來去, 二亦無在世去, 三非實非虛, 四非如非異, 五不如三界去, 六如斯去 - Ngôn lục cú giả, sơ Như Lai khứ, nhị diệc vô tại thế khứ, tam phi thật phi hư, tứ phi như phi dị, ngũ bất như tam giới khứ, lục như tư khứ..." (Nói 6 câu đó là: Thứ nhất, từ "Như Lai..." trở đi; thứ hai, từ "cũng không có việc ở đời..." trở đi; thứ ba, "không phải chân thật cũng không phải hư dối"; thứ tư, "không phải như vậy cũng không phải khác biệt"; thứ năm, từ "không giống như chúng sanh trong ba cõi..." trở đi; thứ sáu, từ "Những việc như vậy..." trở đi.)

Tiểu ý này lại có 2 điều. Thứ nhất là soi chiếu theo chân lý nên không hư dối. Thứ hai, từ câu *"Chúng sanh vốn có đủ mọi loại căn tánh..."* trở đi, nêu ý nghĩa xứng hợp căn cơ nên không hư dối. Vì thiết lập giáo pháp thấu đạt chân lý, xứng hợp căn cơ để giáo hóa chúng sanh nên không hư dối.

○ [Điều thứ nhất nêu việc soi chiếu:]

- "[Như Lai] thấy biết đúng thật" tức là trí tuệ chân thật, theo đúng chân lý mà soi chiếu sự đúng thật trong ba cõi. Theo lẽ như thật thì trong ba cõi không có tướng nguyên nhân. "Không có sanh tử" là không có sự khổ của 2 loại phần đoạn tử và biến dịch tử.[1]
- Nghiệp huân tập khởi gọi là "ẩn hình", quả vô thường hiện gọi là "ra đời". Lại cũng không có việc trụ nơi sanh tử thế gian cũng như diệt độ nhập Niết-bàn; cả hai điều này đều diệt mất nên nói "cũng không có việc ở đời hay diệt độ".
- Không phải là chân thật của sự diệt độ, cũng không phải là hư dối của sinh tử, cho nên nói "không phải chân thật cũng không phải hư dối".
- Không phải là ngăn cách khác biệt của thế gian, không phải là chân như của xuất thế, cho nên nói "không phải như vậy cũng không phải khác biệt".

Bốn câu trên nêu ý nghĩa trung đạo. Nếu phủ định [hoặc xác định] cả 2 bên thì kết luận sẽ nghiêng về một bên. Lấy ví dụ như phủ định cả "không sanh, không tử" thì kết luận sẽ là sanh; xác định cả "là sanh là tử" thì kết

---

[1] Nguyên tác dùng "二死 - nhị tử", chỉ 2 cách chết trong 2 loại sinh tử là phần đoạn sinh tử và biến dịch sinh tử. Phần đoạn tử là cách chết khi chúng sanh chấm dứt một đời sống, thân xác hủy hoại, chuyển sang đời sống mới với thân xác mới, cũng gọi là hữu vi sinh tử. Biến dịch tử là cái chết khi chúng sanh chuyển sang đời sống mới như một giai đoạn khác, chỉ với sự chuyển biến vi tế, không chấm dứt, hủy hoại thân biến dịch, cũng gọi là vô vi sinh tử. Thân biến dịch là thân của các bậc thánh đã thoát ra ngoài ba cõi.

luận là tử; phủ định cả "không ẩn hình, không ra đời" thì kết luận là ra đời; xác định cả "là ẩn hình, là ra đời" thì kết luận là ẩn hình; phủ định cả "không hư không thật" thì kết luận là thật; xác định cả "là hư là thật" thì kết luận là hư. Những cách lập luận như vậy nay đều bác bỏ; cho đến lập luận nghiêng về một bên, xen lẫn hai bên hoặc gồm đủ tất cả cũng đều phủ nhận. Như vậy mới có thể hiển lộ được ý nghĩa trung đạo.

*"Không giống như [chúng sanh trong] ba cõi nhìn thấy ba cõi"*, nghĩa là không giống như tướng trạng ba cõi mà hai hạng chúng sanh[1] trong ba cõi nhìn thấy, chỉ đức Phật là người duy nhất có thể [dùng trí tuệ] như thật soi chiếu cùng khắp tướng thật của ba cõi; nội tâm hàm chứa đầy đủ hoạt dụng của trí tuệ chân thật, cũng tùy ý tự nói ra, hoặc tự nói việc tự thân mình.

Cho nên Đại phẩm Bát-nhã nói: "Trong đệ nhất nghĩa không có chỗ phân biệt, nhưng đức Như Lai dùng trí tuệ quyền biến suy lường đúng thật, thấy biết tướng trạng của ba cõi giống như chúng sanh trong ba cõi nhìn thấy.[2] Dùng trí như thật thấy biết thật không có 2 cách chết,[3] nhưng tùy theo ý chúng sanh mà dạy về 2 cách chết, tự thân nói rằng có 2 cách chết; thật không có thối ẩn hoặc ra đời, nhưng tùy theo ý chúng sanh nói có ẩn hình, có ra đời; thật không có việc trụ thế hay diệt độ, nhưng tùy theo ý chúng sanh nói có trụ thế, có diệt độ; không có gì chân

---

[1] Hai hạng chúng sanh trong ba cõi (二種三界眾生 - nhị chủng tam giới chúng sanh), chỉ hai hạng phàm và thánh, tức phàm phu và các vị chứng thánh quả nhị thừa.

[2] Đoạn này nói việc đức Phật nhìn ba cõi bằng thật trí (trí tuệ chân thật) thì thấy tướng trạng của ba cõi không giống như chúng sanh nhìn thấy; khi nhìn bằng quyền trí (trí tuệ quyền biến phương tiện) thì có thể suy lường thấy được tướng trạng của ba cõi giống như chúng sanh nhìn thấy.

[3] Nguyên tác dùng "二死 - nhị tử", chỉ 2 cách chết là phần đoạn tử và biến dịch tử như đã giải thích ở trước.

thật nhưng thuyết dạy sự chân thật của Niết-bàn; không có gì không thật nhưng thuyết dạy sự không thật của ba cõi; không có sự khác biệt của ba đời nhưng thuyết dạy có khác biệt; không có lẽ như của chân đế mà nói là có như; tương đồng như chúng sanh trong ba cõi nhìn thấy tướng trạng ba cõi; tất cả như vậy đều là tùy theo ý chúng sanh mà nói, cho nên gọi là *"hoặc nói thân khác"*, *"thị hiện việc của thân khác"*.

Hai trí [quyền, thật] của Như Lai soi xét sáng rõ về tục đế và chân đế; cho nên cả 2 lợi ích từ hình tướng và lời nói [của Như Lai] đều chân thật không hư dối.

**KINH VĂN**

**"Chúng sanh vốn có đủ mọi loại căn tánh, mọi sự tham muốn, hành vi, suy tưởng phân biệt khác nhau, vì muốn cho họ sinh khởi các căn lành nên [Như Lai] mới vận dụng không biết bao nhiêu là nhân duyên, thí dụ, ngôn từ để thuyết giảng đủ mọi giáo pháp; việc thi hành Phật sự chưa từng tạm dứt."**

⭘ [Điều thứ hai] từ câu *"Chúng sanh vốn có đủ mọi loại căn tánh..."* trở đi, giải thích việc xứng hợp căn cơ không hư dối, [có 3 khoản]. Trước tiên nêu việc căn cơ chiêu cảm, tiếp theo luận việc thi hành giáo hóa, cuối cùng là kết lại nghĩa không hư dối.

○ [Khoản thứ nhất nêu việc] chúng sanh có căn cơ nhanh nhạy, trì độn, tiệm, đốn chẳng đồng; tâm tánh, sự tham muốn, hành nghiệp, trí tuệ đủ loại khác biệt, [nhưng đức Phật] muốn cho mỗi chúng sanh đều được tăng trưởng các căn lành, cho nên mới thuyết dạy giáo pháp tự thân mình hoặc thân khác, các nhân duyên, thí dụ không hư dối.

Căn tánh tu tập tuần tự (tiệm) hoặc tức thời (đốn) [của chúng sanh] mỗi thứ đều có nhiều chủng loại, do vậy phải vận dụng vị nhân tất đàn. Vị nhân tất đàn chính là giúp sinh ra các căn lành. Căn lành cũng chính là tánh, do huân tập tham muốn mà thành tánh, vậy vì sao [kinh văn] trước nói đến tánh, sau mới nói đến tham muốn?

Giải thích rằng: Do nơi căn tánh ngày trước nên mới có thể khởi lên tham muốn ngày nay; cũng như nhân nơi phiền não mới có [thân] năm ấm, lại nhân nơi [thân] năm ấm mà có phiền não, không có điều nào là trước hay sau. Đối với căn tánh và tham muốn cũng vậy, phải do huân tập tham muốn mà thành tánh...[1]

Tham muốn cũng khác biệt ở 2 căn cơ tiệm và đốn, có đủ loại tham muốn khác nhau, do vậy nên vận dụng thế giới tất đàn.

Hành vi là khởi tạo hành nghiệp, tùy theo chỗ tham muốn mà tu các hạnh, do vậy nên vận dụng vị nhân tất đàn.

Trong chỗ tu hành nhiều ưa thích vướng mắc, dẫn đến có chướng ngại, do vậy nên dùng đối trị tất đàn.

Nhớ nghĩ suy tưởng cũng là trí tuệ, tức là trí hiểu biết tương tợ;[2] do tu hành nên có thể sinh ra chỗ hiểu biết. Đây là phương tiện, chưa xứng hợp với lẽ đạo vượt ngoài ngôn ngữ, cũng chỉ là chỗ thấy của niệm tưởng.

Chúng sanh với căn cơ tu tập tuần tự (tiệm) hoặc tức thời (đốn) đều ở trong các giai vị nội phàm, ngoại phàm,[3] có các căn lành cùng tham muốn. Do tham muốn nên tu hành; nhờ tu hành nên được trí hiểu biết tương tợ, do vậy

---

[1] Ở đây vận dụng như lập luận trước đó: Do huân tập tham muốn mà thành tánh; do tập tánh mà khởi sinh tham muốn; không có điều nào là trước hay sau.

[2] Trí hiểu biết tương tợ: nhận biết gần giống như trí tuệ chân thật, nhưng vẫn chưa thật sự rốt ráo nên gọi là "tương tợ".

[3] Nội phàm (内凡), ngoại phàm (外凡) là bao quát các giai vị tu tập vẫn còn xem như thuộc hàng phàm phu. Hành giả đã phát khởi trí hiểu biết tương tợ là thuộc về nội phàm; chưa được như vậy là còn ở ngoại phàm. Các tông phái cũng có sự phân định khác nhau về các giai vị thuộc nội phàm hay ngoại phàm.

nên vận dụng đệ nhất nghĩa tất đàn. Tùy theo chỗ nhận hiểu của chúng sanh nhờ suy tưởng nhớ nghĩ, Phật liền vì họ mà thuyết pháp, khiến cho sáng tỏ hiểu được chân lý rốt ráo.[1] Thậm chí [hàng Bồ Tát] sơ địa khi muốn tu hành lên nhị địa cũng suy tưởng nhớ nghĩ đến cảnh giới nhị địa, đó tức là niệm tưởng. Nếu phát sinh hiểu biết chân thật về cảnh giới nhị địa liền dứt trừ chỗ thấy của niệm tưởng, pháp ngôn ngữ diệt mất. Chỉ đạt đến quả Phật mới có thể rốt ráo xa lìa nhớ nghĩ suy tưởng, đạt được trí tuệ tịch tịnh thường soi chiếu mà thôi.

○ [Khoản thứ hai] từ câu *"vì muốn cho họ sinh khởi các căn lành..."* trở đi [luận việc thi hành giáo hóa], nói việc đức Phật tùy theo căn cơ mà ban cho chúng sanh các lợi ích bằng cách thuyết dạy việc của mình và việc của Phật khác; đối với các căn cơ tuần tự (tiệm) hoặc tức thời (đốn) đủ loại khác nhau, vì muốn làm cho sanh khởi đủ mọi căn lành, nên thị hiện biết bao nhiêu là sự việc của thân mình và thân Phật khác; biết bao nhiêu là thanh âm giáo hóa của tự thân mình và của Phật khác, biết bao nhiêu là nhân duyên thí dụ.

Đối với căn cơ tu tập tuần tự (tiệm) thì dùng 4 cửa vào[2] của Tạng giáo cùng biết bao nhiêu là nhân duyên thí dụ; trong mỗi một cửa vào đó lại cũng có biết bao nhiêu [nhân duyên thí dụ]. Chẳng hạn như vì kẻ lười nhác mà thuyết dạy nhẫn chịu khổ nhọc; vì người ngã mạn mà thuyết dạy nhẫn chịu vô thường. Đại lược là như vậy. Đối với 4 cửa vào của Thông giáo cũng vậy.

Đối với căn cơ tu tập tức thời (đốn) như Biệt giáo, Viên

[1] Tức đệ nhất nghĩa (第一義), ý nghĩa rốt ráo cùng tột.

[2] Bốn cửa vào (四門), tức 4 cách tiếp cận, bao gồm: hữu môn (有門), thấy các pháp là có; không môn (空門), thấy các pháp là không; diệc hữu diệc không môn (亦有亦空門), thấy các pháp vừa có vừa không; và phi hữu phi không môn (非有非空門), thấy các pháp chẳng phải có chẳng phải không. Trong tông Thiên Thai, mỗi giáo pháp Tạng, Thông, Biệt, Viên đều có đủ 4 cửa vào này.

giáo, mỗi giáo pháp lại cũng dùng 4 cửa vào với biết bao nhiêu đủ loại [phương tiện]. Chẳng hạn như 32 vị Bồ Tát [trong kinh Duy-ma-cật],[1] mỗi vị đều nói về thể nhập pháp môn bất nhị [khác biệt nhau]; trong kinh Hoa nghiêm nói đủ loại công hạnh, tướng mạo, đều là vì đủ loại căn cơ mà đưa ra "biết bao nhiêu là nhân duyên, thí dụ, ngôn từ để thuyết giảng đủ mọi giáo pháp".

○ [Khoản thứ ba nói] *"Việc thi hành Phật sự chưa từng tạm dứt"* là tổng kết lại ý nghĩa không hư dối. Như trên đã nói biết bao nhiêu hình tướng, âm thanh của Phật này Phật khác, đều là vì để giúp cho chúng sanh thể nhập tri kiến Phật, không phải vì việc nhỏ là đạt đến quả vị Tiểu thừa trong hai cõi trời, người, cho nên nói đó là Phật sự. Nếu chỉ một người riêng được diệt độ, những người khác không được, thì chỗ làm Phật sự đó có chỗ bỏ phế. Bỏ phế tức là khiến cho chúng sanh không được lợi ích chân thật, sao có thể tương hợp với ý nghĩa *"đều là chân thật không hư dối"*?

Thế nào là *"đều là chân thật"*? Thuở xưa Phật nói ta ngồi nơi đạo tràng chẳng được một pháp thật nào; bảy hạng phương tiện đều không phải diệt độ rốt ráo; hai loại Niết-bàn[2] chỉ là phương tiện như nắm tay rỗng không. Cho nên biết rằng, chỉ thấy những điều không thật, chưa thấy *"đều là chân thật"*. Nếu thuở xưa bày ra bảy hạng phương tiện là quyền biến, rốt lại không thể nhập vào một pháp chân thật thì có thể nói đều là không thật. Nhờ không thật ấy dẫn dắt mà được thoát ra, không thể ra khỏi

---

[1] Kinh Duy-ma-cật, tức Duy-ma-cật sở thuyết kinh (維摩詰所說經), phẩm 9, Nhập bất nhị pháp môn (入不二法門品), từ Bồ Tát Pháp Tự Tại, Bồ Tát Đức Thủ, Bồ Tát Bất Huyễn... cho đến Bồ Tát Văn-thù-sư-lợi là 32 vị Bồ Tát, đều lần lượt nói ra cách hiểu của mỗi người về việc thể nhập pháp môn bất nhị. (ĐCT, T14, 475, tr.550b, d.28 - tr.551c, d.24)

[2] Hai loại Niết-bàn: tức hữu dư Niết-bàn và vô dư Niết-bàn, đều chưa phải Niết-bàn rốt ráo của chư Phật.

không thật mà lại không thể nhập thật, cho nên biết rằng những không thật thuở xưa đều là chân thật. Nói *"đều là chân thật không hư dối"*, *"Phật sự chưa từng tạm dứt"*, tức là ý nghĩa như vậy.

**KINH VĂN**

**"Như vậy, từ khi ta thành Phật đến nay đã hết sức lâu xa, tuổi thọ đến vô lượng a-tăng-kỳ kiếp, thường trụ bất diệt. Các thiện nam tử! Tuổi thọ của ta vốn nhờ tu hành đạo Bồ Tát mà có được, đến nay vẫn chưa dứt, lại còn tăng thêm gấp nhiều lần. Ta nay không thực sự sẽ diệt độ nhưng lại nói rằng: 'Ta sẽ diệt độ.'"**

❖ Tiểu đoạn thứ hai từ câu *"Như vậy, từ khi ta thành Phật đến nay đã hết sức lâu xa..."* trở đi, nêu ý nghĩa không có diệt độ mà thị hiện diệt độ, lại chia làm 2 phân đoạn. Phân đoạn thứ nhất nêu nghĩa không có diệt độ mà thị hiện diệt độ; phân đoạn thứ hai từ câu *"Như Lai dùng phương tiện như vậy..."* trở đi, nêu lợi ích của việc thị hiện diệt độ.

▪ Phân đoạn thứ nhất lại có 2 ý . Ý thứ nhất nêu nghĩa vốn thật không có diệt độ. Ý thứ hai từ câu *"Ta nay không thực sự sẽ diệt độ..."* trở đi nêu nghĩa trong Tích môn nói việc diệt độ.

◆ Ý thứ nhất từ câu *"Như vậy, từ khi ta thành Phật đến nay..."* trở đi nêu rõ quả vị Phật là thường, là "thường trụ bất diệt"; nhờ vào bốn chữ này để nêu rõ uy thế mạnh mẽ lớn lao trong tương lai thường trụ bất diệt, làm lợi ích chúng sanh.

Từ câu *"tuổi thọ của ta vốn nhờ tu hành..."* trở đi là nêu nhân so sánh với quả để nói việc thường trụ. Các nhà cựu giải dựa vào chỗ này để cho là nói nghĩa vô thường, rằng trước đây đã trải qua số kiếp như cát sông Hằng, nay *"lại còn tăng thêm gấp nhiều lần"*, dù có thần thông kéo dài tuổi thọ cũng vẫn là vô thường. Đó là nắm hiểu kinh văn sai lệch, phạm lỗi rất lớn. Kinh văn nêu nhân để so sánh quả, quả đó không có số lượng. Kinh văn lại nói, từ lâu xa tu tập nghiệp lành nên được tuổi thọ vô số kiếp, không phải là do thần thông kéo dài tuổi thọ. Vì sao vậy? Phật tu hành nhân viên mãn, khi vừa lên bậc sơ trụ liền được thường thọ; thường thọ ấy đã không phải là lấy số tuổi thọ nhân gấp bội lên, huống chi là tuổi thọ khi đã chứng quả? Vì sao lại vất bỏ quả được so sánh mà vội chấp vào nhân nêu ra để so sánh? Lại ví như chấp lấy nhân này thì cũng đã là thường, chẳng phải vô thường, cũng giống như khi còn là thái tử bổng lộc đã dùng không hết, huống chi lúc lên ngôi vua, bổng lộc ấy há có thể dùng hết được sao? Kinh văn ở đây sáng tỏ rõ ràng, đâu cần nhận hiểu vòng vo vặn vẹo gây nghi ngờ cho người đời sau?

◆ Ý thứ hai từ câu *"Ta nay không thực sự..."* trở đi, nêu nghĩa trong Tích môn nói việc diệt độ. Cả ba thân Phật đều có nghĩa *"không diệt độ mà nói diệt độ"*.

Như kinh Tịnh Danh[1] nói: "Pháp vốn không sanh, nay ắt không diệt"; tức là nói pháp thân không diệt. Lại nói: "Đó là nghĩa tịch diệt"; tức là nói diệt độ. Vì sao vậy? Nếu đã chứng đạt thấu triệt thì không nói tịch diệt; vì những người chưa thấu triệt nên mới nói tịch diệt. Nếu nói soi chiếu chỗ tịch tịnh tức là nói diệt độ; nói tịch tịnh mà soi chiếu tức là nói sinh khởi.

Pháp thân tuy không sinh không diệt nhưng cũng có sự sinh diệt. Nếu tâm mê muội bám chấp thì phiền não sinh mà trí tuệ diệt; nếu tâm giải thoát, không đắm nhiễm thì trí tuệ sinh, phiền não diệt. Diệt mê hoặc, sinh giải thoát, đó là diệt vô thường. Nếu giải thoát sinh, mê hoặc diệt,

[1] Kinh Tịnh Danh tức kinh Duy-ma-cật.

đó mới là tịch diệt.[1] Sự sinh diệt như vậy là dựa vào tánh pháp để biện luận. Nếu không có cả 2 duyên mê hoặc và giải thoát, ắt không nói là có sự sinh diệt này.

Báo thân không diệt mà nói có diệt. Ai có trí tuệ, ai có phiền não mà nói là trí tuệ có thể phá phiền não? Đây chính là nghĩa sáng tối không trừ bỏ nhau,[2] tức là nghĩa báo thân chẳng diệt. Chúng sanh chưa hiểu rõ nghĩa, nghe như vậy cho rằng [báo thân] đó tức là Phật, liền sinh tâm kiêu mạn phóng túng, không chịu tu tập đạo pháp. Cho nên nói rằng: "Đạo có thể diệt mê hoặc." Lúc có phiền não thì không có trí tuệ, lúc có trí tuệ thì không có phiền não, chẳng phải là trí tuệ có thể diệt trừ phiền não đó sao?

Ứng thân không diệt mà nói có diệt. Ứng thân là tác dụng của pháp thân và báo thân. Thể tánh đã không diệt, tác dụng lẽ nào lại có chỗ cùng tận? Tức là nghĩa ứng thân không diệt. Chỉ vì chúng sanh nếu thường được thấy Phật liền sanh kiêu mạn phóng túng, nên Phật mới nói rằng: "Đêm nay ta sẽ diệt độ."

Lại nữa, tự thể pháp thân rõ ràng là không diệt. Báo thân nếu nói không diệt là dựa vào pháp thân [mà nói]. Nếu dựa theo lý lẽ mà luận việc trí tuệ có công năng phá trừ [phiền não] thì đó là vì chỗ đạt ngộ mà phá trừ hay vì chưa đạt ngộ mà phá trừ?[3] Vì cả hai mà phá trừ hay chỉ vì riêng một bên mà phá trừ? Suy xét theo lý lẽ như vậy thì

---

[1] Hai câu này giải thích theo tiến trình tu tập. Khi hành giả dứt trừ mê hoặc (diệt hoặc) dẫn đến giải thoát, đó là tiến trình dứt trừ vô thường. Khi hành giả đạt đến sự giải thoát, sự mê hoặc sẽ diệt mất, đó chính là trạng thái tịch diệt.

[2] Sáng tối không trừ bỏ nhau: khi có sáng, tuy không thấy tối nhưng không phải là tối đã mất đi, ngược lại cũng vậy. Cho nên, sáng và tối vẫn luôn tồn tại, chỉ là thay nhau hiển lộ. Ở đây nêu việc này để so sánh nói về trí tuệ và phiền não.

[3] Lập luận ở đây dựa trên mặt bản thể, nếu là khi đã đạt ngộ thì không cần phá trừ phiền não nữa; nếu là chưa đạt ngộ thì làm sao có trí tuệ để phá trừ phiền não; cho nên trong cả hai trường hợp đều không hợp lý. Từ đó thấy rằng trí tuệ và phiền não là sự biểu hiện khác nhau của cùng một bản thể, như sáng vào tối, không hề có sự loại trừ nhau.

thấy không có công năng phá trừ, tức là ý nghĩa trí tuệ thật không diệt trừ mê hoặc. Thế nhưng khi có trí tuệ thì không có phiền não, tức là trí tuệ có khả năng diệt trừ mê hoặc.

Ứng thân nếu nói không diệt thì phải dựa vào pháp thân và báo thân [mà nói]. Pháp thân và báo thân đã thường trụ như nhiên thì ứng dụng của hai thân ấy cũng không dứt mất. Chúng sanh còn chưa được hóa độ hết thì [ứng thân Phật] không diệt độ.

[Cho nên, với] pháp thân thì dựa vào tự thể để luận việc không sanh diệt; báo thân thì chứng đạt thấu triệt nên không thể có việc sanh diệt; ứng thân thì [hóa hiện] tiếp nối liên tục nên không có sanh diệt. Đại lược là như vậy.

**KINH VĂN**

**"Như Lai dùng phương tiện như vậy để giáo hóa chúng sanh. Vì sao vậy? Vì nếu Phật ở đời lâu dài thì những người phước mỏng không gieo trồng căn lành, sống nghèo khó hèn hạ, tham chấp năm món dục, đắm chìm trong mạng lưới nhớ nghĩ suy tưởng, thấy biết hư vọng. Nếu thấy Như Lai sống mãi ở đời không diệt độ, họ liền khởi tâm kiêu căng phóng túng, ôm lòng chán nản lười nhác, không nghĩ rằng khó được gặp Phật, không khởi tâm cung kính.**

▪ Phân đoạn thứ hai từ câu *"Như Lai dùng phương tiện như vậy để giáo hóa..."* trở đi nêu việc thị hiện diệt độ làm lợi ích chúng sanh, chia làm 2 ý. Ý thứ nhất nói không diệt độ thì chúng sanh chịu tổn hại; ý thứ hai từ câu *"Cho nên Như Lai dùng phương tiện nói rằng..."* trở đi nêu rõ, nếu nói việc diệt độ thì chúng sanh sẽ được lợi ích.

◆ Ý thứ nhất có 2 tiểu ý. Trước nói việc không diệt độ sẽ có tổn hại; sau giải thích rộng việc không có diệt độ.

✦ Tiểu ý thứ nhất nói việc có tổn hại, vì những người ưa thích pháp nhỏ như đã nói ở trước, nếu thấy Phật thường ở đời sẽ không gieo trồng căn lành; những kẻ nghèo khốn hèn kém không khởi sinh 2 loại pháp lành[1] nên không được lợi ích. Họ không dứt trừ kiến hoặc và tư hoặc, không dứt trừ 2 loại pháp xấu ác[2] nên phải chịu tổn hại.

*"Tham chấp năm món dục, đắm chìm trong mạng lưới nhớ nghĩ suy tưởng."* Nhớ nghĩ suy tưởng tức là kiến hoặc; năm món dục tức là tư hoặc. Do những điều này mà chúng sinh nhiều cấu nhiễm nặng nề, cho nên [Phật] phải nói việc diệt độ. Nếu Phật không nói việc diệt độ thì 2 loại pháp xấu ác sẽ sinh khởi mà không diệt mất; 2 loại pháp lành bị hao tổn mà không sinh khởi.

Nếu y theo bốn tất đàn thì thị hiện diệt độ tức là 2 loại pháp xấu ác diệt đi, 2 loại pháp lành được sinh khởi.

Vì diệt 2 loại pháp xấu ác nên vận dụng đối trị tất đàn và đệ nhất nghĩa tất đàn. Đệ nhất nghĩa tất đàn diệt những điều xấu ác chưa sinh khởi; đối trị tất đàn diệt những điều xấu ác đã sinh khởi.

Vì làm sinh khởi 2 loại pháp lành nên vận dụng thế giới tất đàn và vị nhân tất đàn. Thế giới tất đàn làm sinh khởi những điều lành chưa sinh khởi; vị nhân tất đàn làm tăng trưởng những điều lành đã sinh khởi.

Lại nữa, thế giới tất đàn diệt trừ những điều xấu ác đã sinh khởi; đối trị tất đàn diệt trừ những điều xấu ác chưa sinh khởi, như thiền quán về năm ấm diệt được các điều xấu ác trong Dục giới, tức là thế giới tất đàn diệt trừ những điều xấu ác đã sinh khởi.

Vị nhân tất đàn làm tăng trưởng những điều lành đã sinh khởi; đệ nhất nghĩa tất đàn làm khởi sinh những điều lành vô vi chưa sinh khởi.

---

[1] Nguyên tác dùng "二善 - nhị thiện" chỉ 2 loại pháp lành là các pháp lành chưa sinh khởi và các pháp lành đã sinh khởi.

[2] Nguyên tác dùng "二惡 - nhị ác", chỉ 2 loại pháp xấu ác là pháp xấu ác đã sinh khởi và pháp xấu ác chưa sinh khởi.

✦ Tiểu ý thứ hai từ câu *"Nếu thấy Như Lai sống mãi ở đời..."* là giải thích rộng. Nếu [chúng sanh] thấy Phật thường ở đời liền *"khởi tâm kiêu căng phóng túng, ôm lòng chán nản lười nhác"*... cho nên có sự tổn hại; không thể sinh tâm cung kính cho nên không được lợi ích. *"Kiêu căng phóng túng"* là tăng thêm kiến hoặc; *"chán nản lười nhác"* là sinh khởi tư hoặc.

*"Không nghĩ rằng khó được gặp Phật"* tức là không khởi sinh hiểu biết kiến đế;[1] *"không khởi tâm cung kính"* tức là không thể khởi sinh tư duy theo chánh đạo.

Vì những ý nghĩa đó cho nên Phật phải thị hiện việc diệt độ. Nếu chúng sanh thấy nghe việc ba thân Phật[2] đều không diệt mất, liền hiểu theo nghĩa làm khởi sinh kiêu căng phóng túng, cho rằng *"chúng sanh là như, Di-lặc là như, chỉ có nhất như, không có nhị như, tất cả đều bình đẳng, tức là chân thật"*.[3] Do nghĩ như vậy liền sinh tâm kiêu mạn khinh thường, cho rằng hết thảy các phiền não vốn trước không sinh ra, nay cũng chẳng diệt đi thì cần gì phải tu tập đạo pháp; do đó liền mặc tình phóng túng lười nhác. Vì những người như vậy mà nói việc diệt độ, đây là ý nghĩa của tịch diệt.

Lại nữa, khi chúng sanh nghe rằng tất cả chúng sinh đều là tướng Bồ-đề; rằng tướng Bồ-đề là tướng phiền não; rằng sáng với tối không trừ bỏ nhau, cùng hiển lộ Bồ-đề của chư Phật... nghe như vậy rồi liền khởi sinh kiêu mạn phóng túng, không chịu tu tập điều lành, lười nhác buông

[1] Kiến đế (見諦): tức giai đoạn tu tập thành tựu thấy rõ được ý nghĩa 4 chân đế.

[2] Tức chỉ pháp thân, báo thân và ứng thân Phật.

[3] Ở đây Văn Cú dẫn theo ý trong kinh Duy-ma-cật, phẩm Bồ Tát, Trưởng giả Duy-ma-cật nói với Bồ Tát Di-lặc: "一切眾生皆如也，一切法亦如也，眾聖賢亦如也，至於彌勒亦如也。" - Nhất thiết chúng sanh giai như dã, nhất thiết pháp diệc như dã, chúng thánh hiền diệc như dã, chí ư Di-lặc diệc như dã." (Tất cả chúng sinh đều là như; tất cả các pháp cũng là như; các vị thánh hiền cũng là như; cho đến Di-lặc cũng là như.) (ĐCT, T14, 475, tr.542b, d.12-13)

lung. Vì những người như vậy nên Phật nói rằng, báo thân dùng trí tuệ có thể diệt trừ phiền não, trí Bồ-đề của Phật có thể diệt trừ sức vô minh lớn lao.

Ứng thân Phật không diệt mà thị hiện diệt độ, điều này dễ hiểu.

Nếu nói rằng pháp vốn không sinh, nay cũng không diệt, thì phải tu tập dứt trừ mê hoặc rồi mới đạt đến tịch diệt.

Kinh điển dạy rằng: Trí tuệ không dứt trừ phiền não, nhưng khi sáng thì không có tối. Chúng sanh ngày nay đầy các phiền não thì làm sao có thể có trí tuệ? Nên biết rằng trí tuệ có thể diệt trừ mê hoặc che chướng.

Chúng sanh nghe Phật nói việc diệt độ như vậy, liền đối với ba thân Phật đều sinh ý tưởng cho là khó gặp, khởi tâm cung kính.

### KINH VĂN

**Cho nên Như Lai dùng phương tiện nói rằng: 'Các tỳ-kheo nên biết, rất khó được gặp chư Phật ra đời!' Vì sao vậy? Những người phước mỏng, trải qua vô lượng trăm ngàn muôn ức kiếp, có khi được gặp Phật, có khi không được gặp Phật. Do vậy nên ta nói: 'Các tỳ-kheo! Rất khó được gặp Như Lai.' Những chúng sanh nói trên nghe được lời này ắt sẽ nghĩ rằng rất khó được gặp Phật, ôm lòng luyến mộ, khát ngưỡng đối với Phật, liền gieo trồng căn lành. Cho nên, Như Lai tuy không thật sự diệt độ nhưng nói rằng diệt độ. "Lại nữa, này các thiện nam tử! Pháp của chư Phật Như Lai đều như vậy, vì hóa độ chúng sanh nên hết thảy đều chân thật không hư dối."**

◆ Ý thứ hai từ câu *"Cho nên Như Lai dùng phương tiện..."* trở đi, nói việc diệt độ là có lợi ích, có 2 tiểu ý. Trước tiên xưng tán việc khó được gặp Phật, kế đến giải thích ý nghĩa khó gặp, cả ba thân Phật đều khó gặp.

✦ [Tiểu ý thứ nhất xưng tán việc khó được gặp Phật.] Chúng sanh ưa thích pháp nhỏ, kiến hoặc và tư hoặc che chướng nặng nề, nếu nghe nói ba thân Phật không diệt mất ắt sẽ không tu tập đạo pháp, khó lòng khế hợp [chân lý].

✦ [Tiểu ý thứ hai] từ câu *"Vì sao vậy..."* trở đi là phần giải thích. *"Những người phước mỏng, trải qua vô lượng trăm ngàn muôn ức kiếp, có khi được gặp Phật, có khi không được gặp Phật."* Nếu được gặp ba thân Phật thì đó là người nhiều phước lành, ít nghiệp xấu ác, nên không phải vì hạng người này mà nói việc diệt độ. Hạng người này vẫn thường thấy Phật ở tại Linh sơn.

*"Có khi không được gặp Phật..."*, hạng người này phước lành ít, che chướng nặng nề, nên vì họ nói ba thân Phật rất khó gặp. Những chúng sanh này nghe vậy liền nghĩ, ba thân Phật tuy chẳng phải sanh, chẳng phải diệt, nhưng phải tu tập sinh khởi điều thiện, diệt trừ mê hoặc mới có thể được gặp; việc này thật không dễ dàng, cho nên nói là khó gặp.

*"Ôm lòng luyến mộ, khát ngưỡng đối với Phật"*, đây là nêu nghĩa thị hiện diệt độ không làm tổn hại. Diệt trừ kiến hoặc, tư hoặc nên gọi là không tổn hại; *"liền gieo trồng căn lành"* nên gọi là có lợi ích.

**KINH VĂN**

**"Lại nữa, này các thiện nam tử! Pháp của chư Phật Như Lai đều như vậy, vì hóa độ chúng sanh nên hết thảy đều chân thật không hư dối."**

■ Phần thứ hai từ câu *"Lại nữa, này các thiện nam tử..."* trở đi, tóm kết ý nghĩa ba đời làm lợi ích chúng sanh, chúng sanh được lợi ích chân thật, chia làm 3 phần. Thứ nhất nêu việc chư Phật xuất hiện trong đời có năm sự uế trược, tất nhiên trước dạy ba thừa, sau quy về Nhất thừa; trước dạy tích môn thành đạo gần đây, sau nói bản môn thành đạo từ lâu xa, [nên nói *"đều như vậy"*]. Thứ hai nêu rõ tất cả đều là *"vì hóa độ chúng sanh"*. Thứ ba nói rõ *"hết thảy đều chân thật không hư dối"*.

**KINH VĂN**

**"Ví như có vị thầy thuốc trí tuệ sáng suốt, biết rõ các phương thuốc, giỏi điều trị đủ các bệnh. Vị ấy có nhiều con, hoặc mười, hoặc hai mươi, thậm chí đến hàng trăm người con. Vị ấy có việc phải đi xa đến nước khác. Sau đó, những người con uống nhầm thuốc độc, bị thuốc phát tác làm cho mê loạn, lăn lộn trên mặt đất."**

▣ Tổng phần thứ hai từ câu *"Ví như có vị thầy thuốc..."* trở đi là nói thí dụ, có 2 phần nêu thí dụ và nói nghĩa tương hợp với thí dụ.

■ Phần thứ nhất nêu thí dụ lại có 2 tổng đoạn. Tổng đoạn thứ nhất nêu thí dụ thầy thuốc trị bệnh cho con, tương ứng với phần trước nói việc chư Phật ba đời ứng hiện biến hóa thích hợp. Tổng đoạn thứ hai nêu thí dụ trị bệnh cho con, các con được lợi ích chân thật, tương ứng với phần trước nói ba đời chư Phật làm lợi ích chúng sanh không hề hư dối. Kinh văn phần trước không nói về tương lai, phần này nói đủ.

▣ Tổng đoạn thứ nhất lại có 3 đoạn. Thứ nhất, thí dụ thầy thuốc có việc đi xa, tương ứng với việc chư Phật làm lợi ích chúng sanh trong quá khứ. Thứ hai, nói việc vị thầy thuốc quay về rồi lại ra đi, tương ứng với việc chư Phật ứng hóa trong hiện tại. Thứ ba, nói việc vị thầy thuốc lại quay về, tương ứng với việc chư Phật ứng hóa trong tương lai.

Phần nói việc [lợi ích chúng sanh] trong quá khứ, kinh văn có 2 ý. Thứ nhất là khai mở việc mới thành đạo gần đây, hiển bày việc đã thành đạo từ lâu xa. Thứ hai là nêu việc ứng hóa thích hợp trong quá khứ. Nay trong thí dụ chỉ nêu việc ứng hóa thích hợp.

Việc nêu nghĩa thích hợp [trong phần trước] lại có 3 ý. Thứ nhất là xứ sở thích hợp; thứ hai là quét sạch nghi ngờ về tích môn; thứ ba là nói ý chính ứng hóa. Nay trong thí dụ chỉ nói việc ứng hóa.

Phần trước nói việc ứng hóa lại có 2 ý. Thứ nhất nêu căn cơ chiêu cảm; thứ hai nêu ý chính ứng hóa. Nay trong thí dụ đều có đủ.

*"Như có vị thầy thuốc"* là thí dụ tương ứng với đoạn sau phần trên nói "ta sẽ dùng Phật nhãn quán xét", nói nghĩa Phật có trí tuệ để ứng hiện. "Vị ấy có nhiều con" là thí dụ tương ứng với phần trên ở trước nói "có chúng sanh nào tìm đến chỗ ta", tức là nói cơ duyên có thể chiêu cảm. Phần trước nói việc ứng hóa thích hợp nêu 2 ý, thứ nhất là lợi ích chúng sinh, thứ hai nêu sự hoan hỷ. Nay phần này chỉ nói thí dụ lợi ích chúng sanh. Phần trước nói lợi ích chúng sanh lại có 2 ý, thứ nhất là không phải sinh mà thị hiện sinh, thứ hai là không phải diệt mà thị hiện diệt. Nay chỉ nói thí dụ việc thị hiện diệt.

◆ [Đoạn thứ nhất,] trước tiên nói "có vị thầy thuốc". Thầy thuốc có 10 hạng.

- Hạng thứ nhất là thầy thuốc trị bệnh nhưng bệnh lại tăng thêm, không giảm bớt, hoặc có lúc đến mức phải chết. Hạng này thí dụ cho hàng ngoại đạo chấp không,[1] buông thả tâm ý làm việc xấu ác, dạy người khác sinh khởi tà kiến dứt mất căn lành. Pháp thân đã mất, sinh mạng trí tuệ cũng chết.
- Hạng thứ hai là thầy thuốc trị bệnh nhưng bệnh chẳng tăng thêm, cũng không giảm bớt. Hạng này thí dụ cho

[1] Ngoại đạo chấp không (空見外道 – không kiến ngoại đạo), chỉ hàng ngoại đạo theo quan điểm chấp không, bác bỏ nhân quả, cho rằng không hề có nhân duyên nghiệp báo thiện ác.

hàng ngoại đạo khổ hạnh chấp có,[1] như lao vào vách đá, nhảy vào đống lửa, chịu cực hình khổ sở cho đó là làm thiện, không đạt được thiền định. Không dứt được phiền não, tức là bệnh không giảm bớt, nhưng cũng không thể dứt mất căn lành, tức là bệnh không tăng thêm.

- Hạng thứ ba là thầy thuốc trị bệnh thuyên giảm, không tăng thêm. Cũng giống như thầy thuốc thế gian tuy trị được khỏi bệnh nhưng về sau bệnh lại tái phát. Đây tức là hàng ngoại đạo nhờ tu thiền định dứt trừ được phiền não.[2]
- Hạng thứ tư là thầy thuốc trị bệnh khỏi rồi không còn tái phát, nhưng không trị được hết tất cả bệnh. Đây là thí dụ cho hàng nhị thừa, có thể hóa độ được một vài hạng người đủ duyên, không thể hóa độ tất cả chúng sanh.
- Hạng thứ năm là thầy thuốc tuy có thể trị được tất cả các bệnh nhưng không có phương thuật khéo léo để dứt sự đau đớn. Luận Đại trí độ gọi đây là hóa độ vụng về, tức là thí dụ cho hàng Bồ Tát tu sáu ba-la-mật dùng tâm từ bi rộng độ chúng sanh.
- Hạng thứ sáu là thầy thuốc trị bệnh có phương thuật khéo léo, có thể trị dứt bệnh không còn đau đớn khổ não, nhưng không thể trị những bệnh nan y phải chết. Đây là thí dụ cho hàng Bồ Tát Thông giáo, thể chứng được pháp, có thể hóa độ cho hàng phàm phu luân chuyển trong ba cõi,[3] nhưng không thể hóa độ hàng Nhị thừa đã mất hạt giống Phật.[4]

---

[1] Ngoại đạo khổ hạnh chấp có (有見苦行外道 – hữu kiến khổ hạnh ngoại đạo), chỉ hàng ngoại đạo tu khổ hạnh, tin chắc rằng việc khổ hạnh đó sẽ đưa đến giải thoát.

[2] Ở đây ý nói ngoại đạo tu thiền định dứt được phiền não nhưng chưa đoạn tận gốc rễ, do vậy về sau sẽ còn sinh khởi.

[3] Bản Hán văn là "phản phục phàm phu" (反復凡夫), chỉ hàng phàm phu quanh đi quẩn lại trong ba cõi vì các nghiệp đã tạo. Hạng này tuy mê muội nhưng khi được giáo hóa có thể tin vào khả năng thành Phật của chính mình.

[4] Bản Hán văn là "tiêu chủng Nhị thừa" (焦種二乘), chỉ hàng Nhị thừa hư mất hạt

- Hạng thứ bảy là thầy thuốc tuy có khả năng trị được những bệnh khó lành, nhưng không thể cùng lúc trị được tất cả các bệnh. Đây là thí dụ cho hàng Bồ Tát Biệt giáo.
- Hạng thứ tám là thầy thuốc có khả năng cùng lúc trị được tất cả các bệnh, nhưng không thể giúp cho bệnh nhân bình phục hoàn toàn như trước. Đây là thí dụ cho hàng Bồ Tát Viên giáo từ sơ tâm lên đến Thập tín.
- Hạng thứ chín là thầy thuốc có khả năng cùng lúc trị được tất cả bệnh, cũng có thể giúp cho bệnh nhân bình phục như trước, nhưng không thể làm cho khỏe mạnh hơn trước. Đây là thí dụ cho hàng Bồ Tát Viên giáo đạt đến tâm sau cùng.[1]
- Hạng thứ mười là thầy thuốc có khả năng cùng lúc trị được tất cả các bệnh đều bình phục, lại khiến cho bệnh nhân được khỏe mạnh hơn trước kia. Đây tức là thí dụ cho đức Như Lai.

Ba hạng thầy thuốc đầu tiên tức là người "thầy thuốc trước đây" (cựu y) được nói trong kinh Đại Bát Niết-bàn, là người thầy thuốc chỉ dùng sữa làm thuốc.[2] Bảy hạng

giống Phật, tức là mất niềm tin vào khả năng thành Phật của chính mình, chỉ mong cầu quả vị giải thoát của hàng Nhị thừa, tức là Niết-bàn Tiểu thừa.

[1] Bản Hán văn là "Viên giáo hậu tâm" (圓教後心), chỉ hàng Bồ Tát Viên giáo đã đạt đến trạng thái tâm cuối cùng trước khi thành Phật, tức quả vị Diệu giác (妙覺), hoặc xếp theo ngũ vị là thuộc về Cứu cánh vị (分證位).

[2] Ở đây dẫn thí dụ được nói trong kinh Đại Bát Niết-bàn, quyển 2, ĐCT, T12, 374. Trong kinh gọi là cựu y (舊醫), thầy thuốc cũ, trước đây; và khách y (客醫), thầy thuốc từ xa mới đến sau. Nội dung thí dụ này kể chuyện một vị vua tin dùng thầy thuốc (cựu y) không giỏi trị bệnh, chỉ biết dùng sữa làm thuốc chữa tất cả các bệnh. Sau đó có một lương y giỏi từ xa đến (khách y) chỉ rõ sai lầm, được vua tin theo và đuổi thầy thuốc cũ đi. Từ đó thầy thuốc mới xin vua ra lệnh cấm dân dùng sữa, chỉ sử dụng đủ các vị chua, cay, đắng, mặn... chế thành thuốc riêng cho từng loại bệnh, người dùng đều khỏi bệnh. Nhưng khi nhà vua mắc bệnh nguy kịch không thể dùng tất cả các loại thuốc, vị lương y liền khuyên vua dùng sữa và giải thích phân biệt giữa sữa tốt có thể làm thuốc khác với sữa độc hại, do nơi cách sử dụng và nguồn gốc. Thí dụ này để nói lên trí tuệ và phương tiện khéo léo trong sự tu tập giáo pháp.

thầy thuốc sau tức là "thầy thuốc đến sau" (khách y). Nói không có phương thuật tức là chỉ dùng các pháp vô thường, khổ v.v. như dùng các vị cay, đắng, chua... làm thuốc. Có phương thuật tức là thầy thuốc đến sau cuối cùng quay lại cho dùng sữa, đó mới là vị lương y sau cùng giỏi nhất.

Nói *"lương y"* tức là thầy thuốc giỏi. Bên trong có đủ tam đạt ngũ nhãn,[3] tức là 8 phương thuật khéo biết được tính chất các loại thuốc; giỏi việc chữa trị, tức là bên ngoài rõ biết nguyên nhân của bệnh nên có thể dùng thuốc.

*"Trí tuệ sáng suốt"* tức là nói 2 trí quyền và thật, rõ biết sâu xa tục đế và chân đế. *"Biết rõ"* tức là dùng 5 loại mắt quán sát rõ biết căn cơ nhanh nhạy hay chậm lụt, không hề sai lệch; *"các phương thuốc"* là nói 12 thể loại kinh điển văn từ nghĩa lý hết sức sâu xa, như các phương thuốc được tinh luyện kỹ lưỡng. Nương theo bốn pháp tất đàn để trị bệnh của chúng sanh, cũng như thầy thuốc *"giỏi điều trị đủ các bệnh"*.

Kinh Vô lượng nghĩa gọi [đức Phật] là Y vương, Đại Y vương. Vì là bậc đại y nên gọi là lương y. *"Vị ấy có nhiều con"*, nói "hoặc mười" là hàng Thanh văn,[2] *"hoặc hai mươi"* là nói hàng Duyên giác,[3] *"thậm chí đến hàng trăm"* là nói hàng Bồ Tát.

Nói Bồ Tát là con Phật có 3 ý nghĩa.

Ý nghĩa thứ nhất là hết thảy chúng sanh đều có đủ 3

---

[3] Tam đạt (三達) cũng tức là tam minh (三明), nhưng tam minh có thể chỉ năng lực của Bồ Tát, A-la-hán, còn tam đạt là năng lực rốt ráo không chướng ngại của chư Phật. Ngũ nhãn (五眼) là 5 thứ mắt, tức 5 khả năng nhìn thấu khác nhau, bao gồm nhục nhãn, thiên nhãn, tuệ nhãn, pháp nhãn và Phật nhãn.

[2] Bản Đại Chánh tạng chép là "若十聲開" (nhược thập Thanh khai), nhầm từ chữ Thanh văn (聲聞) vì "thanh khai" không có nghĩa. (ĐCT, T34, 1718, tr.134b, d.19) Bản Càn Long chép đúng là "Thanh văn".

[3] Văn Cú dùng "Chi Phật" (支佛), tức Bích-chi Phật (辟支佛), chỉ vị chứng quả Duyên giác.

loại tánh đức của tánh Phật,[1] tức là Phật tử. Do vậy kinh văn nói: *"Nay khắp ba cõi này, đều thuộc về Như Lai; nên chúng sanh trong đó, đều là con Như Lai."*

Kinh văn ở đây nói *"có nhiều con"*, dựa theo 10 pháp tâm sở[2] tức là có 100 con. Tâm vương là chánh nhân Phật tánh, trí tuệ là liễu nhân tánh, ngoài ra 9 [tâm sở khác] nương giúp lẫn nhau sinh khởi nên là duyên nhân tánh. Một tâm sở khởi sinh thì 9 tâm sở khác giúp vào, như vậy thành số 100.

Tánh đức của Phật tử chẳng phải thiện, chẳng phải ác, nhưng thông cả thiện ác. Vì thế, 10 tâm sở này cùng với tâm vương gọi là các thông tâm sở. Do vậy, ba loại nhân của tánh đức đều thuộc về chánh nhân Phật tử.

Ý nghĩa thứ hai là vì thuở xưa đã kết duyên nên là con Phật, như 16 vị vương tử khi giảng lại kinh Pháp hoa, người nghe pháp cũng khởi sinh được chút hiểu biết, tức thành tánh liễu nhân; thuở xưa có tu hành đôi chút, là tánh duyên nhân; tánh chánh nhân là căn bản. Cả 3 nhân ấy đều thuộc duyên nhân, nhờ đó ngày nay mới phát sinh được sự hiểu biết một lẽ chân thật. Cho nên lấy sự kết duyên ngày xưa mà gọi là duyên nhân Phật tử, tức là 30 người con ở trong căn nhà đang cháy. Ở đây dựa theo 10 tín tâm,[3] khi một tín tâm sinh khởi tức là có đầy đủ 9 tâm

---

[1] Chỉ 3 loại tánh đức chúng sanh đều sẵn có là chánh nhân Phật tánh, duyên nhân Phật tánh và liễu nhân Phật tánh.

[2] Văn Cú dùng "thập tâm số" (十心數), tức chỉ 10 tâm sở (心所) căn bản, tương ưng với tất cả các tâm, bao gồm: thụ (受), tưởng (想), tư (思), xúc (觸), dục (欲), tuệ (慧), niệm (念), tác ý (作意), thắng giải (勝解), tam-ma-địa (三摩地).

[3] Văn cú dùng "thập tín" (十信), nói đủ là thập tín tâm, chỉ 10 tâm mà Bồ Tát tu tập trong giai đoạn ở Tín vị (信位), là giai vị đầu tiên trong 52 giai vị của hàng Bồ Tát, bao gồm: 1. Tín tâm; 2. Niệm tâm; 3. Tinh tấn tâm; 4. Định tâm; 5. Tuệ tâm; 6. Giới tâm; 7. Hồi hướng tâm; 8. Hộ pháp tâm; 9. Xả tâm; 10. Nguyện tâm. Các tâm này tương quan lẫn nhau nên khi tu tập nghiêm cẩn với một tâm thì 9 tâm khác cũng được sinh khởi.

kia, cho nên 10 tín tâm trở thành 100 tín tâm. Do vậy được kết duyên làm Phật tử.

Ý nghĩa thứ ba, do liễu nhân nên là Phật tử, tức là [những người] ngày nay được nghe kinh Pháp hoa, trụ yên trong trí tuệ chân thật, biết chắc mình sẽ được làm Phật, thấu hiểu rõ ràng về pháp Thanh văn, biết được kinh Pháp hoa này là vua trong các kinh; [những người ấy là] từ miệng Phật sanh ra, được một phần Phật pháp, cho nên gọi là Phật tử chân thật.

Điều này cũng có đủ 3 tánh nhân. Ngày nay đã hiển lộ, thấy rõ Phật tánh, đều thuộc về liễu nhân Phật tử. Ý nghĩa 100 con quay lại tương ứng với 10 tâm sở thể nhập trong 10 pháp lành, 10 tín tâm thể nhập trong giai vị Sơ trụ, cho nên chánh nhân thông cả từ ban đầu cho đến cuối cùng. Kinh văn phần này nêu rõ nghĩa 100 con, không nói đến hàng liễu nhân Phật tử. Liễu nhân Phật tử được nói rõ ở phần sau [trong thí dụ những người con] còn tỉnh táo chịu uống thuốc.

*"Có việc phải đi xa đến nước khác"* là thí dụ cho ứng hóa thân trong quá khứ đã thị hiện diệt độ.

◆ [Đoạn thứ hai] từ câu *"Sau đó, những người con..."* trở đi, nói việc [người cha] trở về rồi lại đi là thí dụ cho hiện tại làm lợi ích chúng sanh. Phần này lại có 2 tiểu đoạn.

❖ Tiểu đoạn thứ nhất từ *"Sau đó, những người con uống nhầm thuốc độc..."* thí dụ kinh văn phần trên nói việc đức Phật quán sát căn cơ tương ứng *"thấy có những chúng sanh... ...cấu nhiễm sâu dày, phước đức mỏng manh"*, tức là những chúng sanh sau khi Phật diệt độ thì ưa thích bám chấp các pháp của tà sư trong ba cõi, cho nên nói là *"uống nhầm thuốc độc"*. [Cũng giống như] khi người cha đi đến nước khác, [chúng sanh] lại phải lưu chuyển luân hồi, sa đọa trong ba cõi, cho nên nói là *"lăn lộn trên mặt đất"*.

**KINH VĂN**

**"Khi ấy, người cha trở về nhà. Những người con đã uống nhầm thuốc độc, có người mất lý trí, có người còn tỉnh táo, nhưng từ xa nhìn thấy cha thì tất cả đều hết sức mừng rỡ, quỳ lạy thưa hỏi vấn an: 'Mừng thay, cha đã quay về bình yên. Chúng con ngu si đã uống nhầm thuốc độc, xin được cha cứu chữa, giữ lại mạng sống.'"**

❖ [Tiểu đoạn thứ hai] từ câu *"Khi ấy, người cha trở về nhà..."* trở đi là thí dụ kinh văn phần trước nói *"Ta xuất gia khi nhỏ tuổi, sau đó chứng đắc quả Vô thượng Chánh đẳng Chánh giác."* [Trong phần trước,] đây là đoạn thứ hai nói nghĩa không phải sanh mà thị hiện sanh. [Phần này có 4 phân đoạn.]

▪ [Phân đoạn thứ nhất,] kinh văn phần trước có 2 ý, nêu [lợi ích từ] hình sắc (thân tướng), âm thanh (thuyết pháp) [của Phật] và nói những lợi ích đó không hư dối. Nay nói việc các con uống thuốc độc [cho đến người cha] *"bỏ đi sang nước khác"* là thí dụ kinh văn phần trước nói lợi ích từ hình sắc (thân tướng Phật). Tin nhận các pháp của hạng tà sư gọi là *"uống thuốc độc"*; *"đã mất lý trí"* tức là không có căn cơ cảm ứng Đại thừa, Tiểu thừa; *"còn tỉnh táo"* là có căn cơ cảm ứng Đại thừa, Tiểu thừa.

Lại nữa, *"đã mất lý trí"* là nói việc đắm chấp trong ba cõi làm mất đi những căn lành trong ba thừa trước đã gieo trồng. [Đức Phật] vì những người này nên không diệt độ mà nói sẽ diệt độ. *"Còn tỉnh táo"* là nói tuy bám chấp năm món dục lạc nhưng không để mất căn lành trong ba thừa. [Đức Phật] vì những người này nên không có sinh mà thị hiện đản sinh. [Vì những người này có] tâm hiền thiện mạnh mẽ, tâm xấu ác yếu ớt, khi được gặp Phật liền có thể tu tập đạo pháp, dứt trừ phiền não; ví như những người con gặp cha, cầu xin được thuốc liền khỏi bệnh. [Còn những người] tâm hiền thiện yếu ớt, tâm xấu ác nặng nề khi được gặp Phật, tuy cũng cầu cứu độ nhưng không chịu tu tập đạo pháp, ví như những người con gặp cha cầu cứu nhưng rồi không chịu uống thuốc. Người cha vì những đứa con này mà nói rằng *"đã chết"*.

*"Từ xa nhìn thấy"* là nói nghĩa khi Phật ra đời, chúng sanh tuy nhìn thấy sắc thân Phật ra đời, nhưng vì che chướng bởi kiến hoặc, tư hoặc nên ngăn cách với năm phần pháp thân.[1] Vì không được tự thân mình kính phụng Pháp thân nên nói là *"từ xa"*. Thấy nghe Phật ra đời đều có những việc cung kính hoan hỷ. Hiện trong các kinh văn nói những việc như Phạm vương thỉnh cầu... là ví như lời [những người con] cầu xin được cứu.

**KINH VĂN**

**"Người cha thấy các con đau khổ như vậy liền y theo các loại sách thuốc mà tìm được những cỏ thuốc tốt có đủ màu sắc đẹp, hương vị thơm ngon, đem giã nát, lược lấy phần nhỏ mịn rồi trộn đều thích hợp, đưa cho các con uống, bảo rằng: 'Đây là loại thuốc rất tốt, có đủ màu sắc đẹp, hương vị thơm ngon, các con hãy uống vào sẽ nhanh chóng hết khổ, không còn bệnh tật.'**

▪ [Phân đoạn thứ hai] từ câu *"Người cha thấy các con đau khổ..."* là thí dụ cho kinh văn phần trước nói lợi ích từ việc nghe Phật thuyết pháp. Phần này lại có 2 ý.

◆ [Ý thứ nhất] thí dụ việc Phật nhận lời thưa thỉnh, chuyển nhị đế pháp luân. Từ chỗ *"bảo rằng"* trở đi là thí dụ việc Phật khuyến khích răn dạy. *"Các loại sách thuốc"* là nói 12 thể loại kinh điển; *"cỏ thuốc"* tức là tám vạn pháp môn được giảng giải trong giáo pháp. Từ nơi Phật mà có 12 thể loại kinh điển cho đến có Niết-bàn. Đó là tìm ra các

---

[1] Văn cú dùng ngũ phần (五分) tức chỉ Ngũ phần Pháp thân (五分法身), bao gồm: Giới thân (戒身), Định thân (定身), Tuệ thân (慧身), Giải thoát thân (解脫身) và Giải thoát tri kiến thân (解脫知見身).

loại cỏ thuốc chữa bệnh nhanh hoặc chậm. Từ Phật thuyết ra đủ 12 thể loại kinh điển, đó là tìm ra cỏ thuốc chữa bệnh nhanh. Từ Phật thuyết ra kinh Tu-đa-la, đó là tìm ra cỏ thuốc chữa bệnh chậm. *"Đủ màu sắc đẹp"* là ví cho giới luật; giới luật ngăn phòng những việc [xấu ác của] thân và miệng, có sự tướng rõ ràng. *"Hương vị thơm ngon"* thì *"hương"* là ví cho định, như hương công đức xông ướp tất cả, *"vị"* là ví cho trí tuệ, có thể giúp đạt được vị của chân lý. Giới, định, tuệ đó tức là Bát chánh đạo; tu tập Bát chánh đạo có thể thấy được tánh Phật.

Lại nữa, *"màu sắc"* là ví như Bát-nhã, soi chiếu rõ hình sắc của tánh pháp, phân biệt rõ ràng không ngăn ngại; *"hương"* là ví như giải thoát, có phẩm đức đoạn trừ các mùi hôi hám; *"vị"* là ví như pháp thân, tức vị của chân lý. Ba pháp [Bát-nhã, Giải thoát, Pháp thân][1] không thuộc về thời gian, không thuộc về không gian, gọi là tạng bí mật. Y theo giáo pháp tu hành thì thể nhập được tạng này. Thuyết dạy về sức Tam-muội Không của ba thừa giống như *"giã nát"*, Vô tướng ví như *"lược lấy phần nhỏ mịn"*, Vô tác ví như *"trộn đều thích hợp"*. Mỗi một tam-muội này[2] đều có đủ giới, định, tuệ.

Lại nữa, pháp quán Không ví như *"giã nát"*, pháp quán Giả ví như *"lược lấy phần nhỏ mịn"* và quán Trung ví như *"trộn đều thích hợp"*. Ba pháp quán này cũng không lìa khỏi giới, định, tuệ. Đem các pháp này dạy cho các chúng sanh với căn cơ tiệm hoặc đốn để họ tu hành tức là *"đưa cho uống"*.

◆ [Ý thứ hai] từ câu *"bảo rằng"* cho đến *"hãy uống vào"*

---

1 Văn cú chỉ nói "tam pháp" (三法), tức là chỉ ba phẩm đức của chư Phật vừa được đề cập, bao gồm Pháp thân đức, Bát-nhã đức và Giải thoát đức.

2 Ba môn giải thoát (Tam giải thoát môn) vừa được đề cập là Không, Vô tướng, Vô tác, đều nương vào ba pháp tam-muội tương ứng để đạt được là Không tam-muội, Vô tướng tam-muội và Vô tác tam-muội.

là dùng pháp khuyên dạy; từ *"nhanh chóng hết khổ"* đến *"không còn bệnh tật"* là dùng pháp răn nhắc. Đó là dùng cả 2 pháp khuyên dạy và răn nhắc để làm cho chúng sanh chịu uống thuốc Chánh pháp.

**KINH VĂN**

**"Trong số các người con, những người còn tỉnh táo nhìn thấy loại thuốc hay, màu sắc hương vị đều tốt đẹp, liền lập tức uống vào, bệnh khổ dứt hết. Những người khác đã mất lý trí, tuy thấy cha về cũng mừng rỡ thưa hỏi vấn an, cầu xin trị bệnh, nhưng khi đưa thuốc cho thì không chịu uống. Vì sao vậy? Vì chất độc đã ngấm sâu làm mất cả lý trí, nên đối với loại thuốc này có màu sắc hương vị đều tốt lại cho rằng không tốt.**

▪ [Phân đoạn thứ ba] từ câu *"Trong số các người con, những người còn tỉnh táo..."* trở đi là thí dụ phần kinh văn ở trước nói được lợi ích không hư dối. Kinh văn ở trước có 2 ý, thứ nhất là nêu nghĩa không hư dối, thứ hai là giải thích nghĩa không hư dối. Nay ở phần này nói *"trong số các người con, những người còn tỉnh táo..."* liền uống thuốc vào được khỏi bệnh, tức là thí dụ kinh văn phần trước nói *"tất cả đều không hư dối"*. Riêng ý giải thích nghĩa không hư dối thì không nói thí dụ.[1]

▪ [Phân đoạn thứ tư] từ câu *"Những người khác đã mất lý trí..."* trở đi, thí dụ cho kinh văn phần trước nói *"không có diệt độ mà thị hiện diệt độ"*. Kinh văn phần trước có 2 ý. Thứ nhất, nói *"ta nay già yếu sắp chết"*[2] là thí dụ kinh văn phần trước nói không có diệt độ mà thị hiện diệt độ. Thứ hai, nói các con *"trong tâm dần tỉnh ra"* là thí dụ kinh văn phần trước Phật nói diệt độ là có lợi ích. Lại nói nguyên do [người cha] nói mình sẽ chết, là vì các con không chịu uống

---

1 Từ đây hết quyển 9, bắt đầu quyển 10, phần thượng.

2 Văn Cú trích dẫn là "bất cửu ưng tử" (不久應死) nhưng thật ra kinh văn nói "tử thời dĩ chí" (死時已至), tuy cũng có nghĩa tương tự như không bao lâu sẽ chết.

thuốc, thí dụ cho kinh văn phần trước nói *"những người phước mỏng"*, *"thấy Như Lai sống mãi ở đời không diệt độ, liền khởi tâm kiêu căng phóng túng"*.

Kinh văn ở trước trong phần nói về thị hiện diệt độ lại có 2 ý. Thứ nhất là nói vốn thật không diệt độ; thứ hai là nói không có diệt độ, nhưng không nói nguyên do thị hiện diệt độ. Nguyên do ấy cũng nằm trong phần nói lợi ích của việc Phật tuyên bố sẽ diệt độ. Nay trong thí dụ không nêu thí dụ cho ý thứ nhất, nhưng lại nêu rõ nguyên do thị hiện diệt độ, đó là do chúng sanh phước đức mỏng manh, được gặp Phật không chịu tu hành, tức là [giống như những đứa con] không chịu uống thuốc.

**KINH VĂN**

**"Người cha suy nghĩ: 'Những đứa con này thật đáng thương, vì bị trúng độc nên tâm trí đều điên đảo. Tuy gặp ta cũng vui mừng, xin được trị liệu, nhưng thuốc tốt như thế này lại không chịu uống. Nay ta phải dùng phương tiện để khiến cho chúng nó chịu uống thuốc này.' Liền bảo các con: 'Các con nên biết, ta nay già yếu sắp chết. Đây là loại thuốc hay, ta để lại chỗ này, các con có thể lấy uống, chớ lo không khỏi bệnh.' Nói như vậy rồi bỏ đi sang nước khác, sai người về báo: 'Cha các người đã chết.'**

◆ [Ý thứ nhất] từ câu *["Người cha suy nghĩ... ]...Nay ta phải dùng phương tiện..."* trở đi nêu việc người cha nói mình sắp chết, là thí dụ cho [kinh văn phần trước] không có diệt độ mà nói là diệt độ.

Phần này nêu việc người cha già yếu, lại chia làm 2 tiểu ý.

✦ Tiểu ý thứ nhất nói người cha có ý định bỏ đi, thí dụ cho kinh văn phần trước nói Phật thường trụ có tổn hại, nói Phật diệt độ có lợi ích.

✦ Tiểu ý thứ hai từ câu *"Liền bảo các con..."* trở đi, nói việc sắp chết, là thí dụ cho việc Phật thị hiện diệt độ, việc hóa độ sắp hoàn tất.

Nói *"già yếu sắp chết"* tức là nói sắp nhập Niết-bàn. Phật lưu lại kinh điển giáo pháp, cho nên nói *"Đây là loại thuốc hay, ta để lại chỗ này"*. Lại *"bỏ đi sang nước khác"*, tức là nói ở phương này thị hiện diệt độ, ở phương khác thị hiện đản sanh.

Kinh văn phần trước nói *"phát lời thệ nguyện, ở nơi cõi thế giới khác giảng rộng kinh này"* tức là ý nghĩa này. *"Sai người về báo"*, tức là sứ giả, ví như đức Phật lúc nhập Niết-bàn dùng âm thanh lớn báo cho khắp nơi đều biết, đó là sứ giả; hoặc dùng thần thông, hoặc dùng xá-lợi, hoặc dùng kinh điển giáo pháp... đều là sứ giả.

Nay dùng hàng Bồ Tát tứ y[1] để nói với chúng sanh rằng: "Phật đã diệt độ, chỉ còn lưu lại giáo pháp này, nay chúng ta tuyên thuyết rộng truyền, mọi người nên thọ nhận thực hành theo." Chúng sanh đời sau nếu không có bốn hạng [đệ tử] nương theo [giáo pháp] này để truyền thuật lại kinh điển giáo pháp, lẽ nào có thể tự biết rằng Phật đã diệt độ sao? Cho nên dùng bốn hạng đệ tử nương tựa [giáo pháp] làm sứ giả.

**KINH VĂN**

**"Lúc bấy giờ, những người con nghe tin cha đã chết, trong lòng hết sức buồn khổ, tự nghĩ rằng: 'Nếu cha ta còn sống, thương yêu chúng ta, có thể được người cứu giúp. Nay người đã bỏ chúng ta đi xa, chết nơi xứ khác.' Họ tự nghĩ mình giờ đây côi cút không nơi**

---

[1] Văn Cú dùng "四依菩薩" (Bồ Tát tứ y) để chỉ tứ tín đệ tử (四信弟子), tức bốn hạng đệ tử có niềm tin vào kinh này. Chữ y có nghĩa là nương tựa, ở đây là nương tựa vào kinh này. Cho nên sau khi Phật diệt độ thì những vị này sẽ truyền rộng giáo pháp. Trong một phần sau, Văn Cú đề cập đến tứ y và gọi là sơ y nhân, đệ nhất y nhân cho đến đệ tứ y nhân. Do đó biết là chỉ bốn hạng đệ tử.

**nương tựa, nên thường đau buồn xúc động, trong tâm dần tỉnh ra, thấy biết loại thuốc [cha để lại] có màu sắc hương vị tốt đẹp liền lấy uống vào, bệnh khổ do thuốc độc liền được khỏi.**

◆ [Ý thứ hai] từ câu *"Lúc bấy giờ, những người con..."* trở đi, nói việc những người con *"trong tâm dần tỉnh ra"*, thí dụ cho lợi ích của việc Phật thị hiện diệt độ. Kinh văn phần trước lại chia làm 2 ý.

Thứ nhất là nêu sự tổn hại và lợi ích; thứ hai là giải thích ý nghĩa tổn hại và lợi ích. Nay phần này chỉ nêu thí dụ việc được lợi ích. Trong phần này, từ câu *"tự nghĩ mình giờ đây côi cút"* trở đi nêu nghĩa sau khi Phật diệt độ [chúng sanh] được lợi ích, như những người về sau được ngài Ưu-ba-cấp-đa[1] giáo hóa...

Phần này lại có 2 tiểu ý. Thứ nhất là lợi ích của sự thị hiện diệt độ; thứ hai là căn cơ cảm ứng trong đời tương lai. Vì sau khi Phật diệt độ, chúng sanh tỉnh ngộ chịu *"uống thuốc"* tu hành, lấy đó làm nhân duyên có thể chiêu cảm được sự ứng hóa trong tương lai.

Như kinh Di giáo nói rằng: "Người chưa được hóa độ thì tạo ra nhân duyên để [sau này] được hóa độ." Lại cũng có trường hợp trong hiện tại chiêu cảm được thấy Phật, như trong Phổ Hiền Quán nói rằng: "Tinh tấn khó nhọc đến mức được thấy phân thân của đức Thích-ca, Phật Đa Bảo ở phương Đông, Phật Thiện Đức cùng với bảy vị Phật Thế Tôn.

**KINH VĂN**

**"Người cha nghe tin các con đã khỏi bệnh liền quay về, tất cả các con đều được gặp lại cha."**

---

[1] Ưu-ba-cấp-đa (優波笈多) là Tổ thứ tư, được truyền pháp từ ngài Thương-na-hoà-tu (商那和修). Ngài Thương-na-hòa-tu được truyền pháp từ ngài A-nan (阿難). Ở đây nêu việc giáo hóa từ ngài Ưu-ba-cấp-đa để chứng minh việc giáo pháp tiếp tục được lưu truyền sau khi Phật thị hiện diệt độ.

◆ [Đoạn thứ ba] từ câu *"Người cha nghe tin các con đã khỏi bệnh..."* trở đi là nói sức uy mãnh làm lợi ích chúng sanh trong đời vị lai. *"Người cha nghe tin các con đã khỏi bệnh"* tức là căn cơ [phát khởi], *"tất cả các con đều được gặp lại cha"* tức là khởi sinh việc ứng hóa của vị lai, khi ấy mới ban cho lợi ích từ âm thanh [thuyết pháp] và hình tướng [thị hiện]. Những điều này y theo kinh văn có thể hiểu được.

**KINH VĂN**

**"Này thiện nam tử, các ông nghĩ sao? Có ai có thể nói vị thầy thuốc ấy phạm tội dối gạt chăng?"**
**"Bạch Thế Tôn! Không thể như vậy."**

▣ [Tổng đoạn thứ hai] từ câu *"Này thiện nam tử, các ông nghĩ sao..."* trở đi [nêu việc trị bệnh giúp các con được lợi ích chân thật] nêu lại thí dụ không hư dối, làm sáng tỏ lợi ích ba đời là chân thật.

**KINH VĂN**

**Đức Phật dạy: "Ta cũng giống như vậy, tuy thành Phật đến nay đã vô lượng vô biên trăm ngàn muôn ức na-do-tha a-tăng-kỳ kiếp, nhưng vì chúng sanh nên dùng sức phương tiện mà nói rằng ta sẽ diệt độ. Cũng không ai có thể theo pháp mà nói ta có lỗi dối gạt."**

■ [Phần thứ hai] từ câu "Đức Phật dạy: Ta cũng giống như vậy" trở đi nêu nghĩa tương hợp với thí dụ.

*"Thành Phật đến nay đã vô lượng kiếp"* là tương hợp với đời quá khứ.

*"Dùng sức phương tiện mà nói rằng ta sẽ diệt độ..."* là tương hợp với đời hiện tại.

Kinh văn lược bớt, không nói tương hợp với đời vị lai.

Câu *"cũng không ai có thể... ...nói ta có lỗi dối gạt"* là tương hợp với việc làm lợi ích chúng sanh không hư dối.

**KINH VĂN**

**Khi ấy, đức Thế Tôn muốn tuyên thuyết lại ý nghĩa trên nên nói kệ rằng:**

**Ta thành Phật đến nay,**
**Đã trải qua số kiếp,**
**Vô lượng ngàn muôn ức,**
**Cho đến a-tăng-kỳ,**
**Thường thuyết pháp giáo hóa**
**Vô số ức chúng sanh,**
**Dẫn dắt vào đạo Phật.**
**Vô số kiếp đến nay,**
**Vì hóa độ chúng sanh,**
**Phương tiện hiện Niết-bàn,**
**Nhưng thật không diệt độ,**
**Thường ở đây thuyết pháp.**
**Ta thường trụ cõi này,**
**Dùng các sức thần thông,**
**Khiến chúng sanh điên đảo,**
**Gần Phật nhưng không thấy.**

Phần kệ tụng có 25 khổ rưỡi, tụng lại hai phần nói pháp và thí dụ trong kinh văn trường hàng ở trước, [chia ra hai tổng đoạn]. Tổng đoạn thứ nhất có 20 khổ rưỡi kệ, tụng lại phần nói pháp. Tổng đoạn thứ hai có 5 khổ kệ tụng lại phần thí dụ.

■ Trong phần nói pháp, kinh văn trường hàng có 2 tổng phần, tổng đoạn thứ nhất của kệ tụng cũng chia thành hai đoạn. Đoạn thứ nhất 19 khổ rưỡi kệ, tụng về sự lợi ích chúng sanh trong ba đời. Đoạn thứ hai một khổ kệ, tụng ý nghĩa tất cả đều chân thật không hư dối.

◆ Đoạn thứ nhất có 3 tiểu đoạn.

❖ Tiểu đoạn thứ nhất có 4 khổ kệ, tụng về lợi ích chúng sanh trong đời quá khứ, lại chia làm 3 phân đoạn.

▪ Phân đoạn thứ nhất có một khổ kệ, tụng lại ý nghĩa kinh văn trường hàng nói Phật thành đạo đã lâu.

▪ Phân đoạn thứ hai từ câu *"Thường thuyết pháp giáo hóa"* trở đi, một khổ kệ, tụng lại nghĩa kinh văn phần trước nói trong khoảng thời gian ở giữa vẫn làm lợi ích chúng sanh.

▪ Phân đoạn thứ ba từ câu *"Vì hóa độ chúng sanh"* trở đi, 2 khổ kệ, tụng lại nghĩa kinh văn phần trước nói về trụ xứ của Phật.

**KINH VĂN**

**Họ thấy Phật diệt độ,**
**Liền cúng dường xá-lợi;**
**Đều lưu luyến tiếc nhớ,**
**Nên sinh lòng khát ngưỡng.**
**Chúng sanh đã tin phục,**
**Tâm chân thật, nhu hòa,**
**Một lòng muốn gặp Phật,**
**Không tiếc thân mạng mình.**
**Khi ấy Phật, chư tăng,**
**Cùng hiện trên núi Thứu.**
**Ta bảo cùng chúng sanh:**
**"Phật thường trụ bất diệt,**
**Nhưng dùng sức phương tiện,**
**Hóa hiện: diệt, không diệt.**
**Cõi khác có chúng sanh,**
**Cung kính, tin, ưa thích,**
**Ta lại ở nơi ấy,**
**Vì họ thuyết Phật pháp.**
**Các ông không nghe biết,**
**Cho rằng ta diệt độ.**

❖ Tiểu đoạn thứ hai có 5 khổ kệ, tụng lại ý nghĩa hiện tại, chia thành 2 phân đoạn [giống như] kinh văn phần trước chia hai phần.

▪ Phân đoạn thứ nhất có 2 khổ rưỡi kệ, tụng lại nghĩa Phật không sinh nhưng thị hiện sinh ra.

▪ Phân đoạn thứ hai từ câu *"Ta bảo cùng chúng sanh"* trở đi có 2 khổ rưỡi kệ, tụng lại nghĩa Phật không diệt độ nhưng thị hiện diệt độ.

**KINH VĂN**

**Phật nhìn thấy chúng sanh,**
**Đắm chìm trong khổ não,**
**Cho nên không hiện thân,**
**Để họ sinh khát ngưỡng.**
**Chỉ khi họ luyến mộ,**
**Mới ra đời thuyết pháp.**
**Sức thần thông như vậy,**
**Qua a-tăng-kỳ kiếp,**
**Phật thường ở núi Thứu,**
**Và những nơi chốn khác.**
**Chúng sanh thời kiếp tận,**
**Bị lửa dữ thiêu đốt,**
**Nơi ta ở an ổn,**
**Thường đông đảo trời, người.**

**Có vườn rừng, lầu gác,**
**Mọi thứ báu trang nghiêm,**
**Cây báu nhiều hoa trái,**
**Chúng sanh vui dạo chơi,**
**Chư thiên đánh trống trời,**
**Thường dùng nhạc điệu hay;**
**Mưa hoa mạn-đà-la,**
**Cúng dường Phật, đại chúng.**

❖ Tiểu đoạn thứ ba từ câu *"Phật nhìn thấy chúng sanh"* trở đi, gồm 10 khổ rưỡi kệ, tụng lại ý nghĩa về tương lai trong kinh văn phần trước. Phần trước đã nói bốn chữ "thường trụ bất diệt", phần kệ tụng này nói mở rộng hơn, chia làm 4 phân đoạn.

▪ Phân đoạn thứ nhất từ câu *"Phật nhìn thấy chúng sanh"* trở đi, gồm 1 khổ rưỡi kệ, nêu rõ cơ duyên ứng hợp trong tương lai.

▪ Phân đoạn thứ hai từ câu *"Sức thần thông như vậy"* trở đi, gồm 4 khổ kệ, tụng lại nghĩa "thường trụ bất diệt" ở kinh văn phần trước. *"Phật thường ở núi Thứu"* là nói Thật báo độ.[1] *"Và những nơi chốn khác"* là nói Phương tiện hữu dư độ,[2] tức là ý nghĩa *"cõi nước khác"* được nói ở kinh văn phần trước. *"Thường đông đảo trời, người"*, còn ở giai vị tam thập tam tâm là người, hàng Thập địa là trời. *"Đánh trống trời"* là nói [các kinh] không người thưa hỏi mà Phật tự thuyết ra. *"Mưa hoa mạn-đà-la"* là nói các giai vị hiền thánh.

**KINH VĂN**

**Tịnh độ Phật thường còn,**
**Chúng sanh thấy cháy hết,**
**Những buồn, sợ, khổ não,**
**Cứ như thế tràn đầy.**
**Những chúng sanh nhiều tội,**
**Vì nhân duyên nghiệp ác,**
**Nên qua vô số kiếp,**
**Không nghe biết Tam bảo.**

---

[1] Thật báo độ (實報土), cũng gọi là Chân thật báo độ (真實報土), tức cảnh giới thường trụ của Báo thân Phật.

[2] Phương tiện hữu dư độ (方便有餘土), chỉ cảnh giới tịnh độ là nơi cư trú của các vị A-la-hán, Duyên giác và Bồ Tát từ Thập địa trở xuống. Các vị này đã dứt kiến hoặc, tư hoặc nhưng chưa trừ được vô minh hoặc nên gọi là hữu dư.

**Những người tu công đức,**
**Tâm chân thật, nhu hòa,**
**Đều thấy được thân Phật,**
**Vẫn ở đây thuyết pháp.**
**Có lúc vì chúng này,**
**Nói: 'Phật thọ vô lượng.'**
**Còn người lâu mới gặp,**
**Lại nói: 'Phật khó gặp.'**
**Trí lực Phật như vậy,**
**Ánh tuệ chiếu vô cùng,**
**Tuổi thọ vô số kiếp,**
**Từ lâu tu tập thành.**
**Các ông người có trí,**
**Chớ nghi nan việc này.**
**Hãy dứt nghi mãi mãi,**
**Lời Phật không hư dối.**

▪ Phân đoạn thứ ba từ câu *"Tịnh độ Phật thường còn"* trở đi, gồm 2 khổ kệ, nói rõ nhân duyên [chúng sanh] không thấy Phật.

▪ Phân đoạn thứ tư từ câu *"những người tu công đức"* trở đi, gồm 3 khổ kệ, nói rõ nhân duyên được thấy Phật.

◆ Đoạn thứ hai từ câu *"Các ông người có trí"* trở đi gồm 1 khổ kệ, tụng lại về sự lợi ích không hư dối đã nói trong kinh văn trường hàng ở trước.

**KINH VĂN**

**Như thầy thuốc phương tiện,**
**Vì muốn trị bệnh con,**
**Sống, nhưng nói đã chết,**
**Không thể cho là dối.**
**Ta là cha thế gian,**
**Cứu chúng sanh bệnh khổ,**

▣ Tổng đoạn thứ hai gồm 5 khổ kệ, tụng lại phần nói thí dụ trong kinh văn trường hàng, chia làm 2 đoạn.

◆ Đoạn thứ nhất 1 khổ kệ, tụng khai mở thí dụ, chia làm 3 tiểu đoạn.

❖ Tiểu đoạn thứ nhất gồm 1 câu đầu tiên, tụng nghĩa quá khứ.

❖ Tiểu đoạn thứ hai gồm 2 câu tụng nghĩa hiện tại, không tụng về nghĩa tương lai.

❖ Tiểu đoạn thứ ba là câu *"Không thể cho là dối"*, tụng lại nghĩa không hư dối.

◆ Đoạn thứ hai từ câu *"Ta là cha thế gian"* trở đi gồm 4 khổ kệ, tụng lại nghĩa tương hợp với thí dụ, chia làm 3 tiểu đoạn. Kinh văn trường hàng ở trước chỉ nói nghĩa tương hợp với bản nguyên xa xưa và trung gian khoảng giữa, không nói nghĩa tương hợp với tương lai.

❖ Tiểu đoạn thứ nhất trong kệ tụng này có nửa khổ kệ, tụng nghĩa tương hợp với quá khứ.

**KINH VĂN**

**Vì phàm phu điên đảo,**
**Thường trụ, nói tịch diệt.**
**Vì nếu thường gặp Phật,**
**Chúng kiêu mạn, phóng túng,**
**Buông thả, đắm năm dục,**
**Đọa vào các đường ác.**
**Phật rõ biết chúng sanh,**
**Tu hành, không tu hành,**
**Chỗ có thể hóa độ,**
**Liền vì họ thuyết pháp.**
**Ta vẫn thường tự nghĩ,**
**Làm sao giúp chúng sanh,**
**Thể nhập trí Vô thượng,**
**Mau thành tựu thân Phật.**

❖ Tiểu đoạn thứ hai từ câu *"Vì phàm phu điên đảo"* trở đi gồm 2 khổ rưỡi kệ, tụng nghĩa tương hợp với hiện tại.

❖ Tiểu đoạn thứ ba từ câu *"Ta vẫn thường tự nghĩ"* trở đi gồm 1 khổ kệ, tụng tương hợp với nghĩa không hư dối. Chỉ bày trừ bỏ ba thừa, hiển bày Nhất thừa; chỉ bày trừ bỏ [hình tích] gần đây, hiển bày [bản nguyên] xa xưa, đều là vì muốn cho chúng sanh mau chóng thể nhập Phật đạo. Những việc như vậy đều không phải hư dối.

# 17. Giải thích phẩm Phân biệt công đức

## KINH VĂN

| Phẩm Phân biệt công đức, thứ mười bảy

## Giải thích tên phẩm

Phật thuyết giảng về tuổi thọ [của Như Lai], các đệ tử trong hai đời [quá khứ và hiện tại][1] đều được lợi ích, cho nên nói là công đức. [Sức công đức ấy] sâu cạn chẳng đồng nhau, cho nên gọi là phẩm *Phân biệt công đức*. Kinh văn phần này là đoạn thứ hai nói về thụ ký, thuộc phần bản môn. Luận giải phân chia kinh văn trong phẩm này có sức công đức nương theo giáo pháp (pháp lực) và sức công đức tu tập giáo pháp (tu hành lực).

Sức công đức nương giáo pháp có 5 phần. Thứ nhất là [công đức người] chứng biết giáo pháp, thứ hai là [công đức người] tin tưởng giáo pháp, thứ ba là [công đức người] cúng dường giáo pháp, đều như nói trong phẩm này. Thứ tư là [công đức người] nghe giáo pháp, như trong phẩm Công đức tùy hỷ. Thứ năm là [công đức người] đọc, tụng, gìn giữ, giảng nói giáo pháp. [Công đức người] đọc tụng giáo pháp thì như trong phẩm *Công đức pháp sư*. [Công đức người] gìn giữ giáo pháp thì như xem trong 3 phẩm: *Công đức pháp sư, Hạnh an vui* và *Khuyến khích thọ trì*. [Công đức người] giảng nói giáo pháp thì như trong phẩm *Thần lực Như Lai* và phẩm *Phó thác về sau*.

---

[1] Văn Cú nói "nhị thế" (二世) chỉ hai đời. Văn Cú ký giải thích rằng, ở đây chỉ đến chúng Bồ Tát từ lòng đất vọt lên là đệ tử trong đời quá khứ, thính chúng trên đỉnh Linh Thứu là đệ tử trong đời hiện tại.

Về sức công đức tu hành giáo pháp thì có sức tu khổ hạnh như trong phẩm *Hạnh nguyện thuở xưa của Bồ Tát Dược Vương*, sức tu hành giáo hóa như trong phẩm *Bồ Tát Diệu Âm*, giúp đỡ cứu nạn như trong phẩm *Bồ Tát Quán Thế Âm*, phẩm *Đà-la-ni*, chỉ bày công đức như trong phẩm *Hạnh nguyện thuở xưa của vua Diệu Trang Nghiêm*, hộ trì chánh pháp như trong phẩm *Bồ Tát Phổ Hiền khuyến khích phát tâm.*

## KINH VĂN

**Lúc bấy giờ, đại chúng trong Pháp hội được nghe Phật dạy về tuổi thọ của Như Lai dài lâu như vậy, liền có vô lượng vô biên a-tăng-kỳ chúng sanh được lợi ích lớn.**

**Khi ấy, đức Thế Tôn nói với Đại Bồ Tát Di-lặc: "Này A-dật-đa! Khi ta nói về tuổi thọ dài lâu của Như Lai, có những chúng sanh nghe rồi đạt được pháp nhẫn vô sinh nhiều như số cát của sáu trăm tám mươi muôn ức na-do-tha sông Hằng, lại có số Bồ Tát nhiều hơn gấp ngàn lần đạt được Văn trì đà-la-ni.[1]**

**"Lại có những Bồ Tát nhiều như số hạt bụi nhỏ của một thế giới đạt được Nhạo thuyết vô ngại biện tài.[2]**

**"Lại có những Bồ Tát nhiều như số hạt bụi nhỏ của một thế giới đạt được vô số trăm ngàn muôn ức Toàn Đà-la-ni.[3]**

**"Lại có những Bồ Tát nhiều như số hạt bụi nhỏ của thế giới đại**

---

[1] Văn trì đà-la-ni (聞持陀羅尼), là pháp tổng trì giúp hành giả khi đạt được có khả năng nghe và ghi nhớ không quên.

[2] Nhạo thuyết vô ngại biện tài (樂說無礙辯才), là một trong Tứ biện tài (四辯才) hay cũng gọi là Tứ vô ngại giải (四無礙解). Hành giả đạt được biện tài này có thể vui thích thuyết giảng giáo pháp không có gì ngăn ngại.

[3] Toàn Đà-la-ni (旋陀羅尼) là một trong ba pháp đà-la-ni sẽ được trình bày trong phẩm Bồ Tát Phổ Hiền khuyên phát tâm (thứ 28) của kinh Pháp hoa. Toàn Đà-la-ni có công năng chuyển hóa tâm bám chấp hình tướng của phàm phu để đạt đến nhận thức đúng thật về tánh không của tất cả các pháp, nên tương đương với quán Không trong Tam quán của tông Thiên Thai. Phẩm Phổ Hiền cũng nói đến pháp Bá thiên vạn ức Toàn đà-la-ni, nhưng ở đây kinh văn nói "Bá thiên vạn ức vô lượng Toàn đà-la-ni" nên không phải chỉ pháp đà-la-ni này.

**thiên có thể chuyển bánh xe pháp bất thối; lại có những Bồ Tát nhiều như số hạt bụi nhỏ của thế giới trung thiên có thể chuyển bánh xe pháp thanh tịnh; lại có những Bồ Tát nhiều như số hạt bụi nhỏ của thế giới tiểu thiên trải qua tám lần tái sinh nữa sẽ đắc quả Vô thượng Chánh đẳng Chánh giác.**

**"Lại có những Bồ Tát nhiều như số hạt bụi nhỏ của bốn cõi tứ thiên hạ[1] trải qua bốn đời nữa sẽ đắc quả Vô thượng Chánh đẳng Chánh giác; lại có những Bồ Tát nhiều như số hạt bụi nhỏ của ba cõi tứ thiên hạ trải qua ba đời nữa sẽ đắc quả Vô thượng Chánh đẳng Chánh giác; lại có những Bồ Tát nhiều như số hạt bụi nhỏ của hai cõi tứ thiên hạ trải qua hai đời nữa sẽ đắc quả Vô thượng Chánh đẳng Chánh giác; lại có số Bồ Tát nhiều như số hạt bụi nhỏ của một cõi tứ thiên hạ trải qua một đời nữa sẽ đắc quả Vô thượng Chánh đẳng Chánh giác.**

**"Lại có những chúng sinh nhiều như số hạt bụi nhỏ của tám thế giới đều phát tâm Vô thượng Chánh đẳng Chánh giác."**

Ngài Quang Trạch nói: [Đoạn kinh] thứ nhất là dựa theo cửa vào công đức, thụ ký người tu hành tinh tấn, tu nhân trong hiện tại. [Đoạn] thứ hai là dựa theo cửa vào trí tuệ, thụ ký người giảm trừ biến dịch sinh tử, trong tương lai đạt được quả vị. [Đoạn] thứ ba là nêu việc hàng ngoại phàm [nghe thuyết tuổi thọ của Như Lai] liền phát tâm.[2]

Nói chung các việc thụ ký đều tương quan giữa nhân và quả. Ba phần như trên đều tương thông với việc thụ ký.

Phần dưới nói về *"chúng sinh nhiều như số hạt bụi nhỏ của tám thế giới đều phát tâm"*, lẽ ra nên kể đầu tiên. Bởi

---

[1] Tứ thiên hạ (四天下), mỗi thế giới có một cõi tứ thiên hạ, bao gồm 4 châu nằm về 4 hướng, như cõi Ta-bà có cõi tứ thiên hạ bao gồm Câu-lô châu, hay Uất-đan-việt châu nằm về phương bắc, Thiệm-bộ châu hay Diêm-phù-đề châu nằm về phương nam, Ngưu-hóa châu hay Cồ-da-ni châu nằm về phương tây, Thắng-thần châu hay Phất-bà-đề châu nằm về phương đông.

[2] Đây là nói về ba phần kinh văn mở đầu đức Phật nói về những chúng sanh được lợi ích sau khi nghe Phật thuyết dạy về tuổi thọ của Như Lai.

vì hàng ngoại phàm[1] nghe kinh rồi phát tâm, trụ ở giai vị tam thập tâm;[2] từ giai vị tam thập tâm, được nghe kinh thì vượt qua nội phàm, chứng Sơ địa, được vô sanh nhẫn; hàng Bồ Tát Sơ địa nghe kinh liền tiến lên thể nhập Nhị địa, đạt được Văn trì đà-la-ni; hàng Nhị địa nghe kinh liền vào được Tam địa, gọi là được Nhạo thuyết vô ngại biện tài; hàng Tam địa nghe kinh liền vào Tứ địa, được vô số Toàn Đà-la-ni; hàng Tứ địa nghe kinh rồi liền vào Ngũ địa, kinh văn gọi là *"chuyển bánh xe pháp bất thối"*; hàng Ngũ địa nghe kinh rồi vào Lục địa, kinh văn gọi là *"chuyển bánh xe pháp thanh tịnh"*.

Từ câu *"Bồ Tát nhiều như số hạt bụi nhỏ của thế giới tiểu thiên"* trở đi là dựa theo chỗ giảm thiểu biến dịch sinh tử mà thụ ký. Hàng Bồ Tát Thất địa đã đoạn trừ vô minh hoặc. Mê hoặc có 9 phẩm, có thể tạo tác nhân duyên 9 lần tái sanh. Từ hàng Bồ Tát Thất địa trở lên, quả báo không có kỳ hạn, khó có thể xét biết, chỉ lấy việc đoạn trừ 9 phẩm phiền não mà nói. Số lượng phiền não có trăm ngàn muôn phẩm loại, nay chỉ dựa vào một loại 9 phẩm mà nêu ý nghĩa.

Hàng Bồ Tát Thất địa đoạn trừ được hai phẩm phiền não, một thượng, một hạ; cho đến Bồ Tát Thập địa, mỗi địa cũng đoạn trừ được hai phẩm, một thượng, một hạ. Chứng nhập Kim Cang tâm đoạn trừ một phẩm.[3]

Hàng Bồ Tát Lục địa sau khi nghe kinh chứng được Thất địa hạ nhẫn[4] thì đoạn trừ được một phẩm phiền não,

---

[1] Ngoại phàm: phàm phu và các giai vị sơ cơ, xem như chưa bước vào cảnh giới của các bậc thánh.

[2] Giai vị tam thập tâm: hành giả đã được sáu căn thanh tịnh nhưng chưa vào Sơ địa.

[3] Phần này liệt kê từ hàng Bồ Tát Thất địa trừ được 2 phẩm phiền não, cho đến Bát địa, Cửu địa, Thập địa cũng đều như vậy, nên trừ được cả thảy 8 phẩm, cho đến chứng nhập Kim cang tâm là tâm cuối cùng trước khi thành Phật thì đoạn trừ một phẩm cuối cùng. Đây là đang trình bày theo cách giải thích của ngài Quang Trạch.

[4] Ở đây, dựa vào khả năng đoạn trừ phiền não có 2 phẩm thượng, hạ như đã nói,

còn lại 8 phẩm làm nhân tái sinh trong 8 đời nữa, cho nên kinh văn nói *"trải qua tám lần tái sinh nữa sẽ đắc quả Vô thượng Chánh đẳng Chánh giác"*.

Hàng Bồ Tát Thất địa thượng nhẫn đoạn trừ thêm một phẩm phiền não, tức giảm trừ được 2 lần tái sinh, còn lại 7 phẩm làm nhân tái sinh trong 7 đời. Các phẩm phiền não theo đó đều phân ra có thượng và hạ, đoạn trừ mỗi phẩm thì giảm trừ được một lần tái sinh. Kinh văn giản lược không nói đủ, nên từ câu *"trải qua tám lần sinh nữa..."* liền nói thẳng đến *"qua bốn đời nữa sẽ đắc quả Vô thượng Chánh đẳng Chánh giác"*, cho đến còn lại một đời tức là giai đoạn tâm Kim cang sẽ đoạn trừ hết.

Luận Pháp hoa[1] nói rằng: Kinh văn nói *"được pháp nhẫn vô sinh"* là nói vào Sơ địa, chứng trí tuệ. Nên biết rằng từ *"còn tám lần sinh"* cho đến *"còn một lần sinh"* rồi chứng đạo Bồ-đề là nói hàng phàm phu quyết định có thể chứng Sơ địa, tùy số lần sinh còn lại, tiến dần lên còn một lần sinh, ắt sẽ chứng Bồ-đề.

Bồ-đề ở đây là lìa khỏi sinh tử phần đoạn trong ba cõi, dần dần từng bậc thấy được chân như, tánh Phật. Như vậy gọi là đạt được Bồ-đề, không phải nói Bồ-đề rốt ráo trọn đủ. Nay theo luận giải thì trước sâu, sau cạn; theo ngài Quang Trạch thì trước cạn, sau sâu. Hai bên [giải thích] trái ngược nhau, biết ai phán xét?

Nói về pháp nhẫn vô sanh thì kinh luận giải thích không giống nhau. [Luận] Ca-chiên-diên Tử nêu ra 5 pháp thành tựu, được bất thối chuyển, tức là giai vị của Bồ Tát lục độ.[2] Hàng Tu-đà-hoàn, dù là chứng trí hay đã đoạn phiền não,

---

Bồ Tát ở mỗi giai vị được phân ra thành hạ nhẫn và thượng nhẫn.

[1] Do phần dẫn ý tiếp theo nên biết là đang nói đến bộ Diệu Pháp Liên Hoa Kinh Luận Ưu-ba-đề-xá (妙法蓮華經論優波提舍) của ngài Thiên Thân (Thế Thân).

[2] Chỉ giai vị của hàng Bồ Tát khi tu tập đồng thời 6 ba-la-mật cho trọn đủ công hạnh để bắt đầu tiến lên Sơ địa.

đều là được pháp nhẫn vô sanh như hàng Bồ Tát, tức là giai vị chung cho cả ba thừa. Bồ Tát lên Sơ địa đạt được pháp nhẫn vô sanh, đó là giai vị của Bồ Tát Biệt giáo. Bồ Tát lên Sơ trụ đạt được pháp nhẫn vô sanh, đó là giai vị của Bồ Tát Viên giáo. Những cách giải thích này đều từ lời dạy của các bậc Thánh, không thể tùy tiện lẫn lộn.

Lại nữa, kinh Tịnh Danh nói gần đến địa vị Vô đẳng đẳng,[1] đạt được pháp nhẫn vô sanh. Kinh Nhân vương nói, [từ trước] cho đến giai vị Kim cang đảnh đều gọi là phục nhẫn, cũng gọi là tịch diệt nhẫn. Hết thảy đều là các giai vị khác nhau của Biệt giáo và Viên giáo. Những ý nghĩa bao quát không thể vận dụng một cách cứng nhắc. Ngài Quang Trạch cho rằng Bồ Tát đã phát tâm là thuộc nội phàm, giai vị tam thập tâm là đạt pháp nhẫn vô sanh, tức là Sơ địa. Như vậy đều là cách gọi tên của Biệt giáo, không phải cách hiểu của Thông giáo. Từ Sơ địa lên đến Lục địa đều là tu tập phúc đức,[2] kinh Đại Bát Niết-bàn cho là hữu vi, hữu lậu, gọi là hàng tăng Thanh văn. Đây tức là ý nghĩa của Thông giáo. Từ Thất địa trở lên [dần dần] đoạn trừ chín phẩm [phiền não là] nhân tái sanh, nhưng dù là Tiểu thừa hay Đại thừa, người đã đạt đến những giai vị ấy thì ai cũng đoạn trừ được, nên chưa đủ để phân biệt xác định. Nếu nói rằng Thất địa đoạn trừ được vô minh hoặc, thì đó không phải ý của Thông giáo, cũng không phải của Biệt giáo, chỉ là Biệt giáo nối ý của Thông giáo mà thôi. Cách giải thích của ngài Quang Trạch không xác quyết rõ ràng, không phù hợp với kinh Pháp hoa này.

---

[1] Vô đẳng đẳng: chỉ quả vị Phật, vì không giai vị nào khác có thể sánh bằng nên gọi là vô đẳng đẳng.

[2] Nguyên tác là "phúc đức môn" (福德門), phân biệt với "trí tuệ môn" (智慧門), chỉ hai phương thức tu tập. Tu tập phúc đức tức là nhấn mạnh vào các ba-la-mật như bố thí, trì giới, nhẫn nhục... trong khi tu tập trí tuệ là nhấn mạnh Bát-nhã ba-la-mật. Bồ Tát phải tu tập song song cả phúc đức và trí tuệ, nhưng ở đây nói đến sự nhấn mạnh hơn trong mỗi giai đoạn.

Ngài Thiên Thân cho rằng Bồ Tát đã phát tâm tức là đạt được pháp nhẫn vô sanh, từ giai vị còn tám lần tái sanh cho đến còn một lần tái sanh. Phàm phu quyết định đoạn trừ quả báo, dứt hết tái sanh, vào bậc Sơ địa, được pháp nhẫn vô sanh. Giải thích như vậy hoàn toàn theo nghĩa của Biệt giáo, cũng không phù hợp với kinh này.

Nay phân chia kinh văn thành ba phần. Thứ nhất là phần tựa chung của người chép kinh, thứ hai là phần phân biệt của Như Lai, thứ ba là nói việc đại chúng cúng dường.

■ Phần thứ nhất thì y theo kinh văn có thể hiểu được.

■ Phần [thứ hai] nói nghĩa phân biệt là lời Phật nhiệm mầu vi diệu, không thể dựa theo các giai vị quyền thừa để giải thích kinh. Cho nên, kinh văn phần trước đã nói nghĩa khai, thị, ngộ, nhập tri kiến Phật, nay theo nghĩa bản môn nói việc đạo hạnh tăng trưởng, sinh tử giảm trừ, đều phải dựa theo các giai vị của Viên giáo để giải thích.

[Kinh văn nói] phần sau nói *"chúng sinh nhiều như số hạt bụi nhỏ của tám thế giới đều phát tâm Vô thượng Chánh đẳng Chánh giác"*, đây là nói những người được sáu căn thanh tịnh, bắt đầu vào các giai vị Thập tín. Cho nên kinh Nhân vương nói: "Hàng Bồ Tát Thập thiện phát tâm Đại thừa, mãi mãi lìa xa biển khổ luân hồi trong ba cõi", tức là ý nghĩa này.

[Kinh văn nói] *"đạt được pháp nhẫn vô sinh"* tức là vào giai vị Thập trụ. Cho nên kinh Hoa nghiêm nói: "Ban sơ ở Phát tâm trụ, một tâm phát khởi thì tất cả các tâm đều phát khởi. Đạt được thân Như Lai, một thân là vô lượng thân, Pháp thân nhiệm mầu thanh tịnh, tịch nhiên sâu lắng ứng hiện khắp thảy." Tức là nói nghĩa này.

[Kinh văn nói] *"đạt được Văn trì đà-la-ni"* tức là vào các giai vị Thập hạnh; "đạt được Nhạo thuyết vô ngại biện tài" tức là vào các giai vị Thập hồi hướng.

[Kinh văn nói] đạt được *"vô số trăm ngàn muôn ức Toàn Đà-la-ni"* tức là vào Sơ địa; *"có thể chuyển bánh xe pháp bất thối"* tức là vào Nhị địa; *"chuyển bánh xe pháp thanh tịnh"* tức là vào Tam địa; còn phải *"trải qua tám lần tái sinh nữa"* tức là lên đến Tứ địa.

[Tiếp theo,] còn bảy lần tái sinh là vào Ngũ địa; còn sáu lần tái sinh là vào Lục địa; còn năm lần tái sinh là vào Thất địa.

[Kinh văn nói] *"trải qua bốn đời nữa sẽ đắc quả Vô thượng Chánh đẳng Chánh giác"* tức là vào Bát địa; *"trải qua ba đời nữa"* là vào Cửu địa; *"trải qua hai đời nữa"* là vào Thập địa; *"trải qua một đời nữa"* là vào giai vị Đẳng giác tâm Kim cang.

Nếu luận về nghĩa tăng trưởng đạo hạnh, giảm trừ sinh tử thì không phải như ngài Quang Trạch nói đoạn trừ sự tái sinh do nhân tái sinh, không phải như ngài Thiên Thân đoạn trừ sự tái sinh do quả báo sinh, chỉ dựa vào trí đức để luận việc tăng trưởng, dựa vào đoạn đức để luận việc giảm trừ, dựa vào Pháp thân để luận sự sinh khởi, dựa vào vô minh để luận sự diệt trừ.

Như thí dụ mặt trăng trong kinh Đại Bát Niết-bàn, từ ngày mùng một cho đến ngày rằm thì ánh sáng dần dần tăng thêm, từ ngày 16 cho đến ngày cuối tháng thì ánh sáng dần dần giảm bớt. Dựa theo thể tánh của cùng một mặt trăng [vốn không thay đổi] mà luận về sự tăng thêm hay giảm bớt [ánh sáng], đó là thí dụ cho việc dùng Pháp thân mà luận về trí đức, đoạn đức.

Hoặc có thể là một người trong một thời có tám lượt tăng tiến; hoặc có thể là một đời, hoặc tám đời, hoặc vô số đời; hoặc có thể là một niệm, hoặc tám niệm, hoặc vô số niệm; hoặc có thể là số đông người nhiều như số hạt bụi nhỏ cũng đều như vậy. Cho nên không thể hạn cuộc nơi nhân tái sinh hay quả báo tái sinh; không thể tách rời sự tăng tiến của trí đức và đoạn đức để giải thích.

Xét về bản môn [trong kinh này], số người chứng đạo nhiều gấp bội so với những kinh khác; không chỉ là số lượng nhiều, mà thời gian hun đúc tu tập cũng lâu dài hơn. Từ bản nguyên xa xưa, [đức Phật] thương xót thị hiện hình tích chỉ bày dẫn dắt ở khắp mọi nơi, trong khoảng thời gian ở giữa vẫn thường cùng [với các đệ tử] gặp lại nhau, rất nhiều người nhờ đó được thuần thục căn cơ, đến đời này [Phật lại] dùng năm tầng bậc giáo pháp[1] tuần tự điều phục; [cuối cùng] thâu tóm đúc kết quy về hội nơi Pháp hoa. Ví như nhà nông mùa xuân gieo trồng, mùa hạ cày xới chăm bón, mùa thu thu hoạch về, mùa đông cất chứa bảo quản; cùng một lúc thu hoạch trọn vẹn. [Cho nên] kể từ khi Phật thuyết kinh Pháp hoa trở về sau, số người chứng đạo chỉ còn [thưa thớt] như lúa thóc rơi vãi sau vụ mùa được nhặt mót mà thôi.

## KINH VĂN

**Khi đức Phật nói về việc các vị Đại Bồ Tát được những lợi ích pháp lớn lao như vậy, từ giữa không trung mưa xuống hoa mạn-đà-la và ma-ha mạn-đà-la để rải khắp trên vô lượng trăm nghìn muôn ức tòa sư tử của các đức Phật [phân thân đang ngồi] dưới các cội cây báu, cùng rải khắp trên tòa sư tử trong tháp bảy báu của đức Phật Thích-ca Mâu-ni và đức Như Lai Đa Bảo, vị Phật đã diệt độ từ rất lâu, và cũng rải lên tất cả các vị Đại Bồ Tát và bốn chúng đệ tử. Lại mưa xuống bột mịn hương chiên đàn, trầm thủy... Trên hư không tiếng trống trời tự vang lên[2] âm thanh vi diệu sâu xa. Lại**

[1] Nguyên tác dùng "ngũ vị" (五味), tức năm vị khác nhau làm từ sữa, theo trình tự chế biến ngày càng tốt hơn, gồm: nhũ (sữa tươi), lạc (sữa nấu đặc, cũng gọi là cao sữa), sinh tô (váng sữa sống), thục tô (váng sữa chín) và đề-hồ, để chỉ năm tầng bậc giáo pháp được đức Phật tuần tự thuyết giảng, gồm: giáo pháp Hoa nghiêm, A-hàm, Phương đẳng, Bát-nhã và cuối cùng là Niết-bàn, Pháp hoa.

[2] Nguyên văn là "天鼓自鳴 - thiên cổ tự minh", tức là trống của chư thiên, tự phát ra âm thanh mà không cần phải dùng dùi trống đánh vào.

**mưa xuống hàng ngàn loại y phục cõi trời có treo đính các chuỗi anh lạc bằng chân châu, ma-ni châu, như ý châu, đầy khắp cả chín phương.[1] Các lò hương báu được xông đốt bằng loại hương quý vô giá tự nhiên hiện đến khắp nơi để cúng dường đại chúng trong Pháp hội.**
**Phía trên mỗi một đức Phật [phân thân] đều có các vị Bồ Tát cầm phướn lọng theo thứ lớp cao dần, [từ mặt đất] lên đến tận cõi trời Phạm thiên. Các vị Bồ Tát này đều dùng âm thanh vi diệu xướng lên vô số bài tụng để ngợi khen xưng tán chư Phật.**

■ Phần thứ ba nêu việc đại chúng khi ấy cúng dường. [Đại chúng] nghe giáo pháp sâu xa, được lợi ích lớn lao, muốn báo đáp ơn Phật nên thiết lễ cúng dường, cũng là mượn việc này để bày tỏ sự nhận hiểu. Phần trước [Phật thuyết giảng] về tích môn, các Bồ Tát cũng đã tỏ ngộ, nhưng việc khai mở chỉ bày vào tri kiến Phật[2] vẫn chưa hoàn tất, cho nên chưa trình bày ra. Đến khi phần thuyết giảng về bản môn đã xong, Bồ Tát Di-lặc mới đứng đầu thay mặt đại chúng bày tỏ sự nhận hiểu.

[Kinh văn nói] *"các vị Bồ Tát cầm phướn lọng theo thứ lớp cao dần, [từ mặt đất] lên đến tận cõi trời Phạm thiên"*. *"Phướn"* là nêu ý nghĩa xoay chuyển; *"lọng"* là nêu ý nghĩa che chở; *"mặt đất"* là nghĩa khởi đầu; *"cõi trời Phạm thiên"* là nghĩa thanh tịnh. Trí đức, đoạn đức nhiều lượt xoay chuyển; từ bi nhiều lần che chở, cao thấp cạn sâu không sai thứ lớp, *"lên đến tận cõi trời Phạm thiên"* là nghĩa biểu trưng cho các vị Bồ Tát tăng tiến đạo hạnh, giảm trừ sinh tử đến gần bậc Diệu giác, đạt đến cùng cực của sự thanh tịnh.

---

[1] Chín phương, chỉ 4 phương chính là đông, tây, nam, bắc và 4 phương phụ ở giữa là đông nam, đông bắc, tây nam, tây bắc cùng với phương trên tức là hư không. Khi nói thập phương (mười phương) tức là có thêm phương dưới.

[2] Nguyên tác dùng "đại sự" (大事), theo ý nghĩa trong kinh này là chỉ "đại sự nhân duyên" đức Phật ra đời chính là vì chúng sanh "khai thị ngộ nhập Phật tri kiến".

Nếu theo sự giải thích của ngài Thiên Thân thì chỉ đạt được Sơ địa một lần, làm sao có thể tương hợp với phần kinh văn này?

**KINH VĂN**

**Lúc bấy giờ, Bồ Tát Di-lặc từ chỗ ngồi đứng dậy, vén áo trần vai bên phải, chắp tay hướng về đức Phật đọc kệ rằng:**

**"Phật thuyết pháp hy hữu,**
**Xưa nay chưa từng nghe.**
**Thế Tôn đại thần lực,**
**Tuổi thọ đến vô cùng.**
**Vô số chúng Phật tử,**
**Nghe Thế Tôn phân biệt,**
**Được nhiều lợi ích pháp,**
**Hoan hỷ khắp châu thân,**
**Đạt địa vị Bất thối,**
**Hoặc được đà-la-ni,**
**Hoặc Biện tài vô ngại,**
**Muôn ức Toàn tổng trì.**
**Hoặc số Bồ Tát nhiều,**
**Như bụi cõi đại thiên,**
**Mỗi vị đều chuyển được,**
**Bánh xe pháp bất thối.**
**Hoặc số Bồ Tát nhiều,**
**Như bụi cõi trung thiên,**
**Mỗi vị đều chuyển được,**
**Bánh xe pháp thanh tịnh.**
**Hoặc số Bồ Tát nhiều,**
**Như bụi cõi tiểu thiên,**
**Còn tái sinh tám đời,**
**Sẽ thành tựu quả Phật.**
**Hoặc số Bồ Tát nhiều,**
**Như bụi trong bốn cõi,**
**Hoặc ba cõi, hai cõi,**
**Một cõi tứ thiên hạ,**
**Đều tùy theo số cõi,**
**Sẽ tái sinh tương ứng,**
**Bốn, ba, hai, một đời,**
**Rồi thành tựu quả Phật.**
**Những chúng sanh như vậy,**
**Nghe Phật thọ lâu dài,**
**Được vô lượng quả báo,**
**Vô lậu và thanh tịnh.**
**Lại có chúng sanh nhiều,**
**Như bụi tám thế giới,**
**Nghe Phật nói tuổi thọ,**
**Đều phát tâm Vô thượng.**
**Đức Thế Tôn thuyết pháp,**
**Khó suy lường, nghĩ bàn,**
**Chúng sanh được lợi ích,**
**Như hư không vô biên.**

Phần kệ tụng có 19 khổ kệ, chia ra làm 3 tổng đoạn.

▣ Tổng đoạn thứ nhất gồm 2 khổ kệ đầu tiên, tụng ý nghĩa đại chúng lúc đó đạt được sự nhận hiểu.

▣ Tổng đoạn thứ hai gồm 9 khổ kệ, tụng lại ý nghĩa đức Như Lai thuyết phân biệt [công đức].

**KINH VĂN**

**Chư thiên cõi Phật khác,**
**Nhiều như cát sông Hằng,**
**Đến rải hoa mạn-đà,**
**Cùng ma-ha mạn-đà.**
**Mưa chiên đàn, trầm thủy,**
**Chấp chới rơi khắp nơi,**
**Như chim trời bay liệng,**
**Cúng dường, xưng tán Phật.**
**Trống trời giữa không trung,**
**Tự vang âm vi diệu.**
**Ngàn muôn loại thiên y,**
**Xoay vòng rơi rơi xuống;**
**Lò hương báu hiện ra,**
**Xông ngát hương vô giá,**
**Đầy đủ khắp mọi nơi,**
**Cúng dường các đức Phật.**
**Có chúng Đại Bồ Tát,**
**Cầm lọng bảy báu che,**
**Cao đẹp muôn ức tầng,**
**Lên đến cõi Phạm thiên.**
**Trước mỗi một đức Phật,**
**Đều có treo phướn báu,**
**Ngâm muôn ngàn bài kệ,**
**Xưng tán chư Như Lai.**
**Tất cả việc như vậy,**
**Xưa nay chưa từng có,**
**Nghe Phật thọ vô cùng,**
**Hết thảy đều hoan hỷ.**
**Hồng danh Phật vang xa,**
**Lợi ích khắp mười phương,**
**Chúng sanh đủ căn lành,**
**Giúp vào tâm Vô thượng.**

▣ Tổng đoạn thứ ba gồm 8 khổ kệ, tụng lại ý nghĩa đại chúng lúc đó cúng dường. [Kệ nói:] *"Được vô lượng quả báo, vô lậu và thanh tịnh"*, lấy nghĩa khác với hàng Nhị thừa có hạn lượng nên nói là *"vô lượng"*; do nhân nhiệm mầu chiêu cảm nên nói là *"thanh tịnh"*, cõi nước không có chướng ngại nên nói là *"quả báo"*, khác với hàng Nhị thừa không [chiêu cảm] quả báo [như vậy]. *"Nghe Phật thọ lâu dài"*, kinh văn nơi đây phân biệt xác định là vô lượng, làm sao có thể theo các vị cựu giải mà nói là có hạn lượng?

Các bậc thầy phương Nam cho rằng, kinh văn trường hàng từ sau bài kệ này trở đi là thuộc phần lưu thông, dẫn chứng trước đó trong phần thuyết giảng tích môn, phần nói về Bồ Tát Văn-thù trong hiện tại cũng là lưu thông.

Các bậc thầy phương Bắc thì cho rằng, bốn hạng đệ tử

có niềm tin[1] hiện đang nghe kinh, do vậy xác định vẫn còn trong phần chánh thuyết.

Từ câu *"Lại nữa, sau khi Như Lai diệt độ"* trở đi mới là phần lưu thông mà theo cách phân chia của hai phía Nam, Bắc đều vận dụng được.

Nay tạm theo cách phân chia của các bậc thầy phương Nam. Từ sau bài kệ này, [phần kinh văn còn lại] có 11 phẩm rưỡi, chia làm hai tổng phần.

Thứ nhất là từ chỗ này trở đi đến hết phẩm *Bồ Tát Thường Bất Khinh*, nêu công đức sâu xa của việc truyền rộng kinh này, khuyến khích sự lưu thông.

Thứ hai là từ phẩm *Thần lực Như Lai* trở đi [đến hết kinh] gồm 8 phẩm, chia làm hai phần phó thác và lưu thông, mỗi phần đều có ba tổng đoạn.

[Phần phó thác,] tổng đoạn thứ nhất gồm nửa phẩm này cùng trọn phẩm *Công đức tùy hỷ*, nêu nhân công đức phẩm trước để khuyến khích lưu thông kinh này.

Tổng đoạn thứ hai gồm phẩm *Công đức pháp sư* nêu quả công đức của phẩm trước để khuyến khích lưu thông, phẩm *Bồ Tát Thường Bất Khinh* dẫn việc tin tưởng được phúc, hủy báng chịu tội, chứng minh và khuyến khích lưu thông kinh này.

Tổng đoạn thứ ba gồm phẩm *Thần lực Như Lai* và phẩm *Phó thác về sau*, nêu việc phó thác về sau lưu thông kinh này.

---

[1] Nguyên tác dùng "tứ tín đệ tử" (四信弟子), theo ý nghĩa trong kinh Pháp hoa này là chỉ bốn hạng đệ tử được phân chia theo mức độ niềm tin và sự nhận hiểu. Thứ nhất là hạng nghe hiểu, có niềm tin nhưng không thể vì người khác giảng nói; thứ hai là hạng tin nhận và có thể vì người khác giảng giải sơ lược; thứ ba là hạng có niềm tin và nghe nhiều hiểu rộng, có thể vì người khác giảng rộng; thứ tư là hạng tin sâu, hiểu rõ, có khả năng thuyết pháp rộng rãi, đầy đủ cả năng lực quán chiếu và thực hành.

Từ phẩm *Hạnh nguyện thuở xưa của Bồ Tát Dược Vương* trở đi gồm 5 phẩm dựa vào ý nghĩa giáo hóa chúng sanh mà khuyến khích lưu thông kinh này.

[Cuối cùng,] phẩm *Bồ Tát Phổ Hiền khuyến khích phát tâm* là dựa vào việc tự hành trì để khuyến khích lưu thông.

Về nghĩa sinh khởi, đó là nói trong hiện tại nghe kinh có sự nhận hiểu chân thật hoặc tương tự, sẽ được lợi ích như phần trước đã nói. Nếu [người đời sau] trực tiếp được nghe một câu kinh mà sinh tâm tùy hỷ, công đức so ra cũng bằng như bốn hạng đệ tử có niềm tin hiện tại đang nghe kinh.

Vì đời tương lai không có Phật, sợ người đời nghi ngờ [kinh này] ít phước đức, nên Phật thuyết 5 phẩm nói về công đức[1] [thọ trì kinh này] sau khi Phật nhập diệt.

Vì gieo nhân công đức vi diệu ẩn mật, không như được quả công đức hiển nhiên sáng tỏ, cho nên Phật thuyết phẩm *Công đức pháp sư*.

Tuy đã nêu nhân quả, cũng không bằng như sự dẫn chứng rõ ràng, cho nên Phật thuyết phẩm *Bồ Tát Thường Bất Khinh*.

Tuy đã nêu nhân thuở xưa, cũng không bằng như thị hiện thần biến trong hiện tại, cho nên Phật thuyết phẩm *Thần lực Như Lai*.

Tuy đã thị hiện thần lực, cũng không bằng như [được Phật] xoa đầu phó thác, cho nên Phật thuyết phẩm *Phó thác về sau*.

Tuy đã phó thác chung [giữa đại chúng], cũng không bằng chỉ bày phương thức cốt yếu, xả thân giữ đạo, cho

---

[1] Tức là các phẩm Phân biệt công đức, Công đức tùy hỷ, Công đức pháp sư, Bồ Tát Thường Bất Khinh và Thần lực Như Lai. Các phẩm này đều thuyết dạy công đức của kinh này sau khi Phật diệt độ.

nên Phật thuyết phẩm *Hạnh nguyện thuở xưa của Bồ Tát Dược Vương.*

Tuy đã răn dạy người giáo hóa, cũng không bằng răn dạy người được giáo hóa, tùy nơi nghe pháp đều nên sanh tâm nhớ tưởng đến Phật, cho nên Phật thuyết hai phẩm *Bồ Tát Diệu Âm* và *Bồ Tát Quán Thế Âm.*

Nếu người mới phát tâm hoằng truyền kinh điển, vốn không có thần lực, phải nương vào sự gìn giữ từ bên trong, cho nên Phật thuyết phẩm *Đà-la-ni.*

Vì cũng cần sự giúp đỡ bảo vệ bên ngoài, cho nên Phật thuyết phẩm *Hạnh nguyện thuở xưa của vua Diệu Trang Nghiêm* và phẩm *Bồ Tát Phổ Hiền khuyến khích phát tâm.*

Các phẩm [như vậy được sắp xếp] liên tục, tầng tầng lớp lớp nối liền nhau, đều là để khiến cho giáo pháp Đại thừa được hoằng truyền thông suốt.

## KINH VĂN

**Lúc bấy giờ, đức Phật bảo Đại Bồ Tát Di-lặc: "Này A-dật-đa! Nếu có chúng sinh nào nghe nói về tuổi thọ của Phật dài lâu như vậy, chỉ cần khởi sinh dù chỉ một ý niệm tin hiểu thì công đức mà người ấy đạt được nhiều đến mức không có hạn lượng.**

Sau phần kệ tụng, kinh văn trường hàng chia thành hai phần. Phần thứ nhất nói về bốn hạng đệ tử hiện tại có niềm tin; phần thứ hai nói về năm hạng người [tin nhận kinh này] sau khi Phật diệt độ.

■ Thế nào là bốn hạng đệ tử có niềm tin? [Trong số bốn hạng này,] xét khả năng giảng giải sơ lược kinh Pháp hoa này thì có ba hạng, khả năng giảng rộng thì có hai hạng, khả năng quán chiếu thành tựu chỉ có một hạng. Nhưng bốn hạng này đều có niềm tin [vào kinh này], cho nên gọi là bốn hạng đệ tử có niềm tin.

Về bốn hạng đệ tử có niềm tin, hạng thứ nhất là những người khởi sinh một niệm tin hiểu nhưng chưa có khả năng giảng giải; hạng thứ hai là những người có thêm khả năng giảng giải sơ lược; hạng thứ ba là những người có thêm khả năng vì người khác giảng rộng kinh này; hạng thứ tư là những người có niềm tin sâu xa, tu tập quán chiếu thành tựu.[1]

Phần đầu tiên nói về hạng thứ nhất có một niệm tin hiểu, gồm có kinh văn trường hàng và kệ tụng. Kinh văn trường hàng có ba phần. Thứ nhất nêu về hạng người này; thứ hai nêu công đức của họ; thứ ba, nêu giai vị và công hạnh không còn thối chuyển.

■ Bây giờ giải thích về *"một niệm tin hiểu"*. Đó là nói tùy theo chỗ được nghe kinh mà tức thời sáng tỏ thông suốt, tùy theo lời dạy [trong kinh] mà thể nhập không có chướng ngại. [Do đó] tin nhận rằng:

1. Hết thảy các pháp đều là Phật pháp.
2. Lại cũng tin rằng Phật pháp không ngăn cách với hết thảy các pháp, không đạt được Phật pháp thì không đạt được hết thảy các pháp.
3. Thấy được hết thảy các pháp thì cũng thấy được Phật pháp.

Mỗi một điều trên cũng là ba điều, ba điều cũng là một điều. Lại cũng có nghĩa [như kinh Duy-ma-cật nói] là "thực hành không phải đạo là thông đạt Phật đạo", thực hành Phật đạo là thông đạt hết thảy các đạo; không đạt được Phật đạo với hết thảy các đạo mà thông đạt Phật đạo với hết thảy các đạo. Không có gì mà là có, nhưng có mà không có gì, cũng chẳng phải có chẳng phải không có.

[1] Về bốn hạng đệ tử có niềm tin (四信弟子 - tứ tín đệ tử) này, trong phần sau được Văn Cú gọi là "四依 - tứ y" và phân biệt thành 4 hạng: sơ y nhân (初依人), đệ nhị y nhân (第二依人), đệ tam y nhân (第三依人) và đệ tứ y nhân (第四依人).

Giống như con đường chạy qua phía trước cửa nhà, thông suốt đến hết thảy các hướng đông, tây, nam, bắc, không có gì ngăn ngại. Mắt, tai, mũi, lưỡi, thân, ý, mỗi khi có chỗ tiếp đối [trần cảnh] cũng đều như vậy. Không nghi ngại nên gọi là tin, nhận biết rõ ràng nên gọi là hiểu, đó là tâm có "một niệm tin hiểu".

Như có lúc ngồi suy ngẫm, tùy theo chỗ suy ngẫm đó bỗng nhiên tỏ ngộ thông suốt, việc thông đạt ba chân lý[1] cũng giống như vậy. Tin hiểu như vậy gọi là giai vị thiết luân.[2]

Lại có cách giải thích khác, cho rằng [tin hiểu] như vậy chưa đủ gọi là giai vị thiết luân, chỉ là hạng mới phát tâm trong các giai vị thập tín. Vì người như vậy chưa được sáu căn thanh tịnh, cho nên chưa phải chính thức vào giai vị thiết luân.

### KINH VĂN

**"Nếu có thiện nam, thiện nữ nào vì cầu đạo Vô thượng Chánh đẳng Chánh giác mà trong tám mươi muôn ức na-do-tha kiếp tu tập năm pháp ba-la-mật là Bố thí ba-la-mật, Trì giới ba-la-mật, Nhẫn nhục ba-la-mật, Tinh tấn ba-la-mật, Thiền định ba-la-mật, chỉ trừ Bát-nhã ba-la-mật, công đức của những người này so với công đức tin hiểu tuổi thọ của Phật không bằng được một phần trăm, một phần ngàn, một phần trăm ngàn muôn ức... cho đến dùng các phép tính toán, thí dụ cũng không thể so sánh biết được.**

**"Người có công đức tin hiểu như vậy mà thối tâm Bồ-đề là điều không thể có."**

■ Phần thứ hai là suy lường [công đức của hạng người này]. Trước tiên luận tổng quát là không có hạn lượng; tiếp

---

[1] Nguyên tác dùng "tam đế" (三諦), chỉ không đế (空諦), giả đế (假諦) và trung đế (中諦) là ba chân lý đạt được nhờ tu tập ba pháp quán: không quán, giả quán và trung quán.

[2] Nguyên tác dùng thiết luân vị (鐵輪位), tức các giai vị thuộc Thập tín (十信), cũng gọi là Tín vị (信位).

theo là suy lường phân biệt nhiều ít. Phần này lại chia làm 2 đoạn.

◆ Đoạn thứ nhất là nêu 5 pháp [ba-la-mật] qua bờ làm căn bản để suy lường. Bát-nhã tức là trí tuệ chân chánh hiện nay, cho nên nói trừ ra Bát-nhã ba-la-mật.

**Hỏi**: Nếu trừ ra Bát-nhã ba-la-mật thì năm pháp còn lại không thể gọi là ba-la-mật [qua bờ]?

**Đáp**: Tất cả đều vì cầu trí tuệ Phật, như hết sức thực hành bố thí và trì giới đến tận bờ mé, cũng có thể gọi là ba-la-mật [qua bờ]. Đây đều là nói theo ý có thứ lớp tuần tự.

◆ Đoạn thứ hai từ câu *"công đức của những người này"* trở đi, nêu việc suy lường phân biệt nhiều ít.

■ Phần thứ ba từ câu *"Người có công đức tin hiểu như vậy"* trở đi nêu giai vị và công hạnh không còn thối chuyển. Sáu tâm ban đầu trong Thập trụ của Biệt giáo vẫn còn thối thất, đến tâm thứ bảy không còn thối thất. Trong Viên giáo thì ngay từ Sơ trụ[1] [của Thập trụ] đã không còn thối chuyển.

Được nghe phẩm *Tuổi thọ của Như Lai* nên có công đức từ bên ngoài giúp vào; trọn lòng tin theo, nhận hiểu [ý kinh] là được hun đúc từ bên trong, cho nên không còn thối chuyển. Đại phẩm [Bát-nhã] nói "có Bồ Tát thối chuyển, có Bồ Tát không thối chuyển", lại "có ma chướng hoặc không có ma chướng", đều là ý nghĩa này.

**KINH VĂN**

**Khi ấy, đức Thế Tôn muốn lặp lại ý nghĩa trên nên nói kệ rằng:**

**"Có người cầu trí Phật,**
**Trong số kiếp tám mươi**
**Muôn ức na-do-tha**
**Tu năm ba-la-mật.**

[1] Theo Văn Cú ký thì chỗ này lẽ ra là Sơ tín, giai vị đầu tiên của Thập tín, có thể do chép nhầm thành Sơ trụ.

**Trong suốt những kiếp ấy,**
**Bố thí, cúng dường Phật,**
**Các đệ tử Duyên giác,**
**Cùng đại chúng Bồ Tát,**
**Những món ăn quý lạ,**
**Y phục, chỗ nằm ngồi,**
**Dựng tinh xá chiên đàn,**
**Có vườn rừng trang nghiêm.**
**Tu bố thí như vậy,**
**Mọi thứ đều vi diệu,**
**Đến hết số kiếp ấy,**
**Hồi hướng cầu quả Phật.**
**Lại nghiêm trì giới luật,**
**Thanh khiết không vấy bẩn,**
**Tâm cầu đạo Vô thượng,**
**Chư Phật đều ngợi khen.**
**Lại thực hành nhẫn nhục,**
**Tự điều phục, nhu hòa,**
**Gặp đủ điều xấu ác,**
**Tâm không hề xao động.**
**Bị những người học pháp,**
**Ôm lòng tăng thượng mạn,**
**Theo khinh chê, não loạn,**
**Vẫn có thể nhẫn chịu.**[1]
**Lại chuyên cần tinh tấn,**
**Giữ chí niệm kiên cố,**
**Trong vô số ức kiếp,**
**Một lòng không lười nghỉ.**
**Lại trong vô số kiếp,**
**Thường sống nơi thanh vắng,**
**Hoặc ngồi thiền, kinh hành,**
**Nhiếp tâm, trừ lúc ngủ.**
**Do nhân duyên như vậy,**
**Được các pháp thiền định,**
**Tám mươi muôn ức kiếp,**
**Tâm an trụ không loạn.**
**Dùng phước nhất tâm ấy,**
**Nguyện cầu đạo Vô thượng.**
**Ta đạt Nhất thiết trí,**
**Tận cùng các thiền định,**
**Thấy rõ người trải qua,**
**Trăm ngàn muôn ức kiếp,**
**Thực hành các công đức,**
**Như ta vừa nói trên;**
**So với nam hoặc nữ,**
**Nghe ta nói tuổi thọ,**
**Dù chỉ một niệm tin,**
**Phước đức hơn người kia.**
**Nếu người nào dứt sạch**
**Mọi nghi ngờ hối tiếc,**
**Tin sâu trong thoáng chốc,**
**Cũng được phước như vậy.**
**Với các vị Bồ Tát,**
**Vô số kiếp tu hành,**
**Nghe ta nói tuổi thọ,**
**Liền đủ sức tin nhận.**

---

[1] Nguyên tác là "諸有得法者，懷於增上慢 - chư hữu đắc pháp giả, hoài ư tăng thượng mạn" (những người được pháp mà ôm lòng tăng thượng mạn). Bản Anh ngữ của H. Kern diễn đạt khác: "bear the contemptuous words of unbelievers who are rooted in pride" (nhẫn chịu lời khinh chê của những kẻ không có lòng tin và đắm chìm trong sự kiêu mạn). Do khác biệt này, chúng tôi cho rằng bản Hán thật ra muốn nói đến những người "có học pháp", "được gặp giáo pháp" chứ không phải "đắc pháp" theo nghĩa đã chứng đắc pháp. Như vậy phù hợp hơn với ý nghĩa "tăng thượng mạn".

**Các Bồ Tát như thế,**
**Cung kính nhận kinh này:**
**'Nguyện chúng con đời sau,**
**Sống lâu độ chúng sanh;**
**Như Thế Tôn ngày nay,**
**Vua trong dòng họ Thích,**
**Sư tử chốn Đạo trường,**
**Thuyết pháp không sợ hãi.**
**Chúng con trong đời sau,**
**Được chúng sanh tôn kính,**
**Cũng ngồi nơi Đạo trường,**
**Nói tuổi thọ lâu dài.'**
**Nếu có người tin sâu,**
**Tâm thanh tịnh, chân thật,**
**Nghe nhiều, ghi nhớ hết,**
**Tùy nghĩa giảng lời Phật,**
**Với những người như thế,**
**Có thể không hoài nghi."**

Phần kệ tụng có 19 khổ rưỡi kệ, [cũng chia làm 3 đoạn].

◆ Đoạn thứ nhất gồm 12 khổ kệ, trước tiên tụng về lại nghĩa suy lường phân biệt nhiều ít.

◆ Đoạn thứ hai gồm 2 khổ kệ, tụng ngược[1] về nghĩa nêu hình tướng người ở trước.

◆ Đoạn thứ ba gồm 5 khổ kệ, tụng lại về giai vị và công hạnh không thối chuyển.

Kệ nói *"Vô số kiếp tu hành"* nghĩa là đã từ lâu tu tập các pháp ba-la-mật. *"Nguyện chúng con đời sau"* tức là khởi tâm nguyện từ bi. Nhờ sự tu hành và phát nguyện từ lâu nên nghe kinh liền tin hiểu. Nay ở phần đầu phẩm này chỉ vừa mới được nghe kinh, có một niệm tin hiểu, công đức ấy lại ngang bằng với người tu hành đã lâu, lại còn hơn thế nữa.

## KINH VĂN

**"Lại nữa, này A-dật-đa! Nếu có người nghe nói tuổi thọ của Phật lâu dài, hiểu rõ được lời ấy, thì công đức người ấy đạt được không có giới hạn, có thể khởi sinh trí tuệ Vô thượng Như Lai. Huống chi là người có thể rộng nghe kinh này, hoặc bảo người khác nghe, hoặc tự mình thọ trì, hoặc bảo người khác thọ trì, hoặc tự mình sao chép,**

[1] Văn Cú nói "tụng ngược" (truy tụng) là vì trong kinh văn trường hàng thì ý nghĩa này nằm trước, nay trong kệ tụng đặt ở sau.

**hoặc bảo người khác sao chép, hoặc dùng hoa, hương, chuỗi ngọc, cờ phướn, lọng che, dầu thơm, đèn bơ[1] để cúng dường kinh này, công đức của người ấy là vô lượng vô biên, có thể khởi sinh Nhất thiết chủng trí.[2]**

Từ câu *"Lại nữa, này A-dật-đa! Nếu có người nghe nói tuổi thọ của Phật lâu dài"* trở đi là nói về hạng [đệ tử có niềm tin] thứ hai. Hạng đệ tử trước chỉ có khả năng tin hiểu nhưng không thể giảng thuyết. Thuyết giảng liên kết danh xưng số lượng cần phải biết dùng lời khéo léo tốt đẹp, nay hạng đệ tử này có đủ [khả năng ấy], cho nên nói là vì người khác giảng thuyết. Do sự vượt hơn mà gọi tên, cho nên gọi là hạng thứ hai. Do sức thuyết giảng nên có thể tự mình và giúp cho người khác đều được *"khởi sinh trí tuệ Vô thượng Như Lai"*. Kinh văn phần này trước tiên nêu tướng trạng, tiếp theo là suy lường công đức.

Từ câu *"Huống chi là người có thể rộng nghe kinh này"* trở đi là nói về hạng thứ ba, nghe nhiều hiểu rộng, có thể rộng vì người khác thuyết giảng, rộng tu cúng dường. Cúng dường là sự hỗ trợ từ bên ngoài, giúp cho trí tuệ bên trong nhanh chóng thể nhập nên *"có thể khởi sinh Nhất thiết chủng trí"*. Phần này trước tiên nêu tướng trạng của hạng người, tiếp theo nói việc suy lường [phân biệt công đức].

## KINH VĂN

**"Này A-dật-đa! Nếu có thiện nam, thiện nữ nào nghe ta nói về tuổi thọ lâu dài, tin sâu nhận hiểu, người ấy sẽ thấy Phật vẫn thường thuyết pháp tại núi Kỳ-xà-quật, có các vị Đại Bồ Tát và chúng Thanh văn cung kính vây quanh, lại cũng thấy được khắp thế giới Ta-bà này mặt đất bằng lưu ly, bằng phẳng ngay ngắn, dùng vàng**

---

[1] Đèn bơ: loại đèn dùng bơ làm từ sữa để thắp sáng.

[2] Nhất thiết chủng trí (一切種智): trí tuệ rõ biết rộng khắp, bao trùm tất cả, là danh xưng khác để chỉ trí tuệ Phật, cũng gọi là Nhất thiết trí (一切智).

**diêm-phù-đàn[1] giăng theo bên đường đi về tám hướng,[2] có cây báu thẳng hàng, có lầu gác, đài quán đều làm bằng các món báu, đại chúng Bồ Tát đều ở trong đó. Nếu người nào có thể thấy được như vậy, nên biết đó là tướng trạng của sự tin sâu nhận hiểu."**

Tiếp theo từ câu *"Này A-dật-đa..."* trở đi là nói về hạng đệ tử có niềm tin thứ tư, có đầy đủ [các phẩm tính] của ba hạng trước, cộng thêm tu tập quán hạnh. Nhập thiền định vận dụng trí tuệ, quán tưởng thành tựu thì hình tướng sinh khởi, có thể thấy được tướng mạo của hai cõi Hữu dư và Thật báo.

*"Thấy Phật vẫn thường thuyết pháp tại núi Kỳ-xà-quật, có các vị Đại Bồ Tát và chúng Thanh văn cung kính vây quanh"* là tướng trạng của cõi Phương tiện hữu dư.

*"Lại cũng thấy được khắp thế giới Ta-bà này... đại chúng Bồ Tát đều ở trong đó"* là tướng trạng cõi Thật báo.

Hai hạng đệ tử có niềm tin đầu tiên là ở giai vị Văn tuệ, hạng [thứ ba] nghe nhiều giảng rộng là giai vị Tư tuệ, hạng [thứ tư] tu quán hạnh quán tưởng thành tựu là giai vị Tu tuệ. [Cả bốn hạng đệ tử này, công hạnh] từ cạn đến sâu, thành tựu sáu căn thanh tịnh, tức là giai vị Thập tín.

## KINH VĂN

**"Lại nữa, sau khi Như Lai diệt độ, nếu người nào nghe kinh này mà không chê bai lại sinh lòng vui theo, nên biết đó cũng là tướng trạng của sự tin hiểu; huống chi là người tụng đọc, thọ trì, người**

---

[1] Vàng diêm-phù-đàn (jambūnada-suvarṇa) là loại vàng rất quý có màu vàng pha sắc đỏ, chỉ có ở khúc sông chảy ngang qua rừng cây diêm-phù, nên có tên gọi như vậy.

[2] Nguyên tác là "以界八道 - dĩ giới bát đạo". Bát đạo là 8 con đường, trong mô tả thế giới ở đây là 8 con đường từ trung tâm đi về 8 hướng. Cách mô tả ở đây là rút ngắn, vì nói đủ là "為繩以界八道 - vi thằng dĩ giới bát đạo" (làm thành dây giăng theo bên đường), có nghĩa là những sợi dây bằng vàng để phân chia lộ giới.

**ấy chính là đang cung kính đầu đội Như Lai.[1] Này A-dật-đa! Người thiện nam hay thiện nữ đó không cần phải vì ta mà dựng chùa tháp phụng thờ, cũng không cần xây dựng tăng phòng, dùng bốn sự thiết yếu[2] cúng dường chúng tăng. Vì sao vậy? Vì những thiện nam, thiện nữ ấy thọ trì, đọc tụng kinh này tức là đã dựng chùa tháp, đã xây dựng tăng phòng, cúng dường chúng tăng; tức là đã dựng tháp bằng bảy báu thờ xá-lợi Phật, bên dưới to rộng bên trên nhỏ dần, cao lên đến tận cõi Phạm thiên, có treo phướn lọng cùng những chuông báu nhỏ với hoa, hương, chuỗi ngọc, cùng các loại hương bột, hương thoa, hương đốt, dùng các loại trống, nhạc, ống tiêu, ống địch,[3] đàn không hầu, đủ các loại vũ khúc và âm thanh vi diệu để ngợi ca tán tụng; tức là đã trải qua vô lượng ngàn muôn ức kiếp làm việc cúng dường như vậy.**

**"Này A-dật-đa! Nếu sau khi ta diệt độ có người nào nghe kinh điển này rồi có khả năng thọ trì, hoặc tự mình sao chép, hoặc bảo người khác sao chép, đó là đã xây dựng tăng phòng, dùng chiên đàn đỏ dựng thành ba mươi hai tòa điện đường,[4] cao bằng tám cây đa-**

---

[1] Nguyên tác Hán văn là "頂戴如來 - đỉnh đái Như Lai". Bản Anh ngữ của H. Kern dịch từ Phạn ngữ có vẻ như đủ nghĩa hơn: "He who after collecting this Dharmaparyaya into a volume carries it on his shoulder carries the Tathâgata on his shoulder." (Người nào thu thập quyển kinh này rồi mang vác trên vai tức là đang mang vác đức Như Lai trên vai.)

[2] Bốn sự thiết yếu, chỉ 4 vấn đề cần thiết cho sự tu tập của chư tăng, bao gồm thức ăn uống, y phục, chỗ nghỉ và thuốc men trị bệnh. Kinh văn chỉ nói ngắn gọn là "四事 - tứ sự" (bốn việc).

[3] Tiêu và địch đều là các loại ống sáo, ống tiêu là loại sáo thổi dọc, ống địch là loại sáo thổi ngang.

[4] Ở đây theo sát cách diễn đạt của Hán văn: "作諸殿堂三十有二 - tác chư điện đường tam thập hữu nhị". Tuy nhiên, bản Anh ngữ dịch từ Phạn ngữ của H. Kern mô tả chỗ này là "with thirty-two pinnacles, eight stories" (với 32 ngọn tháp, 8 tầng). Trong sách Tây vực ký, khi mô tả về cách dựng chùa ở Ấn Độ, ngài Huyền Trang viết: "諸僧伽藍，頗極奇製。隅樓四起，重閣三層 - Chư tăng già lam phả cực kỳ chế, ngung lâu tứ khởi trùng các tam tầng" (Những ngôi chùa thì có cách xây dựng cực kỳ đặc biệt. Bốn góc chùa đều có lầu, xây cao lên ba tầng.) (Tây vực ký, quyển 2 - ĐCT, T51, 2087, tr. 876a, d. 29) Theo đây mà xét thì rất gần với cách mô tả trong bản Anh ngữ, có thể kinh văn muốn nói đến 32 tòa lầu cao được xây lên chung quanh ngôi chùa chứ không phải 32 tòa điện đường. Những tòa lầu này nhằm mục đích trang trí, tạo ra sự tôn nghiêm chứ không phải để cư trú hay sử dụng.

**la,[1] tăng phòng rộng đẹp trang nghiêm, đủ chỗ cho trăm ngàn vị tỳ-kheo cùng ở trong đó,[2] lại có đủ vườn rừng, hồ tắm, đường đi kinh hành, hang ngồi thiền; có đủ y phục, thức ăn uống, giường đệm, thuốc men trị bệnh, đủ mọi tiện nghi; những tăng phòng, điện đường lầu gác giống như vậy, số lượng nhiều đến bao nhiêu ngàn muôn ức cho đến vô số lượng, đều giống như hiện nay đã dùng để cúng dường ta cùng với chư tỳ-kheo tăng.**

**"Do vậy nên ta nói rằng: 'Sau khi Như Lai diệt độ, nếu có người thọ trì, tụng đọc kinh này, vì người khác giảng nói, hoặc tự mình sao chép, hoặc bảo người khác sao chép, cúng dường kinh này, người ấy không cần phải dựng chùa tháp cũng như xây dựng tăng phòng, cúng dường chúng tăng.'**

Từ câu *"Lại nữa, sau khi Như Lai diệt độ"* trở đi là nói về năm hạng người [tin nhận kinh này]. Kinh văn lại chia làm hai đoạn. Đoạn trước tiên nêu 5 hạng người, suy lường phân biệt so sánh công đức của 4 hạng sau. Đoạn sau nói về hạng người tùy hỷ, suy lường phân biệt công đức của hạng đầu tiên.

**Hỏi**: Tại sao lại như vậy ?

**Đáp**: Vì bốn hạng sau suy lường phân biệt sơ sài, còn hạng [tùy hỷ] đầu tiên nêu việc suy lường phân biệt mở rộng. Khi đã suy lường phân biệt mở rộng rồi, nêu sự so sánh hơn thế nữa thì có thể hiểu được ý nghĩa. Đức Phật không nói nhiều rườm rà mà khéo léo diễn đạt như vậy.

Năm hạng người đó, thứ nhất là trực tiếp khởi tâm tùy hỷ, thứ hai là thêm tự mình thọ trì đọc tụng, thứ ba là thêm khuyến khích người khác thọ trì đọc tụng, thứ tư là tu tập thêm sáu ba-la-mật, thứ năm là chuyên tu công hạnh sáu ba-la-mật. Năm hạng người này, nói chung đều

---

[1] Cây đa-la (多羅樹) là một loại cây lớn, mô tả ở đây chỉ muốn nói là rất cao, không phải nêu ra một chiều cao chính xác.

[2] Nguyên tác là "百千比丘於其中止 - bá thiên tỳ-kheo ư kỳ trung chỉ", bản dịch của H. Kern chỉ nói là "fit for a thousand monks" (đủ chỗ cho 1.000 vị tăng).

thuộc hạng tự mình hành trì và giáo hóa người khác, như kinh văn phần sau nói có 50 người tuần tự truyền dạy cho nhau. Những ai tự hành trì đều gọi chung là đệ tử; những ai giáo hóa người khác đều gọi chung là pháp sư. Nếu xét riêng thì [trong đó có] 2 hạng chỉ tự mình hành trì, có 3 hạng đầy đủ luôn cả việc giáo hóa người khác. Dùng danh hiệu pháp sư chỉ để gọi 3 hạng sau, không phải cho cả 5 hạng. Việc tự hành trì có ở cả 5 hạng nên đều gọi chung là đệ tử. Hạng đầu tiên chỉ được nêu tướng trạng người mà thôi, việc suy lường phân biệt công đức nói ở phần sau.

Từ câu *"huống chi là người"* trở đi là nói hạng thứ hai, nêu rõ người có khả năng thọ trì đọc tụng. Việc nêu ra hạng người có thể hiểu được. Câu *"người ấy chính là đang cung kính đầu đội Như Lai"* không phải là suy lường công đức.

Người mới phát tâm, vì sợ sự khuấy động của ngoại duyên làm chướng ngại việc tu nghiệp chân chánh nên chỉ một lòng chuyên trì kinh này, đó tức là sự cúng dường bậc thượng. [Nếu có thể] bỏ sự tướng giữ theo lẽ thật thì lợi ích càng rộng lớn hơn.

Về sau khi trong tâm đã quán chiếu thành thục, dù tiếp xúc ngoại duyên cũng không gây chướng ngại nội tâm, mọi sự việc đều có thể giúp thêm cho việc tu đạo, như thêm dầu nhiều thì lửa cháy mạnh, như thuyền xuôi dòng nước lại thêm giương buồm. Nếu tăng thêm sức lực công phu tu tập thì thế lực chuyển hóa càng nhanh hơn. Ý chỉ của kinh văn chính là pháp thân xá-lợi nên không cần phải an trí sinh thân xá-lợi.[1] Nếu giảng giải kinh văn thì người giảng giải và kinh văn được giảng giải chính là tháp thờ, không cần đến tháp bằng hình tướng. Kinh văn có thể hàm chứa tăng theo đệ nhất nghĩa, không cần phải đợi nương theo tăng.

---

[1] Sinh thân xá-lợi (生身舍利): tức xá lợi do nhục thân của đức Phật lưu lại sau khi diệt độ.

**Hỏi**: Nếu vậy thì trì kinh tức là giữ giới theo đệ nhất nghĩa, sao kinh văn còn nói *"lại có thể trì giới thanh tịnh"*?

**Đáp**: Đây là ý nói về hạng đầu tiên,[1] không nên dùng để chất vấn với các hạng sau đó. Nếu muốn giải thích thì trì kinh tức là thuận theo giới về mặt lý thể, cũng là tự nhiên giữ được các giới ba-la-di và tăng tàn.[2] Nay kinh văn nói *"có thể trì giới thanh tịnh"* là nói từ các giới ba-dật-đề trở đi,[3] trong mọi hành vi đều không có sự thiếu sót phạm vào. Hạng người thứ ba có khả năng giáo hóa người khác, chính là nói ý này.

[Kinh văn] trước tiên nêu ra hạng người này, sau đó từ câu *"đã xây dựng tăng phòng"* trở đi là [nêu các chi tiết] suy lường công đức.

**KINH VĂN**

**"Huống chi là người có thể thọ trì kinh này, lại thêm thực hành các pháp bố thí, trì giới, nhẫn nhục, tinh tấn, thiền định,[4] trí tuệ thì công đức của người này là thù thắng nhất, là vô lượng vô biên. Cũng giống như hư không về các phương đông, tây, nam, bắc, bốn phương phụ[5] và phương trên, phương dưới đều là vô lượng vô biên, công đức của người này cũng vô lượng vô biên như vậy, sẽ nhanh chóng đạt đến Nhất thiết chủng trí.**

Từ câu "Huống chi là người có thể thọ trì kinh này, lại

[1] Hạng đầu tiên trong 5 hạng người vừa nói trên, tức là hạng khởi tâm tùy hỷ.

[2] Nguyên tác dùng sơ thiên (初篇), nhị thiên (二篇). Theo cách phân chia ngũ thiên (五篇) của giới luật thì sơ thiên là các giới ba-la-di, nhị thiên là các giới tăng tàn. Đây là các giới rất nghiêm trọng, nên người đã nghe kinh tùy hỷ, phát triển tâm hiền thiện thì tự nhiên không thể phạm vào.

[3] Nguyên tác nói từ tam thiên (三篇) trở đi, tức là nói đủ tam thiên, tứ thiên và ngũ thiên. Tam thiên là các giới Ba-dật-đề, tứ thiên là các giới Ba-la-đề đề-xá-ni, ngũ thiên là các giới Đột-cát-la. Đây là các giới vi tế, nhỏ nhặt hơn, người thọ giới phải lưu tâm trong từng hành vi, cử chỉ mới có thể không phạm vào.

[4] Nguyên tác dùng "一心 - nhất tâm" để chỉ thiền định. Vì ở đây đang đề cập 6 pháp ba-la-mật nên chúng tôi vẫn dịch là thiền định để dễ nhận hiểu hơn.

[5] Tức là các phương đông nam, đông bắc, tây nam và tây bắc.

thêm...” trở đi là nói hạng người thứ tư. “Lại thêm thực hành các pháp” ba-la-mật là hạng người này vậy. Trước tiên nêu ra hạng người, sau đó từ câu “công đức của người này là thù thắng nhất” trở đi là suy lường công đức.

**KINH VĂN**

**“Nếu có người tụng đọc, thọ trì kinh này, vì người khác giảng nói, hoặc tự mình sao chép, hoặc bảo người khác sao chép, lại còn có thể dựng tháp thờ, xây dựng tăng phòng, cúng dường, ngợi khen, xưng tán các vị Thanh văn, lại cũng dùng trăm ngàn muôn ức cách ngợi khen xưng tán để xưng tán công đức các vị Bồ Tát, lại vì người khác mà thuận theo đủ mọi nhân duyên, tùy nghĩa thích hợp để giảng giải kinh Pháp hoa này, lại có thể trì giới thanh tịnh, cùng người nhu hòa sống chung luôn nhẫn nhục không sân hận, chí niệm kiên cố, thường muốn ngồi thiền đạt định thâm sâu, tinh tấn dũng mãnh gồm thâu các pháp lành, căn tánh nhanh nhạy, trí tuệ sáng suốt, khéo giải đáp những câu hỏi khó; này A-dật-đa, sau khi ta diệt độ, những thiên nam, thiện nữ nào thọ trì, tụng đọc kinh điển này, lại có đủ những công đức lành như vậy, nên biết rằng những người ấy đã hướng đến đạo trường, ngồi dưới cội Bồ-đề, đến gần quả Vô thượng Chánh đẳng Chánh giác.[1]**

**“Này A-dật-đa! Những nơi nào mà các thiện nam hoặc thiện nữ ấy đã từng đi đứng nằm ngồi đều nên dựng tháp, hết thảy chư thiên và loài người đều nên cúng dường như cúng dường tháp Phật.”**

Từ câu *“Nếu có người tụng đọc”* trở đi là nói hạng người thứ năm. Có thể chuyên tu công hạnh sáu ba-la-mật là hạng người này. [Kinh văn] trước tiên nêu hạng người, sau

---

[1] Nguyên tác Hán văn là “已趣道場，近阿耨多羅三藐三菩提，坐道樹下 - dĩ thú đạo trường, cận A-nậu-đa-la Tam-miệu Tam-bồ-đề, tọa đạo thụ hạ”, có vẻ như không hợp lý về trình tự khi đặt “ngồi dưới cội Bồ-đề” về cuối cùng. Bản Anh ngữ dịch từ Phạn ngữ của H. Kern là: “...must be considered to make for the terrace of enlightenment; ... steps towards the foot of the tree of enlightenment in order to reach enlightenment” (... phải được xem như xây dựng nền tảng giác ngộ;... bước đến dưới cội cây giác ngộ để đạt đến sự giác ngộ). Chúng tôi cho rằng việc “ngồi dưới cội Bồ-đề” đặt ở trước là hợp lý hơn.

đó từ câu *"này A-dật-đa, sau khi ta diệt độ"* trở đi là suy lường công đức.

Tóm lại về năm hạng người này, ba hạng trước là thuộc giai vị Văn tuệ, [hạng thứ tư] thêm việc thực hành sáu ba-la-mật là giai vị Tư tuệ, [hạng thứ năm] chuyên tu công hạnh sáu ba-la-mật là giai vị Tu tuệ. Tất cả đều là còn ở trước các giai vị Thập tín.

Hoặc có người cho rằng hạng đầu tiên khởi tâm tùy hỷ là vào được giai vị Tín tâm, theo sự phân chia mỗi hạng là 2 tâm, 5 hạng là 10 tâm trong Thập tín tâm, tức là giai vị Thiết luân, đã được sáu căn thanh tịnh.

**KINH VĂN**

**Lúc bấy giờ, đức Thế Tôn muốn lặp lại ý nghĩa trên nên thuyết kệ rằng:**

**"Sau khi ta diệt độ,**
**Có thể trì kinh này,**
**Người ấy phước vô lượng,**
**Như trên đã nói rõ.**
**Như vậy là trọn đủ,**
**Hết thảy pháp cúng dường,**
**Như dựng tháp xá-lợi,**
**Dùng bảy báu trang nghiêm,**
**Hình dáng rất cao rộng,**
**Nhỏ dần đến Phạm thiên,**
**Ngàn muôn ức chuông báu,**
**Gió lay, ngân diệu âm.**
**Lại như vô lượng kiếp,**
**Cúng dường tháp báu ấy,**
**Dùng hoa, hương, chuỗi ngọc.**
**Áo trời cùng âm nhạc,**
**Đốt hương, dùng đèn bơ,**
**Thắp sáng chung quanh tháp.**
**Thời mạt pháp xấu ác,**
**Ai thọ trì kinh này,**
**Tức là đã cúng dường,**
**Đầy đủ như nói trên.**
**Nếu thọ trì kinh này,**
**Giống như Phật hiện còn,**
**Dùng chiên đàn Ngưu đầu,**
**Dựng tăng phòng cúng dường,**
**Đủ ba mươi hai tòa,**
**Cao tám cây đa-la,**
**Món ngon, y phục tốt,**
**Có đầy đủ giường nằm,**
**Tăng chúng trăm ngàn vị;**
**Có vườn rừng, ao tắm,**
**Đường kinh hành, hang thiền,**
**Mọi thứ đều tốt đẹp.**
**Nếu có lòng tin hiểu,**
**Thọ trì, tụng, sao chép,**

**Hoặc bảo người sao chép,
Cùng cúng dường kinh này,
Rải hoa thơm, bột hương,
Hoa tu-mạn, chiêm-bặc,
A-đề-mục-đa-ca,
Thường thắp đèn dầu thơm.
Người cúng dường như vậy,
Được công đức vô lượng,
Như hư không vô biên,
Phước đức ấy vô cùng.
Huống chi trì kinh này,
Lại bố thí, trì giới,
Nhẫn nhục, vui thiền định,
Không sân hận nói ác.
Cung kính nơi chùa tháp,
Khiêm hạ với tỳ-kheo,
Xa lìa tâm cao ngạo,
Thường suy xét trí tuệ,
Bị chất vấn không giận,
Giảng giải thuận ý người.
Nếu làm được như vậy,
Công đức thật vô lượng.
Nếu gặp bậc pháp sư,
Thành tựu công đức ấy,
Nên rải xuống hoa trời,
Áo trời che thân người,
Đầu, mặt cúi sát chân,
Đảnh lễ, tưởng như Phật,
Khi ấy nên nghĩ rằng:
'Vị này không bao lâu,
Sẽ đến cội Bồ-đề,
Thành Phật, độ trời người.'
Nơi vị ấy cư trú,
Đi kinh hành, nằm, ngồi,
Nói ra một bài kệ...
Ở đó nên dựng tháp,
Trang nghiêm, thật tốt đẹp,
Dùng mọi thứ cúng dường.
Con Phật ở nơi nào,
Cũng như tự thân Phật,
Thường ở tại nơi ấy,
Kinh hành hoặc nằm, ngồi."**

Phần kệ tụng tiếp theo có 19 khổ rưỡi kệ [chia làm 4 đoạn].

◆ Đoạn thứ nhất 5 khổ rưỡi kệ, tụng về hạng người thứ hai.

◆ Đoạn thứ hai từ câu *"Nếu thọ trì kinh này"* trở đi gồm 3 khổ kệ, tụng về hạng người thứ ba.

◆ Đoạn thứ ba từ câu *"Nếu có lòng tin hiểu"* trở đi gồm 4 khổ kệ, tụng về hạng người thứ tư.

◆ Đoạn thứ tư từ câu *"Cung kính nơi chùa tháp"* trở đi gồm 7 khổ kệ, tụng về hạng người thứ năm. *"Đảnh lễ, tưởng như Phật"* là nói ban sơ nương tựa theo người có danh hiệu Như Lai. *"Vị này không bao lâu, sẽ đến cội Bồ-đề"* là nói đã đạt giai vị Thiết luân,[1] không bao lâu sẽ đạt đến giai vị Đồng luân,[2] có thể hiện tám tướng thành Phật.[3] Hướng đến đạo tràng là hành xứ, Tam-bồ-đề là cận xứ.

Hạng người thứ năm với hạng đệ tử thứ tư trong tứ tín đều cùng thuộc giai vị Tu tuệ. Nếu luận về thể nhập giai vị thì đều là giai vị sáu căn thanh tịnh, chỉ có sự khác biệt giữa hiện Phật tại thế và vị lai sau khi Phật nhập diệt mà thôi.[4] Đại lược là như vậy.

---

[1] Thiết luân (鐵輪): theo giáo lý tông Thiên Thai tức là hàng Thập tín.

[2] Đồng luân (銅輪): theo giáo lý tông Thiên Thai tức là hàng Thập trụ.

[3] Tám tướng thành Phật: tức là các tướng thị hiện của một vị Phật ra đời, bao gồm: giáng thần, nhập thai, đản sinh, xuất gia, hàng ma, thành đạo, thuyết pháp, nhập Niết-bàn.

[4] Văn Cú ký giải thích rằng bốn hạng đệ tử có niềm tin (tứ tín) trong thính chúng khi Phật thuyết giảng kinh này là tương đương với năm hạng người thọ trì kinh Pháp hoa sau khi Phật nhập diệt, chỉ thêm vào yếu tố "tự mình đọc tụng", tức là hạng người thứ hai.

# 18. Giải thích phẩm Công đức tùy hỷ

**KINH VĂN**

| **Phẩm Công đức tùy hỷ, thứ mười tám**

## Giải thích tên phẩm

*Tùy* là tùy thuận theo sự tướng và lý tánh, không phân hai, không khác biệt. *Hỷ* là vui cho mình, vui cho người khác. Khi được nghe giáo pháp sâu xa uyên áo, tùy thuận theo lý tánh thì được công đức chân thật, tùy thuận theo sự tướng thì được công đức quyền thừa. Vui cho chính mình là có trí tuệ, vui cho người khác là có từ bi. Hợp cả quyền thừa và chân thật, trí đức và đoạn đức mà thuyết giảng, cho nên gọi là phẩm *Công đức tùy hỷ*.

Lại nữa, thuận theo lý tánh nghe nói về bản địa sâu xa của Phật liền tin nhận sâu xa, thuận theo không trái nghịch, không mảy may nghi ngại. Thuận theo sự tướng là nghe nói về việc Phật ba đời làm lợi ích chúng sanh, xuyên suốt cả thời gian, bao quát mọi nơi trong không gian, cũng không mảy may nghi ngại. Ngay nơi sự tướng rộng khắp mà đạt được lý tánh sâu xa; ngay nơi lý tánh sâu xa mà đạt được sự tướng rộng khắp. Không phân hai mà là hai; không khác biệt mà khác biệt; tuy là hai, là khác biệt mà không phân hai, không khác biệt. Tin tưởng nhận hiểu như vậy gọi là tùy thuận.

Đức Như Lai ra đời hơn bốn mươi năm vẫn chưa hiển bày pháp chân thật. [Đối với] bảy hạng phương tiện,[1]

[1] Bảy hạng phương tiện: bao quát tất cả các giai vị tu tập chưa đạt được giải thoát rốt ráo, gồm: 1. Thanh văn của Tạng giáo, 2. Duyên giác của Tạng giáo, 3. Thanh văn của Thông giáo, 4. Duyên giác của Thông giáo, 5. Bồ Tát của Thông giáo, 6. Bồ Tát của Biệt giáo, 7. Bồ Tát của Viên giáo.

[Phật] đều chưa nói ra lời chân thật rốt ráo. Nay mừng cho chính mình và người khác có thể dùng tâm phàm phu để rõ biết ngang bằng với Phật, có thể dùng nhục nhãn cha mẹ sinh ra mà nhìn thấy được đồng với Như Lai. Chỗ thấy biết như thế rốt ráo tận cùng pháp giới, rộng không bờ mé, không gì bằng được, không gì so sánh được, càng không có gì vượt hơn. Nay Phật nói ra điều này, ta được nghe điều này, cho nên gọi là phẩm Công đức tùy hỷ.

*"Người thứ năm mươi"* [trong ví dụ của Phật] là hàng ban sơ của hạng người thứ nhất.[1] Vì ban sơ nên [khi nghe kinh này] chỉ có một niệm nhận hiểu lý tánh, chỉ có một niệm mừng vui cho mình và cho người khác, chưa thực hành được gì, chưa tạo được ân đức gì cho người khác. Nhưng công đức mà người này đạt được, đức Như Lai đã khéo léo ví dụ so sánh còn hơn cả bậc vô học, *"huống chi là người đầu tiên ở trong Pháp hội được nghe"*, huống chi là những hạng người thứ hai, thứ ba, thứ tư, thứ năm; huống chi là những người được vào các giai vị Thập trụ, Thập hạnh cho đến tâm cuối cùng [trước khi thành Phật].[2] Ai được nghe công đức sâu xa vi diệu như thế mà không ngưỡng mộ? Đức Như Lai nói ra điều này để khiến cho chúng sanh sinh lòng ưa chuộng, cho nên gọi là phẩm Công đức tùy hỷ. Từ trước đến nay, đức Phật ngợi khen xưng tán công đức trì kinh, đại chúng đương thời đều cho rằng phải thể nhập giai vị Chân nhân[3] mới đạt được công đức như thế, cho nên đối với kẻ ban sơ vừa mới phát tâm liền khởi sinh ý tưởng xem nhẹ, cho là yếu kém. Bỗng dưng nghe

---

[1] Ở đây nhắc lại hạng thứ nhất trong năm hạng người ở cuối phẩm trước, tức là hạng chỉ vừa khởi tâm tùy hỷ.

[2] Nguyên tác là "hậu tâm" (後心), tức chỉ Kim cang hậu tâm, là tâm cuối cùng của vị Bồ Tát trước khi thành Phật.

[3] Chân nhân vị (真因位): chỉ 41 giai vị bao gồm Thập trụ, Thập hành, Thập hồi hướng, Thập địa và Đẳng giác, vì tương đối so với Chân quả (真果) là quả vị Diệu giác nên gọi là Chân nhân (真因).

rằng hạt mầm còn nằm sâu trong đất cứng có thể thành đại thụ đường kính trăm ôm, chim tần-già còn trong trứng đã sẵn có tiếng hót hay hơn hết thảy các loài chim; thật là một sự diệu kỳ hiếm có, mối nghi ngờ xem nhẹ [người sơ tâm trước đây] liền tự nhiên tan biến. Cho nên gọi là phẩm *Công đức tùy hỷ*.

Hàng ngoại đạo dù đạt được năm thần thông, có thể dời núi lấp biển nhưng không thể điều phục được các phiền não kiến ái,[1] không bằng người vừa được noãn pháp.[2] Bậc vô học trong hàng Nhị thừa đều đã dứt được nhân quả tương lai[3] nhưng vẫn bị trói buộc bởi Niết-bàn, không biết rằng cả nhân và quả [Nhị thừa] đều chỉ là quyền biến. Hàng Thông giáo tuy khéo tu nhân nhưng phát tâm không biết đến quả Phật rốt ráo,[4] nên chứng quả cũng chỉ trừ được bốn trụ địa phiền não.[5] Hàng Biệt giáo tuy có vượt hơn Nhị thừa, nhưng tu nhân có thiên lệch, lại còn vụng về, không được Phật khen ngợi.

Tất cả [những hạng như trên] đều không sánh bằng

[1] Nguyên tác là "bất phục kiến ái" (不伏見愛), chỉ việc không thể điều phục kiến phiền não và ái phiền não. Kiến phiền não chỉ các phiền não do mê muội không hiểu rõ lý tánh, như ngã kiến, tà kiến... Ái phiền não chỉ các phiền não do mê muội không hiểu đúng sự tướng, dẫn đến tham chấp, như tham dục, sân hận...

[2] Noãn pháp (煖法): địa vị đầu tiên trong bốn thiện căn, tương đương với ngôi vị thứ nhất trong Tứ gia hành là Noãn gia hành, có khả năng trừ diệt các kiến giải mê lầm, giống như lửa bốc cháy bắt đầu có hơi nóng, địa vị này bắt đầu có hơi nóng của Thánh trí nên gọi là noãn pháp.

[3] Nguyên tác dùng "tử quả" (子果), chỉ chủng tử làm khởi sinh quả báo trong tương lai. Bậc vô học đã dứt phiền não trong hiện tại, không còn chịu quả báo trong tương lai nên gọi là "vô quả tử" (無果子).

[4] Nguyên tác nói "phát tâm bất thức ngũ bá do-tuần" (發心不識五百由旬), lấy theo ý kinh Pháp hoa này nói ví dụ vượt qua 500 do-tuần mới đến nơi có châu báu, tức là quả Phật. Do vậy, phát tâm không biết đến 500 do-tuần có nghĩa là không biết đến quả Phật rốt ráo.

[5] Trong ngũ trụ địa hoặc (五住地惑) có Vô minh trụ địa hoặc (無明住地惑). Chỉ trừ được bốn trụ địa hoặc là gồm Nhất thiết kiến trụ địa hoặc (一切見住地惑), Dục ái trụ địa hoặc (欲愛住地惑), Sắc ái trụ địa hoặc (色愛住地惑), Hữu ái trụ địa hoặc (有愛住地惑), tức là chưa trừ được Vô minh trụ địa hoặc.

người vừa [nghe kinh này] mới phát tâm tùy hỷ. Nay đức Phật nêu ra chữ A đầu tiên để so sánh đến chữ Trà sau cùng,[1] vượt trội hơn tất cả các giáo pháp khác. Cho nên gọi là phẩm Công đức tùy hỷ.

**Hỏi**: Như vậy so với phẩm Tùy hỷ trong Đại phẩm Bát-nhã[2] thì thế nào?

**Đáp**: Ở đây nói về pháp, phẩm kia [trong Đại Bát-nhã] là nói về người; người và pháp cùng hỗ tương cho nhau.

**KINH VĂN**

**Lúc bấy giờ, Đại Bồ Tát Di-lặc thưa hỏi Phật: "Bạch Thế Tôn! Nếu như có thiện nam, thiện nữ nào nghe kinh Pháp hoa này sinh tâm tùy hỷ thì được bao nhiêu phước đức?"**
**Rồi Bồ Tát Di-lặc đọc kệ lặp lại rằng:**

**"Sau khi Phật diệt độ,**
**Có người nghe kinh này,**
**Nếu khởi tâm tùy hỷ,**
**Được phước đức bao nhiêu?"**

Kinh văn phẩm này có phần hỏi và đáp, mỗi phần đều chia ra có kinh văn trường hàng và kệ tụng.

Phẩm trước suy lường về [công đức của] bốn hạng đệ tử, không nói đến hạng đầu tiên. Ngài Di-lặc nương theo cơ duyên ấy thưa hỏi ý nghĩa này, y theo kinh văn có thể hiểu được.

**KINH VĂN**

**Khi ấy, đức Phật bảo Đại Bồ Tát Di-lặc: "Này A-dật-đa! Sau khi Như Lai diệt độ, nếu có tỳ-kheo, tỳ-kheo-ni, ưu-bà-tắc, ưu-bà-di**

---

[1] Nguyên tác nói "cử A dĩ huống hậu Trà" (舉阿以況後茶). Chữ A là đầu tiên và chữ Trà là cuối cùng trong bảng mẫu tự Phạn ngữ, tượng trưng cho điểm xuất phát ban đầu và kết quả tu chứng cuối cùng.

[2] Tức là kinh Đại Bát-nhã ba-la-mật-đa (大般若波羅蜜多經), bản 600 quyển do ngài Huyền Trang dịch sang Hán ngữ. Phẩm này có tên đầy đủ là "Tùy hỷ hồi hướng phẩm" (隨喜迴向品). (ĐCT, T7, 220, tr.790c)

**hoặc người có trí khác, dù lớn hay nhỏ tuổi, nghe được kinh này rồi sinh tâm tùy hỷ, sau khi ra khỏi Pháp hội liền đi đến nơi khác, hoặc tăng phòng, hoặc chỗ thanh vắng, hoặc nơi thành ấp, đường sá, xóm làng, vườn ruộng, y theo những điều đã nghe mà tùy khả năng giảng nói lại cho cha mẹ, người thân thuộc, bạn hữu, tri thức... Những người được nghe sinh tâm tùy hỷ, tiếp tục nói lại với người khác; người khác nghe rồi cũng sinh tâm tùy hỷ, nói lại với người khác nữa... Cứ tiếp tục truyền đi như vậy cho đến người được nghe thứ năm mươi."**

Nội dung đức Phật giải đáp có hai phần. Phần đầu nói về người trong tâm tùy hỷ, phần thứ hai nêu thẳng về người bên ngoài nghe pháp.

Phần đầu nói về người tùy hỷ trong tâm lại chia làm 5 đoạn. Thứ nhất nói việc tuần tự dạy lại; thứ hai suy lường công đức căn bản; thứ ba thưa hỏi; thứ tư hồi đáp; thứ năm suy lường công đức đầy đủ.

Các bậc thầy phương Nam giảng rằng, 50 người [trong ví dụ] được chia làm 3 nhóm. Thứ nhất là tuần tự [dạy lại] dần lên cao, [người sau hơn người trước]; thứ hai là tuần tự [dạy lại] vẫn ngang bằng [như nhau]; thứ ba là tuần tự [dạy lại] dần xuống thấp, [người sau kém hơn người trước]. [Tuần tự dạy lại] dần lên cao thì rất khó, vẫn ngang bằng cũng ít gặp, đa phần là dần xuống thấp, ngày càng kém hơn. Suy lường [công đức của] người kém nhất để hình dung biết được các trường hợp ngang bằng hoặc cao hơn.[1]

Các bậc thầy phương Bắc giảng rằng, đầu tiên là bậc Diệu giác vì hàng Thập địa thuyết dạy; hàng Thập địa lại vì hàng Cửu địa mà thuyết... Cứ như thế dần dần thuyết dạy xuống cho đến hàng Thập tín. [Cho nên kinh văn] suy

[1] Ở đây lập luận rằng người được nghe lại, được chỉ dạy lại thứ 50 là người kém nhất, vì theo khuynh hướng dần xuống thấp. Phật nói công đức của người kém nhất này để từ đó có thể hình dung biết được công đức những người khác còn hơn thế nữa.

lường công đức của người sau cùng để hình dung [công đức] của bậc đầu tiên.

Nay cho rằng không phải như vậy. Đức Phật đã nói rất rõ ràng về người đầu tiên ở trong pháp hội được nghe, sau đó mới tiếp nối dần dần truyền dạy lại. Dần dần truyền dạy qua 50 người, mới suy lường công đức người sau cùng để so sánh hình dung công đức của người đầu tiên. [Cho nên,] nói về sau thì không phải hàng Thập tín là khởi đầu; nói về ban đầu thì không phải bậc Diệu giác là kết thúc; làm sao có thể vận dụng cách giảng giải ấy được? Cách giảng giải ấy rất sâu xa nhưng không tương hợp ý chỉ kinh này.

Nay xét theo hai cách. Thứ nhất, xét theo [50 người] đồng thời tu tập thì dựa vào bốn chúng trong các giáo pháp. Thứ hai, xét theo [50 người] tuần tự tăng tiến thì dựa vào cách đếm số trong Viên giáo.

[Theo cách thứ nhất,] Tạng giáo có bốn cửa vào,[1] mỗi một cửa vào đều có bốn chúng, lại mở rộng thêm hai chúng sa-di và sa-di-ni, hợp thành [sáu chúng biểu trưng cho] 6 người; [nhân với] bốn cửa vào là 24 người; [nhân cho hai nhóm] tín hành và pháp hành, thành 48 người, cộng thêm người đầu tiên và người cuối cùng là thành 50 người. Thông giáo, Biệt giáo cũng có bốn cửa vào nên cũng đều tính như vậy.

[Theo cách thứ hai,] dựa vào số đếm trong Viên giáo thì có số 7 nhỏ và số 7 lớn; số 7 lớn có 7 số 7 nhỏ, thành tổng số 49,[2] trong đó cả người dạy và người học đều có đủ hai

---

[1] Nguyên tác dùng "tứ môn" (四門), bốn cửa vào, tức là bốn phương tiện nhập đạo khác nhau, chỉ không môn, hữu môn, diệc hữu diệc không môn và phi hữu phi không môn. Vì người vào đạo căn cơ khác nhau nên mỗi người thích hợp với một cửa vào khác nhau.

[2] Văn cú ký giải thích rằng đây là dựa theo cách tính số từ thời Hoàng Đế lập ra (此方數法黃帝所立). Tuy nhiên, cách tính ấy là thập phân, còn ở đây khác biệt là lấy số 7 làm căn bản.

phẩm đức tự thực hành và giáo hóa người khác. Riêng đến người sau cùng [thứ 50] chỉ là tự thân nhận hiểu, không có phẩm đức giáo hóa người khác. Cho nên [kinh văn] suy lường công đức người sau cùng này để hiển bày [công đức của những người] trước đó.

## KINH VĂN

**"Này A-dật-đa! Nay ta sẽ nói về công đức tùy hỷ của người thiện nam hoặc thiện nữ thứ năm mươi được nghe lại đó, ông nên lắng nghe thật kỹ.**

**"Nếu như trong bốn trăm muôn ức a-tăng-kỳ thế giới có sáu đường[1] chúng sinh, thuộc bốn cách sinh ra như noãn sinh, thai sinh, thấp sinh, hóa sinh,[2] là những chúng sinh có hình sắc hay không có hình sắc, có tư tưởng hay không có tư tưởng, hoặc không phải có tư tưởng cũng không phải không có tư tưởng, hoặc những loài không chân, hoặc có hai chân, hoặc bốn chân, hoặc nhiều chân; trong số những chúng sinh như vậy, giả sử như có người vì cầu phước đức nên tùy theo chỗ mong muốn, những thứ tiện nghi đều chu cấp đầy đủ, mỗi một chúng sanh đều được tặng cho vàng, bạc, lưu ly, xa cừ, mã não, san hô, hổ phách, các loại trân bảo quý báu cùng voi, ngựa, xe cộ, cung điện, lầu gác bằng bảy món báu, [nhiều đến mức] tràn ngập trong cõi Diêm-phù-đề.**

**"Người thí chủ lớn ấy, sau khi bố thí như vậy qua tám mươi năm rồi nghĩ rằng: 'Ta đã bố thí cho những chúng sanh này đầy đủ mọi thứ tiện nghi, tùy theo sự mong muốn của họ, nhưng nay họ đều già yếu, tuổi quá tám mươi, da nhăn tóc bạc, không bao lâu sẽ chết, ta nên đem pháp Phật giảng dạy cho họ.' Liền tập hợp những chúng sanh ấy lại, đem chánh pháp rộng truyền giáo hóa, tuần tự chỉ bày, dạy dỗ, khuyến khích sự lợi ích, hoan hỷ thành tựu,[3] giúp**

[1] Nguyên tác dùng "六趣 - lục thú", chỉ 6 cảnh giới của chúng sinh, bao gồm cõi trời, cõi người, cõi a-tu-la, địa ngục, ngạ quỷ và súc sinh.

[2] Tức là chỉ chung tất cả những cách sinh ra của chúng sinh, trong đó thai sinh là sinh từ bào thai, noãn sinh là sinh từ trứng, thấp sinh là sinh từ nơi ẩm ướt và hóa sinh là sinh từ sự biến hóa.

[3] Nguyên tác là "示教利喜 - thị giáo lợi hỷ", chỉ 4 giai đoạn tuần tự giáo hóa như đã giải thích ở trước.

**cho họ cùng lúc đều chứng đắc quả Tu-đà-hoàn, quả Tư-đà-hàm, quả A-na-hàm, quả A-la-hán, dứt sạch lậu hoặc, được tự tại trong thiền định thâm sâu, đầy đủ tám pháp giải thoát.[1]**

**"Ý ông nghĩ sao, công đức người thí chủ lớn ấy đạt được có nhiều chăng?"**

**Bồ Tát Di-lặc thưa: "Bạch Thế Tôn! Người ấy được công đức rất nhiều, thật vô lượng vô biên. Nếu người thí chủ đó chỉ bố thí cho chúng sanh hết thảy mọi thứ tiện nghi thì công đức cũng đã là vô lượng, huống chi còn giúp cho họ chứng quả A-la-hán."**

**Đức Phật bảo Bồ Tát Di-lặc: "Nay ta nói thật rõ ràng với ông, người ấy đem hết thảy mọi thứ tiện nghi bố thí cho chúng sanh sáu đường trong bốn trăm muôn ức a-tăng-kỳ thế giới, lại giúp họ đạt được quả A-la-hán như vậy, nhưng đạt được công đức không bằng người thứ năm mươi được nghe một bài kệ trong kinh Pháp hoa sinh tâm tùy hỷ, thậm chí không bằng một phần trăm, một phần ngàn hay một phần trăm ngàn muôn ức, cho đến tính toán, thí dụ cũng không thể biết được.**

**"Này A-dật-đa! Như công đức của người thứ năm mươi được nghe kinh Pháp hoa thông qua người khác rồi sinh tâm tùy hỷ mà còn được a-tăng-kỳ vô lượng vô biên, huống chi là người đầu tiên ở trong Pháp hội được nghe rồi sanh tâm tùy hỷ? Phước đức của người này còn nhiều hơn a-tăng-kỳ vô lượng vô biên, không thể so sánh được.**

**"Lại nữa, A-dật-đa! Nếu người vì kinh này mà tìm đến tăng phòng, hoặc ngồi hoặc đứng trong thoáng chốc để nghe rồi thọ nhận, nhờ**

---

[1] Tám pháp giải thoát bao gồm: 1. Nội hữu sắc tưởng quán ngoại sắc giải thoát: Ở trong sắc giới, quán nội sắc và ngoại sắc, nhằm trừ bỏ tâm ham thích sắc thể; 2. Nội vô sắc tưởng quán ngoại sắc giải thoát: Không quán nội sắc, quán ngoại sắc, nhận ngoại sắc là ô nhiễm; 3. Tịnh thân tác chứng cụ túc tác giải thoát: Quán tưởng về thanh tịnh nhưng không chấp giữ; 4. Không vô biên xứ giải thoát: Vượt qua sắc thể, quán tưởng rằng hư không là vô biên; 5. Thức vô biên xứ giải thoát: Đạt đến ý niệm thức là vô biên; 6. Vô sở hữu xứ giải thoát: Đạt địa vị trong tâm không còn có vật gì; 7. Phi tưởng Phi phi tưởng xứ giải thoát: Đạt đến mức định Phi tưởng phi phi tưởng xứ; 8. Diệt tận định giải thoát: Đạt mức định Diệt thọ tưởng xứ.

**công đức ấy nên khi tái sinh vào đời khác sẽ có được những thứ voi, ngựa, xe cộ tốt nhất, đi kiệu bằng trân bảo, đi xe thiên cung.[1]**
**"Nếu như có người đang ngồi ở nơi giảng pháp lại có người khác đến, liền khuyến khích ngồi lại nghe, hoặc chia sẻ chỗ ngồi nghe, nhờ công đức ấy khi tái sinh đời khác liền được chỗ ngồi của Đế thích hoặc Phạm vương, hoặc được chỗ ngồi của Chuyển luân Thánh vương."**

Trong phần suy lường phân biệt công đức, trước tiên nêu việc ban cho niềm vui thế gian để dứt trừ nỗi khổ vì quả báo, sau đó ban cho niềm vui Niết-bàn để dứt trừ nỗi khổ sinh tử. Phần này chính là lược nêu phước đức cõi Phạm thiên, nay sẽ giảng rộng.

Phước của người trong khắp cõi Diêm-phù-đề cũng không bằng phước của một người ở cõi Tây Cù-da-ni; phước của người trong khắp cõi Tây Cù-da-ni cũng không bằng phước của một người ở cõi Đông Phất-bà-đề; phước của người trong khắp ba cõi thiên hạ này cũng không bằng phước của một người ở cõi Bắc Uất-đan-việt; phước của người trong khắp bốn cõi thiên hạ cũng không bằng phước của một trong bốn vị Tứ thiên vương; phước của [bốn vị] Tứ thiên vương cũng không bằng phước của một vị Đế-thích, thậm chí lên đến cõi trời Tha hóa tự tại[2] cũng không bằng phước của một vị Phạm thiên.[3] Phước của Phạm thiên có *định phúc* và *tán phúc*.[4] Tán phúc là [nhờ làm những việc như] nơi không có tháp [thờ Phật] thì xây dựng

---

[1] Nguyên tác là "乘天宮 - thừa thiên cung", bởi vì cung điện của chư thiên do phước báu nên có thể di chuyển khắp nơi, đưa các vị đi giống như một cỗ xe. Trong Phạn ngữ dùng chữ vimāna mang cả hai nghĩa là "cung điện" hoặc "thiên xa" (cỗ xe trời), do vậy nên Hán ngữ nói là "thừa thiên cung".

[2] Nguyên tác là "đệ lục thiên" (第六天), tức là chỉ cõi trời Tha hóa tự tại, là cõi trời cao nhất thuộc Dục giới.

[3] Nguyên tác dùng "nhất Phạm" (一梵), chỉ một vị thiên chúng ở cõi Phạm thiên, tức là cõi Sơ thiền thuộc Sắc giới, đã vượt trên Dục giới.

[4] Tức là định phúc (定福), phước đức nhờ tu thiền định và tán phúc (散福), phước đức nhờ làm những việc lợi ích thế gian.

tháp, tháp hư hoại thì tu sửa, giúp tăng chúng hòa hợp và thỉnh chuyển pháp luân, tăng chúng tan rã thì khiến cho hòa hợp. Đó là bốn việc tạo phước, sánh bằng [phước của] Phạm thiên, cho nên gọi là phước Phạm thiên.

Về phước bậc thánh, tức là nói vị A-la-hán trụ nơi thân sau cùng đạt được Niết-bàn hữu dư.

Lại có những người trong Ba thừa đã thể pháp,[1] cùng học pháp vô sinh, đoạn trừ hết phiền não, như đốt gỗ cháy thành than.

Lại có phước bậc thánh của hàng Bồ Tát[2] tự mình tu hành, giáo hóa chúng sanh, đều dùng những cách siêu việt ngôn ngữ để chỉ bày đạo, đoạn trừ phiền não, nhập Niết-bàn vô dư.

Lại có phước bậc thánh của hàng Bồ Tát từ khi mới phát tâm tuần tự giáo hóa chúng sanh cho đến nhập Đại Niết-bàn.

Dựa theo như trên để suy lường phân biệt thì phước Phạm thiên không bằng bậc thánh; phước bậc thánh không bằng bậc thánh thể pháp; phước bậc thánh thể pháp không bằng Tiểu Bồ Tát, phước của tiểu Bồ Tát không bằng Đại Bồ Tát; phước của Đại Bồ Tát không bằng phước của người ban sơ được nghe kinh Pháp hoa sinh tâm tùy hỷ.

Vì sao vậy? Vì [phước của những] vị kia không phải pháp Phật,[3] do vậy nên không chân thật, do vậy nên không

---

[1] Thể pháp (體法), theo giáo lý tông Thiên Thai tức là thấu triệt được "đương thể tức không", tức thời nhận biết tánh thể của tất cả các pháp vốn đều là không. Người tu tập trong ba thừa không nhất định phải trải qua các bước suy xét, phân tích, chia chẻ... mà vẫn có thể đạt đến sự trực tiếp nhận biết thấu suốt như vậy, gọi là thể pháp.

[2] Văn Cú dùng "薩埵" (tát-đóa) để thay cho Bồ-đề-tát-đóa (菩薩薩埵), tức là Bồ Tát.

[3] Pháp Phật ở đây được dùng với nghĩa là pháp rốt ráo đưa đến thành tựu quả Phật, những pháp khác đều có giới hạn quả vị, không rốt ráo thành Phật.

viên mãn. Tuy [các vị ấy] trụ ở quả tột cùng cũng không bằng người sơ tâm với pháp Phật.

Ý nghĩa như vậy, theo tôi cho rằng đó là khuyên người nghe pháp.

**KINH VĂN**

**"Này A-dật-đa! Nếu như có người nói với người khác: 'Có kinh tên là Pháp hoa, chúng ta cùng đến nghe.' Người kia nghe lời, thậm chí chỉ đến nghe trong thoáng chốc, người khuyến khích kia nhờ công đức ấy về sau được sinh ra cùng nơi với Bồ Tát đắc pháp đà-la-ni, được căn tánh nhanh nhạy, trí tuệ sáng suốt, trăm ngàn muôn đời không bị câm ngọng, không bị hôi miệng, lưỡi thường không bệnh, miệng cũng không bệnh; răng mọc thẳng, trắng đều không thưa, không ố vàng, không dính cáu bẩn cũng không rụng hoặc khuyết mích; môi không trề xệ, không co rút, không thô ráp, không mụn nhọt lở loét, không khuyết sứt, không méo lệch, không quá dày, quá lớn, cũng không đen sạm, không có những hình dạng xấu; mũi không thấp tẹt, không gãy khúc; sắc mặt không đen, khuôn mặt không hẹp dài, không hóm gãy, không có bất kỳ tướng trạng khó coi nào; môi, lưỡi, răng đều tốt đẹp, mũi cao, thẳng; khuôn mặt tròn đầy; chân mày cao, dài; trán rộng, ngay phẳng; hình tướng nhân dạng đầy đủ,[1] đời đời sinh ra được thấy Phật nghe pháp, tin nhận sự giáo hóa răn dạy.**

**"A-dật-đa! Ông hãy xem đó, chỉ khuyến khích một người đến nghe pháp mà được công đức như vậy, huống chi người một lòng lắng nghe thuyết giảng, tụng đọc, ở trong đại chúng vì người khác phân biệt giảng giải và tu tập y theo lời dạy trong kinh?"**

Từ câu *"về sau được sinh ra cùng nơi với Bồ Tát đắc pháp đà-la-ni"* cho đến câu *"hình tướng nhân dạng đầy đủ"*, kể chung có 50 công đức. Lấy số công đức xem như

[1] Nguyên tác là "人相具足 - nhân tướng cụ túc" (tướng người đầy đủ), tức là chỉ việc sinh ra làm người với đầy đủ mọi giác quan bình thường, không có gì khiếm khuyết, bất thường.

số người cũng thành 50 người. Chỉ có điều kinh văn phần trước nêu số 50 là bàn về sự nhận hiểu bên trong, sinh tâm tùy hỷ; ở đây chỉ bàn về việc bên ngoài nên có sự khác nhau.

Lại nữa, kinh văn phần này cũng nói đến công đức của sáu căn. *"Căn tánh nhanh nhạy, trí tuệ sáng suốt"* là công đức của ý căn; *"không bị câm ngọng"* là công đức của lưỡi; *"mũi không thấp tẹt, không gãy khúc"* là công đức của mũi, *"được thấy Phật"* là công đức của mắt; *"nghe pháp"* là công đức của tai; những điều còn lại là công đức của thân.

Phần trước là công đức của giai vị Tương tự, phần này là công đức trước giai vị Tương tự.

Phần nói về việc nghe kinh, kinh văn có 4 ý. Thứ nhất nói về người tự đến nghe. Thứ hai nói về người chia sẻ chỗ ngồi [cho người khác nghe kinh]. Thứ ba nói về người khuyến khích người khác đến nghe kinh. Thứ tư nói về người có đủ việc nghe và tu hành theo kinh văn. Đại lược là như vậy.

**KINH VĂN**

**Lúc bấy giờ, đức Thế Tôn muốn lặp lại ý nghĩa trên nên nói kệ rằng:**

**"Nếu người trong Pháp hội,**
**Được nghe kinh điển này,**
**Dù chỉ một bài kệ,**
**Tùy hỷ, vì người nói.**
**Rồi nói lại người khác,**
**Đến người thứ năm mươi,**
**Phước đức người cuối này,**
**Ta sẽ phân biệt nói.**
**Như có thí chủ lớn,**
**Giúp vô số chúng sanh,**
**Đến năm tám mươi tuổi,**
**Thỏa mãn mọi ý muốn.**
**Khi thấy họ già yếu,**
**Tóc bạc, mặt nhăn nheo,**
**Răng rụng, thân khô gầy,**
**Nghĩ rằng họ sắp chết,**
**Nay ta nên giáo hóa,**
**Giúp họ chứng đạo quả.**
**Liền phương tiện thuyết dạy,**
**Pháp chân thật Niết-bàn.**

**'Thế gian không bền chắc,**
**Như bọt nước, bóng nắng,**
**Các người thảy đều nên,**
**Gấp sinh tâm chán lìa.'**
**Những người kia nghe pháp,**
**Đều chứng A-la-hán,**
**Đầy đủ sáu thần thông,**
**Ba minh, tám giải thoát.**
**Người cuối thứ năm mươi,**
**Nghe kệ rồi tùy hỷ,**
**Phước hơn người bố thí,**
**Thật không thể thí dụ.**
**Người nghe qua nhiều người,**
**Còn được phước vô lượng,**
**Huống chi trong Pháp hội,**
**Ban đầu nghe, tùy hỷ.**

Phần kệ tụng có 18 khổ kệ, chia làm 2 đoạn. Đoạn thứ nhất 9 khổ kệ tụng nghĩa tùy hỷ. Đoạn thứ hai từ câu *"Nếu khuyến khích một người"* trở đi, gồm 9 khổ kệ, tụng về việc nghe kinh tùy hỷ.

◆ Trong đoạn thứ nhất chia làm 3 tiểu đoạn. ❖ Đầu tiên là một khổ rưỡi kệ, tụng về 50 người [tuần tự được nghe kinh]. ❖ Tiểu đoạn thứ hai từ câu *"Phước đức người cuối này"* trở đi gồm 5 khổ rưỡi kệ, tụng nghĩa suy lường công đức căn bản. ❖ Tiểu đoạn thứ ba từ câu *"Người cuối thứ năm mươi"* trở đi gồm 2 khổ kệ, tụng nghĩa suy lường công đức, lược bớt không tụng nghĩa phước đức rất nhiều.

## KINH VĂN

**Nếu khuyến khích một người,**
**Mời đến nghe Pháp hoa,**
**Rằng: 'Kinh này sâu mầu,**
**Ngàn muôn kiếp khó gặp.'**
**Người kia liền đến nghe,**
**Dù chỉ trong thoáng chốc,**
**Người khuyên được phước báo,**
**Nay sẽ phân biệt nói.**
**Đời đời miệng không bệnh,**
**Răng không thưa, đen, vàng;**
**Môi không dày, trề, sứt,**
**Không có hình dạng xấu;**
**Lưỡi không khô, đen, ngắn;**
**Mũi cao, dài và thẳng;**
**Trán rộng, phẳng, ngay ngắn,**
**Diện mạo rất đoan nghiêm,**
**Khiến người khác ưa nhìn.**
**Miệng không có mùi hôi;**
**Hương thơm hoa sen xanh,[1]**
**Thường tỏa ra từ miệng.**

[1] Nguyên tác là ưu-bát hoa (優鉢華), nói đủ là ưu-bát-la hoa (優鉢羅華), phiên âm từ Phạn ngữ utpala, Hán dịch là thanh liên hoa (青蓮花), tức loài hoa sen màu xanh.

**Nếu đi đến tăng phòng,**
**Vì muốn nghe Pháp hoa,**
**Nghe thoáng chốc, hoan hỷ,**
**Ta sẽ nói phước ấy.**
**Tái sinh cõi trời, người,**
**Được voi, ngựa, xe đẹp,**
**Đi kiệu bằng trân bảo,**
**Hoặc đi xe thiên cung.**
**Nếu ở nơi giảng pháp,**
**Khuyên người ngồi nghe kinh,**
**Nhờ phước ấy sẽ được,**
**Tòa Thích, Phạm, Chuyển luân.**
**Huống chi một lòng nghe,**
**Giảng giải rõ ý nghĩa,**
**Lại tu hành y theo,**
**Phước ấy không thể lường.**

◆ Đoạn thứ hai có 9 khổ kệ tụng về việc nghe kinh, chia làm 4 tiểu đoạn, có đôi chút xáo trộn thứ tự.

❖ Tiểu đoạn thứ nhất có 5 khổ kệ, tụng trước[1] về nghĩa khuyên người nghe kinh.

❖ Tiểu đoạn thứ hai từ câu *"Nếu đi đến tăng phòng"* trở đi gồm 2 khổ kệ, tụng ngược[2] về ý nghĩa tự đi đến nghe kinh.

❖ Tiểu đoạn thứ ba từ câu *"Nếu ở nơi giảng pháp"* trở đi gồm một khổ kệ, tụng về việc chia sẻ chỗ ngồi [nghe kinh].

❖ Tiểu đoạn thứ tư từ câu *"Huống chi một lòng nghe"* trở đi gồm một khổ kệ, tụng về nghĩa tu hành theo kinh văn. Đại lược là như vậy.

---

[1] Ở đây so sánh với trong kinh văn trường hàng thì ý nghĩa này được trình bày sau.

[2] Nói "tụng ngược" (truy tụng) vì trong kinh văn trường hàng thì ý nghĩa này được trình bày trước.

# 19. Giải thích phẩm Công đức pháp sư

**KINH VĂN**

| **Phẩm Công đức pháp sư, thứ mười chín**

## Giải thích tên phẩm

Ý nghĩa “pháp sư” thì [trong phẩm Pháp sư] ở trước đã nói. Về ý nghĩa “công đức”, phần trước đã nói công đức ban đầu của hạng người đầu tiên [nghe kinh tùy hỷ], nay nói về các hạng cao hơn trong 5 hạng,[1] tức là nói được sáu căn thanh tịnh.

**1.** Có hai loại trang nghiêm, bên trong và bên ngoài. Đạt được ý căn thanh tịnh gọi là trang nghiêm bên trong, được 5 căn khác thanh tịnh gọi là trang nghiêm bên ngoài.

Lại nữa, từ cõi địa ngục trở lên cho đến từ cõi Phật trở xuống, tất cả màu sắc hình tượng đều hiện ra trong thân, đó gọi là trang nghiêm bên trong. Từ cõi địa ngục trở lên cho đến từ cõi Phật trở xuống, tất cả màu sắc hình tượng đều có thể dùng phép Tam-muội Phổ hiện mà hóa hiện bên ngoài, đó gọi là trang nghiêm bên ngoài.

Thân căn đã được như vậy, năm căn khác cũng đều như vậy.

---

[1] Phần trước đã giải thích, trong 5 hạng người nghe kinh Pháp hoa đời sau, gồm hạng thứ nhất là trực tiếp khởi tâm tùy hỷ, thứ hai là thêm tự mình thọ trì đọc tụng, thứ ba là thêm khuyến khích người khác thọ trì đọc tụng, thứ tư là tu tập thêm sáu ba-la-mật, thứ năm là chuyên tu công hạnh sáu ba-la-mật.

Việc đọc tụng đã [được công đức] như vậy, 4 loại khác cũng đều như vậy.[1]
Hạng đầu tiên [tùy hỷ] đã được như vậy, bốn hạng sau lại càng hơn thế nữa.
[Giai đoạn] tương tự đã được như vậy, [các giai đoạn] phần chứng và chân thật lại càng hơn gấp bội.[2]

**2.** Người tu hành được nghe dạy về lợi ích công đức này thì vui mừng không tự kiềm chế được, càng thêm chuyên cần cầu học không hề chán mệt, tăng thêm gấp bội niềm tin và sự tinh tấn.

**3.** Rõ biết rằng giáo pháp Đại thừa có sức mạnh lớn lao, trong tâm quyết định, dứt sạch mọi điều nghi hoặc.

**4.** [Công đức của] người chỉ mới vừa nhận hiểu tương tự ở bước đầu tiên đã vượt hơn xa quả vị tột cùng của hàng Nhị thừa gấp trăm ngàn vạn lần. [Đức Phật] chỉ rõ [công đức] của người sơ cơ bắt đầu để làm sáng tỏ [công đức] cuối cùng sẽ đạt được, khiến cho thấu hiểu rốt ráo Đệ nhất nghĩa đế, không thể nghĩ bàn.

Trong phẩm này nêu rõ đầy đủ 4 ý như trên,[3] cho nên gọi là phẩm Công đức pháp sư.

Về công đức của sáu căn, ngài Quang Trạch cho rằng, đem ba nghiệp [thân, khẩu, ý] phối hợp với mười nghiệp lành, mỗi nghiệp lành đều có đủ 10, tức là 100; hợp với bốn pháp tự thực hành, giáo hóa người khác, tùy hỷ và tán

[1] Trong phẩm Pháp sư nói có 5 loại pháp sư. Thứ nhất là [pháp sư] thọ trì kinh; thứ hai là đọc kinh; thứ ba là tụng kinh; thứ tư là thuyết giảng kinh và thứ năm là sao chép kinh. Nếu theo đây thì có chút nhầm lẫn, vì đọc và tụng đã được phân thành 2 loại.

[2] Ở đây đề cập các giai đoạn thành tựu một quả vị. Trước tiên là hành giả đạt được sự tương tự, gần giống nhưng chưa phải thực chứng; tiếp theo là thể chứng được một phần, từng phần (phần chứng) nhưng chưa toàn triệt; cuối cùng là giai đoạn thực sự thành tựu trọn vẹn, gọi là chân thật.

[3] Bốn ý như trên được Văn cú ký giải thích là dựa theo Tứ tất đàn. Ý thứ nhất là thế giới tất đàn, ý thứ hai là vị nhân tất đàn, ý thứ ba là đối trị tất đàn và ý thứ tư là đệ nhất nghĩa tất đàn.

thán, tính chung thành 400; lại nhân lên với 5 loại pháp sư thành 2.000, nhân với ba phẩm tức là 6.000 công đức. Ở cõi [Ta-bà] này có ba căn được vận dụng yếu nên nói giảm đi còn 800 [công đức], ba căn được vận dụng mạnh nên nói tăng thêm là 1.200 công đức, hợp cả hai phần nói tăng và nói giảm thì cũng vẫn là 6.000 công đức.

Lại có người giải thích cùng con số như ngài Quang Trạch nhưng phân chia ba phẩm: phẩm hạ 800, phẩm trung 1.000, phẩm thượng 1.200.

Các vị thầy giải thích thiên lệch như vậy đều chưa tương hợp với ý nghĩa kinh này, lại cũng không phù hợp với các phần giáo pháp khác.

Đại phẩm Bát-nhã nói rằng: “Sắc thanh tịnh nên Bát-nhã thanh tịnh; Bát-nhã thanh tịnh nên sắc thanh tịnh. Sắc thanh tịnh nên năm căn thanh tịnh; Bát-nhã thanh tịnh nên ý căn thanh tịnh.” Nếu sáu căn bình đẳng như nhau, tại sao cho rằng có ba bậc thượng, trung, hạ; có sự vận dụng mạnh yếu khác nhau; một căn mạnh một căn không mạnh; một căn thanh tịnh một căn không thanh tịnh; một căn là phẩm thượng những căn khác không phải là phẩm thượng? Đại lược là như thế.

Kinh Chánh Pháp hoa nêu đầy đủ 6.000 công đức, không hề bàn đến thượng, trung, hạ. Đại lược là như vậy.

Luận Pháp hoa nói rằng: “Người phàm nhờ sức của kinh này nên đạt được chỗ vận dụng thù thắng của các căn. Tuy chưa vào Sơ địa mà có thể dùng nhục nhãn do cha mẹ sinh ra để nhìn thấy khắp trong ngoài thế giới đại thiên.”

Kinh Đại Bát Niết-bàn nói: “Mỗi một căn của Như Lai đều có thể nhìn thấy hình sắc, nghe âm thanh, ngửi mùi, nếm vị, xúc chạm, biết pháp.”[1]

---

[1] Kinh Đại Bát Niết-bàn (大般涅槃經), quyển 23 (Bắc bản), ĐCT, T12, 374, tr.503a, d.4-5.

Nay kinh này nói sáu căn thanh tịnh là tương đồng với Đại phẩm Bát-nhã; nói dùng công đức [thanh tịnh sáu căn] này để trang nghiêm sáu căn là tương đồng với Chánh Pháp hoa; nói mũi có thể thấy hình sắc, nghe âm thanh, xúc chạm rõ biết là tương đồng với kinh Đại Bát Niết-bàn; nói nhục nhãn của phàm phu [cũng có thể] có công dụng như thiên nhãn, tuệ nhãn, pháp nhãn, Phật nhãn là tương đồng với luận [Pháp hoa]. Ý nghĩa của kinh văn như vậy, không thể dùng cách nhìn sai lệch mà gượng ép làm lệch ý kinh.

Bây giờ sẽ giải thích, con số của ngài Quang Trạch thì đủ, nhưng nói về các căn không y theo kinh văn. Nay dựa theo ba nghiệp trong phẩm Hạnh an vui thì có 10 việc thiện; mỗi việc thiện đều có 10 điều, tức là 100 điều thiện. Trong mỗi điều thiện lại có 10 như, tức là 1.000 điều thiện. [Đây là tự thực hành, cộng thêm] giáo hóa người khác là thành 2.000. Dựa theo [ba việc] vào nhà Như Lai, đắp y Như Lai, ngồi tòa Như Lai tức thành 6.000 [công đức].

[Lại nữa,] năm loại pháp sư đều có đầy đủ sáu căn thanh tịnh, mỗi căn đều có 1.000 công đức, [tức là 6.000 công đức].

Lại nữa, trong mỗi một tâm đều có 10 pháp giới, mỗi một pháp giới đều có 10 như thị, tức là 100; mỗi một căn đều thông tiếp với sáu trần, tức là 600. Dựa vào hai sự trang nghiêm là định và tuệ, tức thành 1.200. Mỗi căn đều vận dụng hai sự trang nghiêm là định tuệ, nên đều có 1.200 công đức, bình đẳng như nhau.

Nếu bàn về sáu căn thanh tịnh, đã thanh tịnh thì không nói đến nhiều hoặc ít công đức. Nếu nói trang nghiêm thì có thể đầy đủ, có thể thiếu sót, có thể bằng nhau; trang nghiêm bằng nhau thì mỗi căn đều có 6.000 công đức. Nếu nói 1.200 công đức là làm rõ việc có thể đầy đủ; nếu nói 800 công đức là làm rõ việc có thể thiếu sót.

Nếu nói thanh tịnh thì không có đầy đủ, không có thiếu sót, không có bằng nhau, sáu căn vận dụng qua lại, đều là tự tại, không thể nghĩ bàn. Nếu nhận thức thiên lệch sẽ lạc mất ý chỉ.

Về giai vị Tương tự, nếu dựa theo tứ luân thì đây là giai vị Thiết luân; nếu dựa theo [thang bậc] 52 giai vị thì là Thập tín tâm; nếu dựa theo kinh Nhân vương thì là Thập thiện đại tâm. Nay đối với nghĩa thường tinh tấn thì đây là [Tinh tấn tâm], tức là tâm thứ ba trong Thập tín. Tuy các kinh gọi tên khác nhau nhưng đều tương đồng với giai vị Tương tự của Viên giáo.

**KINH VĂN**

**Lúc bấy giờ, đức Phật bảo Đại Bồ Tát Thường Tinh Tấn: "Nếu có thiện nam hoặc thiện nữ nào thọ trì kinh Pháp hoa này, hoặc đọc, hoặc tụng, hoặc giảng giải, hoặc sao chép, người ấy sẽ được tám trăm công đức của mắt, một nghìn hai trăm công đức của tai, tám trăm công đức của mũi, một nghìn hai trăm công đức của lưỡi, tám trăm công đức của thân, một nghìn hai trăm công đức của ý;[1] dùng những công đức này trang nghiêm sáu căn, khiến cho tất cả đều thanh tịnh."**

Kinh văn phẩm này chia làm hai phần. Trước tiên là liệt kê tổng quát về sáu căn cùng với số lượng công đức đầy đủ và thiếu sót. Phần tiếp theo chia riêng sáu đoạn để

---

[1] Nguyên tác dùng "眼功德 - nhãn công đức", "耳功德 - nhĩ công đức" v.v. Các bản dịch trước đây hiểu là "công đức nơi mắt, công đức nơi tai...". Tham khảo giảng giải trong kinh Lăng nghiêm và các kinh luận khác nói về công đức của 6 căn thì đây là "công đức của mắt, công đức của tai..." do các căn này tạo ra, chứ không phải chỉ đến công đức ở những nơi đó. Ví dụ như nhãn căn thanh tịnh tạo ra được 800 công đức, vì mắt chỉ có thể nhìn được phía trước và hai bên; nhĩ căn thanh tịnh tạo ra được 1.200 công đức, vì tai có khả năng nghe khắp chung quanh. Những công đức này được tạo ra do nhãn căn, nhĩ căn... thanh tịnh, và sự thanh tịnh này có được nhờ đọc, tụng, giảng giải, sao chép kinh Pháp hoa. Đây là ý nghĩa của phẩm kinh này. Tham khảo bản Anh ngữ của H. Kern cũng dịch tương tự là "eight hundred good qualities of the eye" (800 công đức của mắt).

giải thích [về mỗi căn]. Mỗi phần đều chia ra có kinh văn trường hàng và kệ tụng.

**KINH VĂN**

**"Người thiện nam hoặc thiện nữ ấy, với mắt phàm tục do cha mẹ sinh ra, nhờ thanh tịnh nên thấy hết những gì trong thế giới đại thiên, cả trong lẫn ngoài, từ núi rừng, sông biển, xuống tới địa ngục A-tỳ, lên đến cõi trời Hữu đỉnh, cũng thấy hết thảy chúng sinh trong đó cùng với nhân duyên nghiệp quả, nơi sinh ra của họ, thấy biết tất cả."**

**Khi ấy, Đức Thế Tôn muốn lặp lại nghĩa này, bèn nói kệ rằng:**

**"Hãy lắng nghe công đức,**
**Của người giữa đại chúng,**
**Dùng tâm không sợ sệt,**
**Thuyết kinh Pháp hoa này.**
**Người ấy được tám trăm,**
**Công đức mắt thù thắng;**
**Nhờ sự trang nghiêm ấy,**
**Nên mắt rất thanh tịnh;**
**Mắt do cha mẹ sinh,**
**Thấy hết cõi đại thiên,**
**Trong ngoài núi Di-lâu,**
**Núi Tu-di, Thiết vi…**
**Cùng những núi rừng khác,**
**Biển lớn và sông ngòi,**
**Dưới đến ngục A-tỳ,**
**Trên thấu trời Hữu đỉnh,**
**Bao chúng sanh trong đó,**
**Hết thảy đều thấy rõ.**
**Tuy chưa được thiên nhãn,**
**Mắt phàm thấy như vậy."**

Phần giải thích nhãn căn nêu việc dùng nhục nhãn cha mẹ sinh ra mà có thể thấy được hơn cả thiên nhãn. Phạm vương nhờ phước báo nên có được thiên nhãn, ở tại thế giới của mình thì có thể nhìn thấy khắp cùng thế giới đại thiên. Nhưng bên ngoài thế giới đại thiên có phong luân gây chướng ngại tầm nhìn nên [thiên nhãn cũng] không thể thấy ra bên ngoài. Nếu [Phạm vương] ở thế giới khác thì cũng không thể nhìn thấy khắp thế giới đại thiên, vì không nằm trong sự thống lĩnh của mình.

Tiểu La-hán thấy được [khắp thế giới] tiểu thiên, Đại La-hán thấy được [khắp thế giới] đại thiên. Vị Duyên giác thấy được 100 cõi Phật, không bị phong luân làm chướng ngại, cũng không bị ngăn cách giữa thế giới của mình đang ở và các thế giới khác.

Nay kinh này nói về con mắt có thể thấy cả trong ngoài thế giới đại thiên, lẽ ra phải là thiên nhãn, sao lại gọi là nhục nhãn? Đây chính là giai vị Tương tự của Viên giáo, nhờ sức của kinh nên có được công dụng thù thắng của các căn, nhưng chưa phát khởi tánh thể chân thật nên không gọi là thiên nhãn, vẫn gọi là nhục nhãn. Cũng giống như phương tiện Tiểu thừa, chưa được thần thông thì không gọi là thiên nhãn. Vẫn còn mang thân phần đoạn nên gọi là do cha mẹ sinh ra.

Tuy gọi là nhục nhãn nhưng có đủ công dụng của năm loại mắt. Thấy khắp trong ngoài thế giới đại thiên là công dụng của thiên nhãn; thấy được tất cả chúng sanh cùng với nghiệp nhân duyên của họ là công dụng của pháp nhãn; mắt này hết sức thanh tịnh là công dụng của tuệ nhãn; cùng lúc thấy được khắp trong ngoài thế giới đại thiên, thấy cả nghiệp cảnh và tịnh cảnh, lại có thể điều phục trọn vẹn phiền não mê hoặc vi tế của pháp giới là công dụng của Phật nhãn.

Kinh Đại Bát Niết-bàn nói rằng: "Tuy có nhục nhãn nhưng gọi là Phật nhãn. Vì là Phật nhãn nên gọi là thanh tịnh. Vì đầy đủ năm loại mắt nên nói là trang nghiêm."

Có thể đầy, có thể khuyết, gọi là công dụng thù thắng của các căn, gọi là căn tự tại, há có thể giải thích là chỉ tạo ra 800 hay 1.200 công đức thôi sao?

## KINH VĂN

**"Lại nữa, Thường Tinh Tấn! Nếu người thiện nam hoặc thiện nữ nào thọ trì kinh này, hoặc đọc, hoặc tụng, hoặc giảng giải, hoặc sao chép, sẽ được một ngàn hai trăm công đức của tai. Người ấy dùng**

**tai thanh tịnh nghe được trong khắp thế giới đại thiên, dưới xuống đến địa ngục A-tỳ, trên lên tới cõi trời Hữu đỉnh, đủ mọi âm thanh, ngôn ngữ ở bên trong và bên ngoài, như tiếng voi, ngựa, trâu bò, tiếng xe cộ; tiếng kêu khóc, tiếng than thở; tiếng tù và, tiếng trống, chuông, chuông lắc;[1] tiếng cười nói, tiếng đàn ông, đàn bà, tiếng trẻ em trai gái; tiếng đúng pháp, tiếng không đúng pháp; tiếng khổ đau, tiếng ưa thích; tiếng phàm phu, tiếng bậc thánh; tiếng vui mừng, tiếng không vui; tiếng chư thiên, tiếng các loài rồng, dạ-xoa, càn-thát-bà, a-tu-la, ca-lâu-la, khẩn-na-la, ma-hầu-la-già; tiếng lửa, tiếng nước, tiếng gió; tiếng địa ngục, tiếng súc sinh, tiếng ngạ quỷ; tiếng tỳ-kheo, tỳ-kheo-ni, Thanh văn, Duyên giác, Bồ Tát, Phật… Nói tóm lại là hết thảy mọi âm thanh bên trong và bên ngoài cõi thế giới đại thiên. Người ấy tuy chưa đạt được thiên nhĩ, nhưng với tai phàm tục do cha mẹ sinh ra, nhờ thanh tịnh nên nghe biết được hết thảy, phân biệt đủ mọi âm thanh như vậy mà nhĩ căn không bị hư hoại.”**

**Khi ấy, Đức Thế Tôn muốn lặp lại nghĩa này nên nói kệ rằng:**

**“Lỗ tai cha mẹ sinh,
Khi thanh tịnh vô nhiễm,
Có thể dùng lắng nghe,
Âm thanh khắp thế giới.
Tiếng voi, ngựa, trâu bò,
Chuông, linh, tù và, trống,
Đàn cầm, sắt, không hầu,
Tiếng tiêu hoặc tiếng địch,
Tiếng ca hát thanh tịnh,
Nghe mà không bám chấp;
Vô số loại ngôn ngữ,
Nghe rồi đều hiểu rõ;
Lại nghe tiếng chư thiên,
Tiếng xướng ca nhiệm mầu,
Tiếng kẻ nam người nữ,
Tiếng trẻ gái cùng trai;
Tiếng núi sâu, khe hiểm,
Tiếng ca-lăng-tần-già,
Các chim như mạng mạng…[2]
Đều nghe được tiếng hót;
Tiếng khổ đau địa ngục,
Các âm thanh độc hại,
Tiếng ngạ quỷ đói khát,
Cầu xin được ăn uống,
Tiếng các a-tu-la,
Sống nơi vùng ven biển,
Lúc trò chuyện cùng nhau,
Phát ra âm thanh lớn.
Như vậy, người thuyết pháp,
Chỉ ở yên nơi này,**

[1] Chuông lắc, cũng gọi là cái linh, chỉ loại chuông nhỏ có thanh kim loại treo bên trong, khi cầm lắc hay lúc treo có gió lay thì phát ra âm thanh.

[2] Chim mạng mạng (命命鳥), tức là chim kỳ-bà-kỳ-bà-ca (jīvajīvaka), trong kinh A-di-đà gọi là chim cộng mạng.

**Nghe được âm thanh xa,**
**Nhĩ căn không tổn hại.**
**Trong mười phương thế giới,**
**Chim, thú kêu gọi nhau,**
**Người thuyết pháp ở đây,**
**Đều nghe rõ tất cả.**
**Từ trên cõi Phạm thiên,**
**Cõi Quang âm, Biến tịnh,**
**Cho đến trời Hữu đỉnh,**
**Những âm thanh ngôn ngữ,**
**Vị pháp sư ở đây,**
**Đều nghe được tất cả.**
**Hết thảy chúng tỳ-kheo,**
**Hoặc các tỳ-kheo-ni,**
**Khi tụng đọc kinh điển,**
**Giảng giải cùng người khác,**
**Vị pháp sư ở đây,**
**Đều nghe được tất cả.**
**Lại có các Bồ Tát,**
**Tụng kinh điển, giáo pháp,**
**Hoặc giảng cho người khác,**
**Hoặc biên soạn, giải nghĩa,**
**Những âm thanh như vậy,**
**Pháp sư đều nghe được.**
**Chư Phật bậc Đại thánh,**
**Khi giáo hóa chúng sanh,**
**Ở giữa các Đại hội,**
**Diễn giảng pháp nhiệm mầu;**
**Người trì kinh Pháp hoa,**
**Đều nghe được tất cả.**
**Những âm thanh trong, ngoài**
**Cõi thế giới đại thiên,**
**Trên từ trời Hữu đỉnh,**
**Xuống tận ngục A-tỳ,**
**Nghe hết mọi âm thanh,**
**Nhĩ căn không tổn hại,**
**Nhờ tai được nhạy bén,**
**Phân biệt nghe biết cả.**
**Người trì kinh Pháp hoa,**
**Tuy chưa được thiên nhĩ,**
**Chỉ dùng tai phàm tục,**
**Nhờ công đức được vậy.”**

Phần nói về nhĩ căn, [kinh văn nói rằng] có thể nghe âm thanh của mười pháp giới ở khắp trong ngoài thế giới đại thiên.

Nghe được âm thanh trong sáu đường[1] tức là hai loại nhục nhĩ và thiên nhĩ. Nghe được âm thanh của hàng Nhị thừa tức là tuệ nhĩ. Nghe được âm thanh của Bồ Tát tức là pháp nhĩ. Nghe được âm thanh của Phật tức là Phật nhĩ.

Lại nữa, lỗ tai cha mẹ sinh ra là nhục nhĩ; có thể nghe cả trong ngoài tức là thiên nhĩ; tuy nghe mà không dính

---

[1] Tức là sáu cảnh giới tái sinh của chúng sinh, bao gồm cõi địa ngục, ngạ quỷ, súc sinh, cõi người, cõi a-tu-la và cõi trời

mắc tức là tuệ nhĩ; nghe không sai lầm tức là pháp nhĩ; cùng lúc có thể nghe bằng các căn khác[1] tức là Phật nhĩ.

Nếu dùng trường hợp của tai để nói về mắt thì mắt cũng giống như vậy. Nhìn thấy hai cõi trời, người là 2 loại [thiên nhãn và nhục nhãn]; nhìn thấy hàng Nhị thừa là tuệ nhãn; nhìn thấy hàng Bồ Tát là pháp nhãn; nhìn thấy Phật là Phật nhãn. Đại lược là như vậy.

## KINH VĂN

**"Lại nữa, Thường Tinh Tấn! Nếu người thiện nam hoặc thiện nữ nào thọ trì kinh này, hoặc đọc, hoặc tụng, hoặc giảng giải, hoặc sao chép, sẽ được tám trăm công đức của mũi. Người ấy dùng mũi thanh tịnh ngửi được đủ các loại mùi hương ở bên trên, bên dưới, bên trong và bên ngoài thế giới đại thiên, như hương các loại hoa tu-mạn-na, xà-đề, mạt-lợi, chiêm-bặc, ba-la-la, sen đỏ, sen xanh, sen trắng; hương hoa của cây, hương trái của cây, hương chiên-đàn, hương trầm thủy, hương đa-ma-la-bạt,[2] hương đa-già-la,[3] cùng ngàn muôn loại hương hòa hợp, hoặc hương bột, hương viên, hương thoa, người trì kinh Pháp hoa dù ở tại đây đều có thể phân biệt được. Lại có thể biết mùi hương khác biệt của các chúng sinh như mùi của voi, ngựa, trâu bò, dê..., hương đàn ông, đàn bà, trẻ em trai gái; hương cỏ cây rừng rậm, hoặc gần hoặc xa, tất cả các loại mùi hương đều ngửi biết, phân biệt không sai lầm.**

**"Người trì kinh này tuy ở tại đây cũng ngửi được các mùi hương trên cõi trời, như hương cây ba-lợi-chất-đa-la,[4] cây câu-bệ-đà-la,[5]**

---

1 Văn cú nói là "hỗ văn" (互聞) chỉ việc nghe có sự hỗ dụng giữa các căn khác với tai, có thể dùng thay cho nhau.

2 Đa-ma-la-bạt: một loại chiên đàn quý đã nói ở trước.

3 Hương đa-già-la (H. 多伽羅香, S. tagara), loại hương thơm được chế từ cây đa-già-la.

4 Cây ba-lợi-chất-đa-la (H. 波利質多羅樹, S. pārijātaka), cây lớn đặc biệt nằm ở thành Thiện Kiến trên cung trời Đao-lợi, cao 100 do-tuần, cành lá hoa trái đều có mùi thơm, tỏa khắp cung trời nên gọi là cây hương biến (香遍樹).

5 Cây câu-bệ-đà-la (H. 拘鞞陀羅樹, S. kovidāra), loại cây rất cao lớn, hình dáng đẹp, cành lá sum suê tươi tốt không lúc nào đổi màu.

**cùng hương các loại hoa như mạn-đà-la, đại mạn-đà-la, mạn-thù-sa, đại mạn-thù-sa; hương chiên-đàn, trầm thủy, các thứ hương bột, các loại hương hoa trộn lẫn... những thứ hương cõi trời như thế hòa hợp tỏa ra, không loại nào không ngửi biết.**

**"Lại ngửi được mùi hương trên thân của chư thiên, như hương của Thích Đề Hoàn Nhân[1] khi ngự trên Thắng điện, hoặc khi đang vui chơi thụ hưởng năm món dục; hoặc khi ở trên Diệu pháp đường vì chư thiên cõi trời Đao-lợi thuyết pháp; hoặc khi dạo chơi trong các khu vườn trời; cùng với mùi hương trên thân của chư thiên nam nữ khác, đều có thể từ xa ngửi được.**

**"Như thế dần lên đến chư thiên cõi Phạm thế,[2] lên trên đến cõi trời Hữu đỉnh, cũng đều ngửi được mùi hương trên thân chư thiên, cùng với mùi hương mà chư thiên đốt lên. Lại cũng từ xa ngửi được mùi hương trên thân của các vị Thanh văn, Duyên giác, Bồ Tát, chư Phật, biết được chư vị đang ở đâu.**

**"Tuy ngửi được đủ các thứ hương như vậy nhưng mũi không tổn hại, không nhầm lẫn, nếu muốn vì người khác phân biệt nói ra thì đều ghi nhớ không sai lầm."**

**Bấy giờ, đức Thế Tôn muốn lặp lại những ý nghĩa trên nên nói kệ rằng:**

**"Người có mũi thanh tịnh,**
**Ở trong thế giới này,**
**Mọi hương thơm, mùi hôi,**
**Hết thảy đều ngửi biết.**
**Hương tu-mạn, xà-đề,**
**Đa-ma-la, chiên-đàn,**
**Hương trầm thủy, hương quế,**
**Các loại hương hoa trái.**
**Ngửi được hương chúng sinh,**
**Như hương người nam, nữ.**
**Người thuyết pháp ở xa,**
**Ngửi hương, biết chỗ ở.**
**Đại thế Chuyển luân vương,**
**Tiểu Chuyển luân, thái tử,**
**Quần thần, các cung nhân,**
**Ngửi hương biết ở đâu.**
**Châu báu đeo trên thân,**
**Kho báu chôn trong đất,**
**Bảo nữ Chuyển luân vương,**
**Ngửi hương biết ở đâu.**
**Người khác làm đẹp thân,**
**Với y phục, chuỗi ngọc,**

[1] Thích Đề Hoàn Nhân (S. Śakra Devānāmindra, H. 釋提桓因), vị thiên chủ cõi trời Đao-lợi, cũng gọi là Thiên Đế hay Thiên Đế Thích.

[2] Phạm thế (H. 梵世, S. brahmaloka), tức Phạm thế giới, chỉ cõi trời do Phạm thiên cai quản.

Các loại hương thoa thân,
Ngửi hương, biết thân người.
Chư thiên đi hoặc ngồi,
Vui chơi, hiện thần biến,
Người trì kinh Pháp hoa,
Ngửi hương đều biết được.
Hoa, trái, hạt các cây,
Hoặc hương từ tô du,[1]
Người trì kinh ở đây,
Đều biết được ở đâu.
Trong núi sâu hiểm trở,
Cây chiên-đàn nở hoa,
Có chúng sinh ở đó,
Ngửi hương đều biết được.
Núi Thiết vi, biển cả,
Chúng sinh trong lòng đất,
Người trì kinh ngửi hương,
Đều biết được ở đâu.
Nam, nữ a-tu-la,
Cùng quyến thuộc của họ,
Khi đánh nhau, vui chơi,
Ngửi hương đều biết được.
Nơi đồng hoang, hiểm trở,
Sư tử, voi, cọp, sói,
Trâu rừng, hoặc trâu nước...
Ngửi mùi biết ở đâu.
Nếu có người mang thai,
Chưa rõ trai hay gái,
Không giác quan, phi nhân…
Ngửi hương đều biết ngay.
Do năng lực ngửi hương,
Vừa mang thai đã biết,
Việc an ổn sinh con
Có thành tựu hay không.
Do năng lực ngửi hương,
Biết ý nghĩ trai, gái,
Tâm tham dục, sân, si,
Cũng biết người tu thiện.
Những kho tàng chôn giấu,
Chứa vàng bạc, châu báu,
Hoặc đồ chứa bằng đồng,
Ngửi hương đều biết được.
Hoặc các loại chuỗi ngọc,
Không ai biết giá bán,
Ngửi hương biết đắt, rẻ,
Từ đâu đến, ở đâu.
Các loài hoa cõi trời,
Mạn-đà, mạn-thù-sa,
Cây ba-lợi-chất-đa,
Ngửi hương đều rõ biết.
Những cung điện cõi trời,
Có hoa báu trang nghiêm,
Thượng, trung, hạ sai khác,
Ngửi hương đều rõ biết.
Vườn cõi trời, Thắng điện,
Đài quán, Diệu pháp đường,
Chư thiên vui trong đó,
Ngửi hương đều rõ biết.
Hoặc chư thiên nghe pháp,
Khi hưởng năm món dục,
Qua lại, đi, nằm, ngồi,
Ngửi hương đều rõ biết.
Y phục các thiên nữ,
Hương hoa đẹp trang nghiêm,
Khi dạo chơi loanh quanh,
Ngửi hương đều rõ biết.

[1] Tô du (酥油) được chế biến từ sữa bò bằng cách lấy váng sữa, cô đặc lại, có thể dùng trị bệnh. Có 2 loại là sinh tô (生酥), tức bơ sống, và thục tô (熟酥), bơ chín.

**Như thế dần trở lên,**
**Cho đến cõi Phạm thế,**
**Chư thiên xuất, nhập thiền,**
**Ngửi hương đều rõ biết.**
**Trời Quang âm, Biến tịnh,**
**Cho đến trời Hữu đỉnh,**
**Chư thiên sinh, diệt mất,**
**Ngửi hương đều rõ biết.**
**Như các vị tỳ-kheo…**
**Lúc tinh tấn tu tập,**
**Hoặc ngồi hoặc kinh hành,**
**Hoặc tụng đọc kinh điển;**
**Dưới cội cây trong rừng,**
**Chỉ chuyên tâm ngồi thiền;**
**Người trì kinh, ngửi hương,**
**Liền biết được nơi chốn.**
**Bồ Tát chí kiên cố,**
**Hoặc ngồi thiền, tụng kinh,**
**Hoặc vì người thuyết pháp,**
**Ngửi hương đều rõ biết.**
**Chư Phật khắp mười phương,**
**Được tất cả cung kính,**
**Thương chúng sinh thuyết pháp,**
**Ngửi hương đều rõ biết.**
**Chúng sinh ở trước Phật,**
**Nghe kinh đều hoan hỷ,**
**Y theo pháp tu hành,**
**Ngửi hương đều rõ biết.**
**Chưa được mũi sinh từ**
**Pháp Vô lậu Bồ-tát,**
**Người trì kinh đã được,**
**Năng lực mũi như vậy."**

Phần nói về tị căn cũng giống như vậy. Lỗ mũi do cha mẹ sinh ra tức là nhục tị. Ngửi được khắp bên trong và bên ngoài thế giới đại thiên tức là thiên tị. Ngửi mùi mà không uế nhiễm, không dính mắc tức là tuệ tị. Ngửi mùi mà phân biệt không sai lầm tức là pháp tị. Cùng lúc có thể ngửi bằng các căn khác tức là Phật tị.

Phần này nêu rõ công dụng hỗ tương [giữa các căn]. Dùng mũi ngửi có thể biết tốt xấu, phân biệt được sang hèn, nhìn thấy cả cung điện cõi trời trang nghiêm, tức là mũi có công dụng như mắt; đối với người đọc kinh, thuyết pháp, ngửi mùi hương có thể rõ biết, tức là mũi có công dụng như tai; ngửi mùi hương biết được các loại cây, hoa, trái, hạt, tô du... tức là mũi có công dụng như lưỡi. *"Chư thiên xuất, nhập thiền, ngửi hương đều rõ biết"*, thiền có 8 loại xúc chạm, *"khi hưởng năm món dục"*, cũng là xúc pháp, nên mũi có công dụng như thân. Dùng mũi ngửi biết được *"tâm tham dục, sân, si; cũng biết người tu thiện"*, tức là mũi có công dụng như ý. Tị căn tự tại có công dụng thù thắng như vậy. Dựa theo đó thì biết năm căn khác cũng đều như vậy.

## KINH VĂN

**"Lại nữa, Thường Tinh Tấn! Nếu người thiện nam hoặc thiện nữ nào thọ trì kinh này, hoặc đọc, hoặc tụng, hoặc giảng giải, hoặc sao chép, sẽ được một ngàn hai trăm công đức của lưỡi. [Thức ăn dù] tốt hay xấu, ngon hay không ngon, hoặc đắng chát, khi chạm đến lưỡi của người ấy đều hóa thành vị ngon thượng hạng, như cam lộ cõi trời, không món nào là không ngon ngọt. Nếu dùng lưỡi ấy giảng thuyết giữa đại chúng sẽ phát ra âm thanh sâu xa vi diệu đi vào lòng người, khiến người nghe đều được vui mừng thích thú.**

**"Lại có chư thiên nam nữ, các vị Đế thích, Phạm vương... nghe âm thanh sâu xa vi diệu ấy giảng giải luận bàn có trình tự thứ lớp, thảy đều đến nghe.**

**"Lại có các loài rồng, dạ-xoa, càn-thát-bà, a-tu-la, ca-lâu-la, khẩn-na-la, ma-hầu-la-già cả nam lẫn nữ, vì nghe pháp nên đều tìm đến gần gũi cung kính cúng dường.**

**"Lại có các vị tỳ-kheo, tỳ-kheo-ni, ưu-bà-tắc, ưu-bà-di, quốc vương, thái tử, quần thần, quyến thuộc, Tiểu Chuyển luân vương, Đại Chuyển luân vương với đủ bảy báu,[1] một nghìn người con cùng nội ngoại quyến thuộc, ngồi trên các cỗ xe báu[2] cùng đến nghe pháp. Đó là do Bồ Tát [trì kinh Pháp hoa] này giỏi việc thuyết pháp.**

---

[1] Bảy báu tự nhiên hiện ra do phước báu của vị Chuyển luân vương bao gồm: luân bảo (bánh xe báu, có thể đưa vua đi chinh phục khắp nơi); tượng bảo (voi quý); mã bảo (ngựa quý); châu bảo (các loại châu báu quý giá); nữ bảo (người con gái khéo hầu hạ, luôn rõ biết ý vua); chủ tạng bảo (vị quan giữ kho tài giỏi, rõ biết tất cả các kho tàng chôn giấu trong lòng đất); chủ binh thần bảo (vị tướng quân giỏi việc chinh phạt).

[2] Nguyên tác là "乘其宮殿 - thừa kỳ cung điện", e rằng có sự nhầm lẫn giữa cung điện của chư thiên (vimāna), vốn được sử dụng như những cỗ xe, có thể đưa các vị đi khắp nơi tùy ý muốn. Cung điện của các vị Chuyển luân vương ở cõi Ta-bà không có chức năng này, nên họ phải đi trên các cỗ xe bình thường, không thể "thừa kỳ cung điện" giống như chư thiên "thừa thiên cung", đã nói ở một phần trước.

**"Người ấy lại được hàng bà-la-môn, cư sĩ, nhân dân trong nước thường trọn đời theo hầu hạ cúng dường. Các vị Thanh văn, Duyên giác, Bồ Tát, chư Phật thường muốn gặp vị ấy. Người ấy ở phương nào thì chư Phật đều hướng về nơi đó thuyết pháp; người ấy có thể thọ trì tất cả pháp Phật, lại có thể tự mình nói ra pháp âm sâu xa vi diệu."**

**Khi ấy, đức Thế Tôn muốn lặp lại nghĩa trên liền nói kệ rằng:**

**"Lưỡi người này thanh tịnh,**
**Không phải nếm vị dở,**
**Dù ăn uống món gì,**
**Đều hóa thành cam lộ.**
**Dùng âm thanh sâu mầu,**
**Thuyết pháp giữa đại chúng,**
**Dùng nhân duyên thí dụ,**
**Dẫn dắt tâm chúng sinh.**
**Người nghe đều hoan hỷ,**
**Cúng dường các món ngon.**
**Chư thiên, rồng, dạ-xoa,**
**Các loài a-tu-la...**
**Đều khởi tâm cung kính,**
**Cùng đến nghe thuyết pháp.**
**Người thuyết pháp như vậy,**
**Nếu muốn cho diệu âm,**
**Vang khắp cùng thế giới,**
**Tùy ý làm được ngay.**
**Tiểu, Đại Chuyển luân vương,**
**Cùng nghìn con, quyến thuộc,**
**Tâm cung kính, chắp tay,**
**Tìm đến nghe thuyết pháp.**
**Chư thiên, rồng, dạ-xoa,**
**La-sát, tỳ-xá-xà,**
**Cũng dùng tâm hoan hỷ,**
**Thường vui thích cúng dường.**
**Phạm thiên vương, Ma vương,**
**Tự tại, Đại tự tại...**
**Các thiên chúng như vậy,**
**Thường đến chỗ người này.**
**Chư Phật cùng đệ tử,**
**Nghe người ấy thuyết pháp,**
**Thường nhớ nghĩ, hộ trì,**
**Hoặc vì người hiện thân."**

Phần nói về thiệt căn cũng giống như vậy. Lưỡi do cha mẹ sinh ra tức là nhục thiệt, có thể nói được các ngôn ngữ trong khắp mười pháp giới, dựa theo khả năng này thì phân biệt được năm loại lưỡi. Nếu có thể nói đủ các ngôn ngữ trong khắp mười pháp giới tức là thiên thiệt; không nói ra những lời gây tổn hại, hư hoại tức là tuệ thiệt; không nói những lời sai lầm tức là pháp thiệt; cùng lúc có thể dùng như các căn khác tức là Phật thiệt. Đại lược là như vậy.

**Hỏi**: Các vị đắng, chát, không tốt khi chạm đến lưỡi "đều hóa thành vị ngon thượng hạng", tại sao các màu sắc khi mắt nhìn thấy lại không hóa thành những màu tốt đẹp?

**Đáp**: Các nhà cựu giải cho rằng so sánh như vậy không giống nhau. Mùi vị có tổn hại, có giúp ích; có tổn hại nên biến đổi khác đi, không tổn hại thì không biến đổi. Các màu sắc không làm tổn hại mắt, cho nên so sánh như vậy không giống nhau.

Nay không giải thích như vậy. Hết thảy màu sắc đều đồng như sắc Phật; hết thảy âm thanh đồng như âm thanh Phật, tất cả đều thanh tịnh bình đẳng như nhau thì ví dụ nêu ra đó không có gì chướng ngại. Rõ biết khắp thảy các pháp hình sắc, các pháp âm thanh mà không rối loạn, không sai lầm, dù phân biệt cũng không chướng ngại. Các căn đã được tự tại, há có thể giải thích theo cách cứng nhắc như trên được sao?

**KINH VĂN**

**"Lại nữa, Thường Tinh Tấn! Nếu người thiện nam hoặc thiện nữ nào thọ trì kinh này, hoặc đọc, hoặc tụng, hoặc giảng giải, hoặc sao chép, sẽ được tám trăm công đức của thân, được thân thanh tịnh như lưu ly trong suốt, chúng sanh đều vui thích ngắm nhìn.**

**"Thân người ấy được thanh tịnh nên những việc như sinh ra, chết đi, cao thấp, tốt xấu, sinh về cõi lành, cõi xấu ác… của tất cả chúng sanh trong thế giới đại thiên, hết thảy đều [có hình ảnh] hiện ra trong thân [lưu ly trong suốt] ấy.**

**"Lại nữa, các núi như Thiết vi, Đại Thiết vi, Di-lâu, Đại Di-lâu… cùng những chúng sinh sống trong đó, hết thảy đều hiện ra trong thân ấy.**

**"Lại nữa, từ địa ngục A-tỳ ở bên dưới lên trên đến cõi trời Hữu đỉnh, hết thảy hình tượng cùng chúng sanh đều hiện ra trong thân ấy.**

**"Nếu có các vị Thanh văn, Duyên giác, Bồ Tát, chư Phật thuyết pháp, thì trong thân người ấy đều hiện đủ các hình sắc cảnh tượng."**
**Khi ấy, đức Thế Tôn muốn lặp lại ý nghĩa trên nên nói kệ rằng:**

**"Nếu trì kinh Pháp hoa,**
**Được thân rất thanh tịnh,**
**Như lưu ly trong suốt,**
**Chúng sinh đều thích nhìn.**
**Lại như đài gương sáng,**
**Phản chiếu mọi hình tượng,**
**Bồ Tát thân thanh tịnh,**
**Nhìn thấy khắp thế gian,**
**Nhưng chỉ riêng mình biết,**
**Người khác không thấy được.**
**Trong thế giới đại thiên,**
**Bao chúng sinh mê mờ,**
**Trời, người, a-tu-la,**
**Địa ngục, quỷ, súc sinh,**
**Những hình tượng như thế,**
**Đều hiện ra nơi thân.**
**Những cung điện chư thiên,**
**Lên đến cõi Hữu đỉnh,**
**Núi Thiết vi, Di-lâu,**
**Hoặc núi Đại Di-lâu,**
**Cùng các vùng biển lớn,**
**Đều hiện ra nơi thân.**
**Chư Phật cùng Thanh văn,**
**Đệ tử Phật, Bồ Tát,**
**Độc cư, hoặc thuyết pháp**
**Giữa đại chúng, đều hiện.**
**Chưa được thân vi diệu,**
**Từ pháp tánh vô lậu,**
**Thể thanh tịnh thân phàm,**
**Tất cả đều hiện rõ."**

Phần nói về thân căn cũng giống như vậy. Khắp thảy thế gian này đều hiện nhục thân trong thân để sử dụng. *"Lên đến cõi Hữu đỉnh"* là nói [chư thiên] cũng hiện thiên thân trong thân để sử dụng. Hàng Nhị thừa trong thân hiện tuệ thân để sử dụng. Bồ Tát trong thân hiện pháp thân để sử dụng. Chư Phật trong thân hiện Phật thân để sử dụng, cùng lúc hiện ra viên mãn, cùng lúc vận dụng thay thế các căn, cùng lúc không có sai lầm, cùng lúc không có dính mắc. Đại lược là như vậy.

## KINH VĂN

**"Lại nữa, Thường Tinh Tấn! Nếu người thiện nam hoặc thiện nữ nào thọ trì kinh này, hoặc đọc, hoặc tụng, hoặc giảng giải, hoặc sao chép, sẽ được một ngàn hai trăm công đức của ý. Với ý căn**

thanh tịnh này, dù chỉ nghe một bài kệ, một câu kinh cũng thấu hiểu thông suốt ý nghĩa vô lượng vô biên. Hiểu được ý nghĩa ấy rồi, có thể diễn giảng một bài kệ, một câu kinh đó trong một tháng, bốn tháng, thậm chí một năm; những pháp thuyết giảng đều thuận theo ý nghĩa, không trái với thật tướng.

**"Nếu người ấy giảng giải kinh sách thế gian, nói về thuật xử thế hoặc nghề nghiệp sinh nhai… cũng đều phù hợp với chánh pháp.**

**"Tất cả những biến chuyển, động khởi, tạo tác, hý luận trong tâm của hết thảy chúng sanh sáu cõi trong thế giới đại thiên, người ấy đều rõ biết. Người ấy tuy chưa đạt được trí tuệ vô lậu nhưng nhờ ý căn thanh tịnh như vậy nên mọi tư tưởng suy lường, nói năng đều là pháp Phật, tất cả đều chân thật, cũng đều là những điều chư Phật trước đây đã thuyết dạy trong kinh điển."**

**Khi ấy, đức Thế Tôn muốn lặp lại ý nghĩa trên nên nói kệ rằng:**

**"Người này ý thanh tịnh,**
**Sáng suốt không uế nhiễm,**
**Dùng ý căn nhiệm mầu,**
**Hiểu pháp thượng, trung, hạ.**
**Dù nghe một bài kệ,**
**Thấu suốt vô lượng nghĩa,**
**Tuần tự thuyết giảng lại,**
**Một tháng đến một năm.**
**Hết thảy mọi chúng sanh,**
**Trong, ngoài thế giới này,**
**Chư thiên, người, loài rồng,**
**Dạ-xoa, các quỷ thần…**
**Đang ở trong sáu đường,**
**Niệm tưởng vừa sinh khởi,**
**Phước báo trì Pháp hoa,**
**Tức thời rõ biết hết.**
**Vô số Phật mười phương,**
**Tướng trăm phước trang nghiêm,**
**Vì chúng sanh thuyết pháp,**
**Đều nghe được, thọ trì.**
**Suy xét vô lượng nghĩa,**
**Thuyết pháp cũng vô lượng,**
**Trước sau không sai sót,**
**Trì Pháp hoa được vậy.**
**Hiểu thấu mọi tướng pháp,**
**Tùy nghĩa biết trước sau,**
**Thông suốt mọi tên gọi,**
**Theo chỗ biết diễn giải.**
**Người ấy nói điều gì,**
**Đều là pháp Phật xưa,**
**Vì diễn giảng pháp ấy,**
**Giữa đại chúng không sợ.**
**Người trì kinh Pháp hoa,**
**Ý thanh tịnh như thế,**
**Tuy chưa được vô lậu,**
**Được tướng như vậy trước.**

[1] Tướng trăm phước trang nghiêm (H. 百福莊嚴相, S. śata-puṇya-vicitrita), chỉ 32 tướng tốt của Phật vì mỗi tướng đều do trăm phước trang nghiêm mà thành tựu.

**Người trì kinh an trụ,**
**Nơi địa vị hy hữu,**
**Được hết thảy chúng sanh,**
**Đều hoan hỷ yêu kính.**

**Nhờ trì kinh Pháp hoa,**
**Nên biết ngàn muôn cách,**
**Khéo léo chọn ngôn từ,**
**Để phân biệt thuyết pháp.**

Phần nói về ý căn cũng giống như vậy. Người thế gian theo *"nghề nghiệp sinh nhai... cũng đều phù hợp với chánh pháp"* là nhân ý thanh tịnh; *"biến chuyển, động khởi, tạo tác, hý luận trong tâm... đều rõ biết"* là thiên ý thanh tịnh.

*"Bốn tháng"* tức là Tứ đế; *"một năm"* có 12 tháng, tức là nói 12 nhân duyên; *"không trái với thật tướng"* tức là tuệ ý thanh tịnh; *"một tháng"* tức là Nhất thừa, tức là Bồ Tát ý thanh tịnh; *"tư tưởng suy lường... đều là những điều chư Phật trước đây đã thuyết dạy trong kinh điển"* tức là Phật ý thanh tịnh, cùng lúc sáng suốt viên mãn, cùng lúc vận dụng qua lại trọn vẹn với các căn, cùng lúc không uế nhiễm, không sai lầm, công dụng các căn đều tự tại, có thể đầy, có thể khuyết, có thể bình đẳng, thanh tịnh. Đại lược là như vậy.

# 20. Giải thích phẩm Bồ Tát Thường Bất Khinh

**KINH VĂN**

**Phẩm Bồ Tát Thường Bất Khinh, thứ hai mươi.**

## Giải thích tên phẩm

[Bất khinh nghĩa là không khinh thường, xem nhẹ.] Trong tâm thường hiểu nên bất khinh; bên ngoài cung kính cảnh nên bất khinh; thân thực hành công hạnh bất khinh; miệng nói lời dạy người bất khinh; người đời gọi tên là Bất Khinh.

Về ý nghĩa "hiểu nên bất khinh", luận Pháp hoa nói rằng: "Vị Bồ Tát này rõ biết chúng sanh đều có tánh Phật nên không dám khinh thường."

Tánh Phật có 5 loại. Tánh Phật chánh nhân thông suốt từ bản nguyên xa xưa đến ngày nay; tánh Phật duyên nhân và tánh Phật liễu nhân là chủng tử vốn sẵn có, không phải ngày nay mới có. Tánh Phật quả và tánh Phật quả quả là [chúng sanh] nhất định đều sẽ được, quyết không hư dối. Đây gọi là "nhận hiểu nên bất khinh".

Dùng sự nhận hiểu như trên mà ứng xử với người khác, [biết rằng] họ cũng đều [có đủ tánh Phật] như vậy. Đây gọi là bên ngoài "cung kính cảnh nên bất khinh".

Vì cung kính người ngoài như vậy, cho nên gọi là "công hạnh bất khinh". Nói rõ điều này cho người khác biết nên gọi là "dạy người bất khinh".

Thuở xưa, những kẻ hủy báng dựa theo việc này để gọi tên người, ngày nay những vị chép kinh dựa theo việc này để gọi tên phẩm kinh.

Kinh Kiến thật Tam-muội[1] nói: "Đức Phật vì phụ vương mà nói: 'Hết thảy đều là Phật.' Vua hỏi: 'Hết thảy chúng sanh tức là Phật sao?' Đức Phật đáp: 'Nếu đúng như thật nhìn thấy chúng sanh, ngay nơi đó tức là Phật.'"

Riêng tôi cho rằng, suy theo câu này thì nếu không đúng như thật nhìn thấy Phật, ngay nơi đó tức không phải là bậc thánh.

Ví như người mới học bắn tên, nhắm bắn vào đích thì đa phần bắn trật, ít khi trúng; nếu lấy mặt đất làm đích bắn thì không có mũi tên nào lại không trúng. [Cũng vậy,] nếu [lấy mục tiêu là] phân biệt hiền thánh thì phải rõ biết ai đúng, ai sai, [rất dễ nhầm lẫn]; nhưng nếu quán xét như thật thì ngay nơi đó [tất cả đều] là Phật.

Phần trước là giải thích theo nhân duyên, phần sau là giải thích theo Viên giáo. Đại lược là như vậy.

Phẩm này dẫn người làm chứng, chứng minh 5 hạng người [thọ trì kinh Pháp hoa] có công đức sâu dày, phước báo của sáu căn rất lớn. [Đức Phật dạy:] "Thuở xưa ta tùy hỷ [với kinh Pháp hoa], nên được phước báo hiện đời và đời sau." Đó là để khuyến khích, thúc đẩy sự lưu thông kinh điển.

### KINH VĂN

**Lúc bấy giờ, đức Phật bảo Bồ Tát Đắc Đại Thế:[2] "Ông nên biết rằng, nếu có tỳ-kheo, tỳ-kheo-ni, ưu-bà-tắc, ưu-bà-di nào thọ trì**

---

[1] Kinh Kiến thật Tam-muội, tức Bồ Tát kiến thật Tam-muội kinh (菩薩見實三昧經), nay được tìm thấy là hội thứ 16: Bồ Tát kiến thật hội (菩薩見實會) trong kinh Đại Bảo Tích (大寶積經), quyển 61. (ĐCT, T11, 310)

[2] Bồ Tát Đắc Đại Thế (得大勢菩薩), tên Phạn ngữ là Mahā-sthāma-prāpta, danh xưng thường gặp hơn là Bồ Tát Đại Thế Chí (大勢至菩薩). Chánh Pháp hoa kinh gọi tên vị này là Bồ Tát Đức Đại Thế (德大勢菩薩).

**kinh Pháp hoa mà bị người khác dùng lời ác độc mắng chửi, hủy báng, thì kẻ đó sẽ bị tội báo nặng nề như đã nói ở trước, còn công đức của người trì kinh thì như ta vừa nói, sẽ được mắt, tai, mũi, lưỡi, thân, ý thanh tịnh."**

Kinh văn phẩm này có cả trường hàng và kệ tụng. Phần kinh văn trường hàng chia làm 3 tổng đoạn. Tổng đoạn thứ nhất nêu hai ý, chỉ rõ cả tội và phước đã nói ở phẩm trước. Tổng đoạn thứ hai nêu hai ý, mở bày cả sự tin nhận và sự hủy báng trong phẩm này. Tổng đoạn thứ ba nêu hai ý, khuyên dạy cả hai hướng thuận và nghịch ở phẩm sau.

▣ [Tổng đoạn thứ nhất] nêu hai ý chỉ rõ. Trước chỉ rõ tội báo, như đã nói trong phẩm Pháp sư. Tiếp theo chỉ rõ phước báo, như trong phẩm Công đức [pháp sư] đã nói. Phần này y theo kinh văn có thể hiểu được.

## KINH VĂN

**"Này Đắc Đại Thế! Thuở xa xưa, cách đây vô lượng vô biên không thể nghĩ bàn a-tăng-kỳ kiếp, có đức Phật hiệu là Oai Âm Vương Như Lai, Ứng Cúng, Chánh Biến Tri, Minh Hạnh Túc, Thiện Thệ, Thế Gian Giải, Vô Thượng Sĩ, Điều Ngự Trượng Phu, Thiên Nhân Sư, Phật Thế Tôn. Kiếp đó tên Ly Suy, cõi nước tên Đại Thành, đức Phật Oai Âm Vương ở giữa cõi đời ấy vì hàng trời, người, a-tu-la thuyết pháp: Vì những người cầu Thanh văn nói pháp Tứ đế để thoát khỏi sinh già bệnh chết, đạt đến Niết-bàn; vì những người cầu Duyên giác nói pháp Thập nhị nhân duyên; vì các Bồ Tát gieo nhân Vô thượng Chánh đẳng Chánh giác nên nói pháp sáu ba-la-mật để rốt ráo được trí tuệ Phật.**

**"Này Đắc Đại Thế! Đức Phật Oai Âm Vương sống thọ qua số kiếp bằng số cát của bốn mươi muôn ức na-do-tha con sông Hằng; Chánh pháp trụ thế số kiếp bằng số hạt bụi nhỏ của một cõi Diêm-phù-đề; Tượng pháp trụ thế số kiếp bằng số hạt bụi nhỏ của một cõi Tứ thiên hạ. Đức Phật ấy làm lợi ích cho hết thảy chúng sinh, rồi sau đó diệt độ. Sau khi Chánh pháp và Tượng pháp diệt hết, trong**

**cõi nước đó lại có Phật ra đời, cũng hiệu là Oai Âm Vương Như Lai, Ứng Cúng, Chánh Biến Tri, Minh Hạnh Túc, Thiện Thệ, Thế Gian Giải, Vô Thượng Sĩ, Điều Ngự Trượng Phu, Thiên Nhân Sư, Phật Thế Tôn. Lần lượt tiếp nối ra đời hai muôn ức đức Phật đều cùng một danh hiệu như vậy.**

**"Khi đức Phật Oai Âm Vương đầu tiên đã diệt độ,[1] chánh pháp diệt mất. Trong thời gian tượng pháp, các tỳ-kheo tăng thượng mạn có thế lực lớn. Bấy giờ, có vị tỳ-kheo Bồ Tát tên là Thường Bất Khinh."**

▣ Tổng đoạn thứ hai [gồm 3 đoạn], nêu hai ý mở bày cả sự tin nhận và sự hủy báng. Phần này nêu nguồn gốc sự việc và kể lại chuyện tiền thân của Phật.[2]

◆ [Đoạn thứ nhất] nêu nguồn gốc sự việc thì nêu rõ thời gian, danh hiệu, tên thời đại, tên nước, việc thuyết pháp v.v. Tất cả đều y theo kinh văn có thể hiểu được.

◆ [Đoạn thứ hai] từ câu *"Khi đức Phật Oai Âm Vương đầu tiên"* trở đi, kể chuyện tiền thân Phật, lại chia làm 3 tiểu đoạn. Thứ nhất, nói rõ về thời gian. Thứ hai, từ câu *"trong thời gian tượng pháp"* trở đi, nêu cả hai danh xưng để gọi người. Những kẻ hủy báng thời ấy được gọi là tăng thượng mạn, người tin nhận được gọi là Thường Bất Khinh.

---

[1] Tham khảo Chánh Pháp hoa Kinh, đoạn tương ứng nói rằng: "時此諸佛次第滅度，正法沒已像法次盡，彼世比丘，憍慢自大越背法詔 。- Thời thử chư Phật thứ đệ diệt độ, chánh pháp một dĩ tượng pháp thứ tận, bỉ thế tỳ-kheo, kiêu mạn tự đại việt bội pháp chiếu." (ĐCT, T9, 263, tr.122c, d. 20 - 22) Nếu hiểu theo câu này thì việc các tỳ-kheo "kiêu mạn, tự đại" là xảy ra sau thời tượng pháp của vị Phật cuối cùng trong số hai muôn ức đức Phật có danh hiệu Oai Âm Vương. Điều này có vẻ như hợp lý hơn, vì nếu trong câu chuyện này, sự việc xảy ra sau khi đức Phật đầu tiên (tối sơ) diệt độ, thì không có lý do gì để phải đề cập đến tất cả những vị Phật tiếp theo trong số hai muôn ức vị Phật cùng một danh hiệu. Trong phần kệ trùng tụng tiếp theo không thấy nhắc đến chi tiết "hai muôn ức vị Phật".

[2] Nguyên tác dùng "bản sự" (本事) để chỉ câu chuyện tiền thân của đức Phật Thích-ca Mâu-ni.

## KINH VĂN

**"Này Đắc Đại Thế! Do nhân duyên gì vị ấy có tên gọi là Thường Bất Khinh? Vì vị tỳ-kheo này mỗi khi gặp các vị tỳ-kheo, tỳ-kheo-ni, ưu-bà-tắc, ưu-bà-di đều lễ bái ngợi khen xưng tán rằng: 'Tôi hết sức cung kính các ngài, không dám khinh thường. Vì sao vậy? Các ngài đều thực hành đạo Bồ Tát, đều sẽ thành Phật.'**

**"Nhưng vị tỳ-kheo này không chuyên tụng đọc kinh điển, chỉ thực hành việc lễ bái; thậm chí khi từ xa nhìn thấy bốn chúng cũng cố đến gần để lễ bái, ngợi khen xưng tán rằng: 'Tôi không dám khinh thường, các ngài đều sẽ thành Phật.'**

◆ Đoạn thứ ba từ câu *"Này Đắc Đại Thế! Do nhân duyên gì..."* trở đi, nêu cả hai ý được và mất, lại chia thành 2 tiểu đoạn.

❖ Tiểu đoạn thứ nhất nêu những chỗ được của người tin nhận. [Đó là] được tông chỉ rộng lớn của phần chính thuyết và được lợi ích vi diệu của phần lưu thông.

*"Có tên gọi Thường Bất Khinh"* là nhân nhất; *"mỗi khi gặp các vị..."* là lý nhất; *"đều lễ bái ngợi khen xưng tán"* là hành nhất; *"và nói rằng"* là giáo nhất. Đây chính là tứ nhất trong giáo pháp "khai quyền hiển thật".[1]

Từ câu *"thậm chí khi từ xa nhìn thấy"* trở đi là căn bản lý nhất; *"cũng cố đến gần lễ bái"* là căn bản hành nhất; *"và nói rằng"* là căn bản giáo nhất; thiếu phần nhân nhất, nhưng nghĩa này có thể hiểu được. Đây chính là tứ nhất trong phần giáo pháp "khai cận hiển viễn".[2]

Kinh văn nói *"không chuyên tụng đọc kinh điển, chỉ thực hành việc lễ bái"*, đây là địa vị của người ban sơ khởi

[1] Khai quyền hiển thật (開權顯實): tức là chỉ bày và phủ nhận các pháp quyền thừa trước đây để hiển lộ, làm rõ pháp chân thật rốt ráo. Do vậy chữ khai (開) vừa có nghĩa khai mở, chỉ bày, vừa có nghĩa khai trừ, trừ bỏ.

[2] Khai cận hiển viễn (開近顯遠): tức là chỉ bày và phủ nhận việc đức Phật vừa thành đạo gần đây để hiển lộ, làm rõ sự thật rốt ráo là đức Phật vốn đã thành Phật từ lâu xa về trước.

tâm tùy hỷ. Tùy hỷ vì hết thảy các pháp đều có tính an vui, đều là một tướng thật. Tùy hỷ vì hết thảy mọi người đều có ba loại tánh Phật. *"Tụng đọc kinh điển"* là tánh Phật liễu nhân; *"đều thực hành đạo Bồ Tát"* là tánh Phật duyên nhân; *"không dám khinh thường"* lại *"hết sức cung kính"* là tánh Phật chánh nhân.

Cung kính người, cung kính pháp, không khởi tâm tranh giành, đó là ý nghĩa tùy hỷ. Không khinh thường, kính trọng sâu xa là ngồi tòa Như Lai; nhẫn nhục với sự đánh đập, mắng chửi là đắp y Như Lai; giữ tâm từ bi thường hành trì không bỏ tức là vào nhà Như Lai.

Lại nữa, *"hết sức cung kính"* là nghiệp của ý; nói *"không dám khinh thường"* là nghiệp của miệng; *"cố đến gần lễ bái"* là nghiệp của thân. Ba nghiệp này đều kết hợp với tâm từ bi, tức là hạnh an vui thệ nguyện. Ba nghiệp, bốn hạnh[1] như vậy, nếu không phải lợi ích nhiệm mầu của sự lưu thông [kinh điển] thì phải gọi là gì?

## KINH VĂN

**"Trong bốn chúng có những người giận dữ, khởi tâm không thanh tịnh, dùng lời độc ác mắng nhiếc rằng: 'Tỳ-kheo ngu si này từ đâu đến? Tự nhiên lại nói "tôi không khinh thường các ông" rồi thụ ký chúng ta sẽ thành Phật. Chúng ta không cần sự thụ ký hư dối này.'**
**"Trải qua nhiều năm như vậy, vị ấy thường bị chửi mắng[2] vẫn không sân hận, luôn nói rằng: 'Các ngài sẽ thành Phật.' Khi nói như vậy, thường bị những người khác dùng gậy đuổi đánh, dùng ngói đá ném, vị ấy liền chạy tránh ra xa rồi dừng lại, vẫn lớn tiếng nói: 'Tôi không dám khinh thường, các ngài đều sẽ thành Phật.' Vì**

[1] Ba nghiệp là thân nghiệp, khẩu nghiệp, ý nghiệp vừa kể, khi kết hợp với tâm từ bi thì thành bốn hạnh an vui (tứ an lạc hạnh - 四安樂行) đã được kể trong phẩm Hạnh an vui, bao gồm: thân an lạc hạnh (身安樂行), khẩu an lạc hạnh (口安樂行), ý an lạc hạnh (意安樂行) và thệ nguyện an lạc hạnh (誓願安樂行).

[2] Có lẽ do ý nghĩa này, trong kinh Chánh Pháp hoa gọi tên vị này là Thường Bị Khinh Mạn (常被輕慢).

**thường nói như vậy nên những tỳ-kheo, tỳ-kheo-ni, ưu-bà-tắc, ưu-bà-di tăng thượng mạn đặt tên vị ấy là Thường Bất Khinh.**

❖ Tiểu đoạn thứ hai từ câu *"Trong bốn chúng có những người..."* trở đi, nêu những chỗ mất của người hủy báng. *"Giận dữ, khởi tâm không thanh tịnh"* là không thọ nhận tứ nhất. *"Mắng nhiếc rằng: 'Tỳ-kheo ngu si'"* tức là nói không có trí tuệ. Trí tuệ rõ biết lý tánh, đã nói không có trí tuệ tức là không thọ nhận lý nhất. Mắng nhiếc tỳ-kheo là không thọ nhận nhân nhất. Hỏi *"từ đâu đến"* tức là không thọ nhận hành nhất. *"Không cần sự thụ ký hư dối"* là không thọ nhận giáo nhất. *"Trải qua nhiều năm như vậy, vị ấy thường bị chửi mắng"* là kết lại những người này không thọ nhận tứ nhất trong phần giáo pháp "khai quyền hiển thật".

*"Chạy tránh ra xa rồi dừng lại, vẫn lớn tiếng nói"* cũng là nghĩa không thọ nhận. Đây là nói không thọ nhận tứ nhất của bản địa[1] trong giáo pháp "khai cận hiển viễn".

*"Thường nói như vậy"* là kết ý người tin nhận vẫn tin sâu không dứt. Bốn chúng *"đặt tên vị ấy là Thường Bất Khinh"* là kết ý người hủy báng vẫn không ngừng hủy báng.

**Hỏi**: Đức Thích-ca ra đời còn do dự chưa thuyết dạy [về tánh Phật], Bồ Tát Thường Bất Khinh chỉ vừa mới gặp một lần đã hấp tấp nói ra điều đó là sao?

**Đáp**: Vì [thính chúng] vốn đã có chút ít căn lành, cho nên đức Thích-ca tạm dùng Tiểu thừa để dẫn dắt giúp đỡ. [Đối với thính chúng] vốn chưa có căn lành, Bồ Tát Thường Bất Khinh mới dùng thẳng Đại thừa để mạnh mẽ đối trị. Đại lược là như vậy.

---

[1] Bản địa (本地): tức bản nguyên từ xa xưa. Ở đây nói giáo pháp "khai cận hiển viễn" tức là chỉ lời dạy của Phật nêu rõ việc đức Phật vốn đã thành Phật từ lâu xa về trước (hiển viễn), không phải mới gần đây nơi Bồ-đề Đạo tràng (khai cận).

## KINH VĂN

**"Khi vị tỳ-kheo ấy sắp qua đời, từ trên không trung được nghe đủ hai mươi ngàn muôn ức bài kệ trong kinh Pháp hoa mà Phật Oai Âm Vương đã thuyết giảng trước đây, có thể thọ trì được tất cả, liền đạt được nhãn căn thanh tịnh, nhĩ căn, tị căn, thiệt căn, thân căn, ý căn đều thanh tịnh như trước đã nói. Đạt được sáu căn thanh tịnh rồi, lại tăng thêm tuổi thọ đến hai trăm muôn ức na-do-tha tuổi, rộng vì người khác thuyết giảng kinh Pháp hoa này.**

**"Khi ấy, những người tăng thượng mạn trong bốn chúng: tỳ-kheo, tỳ-kheo-ni, ưu-bà-tắc, ưu-bà-di, trước đây khinh thường vị tỳ-kheo ấy, đã đặt tên là Bất Khinh, nay thấy vị ấy đạt được sức đại thần thông, sức biện tài nhạo thuyết, sức tịch tịnh an định, được nghe thuyết giảng liền tin phục theo học.**

**"Bồ Tát ấy giáo hóa ngàn muôn ức chúng sanh, khiến cho trụ trong đạo Vô thượng Chánh đẳng Chánh giác. Sau khi qua đời, [lại lần lượt tái sinh] được gặp hai ngàn ức vị Phật, đồng một danh hiệu là Nhật Nguyệt Đăng Minh, ở trong pháp hội của chư Phật ấy thuyết giảng kinh Pháp hoa này.**

**"Do nhân duyên ấy, lại được gặp hai ngàn ức vị Phật, đồng một danh hiệu là Vân Tự Tại Đăng Vương, ở trong pháp hội của chư Phật ấy cũng thọ trì, tụng đọc, vì bốn chúng mà thuyết giảng kinh này, nên thường được nhãn căn, nhĩ căn, tị căn, thiệt căn, thân căn, ý căn thanh tịnh, thuyết pháp giữa bốn chúng với tâm không sợ sệt.**

**"Này Đắc Đại Thế! Đại Bồ Tát Thường Bất Khinh ấy, cúng dường biết bao nhiêu đức Phật như thế, cung kính, tôn trọng, ngợi khen xưng tán, gieo trồng các căn lành, về sau lại được gặp ngàn muôn ức đức Phật, lại cũng ở trong pháp hội của chư Phật ấy thuyết giảng kinh điển này, thành tựu công đức, liền được thành Phật."**

▣ Tổng đoạn thứ ba từ câu *"Khi vị tỳ-kheo ấy sắp qua đời"* trở đi, [gồm 2 đoạn] nêu cả hai ý về quả báo của người tin nhận và kẻ hủy báng.

◆ Đoạn thứ nhất chia làm 2 tiểu đoạn. Thứ nhất là nêu quả báo; thứ hai là tóm kết nêu việc xưa và nay.

❖ Tiểu đoạn thứ nhất luận về người tin nhận, có 3 loại quả báo. Thứ nhất là ngay đời này được sáu căn thanh tịnh; thứ hai là tái sinh được gặp đức Phật Nhật Nguyệt Đăng Minh; thứ ba là về sau còn được gặp 2.000 ức vị Phật.

*"Sức đại thần thông"* là thân nghiệp thanh tịnh; *"sức biện tài nhạo thuyết"* là khẩu nghiệp thanh tịnh; *"sức tịch tịnh an định"* là ý nghiệp thanh tịnh. Đại lược là như thế.

**KINH VĂN**

**"Đắc Đại Thế! Ý ông nghĩ sao? Bồ Tát Thường Bất Khinh thuở ấy nào phải ai khác, chính là ta đó. Nếu như đời trước ta không thọ trì, tụng đọc kinh này, vì người khác giảng nói, thì không thể nhanh chóng thành tựu Vô thượng Chánh đẳng Chánh giác. Ta ở đạo tràng của chư Phật trước đây thọ trì tụng đọc kinh này, vì người khác giảng nói, cho nên mới nhanh chóng thành tựu Vô thượng Chánh đẳng Chánh giác."**

❖ Tiểu đoạn thứ hai tóm kết, có 2 phân đoạn.

▪ Phân đoạn thứ nhất nêu việc tóm kết, y theo kinh văn hiểu được.

▪ Phân đoạn thứ hai từ câu *"Nếu như đời trước ta không..."* trở đi, nêu việc tin nhận để khuyến khích thuận theo, y theo kinh văn có thể hiểu được.

**KINH VĂN**

**"Đắc Đại Thế! Bốn chúng tỳ-kheo, tỳ-kheo-ni, ưu-bà-tắc, ưu-bà-di thuở xưa, khởi ý sân hận mà khinh thường ta nên trong hai trăm ức kiếp thường không được gặp Phật, không được nghe pháp, không được gặp tăng, ngàn kiếp ở trong địa ngục A-tỳ chịu những khổ não lớn lao. Khi tội nghiệp đã hết, được gặp lại Bồ Tát Thường Bất Khinh, giáo hóa theo đạo Vô thượng Chánh đẳng Chánh giác.**

◆ Đoạn thứ hai từ câu *"Đắc Đại Thế! Bốn chúng tỳ-kheo..."* trở đi nêu quả báo của kẻ hủy báng, chia ra làm

2 tiểu đoạn. Thứ nhất nêu việc chịu quả báo; thứ hai tóm kết, nêu việc xưa và nay.

❖ Tiểu đoạn thứ nhất nêu việc kẻ hủy báng nhận cả 2 loại quả báo thiện và ác. Vì chê bai nên chịu quả báo rơi vào đường ác. Được nghe nói về tánh Phật nên nhờ sức của trống độc[1] mà nhận quả báo thiện.

**KINH VĂN**

**"Đắc Đại Thế! Ý ông nghĩ sao? Bốn chúng thuở xưa khinh chê vị Bồ Tát ấy nào phải ai khác, chính là những người nay đang ở trong pháp hội này. Đó là nhóm ông Bạt-đà-la năm trăm Bồ Tát, nhóm ông Sư Tử Nguyệt năm trăm tỳ-kheo, nhóm ông Ni-tư-phật năm trăm ưu-bà-tắc,[2] đều được bất thối chuyển đối với Vô thượng Chánh đẳng Chánh giác.**

---

[1] Độc cổ (毒鼓), trống có độc, ví dụ đã được dẫn một lần trong phần Giải thích phẩm Phương tiện, nêu việc mặt trống có tẩm độc khi đánh lên thì người nghe phải chết, nhưng trống ấy ví như Đại thừa nên cũng phá trừ hết vô minh, khiến người nghe về sau có thể khai mở tánh Phật.

[2] Kinh văn chỗ này chỉ nói đến Bồ Tát, tỳ-kheo và ưu-bà-tắc, không đề cập đến nữ giới trong khi phần trước đã nhiều lần đề cập đủ bốn chúng, tỳ-kheo, tỳ-kheo-ni, ưu-bà-tắc, ưu-bà-di. Tham khảo kinh Chánh Pháp hoa thì đoạn tương đương là: "今此會中颰陀和等五百菩薩，師子月等五百比丘、比丘尼，今在佛前五百清信士、五百清信女等，皆不退轉，當成無上正真之道。- Kim thử hội trung Bạt-đà-hòa đẳng ngũ bách Bồ Tát, Sư Tử Nguyệt đẳng ngũ bách tỳ-kheo, tỳ-kheo-ni; kim tại Phật tiền ngũ bách thanh tín sĩ, ngũ bách thanh tín nữ đẳng, giai bất thối chuyển, đương thành Vô thượng Chánh chân chi đạo." (ĐCT, T9, 263, tr.123b, d.22-25) (Nay trong hội này là nhóm Bạt-đà-hòa năm trăm Bồ Tát, nhóm Sư Tử Nguyệt năm trăm tỳ-kheo, tỳ-kheo-ni, và ở trước Phật có năm trăm cư sĩ nam, năm trăm cư sĩ nữ, đều đã được bất thối chuyển, sẽ thành tựu đạo Vô thượng Chánh chân.) Đoạn này có vẻ hợp lý hơn khi đề cập đầy đủ bốn chúng. Bản của H. Kern dịch từ Phạn ngữ sang Anh ngữ là: "They are, in this very assembly, the five hundred Bodhisattvas headed by Bhadrapāla, the five hundred nuns following Simhakandrā, the five hundred lay devotees following Sugataketanā, who all of them have been rendered inflexible in supreme, perfect enlightenment." (Ngay trong pháp hội này, họ chính là năm trăm Bồ Tát do Bạt-đà-bà-la dẫn dắt, năm trăm tỳ-kheo-ni đi theo Sư Tử Nguyệt, năm trăm cư sĩ đi theo Thiện Thệ Tràng, tất cả đều đã được bất thối chuyển đối với đạo Giác ngộ Vô thượng.) Ở đây có đề cập đến tỳ-kheo-ni, và tên gọi Simhakandrā (Sư Tử Nguyệt) cũng có vẻ là một người phái nữ.

**"Đắc Đại Thế! Nên biết rằng kinh Pháp hoa này làm lợi ích lớn lao cho các vị Đại Bồ Tát, có thể giúp đạt đến quả Vô thượng Chánh đẳng Chánh giác. Cho nên sau khi Như Lai diệt độ, các Đại Bồ Tát nên thường thọ trì, tụng, đọc, giảng nói, sao chép kinh này."**

❖ Tiểu đoạn thứ hai tóm kết nêu việc xưa nay, lại chia thành 2 phân đoạn. Phân đoạn thứ nhất tóm kết nêu việc xưa nay. Phân đoạn thứ hai từ câu "Đắc Đại Thế! Nên biết rằng..." trở đi là nêu việc nghịch để làm rõ việc thuận theo, khuyên thọ trì [kinh điển] để ngăn chặn sự hủy báng. Kinh này có sức mạnh lớn lao nên chiêu cảm được quả lớn lao, quan trọng là phải chuyên cần tu tập 5 loại thực hành.[1]

**KINH VĂN**

**Lúc bấy giờ, đức Thế Tôn muốn lặp lại ý nghĩa trên nên nói kệ rằng:**

**"Thuở quá khứ có Phật,
Hiệu là Oai Âm Vương.
Sức trí tuệ vô lượng,
Dẫn dắt mọi chúng sanh;
Chư thiên, người, rồng, thần,
Đều cùng nhau cúng dường.
Sau khi Phật diệt độ,
Lúc pháp Phật sắp diệt,
Có một vị Bồ Tát,
Hiệu là Thường Bất Khinh.
Khi ấy trong bốn chúng,
Đều bám chấp nơi pháp.
Bồ Tát Thường Bất Khinh,
Thường đi đến chỗ họ,
Nói lời cung kính rằng:
'Tôi không dám khinh thường,
Các ngài đều tu đạo,
Tương lai sẽ thành Phật.'
Những người kia nghe vậy,
Đều khinh chê, mắng nhiếc;
Bồ Tát Thường Bất Khinh,
Nhẫn chịu được tất cả.
Khi tội nghiệp đã dứt,
Bồ Tát sắp mạng chung,
Được nghe kinh Pháp hoa,
Sáu căn liền thanh tịnh.
Liền được sức thần thông,
Tuổi thọ kéo dài thêm,
Lại vì những người khác,
Rộng thuyết kinh Pháp hoa.
Những người trước mê chấp,
Nay đều được Bồ Tát,**

[1] Tương ứng với 5 loại pháp sư đã giảng nên đây là 5 pháp thực hành đối với kinh văn, bao gồm: thọ trì, tụng, đọc, giảng nói, sao chép.

**Giáo hóa cho thành tựu,**
**Trụ yên trong đạo Phật.**
**Bồ Tát viên tịch rồi,**
**Gặp vô số chư Phật;**
**Nhờ giảng nói Pháp hoa,**
**Được vô lượng phước báo;**
**Dần dần đủ công đức,**
**Nhanh chóng thành quả Phật.**
**Thường Bất Khinh thuở trước,**
**Chính là ta ngày nay.**
**Còn bốn chúng thuở ấy,**
**Người bám chấp, mê pháp,**
**Được nghe Bồ Tát nói:**
**'Đều sẽ được thành Phật.'**
**Nhờ vào nhân duyên ấy,**
**Được gặp vô số Phật.**
**Là Bồ Tát hội này,**
**Có nhóm năm trăm người;**
**Cùng với trong bốn chúng,**
**Có cư sĩ nam, nữ,**
**Nay đang ở trước Phật,**
**Cung kính nghe thuyết pháp.**
**Ta từ những đời trước,**
**Khuyên dạy những người này:**
**Nghe, thọ kinh Pháp hoa,**
**Là pháp tu bậc nhất.**
**Mở bày, giáo hóa người,**
**Khiến trụ nơi Niết-bàn;**
**Đời đời nên thọ trì,**
**Kinh điển bậc nhất này.**
**Vì qua ngàn muôn ức,**
**Số kiếp không nghĩ bàn,**
**Mới có thể được nghe,**
**Kinh Diệu Pháp Liên Hoa;**
**Lại qua ngàn muôn ức,**
**Số kiếp không nghĩ bàn,**
**Các đức Phật Thế Tôn,**
**Mới thuyết giảng kinh này.**
**Cho nên người tu học,**
**Sau khi Phật diệt độ,**
**Nếu được nghe kinh này,**
**Đừng sinh tâm nghi hoặc;**
**Mà nên trọn một lòng,**
**Truyền rộng kinh điển này;**
**Đời đời luôn gặp Phật,**
**Chóng thành đạo Vô thượng.**

Phần kệ tụng này có 19 khổ rưỡi kệ, chia làm 2 đoạn.

◆ Đoạn thứ nhất có 15 khổ rưỡi, chỉ tụng về nhân quả của người tin nhận và kẻ hủy báng.

◆ Đoạn thứ hai có 4 khổ kệ, tụng nghĩa khuyến khích thọ trì [kinh này]. Y theo kinh văn có thể hiểu rõ, không cần phải phân chia chi tiết.

*"Đều bám chấp nơi pháp"* là nói pháp không thể chỉ bày, nếu cố chấp nói là "có" tức là bám chấp nơi pháp; thậm chí cố chấp cho là chẳng phải có chẳng phải không cũng gọi là bám chấp nơi pháp. Kinh Phật tạng nói: "Dùng

vòng đao giết hại hết người trong cõi Diêm-phù-đề, tội ấy cũng còn nhỏ nếu so với người dùng tâm bám chấp sở đắc mà thuyết giảng pháp Đại thừa, tội này lớn hơn."[1] Đại lược là như vậy.

Luận Đại trí độ nói: "Kẻ chấp có cùng người chấp không tranh luận nhau, hoặc thậm chí người chấp chẳng phải có chẳng phải không tranh luận với người chấp có chấp không. [Tất cả đều] như [buộc quấn bằng] da bò, dây cỏ râu rồng,[2] không tránh khỏi tai họa."

Trung luận nói:

*"Chư Phật thuyết pháp 'không',*
*Vì giáo hóa chấp 'có';*
*Nếu lại bám chấp 'không',*
*Chư Phật không giáo hóa."*[3]

Nếu nói nhất định rằng các pháp 'chẳng phải có chẳng phải không' thì gọi là luận giải ngu si."

Nếu để mất đi ý chỉ của bốn pháp tất đàn thì dù tự mình thực hành hay giáo hóa người khác cũng đều là bám chấp pháp. Nếu đạt được ý chỉ của bốn pháp tất đàn thì dù đối với tự thân mình hay người khác đều không còn bám chấp.

---

[1] Chúng tôi chưa tìm ra đoạn trích dẫn này trong kinh Phật tạng (佛藏經 - ĐCT, T15, 653).

[2] Nguyên tác là "ngưu bì, long thằng" (牛皮龍繩) chỉ da bò và loại dây buộc làm bằng loại cỏ râu rồng. Da bò khô nếu khoác lên người thì ngày càng co rút lại, bó chặt rất khó cởi ra; cỏ râu rồng dùng làm dây trói, khi ngâm nước thì siết chặt lại, khiến người bị trói rất đau đớn. Hai ví dụ này để chỉ tình huống ngày càng bị trói buộc nhiều hơn, không thể thoát được nên không tránh được tai họa.

[3] Văn cú dẫn bốn câu kệ này là: "諸佛說空法, 本為化於有; 若有著空者, 諸佛所不化 。" - Chư Phật thuyết 'không' pháp, bản vị hóa ư hữu; nhược hữu trước 'không' giả, chư Phật sở bất hóa." Nguyên văn trong Trung luận, quyển 2 có khác biệt nhỏ về cách diễn đạt: "大聖說空法, 為離諸見故; 若復見有空, 諸佛所不化 - Đại thánh thuyết 'không' pháp, vị ly chư kiến cố; nhược phục kiến hữu 'không', chư Phật sở bất hóa." (ĐCT, T30, 1564, tr.18c, d.16-17)

# 21. Giải thích phẩm Thần lực Như Lai

**KINH VĂN**

**Phẩm Thần lực Như Lai, thứ hai mươi mốt**

## Giải thích tên phẩm

[Về ý nghĩa] Như Lai, phần trước đã giải thích. Về thần lực, "thần" nghĩa là không thể đo lường, "lực" nghĩa là có tài năng công dụng. Không thể đo lường nên thể tánh tự nhiên thâm sâu; có tài năng công dụng nên sức chuyển biến lớn lao. Trong phẩm này, vì sự giao phó giáo pháp thâm sâu mà [đức Phật] hiện ra 10 loại thần lực lớn lao, cho nên gọi là phẩm Thần lực Như Lai.

Từ phẩm này về cuối có 8 phẩm, đều là để giao phó việc lưu thông kinh này. Phẩm này nêu việc Bồ Tát nhận lãnh sứ mệnh hoằng truyền kinh điển. Phẩm tiếp theo nói việc đức Như Lai xoa đầu giao phó về sau.

Kinh văn phẩm này có hai phần, trường hàng và kệ tụng. Phần trường hàng chia làm 3 tổng đoạn. Tổng đoạn thứ nhất nêu việc Bồ Tát nhận lãnh sứ mệnh. Tổng đoạn thứ hai nói việc đức Phật hiện thần lực. Tổng đoạn thứ ba tóm kết ý nghĩa cốt yếu, khuyến khích thọ trì kinh này.

**KINH VĂN**

**Lúc bấy giờ, những vị Đại Bồ Tát đã từ lòng đất phóng vọt lên, nhiều như số hạt bụi nhỏ trong ngàn thế giới, đều ở trước Phật một lòng chắp tay chiêm ngưỡng tôn nhan, rồi cung kính thưa rằng:**

**"Bạch Thế Tôn! Sau khi Phật diệt độ, chúng con ở những cõi nước mà phân thân của Thế Tôn đã diệt độ sẽ rộng thuyết kinh Pháp hoa này. Vì sao vậy? Vì chúng con tự mình cũng muốn có được giáo pháp Đại thừa chân thật thanh tịnh này để thọ trì, tụng đọc, giảng thuyết, sao chép mà cúng dường."**

▣ Tổng đoạn thứ nhất [có 2 đoạn].

◆ Đoạn thứ nhất là lời người chép kinh, mô tả oai nghi cung kính [của đại chúng].

◆ Đoạn thứ hai nêu việc phát lời thệ nguyện hoằng truyền kinh điển, chia làm 3 tiểu đoạn.

❖ Tiểu đoạn thứ nhất nêu thời gian, là nói sau khi Phật diệt độ.

❖ Tiểu đoạn thứ hai nói về nơi chốn, là nói những cõi nước có phân thân của Phật.

❖ Tiểu đoạn thứ ba nêu thệ nguyện, không chỉ là vâng lời Phật dạy làm lợi ích chúng sanh, mà cũng tự mình mong muốn có được giáo pháp thanh tịnh chân thật lớn lao này, tức là giúp phần lợi ích tốt đẹp cho cả đôi bên.

**KINH VĂN**

**Khi ấy, đức Thế Tôn ở trước vô số trăm ngàn muôn ức các vị Đại Bồ Tát từ lâu đã ở nơi cõi Ta-bà này như các vị Văn-thù-sư-lợi... cùng các vị tỳ-kheo, tỳ-kheo-ni, ưu-bà-tắc, ưu-bà-di, trời, rồng, dạ-xoa, càn-thát-bà, a-tu-la, ca-lâu-la, khẩn-na-la, ma-hầu-la-già, người và phi nhân..., trước tất cả đại chúng như vậy hiện sức thần thông lớn, hiển bày tướng lưỡi rộng dài[1] lên đến tận cõi trời Phạm thế; mỗi một lỗ chân lông trên thân Phật đều phóng ra vô lượng vô số các đạo hào quang có màu sắc, soi chiếu khắp các thế giới mười**

---

[1] Tướng lưỡi rộng dài, tức quảng trường thiệt tướng (H. 廣長舌相, S. prabhūta-jihvatā), là một trong 32 tướng tốt của Phật, do đã trải qua vô số kiếp chỉ nói lời chân thật. Vì thế, tướng này cũng là biểu hiện cho việc chư Phật không nói lời hư dối, chỉ nói ra những lời chân thật.

**phương. Chư Phật [phân thân] ngồi trên tòa sư tử dưới các cội cây báu cũng đều hiện tướng lưỡi rộng dài và phóng vô lượng hào quang như vậy.**

**Đức Phật Thích-ca Mâu-ni cùng chư Phật phân thân ngồi trên tòa sư tử dưới các cội cây báu hiện sức thần thông như vậy, trải qua thời gian đủ trăm ngàn năm rồi mới thu hồi tướng lưỡi rộng dài. Cùng lúc ấy, chư Phật đều hắng giọng và khảy móng tay, hai âm thanh ấy liền vang đến khắp các thế giới của chư Phật trong mười phương, các cõi đất đều chấn động theo sáu cách, hết thảy chúng sanh trong các thế giới ấy như trời, rồng, dạ-xoa, càn-thát-bà, a-tu-la, ca-lâu-la, khẩn-na-la, ma-hầu-la-già, người và phi nhân... nhờ oai thần của Phật nên đều nhìn thấy được thế giới Ta-bà này với vô lượng vô biên ngàn muôn ức chư Phật ngồi trên tòa sư tử dưới các cội cây báu, lại cũng thấy đức Phật Thích-ca Mâu-ni và đức Như Lai Đa Bảo trong tháp báu cùng ngồi trên tòa sư tử; lại thấy có vô lượng vô biên trăm ngàn muôn ức Đại Bồ Tát cùng bốn chúng cung kính vây quanh đức Phật Thích-ca Mâu-ni. Chúng sanh được thấy như vậy rồi, tất cả đều hết sức vui mừng, cho là việc chưa từng có. Ngay lúc đó, chư thiên giữa không trung [ở những thế giới ấy] cất tiếng nói lớn rằng: "Cách đây vô lượng vô biên trăm ngàn muôn ức a-tăng-kỳ thế giới, có thế giới tên là Ta-bà, ở đó có đức Phật hiệu là Thích-ca Mâu-ni, hiện nay đang vì các Đại Bồ Tát mà thuyết giảng kinh Đại thừa tên là Diệu Pháp Liên Hoa, Giáo Bồ Tát Pháp, Phật Sở Hộ Niệm. Các người nên phát tâm tùy hỷ sâu xa và cũng nên lễ bái, cúng dường đức Phật Thích-ca Mâu-ni."**

**Những chúng sanh được nghe tiếng nói giữa không trung như vậy rồi, đều cung kính chắp tay hướng về thế giới Ta-bà, cùng niệm lớn: "Nam-mô Thích-ca Mâu-ni Phật! Nam-mô Thích-ca Mâu-ni Phật!" Rồi họ dùng đủ mọi loại hương, hoa, chuỗi ngọc, lọng che, cờ phướn cùng những thứ trang nghiêm trên thân, châu báu, vật quý đẹp, cùng nhau ở từ xa tung rải về thế giới Ta-bà. Những vật được tung rải từ khắp mười phương đó liền tụ lại như mây, hóa thành một tấm màn báu che trùm khắp không gian bên trên chư Phật. Bấy giờ, các thế giới trong mười phương liền trở nên thông suốt không ngăn ngại, giống như một cõi Phật."**

▣ Tổng đoạn thứ hai từ câu *"Khi ấy, đức Thế Tôn..."* trở đi, [đức Phật] hiện ra mười thần lực. Phần này chia làm 2 đoạn. ◆ Đoạn thứ nhất mô tả hội chúng đang ở trước Phật. Đoạn thứ hai nói việc chính thức hiện thần lực. *"Như các vị Văn-thù-sư-lợi..."* là nói chung về những vị được giáo hóa từ xa xưa. *"Từ lâu đã ở nơi cõi Ta-bà này"*, tức là các Bồ Tát ở phương dưới vốn đã được giáo hóa từ bản nguyên xa xưa. *"Tất cả đại chúng như vậy"* là chỉ chung những Bồ Tát từ các phương khác đến, cùng với những Bồ Tát đi theo chư Phật phân thân cùng đến.

**Hỏi**: Vì sao chỉ thấy các Bồ Tát ở phương dưới phát khởi thệ nguyện, không thấy các Bồ Tát như Văn-thù... phát nguyện?

**Đáp**: Kinh văn phần trước đã nói rằng: *"Thế giới Ta-bà của ta đã sẵn có những Bồ Tát... ...sẽ bảo vệ giữ gìn, tụng đọc, giảng rộng kinh này."* Tức là đã bao hàm ý nghĩa phát nguyện này rồi.

◆ Đoạn thứ hai nêu mười thần lực như sau:

- Thứ nhất, *"hiển bày tướng lưỡi rộng dài"*. Sự giảng giải trong kinh Pháp hoa này là trừ bỏ ba thừa [phương tiện], hiển lộ Nhất thừa, [chỉ rõ việc chư Bồ Tát] trong giấu [hạnh Bồ Tát], ngoài hiện [tướng Thanh văn], bác bỏ [hình tích thị hiện thành đạo] gần đây để hiển lộ [bản nguyên chân thật đã thành đạo từ] xa xưa, nêu rõ lợi ích chúng sanh trong ba đời, tất cả đều chân thật không hư dối. Người thế gian có phước đức thì lưỡi thè ra chạm lên đến mũi. Đức Phật [thuyết giáo pháp] Tam tạng [thì hiện tướng] lưỡi chạm đến mép tóc, nay "lên đến tận cõi trời Phạm thế" là vượt ngoài các cõi phàm, thánh, đến tận đỉnh các cõi Tịnh thiên. Tướng này đã hết sức lạ thường nên lời [Phật sắp] nói ra càng thêm đáng tin nhận.

- Thứ hai, *"mỗi một lỗ chân lông trên thân Phật đều phóng ra vô lượng vô số các đạo hào quang có màu sắc, soi chiếu khắp các thế giới mười phương"*. Soi chiếu khắp mười phương, không nơi nào không sáng tỏ, tức là biểu thị cảnh giới trí tuệ đã rỗng rang cùng tột. Kinh văn phần trước nói hào quang từ tướng bạch hào [của Phật] vừa chiếu đến phương đông, biểu hiện cho bảy hạng phương tiện lần đầu tiên được gặp lý Nhất thừa. Nay [phần thuyết pháp] bản môn đã xong, nên phóng chiếu hết thảy hào quang, so chiếu hết thảy các cõi, có thể giúp cho chúng sanh từ hàng sơ tâm đến bậc Đẳng giác đều đạt đến trí tuệ Phật rốt ráo. Chư Phật phân thân lại cũng [hiện thần lực] giống như vậy.

- Thứ ba, *"chư Phật đều hắng giọng"* là tướng trạng chuẩn bị nói ra, cũng là biểu hiện của sự thông suốt. Hơn 40 năm ẩn kín sự chân thật, nay được mở bày ra trọn vẹn không còn gì giữ lại. Đây là lúc đại sự xuất thế của Như Lai đã được thông suốt, cho nên hắng giọng là muốn đem giáo pháp này giao phó cho các Bồ Tát, khiến cho dẫn dắt chúng sanh đời sau để được lợi ích. Sắp nói ra việc ấy cho nên hắng giọng. Hắng giọng có đủ 2 nghĩa. Thứ nhất là hắng giọng vì việc [giáo hóa] đã hoàn tất; thứ hai là hắng giọng để giao phó cho các Bồ Tát.

- Thứ tư, *"khảy móng tay"* tức là tùy hỷ. Tùy hỷ việc bảy hạng phương tiện đều được vào đạo viên mãn; tùy hỷ đạo viên mãn tăng trưởng trí tuệ, giảm trừ sinh tử; tùy hỷ các Bồ Tát giữ gìn giáo pháp Đại thừa chân thật thanh tịnh; tùy hỷ [chúng sanh] đời sau được [giáo pháp] quý báu không gì hơn. Một tiếng khảy móng tay này xuyên suốt ba đời, vang khắp mười phương.

- Thứ năm, *"các cõi đất đều chấn động theo sáu cách"*, biểu thị từ hàng sơ phát tâm đến tâm sau cùng trước khi thành đạo có sáu phen làm rúng động vô minh, nay nêu việc cũng rúng động sáu căn của hết thảy chúng sanh, khiến cho được thanh tịnh.

- Thứ sáu, [hết thảy chúng sanh] *"nhờ oai thần của Phật nên đều nhìn thấy được"* toàn bộ quang cảnh đại hội, biểu thị ý nghĩa đạo của chư Phật đều đồng như nhau, ngày nay ngày sau cũng đều như vậy. [Trong kinh văn] phần trước nói năm ngàn người bỏ đi, lại có ba lần Phật biến hiện di chuyển [người ngoài đại hội sang cõi khác,[1] đó là những người] đã để mất bản tâm, không thể được lợi ích trong hiện tại, nên [Phật vì họ] mà không diệt độ nhưng thị hiện diệt độ, khiến cho họ đi theo các Bồ Tát hoằng truyền kinh này mà được đạo, thể nhập trí tuệ Phật, cũng như trong pháp hội ngày nay không khác; lại cũng biểu thị trong tương lai sẽ có "cơ nhất".[2]

- Thứ bảy, *"chư thiên giữa không trung... cất tiếng nói lớn"*, biểu thị trong tương lai sẽ có "giáo nhất".[3]

- Thứ tám, [chúng sanh] đều niệm *"Nam-mô"*, có nghĩa là "quy mạng", quay về nương tựa, làm đệ tử Phật, biểu thị trong tương lai sẽ có "nhân nhất".[4]

- Thứ chín, *"từ xa tung rải"* các vật cúng dường, tất cả

---

[1] Trong phẩm Hiện tháp báu, đức Phật ba lần hiện thần biến để mở rộng cõi Ta-bà cho đủ chỗ dung chứa, có nói "tất cả chư thiên và người bên ngoài đều di chuyển sang cõi khác".

[2] Văn Cú dùng "cơ nhất" (機一), chỉ việc tất cả căn cơ đều chiêu cảm đến một quả duy nhất là quả Phật. Từ đây về sau tiếp tục nêu các phần giáo nhất, nhân nhất, hành nhất, lý nhất. Hầu hết các trường hợp giải thích của Văn Cú đều vận dụng tứ nhất theo hệ thống "giáo nhất, nhân nhất, hành nhất, lý nhất", riêng ở đây thêm vào "cơ nhất".

[3] Giáo nhất (教一): hết thảy giáo pháp đều thuyết dạy duy nhất một Phật thừa

[4] Nhân nhất (人一): hết thảy người tu tập đều là Bồ Tát, đều sẽ thành Phật.

đều bay đến tụ lại như mây, biểu thị trong tương lai sẽ có "hành nhất".[1]

- Thứ mười, *"thế giới trong mười phương liền trở nên thông suốt không ngăn ngại, giống như một cõi Phật"*, biểu thị "lý nhất".[2]

**Hỏi**: Vì sao biết rằng mười tướng ấy biểu thị ý nghĩa trong hiện tại, lại cũng biểu thị ý nghĩa trong tương lai?

**Đáp**: Kinh văn nói: *"Nếu ta vì sự giao phó ủy thác mà dùng sức thần thông như vậy trong vô lượng vô biên trăm ngàn muôn ức a-tăng-kỳ kiếp nói về công đức của kinh này, cũng không thể nói hết được."* Ý nghĩa biểu thị hiện tại và biểu thị tương lai là rất rõ ràng.

**KINH VĂN**

**Khi ấy, đức Phật bảo đại chúng các vị Bồ Tát cùng đi với ngài Thượng Hạnh:[3] "Sức thần thông của chư Phật là như vậy, vô lượng vô biên, không thể suy lường, nhưng nếu ta vì sự giao phó ủy thác mà dùng sức thần thông như vậy trong vô lượng vô biên trăm ngàn muôn ức a-tăng-kỳ kiếp nói về công đức của kinh này, cũng không thể nói hết được.**

**"Nói tóm lại, hết thảy mọi pháp của Như Lai, hết thảy mọi sức thần thông tự tại của Như Lai, hết thảy mọi kho tàng tinh yếu kín đáo của Như Lai, hết thảy những việc hết sức sâu xa của Như Lai, đều đã được trình bày rõ ràng sáng tỏ trong kinh Pháp hoa này."**

▣ Tổng đoạn thứ ba từ câu *"Khi ấy, đức Phật bảo đại chúng các vị Bồ Tát cùng đi với ngài Thượng Hạnh"* trở

[1] Hành nhất (行一): hết thảy pháp tu hành đều là công hạnh mầu nhiệm hướng đến quả Phật.

[2] Lý nhất (理一): người y pháp tu hành khai mở tri kiến Phật thấy được hết thảy tướng chân thật của các pháp chỉ có một lý thật.

[3] Nguyên văn kinh là "上行等菩薩大眾 - Thượng Hạnh đẳng Bồ Tát đại chúng". Bồ Tát Thượng Hạnh là vị đạo sư thứ nhất đứng đầu trong số các vị Bồ Tát từ lòng đất phóng lên, do vậy có thể biết rằng ở đây đức Phật đang muốn nói với các vị Bồ Tát cùng đi trong nhóm này.

đi, tóm kết ý nghĩa cốt yếu, giao phó [việc lưu truyền kinh điển] về sau. Kinh văn chia làm 4 đoạn. Thứ nhất là xưng tán việc giao phó giáo pháp, thứ hai là tóm kết ý nghĩa cốt yếu của sự giao phó; thứ ba là khuyến khích khen ngợi [người nhận] giao phó giáo pháp; thứ tư là giải thích về sự giao phó giáo pháp.

◆ Đoạn thứ nhất xưng tán, y theo kinh văn có thể hiểu được.

◆ Đoạn thứ hai [từ câu *"Nói tóm lại"*] trở đi, tóm kết ý nghĩa cốt yếu gồm có bốn câu.

- Câu thứ nhất nói *"hết thảy mọi pháp"* tức là tất cả các pháp đều là Phật pháp. Câu này tóm kết nghĩa tất cả đều là diệu danh.
- Câu thứ hai nói *"hết thảy mọi sức thần thông tự tại"*, tức là [công năng] thông đạt không ngăn ngại, đầy đủ tám đức tự tại.[1] Câu này tóm kết về diệu dụng.
- Câu thứ ba nói *"hết thảy mọi kho tàng tinh yếu kín đáo"*, tức là khắp thảy mọi nơi đều là tướng chân thật. Câu này tóm kết về diệu thể.
- Câu thứ tư nói *"hết thảy những việc hết sức sâu xa"*, nhân quả tức là việc sâu xa. Câu này tóm kết về diệu tông.[2]

Tất cả đều được nêu ra, giảng rõ trong kinh này. Tổng kết trọn một bộ kinh chỉ có bốn điều này mà thôi, nay tóm kết chỗ then chốt cốt yếu mà trao cho [thính chúng].

---

[1] Tám đức tự tại: đã có giải thích ở phẩm Tựa.

[2] Bốn câu được phân tích ở đây là nói về tứ diệu (四妙), bao gồm diệu danh (妙名), diệu dụng (妙用), diệu thể (妙體) và diệu tông (妙宗). Tên gọi tuy chỉ là giả tạm theo quy ước mà có, nhưng có thể dùng để chuyển tải, chỉ đến chân lý, gọi là diệu danh. Từ bản thể khởi lên công năng vi diệu, gọi là diệu dụng. Bản thể chân thật vốn không sinh diệt, gọi là diệu thể. Tông chỉ rốt ráo đưa đến giải thoát, gọi là diệu tông.

**KINH VĂN**

> **"Cho nên, sau khi Như Lai diệt độ, các ông nên chuyên tâm thọ trì, tụng, đọc, giảng thuyết, sao chép, y theo lời dạy trong kinh để tu hành.**
> **"Trong khắp cõi nước, nếu ở nơi nào có người tụng, đọc, giảng thuyết, sao chép, y theo kinh này tu hành, hoặc nơi nào có cất giữ kinh điển này, như ở giữa vườn, trong rừng, dưới gốc cây; hoặc trong tăng phòng, ở nhà cư sĩ hoặc điện thờ; hoặc giữa núi rừng hoang vắng, ở những nơi đó đều nên dựng tháp cúng dường."**

◆ Đoạn thứ ba, từ câu *"Cho nên, sau khi Như Lai diệt độ, các ông nên..."* trở đi, khuyến khích và ngợi khen [những người nhận lãnh sự] giao phó lưu thông kinh điển. Phần này y theo kinh văn có thể hiểu được.

**KINH VĂN**

> **"Vì sao vậy? Nên biết rằng nơi đó chính là đạo trường; là nơi chư Phật thành tựu Vô thượng Chánh đẳng Chánh giác; là nơi chư Phật chuyển bánh xe pháp; là nơi chư Phật nhập Niết-bàn."**

◆ Đoạn thứ tư từ câu *"Vì sao vậy"* trở đi, giải thích về ý nghĩa sự giao phó lưu thông kinh điển. Kinh văn phần trước nói nơi nào có quyển kinh này đều nên xây dựng tháp thờ. Trong kinh này thì những điều cốt yếu được thuyết dạy nằm ở bốn việc.

- Thứ nhất, *"nơi đó chính là đạo trường"* là giải thích phần trước nói *"việc hết sức sâu xa"*.
- Thứ hai, *"nơi chư Phật thành tựu Vô thượng Chánh đẳng Chánh giác"* tức là giải thích phần trước nói *"kho tàng tinh yếu kín đáo"*.
- Thứ ba, *"nơi chư Phật chuyển bánh xe pháp"* là giải thích phần trước nói *"hết thảy mọi pháp"*.

- Thứ tư, *"nơi chư Phật nhập Niết-bàn"* là giải thích phần trước nói *"sức thần thông tự tại"*.

Đây là bốn việc cốt yếu, thâu nhiếp toàn bộ kinh văn, vì thế *"đều nên dựng tháp cúng dường"*.

Những điều này được cho là cốt yếu, vì *"thành tựu Vô thượng Chánh đẳng Chánh giác"* tức là pháp thân; *"chuyển bánh xe pháp"* tức là Bát-nhã; *"nhập Niết-bàn"* là giải thoát. Ba pháp này hợp thành *"kho tàng tinh yếu kín đáo"*, có Phật trụ yên trong đó, tức là ý nghĩa của dựng tháp cúng dường.

Kinh A-hàm nói rằng: "Đức Phật ra đời, chỉ có bốn nơi nên xây dựng tháp. Đó là nơi Phật đản sanh, nơi Phật thành đạo, nơi Phật chuyển bánh xe pháp và nơi Phật nhập Niết-bàn. Phật ngồi đạo tràng chính là nơi pháp thân sinh ra. Những phần khác y theo kinh văn có thể hiểu được.

**KINH VĂN**

**Lúc bấy giờ, đức Thế Tôn muốn lặp lại ý nghĩa trên nên nói kệ rằng:**

**"Chư Phật, bậc cứu đời,**
**Trụ nơi đại thần thông,**
**Để làm vui chúng sanh,**
**Hiện vô lượng sức thần.**
**Tướng lưỡi đến Phạm thiên,**
**Thân tỏa muôn hào quang,**
**Vì người cầu đạo Phật,**
**Hiện việc hy hữu này.**
**Tiếng chư Phật hắng giọng,**
**Cùng tiếng khảy móng tay,**
**Vang khắp cõi mười phương,**
**Đất chấn động sáu cách.**
**Sau khi Phật diệt độ,**
**Có người trì kinh này,**
**Chư Phật đều hoan hỷ,**
**Hiện vô lượng sức thần.**

Phần kệ tụng có 16 khổ kệ, chia làm 2 đoạn.

◆ Đoạn thứ nhất gồm 4 khổ kệ đầu tiên, tụng lại về mười thần lực.

**KINH VĂN**

**Vì phó thác kinh này,**
**Ngợi khen người thọ trì,**
**Trong suốt vô lượng kiếp,**
**Cũng không thể cùng tận.**
**Công đức người trì kinh,**
**Vô biên, không cùng tận,**
**Như hư không mười phương,**
**Không thể biết giới hạn.**

◆ Đoạn thứ hai có 12 khổ kệ, tụng về nghĩa tóm kết ý nghĩa cốt yếu, [chia làm 2 tiểu đoạn].

❖ Tiểu đoạn thứ nhất từ câu *"Vì phó thác kinh này"* trở đi 2 khổ kệ, tụng tổng quát về 4 pháp.

**KINH VĂN**

**Người thọ trì kinh này,**
**Là đã thấy được Phật,**
**Cũng thấy Phật Đa Bảo,**
**Cùng các Phật phân thân.**
**Lại thấy Phật hôm nay,**
**Giáo hóa các Bồ Tát.**
**Người thọ trì kinh này,**
**Ta và các phân thân,**
**Phật diệt độ Đa Bảo,**
**Tất cả đều hoan hỷ;**
**Người ấy gặp, cúng dường,**
**Mười phương Phật hiện tại,**
**Cùng quá khứ, tương lai,**
**Đều khiến cho hoan hỷ.**

❖ Tiểu đoạn thứ hai từ câu *"Người thọ trì kinh này, là đã thấy được Phật"*, tụng chi tiết 4 pháp, gồm 8 khổ rưỡi kệ. Một khổ rưỡi đầu tiên tụng nghĩa *"hết thảy mọi pháp"*. Người giữ gìn chánh pháp tức là giữ gìn thân Phật. Đại lược là như vậy.

Từ câu *"Người thọ trì kinh này, ta và các phân thân"* là tụng về thần lực; được thần lực khuyến khích, khiến chư Phật đều hoan hỷ.

**KINH VĂN**

**Chư Phật ngồi đạo trường,**
**Đạt được pháp bí yếu;**
**Người thọ trì kinh này,**
**Không lâu cũng sẽ được.**
**Người thọ trì kinh này,**
**Đối với nghĩa các pháp,**

**Cùng danh tự, ngôn từ,**
**Vui thích giảng khôn cùng;**
**Như gió thổi không trung,**
**Không có gì ngăn ngại.**
**Sau khi Phật diệt độ,**
**Biết những kinh Phật thuyết,**
**Nhân duyên và trình tự,**
**Tùy nghĩa giảng đúng thật.**
**Như mặt trời, mặt trăng,**
**Xua tan đi bóng tối;**
**Người ấy sống giữa đời,**
**Trừ mê muội chúng sanh,**
**Dạy vô số Bồ Tát,**
**Rốt ráo đến Nhất thừa.**

Từ câu *"Chư Phật ngồi đạo trường"* gồm một khổ kệ tụng về pháp bí yếu, y theo kinh văn có thể hiểu được.

Từ câu *"Người thọ trì kinh này, đối với nghĩa các pháp"* gồm 4 khổ kệ là tụng về *"những việc hết sức sâu xa"*. Thuyết pháp phá trừ mê ám, đưa vào Nhất thừa, đó là việc rất sâu xa của chư Phật.

**KINH VĂN**

**Cho nên người có trí,**
**Nghe lợi ích, công đức,**
**Sau khi Phật diệt độ,**
**Nên thọ trì kinh này.**
**Người ấy với Phật đạo,**
**Quyết định không còn nghi.**

Sau cùng một khổ rưỡi kệ là tụng tổng quát tóm kết ý nghĩa cốt yếu.

# 22. Giải thích phẩm Giao phó về sau

**KINH VĂN**

**Phẩm Giao phó về sau, thứ hai mươi hai**

## Giải thích tên phẩm

"Giao" nghĩa là đức Phật dặn dò giao lại; "phó" nghĩa là phó thác cho [chư Bồ Tát] phải gắng sức lưu truyền. Đây là nói từ ý chỉ của Phật mà thành tên, nên gọi là phẩm *Giao phó về sau.*

Giao là nói sự cung kính đón nhận [việc Phật giao cho]; phó là vui mừng nhận lãnh không cho là khó nhọc. Đây là nói từ sự cung kính vâng theo của chư Bồ Tát mà thành tên, nên gọi là phẩm *Giao phó về sau.*

Giao là từ kim khẩu của đức Như Lai giao lại; phó là chư Bồ Tát đem lòng son sắt gánh vác nhận lãnh. Đây là đem cả hai việc giao phó và nhận lãnh hợp lại để nói, nên gọi là phẩm *Giao phó về sau.*

Vì vậy nên đức Như Lai đích thân từ pháp tòa đứng dậy, đưa tay xoa đầu, đem *"pháp Vô thượng Chánh đẳng Chánh giác khó thành tựu này, nay giao phó về sau"*; đại chúng cung kính cúi đầu chắp tay, đối với lời dạy của đức Thế Tôn *"cung kính vâng theo tất cả"*, cho nên gọi là phẩm *Giao phó về sau.*

**KINH VĂN**

**Lúc bấy giờ, đức Phật Thích-ca Mâu-ni từ pháp tòa đứng dậy, hiện sức thần thông lớn, dùng tay phải đưa ra xoa đỉnh đầu vô số Đại Bồ Tát, dạy rằng: "Ta trải qua vô lượng trăm ngàn muôn ức a-tăng-kỳ**

**kiếp tu tập pháp Vô thượng Chánh đẳng Chánh giác khó thành tựu này, nay giao phó về sau cho các ông. Các ông nên một lòng truyền rộng pháp này, khiến cho càng tăng thêm lợi ích."**
**Đức Phật xoa đỉnh đầu các vị Đại Bồ Tát như vậy ba lần rồi lại dạy rằng: "Ta trải qua vô lượng trăm ngàn muôn ức a-tăng-kỳ kiếp tu tập pháp Vô thượng Chánh đẳng Chánh giác khó thành tựu này, nay giao phó về sau cho các ông. Các ông nên thọ trì, tụng đọc, truyền rộng pháp này, khiến cho khắp thảy chúng sanh đều được nghe biết."**

Kinh văn phẩm này chia làm 2 tổng đoạn. Tổng đoạn thứ nhất nói việc giao phó chánh pháp; tổng đoạn thứ hai nói việc đại chúng đương thời đều hoan hỷ.

▣ Tổng đoạn thứ nhất chia làm 3 đoạn. Đoạn thứ nhất nêu việc đức Như Lai giao phó chánh pháp; đoạn thứ hai nói việc chư Bồ Tát nhận lãnh sự giao phó; đoạn thứ ba là việc đã hoàn tất nên nêu ý giải tán.

◆ Đoạn thứ nhất có 3 tiểu đoạn. Thứ nhất nêu việc giao phó; thứ hai giải thích về việc giao phó; thứ ba răn dạy về việc giao phó.

❖ Tiểu đoạn thứ nhất, nêu việc chính thức giao phó. Đức Phật dùng một cánh tay quyền trí thiện xảo đưa ra xoa trên đỉnh đầu thật trí của tất cả các vị Bồ Tát đầy khắp cả hư không trong ba ngàn ba trăm na-do-tha cõi nước.

Đức Như Lai giao phó chánh đạo để giáo hóa chúng sanh nên gọi là cánh tay quyền trí. Các Bồ Tát tự mình thực hành để thọ nhận chánh đạo nên gọi là đỉnh đầu thật trí. Phật đưa tay xoa đầu, tức là thân giao phó; quyền trí soi thật trí, tức là ý giao phó; Phật *"dạy rằng"* tức là khẩu giao phó.

Kinh văn phần này có đủ ý nghĩa của bốn tất đàn. *"Ta trải qua vô lượng trăm ngàn muôn ức a-tăng-kỳ kiếp tu tập pháp Vô thượng Chánh đẳng Chánh giác khó thành tựu này"*, tức là nói đã được thọ học từ chư Phật trước đây, *"nay giao phó về sau cho các ông"*, các Bồ Tát thọ nhận tức là ba đời tiếp nối. Đây là nghĩa thế giới tất đàn. *"Một lòng truyền rộng pháp này"* tức là vị nhân tất đàn. *"Khiến cho càng tăng thêm"* tức là đối trị tất đàn. *"Lợi ích"* tức là đệ nhất nghĩa tất đàn.

**KINH VĂN**

**"Vì sao vậy? Vì đức Như Lai có lòng đại từ bi, không hề tham tiếc keo lận, cũng không có sự sợ sệt, thường ban cho chúng sanh trí tuệ Phật, trí tuệ Như Lai, trí tuệ tự nhiên; Như Lai là vị thí chủ lớn của hết thảy chúng sanh. Các ông cũng nên học theo pháp của Như Lai, đừng sinh lòng tham tiếc keo lận.**

**"Trong đời tương lai, nếu có thiện nam, thiện nữ nào tin vào trí tuệ Như Lai, các ông nên vì người ấy diễn giảng kinh Pháp hoa này, khiến cho họ được nghe, vì muốn cho người ấy đạt được trí tuệ Phật. Nếu như có chúng sanh nào không tin nhận, các ông nên dùng những giáo pháp sâu xa khác của Như Lai để chỉ bày, dạy dỗ, khuyến khích sự lợi ích, hoan hỷ thành tựu.[1] Nếu các ông có thể làm được như vậy thì đó là đã báo đáp được ân đức của chư Phật."**

❖ Tiểu đoạn thứ hai từ câu *"Vì sao vậy"* trở đi là giải thích về việc giao phó. *"Có lòng đại từ bi"* là nhà Như Lai; *"không hề tham tiếc keo lận"* là y Như Lai; *"cũng không có sự sợ sệt"* là tòa Như Lai; *"trí tuệ Phật"* là nhất thiết trí; *"trí tuệ Như Lai"* là đạo chủng trí; *"trí tuệ tự nhiên"* là nhất thiết chủng trí. Vào nhà Như Lai có thể ban cho chúng sanh ba loại trí tuệ, ngồi tòa Như Lai cũng vậy. *"Là vị thí chủ lớn"* như vậy nên không có tham tiếc keo lận, nên không có sự sợ sệt. *"Các ông cũng nên học theo pháp của Như Lai"*, đây là giải thích ý Phật để giao phó.

❖ Tiểu đoạn thứ ba từ câu "Trong đời tương lai" trở đi là răn nhắc để giao phó. Nếu người có căn tánh sâu vững,

[1] Nguyên tác kinh văn dùng "thị giáo lợi hỷ", tức là 4 giai đoạn giáo hóa như đã giải thích ở trước.

trí tuệ nhanh nhạy thì thuyết dạy thẳng vào trí tuệ Phật. Đối với người chưa tiếp nhận được thì dùng các pháp sâu xa khác mà tuần tự chỉ bày, dạy dỗ, khuyến khích sự lợi ích, hoan hỷ thành tựu. Trí tuệ Phật sâu xa mà không khác; [pháp của] sáu bậc phương tiện là khác mà không sâu xa; pháp tuần tự của Biệt giáo thì khác rồi đến sâu. *"Các ông nên dùng những giáo pháp sâu xa khác"*, là để trợ giúp làm sáng tỏ trí tuệ Phật, *"đó là đã báo đáp được ân đức của chư Phật"*. Đây gọi là răn nhắc để giao phó.

**KINH VĂN**

**Bấy giờ, các vị Đại Bồ Tát nghe Phật dạy như vậy rồi, tất cả đều hết sức hoan hỷ, niềm vui lan khắp châu thân, càng thêm phần cung kính, cúi đầu chắp tay hướng về đức Phật, đồng thanh bạch rằng: "Như lời Thế Tôn đã dạy, chúng con xin cung kính vâng theo tất cả. Bạch Thế Tôn! Xin đừng lo ngại."**

**Các vị Đại Bồ Tát ba lần như vậy đều đồng thanh bạch Phật: "Như lời Thế Tôn đã dạy, chúng con xin cung kính vâng theo tất cả. Bạch Thế Tôn! Xin đừng lo ngại."**

◆ Đoạn thứ hai từ câu *"Bấy giờ, các vị Đại Bồ Tát..."* trở đi là nói việc các vị Bồ Tát nhận lãnh sự giao phó. *"Tất cả đều hết sức hoan hỷ"* là nhận lãnh bằng ý; *"cúi đầu chắp tay"* là nhận lãnh bằng thân; *"đồng thanh bạch rằng"* là nhận lãnh bằng khẩu, cũng bao hàm cả nhận lãnh bằng ý.

*"Như lời Thế Tôn đã dạy"* là nhận lãnh ý Phật nói *"Như Lai là vị thí chủ lớn"*, tức là nhà Như Lai;[1] *"cung kính vâng theo tất cả"* là nhận lãnh ý *"không hề tham tiếc keo lận"*, tức là y Như Lai; *"xin đừng lo ngại"* là nhận lãnh ý *"không có sự sợ sệt"*, tức là tòa Như Lai.

Phật đã 3 lần giao phó, các vị Bồ Tát cũng 3 lần nhận lãnh, tất cả đều y theo kinh văn có thể hiểu được.

---

[1] Phần trước Văn Cú giải thích "'Có lòng đại từ bi' là nhà Như Lai", chỗ này đổi ý "đại từ bi" thành "đại thí chủ".

## KINH VĂN

**Khi ấy, đức Phật Thích-ca Mâu-ni muốn cho các vị Phật phân thân đến từ mười phương mỗi vị đều quay về cõi nước nên nói rằng: "Chư Phật mỗi vị xin tùy nơi an ổn quay về, tháp Phật Đa Bảo có thể trở lại như cũ."**

◆ Đoạn thứ ba từ câu *"Khi ấy, đức Phật Thích-ca Mâu-ni..."* trở đi, việc đã hoàn tất nên nêu ý giải tán.

Phật Đa Bảo vì chứng minh kinh này mà đến, nay cả hai phần thuyết dạy về tích môn và bản môn đều đã xong, cho nên cung kính nêu việc quay về như cũ. Các vị phân thân Phật vì việc mở cửa tháp mà tập hợp đến, nay việc mở tháp đã xong nên khiến cho quay về. Tháp không thể mở ra lần nữa, cho nên các vị phân thân Phật đi rồi không còn hiện ra. Tháp này đến vì việc nghe pháp, cho nên tuy đóng cửa lại nhưng vẫn còn tại pháp hội.

**Hỏi**: Nếu tháp vì nghe pháp mà đến, lẽ ra không nên đóng cửa lại?

**Đáp**: Việc chứng minh phần chánh kinh đã xong cho nên đóng. Vì còn nghe tiếp phần lưu thông kinh, cho nên còn ở lại. Đại lược là như vậy.

## KINH VĂN

**Khi Phật nói ra lời ấy rồi, vô số chư Phật phân thân mười phương đang ngồi trên tòa sư tử dưới cội cây báu cùng với Phật Đa Bảo và đại chúng vô số a-tăng-kỳ Bồ Tát như Bồ Tát Thượng Hạnh...[1] bốn chúng và các vị Thanh văn như Xá-lợi-phất, cùng hết thảy chư thiên, loài người, a-tu-la... được nghe Phật thuyết dạy đều hết sức vui mừng.**

---

[1] Có bản dịch trước đây hiểu lầm hai chữ "thượng hạnh" để chỉ phẩm hạnh của các vị Bồ Tát nên dịch là "vô số đại chúng Bồ-tát, bậc thượng hạnh thảy". Tuy nhiên, đây là danh xưng của Bồ Tát Thượng Hạnh, vị đứng đầu trong số các Bồ Tát từ lòng đất vọt lên trước đó.

▣ Tổng đoạn thứ hai từ câu *"Khi Phật nói ra lời ấy rồi"* trở đi, nói việc đại chúng hoan hỷ. Chư Phật vì sự giáo hóa chúng sanh đã hoàn tất nên hoan hỷ. Các vị Bồ Tát vì sự tự thực hành đạt được chánh pháp nên hoan hỷ.

Lại nữa, người nói pháp thanh tịnh nên hoan hỷ, đó chính là đức Phật; nghe pháp thanh tịnh nên hoan hỷ, chính là kinh Diệu pháp Liên hoa này; nghe pháp có sự chứng đắc nên hoan hỷ, chính là chúng sanh trong hiện tại và đời tương lai được lợi ích. Cả ba việc đều trọn đủ nên hết sức hoan hỷ. Đại lược là như thế.

# 23. Giải thích phẩm Hạnh nguyện thuở xưa của Bồ Tát Dược Vương

**KINH VĂN**

**Phẩm Hạnh nguyện thuở xưa của Bồ Tát Dược Vương, thứ hai mươi ba**

## Giải thích tên phẩm

Quán kinh nói: "[Bồ Tát Dược Vương] thuở xưa có tên gọi là Tinh Quang, theo Tôn giả Nhật Tạng nghe thuyết dạy về trí tuệ Phật, dùng loại thuốc quý trên Tuyết sơn để cúng dường chúng tăng, phát nguyện rằng: 'Trong đời tương lai, nguyện cho con có thể trị được cả thân bệnh và tâm bệnh của chúng sanh.' Khắp thế gian đều vui mừng xưng tên ngài là Dược Vương."

Kinh văn phẩm này nêu việc Bồ Tát Nhất Thiết Chúng Sanh Hỷ Kiến tức thời xả bỏ thân mạng, lại tự thiêu hai cánh tay, xem nhẹ mạng sống mà quý trọng chánh pháp; mạng sống mất đi, đạo pháp vẫn tồn tại.

Nêu ra việc xưa là để làm rõ việc ngày nay, cho nên gọi tên là phẩm *"Hạnh nguyện thuở xưa..."*. Nếu suy theo ý nghĩa này thì chuyện Tinh Quang [trong Quán kinh] có lẽ là sau Bồ Tát Hỷ Kiến, vì từ khi cúng dường thuốc men, phát khởi thệ nguyện [trị bệnh chúng sanh] đến nay mới có tên gọi là Bồ Tát Dược Vương. Đại lược là như vậy.

Kinh văn 5 phẩm từ đây về sau đều thuộc về phần lưu thông, giáo hóa chúng sanh. Phẩm này nói về bậc thầy giáo hóa chúng sanh, nguyện cho giáo pháp Đại thừa được hoằng truyền hết sức rộng rãi, phát khởi đại nguyện hết thảy chúng sanh đều được lợi ích lớn lao. Do [tâm nguyện ấy] mà vận dụng cạn kiệt sức thần, hết cả hình hài thân mạng, thành khẩn tha thiết, kiên trì chí nguyện, tiếp nối không dừng. Tiếp theo nói việc dạy đệ tử noi theo tông chỉ giáo pháp như thầy: Ta truyền pháp sáng tỏ cho các ông, các ông cũng truyền lại pháp sáng tỏ [cho đời sau]. Pháp sáng tỏ nối nhau không dứt, đó là chí nguyện của bậc thầy. Cho nên biết rằng phẩm này khuyến khích bậc thầy hoằng pháp.

Hai phẩm tiếp theo là phẩm *Bồ Tát Diệu Âm* và phẩm *Bồ Tát Quán Thế Âm* nêu việc các vị đại sĩ ở phương khác kính vâng lời Phật hoằng truyền kinh điển, sắc thân biến hiện khắp nơi, hình thể không nhất định, không thể dùng con mắt tầm thường[1] mà nhìn thấy, không thể dùng nhận thức phàm tục mà đo lường, nên đối với những chỗ được nghe chớ sinh ý tưởng khinh thường, nếu khinh thường thì pháp chẳng vào được trong tâm. Cho nên biết rằng các phẩm sau khuyến khích hàng đệ tử nhận lãnh pháp.

Có người nói, các phẩm trong phần trước nói việc chư Phật làm Phật sự, từ phẩm này về sau nói việc các Bồ Tát làm Phật sự. Đây chỉ là cách nhận hiểu phiến diện mà thôi, [vì xét kỹ] các phẩm trước cũng có Bồ Tát; các phẩm từ đây về sau cũng có chư Phật. Đại lược là như vậy.

Nay nói rõ, phẩm *Phương tiện* trừ bỏ ba thừa, hiển lộ Nhất thừa, nêu nhân viên mãn đã trọn vẹn. Phẩm *Hạnh an vui* nêu pháp nương theo thừa. Phẩm *Tuổi thọ của Như Lai* nêu quả của thừa đã rốt ráo. Từ phẩm này trở về sau nêu người nương theo thừa.

---

[1] Văn Cú dùng "牛羊眼" (ngưu dương nhãn), nghĩa đen là con mắt của loài trâu, dê, hàm ý để chỉ cách nhìn của người tầm thường, không có sự hiểu biết.

Cho nên, luận Thập nhị môn nói rằng: "Gọi là Đại thừa vì là chỗ nương theo của các bậc đại nhân như Văn-thù, Phổ Hiền..."[1] Phẩm *Bồ Tát Dược Vương* dùng sự khổ hạnh nương theo thừa, các phẩm *Bồ Tát Diệu Âm* và *Bồ Tát Quán Thế Âm* dùng pháp tam-muội để nương theo thừa, phẩm *Đà-la-ni* dùng pháp tổng trì để nương theo thừa, phẩm Diệu Trang Nghiêm dùng thệ nguyện để nương theo thừa, phẩm Phổ Hiền dùng thần thông để nương theo thừa. Giải thích như vậy thì phù hợp với ý nghĩa lưu thông, giáo hóa chúng sanh.

## KINH VĂN

**Lúc bấy giờ, Bồ Tát Tú Vương Hoa bạch Phật: "Thế Tôn! Bồ Tát Dược Vương đến thế giới Ta-bà như thế nào? Thế Tôn! Vị Bồ Tát Dược Vương này có bao nhiêu ngàn muôn ức na-do-tha khổ hạnh khó làm? Lành thay, Thế Tôn! Xin giảng nói một phần,[2] hàng chư thiên, rồng, thần, dạ-xoa, càn-thát-bà, a-tu-la, ca-lâu-la, khẩn-na-la, ma-hầu-la-già, người và phi nhân, cùng các Bồ Tát từ phương khác đến và chúng Thanh văn ở đây nếu được nghe đều sẽ vui mừng."**

---

[1] Luận Thập nhị môn (十二門論). Văn Cú dẫn lược câu này theo ý chính, không theo nguyên tác, vì trong luận này tuy nói chung các vị Đại Bồ Tát nhưng không nêu tên Bồ Tát Phổ Hiền: "又觀世音, 得大勢, 文殊師利, 彌勒菩薩等, 是諸大士之所乘故, 故名為大 。- Hựu Quán Thế Âm, Đắc Đại Thế, Văn-thù-sư-lợi, Di-lặc Bồ Tát đẳng... thị chư Đại sĩ chi sở thừa cố, cố danh vi đại." (Lại nữa, các vị Bồ Tát Quán Thế Âm, Đắc Đại Thế, Văn-thù-sư-lợi, Di-lặc... các bậc Đại sĩ này đều nương theo, cho nên gọi là đại.) (ĐCT, T30, 568, tr.159c, d.18-19)

[2] Bản Đại Chánh tạng kết lại lời thưa hỏi của Bồ Tát Tú Vương Hoa ở chỗ này và xem phần tiếp theo là mô tả của người chép kinh. (ĐCT, T9, 262, tr.53a, d.8) Điều này không hợp lý, vì khi Bồ Tát thưa hỏi, đức Phật chưa giải đáp gì thì đại chúng không có lý do để hoan hỷ. Phần sau này chính là ý của Bồ Tát, rằng nếu được Phật giải đáp, đại chúng sẽ hoan hỷ. Tham khảo bản Anh dịch của H. Kern đoạn này nói là: "Let the Lord, the Tathâgata, &c., deign to tell us any part of the course of duty of the BodhisattvaMahâsattva Bhaishajyaraja, that by hearing it the gods, Nâgas, goblins, Gandharvas, demons, Garudas, Kinnaras, great serpents, men, and beings not human, as well as the Bodhisattvas Mahâsattvas from other worlds here present, and these great disciples here may be content, delighted, overjoyed." Do vậy biết rằng cách đặt dấu câu của Đại Chánh tạng đã sai lầm.

Kinh văn phẩm này có 4 phần. Thứ nhất là thưa hỏi, thứ hai là giải đáp, thứ ba là nêu lợi ích và thứ tư là đức Phật Đa Bảo khen ngợi sự tốt đẹp.

■ Phần thứ nhất nêu việc thưa hỏi, chia làm 3 tổng đoạn. Thứ nhất là hỏi chung về việc du hành giáo hóa, thứ hai là hỏi riêng về khổ hạnh, thứ ba là thỉnh cầu giải đáp, ý nghĩa y theo kinh văn có thể hiểu được.

**KINH VĂN**

**Khi ấy, đức Phật bảo Bồ Tát Tú Hoa Vương: "Vào thời quá khứ, cách đây số kiếp nhiều như số cát của vô số con sông Hằng, có đức Phật hiệu là Nhật Nguyệt Tịnh Minh Đức Như Lai, Ứng Cúng, Chánh Biến Tri, Minh Hạnh Túc, Thiện Thệ, Thế Gian Giải, Vô Thượng Sĩ, Điều Ngự Trượng Phu, Thiên Nhân Sư, Phật Thế Tôn. Đức Phật ấy có tám mươi ức vị Đại Bồ Tát và chúng đại Thanh văn nhiều bằng số cát của bảy mươi hai con sông Hằng. Đức Phật ấy sống thọ bốn mươi hai ngàn kiếp, các Bồ Tát cũng có tuổi thọ bằng như vậy. Cõi nước ấy không có nữ nhân, địa ngục, ngạ quỷ, súc sanh, a-tu-la, cũng không có các nạn khổ; mặt đất bằng lưu ly, phẳng như lòng bàn tay, có cây báu trang nghiêm, màn báu che bên trên, có phướn bằng hoa báu rủ xuống, lò hương bằng bình báu ở khắp cả cõi nước; dùng bảy báu làm thành đài cao, cứ mỗi cây báu là một đài cao, cây và đài cách nhau khoảng một tầm bắn tên. Các vị Bồ Tát, Thanh văn ngồi dưới mỗi cây báu, trên mỗi đài báu có trăm ức chư thiên cúng dường bằng cách tấu nhạc trời, ca ngợi xưng tán Phật."**

■ Phần thứ hai nêu việc giải đáp, lại có hai tổng đoạn. Tổng đoạn thứ nhất chỉ đáp riêng về khổ hạnh, phần du hành giáo hóa thì chỉ đến tam-muội sắc thân, hoặc chỉ đến hai phẩm sau đó. Tổng đoạn thứ hai xưng tán ngợi khen kinh [Pháp hoa] này.

▣ Tổng đoạn thứ nhất giải đáp về khổ hạnh, [chia làm

2 đoạn]. Đoạn thứ nhất kể lại nguồn gốc sự việc thuở xưa. Đoạn thứ hai kể rõ sự việc thuở xưa.

◆ Đoạn thứ nhất chia làm 3 tiểu đoạn. Thứ nhất nêu thời gian, thứ hai kể [danh hiệu] Phật và đại chúng Thanh văn, thứ ba nói về cõi nước v.v. Tất cả đều y theo kinh văn có thể hiểu được.

**KINH VĂN**

**"Lúc ấy, đức Phật vì Bồ Tát Nhất Thiết Chúng Sanh Hỷ Kiến cùng chúng Bồ Tát và chúng Thanh văn mà thuyết kinh Pháp hoa."**

◆ Đoạn thứ hai kể rõ sự việc [khổ hạnh] thuở xưa, lại có 3 tiểu đoạn.

❖ Tiểu đoạn thứ nhất kể việc Phật thuyết pháp; tiểu đoạn thứ hai, kể việc [Bồ Tát tu khổ hạnh rồi nghĩ] nên cúng dường; tiểu đoạn thứ ba là kết lại và nói sự tương hợp [giữa việc thuở xưa với ngày nay]. Thế nhưng Phật [thuyết pháp] vì tất cả chúng sanh, sao chỉ nói riêng Bồ Tát [Nhất Thiết Chúng Sanh] Hỷ Kiến? Việc này là vì phải nêu lên sự đối đáp cần thiết để giao phó lưu thông [kinh điển], cũng như với ngài Xá-lợi-phất ngày nay, [tuy đức Phật chỉ] ký thác một người nhưng là nói với tất cả.

**KINH VĂN**

**"Vị Bồ Tát Nhất Thiết Chúng Sanh Hỷ Kiến này ưa chuộng sự tu tập khổ hạnh, ở trong Phật pháp của đức Phật Nhật Nguyệt Tịnh Minh Đức mà tinh tấn kinh hành, một lòng cầu quả Phật, trải qua mười hai ngàn năm thì đạt được pháp tam-muội Hiện nhất thiết sắc thân. Đạt được tam muội này rồi, trong tâm rất vui mừng, liền nghĩ rằng: 'Ta được tam-muội Hiện nhất thiết sắc thân là nhờ sức nghe kinh Pháp hoa. Nay ta nên cúng dường đức Phật Nhật Nguyệt Tịnh Minh Đức và kinh Pháp hoa.'**

**"Nghĩ rồi liền nhập pháp tam-muội ấy, hóa hiện giữa không trung**

**mưa xuống hoa mạn-đà-la, hoa đại mạn-đà-la, bột chiên đàn kiên hắc[1] đầy khắp cả không trung, tụ lại như mây rồi rơi xuống; lại mưa xuống hương chiên đàn hải ngạn,[2] sáu thù[3] hương này có giá trị bằng cả thế giới Ta-bà, đều để cúng dường đức Phật.**

**"Bồ Tát Nhất Thiết Chúng Sanh Hỷ Kiến cúng dường như vậy xong rồi, ra khỏi tam-muội lại tự nghĩ rằng: 'Ta tuy đã dùng sức thần thông cúng dường đức Phật, nhưng không bằng lấy thân mình cúng dường.'**

**"Nghĩ rồi liền ăn vào các loại hương chiên đàn, huân lục,[4] đâu-lâu-bà,[5] tất-lực-ca,[6] trầm thủy, giao hương,[7] lại uống các loại dầu hương hoa như hoa chiêm bặc v.v. trải qua mười hai ngàn năm,[8] dùng dầu**

[1] Chiên đàn kiên hắc (H. 堅黑栴檀, S. kālānusārin), một loại chiên đàn rất thơm và quý.

[2] Nguyên tác dùng "海此岸栴檀 - hải thử ngạn chiên đàn", cũng tức là chiên đàn hải ngạn, là một loại chiên đàn cực kỳ quý giá.

[3] Thù (銖), đơn vị cân nặng ngày xưa; 6 thù bằng 1 chuy (錙), 8 thù bằng một chùy (錘), 24 thù bằng 1 lượng (两), 16 lượng bằng 1 cân (斤). Như vậy, phải 384 thù mới được 1 cân, và mỗi cân thời xưa chỉ khoảng 250 gram; 6 thù có trọng lượng khoảng hơn 9 gram.

[4] Huân lục (H. 熏陸, S. kunduru), một loại cây có nhựa, dùng làm hương đốt rất thơm, cũng gọi là nhũ hương hay nhũ đầu hương.

[5] Đâu-lâu-bà (H. 兜樓婆, S. turuṣka), một loại cỏ thơm, cũng gọi là mao hương hay bạch mao hương.

[6] Tất-lực-ca (H. 畢力迦, S. pṛkkā), một loại hương thơm, cũng gọi là xúc hương hay mục túc hương.

[7] Giao hương, tức bạch giao hương (H. 白膠香, S. sarja-rasa), là loại hương thơm chế bằng nhựa cây sa-la.

[8] Trong kinh Chánh Pháp hoa và bản dịch Anh ngữ của H. Kern đều nói là 12 năm. Kinh Chánh Pháp hoa, đoạn tương đương là: "斷絕五穀專食眾香，眾香華汁而以飲之，日使身中內外皆香，如是服香竟十二 年 。" - Đoạn tuyệt ngũ cốc chuyên thực chúng hương, chúng hương hoa hiệp nhi dĩ ẩm chi, nhật sử thân trung nội ngoại giai hương, như thị phục hương cánh thập nhị niên." (Dứt tuyệt các món ngũ cốc, chỉ ăn toàn các loại hương thơm, lại hợp các loại hương hoa để uống, khiến cho thân thể trong ngoài đều là mùi thơm, như vậy ăn uống các loại hương qua 12 năm.) (ĐCT, T9, 263, tr.125b, d.13-15) Bản Anh ngữ của H. Kern: "Bodhisattva Mahasattva Sarvasattvapriyadarśana passed twelve years in always and constantly eating those fragrant substances and drinking oil of Kampaka." (Đại Bồ Tát Nhất Thiết Chúng Sanh Hỷ Kiến trải qua 12 năm luôn luôn và liên tục ăn các loại hương thơm và uống dầu hương hoa chiêm-bặc.) Như vậy, kinh Chánh Pháp hoa mô tả nhấn mạnh là Bồ Tát không ăn vật thực khác, chỉ ăn toàn các loại hương thơm.

**thơm thoa khắp trên thân, đến trước đức Phật Nhật Nguyệt Tịnh Minh Đức, dùng y báu cõi trời tự quấn quanh thân, rưới lên các loại dầu thơm, rồi dùng sức thần thông tự đốt cháy thân mình, ánh sáng soi chiếu khắp các thế giới nhiều như số cát của tám mươi ức con sông Hằng. Chư Phật trong các thế giới ấy đồng thời khen ngợi rằng: 'Lành thay, lành thay! Thiện nam tử, như vậy là thực sự tinh tấn, như vậy gọi là pháp chân thật cúng dường Như Lai. Nếu dùng hoa, hương, chuỗi ngọc, hương đốt, hương bột, hương thoa, lụa trời, phướn lọng cùng hương chiên-đàn hải ngạn, những phẩm vật cúng dường như thế đều không thể sánh bằng; giả sử dùng cả thành ấp, đất nước, vợ con để cúng dường[1] cũng không thể sánh bằng. Này thiện nam tử! Đây gọi là bố thí bậc nhất, cao trổi nhất, đáng tôn trọng nhất trong các pháp bố thí, vì đã dùng pháp để cúng dường các đức Như Lai.'**

**"Sau khi khen ngợi như vậy rồi, các đức Phật đều an nhiên tịch lặng. Thân thể Bồ Tát tiếp tục cháy như vậy sau một ngàn hai trăm năm[2] mới hết."**

❖ Tiểu đoạn thứ hai nói việc Bồ Tát tu khổ hạnh lại có 2 phân đoạn. Phân đoạn thứ nhất nêu việc khổ hạnh trong hiện tại, phân đoạn thứ hai nêu việc khổ hạnh trong tương lai.

▪ Phân đoạn thứ nhất nói việc khổ hạnh trong hiện tại, chia ra làm 2 ý.

◆ Ý thứ nhất kể việc [Bồ Tát] tu hành chứng đắc pháp [tam-muội]; ý thứ hai nói việc tự nghĩ nên báo ân.

---

1 Nguyên tác ở đây dùng chữ "布施 - bố thí" nhưng với ý nghĩa chỉ việc cúng dường Phật như đang đề cập trong ngữ cảnh. Nghĩa rộng của pháp bố thí bao gồm cả việc cúng dường chư Phật.

2 Kinh Chánh Pháp hoa cũng dịch là 1.200 năm: "於時菩薩自然其身，千二百歲火故不滅，- ư thời Bồ Tát tự nhiên kỳ thân, thiên nhị bách tuế hỏa cố bất diệt" (khi ấy Bồ Tát tự thiêu thân mình, qua 1.200 năm lửa vẫn chưa tắt). (ĐCT, T9, 263, tr.125b, d.25) Bản Anh ngữ của H. Kern dịch là 12 ngàn năm: "The body of Sarvasattvapriyadarsana continued blazing for twelve thousand years without ceasing to burn" (Thân thể của Bồ Tát Nhất Thiết Chúng Sanh Hỷ Kiến tiếp tục cháy liên tục qua 12.000 năm.)

◆ Ý thứ hai nói việc muốn báo ân lại có 2 tiểu ý. Thứ nhất là dùng sức tam-muội; thứ hai là gắng sức dùng thân báo ân. Tiểu ý dùng thân báo ân lại có 3 điều. Thứ nhất là tự thiêu thân; thứ hai là được Phật ngợi khen xưng tán; thứ ba là nói về thời gian.

Nói về pháp cúng dường chân thật thì bên trong vận dụng trí tuệ quán sát nhân quả phiền não, tất cả đều dùng trí tuệ hiểu về tánh không để tẩy rửa sạch, cho nên gọi là pháp chân thật. Lại quán xét rằng dù là thân mình hay lửa đang cháy, dù người cúng dường hay thân là vật cúng dường cũng đều là tướng chân thật; ai là người thiêu, cái gì đốt cháy, người cúng dường, vật cúng dường, thảy đều không thể nắm bắt, cho nên gọi là pháp chân thật.

**KINH VĂN**

**"Bồ Tát Nhất Thiết Chúng Sanh Hỷ Kiến cúng dường theo pháp như vậy rồi, sau khi mạng chung lại tái sinh vào cõi nước có đức Phật Nhật Nguyệt Tịnh Minh Đức, nơi nhà của đức vua Tịnh Đức, bỗng dưng hóa sinh trong tư thế ngồi kết già, liền vì vua cha mà nói kệ rằng:**

**'Nay phụ vương nên biết,**
**Đường tu tập con đi,**
**Là được pháp Tam-muội**
**Hiện Nhất Thiết Sắc Thân;**
**Rồi tinh tấn, chuyên cần,**
**Buông bỏ thân luyến ái,**
**Cúng dường lên Thế Tôn,**
**Cầu trí tuệ Vô thượng.'**

**"Nói kệ như vậy rồi lại thưa với vua cha: 'Hiện nay có đức Phật Nhật Nguyệt Tịnh Minh Đức đang ở đời, trước đây con cúng dường Phật ấy nên đạt được pháp đà-la-ni Giải nhất thiết chúng sinh ngữ ngôn,[1] lại được nghe tám trăm ngàn muôn ức na-do-tha chân-ca-la**

[1] Đà-la-ni Giải nhất thiết chúng sanh ngữ ngôn (解一切眾生語言陀羅尼), là pháp đà-la-ni hiểu rõ được tất cả các ngôn ngữ của chúng sanh.

**tần-bà-la a-súc-bà[1] bài kệ trong kinh Pháp hoa. Thưa phụ vương! Con nay sẽ quay lại cúng dường đức Phật ấy."**

**"Sau khi thưa cha như vậy rồi, Bồ Tát liền ngồi trên đài bảy báu, bay lên hư không, cao bằng bảy cây đa-la, rồi bay đến chỗ đức Phật, đầu và mặt cúi lễ sát chân Phật, chắp tay cung kính đọc kệ xưng tán Phật:**

**'Tôn nhan rất diệu kỳ,**
**Hào quang chiếu mười phương,**
**Trước đây con cúng dường,**
**Nay lại được thân cận.'**

**"Bấy giờ, Bồ Tát Nhất Thiết Chúng Sinh Hỷ Kiến đọc kệ như vậy rồi liền bạch Phật: 'Thế Tôn! Nay Thế Tôn vẫn còn ở đời!'**

**"Khi ấy, đức Phật Nhật Nguyệt Tịnh Minh Đức bảo Bồ Tát Nhất Thiết Chúng Sinh Hỷ Kiến: 'Này thiện nam! Đã đến lúc ta nhập Niết-bàn, đến giờ diệt độ rồi. Ông nên sắp xếp chỗ giường nằm, trong đêm nay ta sẽ nhập Niết-bàn.'**

**"Đức Phật lại dạy Bồ Tát Nhất Thiết Chúng Sinh Hỷ Kiến: 'Này thiện nam! Nay ta đem Phật pháp giao phó lại cho ông và các đại đệ tử Bồ Tát, cùng với pháp Vô thượng Chánh đẳng Chánh giác; lại cũng đem tất cả cây báu, đài báu cùng chư thiên theo hầu cận trong thế giới đại thiên bằng bảy báu này, tất cả đều giao phó lại cho ông. Sau khi ta diệt độ rồi, xá-lợi của ta cũng giao phó cho ông, nên lưu truyền mọi nơi, tổ chức cúng dường rộng khắp; nên xây lên hàng ngàn tháp để thờ kính.'**

**"Đức Phật Nhật Nguyệt Tịnh Minh Đức dạy Bồ Tát Nhất Thiết Chúng Sinh Hỷ Kiến như vậy rồi, khoảng sau nửa đêm liền nhập Niết-bàn.**

**"Khi ấy, Bồ Tát Nhất Thiết Chúng Sinh Hỷ Kiến thấy Phật đã diệt độ rồi, trong lòng bi thương xúc động, buồn khổ lưu luyến, liền dùng chiên đàn hải ngạn dựng lên thành giàn, cúng dường thân Phật rồi đốt lửa để thiêu. Sau khi lửa tàn liền thu nhặt xá-lợi, đặt vào tám mươi bốn ngàn bình báu, lại dựng lên tám mươi bốn ngàn**

[1] Các tên gọi na-do-tha, chân-ca-la, tần-bà-la, a-súc-bà đều là số đếm, chỉ những con số cực kỳ lớn, cũng giống như nói vô số, vô lượng...

**tháp thờ, cao đến cõi Phạm thiên,[1] có cột phướn trang nghiêm, treo cờ phướn, lọng che và nhiều chuông báu.**

**"Lúc bấy giờ, Bồ Tát Nhất Thiết Chúng Sinh Hỷ Kiến lại tự nghĩ: 'Ta tuy đã cúng dường như thế này nhưng trong lòng vẫn thấy còn chưa đủ. Nay ta nên cúng dường xá-lợi Phật thêm nữa.'**

**"Nghĩ rồi liền bảo các vị đại đệ tử Bồ Tát cùng chư thiên, rồng, dạ-xoa… và hết thảy đại chúng: 'Các ông hãy một lòng chú tâm, nay chúng ta nên cúng dường xá-lợi của đức Phật Nhật Nguyệt Tịnh Minh Đức.'**

**"Bồ Tát Nhất Thiết Chúng Sinh Hỷ Kiến nói như vậy rồi liền ở trước tám mươi bốn ngàn tháp thờ xá-lợi Phật tự đốt hai cánh tay có đủ trăm phước tướng trang nghiêm trong suốt bảy mươi hai ngàn năm để cúng dường, khiến cho vô số chúng cầu quả Thanh văn, vô số a-tăng-kỳ người phát tâm Vô thượng Chánh đẳng Chánh giác nhân đó đều được trụ nơi pháp tam-muội Hiện Nhất Thiết Sắc Thân.**

**"Khi ấy, các vị Bồ Tát, chư thiên, người cùng các loài a-tu-la… nhìn thấy Bồ Tát không còn cánh tay thì đau buồn sầu khổ, thương cảm than thở rằng: "Bồ Tát Nhất Thiết Chúng Sinh Hỷ Kiến là vị thầy của chúng ta, giáo hóa chúng ta, mà nay thiêu cháy mất hai tay, trở thành người có thân thể bất toàn."**

**"Lúc bấy giờ, Bồ Tát Nhất Thiết Chúng Sinh Hỷ Kiến ở giữa đại chúng lập thệ nguyện rằng: 'Tôi xả bỏ hai cánh tay [đốt lên cúng dường xá-lợi Phật], quyết định rồi sẽ được thân sắc vàng của Phật. Nếu điều này là đúng thật không hư dối, nguyện cho hai tay của tôi trở lại như cũ.' Vừa lập nguyện xong, hai cánh tay liền tự nhiên trở lại như cũ. Đó là do phước đức và trí tuệ trong sáng sâu dày của Bồ Tát mà thành. Ngay vào lúc ấy, khắp thế giới đại thiên mặt đất đều chấn động theo sáu cách, trời mưa xuống hoa báu, hết thảy chư thiên, nhân loại đều cho là việc chưa từng có."**

---

[1] Nguyên tác nói "cao tam thế giới", hàm ý là cao vượt qua ba thế giới. Kinh Chánh Pháp hoa nói là "高至梵天 - cao chí Phạm thiên", phù hợp với cách diễn đạt trong nhiều phần trước. Bản Anh ngữ của H. Kern dịch là "reaching in height to the Brahma-world" (cao lên đến thế giới Phạm thiên).

▪ Phân đoạn thứ hai nói về khổ hạnh trong tương lai, từ câu *"Bồ Tát Nhất Thiết Chúng Sanh Hỷ Kiến cúng dường theo pháp như vậy rồi"* trở đi. Phần này lại chia ra làm 5 ý. Thứ nhất là sanh vào nhà đức vua, thứ hai là tự nói việc trước đây của mình; thứ ba là tìm đến chỗ Phật; thứ tư là đức Như Lai giao phó dặn dò; thứ năm là vâng lời Phật nhận lãnh giữ gìn. Tất cả đều y theo kinh văn có thể hiểu được.

Phần nhận lãnh giữ gìn lại có 4 tiểu ý. Thứ nhất là xây dựng tháp, thứ hai là thiêu cánh tay cúng dường, thứ ba là được lợi ích, thứ tư là phước báo ngay trong hiện tại. Tất cả đều y theo kinh văn có thể hiểu được.

**KINH VĂN**

**Đức Phật bảo Bồ Tát Tú Vương Hoa: "Ý ông nghĩ sao? Bồ Tát Nhất Thiết Chúng Sinh Hỷ Kiến đó nào phải ai xa lạ, nay chính là Bồ Tát Dược Vương. Bồ Tát xả thân bố thí như vậy đã nhiều đến vô lượng trăm ngàn muôn ức na-do-tha lần.**

**"Này Tú Vương Hoa! Nếu có người phát tâm cầu đạo Vô thượng Chánh đẳng Chánh giác, có thể đốt một ngón tay, cho đến một ngón chân cúng dường tháp thờ Phật thì hơn cả việc cúng dường thành ấp đất nước, vợ con cùng núi rừng sông hồ, các món báu vật khắp các cõi nước trong thế giới đại thiên.**

❖ Tiểu đoạn thứ ba từ câu *"Đức Phật bảo Bồ Tát Tú Vương Hoa"* trở đi, tóm kết và nêu sự tương hợp giữa việc thuở xưa với ngày nay, chia làm 2 phân đoạn. Thứ nhất là tóm kết nêu sự tương hợp; thứ hai là khuyến khích tu hành. Phần khuyến khích tu hành nói *"có thể đốt một ngón tay"* hơn cả việc xả bỏ tài vật ngoài thân, vì vật ngoài thân là nhẹ, trong thân là nặng, cho nên công đức và phước báu khác nhau. Kinh văn nói *"vợ con"* tức là ngoài thân, nói *"thành ấp đất nước"* là tài vật bên ngoài.

**KINH VĂN**

> **"Lại nếu như có người dùng bảy món báu đầy khắp thế giới đại thiên để cúng dường lên Phật cùng các vị Đại Bồ Tát, Duyên giác, A-la-hán thì công đức của người ấy không bằng thọ trì kinh Pháp hoa này, thậm chí chỉ một bài kệ bốn câu cũng được phước nhiều nhất.**

▣ Tổng đoạn thứ hai từ câu *"Lại nếu như có người dùng bảy món báu"* trở đi là tán thán kinh điển, chia làm 3 đoạn. Đoạn thứ nhất xưng tán người thọ trì kinh. Đoạn thứ hai xưng tán kinh điển là giáo pháp được thọ trì. Đoạn thứ ba nêu việc thọ trì kinh được phước đức sâu xa.

◆ [Kinh văn nói] dùng bảy món báu cúng dường bốn bậc thánh[1] cũng không bằng thọ trì một bài kệ [trong kinh]. Vì pháp là thầy của bậc thánh, có thể sanh ra, có thể nuôi dưỡng, có thể thành tựu, có thể phát triển, không có gì hơn được pháp. Cho nên [so sánh] xem nhẹ người, xem trọng pháp.

**KINH VĂN**

> **"Này Tú Vương Hoa! Giống như trong tất cả những nơi có nước như sông ngòi, khe suối… thì biển là lớn nhất, kinh Pháp hoa này cũng vậy, là sâu xa quan trọng nhất trong tất cả những kinh Như Lai đã thuyết dạy.**
> **"Lại giống như Thổ sơn, Hắc sơn, núi Thiết vi, núi Đại Thiết vi cùng mười ngọn núi báu, trong tất cả các loại núi thì núi Tu-di là cao hơn hết, kinh Pháp hoa này cũng vậy, là cao thượng hơn hết trong tất cả các kinh."**

◆ Đoạn thứ hai từ câu *"Này Tú Vương Hoa"* trở đi là tán thán giáo pháp được thọ trì, chia làm 2 tiểu đoạn. Tiểu đoạn thứ nhất xưng tán tánh thể của pháp; tiểu đoạn thứ hai xưng tán công năng hoạt dụng của pháp.

---

[1] Văn Cú nói "tứ thánh" (四聖) để chỉ Phật, Bồ Tát, Duyên giác và A-la-hán.

❖ *"Trong tất cả những nơi có nước như sông ngòi, khe suối... thì biển là lớn nhất."* Kinh Vô lượng nghĩa dùng bốn nguồn nước để ví với giáo pháp.[1] Trong phẩm Thí dụ cỏ thuốc dùng một đám mây có thể mưa xuống làm thí dụ để giảng thuyết. Nay [kinh này] nói "trong tất cả những nơi có nước" là nói chung hết thảy các giáo pháp, lại nêu riêng 4 loại [sông, ngòi, khe, suối] là ví cho 4 vị của giáo pháp như sữa (nhũ), sữa đặc (lạc), bơ sống (sinh tô), bơ chín (thục tô). Giáo pháp kinh Pháp hoa này ví như biển lớn là vị đề-hồ. Thuyết giảng đến tận cùng bản địa là sâu, biến hiện khắp thảy mọi nơi là lớn, chỉ toàn nêu Phật pháp là vị mặn, không nói các pháp khác. Sâu xa nhất, lớn lao nhất là ý nghĩa như vậy.

Tên gọi mười ngọn núi báu, xem trong kinh Hoa Nghiêm và các kinh khác. Đại lược là như vậy. *"Thổ sơn, Hắc sơn, núi Thiết vi"* tất nhiên không phải núi báu. Mười ngọn núi báu, tuy là báu nhưng vẫn có một hai loài rồng, thần cư ngụ lẫn lộn. Riêng núi Tu-di được hình thành bằng bốn món báu, chỉ toàn là chư thiên cư ngụ. Đây là ví dụ các giáo pháp khác thuyết dạy nương theo Thập địa, bốn mươi tâm,[2] hoặc phàm hoặc hiền hoặc thánh; thuyết dạy chỗ

[1] Kinh Đại thừa Vô lượng nghĩa nói: "Dù là nước giếng, nước ao, nước sông, nước biển... thảy đều rửa sạch được sự dơ nhớp. Pháp cũng như vậy, có thể rửa sạch được sự dơ nhớp phiền não của chúng sanh." (ĐCT, T9, 276, tr.386b, d.6-7) (Bản Việt dịch của Nguyễn Minh Tiến, NXB Tôn giáo, Hà Nội, 2016)

[2] Văn Cú nói "tứ thập tâm" (四十心), được nói trong kinh Phạm võng, quyển thượng. Đây là các giai đoạn tu tiến từ thấp lên cao bao gồm: 10 tâm Phát thú, tức các tâm phát khởi thú hướng ban đầu: xả tâm, giới tâm, nhẫn tâm, tinh tấn tâm, định tâm, tuệ tâm, nguyện tâm, hộ tâm, hỷ tâm, đỉnh tâm; 10 tâm trưởng dưỡng, là các tâm tiếp tục tăng trưởng: từ tâm, bi tâm, hỷ tâm, xả tâm, thí tâm, hảo ngữ tâm, ích tâm, đồng tâm, định tâm, tuệ tâm; 10 tâm kim cương, là các tâm đã kiên cố: tín tâm, niệm tâm, hồi hướng tâm, đạt tâm, trực tâm, bất thối tâm, Đại thừa tâm, vô tướng tâm, tuệ tâm, bất hoại tâm; 10 tâm ở hàng Thập địa, cũng gọi là 10 địa: thể tính bình đẳng địa, thể tính thiện tuệ địa, thể tính quang minh địa, thể tính nhĩ diệm địa, thể tính tuệ chiếu địa, thể tính hoa quang địa, thể tính mãn túc địa, thể tính Phật hống địa, thể tính Hoa nghiêm địa, thể tính nhập Phật giới địa. (Phạm Võng Kinh - 梵網經, quyển 1, ĐCT, T24, 1484, tr.997c, d17 – tr.998a, d.2)

nương theo thì hoặc tục, hoặc chân, hoặc trung. Như vậy đều là thấp hèn, so với kinh Pháp hoa này thuyết dạy các chân lý thường, lạc, ngã, tịnh, ví như bốn món báu hợp thành. Lấy "khai, thị, ngộ, nhập" làm chỗ nương theo, cho nên ý nghĩa này là cao thượng nhất.

**KINH VĂN**

> **"Giống như so với tất cả các ngôi sao, mặt trăng là sáng hơn hết, kinh Pháp hoa này cũng vậy, là soi chiếu sáng suốt hơn hết trong ngàn muôn ức loại kinh điển giáo pháp.**
> **"Lại cũng như mặt trời có thể xua tan bóng tối, kinh Pháp hoa này cũng vậy, có thể phá trừ hết thảy bóng tối của tất cả những sự bất thiện.**

Mặt trăng và sao đều là thuần âm, hiện ra vào ban đêm. Sao không có lúc đầy lúc khuyết, không sánh bằng mặt trăng. Các kinh khác dạy rằng trí quyền thừa không được tự tại; kinh này nêu rõ quyền tức là thật, thật tức là quyền, đủ hai tướng đầy khuyết chỉ ra không phân hai mà là hai. Thuyết về quyền trí như vậy vượt hơn các giáo pháp khác.

Mặt trời là thuần dương, duy nhất có khả năng phá trừ sự tối tăm. Các kinh khác nêu trí chân thật phá trừ nghi hoặc, vẫn không bằng được nghĩa ngay nơi thật đó là quyền, huống chi gồm cả nghĩa ngay nơi quyền đó là thật. Cho nên biết rằng kinh này nêu trí chân thật vượt hơn tất cả.

**KINH VĂN**

> **"Giống như ở giữa các vị tiểu vương thì Chuyển luân Thánh vương là bậc nhất, kinh Pháp hoa này cũng vậy, là tôn quý nhất trong tất cả các kinh.**
> **"Giống như Đế thích là vua trong cõi trời Đao-lợi, kinh Pháp hoa này cũng vậy, là vua trong tất cả các kinh.**

**"Giống như Đại phạm Thiên vương là cha trong cõi trời Đao-lợi, kinh Pháp hoa này cũng vậy, là cha của hết thảy các bậc hiền thánh, hữu học, vô học cùng những người phát tâm Bồ Tát.**

**"Giống như trong tất cả phàm phu, các vị Tu-đà-hoàn, Tư-đà-hàm, A-na-hàm, A-la-hán, Duyên giác là bậc nhất, kinh Pháp hoa này cũng vậy, là bậc nhất trong tất cả những kinh điển Như Lai thuyết dạy, hoặc Bồ Tát thuyết dạy, hoặc Thanh văn thuyết dạy; người có thể thọ trì kinh Pháp hoa này cũng vậy, là bậc nhất trong tất cả chúng sanh."**

Hiệu lệnh của vị Luân vương chỉ dừng trong phạm vi bốn cõi thiên hạ. Lệnh của vị Đế thích có hiệu lực ngang cõi trời ba mươi ba. Lệnh của vị Phạm vương có uy lực bao trùm từ trên xuống dưới. Đây là để ví như các kinh khác thuyết dạy về tam đế, tam-muội, đều không thâu nhiếp lẫn nhau, không được tự tại. Chỗ thuyết dạy của kinh Pháp hoa này dùng thật tướng thể nhập chân thật, quyết định rõ ràng về pháp Thanh văn, là vua trong tất cả các kinh. Dùng thật tướng thể nhập thế tục thì hết thảy mọi sự mưu sinh hay xây dựng sự nghiệp đều không có sự mâu thuẫn trái nghịch. Dùng thật tướng thể nhập trung đạo thì hết thảy các pháp đều là Phật pháp. Kinh văn nói *"kinh Pháp hoa này... là cha của hết thảy các bậc hiền thánh, hữu học, vô học cùng những người phát tâm Bồ Tát"*, ý nghĩa là như vậy.

*"Giống như trong tất cả phàm phu, các vị Tu-đà-hoàn, Tư-đà-hàm, A-na-hàm, A-la-hán, Duyên giác là bậc nhất."* Ở đây nói rõ sự thuận theo tự nhiên, không cần dụng công. Các kinh khác [thuyết dạy] phải nhờ vào sự dụng công mới thể nhập vào dòng thánh, như hàng tứ quả đều nhân nơi văn, tư, tu mới có thể giác ngộ. Kinh này nêu rõ Vô tác tứ đế, không xen lẫn phương tiện, tự nhiên chảy vào biển Nhất thiết trí, như *"trâu trắng lớn có màu da thuần khiết, hình thể mập mạp xinh đẹp, gân cốt bắp*

*thịt nở nang mạnh mẽ, bước đi ngay ngắn, lướt nhanh như gió”*. Đại lược là như thế.

**KINH VĂN**

**“Giống như trong tất cả hàng Thanh văn, Duyên giác thì Bồ Tát là bậc nhất, kinh Pháp hoa này cũng vậy, là bậc nhất trong tất cả kinh điển, giáo pháp.**
**“Giống như Phật là vua trong các pháp, kinh Pháp hoa này cũng vậy, là vua trong tất cả các kinh.**

*“Trong tất cả hàng Thanh văn, Duyên giác thì Bồ Tát là bậc nhất.”* Đây là nêu rõ nhân [tu hành] bậc nhất. Các kinh khác nói nhân tu hành là bảy hạng phương tiện, kinh này nói nhân tu hành vượt ngoài mọi phương tiện, cho nên nói là nhân tu hành bậc nhất.

*“Phật là vua trong các pháp”*, đây là nêu về quả vị [bậc nhất]. Các kinh khác nêu quả vị gần, [chứng đắc] nơi đạo tràng tịch diệt. Kinh này nêu quả vị xa, chỉ đến bản địa [từ xa xưa] nên là bậc nhất.

**KINH VĂN**

**“Này Tú Vương Hoa! Kinh này có thể cứu độ hết thảy chúng sanh; kinh này có thể khiến cho hết thảy chúng sanh xa lìa khổ não; kinh này có thể làm lợi ích lớn lao cho hết thảy chúng sanh; giúp chúng sanh thành tựu đầy đủ tâm nguyện của họ. Giống như hồ nước trong mát có thể thỏa mãn tất cả những người đang khát; như người đang rét lạnh gặp được lửa; như người lõa lồ gặp được y phục; như những người đi buôn xa gặp được trưởng đoàn; như con được gặp mẹ; như người qua sông gặp được con thuyền; như người bệnh gặp được thầy thuốc; như khi tối tăm gặp được ngọn đèn; như người nghèo gặp được của báu; như dân thường gặp được đức**

**vua; như người đi buôn xa gặp được biển rộng;[1] như ngọn đuốc xua tan bóng tối; kinh Pháp hoa này cũng vậy, có thể giúp chúng sanh xa lìa tất cả khổ não, tất cả bệnh tật đau đớn, có thể tháo mở tất cả những trói buộc của sinh tử.**

❖ Tiểu đoạn thứ hai từ câu *"Này Tú Vương Hoa! Kinh này có thể cứu độ"* trở đi, xưng tán công năng hoạt dụng của pháp, chia làm 3 phân đoạn. Thứ nhất là tán thán công dụng dứt trừ khổ não. Thứ hai là nêu 12 việc, tán thán công dụng mang lại an vui. Cuối cùng là tóm kết, tất cả đều y theo kinh văn có thể hiểu được.

## KINH VĂN

**"Nếu ai được nghe kinh Pháp hoa này rồi tự mình sao chép hoặc bảo người khác sao chép, người ấy đạt được công đức mà dù có dùng trí tuệ Phật để suy lường nhiều ít cũng không thể đạt đến giới hạn.**

**"Nếu có người sao chép kinh Pháp hoa này rồi dùng hoa, hương, chuỗi ngọc, hương đốt, hương bột, hương thoa, phướn lọng, y phục, đủ mọi loại đèn như đèn bơ, đèn dầu, đèn thắp bằng dầu thơm, các loại dầu hoa chiêm-bặc, tu-mạn-na, ba-la-la, ba-lợi-sư-ca, na-bà-ma-lợi để cúng dường, thì công đức đạt được cũng không hạn lượng.**

**"Này Tú Vương Hoa! Nếu có người được nghe phẩm Hạnh nguyện thuở xưa của Bồ Tát Dược Vương này, cũng đạt được vô lượng vô biên công đức.**

**"Nếu có người nữ được nghe phẩm kinh này rồi có thể thọ trì, thì sau khi đã hết thân nữ này, về sau không sinh làm thân nữ nữa.**

**"Năm trăm năm sau khi Như Lai diệt độ, nếu có người nữ được nghe kinh Pháp hoa này, theo đúng lời dạy tu hành, khi người ấy mạng chung sẽ được vãng sinh về thế giới An Lạc, trụ xứ của đức**

[1] Nguyên tác là "như cổ khách đắc hải", có vẻ hơi tối nghĩa. Bản Anh dịch của H. Kern dịch câu này là "like the ocean for the rivers" (như những dòng sông gặp được biển).

Phật A-di-đà với chúng Đại Bồ Tát vây quanh. Người ấy sinh ra ngồi trên tòa báu ở giữa hoa sen, [không còn thân nữ,] không còn bị tham dục gây phiền não, cũng không bị sân hận, ngu si gây phiền não, cũng không bị những cấu nhiễm như kiêu mạn, tật đố gây phiền não, được pháp thần thông của Bồ Tát, đạt được pháp nhẫn vô sinh. Đạt pháp nhẫn này rồi, nhãn căn được thanh tịnh; nhờ nhãn căn thanh tịnh nên thấy được các đức Phật Như Lai nhiều như số cát của bảy trăm mười hai ngàn ức na-do-tha con sông Hằng.

"Khi ấy, chư Phật đều từ xa cùng khen ngợi: 'Lành thay, lành thay, thiện nam tử! Ông có thể ở trong pháp của đức Phật Thích-ca Mâu-ni mà thọ trì, tụng đọc, suy ngẫm kinh Pháp hoa này, vì người khác giảng nói, đạt được phước đức vô lượng vô biên, lửa không thể thiêu cháy, nước không thể cuốn trôi. Công đức của ông cho dù cả ngàn đức Phật cùng diễn nói cũng không nêu ra hết được. Nay ông có thể phá hết bọn giặc ma, trừ dứt quân sinh tử, những oán cừu thù địch khác cũng đều bị phá dẹp. Này thiện nam tử! Trăm ngàn đức Phật đều dùng sức thần thông để cùng che chở bảo vệ cho ông. Trong hàng trời, người ở khắp thế gian không ai được như ông. Trừ ra đức Như Lai, còn những hàng Thanh văn, Duyên giác cho đến hàng Bồ Tát đều không có trí tuệ thiền định sánh được như ông.'

"Này Tú Vương Hoa! Vị Bồ Tát [thọ trì kinh Pháp hoa] thành tựu được công đức, sức trí tuệ như vậy. Nếu có người được nghe phẩm Hạnh nguyện thuở xưa của Bồ Tát Dược Vương này, có thể tùy hỷ khen ngợi xưng tán, người ấy ngay trong đời này thường tỏa ra hương thơm hoa sen xanh từ miệng, thường tỏa hương thơm chiên-đàn Ngưu đầu từ các lỗ chân lông trên thân, và đạt được những công đức như trên đã nói.

"Vì thế, này Tú Vương Hoa, nay ta đem phẩm kinh này giao phó lại cho ông. Trong khoảng năm trăm năm sau khi ta diệt độ, hãy lưu truyền rộng khắp trong cõi Diêm-phù-đề, đừng để dứt mất khiến cho những kẻ xấu ác trong bọn ma, dân ma, trời, rồng, dạ-xoa, cưu-bàn-trà... được thuận tiện phát triển.

"Này Tú Vương Hoa! Ông nên dùng sức thần thông để giữ gìn, bảo vệ kinh Pháp hoa này. Vì sao vậy? Vì kinh này là liều thuốc hay

**chữa bệnh cho người trong cõi Diêm-phù-đề. Nếu người có bệnh mà được nghe kinh này liền dứt bệnh, không già không chết.**
**"Này Tú Vương Hoa! Nếu ông gặp người thọ trì kinh này, nên dùng bột hương trầm ướp hoa sen xanh cung kính rải lên người ấy. Rải lên rồi liền khởi ý nghĩ rằng: 'Người này không bao lâu nhất định sẽ trải cỏ ngồi nơi đạo trường, phá trừ quân ma, sẽ thổi tù và chánh pháp, đánh trống pháp lớn, đưa tất cả chúng sanh vượt thoát biển sinh già bệnh chết.' Cho nên, người cầu đạo Phật gặp người thọ trì kinh điển nên sinh tâm cung kính như vậy."**

◆ Đoạn thứ ba từ câu *"Nếu ai được nghe kinh Pháp hoa này"* trở đi, nêu rõ việc trì kinh được phước đức sâu xa, chia làm 2 tiểu đoạn. Thứ nhất, nêu phước đức của việc thọ trì toàn văn kinh. Thứ hai, nêu phước đức của việc thọ trì phẩm [*Hạnh nguyện thuở xưa của Bồ Tát Dược Vương*] này.

Kinh văn phần này có suy lường phúc đức, có giao phó [riêng phẩm kinh này và toàn bộ kinh], tất cả đều y theo kinh văn có thể hiểu được.

*"Thường tỏa ra hương thơm hoa sen xanh từ miệng"* là phước báo ngay trong hiện tại. Các việc khác đều là phước báo đời sau.

*"Được nghe kinh này liền dứt bệnh, không già không chết."* Câu này nên quán xét để hiểu. Không già là lạc, không chết là thường; được nghe kinh này thì hiểu rõ về [ý nghĩa] thường, lạc, trong lòng thanh thản an nhiên không còn gì lo sợ nữa.

**KINH VĂN**

**Khi Phật thuyết phẩm Hạnh nguyện thuở xưa của Bồ Tát Dược Vương, có tám mươi bốn ngàn Bồ Tát đạt được pháp đà-la-ni Nhận hiểu tất cả ngôn ngữ của chúng sanh.**
**Đức Như Lai Đa Bảo trong tháp báu khen ngợi Bồ Tát Tú Vương Hoa rằng: "Lành thay, lành thay, Tú Vương Hoa! Ông đã thành**

**tựu được công đức không thể nghĩ bàn, có thể thưa hỏi Phật Thích-ca Mâu-ni việc như vậy, làm lợi ích cho vô số hết thảy chúng sanh."[1]**

■ Phần thứ ba từ câu *"Khi Phật thuyết phẩm..."* trở đi, nêu việc thính chúng nghe kinh được lợi ích, y theo kinh văn có thể hiểu được.

■ Phần thứ tư từ *"Đức Như Lai Đa Bảo..."* nêu việc đức Phật Đa Bảo xưng tán điều tốt đẹp, y theo kinh văn có thể hiểu được.

[1] Đức Như Lai Đa Bảo ở trong tháp báu, vào lúc này không còn hiện thân nhìn thấy được, vì cuối phẩm Giao phó về sau thì tháp Phật tuy còn ở lại Pháp hội nhưng đã đóng lại.

# 24. Giải thích phẩm Bồ Tát Diệu Âm

## KINH VĂN

**Phẩm Bồ Tát Diệu Âm, thứ hai mươi bốn**

## Giải thích tên phẩm

Nội dung kinh văn tự có phần giải thích. Thuở xưa [Bồ Tát] cúng dường Phật Vân Lôi Âm Vương trăm ngàn loại kỹ nhạc, ngày nay du hành giáo hóa đến cõi khác thì có âm nhạc tự nhiên xuất hiện theo. Thuở xưa cúng dường tám mươi bốn ngàn bình bát quý báu, ngày nay có tám mươi bốn ngàn vị Bồ Tát là pháp khí[1] quyến thuộc vây quanh. Thuở xưa đạt được pháp tam-muội Giải nhất thiết chúng sanh ngữ ngôn,[2] nay dùng [tam-muội Hiện Nhất Thiết Sắc Thân] biến hiện khắp nơi, dùng âm thanh vi diệu vang dội khắp mười phương để hoằng truyền giáo pháp này, cho nên gọi là phẩm Bồ Tát Diệu Âm.

Phẩm này nêu rõ việc Bồ Tát dùng năng lực khó nghĩ bàn để tùy theo hạng loại chúng sanh mà lưu thông kinh điển. Chúng sanh nhìn thấy hình tích mà không suy lường bản nguyên, chỉ bằng lòng với mùi vị mà không biết chọn lựa hình thể, cho nên phải ở nơi địa vị thấp hèn mà tự làm ngưng trệ dòng chảy [của diệu pháp]. Đây tức là ý thứ hai trong pháp môn giáo hóa chúng sanh.

---

[1] Văn Cú dùng "đạo khí" (道器), có nghĩa tương đương như pháp khí nhưng ít gặp hơn.

[2] Văn Cú nói là "Nhất thiết chúng sanh ngữ ngôn đà-la-ni" (一切眾生語言陀羅尼) nhưng theo kinh văn thì vị Bồ Tát này đạt được pháp tam muội Giải nhất thiết chúng sanh ngữ ngôn tam-muội (解一切眾生語言三昧). Chúng tôi điều chỉnh đúng theo kinh văn.

Kinh văn phẩm này có 6 tổng đoạn. Thứ nhất [nêu việc Phật] phóng quang về phương đông để triệu tập; thứ hai, [Bồ Tát] vâng mệnh từ phương tây tìm đến; thứ ba, nêu việc [Bồ Tát Diệu Âm] hoằng truyền kinh điển này trong khắp mười phương; thứ tư, nêu việc ở hai cõi nước đều được lợi ích; thứ năm, [Bồ Tát Diệu Âm] quay về cõi nước của mình; thứ sáu, nêu việc người nghe phẩm kinh này được tiến bộ trên đường đạo.

**KINH VĂN**

**Lúc bấy giờ, đức Phật Thích-ca Mâu-ni phóng chiếu hào quang từ tướng nhục kế của bậc đại nhân,[1] cùng phóng hào quang từ tướng bạch hào giữa hai chân mày, soi khắp các thế giới của chư Phật về phương đông nhiều như số cát của tám trăm muôn ức na-do-tha con sông Hằng. Qua khỏi số thế giới ấy có thế giới tên là Tịnh Quang Trang Nghiêm, ở đó có đức Phật hiệu là Tịnh Hoa Tú Vương Trí Như Lai, Ứng Cúng, Chánh Biến Tri, Minh Hạnh Túc, Thiện Thệ, Thế Gian Giải, Vô Thượng Sĩ, Điều Ngự Trượng Phu, Thiên Nhân Sư, Phật Thế Tôn, đang thuyết pháp cho vô lượng vô biên các vị Đại Bồ Tát cung kính vây quanh. Hào quang từ tướng bạch hào giữa hai chân mày của Phật Thích-ca Mâu-ni soi chiếu khắp thế giới ấy.**

▣ Tổng đoạn thứ nhất, *“tướng nhục kế của bậc đại nhân”* là biển tướng tốt. Công đức của tất cả những sợi lông trên toàn thân [Phật] không bằng công đức của một vẻ đẹp [trong 80 vẻ đẹp]. Công đức của 80 vẻ đẹp không bằng công đức của một tướng tốt [trong 32 tướng]. Công đức của các tướng [trên thân Phật] tính từ phía dưới, càng lên trên thì càng thù thắng hơn, tất cả bên dưới đều không bằng công đức của tướng bạch hào.[2] Công đức của tướng

[1] Tức nhục kế tướng (H. 肉髻相, S. uṣṇīṣa-śiraskatā), một trong 32 tướng tốt của đức Phật. Từ giữa đỉnh đầu có một phần xương thịt nhô cao lên, hình dạng giống như một búi tóc, nên gọi là “kế” (búi tóc).

[2] Tướng bạch hào: tức là sợi lông trắng xoắn lại nằm giữa hai chân mày của đức Phật, là nơi có thể phóng ra hào quang.

bạch hào lại không bằng công đức của tướng nhục kế [trên đỉnh đầu Phật]. Cho nên gọi là tướng của bậc đại nhân. Duyên nghiệp của tướng này là nhờ sự hiếu thuận với các bậc sư trưởng [trong quá khứ] mà có, nay phóng hào quang để triệu tập đệ tử ngày xưa, sai khiến hoằng truyền kinh điển trung đạo làm lợi ích cho người có căn cơ Đại thừa.

Bạch hào khởi lên từ một đạo thanh tịnh, nay phóng ra hào quang để khiến cho truyền rộng giáo pháp này.

**Hỏi**: Mỗi một tướng tốt của Phật đều là biển pháp giới, vì sao lại nói có hơn kém?

**Đáp**: Vì các kinh khác có nêu ra nên mới nói như vậy mà thôi.

**Hỏi**: Đệ tử hữu duyên của Phật ở khắp cả mười phương, vì sao lại nói việc triệu tập từ phương đông sang thuyết giảng ở phương tây, không bàn đến tám phương khác sao?

**Đáp**: Điều này có ý nghĩa biểu trưng. Kinh Tịnh Danh nói: "Mặt trời, mặt trăng do ý nghĩa gì mà đi qua cõi Diêm-phù-đề? Là vì muốn dùng ánh sáng phá trừ tăm tối." Phương đông là nơi ánh sáng khởi đầu, phương tây là nơi chấm dứt. Có khởi đầu, có kết thúc, chỉ có thể là bậc thánh mà thôi. Người chưa phát tâm thì khiến cho phát tâm, kẻ chưa đạt được rốt ráo thì khiến cho được rốt ráo. Một vị Bồ Tát đã như vậy thì các chúng khác cũng như vậy, một phương đã như vậy thì các phương khác cũng như vậy. Bậc thánh không dùng văn rườm rà, nêu một ý để bao quát hết thảy. Cho nên chỉ nói đến hai phương đông tây mà thôi.

**KINH VĂN**

**Khi ấy, cõi thế giới Nhất Thiết Tịnh Quang Trang Nghiêm có một vị Bồ Tát hiệu là Diệu Âm,[1] từ lâu trồng sâu các gốc công đức, gần gũi cúng dường vô số trăm ngàn muôn ức đức Phật nên đã thành**

[1] Bồ Tát Diệu Âm (H. 妙音菩薩, S. Gadgadasvara).

**tựu trọn vẹn trí tuệ thâm sâu, đạt được các pháp tam-muội như Diệu tràng tướng, Pháp hoa, Tịnh đức, Tú vương hý, Vô duyên, Trí ấn, Giải nhất thiết chúng sanh ngữ ngôn, Tập nhất thiết công đức, Thanh tịnh, Thần thông du hý, Tuệ cự, Trang nghiêm vương, Tịnh quang minh, Tịnh tạng, Bất cộng, Nhật toàn...[1] Ngài được các pháp đại tam-muội như vậy, nhiều như số cát của trăm ngàn muôn ức con sông Hằng.**

**"Khi hào quang của đức Phật Thích-ca Mâu-ni chiếu đến thân của Bồ Tát Diệu Âm, ngài liền thưa với Phật Tịnh Hoa Tú Vương Trí: 'Bạch Thế Tôn! Nay con sẽ đến thế giới Ta-bà để lễ bái, gần gũi cúng dường đức Phật Thích-ca Mâu-ni cùng gặp gỡ Pháp vương tử Bồ Tát Văn-thù-sư-lợi, Bồ Tát Dược Vương, Bồ Tát Dũng Thí, Bồ Tát Tú Vương Hoa, Bồ Tát Thượng Hạnh Ý, Bồ Tát Trang Nghiêm Vương, Bồ Tát Dược Thượng.'**

**"Bấy giờ, đức Phật Tịnh Hoa Tú Vương Trí bảo Bồ Tát Diệu Âm: 'Ông đừng xem thường cõi nước ấy mà có ý cho là thấp kém. Thiện nam tử! Thế giới Ta-bà ấy cao thấp không bằng phẳng, đất đá núi đồi, đầy dẫy những thứ dơ nhớp xấu xa, thân Phật ở đó nhỏ bé, thân hình các Bồ Tát cũng nhỏ, còn thân ông cao bốn mươi hai ngàn do-tuần, thân ta cao sáu trăm tám mươi muôn do-tuần; thân ông đoan chính bậc nhất, hình sắc sáng suốt đẹp đẽ, cho nên khi đến đó đừng xem thường cõi nước ấy rồi đối với Phật, Bồ Tát hoặc cõi Phật ấy cho là thấp kém.'"**

▣ Tổng đoạn thứ hai nêu việc phát khởi đi đến [cõi Ta-bà], kinh văn có 2 đoạn. Thứ nhất là nói nhân duyên

---

[1] Kinh văn liệt kê 16 pháp tam-muội. Bản Anh ngữ kể ra 17 pháp, nhiều hơn một tam muội là Candrapradīpa, có thể dịch là tam-muội Nguyệt Đăng (月燈三昧), 16 pháp còn lại tương ứng nhau: tam-muội Diệu tràng tướng (Dhvajāgrakeyūra), tam-muội Pháp hoa (Saddharmapuṇḍarīka), tam-muội Tịnh đức (Vimaladatta), tam-muội Tú vương hý (Nakṣatrarājavikrīḍita), tam-muội Vô duyên (Anilambha), tam-muội Trí ấn (Jñānamudrā), tam-muội Giải nhất thiết chúng sanh ngữ ngôn (Sarvarutakauśalya), tam-muội Tập nhất thiết công đức (Sarvapuṇyasamuccaya), tam-muội Thanh tịnh (Prasādavatī), tam-muội Thần thông du hý (Ṛddhivikrīḍita), tam-muội Tuệ cự (Jñānolkā), tam-muội Trang nghiêm vương (Vyūharāja), tam-muội Tịnh quang minh (Vimalaprabhāsa), tam-muội Tịnh tạng (Vimalagarbha), tam-muội Bất cộng (Apkṛtsna), tam-muội Nhật toàn (Sūryāvarta).

phát khởi đi đến; thứ hai là nói việc chính thức đi đến [cõi Ta-bà].

◆ Đoạn thứ nhất nói nhân duyên tìm đến có 6 tiểu đoạn. Thứ nhất là lời dẫn của người chép kinh, nói về phước đức và trí tuệ của Bồ Tát Diệu Âm. Thứ hai, nêu việc [hào quang] chiếu đến [thân Bồ Tát]; thứ ba, nêu việc Bồ Tát từ biệt ra đi; thứ tư, nêu việc [đức Phật] răn nhắc; thứ năm, nói việc [Bồ Tát] kính nhận lời Phật dạy; thứ sáu, nói việc [Bồ Tát] hiện tướng đi đến [cõi Ta-bà].

❖ Tiểu đoạn thứ nhất, lời dẫn [của người chép kinh] nói nguyên do được phước đức là nhờ trước đây được gặp nhiều đức Phật. "Thành tựu trọn vẹn trí tuệ thâm sâu" tức là trí tuệ trang nghiêm; đạt được 16 pháp tam-muội tức là phước đức trang nghiêm.

❖ Tiểu đoạn thứ hai và thứ ba nói việc hào quang chiếu đến thân Bồ Tát, từ biệt Phật ra đi, đều y theo kinh văn có thể hiểu được.

❖ Tiểu đoạn thứ tư nói lời Phật răn nhắc. Nhưng bậc pháp thân đại sĩ không cần răn nhắc vẫn tự thành tựu, do quyến thuộc đi cùng có thể có người còn chưa thông đạt, nên [đức Phật] mượn lời nói [răn nhắc Bồ Tát] để hướng đến những vị kia.

Phật thân tương xứng với lý, không thể thấy hình tướng bên ngoài thấp nhỏ mà quên đi sự tôn nghiêm. Đây là dựa vào tòa Như Lai để răn nhắc.

Bậc thầy và đệ tử đều trọn đủ trí đức và đoạn đức; thầy [là Phật Thích-ca] đã thực hiện quyền pháp, đệ tử [là các vị Bồ Tát] cũng phải ẩn giấu thật pháp. Đây là dựa vào y Như Lai để răn nhắc.

Cõi nước là y báo, đều do chánh báo chiêu cảm. Lòng từ của đức Như Lai phủ khắp thế giới đại thiên nên tùy nghi có lúc cần cao, có lúc phải thấp, không được nhìn thấy y báo [thấp kém] mà quên đi chánh báo [trang nghiêm]. Đây là dựa vào nhà Như Lai để răn nhắc.

Đức Phật ở cõi ấy hoằng truyền kinh điển cũng chỉ dạy ba ý như trên. Những lời răn nhắc đáng tôn kính ấy dựa theo việc đạo của chư Phật vốn đồng như nhau.

**KINH VĂN**

**"Bồ Tát Diệu Âm bạch Phật: 'Thế Tôn! Nay con đến thế giới Ta-bà đều là nhờ sức của Như Lai, nhờ thần thông du hý của Như Lai, nhờ công đức trí tuệ trang nghiêm của Như Lai.'**

**"Liền đó Bồ Tát Diệu Âm từ nơi tòa ngồi, không đứng lên, thân hình không dao động, nhập tam-muội rồi dùng sức tam-muội hóa ra tám mươi bốn ngàn đóa hoa sen báu ở núi Kỳ-xà-quật, cách Pháp tòa không xa, cuống hoa bằng vàng diêm-phù-đàn, cánh hoa bằng bạc trắng, đài hoa bằng ngọc chân-thúc-ca,[1] nhụy hoa bằng kim cương."**

**Khi ấy, đức Phật Thích-ca Mâu-ni bảo ngài Văn-thù-sư-lợi: "Đó là Đại Bồ Tát Diệu Âm từ cõi Phật Tịnh Hoa Tú Vương Trí cùng với tám mươi bốn ngàn Bồ Tát vây quanh muốn đến thế giới Ta-bà để gần gũi cúng dường lễ bái ta, cũng là muốn cúng dường, nghe kinh Pháp hoa."**

**Bồ Tát Văn-thù-sư-lợi bạch Phật: "Thế Tôn! Vị Bồ Tát ấy đã trồng gốc lành gì, tu tập công đức gì mà có sức đại thần thông như vậy? Vị ấy tu hành pháp tam-muội gì? Nguyện đức Thế Tôn vì chúng con nói về tên gọi của pháp tam-muội ấy, để chúng con cũng chuyên cần tu tập theo. Tu tập pháp tam-muội ấy mới có thể thấy được hình tướng lớn nhỏ, oai nghi cử chỉ của Bồ Tát ấy. Kính nguyện đức Thế Tôn dùng sức thần thông, khi vị Bồ Tát kia đến khiến cho chúng con được nhìn thấy."**

**Bấy giờ, đức Phật Thích-ca Mâu-ni bảo Bồ Tát Văn-thù-sư-lợi: "Đức Như Lai Đa Bảo đã diệt độ từ lâu, nay sẽ vì các ông mà hiển bày hình tướng của Bồ Tát ấy."**

---

[1] Nguyên tác là "甄叔迦寶 - chân-thúc-ca bảo", chỉ một loại đá quý có màu rất đẹp, giống như hoa của cây chân-thúc-ca (kiṃśuka) nên được gọi tên theo đó.

**Khi ấy, đức Phật Đa Bảo bảo Bồ Tát Diệu Âm: "Thiện nam tử! Hãy đến đây, Pháp vương tử Văn-thù-sư-lợi muốn nhìn thấy thân ông."**

❖ Tiểu đoạn thứ năm nêu việc Bồ Tát vâng lời dạy của Phật. "Nhờ sức của Như Lai" tức là sức của tòa Như Lai; "nhờ thần thông du hý của Như Lai" tức là nhờ sức của nhà Như Lai; "nhờ công đức trí tuệ trang nghiêm của Như Lai" tức là nhờ sức của y Như Lai. Đây là thọ nhận lời dạy quan trọng hoằng truyền kinh điển, là tông chỉ cốt yếu lợi lạc chúng sanh, cho nên mới không dao động ở hội này mà vẫn có thể du hành giáo hóa khắp mười phương.

❖ Tiểu đoạn thứ sáu nêu việc hiện tướng đến [cõi Ta-bà], kinh văn có 6 phân đoạn. Thứ nhất là hóa hiện hoa sen đến trước; thứ hai là [Bồ Tát Văn-thù] thưa hỏi; thứ ba là [đức Phật Thích-ca Mâu-ni] giải đáp; thứ tư là thưa thỉnh; thứ năm là suy tìm công đức [ngày trước]; thứ sáu là [đức Phật Đa Bảo] bảo [Bồ Tát Diệu Âm] hiện đến. Tất cả đều y theo kinh văn có thể hiểu được.

**Hỏi**: Nếu Bồ Tát Văn-thù có giai vị thấp hơn, thì khi [Bồ Tát Diệu Âm] nói lời từ biệt [Phật] ra đi lẽ ra không nêu việc cầu được gặp [Văn-thù]. Nếu Bồ Tát Văn-thù có giai vị cao hơn, thì khi [Bồ Tát Diệu Âm] sắp đến lẽ nào lại không biết?

**Đáp**: Tuy đồng một giai vị nhưng có khởi đầu, khoảng giữa và sau cùng. Chỉ riêng một việc này không biết cũng không làm kém đi giai vị cao. Lại nữa, đại chúng thấy điềm lành nhưng không biết gì, vì giúp cho đại chúng được rõ biết nên mới thưa hỏi Phật.

## KINH VĂN

**Liền đó, Bồ Tát Diệu Âm biến mất ở cõi nước kia, cùng với tám mươi bốn ngàn Bồ Tát bắt đầu đến cõi Ta-bà. Những cõi nước ngài đi qua đều chấn động sáu cách, trời mưa xuống hoa sen bảy báu, trăm ngàn loại nhạc khí cõi trời không khua gõ mà tự vang lên. Bồ**

**Tát Diệu Âm có đôi mắt như cánh hoa sen xanh lớn rộng, giả sử như hòa hợp vẻ đẹp của trăm ngàn muôn mặt trăng cũng không bằng diện mạo đoan chính của ngài; thân như vàng ròng với vô số trăm ngàn công đức trang nghiêm, oai đức chói ngời, hào quang rực sáng, đầy đủ các tướng tốt, như thân na-la-diên kiên cố. Bồ Tát Diệu Âm hiện vào đài bảy báu, bay lên hư không, cao khỏi mặt đất bảy cây đa-la, các vị Bồ Tát cung kính vây quanh, cùng bay đến núi Kỳ-xà-quật ở thế giới Ta-bà. Khi đến nơi, ngài xuống khỏi đài bảy báu, mang chuỗi ngọc trị giá trăm ngàn lượng vàng[1] đến chỗ đức Phật Thích-ca Mâu-ni, cúi đầu áp mặt lễ dưới chân Phật, dâng chuỗi ngọc lên rồi thưa với Phật: "Bạch Thế Tôn! Đức Phật Tịnh Hoa Tú Vương Trí gửi lời thăm hỏi vấn an Thế Tôn, ngài có được ít bệnh não, đứng ngồi nhẹ nhàng, đi lại an vui chăng? Bốn đại có điều hòa chăng? Việc đời có nhẫn chịu chăng? Chúng sanh có dễ hóa độ chăng? Không có nhiều chúng sanh tham dục, sân hận, ngu si, tật đố, keo lận, ngạo mạn chăng? Không có những chúng sanh bất hiếu với cha mẹ, bất kính với sa-môn, hoặc tà kiến, tâm bất thiện, không nhiếp phục năm căn[2] chăng? Bạch Thế Tôn! Chúng sanh cõi này có hàng phục được các ma oán chăng? Đức Như Lai Đa Bảo đã diệt độ từ lâu trong tháp bảy báu có hiện đến nghe pháp chăng? Lại cũng xin thưa hỏi vấn an đức Như Lai Đa Bảo, có an ổn, ít phiền não, nhẫn chịu ở lại lâu được chăng? Bạch Thế Tôn! Nay con muốn được nhìn thấy thân Phật Đa Bảo, kính nguyện đức Thế Tôn hiển bày cho con được thấy."**

**Khi ấy, đức Phật Thích-ca Mâu-ni nói với Phật Đa Bảo: "Bồ Tát Diệu Âm này muốn được bái kiến."**

**Bấy giờ, đức Phật Đa Bảo bảo Bồ Tát Diệu Âm: "Lành thay, lành thay! Ông có thể vì cúng dường đức Phật Thích-ca Mâu-ni, nghe kinh Pháp hoa và gặp gỡ các Bồ Tát như Văn-thù-sư-lợi... mà đến cõi này."**

[1] Nguyên tác nói "價直百千 - giá trị bá thiên" (giá trị trăm ngàn), không rõ nghĩa. Trong phẩm Bồ Tát Quán Thế Âm tiếp theo, ở một ngữ cảnh tương tự dùng "價直百千兩金 - giá trị bá thiên lượng kim" (ĐCT, T9, 262, tr.57b, d.25-26) nên có thể biết rằng ở đây kinh văn nói lược, thay vì nói đủ là "trăm ngàn lượng vàng".

[2] Nguyên tác dùng "五情 - ngũ tình" để chỉ 5 căn: mắt, tai, mũi, lưỡi và thân, do 5 căn này làm khởi sinh tình thức nên gọi là ngũ tình.

◆ Đoạn thứ hai từ câu *"Liền đó, Bồ Tát Diệu Âm biến mất..."* trở đi, nêu việc chính thức phát khởi đi đến [cõi Ta-bà]. Kinh văn chia làm 6 tiểu đoạn. Thứ nhất là cùng với quyến thuộc phát khởi ra đi trải qua các cõi nước; thứ hai, mô tả việc Bồ Tát vào đài báu bay lên; thứ ba, vấn an và truyền đạt lời [đức Phật Tịnh Hoa Tú Vương Trí]; thứ tư, thỉnh cầu được thấy Phật Đa Bảo; thứ năm, đức Thế Tôn chuyển lời [với Phật Đa Bảo]; thứ sáu, [Phật Đa Bảo] trong tháp khen ngợi việc tốt đẹp.

Tất cả các phần này đều y theo kinh văn có thể hiểu được, [không cần giải thích].

### KINH VĂN

**Khi ấy, Bồ Tát Hoa Đức bạch Phật: "Thế Tôn! Vị Bồ Tát Diệu Âm này đã trồng những căn lành gì, tu tập công đức gì mà có được sức thần thông như vậy?"**

**Đức Phật bảo Bồ Tát Hoa Đức: "Thời quá khứ có đức Phật hiệu là Vân Lôi Âm Vương Như Lai, Ứng Cúng, Chánh Biến Tri... cõi nước tên là Hiện Nhất Thiết Thế Gian, kiếp tên là Hý Kiến.[1] Bồ Tát Diệu Âm trong mười hai ngàn năm đã dùng trăm ngàn loại kỹ nhạc để cúng dường lên đức Phật Vân Lôi Âm Vương, cùng dâng lên tám mươi bốn ngàn bình bát quý báu. Do phước báo từ nhân duyên ấy, nay được sanh vào cõi Phật Tịnh Hoa Tú Vương Trí, có sức thần thông như thế.**

**"Này Hoa Đức! Ý ông nghĩ sao? Thuở xưa ở chỗ đức Phật Vân Lôi Âm Vương, Bồ Tát Diệu Âm từng dùng kỹ nhạc cúng dường, dâng bình bát quý báu đó nào phải ai khác, chính là Đại Bồ Tát Diệu Âm ngày nay."**

▣ Tổng đoạn thứ ba nói việc hoằng truyền kinh điển, chia ra thành hai đoạn. Đoạn thứ nhất thưa hỏi, đoạn thứ hai giải đáp.

---

[1] Nguyên tác là "憙見 - Hý Kiến", chữ "憙 - hý" có nghĩa là vui sướng, hài lòng, mừng rỡ..., khác với chữ "喜 - hỷ".

◆ Đoạn thứ nhất trước tiên thưa hỏi về căn lành, sau đó thưa hỏi về thần lực. Hỏi về căn lành tức là hỏi về thuở xưa, hỏi về thần lực là hỏi việc ngày nay.

◆ Đoạn thứ hai, đức Phật giải đáp có 2 tiểu đoạn.

❖ Tiểu đoạn thứ nhất nói việc ngày xưa cúng dường âm nhạc và bình bát báu, sau đó kết nối tương hợp việc xưa với ngày nay. Tất cả đều y theo kinh văn có thể hiểu được. Đây là giải đáp câu hỏi về căn lành.

## KINH VĂN

**"Này Hoa Đức! Bồ Tát Diệu Âm này từng gần gũi cúng dường vô số các đức Phật, từ lâu gieo trồng cội đức, lại được gặp vô số trăm ngàn muôn ức na-do-tha Phật nhiều như cát sông Hằng.**

**"Này Hoa Đức! Ông chỉ thấy được thân của Bồ Tát Diệu Âm tại đây thôi, nhưng Bồ Tát này còn thị hiện đủ thân hình ở khắp mọi nơi, vì chúng sanh thuyết giảng kinh điển này. Hoặc hiện thân Phạm vương, hoặc hiện thân Đế thích, hoặc thân Tự Tại Thiên, Đại Tự Tại Thiên, Thiên Đại Tướng Quân, Tỳ-sa-môn Thiên Vương, Chuyển Luân Thánh Vương; hoặc hiện thân các tiểu vương, trưởng giả, cư sĩ, tể quan, bà-la-môn, tỳ-kheo, tỳ-kheo-ni, ưu-bà-tắc, ưu-bà-di, hoặc hiện thân phụ nữ là trưởng giả, cư sĩ, tể quan, bà-la-môn, hoặc hiện thân đồng nam, đồng nữ, hoặc hiện thân trời, rồng, dạ-xoa, càn-thát-bà, a-tu-la, ca-lâu-la, khẩn-na-la, ma-hầu-la-già, người, phi nhân... mà thuyết giảng kinh này. Tại những nơi như địa ngục, ngạ quỷ, súc sanh cùng những nơi khó gặp Phật pháp,[1] Bồ Tát đều**

---

[1] Nguyên tác dùng "難處 - nan xứ", tức bát nan xứ (八難處), chỉ những điều kiện khó gặp Phật pháp. Kinh Chánh Pháp hoa dịch là "及諸八難 - cập chư bát nan". Tám nan xứ hay 8 điều kiện khó gặp Phật pháp bao gồm: 1. Địa ngục (地獄; Phạn ngữ: naraka); 2. Súc sanh(畜生; Phạn ngữ: tiryañc); 3. Ngạ quỉ (餓鬼; Phạn ngữ: preta); 4. Trường thọ thiên (長壽天; Phạn ngữ: dyrghyurdeva), là cõi trời thuộc Sắc giới với thọ mạng cao. Thọ mạng cao cũng là một chướng ngại vì nó làm mê hoặc người tu, làm cho dễ quên những nỗi khổ của sanh lão bệnh tử trong luân hồi; 5. Biên địa (邊地; Phạn ngữ: pratyantajanapda), là những vùng không nằm nơi trung tâm, chẳng hạn như biên giới, nơi hẻo lánh, không thuận tiện cho việc tu học Chánh pháp; 6. Căn khuyết (根缺; Phạn ngữ: indriyavaikalya), không có đủ

**có thể cứu giúp; cho đến trong hậu cung của đức vua, Bồ Tát cũng hiện thành thân nữ để thuyết kinh này.**

**"Này Hoa Đức! Bồ Tát Diệu Âm thường cứu độ, giúp đỡ chúng sanh trong thế giới Ta-bà; Bồ Tát Diệu Âm hóa hiện đủ mọi hình tướng như vậy, vì chúng sanh thuyết giảng kinh Pháp hoa này trong cõi Ta-bà mà sức thần thông biến hóa, trí tuệ của Bồ Tát không hề suy giảm. Vị Bồ Tát này dùng bao nhiêu là môn trí tuệ để soi sáng thế giới Ta-bà, giúp cho mỗi một chúng sanh đều đạt được chỗ hiểu biết, lại ở nơi các thế giới nhiều như cát sông Hằng trong khắp mười phương cũng đều như vậy.**

**"Nếu có chúng sanh chỉ có thể hóa độ bằng hình tướng Thanh văn, Bồ Tát liền hiện thân Thanh Văn để thuyết pháp; nếu có chúng sanh chỉ có thể hóa độ bằng hình tướng Duyên giác, liền hiện thân Duyên giác để thuyết pháp; nếu có chúng sanh chỉ có thể hóa độ bằng hình tướng Bồ Tát, liền hiện thân Bồ Tát để thuyết pháp; nếu có chúng sanh chỉ có thể hóa độ bằng hình tướng Phật, liền hiện thân Phật để thuyết pháp. Bồ Tát tùy theo hình tướng thích hợp để hóa độ chúng sanh mà hiện ra đủ mọi hình tướng, cho đến những chúng sanh phải dùng sự diệt độ mới có thể hóa độ, liền thị hiện diệt độ.**

**"Này Hoa Đức! Sự thành tựu sức đại trí tuệ thần thông của Đại Bồ Tát Diệu Âm là như vậy."**

**Lúc bấy giờ, Bồ Tát Hoa Đức bạch Phật: "Thế Tôn! Bồ Tát Diệu Âm này đã trồng sâu căn lành. Bạch Thế Tôn! Bồ Tát này đã an trụ pháp tam-muội gì mà có thể tùy nơi biến hiện độ thoát chúng sanh?"**

---

giác quan hoặc các giác quan bị tật nguyền như mù, câm, điếc... 7. Tà kiến (邪見; Phạn ngữ: mithydarśana), những kiến giải sai lệch, bất thiện; 8. Như Lai bất xuất sanh (如來不出生; Phạn ngữ: tathgatnm anutpda), nghĩa là sanh sống trong thời gian không có Phật hoặc giáo pháp của Phật xuất hiện. Trong một số kinh luận giải thích khác biệt về hai nan xứ thứ 5 và thứ 7: biên địa được thay bằng châu Uất-đan-việt, vì cho rằng chúng sanh ở châu này hưởng nhiều sự sung sướng nên khó tu tập; tà kiến được thay bằng "thế trí biện thông", vì cho rằng người học nhiều biết rộng sẽ khó khăn hơn trong việc tiếp nhận Chánh pháp.

**Đức Phật bảo Bồ Tát Hoa Đức: "Thiện nam tử! Pháp tam-muội ấy có tên là Hiện Nhất Thiết Sắc Thân. Bồ Tát Diệu Âm an trụ trong pháp tam-muội ấy nên có thể làm lợi ích cho vô số chúng sanh như vậy."**

❖ Tiểu đoạn thứ hai từ câu *"Này Hoa Đức! Bồ Tát Diệu Âm..."* trở đi là giải đáp câu hỏi về thần lực, nêu ra 34 thân phàm phu và 4 thân thánh nhân, kết thành mười pháp giới, sáu đường chúng sanh.

Từ câu *"Lúc bấy giờ, Bồ Tát Hoa Đức bạch Phật..."* trở đi là thưa hỏi [Bồ Tát Diệu Âm] ngày nay đang trụ ở pháp tam-muội nào mà có thể được lợi ích tự tại như vậy. Đức Phật giải đáp, y theo kinh văn có thể hiểu được.

**KINH VĂN**

**Khi Phật thuyết phẩm Bồ Tát Diệu Âm này, tám mươi bốn ngàn Bồ Tát cùng đi với Bồ Tát Diệu Âm đều đạt được pháp tam-muội Hiện Nhất Thiết Sắc Thân; vô số Bồ Tát ở thế giới Ta-bà này cũng đạt được pháp tam-muội ấy cùng pháp tổng trì.**

▣ Tổng đoạn thứ tư từ câu *"Khi Phật thuyết phẩm Bồ Tát Diệu Âm này..."* trở đi nêu lợi ích của cả hai cõi nước. Tam-muội và đà-la-ni[1] tuy cùng một thể mà hoạt dụng khác nhau. Hoạt dụng vắng lặng tịch tĩnh là tam-muội, hoạt dụng nắm giữ [không quên mất] là đà-la-ni. Lại nữa, dùng sắc thân biến hiện gọi là tam-muội; dùng âm thanh [ngôn ngữ] biện thuyết gọi là đà-la-ni. Trong phẩm trước nói [Bồ Tát Dược Vương] trước đã đạt được tam-muội Hiện nhất thiết sắc thân, khi tái sinh đời sau được đà-la-ni Giải nhất thiết chúng sanh ngữ ngôn. Âm thanh cũng thuộc về sắc pháp, cho nên nói cùng một thể mà hoạt dụng khác nhau. Lại nữa, lưỡi thanh tịnh gọi là đà-la-ni, các căn khác thanh tịnh gọi là tam-muội. Tất cả đều là pháp môn thanh tịnh sáu căn.

---

[1] Kinh văn gọi là "tổng trì", phần giảng giải này gọi là "đà-la-ni" vì cả hai cách gọi này có ý nghĩa như nhau.

## KINH VĂN

**Lúc bấy giờ, Đại Bồ Tát Diệu Âm cúng dường Phật Thích-ca Mâu-ni cùng Phật Đa Bảo xong liền quay về cõi nước của mình. Các cõi nước ngài đi qua đều chấn động sáu cách, trời mưa xuống hoa sen báu, vang lên trăm ngàn muôn ức đủ loại âm nhạc. Khi về đến cõi thế giới kia rồi, ngài với tám mươi bốn ngàn Bồ Tát vây quanh cùng đến chỗ đức Phật Tịnh Hoa Tú Vương Trí, bạch Phật rằng: "Thế Tôn! Con đến thế giới Ta-bà làm lợi ích chúng sanh, đã gặp đức Phật Thích-ca Mâu-ni, cũng thấy được tháp Phật Đa Bảo, lễ bái cúng dường, lại gặp gỡ Pháp vương tử Bồ Tát Văn-thù-sư-lợi, Bồ Tát Dược Vương, Bồ Tát Đắc Cần Tinh Tấn Lực, Bồ Tát Dũng Thí... và cũng khiến cho tám muôn bốn ngàn Bồ Tát này đều đạt được pháp tam-muội Hiện Nhất Thiết Sắc Thân."**

**Khi đức Phật thuyết phẩm kinh Bồ Tát Diệu Âm[1] này, có bốn mươi hai ngàn vị thiên tử cõi trời đạt được pháp nhẫn vô sinh, Bồ Tát Hoa Đức đạt được pháp tam-muội Pháp hoa."**

▣ Tổng đoạn thứ năm từ câu *"Lúc bấy giờ, Đại Bồ Tát Diệu Âm cúng dường..."* trở đi nêu việc [Bồ Tát Diệu Âm] trở về cõi nước cũ. Mặt đất chấn động, mưa hoa rơi xuống, đó là Bồ Tát đi qua còn có thể làm lợi ích bên đường đi, huống chi việc Phật phóng hào quang trước đó, soi chiếu đến trăm ngàn muôn ức na-do-tha cõi nước về phương đông, cũng đều nói đến lợi ích.

▣ Tổng đoạn thứ sáu từ câu *"Khi đức Phật thuyết..."* trở đi nói việc khi nghe phẩm kinh này liền được tăng tiến trên đường đạo, y theo kinh văn có thể hiểu được.

[1] Kinh văn chỗ này nói là "Diệu Âm Bồ Tát lai vãng phẩm" (妙音菩薩來往品) nhưng trong tên phẩm kinh chính thức không có hai chữ "lai vãng".

# 25. Giải thích phẩm Phổ môn - Bồ Tát Quán Thế Âm

**KINH VĂN**

**Phẩm Phổ môn - Bồ Tát Quán Thế Âm, thứ hai mươi lăm**

## Giải thích tên phẩm

Phẩm này là bản kinh đương thời được tôn quý nhất,[1] rất nhiều người giảng giải. Nay ở đây giải thích không giống như những vị khác. Riêng về phẩm này tôi có ghi chép 2 quyển giảng giải, nay lược lấy những điểm cốt yếu để giải thích tên phẩm này, có phần giải thích nghĩa tổng quát, có phần nói nghĩa chi tiết cụ thể. Giải thích nghĩa tổng quát thì nêu mười cặp theo nhau, giải thích chi tiết cụ thể thì giảng rõ năm chữ [trong tên phẩm].

Mười cặp theo nhau là từ cặp thứ nhất nêu người và pháp, cho đến cặp thứ mười nói trí đức và đoạn đức. Đại lược là như vậy.

- Thứ nhất, cặp người và pháp. Quán Thế Âm là nói về người, Phổ môn là nói về pháp. Người có nhiều loại... Pháp có nhiều loại...[2] Theo phần hỏi đáp ở trước là bàn về Bồ Tát Quán Thế Âm, tức là người; theo phần hỏi đáp ở sau là bàn về Phổ môn, tức là pháp. Người và pháp hợp lại nêu chung, cho nên gọi là phẩm Phổ môn Bồ Tát Quán Thế Âm.

---

[1] Văn Cú nói là "đương đồ vương kinh" (當途王經). Chữ "đồ" là đường đi, chỉ sự lưu truyền ở đời, chữ "vương" là vua, chỉ sự tôn quý bậc nhất.

[2] Những chỗ này Văn Cú dùng chữ "vân vân" (云云), có thể là lược đi so với ghi chép trong 2 quyển giảng giải như đã nói trước.

- Thứ hai, [cặp bi và từ]. Quán Thế Âm là nói tâm đại bi cứu khổ. Theo phần hỏi đáp ở trước, có trăm ngàn khổ não đều được giải thoát. Phổ môn là nói tâm đại từ ban vui. Theo phần hỏi đáp ở sau thì tùy theo chỗ có thể hóa độ được chúng sanh mà vì họ thuyết pháp.
- Thứ ba, [cặp trí và phước]. Quán Thế Âm là nói trí tuệ trang nghiêm. Trí tuệ có khả năng đoạn trừ mê hoặc, như lúc sáng thì không có bóng tối. Phổ môn là nói phước đức trang nghiêm. Phước đức có thể làm thay đổi tuổi thọ, như hạt châu [như ý] làm mưa xuống các món báu.
- Thứ tư, [cặp pháp và ứng]. Quán Thế Âm là nói quán sát ngầm khế hợp nơi cảnh, tức là pháp thân. Phổ Môn là nói tùy nơi mà ứng hiện, tức là ứng thân.
- Thứ năm, [cặp thuốc và ngọc]. Quán Thế Âm là ví như cây thuốc chúa, bệnh tật khắp châu thân đều trừ dứt. Phổ môn ví như hạt ngọc như ý, [người có ngọc thì] tùy ý muốn gì cũng có.
- Thứ sáu, [cặp ngầm và hiển]. Quán Thế Âm là nói ngấm ngầm làm lợi ích [chúng sanh], không có chỗ thấy nghe nhưng ba món độc, bảy tai nạn đều được lìa thoát; hai sự mong cầu, hai tâm nguyện đều được thỏa mãn. Phổ môn là nói sự hiển lộ rõ rệt làm lợi ích, [chúng sanh được] tận mắt nhìn thấy dung nhan 33 bậc thánh, tai nghe 19 lời dạy đáng tôn kính.
- Thứ bảy, [cặp thật và quyền]. Quán Thế Âm là nói tùy theo tự ý soi chiếu trí chân thật. Phổ môn là nói tùy theo ý chúng sanh soi chiếu trí quyền biến.
- Thứ tám, [cặp bản và tích]. Quán Thế Âm là bản nguyên tột cùng không lay động. Phổ môn là hình tích tùy duyên mà biến hiện thích hợp.[1]

[1] Văn Cú nói là "任方圓" (nhậm phương viên), nghĩa là tùy duyên mà có thể vuông, có thể tròn, ý nói biến đổi thích hợp tùy trường hợp.

- Thứ chín, [cặp liễu và duyên]. Quán Thế Âm, từ căn bản là chủng tử liễu nhân [của tánh Phật]. Phổ môn, từ căn bản là chủng tử duyên nhân [của tánh Phật].
- Thứ mười, [cặp trí và đoạn]. Quán Thế Âm, rốt ráo là trí đức, như ánh sáng mặt trăng đêm 14 [giữa tháng]. Phổ môn, rốt ráo là đoạn đức, như mặt trăng vào đêm 29 [cuối tháng] ánh sáng đã gần dứt mất.

Hai lần hỏi đáp trong kinh văn hàm chứa vô lượng ý nghĩa, nay chỉ lược nêu 10 cặp theo nhau, khởi đầu từ người và pháp, cuối cùng là trí và đoạn, dùng để giải thích tên phẩm theo nghĩa chung. Ý nghĩa là như vậy.

Bàn về ý nghĩa chi tiết cụ thể thì giải thích năm chữ [trong tên phẩm].

• Thứ nhất là chữ "quán". Quán có nhiều loại, là nói các loại quán chiếu phân tích chia chẻ, quán chiếu bản thể, quán chiếu trình tự và quán chiếu viên mãn.[1] Quán chiếu phân tích là diệt trừ hình sắc, thể nhập tánh không. Quán chiếu bản thể là thấy được sắc tức là không. Quán chiếu trình tự là tuần tự đi từ quán chiếu phân tích cho đến quán chiếu viên mãn. Quán chiếu viên mãn là thấy được quán chiếu phân tích là thật tướng, cho đến quán chiếu trình tự cũng là thật tướng.

Nay lược bớt ba loại quán, chỉ luận riêng về quán chiếu viên mãn. Kinh văn nói "phổ môn quán", nếu không phải cửa vào viên mãn thì không gọi là "phổ", tức là ý nghĩa này.

• Thứ hai là chữ "thế". Nếu xét theo sự hành trì thì [phải luận về] thế trước, quán sau; xét theo lời nói thì quán trước, thế sau. Nay theo sự thuận tiện lời văn nên bàn về [quán trước] thế sau.

Thế cũng có nhiều loại, là nói có hữu vi thế, vô vi thế, nhị

[1] Tích quán (析觀) là quán chiếu phân tích chia chẻ đối tượng; thể quán (體觀) là quán chiếu sâu vào bản thể, thực chất; thứ đệ quán (次第觀) là quán chiếu theo trình tự; viên quán (圓觀) là quán chiếu trọn vẹn, viên mãn.

biên thế và bất tư nghị thế. Hữu vi thế tức là ba cõi thế gian. Vô vi thế tức là 2 cảnh giới Niết-bàn. Nhị biên thế tức là sanh tử và Niết-bàn. Bất tư nghị thế là cảnh giới thật tướng. Nay lược bỏ đi các loại khác, chỉ giữ lại bất tư nghị thế.

- Thứ ba là chữ "âm", ở đây chỉ căn cơ. Căn cơ lại có nhiều loại, như căn cơ hàng trời người, căn cơ nhị thừa, căn cơ Bồ Tát, căn cơ Phật.

Căn cơ hàng trời người là "không làm các việc ác, vâng làm các việc lành". Căn cơ nhị thừa là "chán sợ sanh tử, vui chuộng vô vi". Căn cơ Bồ Tát là trước lo cho người, sau mới đến mình, từ bi, nhân hậu, khiêm nhường. Căn cơ Phật là trong hết thảy các pháp đều dùng phép quán bình đẳng thể nhập, hết thảy mọi việc đều không ngăn ngại người, chỉ một đường thoát khỏi sanh tử. Nay lược bỏ các căn cơ âm khác, chỉ dùng Phật âm cơ mà bày ra sự ứng hóa. Dùng nhân duyên căn cơ ứng hóa này nên gọi là Quán Thế Âm.

- [Thứ tư là] chữ "phổ", có nghĩa là rộng khắp mọi nơi. Các pháp không hạn lượng, nếu không rộng khắp tức là thiên lệch; nếu rộng khắp mới là viên mãn. Cho nên, kinh Tư ích nói: "Hết thảy các pháp là tà vạy, hết thảy các pháp cũng là chân chánh."

Nay lược nói mười pháp để nêu rõ nghĩa "phổ" là rộng khắp. Hiểu được ý nghĩa này rồi thì hết thảy các pháp không gì là không rộng khắp. Mười pháp này là: từ bi rộng khắp, hoằng thệ rộng khắp, tu hành rộng khắp, dứt trừ mê hoặc[1] rộng khắp, nhập pháp môn rộng khắp, thần thông rộng khắp, phương tiện rộng khắp, thuyết pháp rộng khắp, thành tựu chúng sanh rộng khắp, cúng dường chư Phật rộng khắp.

1. Từ bi rộng khắp: Khởi đầu từ hàng trời người [tu tập] cuối cùng cho đến hàng Bồ Tát, tất cả đều có từ

[1] Văn Cú dùng "ly hoặc" (離惑) ở đây, nhưng trong phần giảng rộng theo sau dùng "đoạn hoặc" (斷惑).

bi, nhưng [trong đó] có rộng khắp hoặc không rộng khắp. Lòng từ phụ thuộc hai duyên sinh, pháp là đã thiên lệch từ nơi tánh thể, do trói buộc nơi duyên không thể mở rộng nên không gọi là rộng khắp. Lòng từ vô duyên đồng thể với thật tướng, lý đã viên mãn nên lòng từ ấy không đâu không biến hiện; như đá nam châm hút sắt, thuận theo tự nhiên mà tương ứng. Lòng từ bi như vậy thấm nhuần hết thảy muôn loài, cho nên gọi là từ bi rộng khắp.

2. Hoằng thệ rộng khắp: Hoằng là rộng lớn, thệ là thúc chế. Có sự thúc chế rộng lớn thiết yếu trong tâm nên nói là hoằng thệ. Hoằng thệ nương theo tứ đế mà sinh khởi. Nếu dựa vào tứ đế hữu tác, vô sanh, vô lượng, không thâu nhiếp được hết thảy các pháp thì không gọi là rộng khắp. Nếu dựa vào tứ đế vô tác mới gọi là hoằng thệ rộng khắp.
3. Tu hành rộng khắp: Ví như đức Phật [Thích-ca Mâu-ni], khi chưa gặp Phật Định Quang, trước đó mọi sự tu tập đều không tương hợp với lý. Từ sau khi [gặp Phật Định Quang] được thụ ký rồi thì ngay nơi mọi sự mọi việc đều là tánh lý. Dùng lý và trí trải qua các pháp tu hành thì không một công hạnh nào không rộng khắp.
4. Dứt trừ mê hoặc rộng khắp: Nếu dùng Nhất thiết trí và Đạo chủng trí để dứt trừ bốn trụ địa phiền não,[1] trần sa hoặc... cũng giống như cắt bỏ cành lá, không gọi là dứt trừ mê hoặc rộng khắp. Nếu dùng Nhất

[1] Bốn trụ địa phiền não: tức chỉ kiến hoặc và tư hoặc, bao gồm Kiến nhất thiết trụ địa (tức là hết thảy kiến hoặc trong ba cõi), Dục ái trụ địa (tức là hết thảy tư hoặc trong Dục giới), Sắc ái trụ địa (tức là hết thảy tư hoặc trong Sắc giới), Hữu ái trụ địa (tức là hết thảy tư hoặc trong Vô sắc giới). Bốn yếu tố này là căn bản khởi sinh của tất cả phiền não nên gọi là trụ địa. Các yếu tố này được gọi chung là kiến tư hoặc. Giáo lý tông Thiên Thai xác định Tam hoặc bao gồm kiến tư hoặc, trần sa hoặc và vô minh hoặc. Vô minh hoặc cũng chính là trụ địa phiền não thứ năm trong ngũ trụ địa hoặc (五住地惑).

thiết chủng trí dứt trừ vô minh, cả năm trụ địa phiền não đều dứt sạch tận gốc rễ, đó gọi là dứt trừ mê hoặc rộng khắp.[1]

5. Nhập pháp môn rộng khắp: Các giai vị đạo tiền[2] gọi là tu phương tiện, sự thể nhập từ các giai vị đạo hậu gọi là nhập pháp môn. Nếu là hàng Nhị thừa nhất tâm nhập một pháp định; nhất tâm chỉ tạo tác được một, chẳng được nhiều, lại bị thiền định trói buộc, cho nên không gọi là rộng khắp. Nếu [tuần tự] trải qua các giai vị, mức độ cạn hay sâu đều sai khác, cũng không gọi là rộng khắp. Nếu nhập pháp tam-muội Vương, tất cả các tam-muội đều vào trong [pháp tam-muội] ấy, "không khởi diệt định mà hiện các oai nghi",[3] cho nên gọi là pháp môn rộng khắp.

6. Thần thông rộng khắp: Các vị Đại A-la-hán có thiên nhãn nhìn thấy khắp thế giới đại thiên; hàng Duyên giác[4] thấy khắp hàng trăm cõi Phật, hàng Bồ Tát nhìn thấy khắp số thế giới nhiều như cát sông Hằng. Tất cả đều duyên nơi cảnh nhỏ hẹp [mà tu tập], phát khởi thần thông lại thiên lệch. Nếu duyên nơi thật tướng để tu tập thì một pháp phát khởi tất cả đều phát khởi. Thần thông tương tự [của người trì kinh

[1] Phần giải thích này dựa theo giáo nghĩa của tông Thiên Thai cho rằng Nhất thiết trí dứt trừ kiến tư hoặc, Đạo chủng trí dứt trừ trần sa hoặc, Nhất thiết chủng trí dứt trừ vô minh hoặc.

[2] Đạo tiền (道前): chí các giai vị trước khi chứng ngộ thực đạo, cũng gọi là Địa tiền. Đạo trung là giai đoạn tiếp tục tu tiến sau khi chứng ngộ thực đạo. Đạo hậu là giai vị đạt được chân như thanh tịnh vô cấu.

[3] Câu này trích từ phẩm Đệ tử trong kinh Duy-ma-cật. (不起滅定而現諸威儀 – Bất khởi diệt định nhi hiện chư oai nghi. (ĐCT, T14, 475, tr.539c, d.21-22) "Diệt định" trong câu này chỉ Diệt tận định, một pháp định rất sâu, hành giả khi nhập định dứt sạch mọi hoạt động tâm lý và an trú trong trạng thái vô tâm; "hiện các oai nghi" chỉ bốn oai nghi thường nhật tức là những việc đi, đứng, nằm, ngồi. Hàm ý câu này là người tu định vẫn hiện hình tướng đi đứng nằm ngồi như bình thường nhưng không hề ra khỏi thiền định.

[4] Văn Cú dùng Chi Phật (支佛), chỉ Bích-chi Phật, cũng tức là vị Duyên giác.

này] như phần trước đã nói, huống chi là thần thông chân thật lại không rộng khắp hay sao?

7. Phương tiện rộng khắp: Có 2 loại. Phương tiện của các giai vị đạo tiền được thâu nhiếp trong sự tu hành. Phương tiện của các giai vị đạo hậu chia làm 2 loại. Thứ nhất là [phương tiện của] pháp thể, như trong phần Nhập pháp môn rộng khắp đã nói. Thứ hai là vận dụng [phương tiện] để giáo hóa, ngay sau đây sẽ nói. [Đó là dùng phương tiện] khế hợp căn cơ làm lợi ích chúng sanh, tương xứng thích nghi, đúng hợp cơ duyên, nhất thời biến hiện viên mãn khắp cùng; tuy cũng vận dụng đủ mọi cách làm nhưng trong phạm vi pháp tánh không hề có sự suy giảm. Đây gọi là phương tiện rộng khắp.

8. Thuyết pháp rộng khắp: Có thể dùng một âm thanh [thuyết pháp] mầu nhiệm xứng hợp với căn cơ [của tất cả chúng sanh] trong mười pháp giới, [chúng sanh] tùy loại thích hợp mà đều được giải thoát, giống như cây đàn của a-tu-la,[1] cho nên gọi là thuyết pháp rộng khắp.

9. Thành tựu chúng sanh rộng khắp: Hết thảy mọi sự nghiệp trong thế gian và xuất thế gian đều là chỗ làm của Bồ Tát, như đào giếng, đóng thuyền, Thần Nông nếm thuốc,[2] mây che mát, mặt trời chiếu sáng[3]

---

[1] Văn Cú dùng "tu-la cầm" (修羅琴), chỉ cây đàn của a-tu-la, có công năng đặc biệt là tự phát ra loại âm nhạc mà a-tu-la muốn nghe, không cần người khảy đàn, do vậy ở đây dùng so sánh với sự thuyết pháp của Bồ Tát có thể khiến cho mỗi chúng sanh tùy theo căn cơ mà đều được nghe đúng loại giáo pháp thích hợp với mình.

[2] Thần Nông nếm thuốc: truyền thuyết Trung Hoa cho rằng vua Thần Nông vì muốn tìm ra các loại thuốc trị bệnh cho dân nên đã tự mình nếm thử tất cả các loại cây cỏ trong tự nhiên để xác định mùi vị và dược tính cũng như phát hiện và chỉ cho dân biết những cây cỏ có độc. Tương truyền ông chết vì nếm phải một loại cỏ cực độc và không kịp dùng thuốc giải độc.

[3] Ở đây nêu ra những việc lợi ích do người làm như đào giếng giúp người có nước dùng, đóng thuyền giúp người qua sông; và những lợi ích từ tự nhiên như mây che tạo bóng mát, mặt trời chiếu sáng mỗi ngày. Tất cả những điều này được xác định "đều là chỗ làm của Bồ Tát".

làm lợi ích chúng sanh. Cho đến lợi ích hết thảy các bậc hiền thánh bằng việc tuần tự chỉ bày, dạy dỗ, khuyến khích sự lợi ích, hoan hỷ thành tựu, khiến cho thể nhập được đạo Vô thượng. Đây gọi là thành tựu chúng sanh rộng khắp.

10. Cúng dường chư Phật rộng khắp: Nếu cúng dường bằng các sự vật bên ngoài thì [có thể] dùng một nén hương, một đóa hoa, một bữa ăn cùng lúc cúng dường lên hết thảy chư Phật, không có trước, không có sau, trong một lúc đều bình đẳng cúng dường, cũng giống như trong một hạt bụi hiện ra vô số hạt bụi. Nếu thực hiện pháp quán nội tâm thì dùng trí tuệ viên mãn dẫn dắt mọi công hạnh. Trí tuệ viên mãn gọi là Phật, các công hạnh hỗ trợ thành tựu trí tuệ viên mãn, tức là cúng dường Phật. Nếu công hạnh hỗ trợ thành tựu những loại trí tuệ khác thì không gọi là cúng dường rộng khắp. Các công hạnh hỗ trợ thành tựu trí tuệ viên mãn mới gọi là cúng dường rộng khắp.

● [Thứ năm là chữ] "môn", tức là cửa vào. Từ pháp giả nhập pháp không thì pháp không thông suốt mà pháp giả bị ngăn lấp; từ pháp không nhập pháp giả thì pháp giả thông suốt mà pháp không bị ngăn lấp. Sự thông suốt có thiên lệch thì không phải rộng khắp; vì bị ngăn lấp nên không phải cửa vào. Trung đạo thì chẳng phải không, chẳng phải giả, hoàn toàn thông suốt thật tướng. Đồng thời soi chiếu cả hai chân lý [không và giả][1] nên gọi là rộng khắp; hoàn toàn thông suốt nên gọi là cửa vào.

*"Phổ môn"* là cửa vào rộng khắp, có vô số ý nghĩa thông suốt viên mãn, nay chỉ lược nêu 10 ý nghĩa như trên thì có thể biết được [các ý nghĩa khác].

---

[1] Văn Cú dùng "nhị đế" (二帝) chỉ không đế (空帝) và giả đế (假帝), tức là 2 chân lý nhận ra được nhờ thực hành quán không (thấy được thực thể của hết thảy các pháp đều là không) và quán giả (thấy được hết thảy các pháp đều là giả hợp).

## KINH VĂN

**Lúc ấy, Bồ Tát Vô Tận Ý[1] từ chỗ ngồi đứng dậy, vén áo trần vai bên phải,[2] chắp tay cung kính hướng về đức Phật thưa hỏi: "Bạch Thế Tôn! Do nhân duyên gì mà Bồ Tát Quán Thế Âm[3] có danh hiệu ấy?"**

Phẩm này vẫn thuộc phần biến hiện tam-muội rộng khắp, lưu thông [kinh điển để] giáo hóa chúng sanh. Kinh văn chia làm 3 tổng đoạn. Thứ nhất là thưa hỏi, thứ hai là giải đáp, thứ ba là nêu lợi ích khi được nghe phẩm kinh này.

Phần thưa hỏi và giải đáp lại có 2 lượt. Lượt thưa hỏi thứ nhất chia làm 2 đoạn.

◆ Đoạn thứ nhất là phần mở đầu của người chép kinh, ["lúc ấy" là] nói về thời điểm, [có bốn ý nghĩa theo bốn tất đàn].

- Thứ nhất, thuyết giảng về Bồ Tát ở phương đông đã xong, nay là thời điểm thuyết giảng về Bồ Tát ở phương tây. Đây là nghĩa thế giới tất đàn.
- Thứ hai, thuyết giảng về việc khởi sinh việc lành ở phương đông đã xong, nay là thời điểm thuyết giảng về việc khởi sinh việc lành ở phương tây. Đây là nghĩa vị nhân tất đàn.
- Thứ ba, thuyết giảng về việc dứt trừ nghi hoặc ở phương đông đã xong, nay là thời điểm thuyết giảng

---

[1] Bồ Tát Vô Tận Ý (H. 無盡意, S. Akṣayamati), cũng được dịch là Vô Tận Tuệ (無盡慧) hay Vô Lượng Ý (無量意).

[2] Nguyên tác là "偏袒右肩 - thiên đản hữu kiên" (vạch trần vai bên phải). Đây là nghi thức bày tỏ sự tôn kính theo lễ nghi Ấn Độ thuở xưa.

[3] Bồ Tát Quán Thế Âm (H. 觀世音菩薩, S. Avalokiteśvara), dịch âm là A-phược-lô-chỉ-đê-thấp-phạt-la (阿縛盧枳低濕伐羅), cũng dịch nghĩa thành các tên khác như Quang Thế Âm (光世音), Quán Tự Tại (觀自在), Quán Thế Tự Tại (觀世自在), Quán Thế Âm Tự Tại (觀世音自在), Hiện Âm Thanh (現音聲), Khuy Âm (闚音), thường gặp cách gọi tắt là Bồ Tát Quán Âm (觀音菩薩).

về việc dứt trừ nghi hoặc ở phương tây. Đây là nghĩa đối trị tất đàn.

- Thứ tư, thuyết giảng về việc đạt đạo ở phương đông đã xong, nay là thời điểm thuyết giảng về việc đạt đạo ở phương tây. Đây là đệ nhất nghĩa tất đàn.[1]

[Về ý nghĩa danh xưng] Vô Tận Ý, kinh Đại phẩm Bát-nhã nói "nghĩa không thì vô tận"; kinh Đại tập nói "80 pháp môn vô tận"; kinh Tịnh Danh nói: "Vô tận là không phải tận cũng không phải vô tận, cho nên gọi là vô tận." Nay gộp lại ý nghĩa cả ba kinh, dùng ba pháp quán và ba loại trí tuệ để giải thích ý nghĩa vô tận.

Thứ nhất, Ý tức là trí, Vô Tận là cảnh, trí khế hợp với cảnh. Thứ hai, chỉ riêng theo cảnh thì nói là Vô Tận; chỉ riêng theo trí thì nói là Ý. Thứ ba, cảnh và trí hợp lại để xưng tên nên gọi là Vô Tận Ý. [Theo cách giải thích] thứ nhất, ý là gốc của [các pháp] thế gian và xuất thế gian. [Theo cách giải thích] thứ hai, ý là trung đạo của pháp giới, cho nên nói rằng có thể quán chiếu tâm tánh gọi là thiền định bậc thượng. [Theo cách giải thích] thứ ba, là dựa theo ba pháp quán và ba loại trí tuệ để giải thích danh xưng.

◆ [Đoạn thứ hai nói việc] nêu lên câu hỏi, kinh Đại Bát Niết-bàn nói rằng: "Đầy đủ hai phẩm tính trang nghiêm[2] thì có khả năng thưa hỏi, có khả năng giải đáp." Ngài Vô Tận Ý trước tiên dùng trí tuệ trang nghiêm để thưa hỏi về trí tuệ trang nghiêm của Bồ Tát Quán Thế Âm, đức Phật dùng trí tuệ trang nghiêm để giải đáp về trí tuệ trang nghiêm của Bồ Tát Quán Thế Âm.

---

[1] Trong đoạn này Văn Cú dùng "kỳ nhất" (其一), "kỳ nhị" (其二), "kỳ tam" (其三), "kỳ tứ" (其四), dựa theo Văn Cú ký giải thích là chỉ đến bốn tất đàn.

[2] Hai sự trang nghiêm: chỉ định và tuệ, cũng được giải thích là phước đức và trí tuệ. Có đủ hai phẩm tính này gọi là "cụ nhị trang nghiêm" (具二莊嚴).

## KINH VĂN

**Đức Phật bảo Bồ Tát Vô Tận Ý: "Thiện nam tử! Nếu có vô số trăm ngàn muôn ức chúng sanh đang chịu các khổ não, nghe đến Bồ Tát Quán Thế Âm liền một lòng xưng niệm danh hiệu, Bồ Tát Quán Thế Âm lập tức quán chiếu âm thanh xưng niệm, khiến cho những chúng sanh ấy đều được giải thoát.**

Phần giải đáp của đức Phật lại có 3 đoạn. Thứ nhất là giải đáp tổng quát, thứ hai là giải đáp chi tiết, thứ ba là giải đáp bằng cách khuyến khích thọ trì danh hiệu [Bồ Tát Quán Thế Âm].

◆ [Đoạn thứ nhất] giải đáp tổng quát lại có 4 tiểu đoạn. Thứ nhất là nêu số người, thứ hai nói việc gặp khổ nạn, thứ ba nêu việc được nghe danh hiệu Bồ Tát rồi xưng niệm, thứ tư nói việc đều được giải thoát.

Trong phần này tự có [4 trường hợp]. Thứ nhất là nhiều nỗi khổ cùng làm khổ một người; thứ hai là nhiều người cùng chịu một nỗi khổ; thứ ba là một người [tuần tự] chịu nhiều nỗi khổ;[1] thứ tư là một người chịu ít nỗi khổ.

Kinh văn nói *"có vô số trăm ngàn muôn ức chúng sanh"* tức là nhiều người, *"chịu các khổ não"* tức là nhiều khổ. Nêu ra số nhiều để làm rõ số ít, vì nhiều khổ còn cứu được huống chi là ít khổ? Người gặp khổ là việc xấu ác, *"một lòng xưng niệm danh hiệu"* là việc hiền thiện. Thiện ác gặp nhau, đó là ý nghĩa cơ duyên; *"đều được giải thoát"* tức là cảm ứng. Đây là nhân duyên cơ cảm, nên gọi là Quán Thế Âm; lại cũng là nhân duyên người và pháp, cho đến nhân duyên trí tuệ và đoạn trừ [mê hoặc] gọi là Quán Thế Âm. Phần sau

---

[1] Trường hợp thứ nhất là "多苦苦一人" (đa khổ khổ nhất nhân) có vẻ như tương tự với trường hợp thứ ba là "一人受多苦" (nhất nhân thụ đa khổ). Tuy nhiên, có thể hiểu trong trường hợp thứ nhất là nhiều nỗi khổ cùng dồn ép vào làm khổ một người; còn trường hợp thứ ba là một người tuần tự trải qua nhiều nỗi khổ, chịu nhiều nỗi khổ.

cũng hiểu theo giống như vậy nên kết lại việc giải thích danh xưng ở đây, không cần nói thêm rườm rà.

## KINH VĂN

**"Nếu có người trì niệm danh hiệu Bồ Tát Quán Thế Âm, dù vào lửa dữ cũng không bị thiêu đốt; đó là do sức oai thần của Bồ Tát.**

**"Nếu bị nước lớn cuốn trôi, niệm danh hiệu Bồ Tát liền gặp chỗ nước cạn.**

**"Nếu có trăm ngàn muôn ức chúng sanh vì muốn tìm vàng, bạc, lưu ly, xa cừ, mã não, san hô, hổ phách, các thứ bảo vật... nên đi vào biển lớn, gặp cơn mưa bão tối tăm[1] xô đẩy thuyền trôi dạt vào nước quỷ la-sát; dù chỉ một người trong số ấy xưng niệm danh hiệu Bồ Tát Quán Thế Âm thì những người khác cũng đều thoát khỏi nạn quỷ la-sát.**

**"Do nhân duyên như vậy nên có danh hiệu Bồ Tát Quán Thế Âm.**

**"Thiện nam tử! Nếu có người sắp bị giết hại, xưng niệm danh hiệu Bồ Tát Quán Thế Âm thì dao gậy kẻ kia tự nhiên gãy nát, liền được giải thoát.**

**"Nếu trong thế giới đại thiên đầy dẫy dạ-xoa, la-sát muốn đến hại người, vừa nghe xưng niệm danh hiệu Bồ Tát Quán Thế Âm thì những quỷ dữ đó không dám nhìn người bằng ánh mắt hung dữ, huống chi là làm hại?**

**"Nếu người bị gông cùm xiềng xích, dù có tội hay không có tội, xưng niệm danh hiệu Bồ Tát Quán Thế Âm thì gông cùm xiềng xích tự nhiên gãy nát, liền được giải thoát.**

**"Nếu trong thế giới đại thiên đầy bọn giặc cướp, có một thương chủ[2] dẫn các thương nhân, mang nhiều hàng hóa quý báu đi qua đường hiểm. Một người trong số ấy nói rằng: 'Này các vị, xin đừng lo sợ, chúng ta nên một lòng xưng niệm danh hiệu Bồ Tát Quán Thế Âm. Vị Bồ Tát này thường mang an ổn đến cho chúng sanh, nếu ta xưng danh hiệu ngài sẽ được thoát nạn giặc cướp.' Các thương**

---

[1] Nguyên tác là "黑風 - hắc phong" (gió đen), chỉ cơn bão lớn kèm theo mây đen, mưa lớn, khiến trời đất tối đen không còn ánh sáng.

[2] Thương chủ: người cầm đầu, dẫn đầu một đoàn thương nhân cùng đi buôn đường xa.

**nhân nghe vậy cùng nhau niệm lớn: 'Nam-mô Quán Thế Âm Bồ Tát.' Nhờ niệm danh hiệu nên liền thoát nạn.**
**"Này Vô Tận Ý! Sức oai thần của Đại Bồ Tát Quán Thế Âm lớn lao như thế."**

◆ [Đoạn thứ hai] giải đáp chi tiết có 3 tiểu đoạn. Thứ nhất là nêu cảm ứng với cơ duyên của khẩu; thứ hai là cảm ứng với cơ duyên của ý; thứ ba là cảm ứng với cơ duyên của thân.

❖ [Tiểu đoạn thứ nhất,] cảm ứng với cơ duyên của khẩu lại có 2 phân đoạn. Thứ nhất là nêu rõ bảy loại khổ nạn,[1] thứ hai là tóm kết.

Nói về nạn lửa thiêu lại có 4 phần. Thứ nhất, "trì niệm danh hiệu" là việc hiền thiện; thứ hai, "vào lửa dữ" là việc xấu ác; thứ ba là nêu cảm ứng ["không bị thiêu đốt"]; thứ tư là kết lại ["do sức oai thần của Bồ Tát"].

Trong mỗi một nạn lại có ba tầng ý nghĩa. [Như đối với nạn lửa thiêu,] thứ nhất là lửa do quả báo, từ địa ngục trở lên cho đến cõi trời Sơ thiền trở xuống đều luận về cảm ứng với cơ duyên; thứ hai là lửa do ác nghiệp, từ địa ngục trở lên cho đến cõi trời Phi tưởng[2] trở xuống đều luận về cảm ứng với cơ duyên; thứ ba là lửa do phiền não, từ địa ngục trở lên cho đến bậc Đẳng giác trở xuống, đều luận về cảm ứng với cơ duyên.

Đối với bảy loại khổ nạn, ba món độc,[3] hai sự mong cầu[4] [theo sau] đều giải thích giống như vậy.

---

[1] Bảy loại khổ nạn được nêu lần lượt trong phẩm kinh này là: nạn lửa thiêu, nạn nước trôi, nạn la-sát, nạn dao gậy đánh chém, nạn các loài quỷ dữ, nạn gông cùm và nạn giặc cướp.

[2] Văn Cú nói "Phi tưởng thiên" (非想天), tức là cách nói tắt để chỉ cõi trời Phi tưởng phi phi tưởng xứ (非想非非想處天). Đây là tầng trời cao nhất của cõi Vô sắc nên cũng là cao nhất trong ba cõi.

[3] Ba món độc: chỉ tham, sân và si. Trong phẩm kinh này nói người trì niệm danh hiệu Bồ Tát Quán Thế Âm có thể xa lìa được ba món độc này.

[4] Hai sự mong cầu: chỉ việc cầu sinh con trai và cầu sinh con gái. Phẩm kinh này nói rằng người trì niệm danh hiệu Bồ Tát Quán Thế Âm nếu có hai sự mong cầu này sẽ được thỏa mãn.

**KINH VĂN**

**"Nếu có chúng sanh thường tham dâm dục, cung kính niệm danh Bồ Tát Quán Thế Âm liền xa lìa dâm dục; nếu nhiều sân hận, thường cung kính niệm Bồ Tát Quán Thế Âm, liền xa lìa sân hận; nếu nhiều ngu si, thường cung kính niệm Bồ Tát Quán Thế Âm, liền xa lìa ngu si.**

**"Này Vô Tận Ý! Bồ Tát Quán Thế Âm có những oai thần lớn lao như vậy, làm lợi ích rất nhiều, do vậy chúng sanh nên thường xưng niệm."**

❖ [Tiểu đoạn thứ hai, cảm ứng với cơ duyên của ý], ý nghĩa này đã rộng, có thể dùng ý để nhận hiểu rõ biết, không thể dùng văn ghi chép.

**KINH VĂN**

**"Nếu có phụ nữ muốn sinh con trai, cúng dường lễ bái Bồ Tát Quán Thế Âm liền sinh con trai phước đức, trí tuệ; nếu muốn sinh con gái, liền sinh con gái xinh đẹp, nết na đoan chính, từng trồng sâu các gốc công đức, được mọi người yêu kính.**

**"Này Vô Tận Ý! Bồ Tát Quán Thế Âm có sức thần như vậy; chúng sanh cung kính lễ bái, phước đức không hề luống mất."**

❖ [Tiểu đoạn thứ ba,] cảm ứng với cơ duyên của thân lại có 2 phân đoạn. Thứ nhất nêu hai sự mong cầu, thứ hai là kết luận.

▪ [Phân đoạn thứ nhất] nói về cầu con trai có nêu việc lập nguyện tu hành, tích tạo công đức. Nói về cầu con gái thì kinh văn lược bớt không nói việc tu hành. Phần nêu việc lễ bái giống nhau nên lược bớt, còn về ước nguyện, duyên nghiệp đều khác biệt nhau nên lại nêu ra lần nữa.

▪ [Phân đoạn thứ hai] nêu kết luận thì y theo kinh văn có thể hiểu được.

## KINH VĂN

**"Vì thế chúng sinh đều nên thọ trì danh hiệu Bồ Tát Quán Thế Âm.**

**"Vô Tận Ý! Nếu có người thọ trì danh hiệu các Bồ Tát nhiều như số cát sáu mươi hai ức sông Hằng, lại trọn đời cúng dường thức ăn uống, y phục, giường nằm, thuốc men trị bệnh. Ý ông nghĩ sao, công đức của thiện nam hay thiện nữ ấy có nhiều chăng?"**

**Vô Tận Ý thưa: "Bạch Thế Tôn, rất nhiều."**

**Phật dạy: "Nếu lại có người thọ trì danh hiệu Bồ Tát Quán Thế Âm, dù chỉ một lần cúng dường lễ bái, phước đức hai người ấy bằng nhau, không hề khác biệt, trong trăm ngàn muôn ức kiếp không thể cùng tận.**

**"Này Vô Tận Ý! Thọ trì danh hiệu Bồ Tát Quán Thế Âm được lợi ích phước đức vô lượng vô biên như vậy."**

◆ [Đoạn thứ ba] từ câu *"Vì thế chúng sinh đều nên"* trở đi là khuyến khích trì niệm danh hiệu [Bồ Tát], lại có 3 tiểu đoạn. Thứ nhất là khuyến khích trì niệm [danh hiệu Bồ Tát], thứ hai là suy lường [công đức trì niệm], thứ ba là kết lại ngợi khen xưng tán. Phần trước nói về danh hiệu thù thắng, phẩm đức tốt đẹp nhưng chưa nói đến thể chất hình dạng. Nếu muốn quy phục tôn sùng thì nên trì niệm danh hiệu, cho nên khuyến khích việc trì niệm.

Luận *Nhập Đại thừa* nói rằng: "Pháp thân chỉ có một nhưng sắc thân ứng hiện rất nhiều." Xét như các ứng thân "Bồ Tát nhiều như số cát sáu mươi hai ức sông Hằng" cũng bằng như một pháp thân mà thôi. Đại sư Trí Giả nói: "Người [thành tựu] viên mãn chỉ có một, người thiên lệch ắt là nhiều." Xét như các Bồ Tát thiên lệch thì "nhiều như số cát sáu mươi hai ức sông Hằng" cũng bằng với một Bồ Tát viên mãn.

**KINH VĂN**

**Bồ Tát Vô Tận Ý bạch Phật: "Thế Tôn! Bồ Tát Quán Thế Âm đi khắp thế giới Ta-bà như thế nào? Vì chúng sanh thuyết pháp thế nào? Sử dụng sức phương tiện ra sao?"**

Lượt thưa hỏi thứ hai lại chia làm 3 đoạn. *"Đi khắp thế giới Ta-bà như thế nào"* là thưa hỏi về thân. *"Vì chúng sanh thuyết pháp thế nào"* là thưa hỏi về khẩu. *"Sử dụng sức phương tiện ra sao"* là thưa hỏi về ý. Tam mật ấy[1] của bậc thánh là quyền hiện không hề mưu tính trước, chỉ tùy căn cơ mà ứng hiện thích hợp.

**KINH VĂN**

**Phật bảo Bồ Tát Vô Tận Ý: "Thiện nam tử! Nếu có chúng sanh trong cõi nước phải dùng thân Phật mới có thể hóa độ, Bồ Tát Quán Thế Âm liền hiện thân Phật vì họ thuyết pháp.**

**"Nếu phải dùng thân Duyên giác mới có thể hóa độ, liền hiện thân Duyên giác vì họ thuyết pháp.**

**"Nếu phải dùng thân Thanh văn mới có thể hóa độ, liền hiện thân Thanh văn thuyết pháp.**

**"Nếu phải dùng thân Phạm vương mới có thể hóa độ, liền hiện thân Phạm vương thuyết pháp.**

**"Nếu phải dùng thân Đế-thích mới có thể hóa độ, liền hiện thân Đế-thích thuyết pháp.**

**"Nếu phải dùng thân Tự tại thiên mới có thể hóa độ, liền hiện thân Tự tại thiên thuyết pháp.**

**"Nếu phải dùng thân Đại tự tại thiên mới có thể hóa độ, liền hiện thân Đại tự tại thiên thuyết pháp.**

**"Nếu phải dùng thân Thiên đại tướng quân mới có thể hóa độ, liền hiện thân Thiên đại tướng quân thuyết pháp.**

**"Nếu phải dùng thân Tỳ-sa-môn mới có thể hóa độ, liền hiện thân Tỳ-sa-môn thuyết pháp.**

[1] Tam mật (三密): tức thân mật, khẩu mật và ý mật. Vì ba nghiệp thân, khẩu, ý của bậc thánh là ẩn mật sâu kín, phàm phu không thể nhận biết, suy lường nên gọi là tam mật.

**"Nếu phải dùng thân tiểu vương mới có thể hóa độ, liền hiện thân tiểu vương thuyết pháp.**
**"Nếu phải dùng thân trưởng giả mới có thể hóa độ, liền hiện thân trưởng giả thuyết pháp.**
**"Nếu phải dùng thân cư sĩ mới có thể hóa độ, liền hiện thân cư sĩ thuyết pháp.**
**"Nếu phải dùng thân tể quan mới có thể hóa độ, liền hiện thân tể quan thuyết pháp.**
**"Nếu phải dùng thân bà-la-môn mới có thể hóa độ, liền hiện thân bà-la-môn thuyết pháp.**
**"Nếu phải dùng thân tỳ-kheo, tỳ-kheo ni, ưu-bà-tắc, ưu-bà-di mới có thể hóa độ, liền hiện thân tỳ-kheo, tỳ-kheo ni, ưu-bà-tắc, ưu-bà-di thuyết pháp.**
**"Nếu phải dùng thân phụ nữ là trưởng giả, cư sĩ, tể quan, bà-la-môn mới có thể hóa độ, liền hiện ra những thân phụ nữ như vậy thuyết pháp.**
**"Nếu phải dùng thân đồng nam, đồng nữ mới có thể hóa độ, liền hiện thân đồng nam, đồng nữ thuyết pháp.**
**"Nếu phải dùng những thân trời, rồng, dạ-xoa, càn-thát-bà, a-tu-la, ca-lâu-la, khẩn-na-la, ma-hầu-la-già, người và phi nhân mới có thể hóa độ, liền hiện ra những thân như vậy thuyết pháp.**
**"Nếu phải dùng thân thần Chấp kim cang mới có thể hóa độ, liền hiện thân thần Chấp kim cang thuyết pháp."**

Phần đức Phật giải đáp chia làm 3 đoạn. Thứ nhất là giải đáp chi tiết; thứ hai là giải đáp tổng quát; thứ ba là khuyến khích sự cúng dường. *"Nếu phải dùng"* là giải đáp về sức phương tiện [của Bồ Tát], *"liền hiện thân"* là giải đáp câu hỏi *"đi khắp như thế nào"*; *"thuyết pháp"* là giải đáp sự thưa hỏi về khẩu. Tính chung có 33 thân [Bồ Tát ứng hiện], 19 cách thuyết pháp. Đại lược là như thế.

## KINH VĂN

**"Vô Tận Ý! Bồ Tát Quán Thế Âm thành tựu những công đức như vậy, dùng đủ mọi hình tướng đi khắp các cõi nước mà độ thoát**

**chúng sanh. Vì vậy các ông nên một lòng cúng dường Bồ Tát Quán Thế Âm.**

**"Đại Bồ Tát Quán Thế Âm này, trong lúc nguy cấp sợ sệt thường mang đến sự an ổn không sợ sệt cho chúng sanh, nên trong cõi Ta-bà đều gọi ngài là bậc Thí Vô Úy."**

Từ câu *"Bồ Tát Quán Thế Âm thành tựu những công đức như vậy"* trở đi là kết lại phần giải đáp chi tiết, mở ra phần giải đáp tổng quát. Giải đáp chi tiết thì kinh văn nói rộng mà ý nghĩa hẹp, giải đáp tổng quát thì kinh văn hẹp mà ý nghĩa rộng. Đại lược là như thế.

Từ câu *"Vì vậy các ông nên"* là khuyến khích sự cúng dường, chia làm 2 đoạn. ◆ Thứ nhất nêu việc [Phật] khuyến khích, thứ hai nói việc [Bồ Tát Vô Tận Ý] kính nhận lời khuyên.

## KINH VĂN

**Bồ Tát Vô Tận Ý thưa với Phật: "Bạch Thế Tôn! Nay con xin cúng dường Bồ Tát Quán Thế Âm."**

**Liền cởi chuỗi ngọc quý trị giá trăm ngàn lượng vàng dâng lên Bồ Tát Quán Thế Âm, thưa rằng: "Thưa ngài, xin nhận món pháp thí là chuỗi ngọc quý này."**

**Bấy giờ, Bồ Tát Quán Thế Âm không nhận. Bồ Tát Vô Tận Ý lại thưa: "Thưa ngài! Xin thương chúng tôi mà nhận chuỗi ngọc này."**

**Đức Phật bảo Bồ Tát Quán Thế Âm: "Nên thương Bồ Tát Vô Tận Ý và bốn chúng, cùng hàng trời, người, rồng, dạ-xoa, càn-thát-bà, a-tu-la, ca-lâu-la, khẩn-na-la, ma-hầu-la-già mà nhận chuỗi ngọc này."**

**Ngay khi đó, Bồ Tát Quán Thế Âm vì thương Bồ Tát Vô Tận Ý và bốn chúng, cùng hàng trời, rồng, cho đến người, phi nhân... liền nhận chuỗi ngọc rồi chia làm hai phần, một phần dâng lên Phật Thích-ca Mâu-ni, một phần dâng lên tháp Phật Đa Bảo.**

**Đức Phật dạy: "Vô Tận Ý! Bồ Tát Quán Thế Âm có sức thần tự tại như vậy, đi khắp thế giới Ta-bà."**

◆ [Đoạn thứ hai] nêu việc kính nhận lời khuyên lại có 6 tiểu đoạn. Thứ nhất kính vâng lời Phật [cúng dường]; thứ hai, [Bồ Tát] không thọ nhận; thứ ba, thưa thỉnh cúng dường lần nữa; thứ tư, đức Phật khuyến khích; thứ năm, [Bồ Tát] liền thọ nhận; thứ sáu, tóm kết. Tất cả đều y theo kinh văn có thể hiểu được.

**KINH VĂN**

**Bấy giờ, Bồ Tát Trì Địa[1] từ chỗ ngồi đứng dậy thưa với Phật: "Bạch Thế Tôn! Nếu có chúng sanh nào được nghe phẩm Bồ Tát Quán Thế Âm này, nói về công hạnh tự tại với sức thần thông thị hiện khắp mọi nơi, nên biết rằng công đức của người ấy thật không nhỏ."**

**Khi Phật thuyết phẩm Phổ môn này, trong chúng hội có tám mươi bốn ngàn chúng sinh đều phát tâm Vô thượng Chánh đẳng Chánh giác không gì so sánh được.**

Từ câu "Bấy giờ, Bồ Tát Trì Địa" trở đi là nêu công đức của người được nghe phẩm kinh này. Đại lược là như vậy.

*"Không gì so sánh được"* là nói các tâm trong chín pháp giới không thể sánh đồng với thật lý.

1. Tâm của pháp giới Phật thì có thể sánh đồng với thật lý, cho nên không sánh đồng mà đồng.

2. Lại nữa, nói đến lý rốt ráo thì không thể sánh đồng, ban sơ nương theo lý rốt ráo mà phát tâm, có thể sánh đồng với lý cho nên nói là "không gì so sánh được".

3. Lại nữa, tâm với lý đều không thể nắm bắt, vậy lấy vật gì so sánh với vật gì mà nói là "không thể so sánh"? Tâm với lý đều không thể giảng nói; không thể nói mà nói, nói tâm này sánh đồng với lý này, cho nên gọi là "không gì so sánh được".

---

[1] Bồ Tát Trì Địa (H. 持地菩薩, S. Dharaṇīndhara).

Ý thứ nhất là giải thích theo không gian, ý thứ hai là giải thích theo thời gian,[1] ý thứ ba là giải thích không theo thời gian cũng không theo không gian. Đại lược là như vậy.[2]

---

[1] Văn Cú dùng "hoành thích" (橫釋) để chỉ cách giải thích không theo trình tự thời gian, nghĩa là đồng thời xảy ra và "thụ thích" (豎釋) để chỉ cách giải thích theo trình tự thời gian, như đề cập đến lúc ban sơ phát tâm rồi tu tập dần lên...

[2] Phần giảng giải của Văn Cú không đề cập đến kệ tụng theo sau kinh văn trường hàng. Văn Cú ký giải thích rằng do bản dịch của ngài Cưu-ma-la-thập không có phần kệ tụng. Theo Tục tăng truyện thì phần kệ này về sau do ngài Xà-na-quật-đa dịch thêm vào, nhưng giảng giải của Văn Cú là dựa theo bản dịch của ngài Cưu-ma-la-thập nên cũng không có phần kệ tụng.

# 26. Giải thích phẩm Đà-la-ni

**KINH VĂN**

**Phẩm Đà-la-ni, thứ hai mươi sáu**

## Giải thích tên phẩm

[Đà-la-ni,] Hán dịch là "tổng trì". Tổng trì [nghĩa là gồm giữ,] tức là giữ cho việc xấu ác không khởi sinh, việc hiền thiện không mất đi. Đây là nghĩa thế giới tất đàn.[1] Lại cũng dịch là "năng già năng trì", nghĩa là có thể nắm giữ điều thiện, có thể ngăn chặn điều ác. [Nắm giữ điều thiện nên] đây là nghĩa vị nhân tất đàn; [ngăn chặn điều ác nên] đây là nghĩa đối trị tất đàn. [Đà-la-ni] này cũng có thể ngăn chặn điều ác là [rơi vào nhị] biên, có thể nắm giữ điều thiện là [giữ theo] trung [đạo]. Đây là đệ nhất nghĩa tất đàn.

Kinh điển nói về [công năng] khai mở hoặc ngăn chặn [của đà-la-ni] không giống nhau. Hoặc nói [đà-la-ni] chuyên dùng để trị bệnh, như [kinh nói về] cư sĩ Na-đạt; hoặc chuyên dùng để hộ pháp, như kinh văn trong phẩm này; hoặc chuyên dùng để dứt trừ tội lỗi, như trong các

---

[1] Trong đoạn này Văn Cú dùng những chữ "kỳ nhất" (其一) cho đến "kỳ tứ" (其四). Văn Cú ký giải thích rằng đó là chỉ đến Tứ tất đàn. Phần nói "kỳ nhất" đề cập đến thiện và ác khác nhau, tức là nghĩa thế giới tất đàn.

kinh Phương đẳng; hoặc dùng chung để trị bệnh, dứt tội, hộ trì kinh điển, như kinh Thỉnh Quán Âm; hoặc nếu là đại minh chú, vô thượng minh chú, vô đẳng đẳng minh chú thì không thuộc về để trị bệnh, diệt tội hay hộ trì kinh điển.[1]

Nếu hiểu theo nghĩa chung thì nên bao gồm tất cả các công năng trên, nếu xét theo nghĩa riêng thì nhất thiết phải y theo ý nghĩa của mỗi kinh, không được trái với lời dạy trong kinh ấy. Đại lược là như vậy.

Hoặc có những bậc thầy giải thích rằng, [đà-la-ni hay] thần chú là danh hiệu của các vị vua quỷ thần. Xưng danh hiệu vua thì các thuộc hạ đều tôn kính chủ nhân nên không dám làm điều sai trái, do vậy có thể hàng phục hết thảy các loài quỷ mị. Đây là nghĩa thế giới tất đàn.

Hoặc có người giải thích rằng, thần chú như mật hiệu trong quân đội, khi kẻ hỏi người đáp tương hợp [đúng quy định] thì không bị tra xét. Nếu không tương hợp liền bị bắt lại trị tội. [Như trong kinh này nói] kẻ nào không thuận theo thần chú thì đầu vỡ làm bảy mảnh; nếu thuận theo thần chú thì không có lỗi lầm. Đây là nghĩa vị nhân tất đàn.[2]

Hoặc có người giải thích rằng, thần chú là âm thầm lặng lẽ dứt trừ việc xấu ác, khiến cho điều ác tự ngưng dứt. Ví như có người hèn kém từ nước này trốn sang nước khác, dối trá xưng là vương tử, được vua nước ấy gả công chúa cho. Người này tính nết khó khăn, nhiều sân hận. Có một người sáng suốt khôn ngoan đến từ nước cũ của người ấy, công chúa tìm gặp hỏi chuyện. Người khôn ngoan ấy bảo công chúa, khi phò mã nổi giận thì nên đọc bài kệ này:

---

[1] Ở đây hàm ý hướng đến giải thoát, chứng ngộ, chẳng hạn như đại minh chú trong Bát-nhã tâm kinh, không được thuyết dạy nhằm các mục đích trị bệnh, diệt tội...

[2] Đoạn này Văn Cú ký giải thích rằng, tuy có nói trị tội nhưng ý nghĩa thực sự là do cảm ứng tương ưng làm phát sinh điều thiện, nên thuộc về vị nhân tất đàn.

*Cô độc sang nước khác,*
*Dối gạt hết mọi người,*
*Thường ăn uống thô tháo,*
*Sao nhọc sức sân hận?*

Khi [công chúa] đọc bài kệ này thì người chồng không giận dữ nữa, từ đó về sau cũng không còn sân hận. Công chúa và hết thảy mọi người chỉ nghe kệ như vậy nhưng không ai hiểu được ý nghĩa. Thần chú cũng giống như vậy, âm thầm lặng lẽ ngăn chặn điều xấu ác, người khác không biết được. Đây là nghĩa đối trị tất đàn.

Hoặc có người giải thích rằng, thần chú là mật ngữ của chư Phật, như đức vua bảo mang "tiên-đà-bà" đến, hết thảy các quan không ai hiểu ý, chỉ duy nhất vị quan có trí tuệ mới hiểu được.[1] Thần chú cũng giống như vậy, chỉ là một pháp nhưng có đủ các năng lực, [giúp cho] bệnh được khỏi, tội lỗi tiêu trừ, điều thiện sinh khởi, đạo lý được tương hợp. Đây là đệ nhất nghĩa tất đàn.

Vì những nghĩa trên nên giữ nguyên [Phạn] âm [là đà-la-ni]. Người dịch không chuyển dịch [sang Hán ngữ] là do ý này.

Hoằng truyền kinh điển trong đời xấu ác thường gặp nhiều khó khăn quấy nhiễu, nên dùng thần chú để hộ trì [người hoằng pháp,] khiến cho đạo pháp được lưu truyền thông suốt.

---

[1] Ví dụ này trích từ kinh Đại Bát Niết-bàn, quyển 9: "Thiện nam tử! Lời sâu kín của Như Lai rất sâu xa, khó hiểu. Ví như vị đại vương bảo quần thần: 'Đem tiên-đà-bà đến đây.' Chỉ một tiếng tiên-đà-bà mà có bốn nghĩa: một là muối, hai là cái bát, ba là nước, bốn là ngựa. Bốn món ấy đều gọi cùng một tên. Vị quan có trí tuệ khéo hiểu được tiếng ấy. Như khi vua tắm rửa, gọi tiên-đà-bà thì dâng nước. Như khi vua dùng cơm, gọi tiên-đà-bà thì dâng muối. Khi vua ăn xong muốn uống nước, gọi tiên-đà-bà thì dâng bát. Khi vua muốn dạo chơi, gọi tiên-đà-bà thì dâng ngựa. Như vậy, vị quan có trí tuệ khéo hiểu được bốn cách nói sâu kín của đại vương." (ĐCT, T12, 374, tr.421a, d.29 – tr.421b, d.7 – Bản Việt dịch của Nguyễn Minh Tiến, NXB Liên Phật Hội, 2020)

## KINH VĂN

**Lúc bấy giờ, Bồ Tát Dược Vương từ chỗ ngồi đứng dậy, vén áo trần vai bên phải, chắp tay hướng về đức Phật thưa hỏi: "Bạch Thế Tôn! Nếu có thiện nam, thiện nữ thọ trì kinh Pháp hoa, tụng đọc thông suốt hoặc sao chép quyển kinh, thì được bao nhiêu phước đức?"**
**Đức Phật bảo Bồ Tát Dược Vương: "Nếu có thiện nam, thiện nữ cúng dường chư Phật nhiều như số cát của tám trăm muôn ức na-do-tha sông Hằng, ý ông nghĩ sao, người ấy được phước đức nhiều chăng?"**
**Bồ Tát Dược Vương thưa: "Bạch Thế Tôn, rất nhiều."**
**Phật dạy: "Nếu thiện nam, thiện nữ nào có thể thọ trì, thậm chí chỉ một bài kệ bốn câu trong kinh này, tụng đọc, giải nghĩa, y theo đó tu hành thì công đức cũng rất nhiều như thế."[1]**

Kinh văn phẩm này có 4 tổng đoạn. Thứ nhất là [Bồ Tát Dược Vương] thưa hỏi về công đức người thọ trì kinh [Pháp hoa] này; thứ hai là [đức Phật] đáp rằng công đức ấy rất nhiều; thứ ba là thưa thỉnh xin được dùng thần chú để giúp đỡ bảo vệ [người thọ trì kinh]; thứ tư là nêu việc nghe phẩm kinh này được lợi ích.

▣ Tổng đoạn thứ nhất thưa hỏi, y theo kinh văn có thể hiểu được.

▣ Tổng đoạn thứ hai [đức Phật] giải đáp, có sự suy lường so sánh, [Phật] hỏi lại có nhiều không, đáp rằng "rất

---

[1] Theo nguyên tác Hán văn, ở đây đức Phật chỉ lặp lại "功德甚多 - công đức thậm đa" (công đức rất nhiều), nghĩa là cũng bằng như người cúng dường chư Phật. Đoạn tương đương trong kinh Chánh Pháp hoa nói là công đức của người thọ trì kinh nhiều hơn công đức của người cúng dường chư Phật: "勝於供養若干江沙諸佛世尊 - thắng ư cúng dường nhược can giang sa chư Phật Thế Tôn" (...hơn cả việc cúng dường chư Phật Thế Tôn nhiều như số cát của bao nhiêu là con sông). (ĐCT, T9, 263, tr.130a, d.8-9) và đức Phật giải thích: "法之供養，最為第一。- Pháp chi cúng dường, tối vi đệ nhất." (Cúng dường pháp là hơn hết.) (ĐCT, T9, 263, tr.130a, d.9-10) Bản Anh ngữ dịch từ Phạn ngữ của H. Kern cũng nói là nhiều hơn: "... on that account produce far more pious merit." (... trường hợp đó tạo ra công đức rất nhiều hơn.)

nhiều". Từ chỗ suy lường nói ra công đức, y theo kinh văn có thể hiểu được.

## KINH VĂN

**Khi ấy, Bồ Tát Dược Vương bạch Phật: "Thế Tôn! Nay con sẽ nói cho người thuyết pháp một câu thần chú dùng để giữ gìn bảo vệ."**
**Nói rồi liền đọc thần chú:**
**"An nhĩ, mạn nhĩ, ma nễ, ma ma nễ, chỉ lệ, già lê đệ, xa mế, xa lý đa vĩ, chiên đế, mục đế, mục đa lý, ta lý, a vĩ ta lý, tang lý, ta lý, xoa dệ, a xoa duệ, a kỳ nị, chiên đế, xa lý, đà la ni, a lô già bà ta bá giá tỳ xoa nị, nễ tỳ thế, a tiện đa la nễ lý thế, a đản đa ba lệ thâu địa, âu cứu lệ, mâu cứu lệ, a la lệ, ba la lệ, thủ ca sai, a tam ma tam lý, Phật đà tỳ kiết lợi dật đế, đạt ma ba lợi sai đế, tăng già niết cù sa nễ, bà xá bà xá thâu địa, mạn đa la, mạn đa la xoa dạ đa, bưu lâu đa, bưu lâu đa kiêu xá lược, ác xoa la, ác xoa dã đa dã, a bà lô, a ma nhã na đa dạ."**
**"Bạch Thế Tôn! Thần chú đà-la-ni[1] này do chư Phật nhiều như số cát của sáu mươi hai ức sông Hằng nói ra. Nếu ai xâm phạm, hủy báng vị pháp sư trì kinh Pháp hoa này tức là đã xâm phạm, hủy báng chư Phật."**
**Lúc bấy giờ, đức Phật Thích-ca Mâu-ni khen ngợi Bồ Tát Dược Vương: "Lành thay, lành thay, Dược Vương! Ông vì thương xót ủng hộ vị pháp sư trì kinh Pháp hoa mà nói ra thần chú đà-la-ni này, có rất nhiều lợi ích cho chúng sanh."**

▣ Tổng đoạn thứ ba thưa thỉnh xin nói ra thần chú có năm lượt. Thứ nhất là Bồ Tát Dược Vương; thứ hai là Bồ Tát Dõng Thí; thứ ba là [thiên vương] Tỳ-sa-môn; thứ tư là [thiên vương] Trì Quốc; thứ năm là mười nữ [la-sát].

◆ Đoạn thứ nhất [nêu việc] Bồ Tát Dược Vương lại chia ra 4 tiểu đoạn. Thứ nhất là thưa thỉnh [xin nói]; thứ hai là

---

[1] Nguyên tác là "陀羅尼神咒 - đà-la-ni thần chú", là cách dùng lặp nghĩa thường gặp. Riêng chữ đà-la-ni (H. 陀羅尼, S. dhāraṇī) cũng thường được hiểu như thần chú, chân ngôn và được dịch sang Hán ngữ là "tổng trì" (總持), chỉ khả năng tóm thâu, nắm giữ. Do vậy, riêng trong phẩm kinh này, cách dùng những chữ "chú", "thần chú" hay "đà-la-ni" đều giống nhau, không khác biệt.

nói ra [thần chú]; thứ ba là xưng tán ngợi khen; thứ tư là [đức Phật ngợi khen và] ấn chứng.

**KINH VĂN**

**Khi ấy, Bồ Tát Dũng Thí thưa với Phật: "Bạch Thế Tôn! Con cũng vì ủng hộ người thọ trì kinh Pháp hoa, xin nói ra thần chú đà-la-ni. Nếu vị pháp sư kia có được thần chú đà-la-ni này thì cho dù các dạ-xoa,[1] la-sát,[2] phú-đan-na,[3] cát-già,[4] cưu-bàn-trà, ngạ quỷ...[5] rình rập tìm chỗ sơ hở [để hãm hại] cũng không được dễ dàng." Nói rồi liền ở trước Phật đọc thần chú rằng:**

**"Toa lệ, ma ha toa lệ, úc chỉ, mục chỉ, a lệ, a la bà đệ, niết lệ đệ, niết lệ đa bà đệ, y trí ni, vi trí ni, chỉ trí ni, niết lệ trì ni, niết lê trì bà để."**

**"Bạch Thế Tôn! Thần chú đà-la-ni này do chư Phật nhiều như cát sông Hằng nói ra, lại cũng đều tùy hỷ; nếu xâm phạm, hủy báng vị pháp sư trì kinh Pháp hoa này tức là đã xâm phạm, hủy báng chư Phật."**

**Khi ấy, vị thiên vương hộ thế Tỳ-sa-môn[6] thưa với Phật: "Bạch Thế Tôn! Con cũng thương xót chúng sanh, ủng hộ vị pháp sư trì kinh Pháp hoa, xin đọc thần chú đà-la-ni." Liền đọc thần chú rằng:**

**"A lê, na lê, nâu na lê, a na lô, na lý, câu na lý."**

**"Bạch Thế Tôn! Tuy đã dùng thần chú này để ủng hộ vị pháp sư trì**

---

[1] Dạ-xoa (H. 夜叉, S. yakṣa), cũng phiên âm là dược-xoa, duyệt-xoa, dã-xoa, tên một loài quỷ, Hán dịch là quỷ khinh tiệp, có tốc độ di chuyển rất nhanh lẹ. Loài quỷ này được kể vào trong 8 bộ chúng.

[2] La-sát (H. 羅刹, S. rākṣasa), tên một loài quỷ, nữ la-sát gọi là la-xoa-tư (H. 羅叉私, S. rākṣasī), Hán dịch là quỷ tốc tật (rất nhanh) hoặc quỷ khả úy (đáng sợ). Loài quỷ này có thần thông, có thể bay đi trên không trung.

[3] Phú-đan-na (H. 富單那, S. pūtana): tên một loài quỷ, dịch nghĩa có nhiều tên như xú quỷ, xú ngạ quỷ, nhiệt bệnh quỷ, tai quái quỷ... là quyến thuộc của Trì quốc thiên, gìn giữ phương đông cõi Diêm-phù-đề.

[4] Cát-già (H. 吉遮, S. kṛtya), cũng phiên âm là cát-giá (吉蔗), cát-lật-giá (吉栗蔗), ngật-lật-trước (訖栗著), tên một loài quỷ, cũng gọi là quỷ khởi thi.

[5] Ngạ quỷ (H. 餓鬼, S. preta), tên phiên âm là bệ-lệ-đa (薜荔多), tức là loài quỷ đói, do nghiệp ác đã tạo nên phải thường xuyên chịu đói khát.

[6] Tỳ-sa-môn (H. 毘沙門, S. Vaiśravaṇa), Hán dịch là Đa văn thiên (多聞天) một trong 4 vị thiên vương thủ hộ thế giới Ta-bà, nên gọi là thiên vương hộ thế. Vị thiên vương này trụ ở phía bắc núi Tu-di, thủ hộ phương bắc cõi Diêm-phù-đề.

**kinh Pháp hoa, con cũng tự mình sẽ ủng hộ vị ấy, khiến cho trong phạm vi một trăm do-tuần không xảy ra những điều suy kém hoạn nạn.”**

**Khi ấy, Thiên vương Trì quốc[1] ở giữa pháp hội, cùng với ngàn muôn ức na-do-tha chúng càn-thát-bà cung kính vây quanh, đều đến trước chỗ Phật chắp tay thưa rằng: “Bạch Thế Tôn! Con cũng có thần chú đà-la-ni để ủng hộ người thọ trì kinh Pháp hoa.” Liền đọc thần chú rằng:**

**“A già nễ, già nễ, cù lợi, càn đà lợi, chiên đà lợi, ma đặng kỳ, thường cầu lợi, phù lâu sa ni, át để.”**

**“Bạch Thế Tôn! Thần chú đà-la-ni này do bốn mươi hai ức đức Phật nói ra, nếu ai xâm phạm, hủy báng pháp sư trì kinh Pháp hoa, tức là đã xâm phạm, hủy báng chư Phật.”**

◆ Ba đoạn tiếp theo cũng phân chia theo cách giống như vậy, y theo kinh văn có thể hiểu được.

## KINH VĂN

**Khi ấy có các nữ la-sát, thứ nhất tên Lam-bà, thứ hai tên Tỳ-lam-bà, thứ ba tên Khúc xỉ, thứ tư tên Hoa xỉ, thứ năm tên Hắc xỉ, thứ sáu tên Đa phát, thứ bảy tên Vô yếm túc, thứ tám tên Trì anh lạc, thứ chín tên Cao đế, thứ mười tên Đoạt nhất thiết chúng sanh tinh khí. Mười nữ la-sát này với quỷ Tử mẫu cùng các con và quyến thuộc cùng nhau đến chỗ Phật, đồng thanh bạch Phật: “Thế Tôn! Chúng con cũng muốn ủng hộ người thọ trì, tụng đọc kinh Pháp hoa, giúp họ dứt trừ những điều suy kém hoạn nạn, nếu có kẻ rình rập tìm chỗ kém cỏi của vị pháp sư ấy thì khiến cho không được dễ dàng.” Liền ở trước Phật nói thần chú rằng:**

**“Y đề lý, y đề dân, y đề lý, a đề lý, y đề lý, nê lý, nê lý, nê lý, nê lý, nê lý, lâu ê, lâu ê, lâu ê, lâu ê, đa ê, đa ê, đa ê, đâu ê, nâu ê.”**

**“Bạch Thế Tôn! Chúng con thà để cho kẻ khác trèo lên đầu mình, quyết không để cho làm hại pháp sư, cho dù đó là dạ-xoa, la-sát, ngạ quỷ, phú-đan-na, cát-già, tỳ-đà-la, kiền-đà, ô-ma-lặc-già, a-bạt-ma-**

[1] Thiên vương Trì quốc (H. S. Dhṛta-rāṣṭra), một trong 4 vị thiên vương hộ thế, trụ ở lưng chừng núi Tu-di về phía đông, thủ hộ phương đông cõi Diêm-phù-đề.

**la, dạ-xoa cát-già, nhân cát-già; hoặc [loài quỷ] gây bệnh nóng một ngày, hai ngày, ba ngày, bốn ngày cho đến bảy ngày, hoặc gây bệnh nóng thường xuyên; hoặc trong giấc mộng nhìn thấy những hình dạng nam, nữ, đồng nam, đồng nữ,[1] cũng không để cho làm hại."**

**Các nữ la-sát liền ở trước Phật đọc kệ rằng:**

**"Trái nghịch thần chú này,**
**Nhiễu loạn người thuyết pháp:**
**Đầu vỡ thành bảy phần,**
**Như chồi cây a-lê.[2]**
**Như tội giết cha, mẹ,**
**Lại như tội ép dầu,[3]**
**Tội cân lường gian dối,**
**Tội Điều-đạt phá tăng.**
**Xúc phạm đến pháp sư,**
**Chịu tội giống như vậy."[4]**

**Các nữ la-sát nói kệ rồi liền thưa với Phật: "Bạch Thế Tôn! Chúng con cũng sẽ tự thân mình ủng hộ người thọ trì, tụng đọc, tu hành theo kinh này, khiến cho được an ổn, lìa xa những sự suy kém, hoạn nạn, tiêu trừ các loại thuốc độc."**

**Đức Phật bảo các nữ la-sát: "Lành thay, lành thay! Các cô chỉ thường ủng hộ người thọ trì tên kinh Pháp hoa cũng đã được phước đức không thể suy lường, huống chi là ủng hộ người thực hiện đầy**

[1] Nguyên tác đoạn này là "若男形, 若女形, 若童男形, 若童女形, 乃至夢中亦復莫惱 - nhược nam hình, nhược nữ hình, nhược đồng nam hình, nhược đồng nữ hình, nãi chí mộng trung diệc phục mạc não". Bản Anh dịch của H. Kern diễn đạt ý này rõ ràng hơn: "Even if in his dreams he has visions of women, men, boys or girls, it shall be impossible that they hurt him." (Ngay cả như trong giấc mộng pháp sư nhìn thấy hình ảnh đàn bà, đàn ông, trẻ trai, trẻ gái, thì những điều đó cũng không thể nào gây hại cho pháp sư.)

[2] Cây a-lê (H. 阿梨樹, S. lodh), tức là cây symplocos racemosa. Nguyên tác Hán văn là "如阿梨樹枝 - như a-lê thụ chi". Bản Anh dịch của H. Kern dịch là "a sprout of symplocos racemosa" (chồi cây symplocos racemosa). Chồi non của loại cây này mọc chỉa lên, tỏa ra nhiều hướng, rất giống với hình ảnh vật gì bị vỡ ra thành nhiều phần.

[3] Nguyên tác dùng "壓油 - áp du", nói đủ là áp du luân tội (壓油輪罪), nghĩa là tội của người làm nghề dùng bánh xe ép dầu.

[4] Đoạn kệ này so sánh việc phạm tội nhiễu hại người trì kinh Pháp hoa cũng giống như các tội kể trên, đều phải chịu quả báo nặng nề.

**đủ việc thọ trì, cúng dường quyển kinh với hoa, hương, chuỗi ngọc, hương bột, hương thoa, hương đốt, phướn lọng, kỹ nhạc; thắp đủ các loại đèn như đèn bơ, đèn dầu, đèn dầu thơm, các loại đèn dầu hương hoa như hoa tô-ma-na, hoa chiêm-bặc, hoa bà-sư-ca, hoa ưu-bát-la… trăm ngàn cách cúng dường khác nhau như thế.**
**"Này Cao-đế! Cô và quyến thuộc nên ủng hộ vị pháp sư như vậy."**
**Khi Phật thuyết phẩm Đà-la-ni này, có sáu mươi tám ngàn người đạt được pháp nhẫn vô sinh.**

◆ Đoạn thứ năm nói về mười nữ la-sát lại có 5 tiểu đoạn. Thứ nhất là kể tên; thứ hai là thưa thỉnh xin nói [ra thần chú]; thứ ba là xưng tán ngợi khen; thứ tư là lập thệ nguyện; thứ năm là [đức Phật] ấn chứng.

Dạ-xoa, Hán dịch là quỷ tiệp tật (nhanh lẹ); la-sát, Hán dịch là quỷ thực nhân (ăn thịt người). Hai bộ quỷ này thuộc sự thống lãnh của [thiên vương Tỳ-sa-môn] ở phương bắc.

Phú-đơn-na là loài quỷ gây bệnh nóng.

Cát-già là quỷ khởi thi,[1] ở trong loài người hoặc dạ-xoa đều có loại quỷ này.

Tỳ-đà-la là quỷ màu đỏ, kiền-đà-la[2] là quỷ màu vàng, ô-ma-lặc[3] là quỷ màu đen; a-bạt-ma-la là quỷ màu xanh. Cành cây ha-lê rơi xuống đất thì tự nhiên vỡ thành 7 mảnh.[4] Giết cha, giết mẹ, phá [hòa hợp] tăng là ba tội

---

1 Quỷ khởi thi: loài quỷ có năng lực do tụng chú, có thể sai khiến xác chết đứng dậy đi giết người khác.

2 Kinh văn gọi là quỷ kiền-đà. Văn Cú có chua thêm 2 chữ "vị tường" (未詳) nghĩa là chưa rõ, hẳn muốn nói chưa biết rõ về loài quỷ này.

3 Kinh văn gọi là quỷ ô-ma-lặc-già. Văn Cú cũng chú là chưa rõ về loài quỷ này.

4 Giải thích này của Văn Cú có vẻ khiên cưỡng, kinh văn không nói việc "rơi xuống đất". Theo bản Anh ngữ dịch từ Phạn ngữ của H. Kern thì cũng chỉ mô tả là "như chồi cây a-lê", không có "rơi xuống đất". Chồi cây a-lê (symplocos racemosa) khi mọc ra thì tự nhiên có hình dạng giống như vật bị chẻ ra làm 7 mảnh. Có thể đây là lý do kinh văn dùng làm ví dụ.

nghịch. Dầu mè ở Ấn Độ[1] được làm bằng cách giã nát hạt mè [rồi ủ lại] cho sinh ra các loài trùng nhỏ rồi mới ép tất cả [để lấy dầu]. Theo lệ làm như vậy thì được nhiều dầu và dầu béo hơn, thật là vô cùng tội lỗi. Về cân lường, bán ra thì cân non, mua vào thì cân già, đó là lừa dối [cũng đồng như] tội trộm cắp. Gần đây có người dùng đấu nhỏ đong lường bán ra, dùng đấu lớn đong lường mua vào, bị sét đánh chết mà trên lưng hiện ra dòng chữ răn đe. Tội ấy thật cũng không nhẹ.[2]

---

[1] Văn Cú dùng "ngoại quốc" (nước ngoài) để chỉ ở Ấn Độ.

[2] Văn Cú bỏ sót không nhắc đến phần thứ tư là nêu việc nghe phẩm kinh này được lợi ích, có lẽ vì đơn giản dễ hiểu, như các phần trước thường nói "như văn", nghĩa là y theo kinh văn hiểu được.

# 27. Giải thích phẩm Hạnh nguyện thuở xưa của vua Diệu Trang Nghiêm

**KINH VĂN**

**Phẩm Hạnh nguyện thuở xưa của vua Diệu Trang Nghiêm**

## Giải thích tên phẩm

Nhân duyên sau đây lấy từ kinh khác.[1] Thuở xưa, khi giáo pháp của Phật đã đến thời suy mạt, có bốn vị tỳ-kheo đối với kinh Pháp hoa hết sức chân thành tôn trọng. Tuy thường suy ngẫm giáo pháp sâu kín này, nhưng vẫn chưa được thấm nhuần [pháp vị] cam lồ. [Do vậy mà] ngày đêm càng thêm chí thành, chẳng lúc nào quên bỏ.

Các vị thường [suy nghĩ] than thở rằng: "Hay là chúng ta không phải người thích hợp [với giáo pháp này]? Hay vùng đất này không phải nơi thích hợp [để tu tập]? Cõi thế gian này rối rắm hỗn loạn, [người tìm cầu] tĩnh lặng với [kẻ] tán loạn đối nghịch nhau. Nếu như muốn cầu tìm nơi vắng vẻ yên tĩnh còn phải chán bỏ xa lánh [thế gian], huống chi là muốn chú tâm hoàn toàn tu theo đạo pháp?"

Nghĩ vậy rồi, từ đó các vị gắn kết với núi rừng, lập chí hướng về trí tuệ Phật. Ẩn cư như vậy lâu ngày, cơm áo dần cạn kiệt. Mang thân hữu vi nên còn nhiều phiền toái,

---

[1] Văn Cú ký giải thích chỗ này nói là "vị kiểm" (未檢), nghĩa là chưa kiểm chứng được, ý nói chưa biết ở trong kinh nào.

không lúc nào không bị thiếu thốn. Một bữa cơm không nuốt vào cũng chướng ngại đường dài muôn dặm;[1] mười ngày chỉ ăn chín bữa,[2] chí hướng cao vời cũng đành cùn nhụt. Than ôi! [Khó khăn] thật không sao nói hết.

[Khi ấy,] một vị trong nhóm nói rằng: "Chúng ta bốn người đều cùng quẫn, đến thân mạng này còn không giữ được thì chánh pháp biết gửi gắm vào đâu? Nay xin ba vị hãy đem thân mạng dành trọn cho việc phụng hành đạo pháp, đừng lo đến chuyện [áo cơm] sớm tối; riêng mình tôi nguyện xả bỏ thân này, quyết tâm cung cấp hết thảy mọi thứ cần dùng cho các vị."

Nói như vậy rồi, liền chống tích trượng đi vào xóm làng [khất thực] để tiếp tục sự cung cấp, từ mùa xuân đến mùa đông, xoay vần mãi năm này sang năm khác, như tôi tớ phụng sự chủ nhân, ngọt bùi cay đắng đều không để tâm mừng giận.

Ba vị kia [nhờ vậy tu tập] được tiến triển thành tựu, công phu viên mãn, hoàn tất sự nghiệp tu tập, lợi ích một đời sánh bằng vô lượng đời sống khác. Chỉ riêng một vị này [tiếp tục] trải qua nhiều kiếp trong cõi người, thường xuyên tiếp cận với âm thanh, hình sắc, như món đồ gốm chưa nung qua lửa, thật khó giữ gìn [tâm chân chánh]. Một hôm tình cờ gặp đức vua ngự giá ra ngoài thành, [nhìn thấy] ngựa xe đông đảo, cờ xí rợp trời, bất chợt khởi tâm động niệm, ưa thích cảnh vinh hoa quyền quý. Do công đức tu tập đã

---

[1] Văn Cú nói "一餐喀喀廢萬里之行" (nhất xan khách khách phế vạn lý chi hành). Văn cú ký giải thích rằng, "khách khách" mô tả tiếng nôn ọe, ở đây để chỉ việc bữa ăn không nuốt vào được, tức là đói thiếu, có thể làm trở ngại hành trình muôn dặm, chỉ con đường tu tập dài lâu. Văn Cú nói "phế" là bỏ đi, Văn Cú ký giải thích rõ hơn là "長途妨於萬里" (trường đồ phương ư vạn lý), đường dài bị chướng ngại đến muôn dặm.

[2] Văn cú nói "thập tuần cửu phạn khuất vân tiêu chi chí" (十旬九飯屈雲霄之志), Văn cú ký giải thích "thập nhật vi tuần đãn duy cửu phạn" (十日為旬但唯九飯). Như vậy, thập tuần là chỉ một tuần 10 ngày chứ không phải 10 tuần.

tích tụ nên liền tùy theo ý niệm [ưa thích ấy] mà nhận quả báo, sinh ra trong hai cõi trời người đều thường được làm vua. Phước báo [của vị này] tuy lớn lao không thể suy lường nhưng vẫn là hữu hạn, [cũng có lúc cạn kiệt].

Ba vị đã chứng đạo liền họp lại bàn nhau rằng: "Chúng ta thoát cũi sổ lồng, [ra khỏi ràng buộc thế gian] là nhờ công đức của vị vua này. Nay ông ấy đam mê trong quả báo [tốt đẹp], càng tăng trưởng pháp hữu vi. Sau khi chết đi trong kiếp này thì không còn được trở lại làm vua nữa, sẽ đọa sâu trong hầm lửa, thật khó có thể cứu thoát. Cũng may là hiện nay ông ấy chưa rơi vào nạn khổ, chính là lúc có thể chỉ bày giáo hóa."

Một vị đề nghị: "Vị vua này đắm say dục lạc lại thêm tà kiến, nếu không dùng đến lưỡi câu ái dục thì không cách nào có thể cứu vớt được. Nay một người [trong chúng ta] có thể sinh làm người vợ đoan chánh, hai người [còn lại] sinh làm hai đứa con thông minh. Lời của vợ con nói ra ắt là [vua] sẽ thuận nghe theo."

Quả nhiên, việc thiết lập phương tiện giáo hóa thích hợp như vậy đã đạt được kết quả [giúp cho nhà vua] từ bỏ tà kiến. Người vợ khi ấy nay chính là Bồ Tát Diệu Âm. Hai người con thuở ấy nay là hai vị Bồ Tát, Dược Vương và Dược Thượng. Đức vua thuở xưa nay chính là Bồ Tát Hoa Đức.

Cho nên, [các phẩm trước nói việc] hào quang từ tướng bạch hào [của Thế Tôn] chiếu về hướng đông triệu vời, [Bồ Tát Diệu Âm] lên đài cao quý theo hướng tây tìm đến; [Bồ Tát Dược Vương] nói thần chú hộ trì kinh điển, khiến cho lưu thông [để chúng sanh] được lợi ích lớn lao. [Nay phẩm này] nói về nhân duyên đời trước của cả bốn vị thánh[1] nên

[1] Bốn vị thánh: tức là Bồ Tát Diệu Âm, Bồ Tát Dược Vương, Bồ Tát Dược Thượng và Bồ Tát Hoa Đức.

gọi là phẩm *Hạnh nguyện thuở xưa của vua Diệu Trang Nghiêm.*

Lại nữa, Diệu Trang Nghiêm là công đức của diệu pháp trang nghiêm các căn. Vị vua này thuở xưa có duyên với diệu pháp. Đạo huân tập đến khi thuần thục thì các căn được thanh tịnh. Trong kiếp sống ấy tuy chưa đạt được [như vậy], nhưng theo lý nhất định sẽ được; [do vậy mà có] điềm lành cảm thông, danh hiệu được hình thành từ sớm. Cũng giống như ngài Thiện Cát khi chưa [thực sự] đạt được [tam-muội] Vô tránh mà đã có hiệu là Không Sanh. Cho nên kinh văn phần sau nói "đạt được pháp tam-muội Nhất thiết tịnh công đức trang nghiêm". Do ý nghĩa đó mà có danh hiệu là vua Diệu Trang Nghiêm.

Phẩm trước nói việc thần chú hộ trì kinh điển. Phẩm này nói việc người hộ trì kinh điển. Người hộ trì còn được như vậy, thần chú hộ trì lại càng tốt đẹp hơn, đều rộng khuyên việc lưu thông kinh điển.

**KINH VĂN**

**Lúc bấy giờ, đức Phật bảo đại chúng: "Vào đời quá khứ, cách nay vô lượng vô biên không thể nghĩ bàn a-tăng-kỳ kiếp, có Phật hiệu là Vân Lôi Âm Tú Vương Hoa Trí Như Lai, Ứng Cúng, Chánh Biến Tri... cõi nước tên là Quang Minh Trang Nghiêm, kiếp tên là Hỷ Kiến.**

Kinh văn phẩm này chia ra làm 6 tổng đoạn. Thứ nhất là nêu nguồn gốc sự việc; thứ hai là cùng lúc nêu cả người giáo hóa và người được giáo hóa; thứ ba là nói về phương tiện giáo hóa; thứ tư là người được giáo hóa được lợi ích; thứ năm là nêu sự tương hợp thuở xưa với ngày nay; thứ sáu là nói việc [những người] nghe phẩm kinh này được ngộ đạo.

▣ Tổng đoạn thứ nhất nêu nguồn gốc sự việc, y theo kinh văn có thể hiểu được.

## KINH VĂN

**Trong phạm vi giáo hóa của Phật có vị vua[1] tên là Diệu Trang Nghiêm, hoàng hậu là Tịnh Đức, hai người con trai là Tịnh Tạng và Tịnh Nhãn.**

**"Hai người con trai này có sức thần thông lớn, có phước đức, trí tuệ, từ lâu đã theo con đường tu tập hạnh của hàng Bồ Tát như các pháp ba-la-mật: bố thí, trì giới, nhẫn nhục, tinh tấn, thiền định, trí tuệ, phương tiện, bốn tâm vô lượng từ, bi, hỷ, xả, cho đến ba mươi bảy phẩm trợ đạo, tất cả đều thông suốt sáng tỏ; lại đạt được các pháp tam-muội của Bồ Tát như tam-muội Tịnh, tam-muội Nhật tinh tú, Tịnh quang, Tịnh sắc, Tịnh chiếu minh, Trường trang nghiêm, Đại oai đức tạng... đối với các pháp tam-muội như vậy đều thấu đạt thông suốt.**

▣ Tổng đoạn thứ hai từ câu *"Trong phạm vi giáo hóa của Phật..."* trở đi cùng lúc nêu cả người giáo hóa và người được giáo hóa. Có ba người giáo hóa và một người được giáo hóa, đều được nêu tên trong phần này. Đặc biệt nêu rõ hai người con có đủ phước đức, trí tuệ, sáu ba-la-mật, bốn tâm vô lượng.[2] Các kinh khác gọi những pháp này là mười ba-la-mật, tức là các pháp môn phải tu tập đồng thời. 37 phẩm trợ đạo là các pháp môn tu tập tuần tự, được các kinh khác xem là các pháp tu chính, việc thực hành các công hạnh là phụ thêm. Nay kinh này cho rằng mười ba-la-mật là các pháp tu chính, nên gọi các pháp kia là trợ đạo.

Trong Thiền ba-la-mật có đầy đủ tam-muội, còn trong ba mươi bảy phẩm trợ đạo thì mỗi phẩm cũng đều có một

[1] Nguyên tác Hán văn là "彼佛法中有王 - bỉ Phật pháp trung hữu vương", nhưng theo nội dung thì lúc đó nhà vua chưa biết đến Phật pháp nên phải hiểu là "trong phạm vi giáo hóa của Phật", bởi lúc đó ông vua này chưa vào trong Phật pháp.

[2] Văn cú dùng "tứ hoằng" (四弘) thường là chỉ tứ hoằng thệ nguyện (四弘誓願), nhưng trong kinh văn đoạn này không đề cập đến tứ hoằng thệ nguyện mà chỉ nói đến tứ vô lượng tâm: từ, bi, hỷ, xả. Do vậy có thể là Văn cú muốn dùng "tứ hoằng" với nghĩa bốn điều rộng lớn, chỉ bốn tâm vô lượng.

phần tam-muội, nêu thêm bảy pháp tam-muội nữa là để rộng bày pháp môn.

**KINH VĂN**

**"Bấy giờ, đức Phật muốn dẫn dắt vua Diệu Trang Nghiêm cũng như thương xót nhớ nghĩ đến chúng sanh nên thuyết kinh Pháp hoa này.**

▣ Tổng đoạn thứ ba từ câu "Bấy giờ, đức Phật muốn dẫn dắt..." trở đi là nêu phương tiện giáo hóa. Kinh văn chia làm 3 đoạn. Thứ nhất là nói việc đã đến lúc thích hợp; thứ hai nêu việc bàn luận; thứ ba là thị hiện thần biến để giáo hóa.

◆ Đoạn thứ nhất nói đã đến lúc thích hợp, là nói lúc đức Phật Vân Lôi Âm Tú Vương Hoa Trí ra đời thường thuyết giảng chánh pháp. Đối với nhà vua thì duyên còn yếu ớt tức là chưa phải lúc thích hợp, còn nếu nói về việc thuyết giảng kinh Pháp hoa thì là lúc thích hợp. Kinh văn nói "đức Phật muốn dẫn dắt... ...nên thuyết kinh Pháp hoa", tức là ý nghĩa này.

**KINH VĂN**

**"Khi ấy, hai hoàng tử là Tịnh Tạng và Tịnh Nhãn cùng đi đến chỗ mẹ, chắp tay thưa rằng: 'Xin mẹ hãy đến chỗ đức Phật Vân Lôi Âm Tú Vương Hoa Trí, chúng con cũng theo hầu, gần gũi, cúng dường, lễ bái. Vì sao vậy? Vị Phật này ở giữa hết thảy trời người mà thuyết giảng kinh Pháp hoa, nên đến nghe và thọ nhận.'**

**"Người mẹ bảo các con: 'Cha con tin theo ngoại đạo, bám chấp sâu nơi pháp bà-la-môn, các con nên đến thưa cha xin người cùng đi.'**

**"Tịnh Tạng và Tịnh Nhãn cùng chắp tay thưa mẹ: 'Chúng con là đệ tử đấng Pháp vương, lại sinh vào nhà tà kiến.'**[1]

[1] Kinh Chánh Pháp hoa và bản Anh dịch của H. Kern diễn đạt đoạn này tương đồng nhau và có phần hơi khác hơn so với bản dịch này. Theo đó, hai vị vương tử đến xin phép mẹ để đi gặp Phật, người mẹ bảo phải xin phép cha và sợ rằng

**"Người mẹ nói: 'Các con nên nghĩ đến cha, hãy vì cha hiện các phép thần thông biến hóa; nếu nhìn thấy rồi tâm được thanh tịnh, biết đâu cha sẽ thuận theo các con cùng đến chỗ Phật.'**

◆ Đoạn thứ hai nói việc bàn luận [giữa mẹ con]. Trong kinh văn nêu việc con nói với mẹ là đã đến lúc thích hợp, mẹ dạy con nên giáo hóa cha; con than vãn việc sinh vào nhà tà kiến, mẹ mong con nên nghĩ thương [đến cha]. Tất cả đều y theo kinh văn có thể hiểu được.

**KINH VĂN**

**"Liền đó hai vị vương tử vì nghĩ thương đến cha liền nhảy vọt lên không trung, cao bảy cây đa-la, hiện đủ mọi phép thần thông biến hóa, ở giữa không trung đi đứng nằm ngồi, phía trên thân vọt ra nước, dưới thân tuôn ra lửa; hoặc trên thân tuôn lửa, dưới thân vọt nước; hoặc hiện thân to lớn choán đầy hư không, rồi hiện nhỏ lại; từ nhỏ lại hiện lớn; ở giữa không trung biến mất, hốt nhiên lại hiện ra trên mặt đất; đi vào lòng đất như lặn xuống nước, đi trên mặt nước như đi trên đất... Hiện đủ mọi phép thần thông biến hóa, khiến tâm vua cha trở nên thanh tịnh, tin hiểu."**

◆ Đoạn thứ ba từ câu *"Liền đó hai vị vương tử..."* trở đi là thị hiện thần biến để giáo hóa. Việc thị hiện để giáo hóa có đủ 18 phép thần biến,[1] có thể giải thích đầy đủ.

ông tin theo ngoại đạo nên sẽ không cho phép. Hai vương tử biện hộ: "Chúng con tuy sinh vào nhà tà kiến nhưng thật là đệ tử đấng Pháp vương." H. Kern: "Though born in a family that adheres to a false doctrine, we feel as sons to the king of the law." - Kinh Chánh Pháp hoa: "我等薄相所生邪見無義之家, 又我等身本是法王子 - Ngã đẳng bạc tướng sở sinh tà kiến vô nghĩa chi gia, hựu ngã đẳng thân bản thị Pháp vương tử." (ĐCT, T9, 263, tr.131a, d.25-26)

[1] Dựa theo kinh văn ở đây, Chỉ quán phụ hành truyền hoằng quyết (止觀輔行傳弘決) quyển 10, phân chia 18 phép thần biến là như sau: 1. Hông bên phải ra nước, 2. hông bên trái ra lửa, 3. hông bên trái ra nước, 4. hông bên phải ra lửa, 5. trên thân ra nước, 6. dưới thân ra lửa, 7. dưới thân ra nước, 8. trên thân ra lửa, 9. đi trên nước như đi trên đất, 10. đi trên đất như đi trên nước, 11. ẩn trong hư không rồi hiện ở trên đất, 12. ẩn trên đất lại hiện trong hư không, 13. đi giữa hư không, 14. đứng giữa hư không, 15. ngồi giữa hư không, 16. nằm giữa hư không, 17. hiện

**KINH VĂN**

**"Khi ấy, vua cha nhìn thấy hai con có sức thần thông như vậy, trong lòng hết sức vui mừng, được việc chưa từng có, chắp tay hướng về hai con hỏi rằng: 'Ai là thầy của các con, các con là đệ tử của ai?'**
**"Hai vị vương tử đáp: 'Thưa phụ vương, đức Phật Vân Lôi Âm Tú Vương Hoa Trí, hiện nay đang ngồi trên pháp tòa dưới cội cây bồ-đề bằng bảy báu, ở giữa đại chúng hết thảy trời người trong thế gian mà rộng thuyết kinh Pháp hoa, đó chính là thầy của chúng con; chúng con là đệ tử của Phật.'**
**"Đức vua bảo hai con: 'Nay ta cũng muốn gặp thầy các con, chúng ta có thể cùng đi đến đó.'"**

▣ Tổng đoạn thứ tư từ câu *"Khi ấy, vua cha nhìn thấy hai con..."* trở đi, nêu việc người được giáo hóa được lợi ích. Kinh văn chia làm 10 đoạn.

◆ Đoạn thứ nhất, đức vua từng thấy các phép biến hóa của tà đạo, hoặc một phép, hoặc hai phép, vừa hẹp hòi vừa thô lậu, nay nhìn thấy các phép biến hóa của các con thì ngợi khen là chưa từng có, liền tin tưởng vào các con và kính phục thầy, nên hỏi xem thầy của các con là ai, vua cũng mong muốn được gặp.

**KINH VĂN**

**"Liền khi ấy, hai vị vương tử từ không trung hạ xuống, đến chỗ mẹ chắp tay thưa rằng: 'Nay cha con đã tin hiểu, phát tâm Vô thượng Chánh đẳng Chánh giác. Chúng con vì cha đã làm Phật sự, xin mẹ cho phép chúng con xuất gia theo Phật tu tập đạo pháp.'**
**"Bấy giờ, hai vị vương tử muốn lặp lại ý nghĩa trên nên đọc kệ thưa với mẹ:**
**'Nguyện cho phép chúng con,**
**Xuất gia làm sa-môn,**

thân to lớn đầy ắp hư không, 18. hiện thân lớn trở thành nhỏ. (ĐCT, T46, 1912, tr.442a, d.29 – tr.442b, d.6)

**Chư Phật rất khó gặp,**
**Chúng con theo học Phật.**
**Như gặp hoa ưu-đàm,**
**Gặp Phật khó như vậy,**
**Thoát nạn khổ cũng khó,**
**Nguyện cho con xuất gia.'**

**"Người mẹ liền nói: 'Mẹ cho phép các con xuất gia. Vì sao vậy? Vì rất khó được gặp Phật.'"**

◆ Đoạn thứ hai, khi đức vua đã khởi lòng tin rồi, tám mươi bốn ngàn người trong cung vua cũng đều thuần thục. Hai vị vương tử [liền đến] báo tin vui và thưa với mẹ xin được xuất gia. Người mẹ liền cho phép.

## KINH VĂN

**"Liền đó, hai vị vương tử thưa với cha mẹ: 'Lành thay, thưa cha mẹ! Xin cùng đến chỗ đức Phật Vân Lôi Âm Tú Vương Hoa Trí, gần gũi cúng dường. Vì sao vậy? Vì rất khó được gặp Phật, cũng như hoa ưu-đàm-bát-la, lại cũng như con rùa chột mắt [ở giữa biển nổi lên] gặp được khúc cây có lỗ bộng trôi ngang qua.[1] Chúng ta nhờ phước đức sâu dày từ nhiều đời trước mà sinh ra được gặp Phật pháp, cha mẹ nên thuận theo ý chúng con, cho phép được xuất gia. Vì sao vậy? Chư Phật rất khó gặp, lại cũng rất khó có cơ hội gặp Phật.'**

**"Khi ấy, trong hậu cung của vua Diệu Trang Nghiêm có tám mươi bốn ngàn người, tất cả đều có thể đủ sức thọ trì kinh Pháp hoa này.**

**"Bồ Tát Tịnh Nhãn từ lâu đã thông đạt đối với pháp tam-muội Pháp hoa.**

**"Bồ Tát Tịnh Tạng từ vô lượng trăm ngàn muôn ức kiếp đã thông đạt pháp tam-muội Ly Chư Ác Thú, vì muốn giúp cho hết thảy chúng sanh đều được lìa xa các đường ác.**

[1] Thí dụ này được sử dụng trong nhiều kinh luận khác, để nói về một điều rất khó xảy ra. Ví như có con rùa mù (hoặc chột mắt) dưới biển sâu, 100 năm mới nổi lên mặt biển một lần; lại có khúc cây khô có lỗ bộng, 100 năm mới trôi ngang qua chỗ con rùa mù một lần. Việc sinh ra đời được gặp Phật cũng khó khăn như con rùa nổi lên tình cờ gặp được khúc cây khô trôi ngang qua và chui được vào lỗ bộng.

**"Phu nhân của vua đã đạt được pháp tam-muội Chư Phật Tập, có thể biết được kho tàng giáo pháp sâu kín của chư Phật.**
**"Hai vị vương tử dùng sức phương tiện như vậy, khéo léo hóa độ vua cha, khiến cho khởi tâm tin hiểu, ưa thích Phật pháp."**

◆ Đoạn thứ ba từ câu *"Liền đó, hai vị vương tử thưa với cha mẹ..."* trở đi, hai vương tử lại thúc giục cha mẹ lần nữa, rằng nay chính là lúc thích hợp để [cúng dường Phật] và cho phép con xuất gia, vì rất khó được gặp Phật.

◆ Đoạn thứ tư, công đức giáo hóa đã thành tựu, Phật ngợi khen công đức.

[Bồ Tát Tịnh Nhãn đạt được] pháp tam-muội Pháp hoa là thâu nhiếp hết thảy các pháp quy về một tướng thật như trước đã nói.

[Bồ Tát Tịnh Tạng đạt được] pháp tam-muội Ly chư ác thú. Có thuyết cho rằng ba đường ác [địa ngục, ngạ quỷ, súc sinh] là ác thú, còn nói đầy đủ thì là cả 25 cảnh giới hiện hữu, đều trái nghịch pháp chân thật, sinh khởi pháp hư vọng nên đều là ác thú. Nay xa lìa hết các cảnh giới ấy, tức là 25 pháp tam-muội phá trừ 25 cảnh giới hiện hữu.

[Phu nhân của vua đạt được] pháp tam-muội Chư Phật Tập, tức là tạng giáo pháp sâu kín mà chư Phật hội tập trong đó, chỉ có riêng chư Phật, không có một hạng người nào khác.

**KINH VĂN**

**"Liền đó, vua Diệu Trang Nghiêm dẫn theo quần thần, quyến thuộc; phu nhân Tịnh Đức dẫn theo các cung nữ trong hậu cung và quyến thuộc; hai vị vương tử dẫn theo bốn mươi hai ngàn người, tất cả cùng nhau đi đến chỗ đức Phật. Đến nơi, tất cả cùng cúi đầu áp mặt lễ kính dưới chân Phật, đi nhiễu quanh Phật ba vòng, rồi đứng sang một bên.**
**"Khi ấy, đức Phật vì vua mà thuyết pháp, tuần tự chỉ bày, dạy dỗ,**

**khuyến khích lợi ích, khiến cho đạt được niềm vui chân thật.[1] Nhà vua hết sức hân hoan vui mừng.**

**"Lúc bấy giờ, vua Diệu Trang Nghiêm cùng phu nhân liền cởi chuỗi ngọc chân châu giá trị trăm ngàn lượng vàng, tung rải lên để cúng dường Phật. Chuỗi ngọc được tung lên giữa không trung liền hóa thành một tòa đài báu có bốn cột, bên trong đài có giường báu lớn, trải bằng trăm ngàn muôn tấm vải cõi trời, bên trên có đức Phật ngồi kết già, phóng hào quang sáng chói. Khi ấy, vua Diệu Trang Nghiêm tự nghĩ: 'Thân Phật thật hy hữu, đặc biệt lạ lùng đoan nghiêm, thành tựu hình sắc vi diệu bậc nhất.'"**

◆ Đoạn thứ năm từ câu *"Liền đó, vua Diệu Trang Nghiêm dẫn theo..."* kể việc mọi người cùng nhau đến chỗ Phật, được nghe pháp, cúng dường Phật, nhìn thấy điềm lành thảy đều hoan hỷ.

## KINH VĂN

**"Khi ấy, đức Phật Vân Lôi Âm Tú Vương Hoa Trí nói với bốn chúng: 'Mọi người nhìn thấy vua Diệu Trang Nghiêm đang chắp tay đứng trước ta đây chăng? Đức vua này sẽ làm tỳ-kheo trong giáo pháp của ta, tinh cần tu tập các pháp trợ đạo, rồi sẽ thành Phật hiệu là Sa-la Thụ Vương, ở cõi nước tên là Đại Quang, vào kiếp tên là Đại Cao Vương. Đức Phật Sa-la Thụ Vương có vô số chúng Bồ Tát cùng vô số Thanh văn. Cõi nước ấy bằng phẳng ngay ngắn... công đức như thế.'**

**"Khi ấy vua Diệu Trang Nghiêm liền đem việc nước giao cho người em, rồi cùng với phu nhân, hai vương tử và quyến thuộc xuất gia tu tập trong Phật pháp.**

**"Sau khi xuất gia, đức vua thường xuyên chuyên cần tinh tấn tu hành theo kinh Diệu Pháp Liên Hoa trong suốt tám mươi bốn ngàn năm. Trải qua thời gian đó rồi, đạt được pháp tam-muội Nhất thiết tịnh công đức trang nghiêm, liền bay lên không trung, cao bảy cây đa-la, rồi thưa với Phật: 'Bạch Thế Tôn! Hai người con của con, vì**

[1] Nguyên tác kinh văn dùng "示教利喜 - thị giáo lợi hỷ", là 4 giai đoạn tuần tự trong sự giáo hóa như đã giải thích ở trước.

**làm Phật sự nên đã dùng thần thông biến hóa, chuyển hóa tâm tà kiến của con, khiến con được trụ yên trong pháp Phật, được gặp đức Thế Tôn. Hai người con ấy là bậc thiện tri thức, vì muốn khơi dậy căn lành đời trước, muốn làm lợi ích cho con nên mới sinh vào gia đình con.'**

**"Khi ấy, đức Phật Vân Lôi Âm Tú Vương Hoa Trí bảo vua Diệu Trang Nghiêm: 'Đúng vậy, đúng vậy! Đúng như lời ông nói. Nếu có thiện nam, thiện nữ nào gieo trồng căn lành thì đời đời sẽ được gặp thiện tri thức. Thiện tri thức ấy có thể làm Phật sự, tuần tự chỉ bày, dạy dỗ, khuyến khích lợi ích, khiến cho đạt được niềm vui chân thật, giúp cho thể nhập Vô thượng Chánh đẳng Chánh giác.**

**"Này Đại vương! Nên biết rằng thiện tri thức là nhân duyên lớn lao, là vì giáo hóa dẫn dắt khiến cho được gặp Phật, phát tâm Vô thượng Chánh đẳng Chánh giác.**

**"Đại vương! Ông có nhìn thấy hai người con này chăng? Hai người này vốn đã từng cúng dường chư Phật nhiều như số cát của sáu mươi lăm trăm ngàn muôn ức na-do-tha sông Hằng, gần gũi cung kính, ở nơi chư Phật ấy thọ trì kinh Pháp hoa, thương xót những chúng sanh tà kiến nên khiến cho trụ vào chánh kiến.'**

**"Lúc bấy giờ, vua Diệu Trang Nghiêm liền từ không trung hạ xuống rồi bạch Phật: 'Thế Tôn! Như Lai thật là hy hữu, do trí tuệ và công đức nên tướng nhục kế trên đỉnh đầu hào quang sáng tỏa; mắt đẹp dài rộng với màu xanh biếc; tướng bạch hào giữa hai chân mày sáng màu tươi mát;[1] răng đều khít bằng phẳng, thường trắng sáng; môi đỏ tươi như màu trái tần-bà...'[2]**

**"Khi ấy, vua Diệu Trang Nghiêm ngợi khen xưng tán vô số trăm ngàn muôn ức công đức của Phật như vậy, rồi ở trước đức Như Lai một lòng chắp tay bạch Phật: 'Thế Tôn! Thật chưa từng có! Chánh pháp của Như Lai thành tựu đầy đủ công đức vi diệu không thể nghĩ bàn, dạy bảo việc thiện, răn ngừa việc bất thiện[3] khiến cho**

[1] Nguyên tác dùng "如珂月 - như kha nguyệt", kha chỉ sắc trắng của ngọc, nguyệt chỉ ánh trăng; kha nguyệt được dùng để chỉ màu trắng tươi mát.

[2] Tần-bà (H. 頻婆, S. bimbajā), tên một loại cây thân gỗ mọc cao, trái nhỏ, có màu đỏ tươi.

[3] Nguyên tác là "教誡所行 - giáo giới sở hành" (dạy bảo, răn ngừa mọi hành vi), ở đây hàm ý dạy cho biết những điều thiện nên làm và răn ngừa, ngăn cản những

> **được an ổn tốt đẹp. Kể từ hôm nay con sẽ không còn trở lại chạy theo các tâm hành,[1] không khởi sinh các tâm xấu ác như tà kiến, kiêu căng, ngạo mạn, sân hận.' Nhà vua nói như vậy rồi lễ Phật, lui ra."[2]**

◆ Đoạn thứ sáu, từ câu *"Khi ấy, đức Phật Vân Lôi Âm Tú Vương Hoa Trí nói với bốn chúng..."* nêu việc đức Phật thụ ký.

◆ Đoạn thứ bảy nói việc [vua] xuất gia tu hành.

◆ Đoạn thứ tám, đức vua ngợi khen xưng tán hai người con.

◆ Đoạn thứ chín, đức Phật thuật lại công hạnh cao cả [thuở trước của hai vị vương tử].

◆ Đoạn thứ mười, [vua Diệu Trang Nghiêm] xưng tán Phật và tự phát thệ nguyện.

Đức Phật ngợi khen rằng, bậc thiện tri thức rất quan trọng, có những ý nghĩa lớn lao. Thiện tri thức thường làm Phật sự, tức là hàng thiện tri thức hộ trì, giúp đỡ [người

---

điều bất thiện không nên làm. Kinh Chánh Pháp hoa diễn đạt dài hơn nhưng do đó cũng rõ nghĩa hơn: "敷演道義, 施設法禁令無罪釁，長塗之難皆得無患 - phu diễn đạo nghĩa, thi thiết pháp cấm linh vô tội hấn, trường đồ chi nan giai đắc vô hoạn" (giảng bày đạo nghĩa, thiết lập cấm giới khiến cho không phạm vào tội lỗi, nhờ đó mà trên đường dài khó khăn không gặp hoạn nạn). (ĐCT, T9, 263, tr.132b, d. 14-15)

[1] Nguyên tác là "不復自隨心行 - bất phục tự tùy tâm hành". Tâm hành chỉ cho những trạng thái thay đổi liên tục của tâm, thường là do ngoại cảnh chi phối, làm khởi sinh những cảm xúc buồn, vui, hờn giận, ưa thích, ghét bỏ... Câu này hàm ý sẽ không trở lại như trước đây, luôn hành xử theo các tâm hành sinh khởi, mà sẽ làm theo lời dạy của Phật về những việc nên làm và những việc không nên làm, như câu "giáo giới sở hành" vừa giải thích ở trước. Bản Anh ngữ của H. Kern diễn đạt ý này là "will no more be slaves to our own mind" (...sẽ không còn làm nô lệ cho tâm ý của chính mình nữa).

[2] Trong bản tiếng Anh dịch từ Phạn ngữ của H. Kern thì đoạn nói về việc vua Diệu Trang Nghiêm tung chuỗi ngọc lên không trung được đưa vào vị trí này, nghĩa là sau khi nhà vua đã có sự tu tập thành tựu, không phải vào lúc mới lần đầu tiên gặp Phật.

tu tập]. [Thiện tri thức thường] tuần tự chỉ bày, dạy dỗ, khuyến khích sự lợi ích, hoan hỷ thành tựu tức là bậc thiện tri thức giáo thọ. [Thiện tri thức] giáo hóa đạo pháp giúp cho được thấy Phật, tức là bậc thiện tri thức đồng hành. [Thiện tri thức] giúp cho thể nhập Bồ-đề tức là thật tướng, là thiện tri thức thật tế.

Kinh Tạp A-hàm nói "thiện tri thức giống như người vợ hiền thục chung thủy", đây tức là ý nghĩa [thiện tri thức] hộ trì giúp đỡ [người tu tập]; lại nói "thiện tri thức như thân tộc, như tài sản", tức là ý nghĩa [thiện tri thức] đồng hành; lại nói "thiện tri thức như vị thương chủ[1] dẫn đường", tức là ý nghĩa [thiện tri thức] giáo thọ; lại nói "thiện tri thức như con nằm trong lòng cha", tức là ý nghĩa [thiện tri thức] thật tế.

## KINH VĂN

**Đức Phật Thích-ca Mâu-ni bảo đại chúng: "Các ông nghĩ sao? Vua Diệu Trang Nghiêm nào phải ai xa lạ, nay chính là Bồ Tát Hoa Đức. Phu nhân Tịnh Đức của vua, nay chính là Bồ Tát Quang Chiếu Trang Nghiêm Tướng đang ở trước Phật, thuở xưa vì thương xót vua Diệu Trang Nghiêm và quyến thuộc nên sinh ra ở đó. Còn hai vị vương tử, nay chính là Bồ Tát Dược Vương và Bồ Tát Dược Thượng.**

**"Hai vị Bồ Tát Dược Vương và Dược Thượng này đã thành tựu những công đức lớn lao như vậy, từng ở nơi vô số trăm ngàn muôn ức các đức Phật mà trồng sâu các gốc công đức, thành tựu những công đức hiền thiện không thể nghĩ bàn. Nếu có người biết đến danh hiệu của hai vị Bồ Tát này thì hết thảy chư thiên cùng nhân dân trong thế gian cũng nên lễ bái người ấy."[2]**

---

[1] Thương chủ: những người đi buôn đường xa ngày xưa thường cử một người đứng đầu thông thạo đường đi và có nhiều kinh nghiệm hơn để dẫn dắt cả đoàn.

[2] Bản Anh ngữ của H. Kern diễn đạt tương tự: "Those that shall cherish the name of these two good men shall all become worthy of receiving homage from the world, including the gods." (Những ai trân quý danh hiệu của hai vị Bồ Tát này thì cũng xứng đáng nhận được sự lễ bái của thế gian, kể cả chư thiên.)

▣ Tổng đoạn thứ năm từ câu *"Đức Phật Thích-ca Mâu-ni bảo đại chúng..."* trở đi là nêu sự tương hợp thuở xưa với ngày nay, chia làm 2 đoạn.

◆ Đoạn thứ nhất kết lại, nêu sự tương hợp.

◆ Đoạn thứ hai kết lại, khen ngợi xưng tán hai vị Bồ Tát.

**KINH VĂN**

**Khi Phật thuyết phẩm Hạnh nguyện thuở xưa của vua Diệu Trang Nghiêm, có tám mươi bốn ngàn người xa lìa phiền não cấu nhiễm, ở trong các pháp được pháp nhãn thanh tịnh.**[1]

▣ Tổng đoạn thứ sáu từ câu *"Khi Phật thuyết phẩm Hạnh nguyện..."* trở đi nêu việc những người nghe phẩm kinh này được đạo, y theo kinh văn có thể hiểu được.

[1] Nguyên tác dùng "遠塵離垢 - viễn trần ly cấu", tương đương với "viễn ly trần cấu" (遠離塵垢). Trần cấu chỉ chung tất cả phiền não, nói cụ thể ở đây là chỉ 88 phiền não (八 十八使 - bát thập bát sử) hay 88 kiến hoặc (見惑), tức là những phiền não khởi sinh do thấy biết sai lầm. Vì thế, cách diễn đạt "viễn trần ly cấu, đắc pháp nhãn tịnh" (遠塵離垢，得法眼淨) thường được dùng để chỉ giai đoạn chứng đắc sơ quả Tu-đà-hoàn trong 4 thánh quả Tiểu thừa, vì hành giả đã đoạn trừ phiền não kiến hoặc nên đạt được pháp nhãn thanh tịnh.

# 28. Giải thích phẩm Bồ Tát Phổ Hiền khuyến khích phát tâm

**KINH VĂN**

**Phẩm Bồ Tát Phổ Hiền khuyến khích phát tâm, thứ hai mươi tám**

## Giải thích tên phẩm

Trong Đại luận và Quán kinh đều gọi [tên vị Bồ Tát này] là Biến Cát, trong kinh này gọi là Phổ Hiền. Những tên như vậy đều là dịch sang Hán ngữ. Âm tiếng Phạn là Bí-du-bạt-đà,[1] dịch nghĩa là Phổ Hiền.

Kinh Bi Hoa nói: "Con nguyện đến đời uế nhiễm xấu ác của thế giới sẽ thực hành Bồ Tát đạo khiến được thanh tịnh, việc tu tập thực hành việc trọng yếu sẽ hơn hẳn các vị Bồ Tát."[2] Đức Phật Bảo Tạng [khi ấy] dạy rằng: "Do nhân

---

[1] Tên Phạn ngữ của Bồ Tát Phổ Hiền thường được biết là Samanatabhadra. Từ điển Phật Quang có ghi nhận một tên khác nữa là Viśvabhadra. Ở đây nói phiên âm là Bí-du-bạt-đà (邲輸颰陀) có vẻ gần với Viśvabhadra, vì Samanatabhadra thường được phiên âm là Tam-mạn-đa-bạt-đà-la (三曼多跋陀羅).

[2] Phần này lược trích từ kinh Bi Hoa, quyển 4, phần nói về các Bồ Tát được thụ ký. Đây là phát nguyện của Vương tử Mẫn-đồ (泯圖): "Thế Tôn! Sở nguyện của con là ở ngay nơi thế giới bất tịnh này để tu hành đạo Bồ Tát, lại còn tu sửa trang nghiêm cho mười ngàn thế giới bất tịnh, khiến cho đều được trang nghiêm thanh tịnh giống như thế giới Thanh Hương Quang Minh Vô Cấu. Con cũng sẽ giáo hóa vô số các vị Bồ Tát khiến cho đều được tâm thanh tịnh, không có mọi sự cấu uế, thảy đều hướng theo Đại thừa. Những Bồ Tát như thế đầy khắp trong cõi thế giới của con, sau đó con mới thành tựu quả A-nậu-đa-la Tam-miệu Tam-bồ-đề. Thế Tôn! Nguyện khi con tu hành đạo Bồ Tát phải vượt trội hơn so với các vị Bồ Tát khác." (Bản Việt dịch của Nguyễn Minh Tiến – ĐCT, T3, 157, tr.191c, d.3 - d.11)

duyên ấy, nay ta đổi tên cho ông là Phổ Hiền."[1] Đây tức là hàm ý của ba tất đàn.[2]

Lại nếu giải thích [tên này] theo nhân duyên thì đây là do thực hành hạnh nguyện nên được gọi tên [như vậy], nguyên do [tu tập] từ bốn niệm xứ cho đến bốn căn lành nên gọi chung là Phổ Hiền. Nếu riêng dựa theo Thế đệ nhất pháp thì đã đến gần pháp chân thật, cận kề quả thánh nên gọi là "hiền".

Như trên là nói theo Tạng giáo. Nay nói về chỗ cao tột của giai đoạn tu đạo chế phục [phiền não] thì nhân này biến hiện khắp nơi nên gọi là "phổ"; từ sau giai đoạn tu đạo dứt trừ [phiền não] thì gần gũi quả thánh cao tột nên gọi là "hiền".

Nếu là hàng Thập tín thì chỉ mới khởi đầu giai đoạn tu tập điều phục [phiền não], chưa phải chỗ cao tột, chẳng biến hiện khắp nơi, chỉ mới gần được quả ban sơ của những quả thánh ban sơ; chẳng phải sau [giai đoạn dứt trừ phiền não], chẳng phải [gần quả thánh] cao tột. Cho đến hàng Thập địa cũng chưa phải biến hiện khắp nơi, chưa phải [gần quả thánh] cao tột, huống chi là các giai vị trước đó.

Nay bàn về quả vị Đẳng giác, ở cao tột trên các [giai vị thuộc giai đoạn] điều phục, sự tu tập điều phục [phiền não] biến hiện khắp nơi nên gọi là "phổ"; giai đoạn tu tập đoạn trừ phiền não vừa chấm dứt, không mấy ai sánh bằng, đã gần đạt đến chỗ rốt ráo cuối cùng nên gọi là "hiền". Luận Đại Trí độ[3] dẫn ví dụ rằng "trăng đêm mười bốn cũng giống như trăng đêm rằm" là nêu rõ ý nghĩa [gần đạt đến] này.

---

[1] Kinh Bi Hoa, đã dẫn trên, tr.192b, d.13-14.

[2] Ba tất đàn ở đây chỉ đến thế giới tất đàn, vị nhân tất đàn và đối trị tất đàn.

[3] Văn Cú dùng tên gọi Thích luận để chỉ Đại trí độ luận, nói đủ là Đại trí độ luận thích (大智度論釋). Văn cú ký giải thích rằng luận này đã dẫn lại từ kinh Đại Bát Niết-bàn.

Đây là dựa theo các giai vị của Viên giáo để giải thích giai vị về sau là Phổ Hiền.

*"Khuyến khích phát tâm"* là cách nói để nêu sự mến mộ chánh pháp. [Các vị Bồ Tát] từ cõi nước xa xôi được nghe kinh này đầy đủ từ đầu đến cuối, vì muốn cho pháp tự thực hành và giáo hóa chúng sanh được lưu truyền mãi mãi không dứt cho nên mới từ các phương đông, tây[1] tìm đến [cõi Ta-bà] để khuyến khích phát tâm. Phần này có đủ ý nghĩa bốn tất đàn. Đại lược là như thế.

Kinh văn nói: *"Con vì cúng dường kinh Pháp hoa nên sẽ tự hiện thân... ...[người trì kinh] nếu được thấy thân con sẽ hết sức vui mừng..."*, đây là nghĩa thế giới tất đàn.[2] *"Được thấy thân con rồi lại càng thêm tinh tấn... liền đạt được các pháp tam-muội cùng đà-la-ni..."*, đây là nghĩa vị nhân tất đàn. *"Được thần chú đà-la-ni này thì không loài phi nhân nào có thể phá hoại, cũng không bị nữ sắc làm cho mê hoặc tán loạn..."*, đây là nghĩa đối trị tất đàn. *"Các Bồ Tát nhiều như số hạt bụi nhỏ trong thế giới đại thiên được trọn đủ đạo Phổ Hiền"*, đây là đệ nhất nghĩa tất đàn. Kinh văn như vậy tức là dùng nghĩa bốn tất đàn để khuyến khích phát tâm.

Trước đây có nêu việc phân chia phần lưu thông [trong kinh này] thành ba phần. Từ sau 19 khổ kệ [do Bồ Tát Di-lặc nói ra trong phẩm *Phân biệt công đức*] trở đi gồm ba phẩm rưỡi là nêu rõ năng lực lớn lao của kinh này để khuyến khích lưu thông. Từ phẩm *Bồ Tát Dược Vương* trở đi gồm năm phẩm là nêu năng lực truyền đạo, giáo hóa lớn lao của các vị Bồ Tát để khuyến khích lưu thông. Chỉ riêng một phẩm này là nêu nguyện lực lớn lao của Bồ Tát Phổ Hiền để khuyến khích lưu thông.

---

[1] Trong phẩm trước là Bồ Tát Diệu Âm từ phương tây, trong phẩm này là Bồ Tát Phổ Hiền từ phương tây.

[2] Trong đoạn này, Văn Cú theo lệ trước mà dùng "kỳ nhất, kỳ nhị..." để chỉ các ý nghĩa của bốn tất đàn. Chúng tôi chuyển dịch rõ theo các nghĩa đó.

**KINH VĂN**

**Lúc bấy giờ, Bồ Tát Phổ Hiền[1] dùng sức thần thông tự tại với oai đức danh tiếng,[2] cùng các vị Bồ Tát nhiều vô lượng vô biên không thể tính đếm,[3] từ phương đông hiện đến. Các cõi nước đi qua đều chấn động, trời mưa xuống hoa sen báu, vang lên vô số trăm ngàn muôn ức đủ loại âm nhạc.**

**Lại có vô số chư thiên, rồng, dạ-xoa, càn-thát-bà, a-tu-la, ca-lâu-la, khẩn-na-la, ma-hầu-la-già, loài người, loài phi nhân, đại chúng vây quanh, mỗi vị đều hiện sức thần thông oai đức, cùng đến núi Kỳ-xà-quật nơi thế giới Ta-bà, cúi đầu áp mặt đảnh lễ đức Phật Thích-ca Mâu-ni, đi nhiễu quanh bên phải bảy vòng rồi thưa với Phật: "Bạch Thế Tôn! Con ở cõi nước của đức Phật Bảo Oai Đức Thượng Vương, xa nghe ở thế giới Ta-bà này có thuyết kinh Pháp hoa nên cùng với vô lượng vô biên trăm ngàn muôn ức chúng Bồ Tát đến đây để nghe và thọ nhận. Kính nguyện đức Thế Tôn vì chúng con mà thuyết dạy. Lại sau khi Như Lai đã diệt độ rồi, các thiện nam hoặc thiện nữ[4] làm thế nào để được kinh Pháp hoa này?"**

Kinh văn phẩm này chia làm 4 tổng đoạn. Thứ nhất là nêu việc [Bồ Tát Phổ Hiền từ phương đông] xuất phát đi đến; thứ hai là nêu việc khuyến khích phát tâm; thứ ba là thuật rõ sự phát tâm; thứ tư là nêu lợi ích của sự phát tâm.

▣ Tổng đoạn thứ nhất là lời người chép kinh, nêu việc [Bồ Tát Phổ Hiền] xuất phát đi đến, chia làm 3 đoạn. Thứ

---

1 Bồ Tát Phổ Hiền (H. 普賢菩薩, S. Samantabhadra), nhân duyên tiền thân khi còn tu tập ở giai đoạn mới phát tâm được đề cập đến trong kinh Bi Hoa, là vị vương tử thứ tám của vua Bảo Hải, tên là Mẫn-đồ.

2 Nguyên tác dùng "威德名聞 - oai đức danh văn" có phần khó hiểu khi đưa vào ngữ cảnh này. Kinh Chánh Pháp hoa và bản dịch Anh ngữ của H. Kern đều không có ý nghĩa tương đương.

3 Nguyên tác dùng "不可稱數 - bất khả xưng số" (không thể dùng số đếm để nói lên), bản Anh ngữ dịch là "surpassing all calculation" (vượt khỏi mọi sự tính toán), đều để diễn đạt một số nhiều đến mức không thể tính đếm.

4 Kinh Chánh Pháp hoa và bản dịch Anh ngữ của H. Kern đều chỉ đề cập đến người nữ, không nói đủ cả nam và nữ; cho đến phần trả lời của đức Phật cũng vậy. Điều này có vẻ không hợp lý.

nhất là dâng lên cúng dường [chư Phật], thứ hai là giáo hóa [chúng sanh] cõi dưới, thứ ba nói việc tu tập cung kính.

◆ [Đoạn thứ nhất,] nói tự tại là nghĩa lý nhất, nói thần thông là nghĩa hành nhất, nói oai đức là nghĩa nhân nhất, nói danh tiếng là nghĩa giáo nhất.

Lại nữa, tự tại là nghĩa thường, thần thông là nghĩa lạc, oai đức là nghĩa ngã, danh tiếng là nghĩa tịnh. Nói như vậy là ngay nơi một pháp đã trọn đủ bốn đức, không gì không đầy đủ, tức là nghĩa tự tại.

Do sức thanh tịnh nên *"trời mưa xuống hoa sen báu"*, do sức an vui nên *"vang lên vô số trăm ngàn muôn ức đủ loại âm nhạc"*, do thần thông nên *"các cõi nước đi qua đều chấn động"*.

Do sức tự tại nên tùy ý mà có mưa hoa, tùy chỗ đi qua mà có mưa hoa, tùy chỗ đi qua mà cõi nước chấn động, tùy chỗ đi qua mà âm nhạc tấu lên. Cũng giống như con rồng lớn bay đi không dừng mà quanh thân rồng có mây mưa lưu chuyển không cùng tận. Bồ Tát Phổ Hiền cùng các vị quyến thuộc lấy thân Bồ Tát vận dụng năng lực của bốn đức, đến để khuyến khích phát khởi bốn nghĩa nhất [như trên], sự việc là như vậy.

◆ Đoạn thứ hai từ câu *"Lại có vô số chư thiên, rồng, dạ-xoa..."* trở đi, trải qua các nơi đều giáo hóa [khiến chúng sanh] được lợi ích. Tùy chỗ thích hợp với chúng sanh mà hóa hiện ra hình dạng tám bộ chúng. Ở đây chỉ lược nói vận dụng hai năng lực,[1] tùy chỗ có thể nhận lãnh [của chúng sanh], sự việc là như vậy.

◆ Đoạn thứ ba nói việc tu tập cung kính, kinh văn nói *"cúi đầu áp mặt"*, *"nhiễu quanh bên phải bảy vòng"*, y theo đó có thể hiểu được.

---

[1] Phần trước nêu 4 năng lực là thần thông, tự tại, oai đức và danh tiếng. Ở đây chỉ nói 2 năng lực tức là thần thông và tự tại.

▣ Tổng đoạn thứ hai nói việc khuyến khích phát tâm, chia làm 2 đoạn. Thứ nhất là thưa hỏi, [thỉnh Phật nói ra] để khuyến khích phát tâm. Thứ hai là nêu thệ nguyện khuyến khích phát tâm.

◆ [Đoạn thứ nhất có 2 tiểu đoạn,] thưa hỏi và giải đáp.

❖ Tiểu đoạn thứ nhất là thưa hỏi, nêu việc từ xa được nghe hết kinh này, lòng luyến mộ không dứt đối với chánh pháp, nên từ xa tìm đến với ý nguyện khuyến khích phát tâm. Do vậy nên thưa thỉnh Phật thuyết lại phần chánh thuyết [của kinh] là để khuyến khích phát tâm tự hành trì; lại thưa thỉnh ý nghĩa lưu thông kinh điển để khuyến khích phát tâm giáo hóa chúng sanh. Đức Như Lai nếu chấp thuận cả hai điều thưa thỉnh đó thì sẽ diễn thuyết [kinh này] một lần nữa, quang minh tiếp nối quang minh, tỏa chiếu không cùng tận. Cho nên [ngài Phổ Hiền] mới thưa thỉnh cả hai điều.

**KINH VĂN**

**Đức Phật bảo Bồ Tát Phổ Hiền: "Sau khi Như Lai diệt độ rồi, nếu thiện nam hoặc thiện nữ nào thành tựu bốn pháp thì sẽ được kinh Pháp hoa này. Thứ nhất là được chư Phật hộ niệm; thứ hai là gieo trồng các gốc công đức; thứ ba là nhập vào chánh định; thứ tư là phát tâm cứu độ tất cả chúng sanh. Sau khi Như Lai diệt độ rồi, thiện nam hoặc thiện nữ nào thành tựu bốn pháp như vậy, chắc chắn sẽ được kinh này."**

❖ Tiểu đoạn thứ hai nêu việc đức Phật giải đáp, chia làm 3 phân đoạn. Trước tiên là giải đáp tổng quát, tiếp theo giải đáp chi tiết và cuối cùng tổng kết lại.

▪ [Phân đoạn thứ nhất, giải đáp tổng quát là nêu chung 4 pháp.]

▪ [Phân đoạn thứ hai] giải đáp chi tiết là kể ra đủ 4 pháp, y theo kinh văn có thể hiểu được. [Ngài Phổ Hiền] đã thưa thỉnh hai việc, đức Như Lai khéo léo giải đáp, chỉ lược nêu 4 pháp để bao trùm những pháp khác. Vì sao vậy? Vì 4 pháp này là cốt yếu, bao quát cả hai phần chánh thuyết và lưu thông [của kinh này].

Vì sao? Vì chư Phật tuy không có sự thiên lệch, nhưng nếu chúng sanh nào thường xa lìa việc xấu ác, làm theo việc hiền thiện, ngược đường mê quay về nẻo chánh, khai thông tri kiến quyền thừa, hiển lộ tri kiến Phật, ắt có thể xứng hợp với tâm bậc thánh, nên *"được chư Phật hộ niệm"*. Nếu tri kiến Phật đã khai mở, tức là trí tuệ Bát-nhã soi chiếu sáng suốt, đó là *"gieo trồng các gốc công đức"*. Đó cũng là *"nhập vào chánh định"*, không loạn, không [đắm nhiễm] mùi vị, không nắm bắt, không buông bỏ. Đó cũng là *"phát tâm cứu độ tất cả chúng sanh"*.

Nên biết, bốn điều này cùng với việc "khai quyền hiển thật" tuy tên gọi khác nhau nhưng bản thể tương đồng, không phân hai, không khác biệt.

Lại nữa, *"được chư Phật hộ niệm"* tức là khai mở tri kiến Phật; *"gieo trồng các gốc công đức"* là chỉ bày tri kiến Phật; *"phát tâm cứu độ tất cả chúng sanh"* là tỏ ngộ tri kiến Phật; *"nhập vào chánh định"* là thể nhập tri kiến Phật. Bốn pháp này đã thâu nhiếp hết những điểm cốt yếu của tích môn.

Lại nữa, hình tích ắt phải có bản nguyên. Từ bản nguyên khai mở, chỉ bày, tỏ ngộ, thể nhập cho nên trong hình tích mới có khai mở, chỉ bày, tỏ ngộ, thể nhập. Nay khai mở hình tích tức là hiển lộ bản nguyên. Bản nguyên với hình tích thật không phân hai, không khác biệt.

Dùng 4 pháp này để giải đáp việc thưa thỉnh [thuyết giảng lại] phần chánh thuyết [kinh này], ý nghĩa như vậy đã sáng tỏ. Lại cũng dùng 4 pháp này để giải đáp việc thưa hỏi về lưu thông [kinh Pháp hoa].

Phương thức lưu thông [như phần trước kinh văn đã giảng], dù là ba pháp hay bốn hạnh[1] [cũng đều tương hợp].

*"Phát tâm cứu độ tất cả chúng sanh"* là vào nhà Như Lai; *"nhập vào chánh định"*, *"được chư Phật hộ niệm"*, đó chính là đắp y Như Lai; *"gieo trồng các gốc công đức"* là ngồi tòa Như Lai. Đây là yếu chỉ trong việc truyền rộng kinh này, tức bốn pháp mà cũng là ba. *"Phát tâm cứu độ tất cả chúng sanh"* là hạnh thệ nguyện an vui; *"nhập vào chánh định"* là hạnh ý an vui, *"gieo trồng các gốc công đức"* là hạnh khẩu an vui, *"được chư Phật hộ niệm"* là hạnh thân an vui. Nên biết rằng bốn pháp nêu sau cũng tức là bốn điều đã giảng trước. Một phần giải đáp thỏa đáng cho cả hai điều thưa thỉnh, nêu ra bốn pháp cốt yếu nhất để bao trùm trọn vẹn bộ kinh. Đây chính là Pháp hoa được diễn giải lại, kinh này được tuyên thuyết lại. [Ngài Phổ Hiền] từ xa đến để khuyến khích phát tâm, ý nghĩa là như vậy.

▪ [Phân đoạn thứ ba] tổng kết lại. *"Sau khi Như Lai diệt độ... ...chắc chắn sẽ được kinh này."* Các nhà cựu giải nói rằng: "Có thể thực hành bốn pháp này thì trong đời tương lai thường có được kinh này trong tay." Nay tôi cho rằng không phải như vậy.

Kinh văn phần trước nói: *"Nghĩa thật tướng các pháp, đã vì chúng giảng thuyết."*[2] Lại nói muốn làm cho tất cả chúng sanh đều được khai mở, chỉ bày, tỏ ngộ, thể nhập tri kiến Phật. Đó là bản thể chính của Pháp hoa. Có thể thực hành được bốn pháp [như Phật dạy] ắt đạt được sự sự thấu hiểu [bản thể] này, nên gọi sự thấu hiểu đó là kinh. Đây là tổng kết [trả lời cho] phần thưa thỉnh về chánh thuyết.

---

[1] Phẩm Pháp sư nêu 3 pháp người thuyết giảng kinh phải thực hiện là vào nhà Như Lai, đắp y Như Lai, ngồi tòa Như Lai. Phẩm Hạnh an vui nêu 4 hạnh là thân nghiệp an vui, khẩu nghiệp an vui, ý nghiệp an vui và thệ nguyện an vui. Ba pháp và bốn hạnh này đều tương quan chặt chẽ với nhau.

[2] Tức là phần kệ tụng trong phẩm Tựa.

Nếu có thể vận dụng sự thấu hiểu này vào thực hành, truyền dạy cho người khác, người tin nhận sự thấu hiểu này sẽ thành người nương tựa [giáo pháp] ở bậc đầu tiên. Có thể đạt được thấu hiểu chân thật thì thành người nương tựa bậc thứ hai, thứ ba, thứ tư.[1] Đây là tổng kết [trả lời cho] phần thưa hỏi về việc lưu thông [kinh này].

Phải chăng vì không thấy được những ý nghĩa này nên [có người] mới tùy tiện đặt ra cách giải thích khác?

## KINH VĂN

**Khi ấy, Bồ Tát Phổ Hiền thưa với Phật: "Bạch Thế Tôn! Sau năm trăm năm nữa, vào đời xấu ác, như có người thọ trì kinh điển này, con sẽ bảo vệ, giúp đỡ, trừ bỏ những điều suy kém, hoạn nạn để người ấy được an ổn, khiến cho không ai có thể dễ dàng rình rập ám hại, cho dù đó là ma, con trai con gái của ma, hoặc dân ma, hoặc kẻ bị ma ám, hoặc dạ-xoa, la-sát, cưu-bàn-trà, tỳ-xá-xà, cát-già, phú-đan-na, vi-đà-la[2]... những loài quỷ hại người đều không thể dễ dàng gây hại.**

**"Trong khi người ấy đi, đứng, tụng đọc kinh này, con sẽ cưỡi voi chúa trắng sáu ngà cùng với chúng Đại Bồ Tát hiện đến nơi ấy rồi tự hiện thân để cúng dường, bảo vệ, giúp đỡ, trấn an khích lệ người ấy, cũng để cúng dường kinh Pháp hoa.**

**"Trong khi người ấy ngồi yên suy ngẫm kinh này, con cũng sẽ cưỡi voi chúa trắng sáu ngà hiện ra trước mặt, nếu người ấy có quên mất một câu kinh, một bài kệ trong kinh Pháp hoa này, con sẽ dạy cho, rồi cùng họ tụng đọc, khiến cho lại thông suốt.**

---

[1] Văn Cú nói "sơ y nhân" (初依人) là người nương tựa đầu tiên, cho đến đệ nhị, đệ tam, đệ tứ y nhân. "Nương tựa" đây là nương tựa vào giáo pháp, tức là đã phát khởi lòng tin nương theo giáo pháp, trong phần giải thích phẩm Phân biệt công đức gọi là Tứ tín đệ tử, bao gồm 4 hạng: Thứ nhất là hạng nghe hiểu, có niềm tin nhưng không thể vì người khác giảng nói; thứ hai là hạng tin nhận và có thể vì người khác giảng giải sơ lược; thứ ba là hạng có niềm tin và nghe nhiều hiểu rộng, có thể vì người khác giảng rộng; thứ tư là hạng tin sâu, hiểu rõ, có khả năng thuyết pháp rộng rãi, đầy đủ cả năng lực quán chiếu và thực hành.

[2] Vi-đà-la (H. 韋陀羅, S. vetāla), Hán dịch là khởi thi quỷ (起屍鬼), tức loài quỷ có chú thuật làm cho xác chết đứng dậy để sai khiến.

**"Khi ấy người thọ trì, tụng đọc kinh Pháp hoa, được thấy thân con, hết sức vui mừng, lại càng thêm tinh tấn. Nhờ gặp con rồi nên liền đạt được các pháp tam-muội cùng đà-la-ni có tên là Toàn đà-la-ni, Bá thiên vạn ức toàn đà-la-ni, Pháp âm phương tiện đà-la-ni,[1] đạt được những pháp đà-la-ni như vậy."**

◆ Đoạn thứ hai nêu thệ nguyện khuyến khích phát tâm, từ câu "Khi ấy, Bồ Tát Phổ Hiền thưa với Phật..." trở đi. Kinh văn lại chia làm 2 tiểu đoạn. Thứ nhất là bảo vệ, giúp đỡ người [thọ trì giáo pháp]; thứ hai là bảo vệ hộ trì giáo pháp.

❖ Tiểu đoạn thứ nhất nêu việc bảo vệ, giúp đỡ người [thọ trì giáo pháp] lại có 6 phân đoạn.

▪ Phân đoạn thứ nhất là bên ngoài thì xua đuổi tai nạn. Trước tiên là xua đuổi chung tất cả mọi tai nạn của người ấy, cho nên nói "khiến cho không ai có thể dễ dàng rình rập ám hại", chính là ý này. Tiếp theo nói việc xua đuổi cụ thể các loại tai nạn gây hại người ấy, nêu ra 12 loài không thể làm hại.

▪ Phân đoạn thứ hai là bên trong thì chỉ dạy giáo pháp. Nói chung có ba lần chỉ dạy.

- Thứ nhất là *"khi người ấy đi, đứng, tụng đọc kinh này"*, Bồ Tát sẽ *"sẽ cưỡi voi chúa trắng sáu ngà"* đến để *"trấn an khích lệ người ấy"*.

- Thứ hai là *"khi người ấy ngồi yên suy ngẫm kinh này"*,

[1] Ba pháp đà-la-ni này được tông Thiên thai xem như tương ứng với 3 pháp quán Không, Giả, Trung. Thứ nhất là Toàn đà-la-ni (旋陀羅尼). Toàn nghĩa là xoay chuyển, đạt được đà-la-ni này là xoay chuyển giả tướng sai biệt, thể nhập vào lý Không bình đẳng, tương đương với quán Không. Thứ hai là Bá thiên vạn ức đà-la-ni (百千萬億旋陀羅尼). Hành giả xoay chuyển cái Không bình đẳng mà thể nhập giả tướng của trăm nghìn muôn ức pháp sai biệt, tương đương với quán Giả, tức từ không vào giả. Thứ ba là Pháp âm phương tiện đà-la-ni (法音方便陀羅尼). Hành giả vận dụng Không và Giả làm phương tiện thể nhập Trung đạo tuyệt đối, tương đương với quán Trung, tức Trung đạo đệ nhất nghĩa đế.

Bồ Tát *"cũng sẽ cưỡi voi chúa trắng sáu ngà hiện ra trước mặt"* để chỉ dạy kinh này, khiến cho *"đạt được các pháp tam-muội cùng đà-la-ni"*. *"Toàn đà-la-ni"* là từ [quán] giả thể nhập [quán] không. *"Bá thiên vạn ức toàn đà-la-ni"* là chuyển từ [quán] không ra khỏi [quán] giả. *"Pháp âm phương tiện đà-la-ni"* là nói cả hai [giả và không] đều là đạo phương tiện, theo đó để thể nhập trung đạo mới là Đệ nhất nghĩa đế.

## KINH VĂN

**"Bạch Thế Tôn! Đời sau này, sau năm trăm năm,[1] trong đời xấu ác nếu trong hàng tỳ-kheo, tỳ-kheo-ni, ưu-bà-tắc, ưu-bà-di có người nào tìm cầu, hoặc thọ trì, hoặc tụng đọc, hoặc sao chép, rồi muốn tu tập theo kinh Pháp hoa này, thì nên một lòng tinh tấn trong suốt hai mươi mốt ngày. Sau hai mươi mốt ngày rồi, con sẽ cưỡi voi chúa trắng sáu ngà cùng với vô số Bồ Tát vây quanh, hiện ra trước mặt người ấy với thân hình mà hết thảy chúng sanh đều ưa thích muốn nhìn, vì người ấy thuyết pháp, tuần tự chỉ bày, dạy dỗ, khuyến khích lợi ích, khiến cho đạt được niềm vui chân thật, lại cũng trao cho người ấy chú đà-la-ni. Có được chú đà-la-ni này thì không loài phi nhân nào có thể phá hoại, cũng không bị nữ sắc làm cho mê hoặc tán loạn. Đích thân con cũng sẽ thường bảo vệ người ấy. Nguyện đức Thế Tôn nghe con nói ra chú đà-la-ni này."**

**Liền đó, Bồ Tát Phổ Hiền ở trước Phật nói ra thần chú:**

**"A đàn địa, đàn đà bà địa, đàn đà bà đế, đàn đà cưu xá lệ, đàn đà tu đà lệ, tu đà lệ, tu đà la bà để, Phật đà ba chiên nễ, tát bà đà la ni a bà đa ni, tát bà bà sa a bà đa ni, tu a bà đa ni, tăng già bà lý xoa ni, tăng già niết dà đà ni, a tăng kỳ, tăng già ba già địa, đế lệ a nọa**

---

[1] Nguyên tác dùng "後世後五百歲 - hậu thế hậu ngũ bá tuế" (đời sau này, sau năm trăm năm), vẫn là chỉ năm trăm năm sau khi Phật diệt độ. Kinh Chánh Pháp hoa diễn đạt chỗ này là "最後餘殘末俗五濁之世 - tối hậu dư tàn mạt tục ngũ trược chi thế", tức là chỉ giai đoạn cuối cùng của đời ngũ trược sau khi Phật nhập diệt. Bản Anh dịch của H. Kern diễn đạt là "in the second half of the millennium" (nửa sau của thiên niên kỷ), cũng tức là 500 năm sau. Những con số này chỉ mang ý nghĩa tượng trưng để chỉ đến giai đoạn chánh pháp suy tàn về sau.

**tăng già đâu lược a la đế bà la đế, tát bà tăng già tam ma địa già lan địa, tát bà đạt ma tu ba lợi sát đế, tát bà tát đỏa lâu đà kiêu xá lược a nâu già địa, tân a tỳ cát lợi địa đế.”**
**“Bạch Thế Tôn! Nếu có Bồ Tát nào được nghe đà-la-ni này, nên biết đó là sức thần thông của Bồ Tát Phổ Hiền; nếu kinh Pháp hoa lưu hành trong cõi Diêm-phù-đề, có người thọ trì thì nên nghĩ rằng: ‘Đều là do sức oai thần của Bồ Tát Phổ Hiền.’”**

- Thứ ba, sau khi người ấy *“một lòng tinh tấn trong suốt hai mươi mốt ngày”* thì Bồ Tát lại cũng sẽ *“cưỡi voi chúa trắng sáu ngà... vì người ấy thuyết pháp, tuần tự chỉ bày, dạy dỗ, khuyến khích lợi ích, khiến cho đạt được niềm vui chân thật, lại cũng trao cho người ấy chú đà-la-ni.”* Phần này y theo kinh văn có thể hiểu được.

▪ Phân đoạn thứ ba là dùng thần lực che chở. Nếu có người được nghe kinh, hoặc thọ trì kinh, không một trường hợp nào không phải do thần lực [của Bồ Tát Phổ Hiền]. Phần này y theo kinh văn có thể hiểu được.

**KINH VĂN**

**“Nếu có người thọ trì, tụng đọc, chân chánh nghĩ nhớ, hiểu rõ nghĩa lý, y theo kinh tu hành, nên biết là người ấy đang thực hành hạnh Phổ Hiền, ở nơi vô lượng vô biên chư Phật trồng sâu căn lành, được các đức Như Lai đưa tay xoa đầu khích lệ.”**

▪ Phân đoạn thứ tư là chỉ ra nhân duyên thù thắng. Nếu có thể làm [một trong] năm hạng pháp sư, tức là ở chỗ của ba đời chư Phật mà gieo trồng [căn lành], được thuần thục, được giải thoát. Người này cũng đồng như chư Phật trong đời tương lai được giải thoát, cho nên nói là giống như *“đang thực hành hạnh Phổ Hiền”*. Người này đã từng ở chỗ chư Phật trước đây gieo trồng việc lành, cho nên nói là *“trồng sâu căn lành”*. Người này ở chỗ đức Phật hiện nay đã được thuần thục, cho nên nói là *"được các đức Như Lai đưa tay xoa đầu"*.

## KINH VĂN

**"Nếu người nào chỉ sao chép kinh này, sau khi mạng chung sẽ sinh về cõi trời Đao-lợi, có tám mươi bốn ngàn thiên nữ tấu nhạc nghênh đón, đội mũ bảy báu, ở giữa các thiên nữ hầu hạ vui chơi thích thú, huống chi những người thọ trì, tụng đọc, chân chánh nghĩ nhớ, hiểu rõ nghĩa lý, y theo kinh tu hành.**

**"Nếu người nào thọ trì, tụng đọc, hiểu rõ nghĩa kinh, thì khi mạng chung được ngàn đức Phật đưa tay nâng đỡ, khiến cho không bị hoảng sợ, không đọa vào các đường ác, liền được vãng sinh đến chỗ của Bồ Tát Di-lặc ở cõi trời Đâu-suất. Bồ Tát Di-lặc có ba mươi hai tướng tốt,[1] có chúng Đại Bồ Tát cùng nhau vây quanh, có trăm nghìn muôn ức thiên nữ làm quyến thuộc, được sinh về đó có những công đức lợi ích như vậy.**

▪ Phân đoạn thứ năm là chỉ ra quả lành [sẽ được] gần đây. Chỉ có thể sao chép [kinh này] thì gần đây được sinh

[1] Nguyên tác Hán văn là: "即往兜率天上彌勒菩薩所。彌勒菩薩有三十二相大菩薩眾所共圍繞 - ...tức vãng Đâu-suất thiện thượng Di-lặc Bồ Tát sở. Di-lặc Bồ Tát hữu tam thập nhị tướng, Đại Bồ Tát sở cộng vi nhiễu..." Như vậy là nói "Bồ Tát Di-lặc có 32 tướng tốt". Theo kinh Chánh Pháp hoa và bản Anh dịch của H. Kern thì đều nói là tự thân người này khi sinh về cõi trời Đâu-suất sẽ có đủ 32 tướng tốt. Kinh Chánh Pháp hoa: "生兜術天, 在彌勒佛所成菩薩身, 三十二相莊嚴其體 - sinh Đâu-thuật thiên, tại Di-lặc Phật sở, thành Bồ Tát thân, tam thập nhị tướng trang nghiêm kỳ thể" (... sinh về cõi trời Đâu-suất, chỗ đức Phật Di-lặc, thành tựu thân Bồ Tát có 32 tướng trang nghiêm thân thể) (ĐCT, T9, 263, tr.133c, d.3-4) Bản Anh dịch của H. Kern: "after disappearing from this world he shall enter the company of the Tushita-gods, where the Bodhisattva Mahâsattva Maitreya is residing, and where, marked by the thirty-two sublime characteristics..." (sau khi rời khỏi thế giới này người ấy sẽ sinh về cõi trời Đâu-suất, nơi Bồ Tát Di-lặc đang cư trú, và ở nơi đó, nổi bật với 32 tướng tốt...) Theo ngữ cảnh kinh văn thì có vẻ như ý nghĩa này thích hợp hơn, vì đang nói về công đức của người thọ trì kinh Pháp hoa, việc xen vào nói 32 tướng tốt của Bồ Tát Di-lặc dường như không phù hợp. Và do vậy, câu tiếp theo nói có "trăm ngàn muôn ức thiên nữ làm quyến thuộc" cũng không thích hợp khi dùng mô tả Bồ Tát Di-lặc. Nếu như đây là sự nhầm lẫn thì có thể do 4 chữ "彌勒菩薩 - Bồ Tát Di-lặc" lần thứ hai là bị thừa, dẫn đến đổi nghĩa toàn đoạn kinh.

lên cõi trời Đao-lợi. Trọn đủ [công hạnh của] năm hạng pháp sư thì tiếp đến được sinh về cõi trời Đâu-suất, y theo kinh văn có thể hiểu được.

**KINH VĂN**

> **"Cho nên, những người có trí nên một lòng tự mình sao chép, hoặc bảo người khác sao chép, thọ trì, tụng đọc, chân chánh nghĩ nhớ, y theo kinh này tu hành."**

▪ Phân đoạn thứ sáu là tổng kết, từ câu *"Cho nên, những người có trí..."* trở đi, y theo kinh văn có thể hiểu được.

**KINH VĂN**

> **"Bạch Thế Tôn! Nay con dùng sức thần thông để giữ gìn, bảo vệ kinh này, sau khi Như Lai đã diệt độ, ở trong cõi Diêm-phù-đề lưu hành rộng khắp, không để dứt mất."**

❖ Tiểu đoạn thứ hai từ câu *"Bạch Thế Tôn! Nay con dùng sức thần thông..."* trở đi, nêu thệ nguyện bảo vệ hộ trì giáo pháp. Phần này y theo kinh văn có thể hiểu được.

**KINH VĂN**

> **"Lúc bấy giờ, đức Phật Thích-ca Mâu-ni khen ngợi: "Lành thay, lành thay, Phổ Hiền! Ông có thể giúp sức giữ gìn kinh này, khiến cho nhiều chúng sanh được an vui lợi ích. Ông đã thành tựu công đức không thể nghĩ bàn, lòng từ bi sâu xa rộng lớn, từ xưa đến nay đã phát tâm Vô thượng Chánh đẳng Chánh giác mới có thể phát nguyện thần thông như vậy, giữ gìn bảo vệ kinh này. Nay ta sẽ dùng sức thần thông để bảo vệ và giúp đỡ những người thường thọ trì danh hiệu Bồ Tát Phổ Hiền."**

▣ Tổng đoạn thứ ba thuật lại việc phát nguyện, tức là đức Như Lai nêu những điều thù thắng để thành tựu những điểm kém hơn [trong phát nguyện của Bồ Tát Phổ

Hiền], giúp người tu hành thêm tăng tiến, dũng mãnh hăng hái trong việc rộng truyền [giáo pháp]. Tổng đoạn này chia làm 2 đoạn.

◆ Đoạn thứ nhất [đức Phật] nhắc lại việc hộ trì bảo vệ giáo pháp, nói rằng: *"Ông có thể... ...khiến cho nhiều chúng sanh được an vui lợi ích... lòng từ bi sâu xa rộng lớn... từ xưa đến nay đã... giữ gìn bảo vệ kinh này. Nay ta sẽ dùng sức thần thông để bảo vệ và giúp đỡ..."* Đức Phật còn hộ trì giáo pháp, huống chi là Bồ Tát Phổ Hiền? Phần này y theo kinh văn có thể hiểu được.

**KINH VĂN**

**"Này Phổ Hiền! Nếu ai thọ trì, tụng đọc, chân chánh nghĩ nhớ, tu tập, sao chép kinh Pháp hoa này, nên biết là người ấy gặp Phật Thích-ca Mâu-ni, như được nghe kinh điển này từ miệng Phật nói ra; nên biết là người ấy cúng dường Phật Thích-ca Mâu-ni; nên biết là người ấy được Phật khen ngợi: 'Lành thay'; nên biết là người ấy được Phật Thích-ca Mâu-ni đưa tay xoa đầu; nên biết là người ấy được Phật Thích-ca Mâu-ni dùng y của Phật che chở cho."**

◆ Đoạn thứ hai từ câu *"Này Phổ Hiền! Nếu ai thọ trì, tụng đọc..."* trở đi, nhắc lại việc bảo vệ giúp đỡ người thọ trì giáo pháp. Tuy không nhắc lại theo đúng thứ tự nhưng vẫn đầy đủ các ý nghĩa,[1] [nên cũng chia làm 6 tiểu đoạn].

❖ [Tiểu đoạn thứ nhất nhắc lại việc chỉ dạy giáo pháp, kinh văn nói] *"Nên biết là người ấy gặp Phật Thích-ca Mâu-ni"* là nhắc lại việc [ngài Phổ Hiền] hiện thân để chỉ bày giáo pháp. [Đây là hàm ý nói người thọ trì kinh] còn thấy được thân Phật là quả của muôn đức, huống chi thân

---

[1] Phần này tuy nhắc lại đủ 6 ý nhưng thứ tự khác với phần trước, nên tiểu đoạn thứ nhất tương ứng với phân đoạn thứ hai, tiểu đoạn thứ hai tương ứng với phân đoạn thứ ba, tiểu đoạn thứ ba tương ứng với phân đoạn thứ tư, tiểu đoạn thứ tư tương ứng với phân đoạn thứ năm, tiểu đoạn thứ năm tương ứng với phân đoạn thứ nhất, tiểu đoạn thứ sáu tương ứng với phân đoạn thứ sáu.

cưỡi voi trắng sáu ngà còn trong vòng nhân [quả] của Bồ Tát Phổ Hiền? Người thọ trì kinh còn *"được nghe kinh điển này từ miệng Phật nói ra"*, huống chi là những lời dạy của Bồ Tát về những chỗ quên sót câu chữ trong kinh?

❖ [Tiểu đoạn thứ hai nhắc lại việc dùng thần lực che chở.] Người thọ trì kinh còn *"được Phật khen ngợi"*, *"dùng tay xoa đầu"*, *"dùng y của Phật che chở cho"*, huống chi chỉ được Bồ Tát Phổ Hiền dùng đà-la-ni che chở thôi sao?

**KINH VĂN**

**"Người như vậy không còn tham muốn bám chấp niềm vui thế tục, không ưa thích kinh sách hoặc kẻ sao chép kinh sách ngoại đạo,[1] cũng không thích gần gũi những kẻ ấy cùng những kẻ xấu ác, như người giết mổ gia súc, người nuôi gia súc như heo, dê, gà, chó... hoặc người săn bắt thú, người môi giới và mua bán nhan sắc phụ nữ...[2]**

**"Người như vậy tâm ý chân chất thẳng thắn, có sự nghĩ nhớ chân chánh, có sức phúc đức.**

**"Người như vậy không có phiền não do ba độc tham, sân, si; không có phiền não vì tật đố, ngã mạn, tà mạn,[3] tăng thượng mạn.[4]**

**"Người như vậy ít ham muốn, biết đủ, thường tu tập các hạnh Phổ Hiền.[5]**

---

[1] Nguyên tác dùng "手筆 - thủ bút" để chỉ việc dùng tay sao chép, ở đây là sao chép kinh sách ngoại đạo. Do đó câu tiếp theo dùng "其人 - kỳ nhân" là để chỉ người làm công việc sao chép này.

[2] Nguyên tác dùng "衒賣女色 - huyễn mại nữ sắc". Chữ "huyễn" nghĩa là khoe khoang, phô bày... ở đây chỉ việc phô bày nhan sắc phụ nữ để dùng như một món hàng rao bán, trục lợi; ngày nay chính là nghề môi giới mại dâm.

[3] Tà mạn (H. 邪慢, S. mithyā-māna): trở nên kiêu căng ngạo mạn vì tự nghĩ mình là người có đức độ cao, trong khi thực sự không có, do hiểu biết tà vạy nên nhận thức sai lầm như vậy. Người tà mạn làm những việc xấu ác, sai trái nhưng tưởng rằng đó là việc cao quý nên sinh tâm kiêu mạn.

[4] Tăng thượng mạn (H. 增上慢, S. abhi-māna): tự cao, ngạo mạn vì tự cho rằng mình đã chứng thánh quả, có thành tựu tu tập, nhưng sự thật không đúng như vậy.

[5] Các hạnh Phổ Hiền: có 10 hạnh được nói trong kinh Hoa nghiêm (大方廣佛華嚴經 - Đại phương quảng Phật Hoa nghiêm kinh), quyển 40, bao gồm: 1. Lễ

❖ Tiểu đoạn thứ ba từ câu *"Người như vậy không còn tham muốn..."* trở đi, nhắc lại về việc gieo nhân. Rộng nêu trong các nhân không có những điều lầm lỗi xấu ác. Người như vậy *"ít ham muốn, biết đủ, thường tu tập các hạnh Phổ Hiền"*, đây là nhắc lại các nhân thù thắng.

**KINH VĂN**

**"Này Phổ Hiền! Năm trăm năm sau khi Như Lai diệt độ, nếu ai nhìn thấy người khác thọ trì, tụng đọc kinh Pháp hoa thì nên tự nghĩ rằng: 'Người này không bao lâu sẽ đến Đạo trường, phá trừ chúng ma, thành tựu Vô thượng Chánh đẳng Chánh giác, chuyển bánh xe Pháp, đánh trống Pháp, đổ cơn mưa Pháp; sẽ ngồi trên Pháp tòa sư tử ở giữa đại chúng trời, người.'**

**"Phổ Hiền! Nếu người đời sau thọ trì, tụng đọc kinh Pháp hoa này, người ấy sẽ không còn tham muốn, bám chấp nơi y phục, tòa ngồi, thức ăn uống; những vật dụng cần thiết cho đời sống, chỗ mong cầu đều không thiếu thốn, ngay trong đời này cũng được phước báo [của việc thọ trì kinh này]."**

❖ Tiểu đoạn thứ tư từ câu *"Này Phổ Hiền! Năm trăm năm sau khi Như Lai diệt độ..."* trở đi, nhắc lại về những quả lành sẽ được gần đây. *"Người này không bao lâu sẽ đến Đạo trường"*, sẽ thành tựu quả Phật [là quả] rất lâu xa, đâu chỉ là những quả lành gần đây thôi sao? Lại *"ngay trong đời này cũng được phước báo"*, được nhiều quả lành, không chỉ là được sinh lên cõi trời.

**KINH VĂN**

**"Nếu có kẻ khinh chê [người thọ trì kinh này], nói rằng: 'Ông thật điên rồ, uổng công làm việc như vậy, rốt lại chẳng được gì.' Người như vậy phải chịu tội báo, đời đời không có mắt.**

kính chư Phật; 2. Xưng tán Như lai; 3. Quảng tu cúng dường; 4. Sám hối nghiệp chướng; 5. Tùy hỉ công đức; 6. Thỉnh Phật chuyển pháp luân; 7. Thỉnh Phật trụ thế; 8. Thường tùy Phật học; 9. Hằng thuận chúng sinh; 10. Phổ giai hồi hướng. (ĐCT, T10, 293, tr.844b, d.24-28)

**"Nếu có người cúng dường, ngợi khen xưng tán [người thọ trì kinh này], ngay trong đời này sẽ được phước báo.**
**"Nếu có kẻ thấy người thọ trì kinh này mà nói ra những chỗ lỗi lầm sai trái của người ấy, dù đúng thật hoặc không đúng thật, thì trong đời này sẽ mắc bệnh bạch lại.[1] Nếu có người cười nhạo, đời đời sẽ bị răng thưa, răng sứt mẻ, môi xấu, mũi tẹt, chân tay cong vẹo, mắt lé, thân thể hôi hám, ung nhọt, ghẻ chốc chảy ra máu mủ, bụng trướng, khó thở, đủ các thứ bệnh nghiêm trọng."**

❖ Tiểu đoạn thứ năm từ câu *"Nếu có kẻ khinh chê..."* trở đi, nhắc lại việc có thể xua đuổi tai nạn bên ngoài. Đức Phật mở rộng chỉ bày tội lỗi của người hủy báng, khiến cho rõ biết lỗi lầm để sửa đổi, không còn quấy nhiễu gây rối loạn [cho người thọ trì kinh]. Đây không chỉ là để người thọ trì kinh được dứt trừ tai nạn, mà cũng vì muốn cho kẻ hủy báng [hối cải lỗi lầm để] được sinh phước báu. Không có hủy báng, không có chướng nạn thì cả hai bên đều được an vui. Đó là lòng từ cứu độ rộng lớn không thiên lệch.

### KINH VĂN

**"Do vậy, này Phổ Hiền! Nếu thấy người thọ trì kinh điển này, nên đứng dậy nghênh đón từ xa, như cung kính Phật."**

❖ Tiểu đoạn thứ sáu từ câu *"Do vậy, này Phổ Hiền!..."* trở đi, *"nên đứng dậy nghênh đón từ xa, như cung kính Phật"* là nhắc lại tổng kết về công đức của người phát khởi niềm tin.

### KINH VĂN

**Khi Phật thuyết phẩm Bồ Tát Phổ Hiền khuyến khích phát tâm này, có vô lượng vô biên Bồ Tát nhiều như cát sông Hằng đạt được**

---

[1] Bệnh bạch lại (H. 白癩病, E. vitiligo): bệnh ngoài da do rối loạn sắc tố da, dẫn đến tạo ra nhiều vùng da có màu trắng bệch, cũng thường gọi là bạch biến hay lang ben.

**Bá thiên vạn ức toàn đà-la-ni;[1] các Bồ Tát nhiều như số hạt bụi nhỏ trong thế giới đại thiên được trọn đủ đạo Phổ Hiền.**
**Đức Phật thuyết xong kinh này, các vị Bồ Tát như Bồ Tát Phổ Hiền..., các vị Thanh văn như Xá-lợi-phất... cùng chư thiên, rồng, người và phi nhân, hết thảy trong đại hội đều hết sức vui mừng, thọ trì lời Phật dạy, cùng đảnh lễ lui ra.**

▣ Tổng đoạn thứ 4 từ câu *"Khi Phật thuyết phẩm Bồ Tát Phổ Hiền khuyến khích phát tâm này..."* trở đi là nêu lợi ích của sự phát tâm, chia làm 2 đoạn.

◆ Đoạn thứ nhất nêu việc nghe phẩm kinh này được lợi ích. Đạt được *"toàn đà-la-ni"* tức là giai vị Sơ địa; *"được trọn đủ đạo Phổ Hiền"* tức là giai vị Thập địa.

◆ Đoạn thứ hai nêu việc nghe kinh [Pháp hoa] này được lợi ích. *"Hết thảy trong đại hội đều hết sức vui mừng"* chính là ý nghĩa [lợi ích] này. Vui mừng hoan hỷ thì như trước đã nói. Ở đây vì sao vẫn còn nhắc đến Thanh văn? Đó chỉ là do người chép kinh vẫn ghi lại theo giai vị trước đây của các vị này mà thôi. Lại nữa, người chép kinh gọi các vị này là Thanh văn Đại thừa: [Thanh nghĩa là] dùng âm thanh Phật đạo; [văn nghĩa là] khiến cho hết thảy chúng sanh đều được nghe. Ý nghĩa [Thanh văn] như vậy càng thêm sáng rõ.

---

1 Đây là pháp đà-la-ni thứ hai vừa nói ở đầu phẩm này.

# PHÁP HOA VĂN CÚ

## TẬP 3

THÍCH NHƯ ĐIỂN
NGUYỄN MINH TIẾN

*Việt dịch và chú giải*

**Viên giác Tùng Thư** - Đức Quốc

**United Buddhist Publisher**

**Nhà xuất bản Liên Phật Hội** - California, Hoa Kỳ

Xuất bản lần thứ nhất: Tháng 8/2025

www.ingramcontent.com/pod-product-compliance
Lightning Source LLC
LaVergne TN
LVHW010720061026
849530LV00004B/49
* 9 7 9 8 3 4 9 5 4 7 6 6 9 *